रक्तामांसामध्ये भिजवलेल्या कुंचल्यामधून रोझ आपली पात्रे रंगवत जाते. ती पात्रे आपल्या शब्दांतून आणि हालचालींमधून जिवंत होत, वाचकांसमोर प्रत्यक्ष उभी राहतात. सखोल, वेगवान आणि व्यामिश्र कथानकाला, वास्तववादी आणि उठावदार संवादांची जोड आहे. तिची कथा जितकी ताजीतवानी तितकीच तणावपूर्ण असते. थोडक्यात, करेन रोझने आपल्या वाचकांसाठी एका अव्वल दर्जाच्या खळबळजनक कादंबरीचा नजराणा पेश केलाय.

– लोरेंझो कार्काटेरा,

'स्लीपर्स आणि चेसर्स' या न्यूयॉर्क टाइम्सच्या लोकप्रिय कादंबरीचा लेखक

गूढ आणि खळबळजनक कादंबरीसाठी आवश्यक असलेले सर्व घटक, 'स्क्रीम फॉर मी' मध्ये आढळतात. कादंबरीतील जिवंत पात्रांबरोबर वावरताना आपले काळीज गोठते, थरथरते आणि उचंबळते. उत्कृष्ट कथा, कथेतील थरारनाट्य आणि क्षणाक्षणाला मिळत जाणारी कलाटणी, वाचकाला अस्वस्थ करून सोडते. करेन रोझ ही प्रणयरम्य गूढ कादंबरीची सम्राज्ञी आहे.

– ॲलिसन ब्रेन्नन

'स्पीक नो एव्हिल' आणि 'प्रे' या न्यूयॉर्क टाइम्सच्या प्रसिद्ध कादंबऱ्यांचा लेखक

करेन रोझचे प्रवाही आणि स्फोटक लेखन वाचताना, वाचकांच्या अंगावर अक्षरश: काटा उभा राहतो. 'स्क्रीम फॉर मी' ही कादंबरी वाचत असताना, मी अनेकदा उठून माझ्या घराचे दरवाजे नीट बंद आहेत ना, याची वारंवार खात्री करून घेत होते. कादंबरी वाचण्याची संधी सोडू नका.

– करेन रॉबर्डस

'ऑबसेशन' या न्यूयॉर्क टाइम्सच्या सर्वोत्कृष्ट कादंबरीची लेखिका

मनाला भुरळ पाडणाऱ्या, गूढ, आकर्षक आणि कसबी लिखाणाचा नमुना!

– ब्रेटिना क्रान्ह

'दि मॅरेज टेस्ट' न्यूयॉर्क टाइम्सच्या लोकप्रिय कादंबरीची लेखिका

अत्याचार केल्यानंतर ब्लँकेटमध्ये गुंडाळलेली तरुण मुलींची प्रेतं
रस्त्याच्या कडेला वेगवेगळ्या ठिकाणी टाकली जातात...
एका सूडसत्राचा घेतलेला शोध!

स्क्रीम फॉर मी

गूढ... प्रणयरम्य कादंबरी

करेन रोझ

अनुवाद
दीपक कुळकर्णी

मेहता पब्लिशिंग हाऊस

✆ +91 020-24476924 / 24460313 / Mob. No. 9545000513
Email : production@mehtapublishinghouse.com
Website : www.mehtapublishinghouse.com

◆ *या पुस्तकातील लेखकाची मते, घटना, वर्णने ही त्या लेखकाची असून त्याच्याशी प्रकाशक सहमत असतीलच असे नाही.*

SCREAM FOR ME by KAREN ROSE

Translated into Marathi Language by Deepak Kulkarni

स्क्रीम फॉर मी /अनुवादित कादंबरी

अनुवाद : दीपक कुळकर्णी

मराठी अनुवादाचे व प्रकाशनाचे हक्क : मेहता पब्लिशिंग हाऊस, पुणे ३०.

प्रकाशक : सुनील अनिल मेहता, मेहता पब्लिशिंग हाऊस,
१९४१, सदाशिव पेठ, माडीवाले कॉलनी, पुणे – ४११ ०३०.

अक्षरजुळणी : अनघा पाटणकर, पुणे

मुद्रक : पार्कसन्स ग्राफिक्स

मुखपृष्ठ : चंद्रमोहन कुलकर्णी

प्रथमावृत्ती : जून, २०११

किंमत : ₹ ४८०

P Book ISBN 9788184982503

प्रिय, मार्टिन...
जेव्हा जेव्हा तू माझ्या सोबत असतोस,
तेव्हा सूर्यालाही एक वेगळी झळाळी येते.
ते प्रकाशविश्व नेहमीच उबदार असते;
पण माझ्या म्हणण्याचा रोख तुझ्या लक्षात येतोय ना,
की मी तुझ्यावर प्रेम करते.

के आणि मार्कला,
तुम्हा दोघांचे अमूल्य मैत्र मला लाभले.

आणि माझा संपादक मित्र – करेन कोझतोल्निक,
माझे एजंट रॉबिन रू, यांना सप्रेम अर्पण!
तुम्हा सर्वांची मी आभारी आहे.

उपोद्घात

मॅन्सफिल्ड हॉस्पिटल, डटन, जॉर्जिया

... तेरा वर्षांपूर्वी

बेल वाजली. आणखी एक लिफ्ट हळूहळू खाली आली. ॲलेक्सची नजर जमिनीवर खिळली होती. एक उग्र गंध तिच्या नाकाला स्पर्शून गेला आणि तिला तिथल्या तिथे अदृश्य होऊन जावंसं वाटलं.

"व्हॉयोलेट ड्रमण्ड, चल लवकर! अजून आपल्याला दोन पेशंटना भेटायचंय. काय चाललंय तुझं? ...अच्छा!" शेवटचा शब्द उच्चारताना तिचा आवाज दबला गेला.

चालते व्हा... ॲलेक्सचं मन आक्रंदून उठलं.

"तीच ना गं ती?" ॲलेक्सच्या डाव्या बाजूने कुणीतरी कुजबुजलं, "...त्या ट्रिमेन कुटुंबातली."

मांडीवर घट्ट आवळलेल्या मुठींवर ॲलेक्सने आपली नजर रोखून धरली... 'चालते व्हा.'

"तशीच दिसतेय." पहिल्या स्त्रीने आपला आवाज आणखी खाली आणला. "काय कमाल आहे! ही तर हुबेहूब तिच्या बहिणीसारखीच दिसतेय. दुसरीचा फोटो पाहिला ना आजच्या पेपरात! एकीला झाकावं आणि दुसरीला काढावं."

"जुळ्या बहिणी आहेत त्या. एकीसारखी दुसरी. म्हणजे 'होत्या', असं म्हणायचं आता. देवा, तिच्या आत्म्याला शांती मिळो."

ॲलिशिया... ॲलेक्सची छाती कोंदटली. श्वास घुसमटला.

"शरमेनं मान अगदी खाली जाण्यासारखीच गोष्ट आहे. इतकी सुंदर मुलगी! अंगावर एकही कपडा नसलेल्या अवस्थेत एका घाणेरड्या खड्ड्यात मेलेली सापडते आणि तिला मारून टाकण्याआधी त्या माणसाने तिच्याबरोबर काय काय

चाळे केले असतील! बाई गं – ते त्या ईश्वरालाच फक्त ठाऊक!''

''गलिच्छ, अमानुष मेला! वाटतं, सगळ्यांनी मिळून त्याला जिवंत जाळावं. मी तर ऐकलं की त्याने... तुझ्या कानावर आलं?''

जिवाच्या आकांतानं कुणीतरी ओरडतंय! आक्रोश करतंय! तिच्या मेंदूत लाखो किंकाळ्या घुमत होत्या. कानात कापसाचे बोळे कोंब. बंद करून टाक ते आवाज! पण ॲलेक्सचे हात मांडीवर तसेच घट्ट चिकटून राहिले. दरवाजा बंद कर. बंद कर दरवाजा. तिच्या मनाची दारं खाडकन बंद झाली आणि सारा कोलाहल अचानक स्तब्ध झाला. पुन्हा सारं शांत-शांत. श्वासाबरोबर ॲलेक्स फरफटत राहिली. तिचा ऊर धडधडत राहिला.

''तुला माहितीये, त्या व्हील चेअरवर बसलेल्या मुलीनं काय केलं ते? अगं, आपली आई अशी समोर मरून पडलेली पाहून तिनेही स्वत:ला मारून टाकण्याचा प्रयत्न केला म्हणे. डॉ. फॅबरसनी तिच्या आईसाठी झोपेच्या गोळ्या लिहून दिल्या होत्या. त्या सगळ्या गोळ्या हिने फस्त केल्या. नशीब, वेळीच ती तिच्या मावशीला सापडली. मुलगी गं, आई नव्हे.''

''आलं लक्षात. आई कुठली सापडायला! स्वत:च्याच डोक्यात गोळी झाडून घेतल्यावर कुणी पुन्हा उठून उभं राहू शकतं का?''

ॲलेक्स कळवळली. सूंऽऽऽ करून सुटलेल्या त्या गोळीचा आवाज तिच्या मनात पुन:पुन्हा घुमत राहिला. आणि ते रक्त! रक्ताचं थारोळंच... ममाऽऽ

तू मला नाही आवडत. आवडत नाहीस तू मला. तू मरून का नाही गेलीस?

आधी तो दरवाजा बंद करा.

''कुठे असते ती? मावशीबद्दल विचारतेय.''

''बँकेतली ती डेलिया आहे ना, ती सांगत होती की, तिची मावशी ओहिओमध्ये नर्स आहे. ह्या मुलीची आई आणि ती, दोघी सख्ख्या बहिणी आहेत. आहेत म्हणजे, होत्या. डेलिया म्हणाली, मावशी जेव्हा घराच्या खिडकीजवळ आली, तेव्हा समोरचं दृश्य बघून तिला हार्ट ॲटॅक यायचाच काय तो बाकी होता. अजूनही मावशीकडे पाहिलं, तर म्हणे तिचे डोळे केथीचं भूत बघत असल्यासारखे भ्यायलेले दिसतात.''

''मी असं ऐकलंय की, केथी ट्रिमेन ज्याच्याबरोबर सध्या राहत होती ना, त्याच्याच पिस्तुलानं तिनं स्वत:चा शेवट केला. मला सांग, ह्या वयात असं एखाद्या पुरुषाबरोबर राहणं म्हणजे... आईने हा आदर्श ठेवायचा का मुलींसमोर?''

भीती उसळून पुन्हा वर येऊ लागली. दरवाजा घट्ट लावून घ्या.

''तिच्याचसारखा तोही. त्यालाही एक मुलगी आहे. बेली तिचं नाव.''

''तुला सांगते, त्या मुलीही उनाडच होत्या. अगदी तिघीच्या तिघी. असं

काहीतरी घडणार, ही तर काळ्या दगडावरची रेघ होती.''

''काहीतरीच तुझं वँडा, एखाद्या भणंग माणसानं येऊन नासवावं आणि ठार मारून टाकावं, ह्यात बिचाऱ्या त्या मुलीचा काय दोष?''

ॲलेक्सला प्रचंड धाप लागली. चालत्या व्हा. मसणात जा तुम्ही दोघी, तुम्ही सगळेच. एकटं राहू दे मला. आणि जे मी सुरू केलंय, ते एकदाचं संपवू देत.

वँडा कुत्सित हसली. ''आजकाल ह्या मुली कशा उत्तान कपडे घालून हिंडत असतात, ते पाहिलंयस ना तू! एखाद्या पुरुषानं चळावं अन् त्यांना पळवावं आणि न जाणो — त्यांच्याबरोबर काय वाट्टेल ते करावं, असाच जणू त्यांचा उद्देश असतो. त्यातल्या त्यात एवढंच सुख आहे, की ह्या मुलीला तरी ते स्वत:बरोबर घेऊन चाललेत.''

''काय सांगतेस! मावशी हिला ओहिओला घेऊन चाललीये?''

''डेलिया तरी तसं म्हणत होती. ही पुन्हा त्या शाळेत जाणार नाही, हे आपलं भाग्यच म्हणायचं. माझी नातसुद्धा त्याच शाळेत जाते ना. दहावीतच आहे. ट्रिमेन मुलींच्याच वर्गात. ॲलेक्झांड्रा ट्रिमेनचा इतर मुलींवर किती वाईट परिणाम झाला असता!''

''छे! कल्पनासुद्धा करवत नाही.'' व्हायोलेटलाही ते पटलं. ''बाप रे! घड्याळ पाहिलंस का? चल... चल, अजून आपल्याला ग्रेसी आणि त्या एस्टेल जॉन्सनना भेटायचंय. वँडा, जरा लिफ्टचं बटण दाब. माझ्या हातात व्हायोलेटची फुलं आहेत म्हणून म्हणतेय.''

लिफ्ट खाली आली आणि त्या दोन वयस्कर स्त्रिया निघून गेल्या. ॲलेक्सचं शरीर अंतर्बाह्य थरथर कापत होतं. किम तिला ओहिओला घेऊन चालली होती. ॲलेक्सला त्या गोष्टींची पर्वाच नव्हती. तिला कुठे ओहिओला जायचं होतं? तिने जी गोष्ट सुरू केली होती, ती फक्त तिला लवकरात लवकर संपवायची होती.

''ॲलेक्स ऽऽ?'' लादीवर पावलांचा आवाज आला आणि एक छान, गोड सुगंध हवेत दरवळला. ''काय गं, बरं वाटत नाही का? कोवळ्या पानासारखी कशी थरथरतेयस बघ! मेरेडिथ, काय झालं हिला? तिच्याकडे नीट लक्ष ठेव, असं बजावलं होतं ना तुला? पुस्तकात नाक खुपसून बसायला नव्हतं सांगितलं.''

किमने तिच्या कपाळाला स्पर्श केला तशी ॲलेक्स कळवळून मागे सरली. तिचं सगळं लक्ष किमच्या हातावर होतं. हात लावू नकोस मला. किमच्या अंगावर वसकन ओरडावंसं वाटलं. पण ते शब्द फक्त तिच्या मनातल्या मनातच उमटत राहिले.

''मॉम, ती बरी आहे ना?'' मेरिडिथ विचारत होती. ॲलेक्सच्या मनात आपल्या मावसबहिणीची एक पुसटशी आठवण होती. एक थोडी मोठी मुलगी.

तिच्या हातात बार्बी बाहुल्या. त्या बाहुल्यांबरोबर खेळणाऱ्या दोन-पाच वर्षांच्या मुली. हो, दोन लहान मुली. ॲलिशिया. ॲलेक्स, आता ह्यापुढे कधीच दुकटी राहू शकणार नव्हती. मी एकटी उरलेय. भीती पुन्हा वर उसळून येऊ लागली. घट्ट बंद कर तो दरवाजा. ॲलेक्सने खोल श्वास घेतला आणि मनातल्या काळ्याकुट्ट अंधारावर चित्त एकाग्र केलं. काळाकुट्ट अंधार.

"ती ठीक आहे मेरी." खुर्चीसमोर किम पाय मुडपून बसली. ॲलेक्सचा चेहरा संपूर्ण दिसेपर्यंत तिने तिची हनुवटी वर उचलली. किमच्या डोळ्यांना तिचे डोळे भिडले आणि लगेच बाजूला वळले. उसासा देत किम उठून उभी राहिली आणि ॲलेक्सने सुटकेचा निःश्वास सोडला. "आपण तिला गाडीत बसवू या. डॅड अगदी दरवाजापर्यंत गाडी घेऊन येताहेत." लिफ्टची बेल वाजली आणि ॲलेक्सची खुर्ची मागूनच लिफ्टमध्ये ओढली गेली. "कळत नाही, एवढं अस्वस्थ व्हायला तिला काय झालं? दोन मिनिटांसाठी तर मी बाहेर गेले होते."

"मी सांगू का, त्या दोन म्हाताऱ्या बायकांमुळेच हे सर्व झालं असणार. त्या दोघी केथी मावशी आणि ॲलिशियाबद्दल बोलत होत्या."

"काय? आणि मेरिडिथ, तू त्यांना फटकारलं नाहीस?"

"मला त्यांचं बोलणं कुठे नीट ऐकू येत होतं? ॲलेक्सलाही ते फारसं ऐकू गेलेलं नसणार. त्या आपापसात कुजबुजत होत्या."

"मी नक्की सांगते, त्या म्हाताऱ्यांना नको तिथं नाक खुपसायची सवय असणार. पुन्हा असं झालं, तर मला ताबडतोब बोलवायचं."

लिफ्टची बेल वाजली आणि ॲलेक्सची खुर्ची एका प्रशस्त हॉलमध्ये ढकलली गेली. "मॉम," मेरिडिथच्या स्वरात इशारा होता. "ते बघ, मिस्टर क्रायटन. त्यांच्याबरोबर बेली आणि वेड यासुद्धा दिसतायत."

"देव करो आणि एकदातरी ह्या माणसाला योग्य निर्णय घ्यायची बुद्धी होवो, एवढीच माझी इच्छा आहे. मेरिडिथ, तू धावत जाऊन आधी डॅडला गाठ. त्याला म्हणावं, शेरिफना फोन करून ठेव. न जाणो, मिस्टर क्रायटननी आपल्याला काही त्रास दिला तर?"

"ओके मॉम. पण ते संतापतील असं काही वागू नकोस प्लीज."

"नाही वागणार. चल, पळ लवकर."

खुर्चीची चाकं थबकली. ॲलेक्स आपल्या हातांकडे निरखून पाहत होती. हे तिचेच हात होते? तिने डोळे घट्ट मिटून पुन्हा उघडले. 'छे, हे हात तर वेगळेच दिसतायंत. बापरे... म्हणजे इतके दिवस ते असेच दिसायचे!'

"डॅड, ती बघ तिला घेऊन चाललीये. ॲलेक्सला तिच्याबरोबर जाऊ नको ना जाऊ देऊस." बेलीचा आवाज रडवेला झाला होता.

''रडू नकोस बेली. जे होतंय ते चांगलंच आहे.''

''ती तिला कुठेही घेऊन जाणार नाही.'' लादीवर घासत जाणारे त्याचे बूट अचानक कुरकुरायचे थांबले.

किम उसासली. ''क्रेग, प्लीज. इथे तमाशा करू नकोस. ॲलेक्स किंवा तुझ्या मुलांसमोर तो शोभणार नाही. वेड आणि बेलीला घेऊन तू घरी जा. मी ॲलेक्सला घेऊन जाणार आहे.''

''ॲलेक्स माझी मुलगी आहे. तिच्यावर तुझा हक्क नाही.''

''हे बघ क्रेग, ती तुझी मुलगी नाही. माझ्या बहिणीशी ना कधी तू लग्न केलं होतंस, ना कधी तिच्या मुलींना तू दत्तक घेतलंस. ॲलेक्स माझी आहे आणि आज ती माझ्याबरोबर निघतेय... सॉरी बेली.'' किमच्या आवाज किंचित सौम्य झाला. ''पण हे असंच व्हायला हवं. तू आमच्या घरी येऊन तिला कधीही भेटू शकतेस.''

घासत जाणारे ते काळे बूट ॲलेक्सच्या पायापाशी येऊन थांबले. ॲलेक्सने आपले पाय चटकन आत ओढून घेतले. नजर जमिनीवर रोखली. घे, श्वास घे.

''नाही किम, ती मुलगी पाच वर्षं माझ्या घरात राहिली. मला ती डॅड म्हणायची.'' ॲलेक्सने तसं कधीच म्हटलं नव्हतं. ती त्यांना 'सर' म्हणायची. बेली आता स्फुंदून-स्फुंदून रडू लागली. ''किम प्लीज, असं नको करूस.''

''तू तिला नाही नेऊ शकत. बघ, ती तुझ्याकडे मान उचलून पाहायलादेखील तयार नाही.'' क्रेगच्या आवाजात जरी हतबलता होती, तरी त्याचे शब्द शब्दशः खरे होते. ॲलेक्स किमकडे पाहू शकत नव्हती. किमने आपली केशरचना बदलली होती. तरीही किमचा तसं करायचा प्रयत्न खरंच चांगला होता. त्याबद्दल ॲलेक्सला मनातून कौतुक वाटायला हवं होतं, पण केस बदलले तरी किम आपले डोळे बदलू शकत नव्हती.

''तू तुझे केस काप किंवा ते रंगवून घे. तू केथांसारखीच दिसत राहणार आणि ज्या-ज्या वेळेस ॲलेक्स तुझ्याकडे बघेल, तेव्हा तुझ्याजागी तिला तिची ममाच दिसत राहील.'' किम ताडकन उत्तरली, ''तुझा त्या दिवशी काय विचार होता रे? त्या दोघींना एकटंच सोडून तू असा कसा निघून गेलास?''

''म्हणजे? मला कामावर नको जायला?'' क्रेग गुरगुरला. ''नोकरी करतो म्हणून माझ्या घरात अन्न शिजतं.''

'मला तुझी घृणा वाटते. तू मरायला हवी होतीस.' दहा दिशांनी शेकडो आवाज तिच्या मनात चीत्कारू लागले. दीर्घ, तारस्वरात तिरमिरलेल्या ॲलेक्सनं आपलं डोकं मांडीत खुपसलं. तिच्या मानेला नकळत किमच्या हातांचा स्पर्श झाला. स्पर्श करू नकोस मला. स्वतःला मागे खेचायचा तिने प्रयत्न केला, पण क्रेग अगदी जवळ उभा होता. थिजल्यासारखी ती तशीच बसून राहिली.

''खड्ड्यात गेलास तू आणि तुझं काम!'' किम कडवटपणे म्हणाली, ''तिच्या आयुष्यातला तो सर्वांत वाईट दिवस होता. आणि तू मात्र तिला एकटीला सोडून निघून गेला होतास. घरी थांबला असतास तर आज केथी कदाचित जिवंत असती आणि आपली ॲलेक्स अशा अवस्थेत इथे बसलेली नसती.''

बूट अधिकच जवळ आले. ॲलेक्सने पाय मागे-मागे खेचले.

''काय म्हणायंचय तुला? हे सगळं माझ्यामुळे घडलं? मी केथीला आत्महत्या करायला प्रवृत्त केलं? झोपेच्या गोळ्यांची बाटली घ्यायला मी ॲलेक्सला भाग पाडलं? हे सुचवायचंय तुला?''

बराच वेळ दोघंही गप्प होते, पण त्या शांततेमधला तो असह्य ताण चांगलाच जाणवत होता. आता घडणार तरी काय, ह्या विचारानं ॲलेक्स कासावीस होऊन गेली. किम तर 'नाही' म्हणायला तयार नव्हती. क्रेगच्या मुठी ॲलेक्सइतक्याच घट्ट आवळलेल्या होत्या.

एखाद्या पक्ष्याने पंख फडफडावेत, तसा दरवाजा उघडला आणि तसाच बंद झाला. गुबगुबीत फरशीवर आणखी काही पावलांचे आवाज उमटले. ''किम, काही प्रॉब्लेम आहे का?'' तो किमचा नवरा, स्टीव्ह होता. ॲलेक्सने इतका वेळ धरून ठेवलेला श्वास हळूहळू मोकळा होत गेला. स्टीव्ह धिप्पाड, पण प्रेमळ होता. ॲलेक्स सहज त्याच्याकडे नजर उचलून पाहू शकत होती. पण आता मात्र तिने डोळे वर उचलले नाहीत.

''ठाऊक नाही.'' किमचा आवाज किंचित कापला. ''क्रेग, काही प्रॉब्लेम आहे?'' आणखी काही क्षण तसेच त्या बोचऱ्या शांततेत गेले. आणि मग क्रेगच्या आवळलेल्या मुठी हळूहळू सैल झाल्या. ''छे, काहीच नाही. पण निदान तू मला आणि मुलांना तिचा निरोप तरी घेऊ देशील ना?''

''ठीक आहे. माझी काही हरकत नाही.'' किम बाजूला सरकली, तसा तो अत्तराचा दरवळही विरळ होत गेला.

क्रेग जवळ येतोय. दरवाजा घट्ट लावून घे. क्रेगने जेव्हा तिला जवळ घेतलं, तेव्हा तिच्या शरीराचा दगड झाला होता. तिच्या कानात तो काहीतरी पुटपुटत होता; पण ती मात्र सगळा श्वास एकवटून त्याला आपल्या मनातून बाहेर हुसकावून लावत होती. अखेर...अखेर तो एकदाचा बाजूला झाला.

बेलीने तिला घट्ट मिठी मारली. ती तोल जात ओणवीच झाली. ''मला नाही गं तुझ्याशिवाय करमणार. आता मी कुणाचे कपडे चोरू?'' बेलीने हसण्याचा क्षीण प्रयत्न केला, पण तिच्या गळ्यात एक मोठा हुंदका दाटून आला. ''प्लीज, पत्र तरी लिहिशील ना?''

शेवटी वेड आला. बंद करा. बंद करा दरवाजा. वेडने जवळ घेताच पुन्हा

एकदा तिचं शरीर तसंच दगडाचं होऊन गेलं. शरीर ओरबाडून टाकणाऱ्या त्या जीवघेण्या किंकाळ्या! मन पिळवटून जातंय. प्लीज, कुणीतरी हे सगळं थांबवा. सर्वशक्तीनिशी ती तो दरवाजा बंद करू पाहत होती. वेड दूर सरकला आणि तिने नि:श्वास सोडला.

क्लिक. स्टीव्हने तिच्याभोवती बेल्ट लावला आणि आपल्या हाताच्या ओंजळीत तिचा चेहरा धरत म्हणाला, "ॲलेक्स, अगं, आम्ही सगळे तुझी इतकी काळजी घेऊ. मी वचन देतो तुला."

स्टीव्हने खाडकन मोटारचा दरवाजा बंद केला आणि ॲलेक्सने इतका वेळ घट्ट आवळलेल्या हातांच्या मुठी हलकेच सोडल्या. पण थोड्याशाच. इतक्याच की, हातात गच्च पकडलेली पिशवीच फक्त दिसू शकेल. गोळ्या, पांढऱ्या रंगाच्या इवल्याशा, केवढ्या तरी गोळ्या! अं? आजूबाजूला काय घडतंय? केव्हा निघालोय? कुठे पोहोचणार आहोत? मरू दे नं. त्याच्याशी काय करायचंय आपल्याला? या दोन्ही प्रश्नांना तिच्या लेखी आता काहीच महत्त्व उरलं नव्हतं. जे काम तिने आधीपासूनच सुरू केलं होतं, ते संपवून टाकणं एवढंच तिच्यासाठी महत्त्वाचं होतं. खालच्या ओठावरून तिने हलकेच जीभ फिरवली आणि आपली हनुवटी वर उचलली.

"प्लीज..." स्वत:च्याच आवाजाने ती थरकली. बोलण्याचा सरावच सुटला होता, त्यामुळे आवाज खरखरीत येत होता.

पुढच्या सीटवर बसलेले स्टीव्ह आणि किम मागे बघण्यासाठी एकदम वळले.

"मॉम, ॲलेक्स बोलली." मेरिडिथच्या चेहऱ्यावरचा आनंद लपत नव्हता.

ॲलेक्सचा चेहरा कोरा होता.

"काय गं बाळा? तुला काय हवंय?" किमनं विचारलं.

ॲलेक्सने नजर खाली वळवली. "पाणी, पाणी हवंय."

१

आर्केडिया, जॉर्जिया
शुक्रवार, २६ जानेवारी, पहाटे १ वाजून २५ मिनिटे

त्याने तिची अतिशय काळजीपूर्वक निवड केली होती. तिला मनमुराद भोगली होती. तिला कानठळ्या बसवणाऱ्या जीवघेण्या किंकाळ्या मारायला लावल्या होत्या.

मॅक ओब्रायनच्या अंगावर सर्रकन काटा आला.

तिचं मोहक रूप, मंजूळ आवाज आणि मादक देह यांच्या आठवणीनं आत्ताही त्याचं शरीर पेटून उठलं आणि नाकपुड्या हुळहुळू लागल्या. प्राणांतिक भीतीची लज्जत काही औरच असते, हे तो जाणून होता. ती त्याची पहिली शिकार होती; मात्र ती शेवटची ठरणार नव्हती.

तिच्या अंतिम विश्रामाची जागासुद्धा त्याने तितक्याच काळजीपूर्वक निवडली होती. आपल्या पाठीवरून घरंगळवत त्याने तिचा देह गच्च ओल्या मातीत धप्पकन सोडून दिला. गुडघ्यावर बसत त्याने तिला तपकिरी रंगाच्या ब्लँकेटमध्ये कफनासारखं गुंडाळलं. आता पुढचं चित्र त्याला स्पष्ट दिसू लागलं. उद्या रविवार. वार्षिक क्रॉस काउंटी सायकल स्पर्धेचा दिवस. शेकडो सायकलस्वार इथूनच वेगाने जाणार. त्याने अशीच जागा निवडली की रस्त्यावरून ती सहज कुणाच्याही नजरेस पडेल.

काही तासांचीच तर गोष्ट. त्यांच्यापैकी कुणाला तरी ती दिसेल. हां-हां म्हणता तिच्या मृत्यूची बातमी कानोकानी पसरेल.

सगळे भयचकित होऊन जातील. सगळे एकमेकांचा संशय घेऊ लागतील. साऱ्यांचीच पाचावर धारण बसेल.

तो उठून उभा राहिला. स्वत:च्या हस्तकौशल्यावर बेहद्द खूश झाला. त्याला सर्वांना हादरवून टाकायचं होतं. लहान मुलींसारखं चळाचळा कापताना, पाय लटलटताना कापताना त्याला सर्वांना पाहायचं होतं. प्राणांतिक भयाची ती काळीज

चरचरत जाणारी चव सर्वांना चाखवायची होती.

कारण जशी त्याला भुकेची आणि संतापाची चव ठाऊक होती, तशीच भीतीची चवही त्याच्या ओळखीची होती. त्या सर्व चवींची लज्जत त्याला तीव्रतेने ठाऊक असणं, हाच इतरांचा गुन्हा ठरला होता.

त्याने खाली पाहिलं. पायाच्या अंगठ्यानेच ब्लँकेट किंचित ढोसले. तिला किंमत चुकवावी लागली होती. तिने जे भोगलं, ते लवकरच त्या सर्वांना भोगावं लागणार होतं. तशीच किंमत चुकतीही करावी लागणार होती. लवकरच त्यांना कळून चुकणार होतं की, तो परत आलाय.

हॅलो डटन, मॅक परत आलाय... आणि त्यांचा सर्वनाश होईपर्यंत त्याचा आत्मा थंड होणार नाही.

सिनसिनाटी, ओहिओ
शुक्रवार, २६ जानेवारी, दुपारी २ वाजून ५५ मिनिटे

"आईऽऽ गं.... फार दुखतंय."

ॲलेक्स फॅलनने त्या निस्तेज आणि दुर्मुखलेल्या पोरसवदा मुलीकडे एक अर्थपूर्ण कटाक्ष टाकला. "हो तर! दुखणारच." हातातली चार नंबरची सुई तिने झटकन गुंडाळून जागेवर ठेवली. "पुढच्या वेळी जेव्हा शाळा बुडवून अख्खाच्या अख्खा फालुदा फस्त करायचा मोह होईल ना, तेव्हा तुझ्या लक्षात येईल, की तो फालुदा आपल्याला हॉस्पिटलमध्ये घेऊन चाललाय. व्हॉनी, तुला मधुमेह आहे आणि तू कितीही नाकारलंस तरी सत्य थोडंच बदलणार? तुला आपली पूर्ण काळजी...."

"माझं पथ्य ना... मला पुरतं ठाऊक आहे." व्हॉनी खेकसलीच. "काय करायचं ते माझं मी बघून घेईन. माझ्या एकटीवर सोडा ते."

व्हॉनीचे शब्द ॲलेक्सच्या डोक्यात घुमत राहिले. तसं नेहमीच व्हायचं. कारण ते शब्द ॲलेक्सचेच होते. कितीतरी वेळा तिने ते उच्चारले होते. आणि मग त्या शब्दांपाठोपाठ तिच्या मनात तीच भावना पुन्हा दाटून यायची. स्वत:च्या कुटुंबाबद्दल कृतज्ञता आणि समोरच्या पेशंटबद्दल सहानुभूती. "एक दिवस नको ते काहीतरी खाऊन बसशील आणि मग होईल शेवट... त्या तळघरात."

व्हॉनीही इरेलाच पेटली. "होऊ देत... एवढं काय आहे त्या तळघरात?"

"शवागार!" व्हॉनीला बसलेला धक्का तिच्या नजरेत स्पष्ट दिसत होता. "अगदी तीच जर तुझी इच्छा असेल...."

व्हॉनीचे डोळे पाण्याने डबडबले, "कधी कधी... तीच इच्छा होते."

व्हॉनीची घरची माणसं सोडली, तर इतर कुणाहीपेक्षा ॲलेक्सच तिला अधिक

समजावून घेऊ शकत होती. ''मला कळतंय गं राणी... पण कुठला मार्ग स्वीकारायचा, हे तुझ्याच हातात आहे – जगण्याचा की मरण्याचा?''

''ॲलेक्सऽऽ?'' तिची हेड नर्स लेट्टा तिला हाक मारत खोलीत डोकावली. ''तुला दोन नंबरवर अर्जंट कॉल आहे. मी इथलं सांभाळते.''

ॲलेक्सने व्हॉनीचा खांदा प्रेमाने दाबला आणि किंचित दटावत म्हणाली, ''मला निघायला हवं.... पण लक्षात ठेव, तुला पुन्हा इथे पाहायची मला बिलकुल इच्छा नाही.''

तिने लेट्टाच्या हातात केसपेपर सरकवला. ''कुणाचा गं फोन?''

''जॉर्जियामधल्या फुल्टॉन सामाजिक संस्थेतून कुणी नॅन्सी बार्कर बोलतेय.''

ॲलेक्सच्या पोटात एकदम गोळाच आला. ''तिथे माझी सावत्र बहीण असते.''

लेट्टाच्या भुवया उंचावल्या, ''म्हणजे तुला सावत्र बहीण आहे?''

खऱ्या अर्थानं ती ॲलेक्सची सावत्रबहीण लागतच नव्हती. पण ती सगळी एक मोठीच कथा होती आणि बेलीबरोबरचे तिचे संबंध, हा तर प्रचंड गुंतागुंतीचा विषय होता. ''कित्येक वर्षांत मी तिला पाहिलेलंदेखील नाही.'' नेमकं सांगायचं तर बरोबर पाच वर्षांपूर्वी बेली अचानक तिच्यासमोर हजर झाली होती. सिनसिनाटीच्या तिच्या घरासमोर. बेलीचा पतंग भलताच उंच उडालेला होता. नशेमध्ये ती अगदी तर्र झाली होती. नंतर ॲलेक्सने तिला एका सुधार केंद्रात ठेवायचा प्रयत्नही केला होता. पण बेली तिथून पळाली आणि तेही ॲलेक्सची क्रेडिट कार्ड चोरून घेऊन. लेट्टाच्या भुवयांवर आता काळजीने आठ्या पडल्या होत्या. ''सगळं व्यवस्थित असू दे गं बाई.'

''मीही तीच प्रार्थना करतेय.'' ॲलेक्स ह्या फोनची किती दिवसांपासून वाट पाहत होती, पण जेव्हा ह्या फोनचा विचार तिच्या मनात यायचा, तेव्हा तिच्या काळजात धडकीही भरायची.

आयुष्यात किती विचित्र उपरोध असतात; नाही! ...लगबगीनं फोनपाशी जात असताना ॲलेक्सच्या मनात विचार आला. कित्येक वर्षांपूर्वी ॲलेक्स मृत्यूच्या स्वाधीन होऊ पाहत होती आणि आज बेली व्यसनाच्या अधीन झाली होती. आयुष्यावर आपल्या कुटुंबाचा केवढा मोठा प्रभाव असतो. प्रेमाची उब देणारी आपली माणसं... तोच दोघींमधला मोठा फरक ठरला. ॲलेक्सला सुखरूप पैलतीरावर घेऊन जाण्यासाठी तिला किम, स्टीव्ह आणि मेरिडिथची भक्कम साथ मिळाली. पण बेलीजवळ कोण होतं? ...कुणीच नव्हतं.

तिने फोन उचलला. ''ॲलेक्स फॅलन बोलतेय.''

''मी नॅन्सी बार्कर, फुल्टॉन सोशल सर्व्हिसमधून.''

ॲलेक्सचा धीर संपला. ''मला एवढंच सांगा, ती जिवंत आहे ना?''

पलीकडून बराच वेळ कुणी बोललं नाही. ''कोण, मिस फॅलन?''

'मिस' ह्या शब्दाने ॲलेक्स चमकली. आपण आता 'मिसेस प्रिव्हिले' राहिलेलो नाही, हे अजूनही तिच्या जाणिवेत भिनलंच नव्हतं. मेरिडिथ म्हणाली होती की घटस्फोटानंतर काही काळाचाच प्रश्न असतो. आपोआप सगळं अंगवळणी पडतं. पण आता एक वर्ष उलटून गेलं तरी ॲलेक्सला त्या गोष्टींची सवय होत नव्हती. आठवड्यातून इतक्या वेळा ते दोघे एकमेकांसमोर येत राहायचे, म्हणूनही असेल कदाचित. अगदी आत्ता, ह्या क्षणीही डॉ. प्रिव्हिले तिच्या शेजारच्याच फोनवर बोलत उभा होता. त्याने तिची नजर मुद्दाम चुकवत अर्धवट मान हलवली. अजूनही दोघं एकाच शिफ्टमध्ये एकत्र काम करायचे. पण तुटलेला सांधा पुन्हा जुळण्याची शक्यताच नव्हती. आता ती फक्त त्याची सहकारी होती. सहचारिणी कधीच होऊ शकत नव्हती.

''मिस फॅलन!'' पलीकडून ती स्त्री विचारत होती.

ॲलेक्सनं कसंबसं स्वत:ला सावरलं. ''बेली, तुम्ही बेलीबद्दलच फोन केलाय ना?''

''खरं म्हणजे, मी हा फोन 'होप'बद्दल केलाय.''

''होप?... होप कोण?'' ॲलेक्सला काहीच समजत नव्हतं.

''होप क्रायटन. बेलीची मुलगी. तुझी भाची.''

ॲलेक्स सुन्न होऊन खालीच बसली. ''बेलीला मुलगी आहे? मला नव्हतं ठाऊक? आई गं... बिचारी!''

''असं? म्हणजे तुला हेही ठाऊक नसेल की, होपला जेव्हा बालवाडीत घातलं तेव्हा तिच्या प्रत्येक फॉर्मवर फक्त तुझंच नाव लिहिलंय – आणीबाणीच्या प्रसंगी संपर्क साधण्यासाठी.''

''छे!'' ॲलेक्सने एक खोल दीर्घ श्वास घेत स्वत:ला स्थिर ठेवण्याचा प्रयत्न केला. ''मिसेस बार्कर, बेलीचा मृत्यू झालाय?''

''नसावा. पण आम्हाला तिचा काहीच ठावठिकाणा लागलेला नाही. आज सकाळी ती कामावर आली नाही, म्हणून तिची चौकशी करायला तिच्या ऑफिसमधील एक मैत्रीण तिच्या घरी गेली. तेव्हा तिला कपाटात होप सापडली. तिने स्वत:ला एखाद्या हवा गेलेल्या चेंडूप्रमाणे आक्रसून घेतलं होतं.''

ॲलेक्सच्या काळजाचं पाणी-पाणी झालं. तरीही तिने आवाज काबूत ठेवला. ''...आणि बेली तिला तशीच सोडून निघून गेली?''

''काल संध्याकाळी एकानं बेलीला शेवटचं पाहिलं होतं. ती होपला बालवाडीतून न्यायला आली होती.''

बालवाडी... म्हणजे हे मूल बालवाडीत जायच्या वयाचं झालं होतं आणि

ॲलेक्सला मात्र ते जन्माला आलंय, हेही ठाऊक नव्हतं. *हे काय करून बसलीस, बेली?* "होप कशी आहे? खूप लागलंय का तिला?"

"जखम एकही नाही, पण ती प्रचंड घाबरलीय. कुणाशी एक शब्ददेखील बोलायला तयार नाही."

"ती कुठे आहे?"

"सध्या तिला एका आपत्कालीन संगोपन केंद्रात ठेवलंय... तू जर तिला घेऊन जाणार नसशील, तर मग एखाद्या कुटुंबात तिची सोय करण्यासाठी नंबर लावावा लागेल."

"मी नेईन तिला." असं काही बोलावं याचा विचार येण्याआधीच तिच्या तोंडून शब्द निघूनही गेले होते. पण तिच्या लक्षात आलं, आपण जे बोलून गेलो, ते योग्यच होतं.

"होप नावाची कुणी मुलगी आहे, हेही तुला पाच मिनिटांपूर्वी ठाऊक नव्हतं?" बार्करच्या स्वरात नापसंती होती.

"त्यामुळे काहीच फरक पडत नाही. मी तिची मावशी आहे. मी तिला घेऊन जाणार." किमनंही मला असंच नेलं होतं आणि एक नवीन आयुष्य मिळवून दिलं होतं.

"मी माझ्या रजेची व्यवस्था करते आणि पहिलं विमान पकडून लवकरात लवकर तिथे पोहोचते."

फोन ठेवून ती लेट्टाजवळ आली. लेट्टाच्या भुवया आता कपाळाच्या अगदी वर जाऊन पोहोचल्या होत्या. लेट्टाने सगळं संभाषण ऐकलेलं असणार.

"मला रजा मिळू शकेल?"

लेट्टाच्या डोळ्यांत काळजी होती. "तुझ्याकडे रजा शिल्लक आहेत?"

"सहा आठवड्यांची. गेल्या तीन वर्षांत मी एकही रजा घेतलेली नाही." तसं काही कारणही घडलं नव्हतं. रिचर्डला तर कधी बाहेर जायला वेळच नसायचा. तो अखंड कामात बुडलेला असायचा.

"तर मग तुझी सुट्टी सुरू झालीय, असं समज. कुणाला तरी तुझ्या शिफ्ट ॲडजस्ट करायला सांगते... पण ॲलेक्स, त्या मुलीबद्दल तुला काहीच माहिती नाही. ती अपंगही असू शकते किंवा कदाचित मंद बुद्धीची."

"मी सांभाळून घेईन." ॲलेक्स ताडकन म्हणाली, "तिचं आता कुणीच नाही आणि शेवटी ती माझ्या घरातलीच आहे. मी नाही तिला एकटं टाकणार."

"जसं तिच्या आईनं तिला टाकलं होतं... जसं तुझ्या आईने तुला टाकलं होत!" लेट्टा खवचटपणे म्हणाली.

ॲलेक्सला ते शब्द चांगलेच झोंबले. तरीही चेहरा मख्ख ठेवताना तिला खूप

यातना झाल्या. लेट्टावर चिडण्यात काय अर्थ होता? गुगलच्या इंटरनेटवर नुसतं क्लिक केलं असतं, तरी कुणालाही तिचा सगळा इतिहास समजणार होता. लेट्टाचं बोलणं कटू वाटलं, तरी खरंच होतं. ॲलेक्स मूग गिळून गप्प बसली.

"तिथे पोहोचले की आधी नीट सगळी माहिती मिळवते आणि मग लगेच तुला फोन करते हं? थँक्स, लेट्टा."

आर्केडिया, जॉर्जिया.
रविवार, २८ जानेवारी. दुपारी ४ वाजून ५ मिनिटं

"मित्रा डॅनी, पुन्हा एकदा इथं तुझं स्वागत असो." गाडीतून उतरताना बाहेरचं दृश्य न्याहाळत स्पेशल एजंट डॅनियल व्हार्टोनियन स्वत:शीच पुटपुटला.

फक्त दोन आठवड्यांसाठी तो बाहेर गेला होता. पण त्या पंधरवड्यात किती घटना घडल्या होत्या! आता कामावर परतायची वेळ झाली होती. पुन्हा तोच जीवन-मरणाचा संग्राम... हा शब्द डॅनियलच्या बाबतीत अक्षरश: खरा होता. काम हेच त्याचं आयुष्य होतं. मृत्यू हेच त्याचं काम होतं.

मृत्यू घडवण्यासाठी कारणीभूत होणं नव्हे; उलट मृत्यू घडवणाऱ्यालाच कायमचा धडा शिकवणं. दोन आठवड्यांत किती जीव गेले... किती आयुष्यं उद्ध्वस्त झाली! धसक्यानेच एखाद्याला वेड लागलं असतं. डॅनियलला मात्र असं वेडं होणं परवडणारं नव्हतं. त्याला त्या जीवनसंग्रामात पुन्हा एकदा उतरायचं होतं. बळी गेलेल्या प्रत्येक निरपराध्याला न्याय मिळवून द्यायचा होता. एका वेळेस एकालाच. प्रत्येक जण महत्त्वाचा. तेवढा एकच मार्ग त्याला ठाऊक होता... भरपाई करण्याचा.

आजची बळी एक स्त्री होती. रस्त्यालगतच्या एक अरुंद खड्ड्यात ती सापडली होती. तो रस्ता आता वेगवेगळ्या आकाराच्या, पोलिसांच्या अनेक वाहनांनी भरून गेला होता.

क्राईम लॅबची टीम येऊन पोहोचली होती. तशीच एमईचीसुद्धा. डॅनियल रस्त्याच्या अगदी कडेपर्यंत येऊन थांबला. गुन्ह्याचा तपास सुरू आहे, असं दर्शवणारी पिवळी टेप असलेली पाटी समोर आडवी लटकत होती. तिथूनच वाकून डॅनियल खड्ड्यात अडकलेल्या त्या स्त्रीचं निरीक्षण करायला लागला. एमईचा एक तंत्रज्ञ तिच्याजवळ पाय मुडपून बसला होता. एका तपकिरी रंगाच्या ब्लँकेटमध्ये तिचं शरीर गुंडाळलेलं होतं आणि तपासणी करायला सोपं जाईल इतक्याच अंदाजाने चादरीचं टोक थोडंसं वर उचललेलं होतं. डॅनियलला तिथूनच स्पष्ट दिसत होतं — तिचे केस काळेभोर होते आणि उंची अदमासे साडेपाच फूट. ती पिवळी टेप ओलांडण्यासाठी त्याने पाय उचलला तोच त्याला अडवणारा एक आवाज आला.

"सर, थांबा. पुढे जायला बंदी आहे."

पाय अधांतरी ठेवूनच डॅनियलने मान तिरपी करून मागे पाहिलं. एका हातानं बंदूक पकडून उभा असलेला एक तरुण, कर्तव्यदक्ष अधिकारी त्याला दिसला. "मी स्पेशल एजंट डॅनियल व्हार्टोनियन, जॉर्जिया ब्युरो ऑफ इन्व्हेस्टिगेशन."

त्या माणसाचे डोळे एकदम विस्फारले गेले. "व्हार्टोनियन? ...म्हणजे? ...आपलं?" आवंढा गिळत तो एकदम ताठ उभा राहिला. "सॉरी सर... मी थोडा गोंधळलो... इतकंच."

डॅनियलने त्या तरुणाकडे पाहत एक मंद स्मित केलं आणि मान डोलावली. "आलं लक्षात." डॅनियलला त्याचं बोलणं तितकंसं रुचलं नव्हतं. पण त्याचा उडालेला गोंधळ तो समजू शकत होता. त्याच्या भावाच्या – सायमनच्या मृत्यूनंतर 'व्हार्टोनियन' या आडनावाला भलतीच प्रसिद्धी मिळाली होती. सगळी बदनामीच होती, पण ती योग्यच होती. सायमन व्हार्टोनियनने फिलाडेल्फियात सतरा जणांचे जीव घेतले होते. त्यातले दोघे जण तर प्रत्यक्ष त्याचे जन्मदाते होते. देशातल्या प्रत्येक वर्तमानपत्रात ती पूर्ण हकिगत छापली गेली होती. आता ह्यापुढे कित्येक वर्षं व्हार्टोनियन हे नाव उच्चारलं जाताच लोकांच्या भुवया उंचावल्या जाणार होत्या.

"मला शेरिफ कुठे भेटू शकतील?"

रस्त्याच्या टोकाला जवळजवळ चाळीस फुटांवर उभ्या असलेल्या एका व्यक्तीकडे त्या अधिकाऱ्याने बोट दाखवले. "तेच, शेरिफ कोर्चरॅन."

"थँक्स ऑफिसर!" पिवळ्या टेपवरून पुढे टाकलेला आपला पाय मागे घेत डॅनियल शेरिफच्या दिशेने चालू लागला. ऑफिसरची नजर पाठीमागून आपल्याला न्याहाळत असणार याचं त्याला भान होतं. एक व्हार्टोनियन इथे येऊन पोहोचलाय, ही बातमी आता काही मिनिटांतच वाऱ्यासारखी पसरेल. लोकांचा गलका फारच जास्त वाढू नये, एवढीच त्याची इच्छा होती. त्याला त्याच्या किंवा व्हार्टोनियन कुटुंबापैकी कोणाच्याच बदनामीची अजिबात धास्ती नव्हती; त्याला फिकीर होती ती चादरीत गुंडाळून, खड्ड्यात मरून पडलेल्या त्या स्त्रीची. तिचंही एक कुटुंब असणार आणि तिच्या घरच्यांचा जीव एव्हाना तिच्या काळजीनं टांगणीला लागला असणार. एखाद्या घटनेला पूर्ण न्याय मिळावा आणि त्या घटनेवर पूर्ण पडदा पडावा, ही जनसामान्यांची मानसिक गरज असते... आणि तसं होईपर्यंत जनजीवन पूर्वपदावर येऊ शकत नाही.

पूर्वी डॅनियलला वाटायचं की न्याय मिळणं, हाच खरा शेवट. कारण एकदा खुनी पकडला गेला आणि त्याला कठोर शिक्षा सुनावली गेली, म्हणजे बळी गेलेल्या कुटुंबाच्या आयुष्यातल्या एका दुःखद आणि वेदनादायक प्रकरणावर

आपोआप अखेरचा पडदा पडतो. पण शेकडो गुन्हे, निरपराध बळी आणि त्यांच्या करुण कुटुंबांचा प्रत्यक्ष अनुभव घेतल्यावर आज त्याचं मत बदललं होतं. एखाद्या उसळलेल्या महाकाय लाटेमध्ये सापडल्यावर अंतर्बाह्य घुसळून आणि घुसमटून जसा जीव कासावीस होतो; अगदी तीच मन:स्थिती त्या कुटुंबाचीही झालेली असते. गुन्हेगाराला शासन मिळालं तरी त्यांच्या जीवनात ती पूर्वीची उभारी कधीच येऊ शकत नाही. डॅनियलला ही गोष्ट पुरती कळून चुकली होती.

"अरेच्चा! डॅनियल... तू परत आल्याचं मला कळलंच नव्हतं." क्राईम लॅबचा प्रमुख एड रॅंडॉलनं त्याचं अचानक स्वागत केलं.

"अरे, आजच तर येतोय." डॅनियल खरं तर उद्या कामावर रुजू होणार होता; पण डॅनियलही जाणत होता, की दोन आठवड्यांची सुट्टी म्हणजे अगदी डोक्यावरून पाणी. कोणत्याही क्षणी आपल्याला कॉल येणार आणि कुठल्यातरी कामगिरीवर पाठवलं जाणार. आज घडलेल्या घटनेबद्दल जेव्हा त्याच्या बॉसचा फोन खणखणला होता, तेव्हा त्याने पहाटेच डॅनियलला परत बोलावून घेतलं.

"शेरिफ कोर्चरॅन, मी स्पेशल एजंट व्हार्टोनियन, जीबीआय. आपल्याला आवश्यक असलेली कोणतीही मदत आम्ही तुम्हाला पुरवू शकतो." डॅनियलने आपला हात पुढे केला. शेरिफने त्याच्याशी हस्तांदोलन केलं, पण त्याचेही डोळे विस्फारले गेले होते.

"तुझं त्यांच्याशी काही नातं तर...."

वाचव रे, देवा मला! ओढून-ताणून हसत त्याने म्हटलं, "हो... दुर्दैवानं आहे." कोर्चरॅन धूर्तपणे त्याला निरखू लागला. "कामावर रुजू व्हायची तुझी तयारी आहे?" त्याही प्रश्नावर डॅनियलने आवाजाचा तोल राखला. "नक्कीच आहे. पण माझ्यामुळे काही अडचण होणार असेल, तर मी दुसऱ्या कुणालाही बोलावून घेऊ शकतो."

डॅनियलचा प्रस्तावावर कोर्चरॅन विचार करत असावा. डॅनियल मात्र आपल्या मनाला थोपवत शांतपणे बसून राहिला. ह्यापुढे त्याच्या कुटुंबाच्या कर्तृत्वावरूनच त्याचं मोजमाप केलं जाणार होतं. तसं करणं योग्य नसलं आणि त्याच्यावर अन्याय करणारं असलं, तरीही ते कटू वास्तव होतं. अखेर कोर्चरॅननं मान डोलावली, "तुला तसं काही करायची गरज नाही. आम्हाला काहीच अडचण नाही."

डॅनियलच्या मनातली खळबळ शांत झाली. त्याने हसण्याचा प्रयत्न केला.

"ठीक आहे तर. आता मला सांगा की, नेमकं काय घडलं. ते प्रेत सर्वप्रथम कुणाला दिसलं?"

"आज आमची वार्षिक सायकल स्पर्धा असते आणि स्पर्धेच्या ठरवून दिलेल्या मार्गामध्ये हा रस्ता येतो. एका सायकलस्वाराचं लक्ष त्या ब्लॅंकेटकडे गेलं. त्याला

स्पर्धेत तर टिकून राहायचं होतं. सायकल चालवत ठेवूनच त्याने ९११ ला फोन फिरवला. तुला त्याच्याशी बोलायचं असेल, तर मी त्याला अजूनही अंतिम रेषेपाशी थांबवून ठेवलंय.''

''मी नक्कीच त्याच्याशी बोलेन. अजून दुसरं कुणी तिथं थांबल्याचं आढळलं?''

''कुणीच नाही. त्या बाबतीत खरंच आम्ही सुदैवी ठरलो.'' आता एड रँडॉल सांगू लागला.

''आम्ही इथे पोहोचलो तेव्हा इथे अजिबात गोंधळ नव्हता किंवा लोकांची गर्दीही नव्हती. सगळी गर्दी स्पर्धेच्या शेवटच्या ठिकाणी उसळलेली होती.''

''कमाल आहे! असं कधीच घडत नाही. शेरिफ, तुमच्या डिपार्टमेंटपैकी सर्वांत आधी इथे कोण पोहोचलं?''

''लार्किन. त्यानेच ते चादरीचं टोक थोडंसं वर उचललं – तिचा चेहरा पाहण्यासाठी.'' हे बोलताना मात्र शेरिफचा दगडी चेहरा काहीसा कचरला होता. ती खूण काहीतरी सूचित करणारी होती. ''मी ताबडतोब तुम्हा लोकांशी संपर्क साधला. आमच्याकडे अशा घटनेचा पूर्ण तपास करू शकतील, अशी साधनं नाहीत.''

शेरिफच्या त्या शेवटच्या वाक्याशी मात्र डॅनियल पूर्ण सहमत होता. जॉर्जिया ब्युरो ऑफ इन्व्हेस्टिगेशनवर विश्वास दाखवणाऱ्या कोर्चरॅनसारख्या शेरिफचं त्याला मनोमन कौतुक वाटलं होतं. बहुतेक सर्व संकुचित आणि प्रादेशिक मनोवृत्तींचे होते. जीबीआयची मंडळी दिसली की आपल्या गावात जणू टोळधाडच उतरलीय, असं त्यांना वाटू लागायचं. ज्या शहरात डॅनियल राहायचा, तिथल्या शेरिफनं तर दोनच आठवड्यांपूर्वी बोलताना हेच शब्द वापरले होते.

''शेरिफ, तुम्ही द्याल त्या अधिकारात काम करायची आमची तयारी आहे.''

''सध्या तरी सर्वच अधिकार तुम्हाला दिले आहेत, असं समजा. माझी सर्व माणसं तुमच्या हाताशी आहेतच.'' शेरिफचा स्वर अचानक दुखावल्यासारखा खाली आला. ''हे बघ, मी इथली सूत्रं स्वीकारल्यापासून गेल्या दहा वर्षांत आर्केडियामध्ये खुनाची एकही घटना घडलेली नव्हती. ज्याने कुणी हे अमानुष कृत्य केलं असेल, त्याला अशी जन्माची अद्दल घडावी की, ते सर्वांच्या कायम लक्षात राहावं.''

''होय शेरिफ. आम्हालाही हेच हवंय.'' एवढं बोलून डॅनियल एडकडे वळला. ''मला सांग, तुला काय समजलंय?''

''तिला कुठेतरी वेगळ्या ठिकाणी मारलं गेलं आणि नंतर इथे आणून टाकलं. तपकिरी ब्लँकेटमध्ये तिला गुंडाळलेलं होतं.''

''एखाद्या कफनासारखं?'' डॅनियल पुटपुटला अन् त्यावर एडने मान डोलावली.

''हो, तसंच. ब्लँकेट कोरं करकरीत दिसतं. एक प्रकारच्या लोकरीचं असावं. तिचा चेहरा चेचलेला होता आणि तोंडाजवळ काळी-निळी पडलेली एक जखम होती. अर्थात, एमईची माणसं तुला त्याबद्दल अधिक माहिती देऊ शकतील. प्रतिकार केल्याच्या कुठल्याच खुणा त्या जागेवर आढळल्या नाहीत. तिथल्या उतारावर पावलांचे ठसेही उमटलेले नव्हते.''

एडच्या बोलण्यानं डॅनियलचं तितकंसं समाधान झालं नव्हतं. तो अगदी बारकाईनं खड्डा पाहू लागला. खड्डा सांडपाण्याचा होता आणि त्यातून वाहणारं पाणी शंभर फुटांवर असलेल्या एका नाल्यामध्ये जाऊन पडत होतं. दोन्ही बाजूंना चिखल होता. ''तर मग तो नक्कीच ह्या पाण्यातून चालत-चालत त्या नाल्यापर्यंत गेलेला असणार आणि तिथून मग रस्त्यावर चढला असणार.'' आपल्या बोलण्यावर त्याने पुन्हा क्षणभर विचार केला. ''ही आजची जी सायकल स्पर्धा झाली... तिला खूप प्रसिद्धी दिली गेली होती?''

कोर्चरॅननं होकार दर्शवला. ''हो तर! ही स्पर्धा म्हणजे स्थानिक तरुण क्लबसाठी, उत्पन्नाचं मोठंच साधन असते. तिला मोठा प्रतिसाद मिळावा म्हणून पन्नास-पन्नास मैल दूरपर्यंत फलक लावले होते. शिवाय सातत्याने गेली दहा वर्षं ही स्पर्धा जानेवारीच्या शेवटच्या रविवारी होत असते. तो सगळा मोठाच कार्यक्रम असतो.''

''ह्याचा अर्थ, ही स्त्री सर्वांना सहज दिसावी, हाच त्याचा हेतू होता.'' डॅनियल म्हणाला. तितक्यात एमईचे तंत्रज्ञ ती पिवळी टेप ओलांडत त्याच्यापाशी पोहोचले. त्यातला एक जण सरळ त्यांच्या सामानापाशी निघून गेला आणि दुसरा येऊन एडजवळ उभा राहिला.

''अरे वा! डॅनियल, तुला पुन्हा आलेलं पाहून खरंच बरं वाटलं.''

''मलाही माल्कम. मला सांग, तुला काय वाटतंय?''

माल्कमनं आपल्या पाठीच्या कण्याला ताणत देत तो वरखाली केला. ''वाटतंय की, खड्ड्यातून ते प्रेत बाहेर काढताना धमाल येणार. उतार फारच निमुळता आहे आणि चिखलामुळे माती निसरडी झालीय. आमच्या ट्रायला बहुतेक भलीमोठी क्रेनच वापरावी लागणार.''

माल्कमचं थट्टेवारीनं बोललेलं सहन करणं डॅनियलला जड गेलं. माल्कम तसाच होता. कधी आपल्या पाठदुखीबद्दल तक्रार करायचा, तर कधी हवामानाबद्दल. नाहीतर आणखी कशाबद्दल तरी. डॅनियल आपली सहनशक्ती जास्तच वाढवत म्हणाला, ''माल्कम, मी विचारतोय की खून झालेल्या व्यक्तीबद्दल तुझ्या काय लक्षात आलंय?''

''स्त्री आहे. कॉकेशीयन दिसतेय. पंचविशीची असावी. दोन दिवसांपूर्वी मृत्यू

झालाय. मृत्यू झालाय गुदमरल्यामुळे. पार्श्वभागावर आणि पोटऱ्यांवर डाग म्हणजे लैंगिक अत्याचार. किंचित जड, पण गुळगुळीत हत्यारानं तिचा चेहरा चेचलाय. नेमकं कोणतं हत्यार असेल, ठाऊक नाही; पण त्या हत्यारात चेहरा विद्रूप करण्याची ताकद निश्चित आहे. नाक, गालफडं, जबडा – सगळ्या-सगळ्याचा पार चेंदामेंदा झालाय. ही सर्व तोडमोड ती मेल्यानंतर केली गेलीय.''

डॅनियलचं बोलणं माल्कमला रुचलं नव्हतं. यांत्रिकपणे, एका दमात त्याने घडाघडा सर्व सांगितलं. डॅनियलनं अनुमान काढलं, ''ह्याचा अर्थ असा होतो, की त्याच्या मनात, ती स्त्री सर्वांना दिसायला तर हवी होती, पण कुणीही तिला ओळखू मात्र नये; असं होतं.''

''मीही तोच विचार करतोय. तिचा एकही ठसा मिळण्याची शक्यता नाही. फक्त तिच्या चेहऱ्यावर वेगवेगळे डाग आहेत. त्यावरूनच फक्त त्या माणसाच्या बोटांच्या आकाराचा नमुना मिळवता येऊ शकतो.''

कोर्चरॅनला आपली चीड लपवता आली नाही. ''ती बिचारी घुसमटून जाईपर्यंत त्यानं तिचं नाक आणि तोंड दाबून धरलेलं असणार आणि नंतर तिच्या चेहऱ्याचा चेंदामेंदा केला असणार. नराधम साला!''

माल्कमला मात्र शेरिफची कीवच आली. पण रोज तीच हाडं... त्याच कवट्या आणि तीच हलकट माणसं... त्याला आता ह्या सर्वांचा उबगच आला होता. तरीही शेरिफला मान देत तो म्हणाला, ''तुमचा अंदाज बरोबर आहे. डॉक्टरांच्या तपासणीनंतरच त्यावर अधिक प्रकाश पडेल. डॅनी, माझ्याकडून हवं ते मिळालं ना तुला?''

''हो. पोस्टमार्टेमच्या वेळी मला फोन कर. त्या वेळी मला प्रत्यक्ष हजर राहायंचय.''

माल्कमनं खांदे उडवले. ''तुला जमवावं लागेल. डॉक्टर बर्ग 'थ्री एम' नंतर पोस्टमार्टेमला सुरुवात करतील.''

माल्कम आता बाजूच्याच एमईच्या तंबूत जाऊन बसला. माल्कमच्या बोलण्याने कोर्चरॅनचा थोडा गोंधळ उडाला होता. ''थ्री एम म्हणजे काय?''

''मॉर्ग मॉर्निंग मीटिंग.'' डॅनियलनं खुलासा केला. ''ह्याचा अर्थ असा होतो की डॉ. बर्ग ही साडेनऊ-दहापर्यंत पोस्टमार्टेम सुरू करेल. तुमची इच्छा असेल तर तुम्हीही तिथे येऊ शकता.''

कोर्चरॅनने नकळत एक आवंढा गिळला. ''अं, हो-हो. थँक्स. जमलं तर पाहतो.'' कोर्चरॅनच्या चेहऱ्यावर अस्पष्ट भीती होती. त्यात त्यांचा काही दोष नव्हता. शवविच्छेदन प्रत्यक्ष पाहणं सोपं नव्हतं. हाडं कापत जाणाऱ्या त्या करवतीच्या कर्रकर्र आवाजानं आता इतक्या वर्षांच्या अनुभवानंतरही डॅनियलच्या पोटात मळमळून यायचं. ''ठीक आहे, शेरिफ. एड, आणखी काही?''

एडला बोलायचंच होतं. ''खड्ड्याच्या दोन्ही बाजूंनी आम्ही तिचं संपूर्ण शरीर कॅमेऱ्यात टिपलंय. स्थिरचित्र आणि व्हिडिओही. खड्ड्याच्या ह्या बाजूचं निरीक्षण आम्ही आधी करणार आहोत. कारण तिला बाहेर काढताना, माल्कम त्या खड्ड्यातल्या काही खुणा कदाचित बेफिकिरीने पुसून टाकण्याची शक्यता आहे. त्यानंतर आम्ही दिव्यांच्या प्रकाशात बाकीचा शोध घेऊ.''

डॅनियल त्या सर्वांचा निरोप घेत उठला आणि पिवळ्या टेपच्या दिशेने चालू लागला. एड त्याच्या मागोमाग आला आणि घुटमळत म्हणाला, ''डॅनियल, तुझ्या आई-वडिलांची बातमी ऐकून खूप वाईट वाटलं. म्हणजे... मला ठाऊक आहे की त्यात आता बोलण्यासारखं काहीच उरलेलं नाही, पण तरीही तुझं सांत्वन करावंसं वाटलं.''

डॅनियल गडबडला. नजर जमिनीवर खिळवत तो काहीसा अंतर्मुख झाला. त्याच्या आई-वडिलांच्या निधनाबद्दल एड शोक व्यक्त करत होता; पण आपल्याला खरंच दुःख झाले आहे काय, ह्याबद्दल तो स्वतः साशंक होता. आपल्या हातांनीच आपल्या माता-पित्यानी हे सारे दुर्दैव ओढवून घेतले होते, असेच त्याला वाटले. सायमन तर क्रूरकर्मा होताच, पण आई-वडिलांनी पाठीशी घालून एक प्रकारे त्याला बळच नव्हतं का दिलं?

डॅनियलचे काळीज जळत होते ते मात्र सायमनने निर्दयपणे बळी घेतलेल्या त्या निरपराध व्यक्तींबद्दल! असे असले तरी... अखेर कॅरॉल आणि ऑर्थर हे त्याचे जन्मदाते होते. पोटच्या पोराच्याच हातून मरण पत्करायला लागलेल्या त्या दोघांचे मृतदेह त्याने फिलाडेल्फियाच्या शवागरात पाहिले होते. त्या आणि तशाच अनेक विद्रूप दृश्यांची सरमिसळ त्याचा सतत पाठलाग करत राहायची, झपाटून टाकायची. झोपेत किंवा जागेपणी. किती जीवनं उद्ध्वस्त झाली! ते मृत्यूचं तुफानी थैमान... लाटांवर लाटा उसळत यायच्या.

डॅनियलनं घसा खाकरला. ''एड, तुला मी फ्युनरलला पाहिलं. तू हजर राहिलास याचं खरंच खूप बरं वाटलं.''

''मदत लागली तर कुठे फोन करायचा, तुला ठाऊकच आहे.'' डॅनियलचा खांदा हलकेच थोपटत एड आपल्या सहकाऱ्यांकडे निघून गेला. डॅनियल कोर्चरॅनच्या जवळ आला.

''शेरिफ, मला तुझ्या त्या ऑफिसर लार्किनशी थोडं बोलायचंय. सकाळी ज्या वाटेनं प्रथम तो त्या प्रेतापाशी पोहोचला होता, एकदा त्याच मार्गाने मला त्याच्याबरोबर तिथे जायचंय. मला ठाऊक आहे की, तो त्याचा सविस्तर रिपोर्ट देणारच आहे; पण प्रत्यक्ष त्याच्या तोंडूनच मला त्याचं मत आणि ती सारी हकिगत ऐकायचीय.''

"नक्की. जमा झालेली बघ्यांची गर्दी आवरण्यासाठी त्याला त्या रस्त्यावर उभं केलंय." कोर्चरॅनने लार्किनशी वायरलेसवरून संपर्क साधला आणि पाच मिनिटांच्या आत लार्किन तिथे हजरही झाला. चेहरा फिकट झाला असला, तरी त्याचे डोळे अगदी नितळ, स्वच्छ होते. त्याच्या हातात एक छोटा कागद होता.

"एजंट व्हार्टोनियन, हा माझा रिपोर्ट. पण हो, आता गाडीतून परतताना मला आणखी एक गोष्ट आठवली. पूर्वी ह्या जागेच्या जवळपास असाच एक खून झाला होता."

"कधी? ...कुठे?" कोर्चरॅनच्या भुवया उंचावल्या.

"तुम्ही इथे येण्यापूर्वीची गोष्ट आहे. या एप्रिलमध्ये तेरा वर्षं होतील. अगदी अशीच एक मुलगी खड्ड्यात सापडली होती. तपकिरी रंगाच्याच ब्लँकेटमध्ये तिलाही गुंडाळलेलं होतं. तिच्यावर बलात्कार झाला होता आणि गुदमरवून ठार मारण्यात आलं होतं. तिचा चेहराही अगदी असाच चेचून टाकला होता!" एका दमात लार्किन बोलून मोकळा झाला.

डॅनियलच्या कण्यामधून एक शिरशिरी उमटली. "अरे वा! ऑफिसर, तुला तर सगळं स्पष्ट आठवतंय."

सांगताना लार्किनला त्रास होत असावा. "ती मुलगी सोळा वर्षांची होती. त्या वेळी अगदी माझ्याच मुलीच्या वयाची. मुलीचं नाव आठवत नाही, पण इथून पूर्वेला पंचवीस मैलांवर असलेल्या डटनच्या बाहेर हा खून झाला होता."

आतून थरथरणारं आपलं शरीर डॅनियलनं गच्च आक्रसून घेतलं. "डटन कुठे आहे, ते मला ठाऊक आहे." डटन हे शहर त्याच्या चांगलंच ओळखीचं होतं. तिथल्या रस्त्यांवरून तो बागडला होता. तिथली दुकानं... डटनच्या मैदानावर आपल्या टीमबरोबर तो अनेक मॅचेस खेळला होता. व्हार्टोनियन घराण्यात जन्मलेला तो क्रूरकर्माही डटनचाच होता. डटन, जॉर्जिया इथंच तर डॅनियलचं घर होतं.

"हो, तुम्हाला तर ते नक्कीच माहीत असणार." डॅनियल डटनचाच आहे, हे लार्किन जाणून होता.

"थँक यू, ऑफिसर. मी लवकरात लवकर त्या प्रकरणात लक्ष घालीन. पण आधी आपण आजच्या घटनेकडे वळू या."

डटन, जॉर्जिया.
रविवार, २८ जानेवारी, रात्री ९ वाजून ५ मिनिटे

थकलेल्या ॲलेक्सने बेडरूमचा दरवाजा हळूच बंद केला आणि त्यावरच रेलून उभी राहिली. ॲलेक्सला हॉटेलवर सोबत करण्यासाठी तिची मावसबहीण मेरिडिथ आली होती. बेडरूमलगत असलेल्या खोलीमधल्या सोफ्यावर मेरिडिथ बसली

होती. "शेवटी एकदाची झोपली गं बाई!" मेरिडिथकडे पाहत ॲलेक्स पुटपुटली.

छत्तीस तासांपूर्वी त्या सामाजिक संस्थेमधून ॲलेक्सने चार वर्षांच्या चिमुरड्या होप क्रायटनचा ताबा मिळविला होता. त्या क्षणापासून चित्रकलेच्या वह्यांमागून वह्या अखंडपणे रंगवत होप बसली होती. ॲलेक्स बेडरूममधून बाहेर आली, तेव्हा मेरिडिथ त्या सर्व वह्या अगदी बारकाईने चाळत होती.

"...तर मग आता आपण जरा बोललं पाहिजे." हलक्या आवाजात मेरिडिथ म्हणाली.

मेरिडिथच्या डोळ्यांत काळजी होती. मेरिडिथ बालमानसतज्ज्ञ होती आणि भावनिक आघात झालेल्या लहान मुलांची मानसिकता हा तर तिचा खास विषय होता. म्हणून तर मेरिडिथला वाटणाऱ्या काळजीने ॲलेक्सच्या मनातली भीती अधिकच वाढली.

ॲलेक्स तिच्या बाजूला बसली. "तू आल्यामुळे इतका धीर आला ना... तुझ्या क्लिनिकमध्ये तर पेशंटची रीघ लागलेली असते. म्हटलं, तुला यायला जमतंय की नाही?"

"अगं, एक-दोन दिवसांकरिता मी माझ्या पेशंटना थांबवून ठेवू शकते. निघतानाच तू मला कळवलं असतंस, तर तुझ्याच विमानात अगदी शेजारच्या सीटवर बसून मी कालही येऊ शकले असते." मेरिडिथ क्षणभर थांबली आणि अगदी कळवळून म्हणाली, "ॲलेक्स तू एकटीने यायचा निर्णय का घेतला? आणि सगळं सोडून... इथे?... या शहरात?"

इथे... डटन–जॉर्जिया. या शहराचं नाव घेतलं, तरी ॲलेक्सच्या पोटात उमळून यायचं. या शहराचं उभ्या आयुष्यात पुन्हा तोंडही पाहायची तिची इच्छा नव्हती. परंतु होपचे ते भेदरलेले डोळे जेव्हा तिने प्रथमच पाहिले तेव्हा तिला जाणवलं की, जर या गावाबद्दल वाटणाऱ्या घृणेमुळे आपण इथे आलो नसतो, तर स्वत:ला कधीच माफ करू शकलो नसतो.

"त्या वेळेस मी काय विचार केला, कुणास ठाऊक! पण परिस्थिती इतकी बिकट असेल, अशी मलाही कल्पना नव्हती. परिस्थिती फारच बिकट आहे. होय ना?"

"गेले तीन तास मी जे काही पाहत आहे, त्यावरून तरी... होय, नक्कीच. आता तिला जो मानसिक धक्का बसला आहे तो, शुक्रवारी तिची आई पळून गेल्यापासून बसला आहे की त्या आधीपासून, हे मला माहीत नाही... पण होपची आजची अवस्था माझ्याही कल्पनेपलीकडची आहे."

"हो ना. माझ्याही डोळ्यांसमोर एक अस्वच्छ, व्यवस्थित निगा न राखलं गेलेलं मूल – एवढंच होपचं चित्र होतं. कारण मी शेवटचं बेलीला पाहिलं, तेव्हा

तिची अवस्था भयाण होती. अगदी गचाळ आणि नशेमध्ये धुंद. दोन्ही हातांवर सुया टोचल्याच्या खुणा. तिला मदत करायला हवी होती, असं मला नेहमी वाटायचं.''

मेरिडिथने ॲलेक्सकडे रोखून पाहिलं, ''हे कारण आहे तर!''

''तसं नाही. म्हणजे, सुरुवातीला मनात तो विचार असेलही; पण होपला बघताक्षणी मात्र सगळेच विचार बदलले.'' एखाद्या सुंदर परीसारखी, सोनेरी केसांची आणि करड्या रंगाच्या डोळ्यांची होप तिच्या नजरेसमोर उभी राहिली. ''तुला सांगते, क्षणभर मला वाटलं की... दुसऱ्याच कुणाचं मूल माझ्यासमोर आणून ठेवलंय! माझ्यासमोर एक मायेने वाढवलेली, अगदी नीटनेटकी मुलगी उभी होती. तिचे कपडे आणि बूट तर कोरे करकरीत होते.''

''कदाचित कपडे आणि बूट त्या संस्थेने दिले असतील...?''

''छे, ते कपडे तर त्या सेविकेला होपच्या बालवाडीतून मिळाले होते. होपची शिक्षिका म्हणाली की, होपच्या कपाटात बेली नेहमी एक स्वच्छ धुतलेल्या कपड्यांचा जोड ठेवत असे. त्यांच्या मते, बेली अगदी मायाळू होती. बेली नाहीशी झालीय, हे ऐकून तर त्यांना धक्काच बसला. शाळेची संचालिका म्हणाली, होपला अशी वाऱ्यावर सोडून बेली कधी जाऊच शकणार नाही.''

''बेलीच्या बाबतीत काही दगाफटका झाल्याचा तिला संशय येतोय?''

''हो. संचालिकेला तर तसंच वाटतंय. आणि ते तिने पोलिसांना बोलूनही दाखवलं.''

''त्यावर पोलिसांचं काय म्हणणं पडलं?''

दातांवर दात आवळत ॲलेक्सने कसाबसा आपला राग आवरला. ''त्यांच्या मते, ते सापडलेल्या अगदी प्रत्येक धाग्या-दोऱ्याचा पाठपुरावा करतायत. 'असे नशेबाज रोज नाहीसे होत असतात... आम्हाला आमचं काम करू देत.' हे नेहमीचच छापील उत्तर मिळालं. फोन केला तर उचलतदेखील नाहीत. मला तर त्यांनी पूर्ण टाळलंच. तिला गायब होऊन आता तीन दिवस उलटले तरी त्यांनी अजून बेलीला 'बेपत्ता' म्हणून घोषित केलेलं नाही.''

''पण ॲलेक्स, हे नशाबाज नेहमीच असे गायब होत असतात.''

''ते मलाही ठाऊक आहे गं. पण मग ती संचालिका कशाला खोटं बोलेल?''

''ती खोटं नसेलही बोलत. कदाचित बेली ही एक कसलेली नटी असू शकेल किंवा कदाचित काही काळापुरती बेली त्या व्यसनातून बाहेर आली असेल आणि अचानक पुन्हा त्याच्या आहारीही गेली असेल. आपण आता फक्त होपवर आपलं लक्ष केंद्रित करू या. होप रात्रभर चित्र रंगवत होती, असं ती सेविका म्हणाली ना?''

''हो, नॅन्सी बार्कर तिचं नाव. ती म्हणाली, होपला त्या कपाटातून बाहेर काढल्यापासून एवढीच एक गोष्ट ती अखंड करत होती.''

बेलीच्या घरातलं ते कपाट! ॲलेक्सच्या अंगावर काटा आला. ते घर जेव्हा जेव्हा तिला आठवायचं, तेव्हा तिची छाती धडडायची. ''बेली अजून त्याच घरात राहते.''

मेरिडिथ चाटच पडली. ''काय म्हणतेस? मला वाटलं होतं की, घर विकून आता खूप वर्षं लोटली असतील.''

''मी इंटरनेटवरून खात्री केली. घर अजून क्रेगच्याच नावावर आहे.''

क्रेगचं नाव उच्चारताच ॲलेक्सच्या काळजात धस्स झालं. छातीची धडधड वाढू लागली. बराच वेळ डोळे गच्च मिटून ती स्वत:ला शांत करत राहिली. मेरिडिथने तिला घट्ट जवळ घेतलं.

''ए बाळा... बरं वाटतंय ना?''

''हो... अजूनही ते भीतीचे झटके येतातच. वेडेपणा सगळा! अजूनही मला त्यातून बाहेर नाही पडता येत.''

''हो तर – जणू काही तू कुणी मोठी अतिमानवीच व्यक्ती लागून गेलीस ना!... तुझं सगळं आयुष्य विस्कटून टाकणारी ती घटना त्या घरात घडली. माणूसच आहेस ना तू शेवटी? उगाच स्वत:ला दूषणं देत बसू नकोस.''

ॲलेक्सला मेरिडिथचं बोलणं तितकंसं पटलं नाही. तिच्या कपाळावरची आठी तशीच होती. ''नॅन्सी बार्कर म्हणत होती, घराची अवस्था भयानक होती. कचऱ्याचे ढीग पडलेले, फाटलेल्या कळकट गाद्या आणि फ्रीजमध्ये शिळं-नासकं अन्न....''

''नशाबाज माणसाचं घर असंच असणार.''

''ते खरं; पण त्यांना घरात होप किंवा बेलीचे काहीच कपडे मिळाले नाहीत. स्वच्छ नाही, तर मळलेलाही चालला असता, पण एकसुद्धा कपडा नव्हता.''

''बालवाडीतल्यांचं म्हणणं लक्षात घेतलं, तर हे जरा विचित्रच वाटत नाही? तू त्या घरी जाऊन आलीस?''

''छे, अजिबात नाही.'' ॲलेक्स खाडकन म्हणाली, ''नाही गेले मी... अजूनतरी.''

''तू जेव्हा जाशील तेव्हा मी बरोबर असेन. आणि ह्यावर वाद नको. क्रेग अजून तिथेच राहतो.''

मन शांत ठेव. ''नॅन्सी बार्कर म्हणाली, क्रेगला शोधण्याचा त्यांनी प्रयत्न केला, पण कित्येक दिवसांत तो कुणालाच दिसला नव्हता. शाळेतसुद्धा माझंच नाव दिलं गेलंय – आणीबाणीत संपर्क साधण्यासाठी.''

''पण होप कुठल्या बालवाडीत जाते, हे त्या सेविकेला कळलं कसं?''

''बेलीच्या मैत्रिणीने सांगितलं. बेली कामावर आली नाही म्हणून चौकशीसाठी दुपारच्या सुट्टीत ती मैत्रीण बेलीच्या घरी येऊन गेली. अगं, म्हणून तर होप सापडली!''

''बेली काय काम करते?''

''एका चांगल्यापैकी सलूनमध्ये नोकरी करते.''

''डटनमध्ये... आणि पॉश सलून?''

''छे, डटनमध्ये तर तेच जुनं अँजीचं सलून आहे.'' ॲलेक्सची आई एक सोमवार आड तिला त्या सलूनमध्ये घेऊन जायची. ''बेली ॲटलांटात काम करायची. मी बेलीच्या मैत्रिणीचाही फोन नंबर मिळवला. पण ती घरी दिसत नाही. मी निरोप ठेवलाय.''

समोर पडलेली एक वही मेरिडिथने उचलली. ''ह्या वह्या कुठून मिळाल्या?''

''होपच्या दप्तरामध्ये नॅन्सीला एक वही सापडली. नॅन्सी म्हणाली, होप आकाशात कुठेतरी नुसती शून्य नजरेने पाहत राहायची. पण तिला ही चित्राची वही दिली आणि मग ती चित्रं रंगवू लागली. नॅन्सीने तिला कोरे कागदही देण्याचा प्रयत्न केला. हेतू हा होता की, होप चित्रांमधून काहीतरी सांगण्याचा प्रयत्न करेल, पण होप प्रत्येक वेळेस त्या चित्राच्या वहीवरच झडप घालायची. काल संध्याकाळी तिच्यापाशी असलेल्या सगळ्या वह्या रंगवून संपल्या. शेवटी मला हॉटेलच्या नोकराला बाजारात पिटाळून आणखी नवीन वह्या आणि रंगीत खडू विकत आणावे लागले.''

त्या खडूंच्या पेटीवर ॲलेक्सची नजर खिळली. ती विकत आणली तेव्हा त्यात चौसष्ट खडू होते. आता सत्तावन्न उरले होते. लाल रंगाचे खडू सोडले तर उरलेल्या सर्व रंगांचे खडू अगदी जसेच्या तसे होते. लाल रंगाची छटा असलेले खडू मात्र एकतर साफ संपले होते किंवा अर्ध्या इंचाचं थोटुक होऊन बाजूला पडले होते.

''तिला लाल रंग आवडतो.'' मेरिडिथनं आपलं निरीक्षण नोंदवलं.

त्यावर ॲलेक्सनं एक मोठा आवंढा गिळला. ''त्याचा काय अर्थ होतो ह्यावर सुद्धा मला विचार करवत नाही.''

''कदाचित तिला लाल रंग आवडतो ह्यापलीकडे त्याला फारसा अर्थ नसेलही.''

''पण तुला तसं वाटत नाही?''

''नाही.''

''अगं, आत्तासुद्धा तिने हातात एक लाल खडू घट्ट पकडून ठेवलाय. मी काढायचा प्रयत्न करून पाहिला, पण शेवटी थकले आणि तसाच तिच्या हातात राहू दिला.''

''काल रात्री लाल खडू संपले, तेव्हा तिने नेमकं काय केलं?''

''रडायला लागली, पण तिनं तोंडातून चकार शब्द काढला नाही. आमच्या हॉस्पिटलमध्ये मी अनेक मुलांना रडताना पाहिलंय. भीतीने भेदरलेली किंवा वेदनेने

विव्हळणारी... पण कालचं होपचं रडणं काही वेगळंच होतं – पूर्वी कधीच मी न अनुभवलेलं. एखादा रोबो रडावा तशी ती रडत होती. त्या रडण्यात भावना नव्हती. रडण्याला आवाज नव्हता आणि रडताना ती एक शब्दसुद्धा उच्चारत नव्हती... अन् बघता-बघता ती दगडासारखी निर्विकार झाली. जणू तिला कशाचं काही भानच उरलं नव्हतं. मी तर इतकी घाबरले की, मला काहीच सुचेना. तिला उचललं आणि गावातल्या डॉक्टरांकडे घेऊन गेले. डॉक्टर ग्रॅनव्हिलेंनी तिला पूर्ण तपासलं. म्हणाले, तिला जबरदस्त मानसिक धक्का बसला आहे."

"त्यांनी तिच्या काही चाचण्या घेतल्या?"

"नाही. कारण मला त्या सेविकेने आधीच सांगितलं होतं की, होपला त्यांनी हॉस्पिटलमध्ये नेऊन आणलं होतं आणि होपला तपासताना तिथल्या डॉक्टरांच्या लक्षात आलं होतं की, लहानपणी दिली जाणारी इंजेक्शन आणि डोस तिला अगदी व्यवस्थित दिले गेलेत."

"तिचा फॅमिली डॉक्टर कोण आहे?"

"ठाऊक नाही. पण डॉ. ग्रॅनव्हिले म्हणाले की, बेली किंवा होप त्यांच्याकडे कधी पेशंट म्हणून आले नाहीत. मात्र, होपला इतकं स्वच्छ आणि नीटनेटकं पाहून त्यांना किंचित आश्चर्य वाटल्याचं दिसलं. जणू पूर्वी त्यांनी होपला वाईट अवतारात पाहिलं असावं. ते तर होपला झोपेचं इंजेक्शन द्यायला निघाले होते."

"आणि तू देऊ दिलंस?"

"छे! त्यावर ते थोडे वैतागलेच. उपचार करवून घ्यायचे नव्हते, तर तिला आणलेच कशाला, असा त्यांचा सूर होता. पण मुलांना उगाचच अशी अमली औषधं-इंजेक्शन देण्याच्या मी अगदी विरुद्ध आहे. तिनेही कुठेही आक्रस्ताळेपणा केला नव्हता. त्यामुळे स्वत:ला इजा वगैरे करून घेण्याची शक्यता नव्हतीच. मी त्यांना ते इंजेक्शन नाही देऊ दिलं."

"अगदी बरोबर केलंस. पण होप अजूनपर्यंत एक शब्दही बोललेली नाही. तिला बोलता येतं ना?"

"बालवाडीतले सगळे म्हणाले की, ती बडबडी आहे. कितीतरी शब्द तिला माहीत आहेत. ती चक्क वाचतेसुद्धा."

मेरिडिथ उडालीच. "काय सांगतेस काय! तिचं वय किती म्हणालीस – नक्की चारच ना?"

"जेमतेम. रोज रात्री झोपताना बेली होपला काही ना काहीतरी वाचून दाखवायची. मला सांग मेरिडिथ, अजूनही तू बेलीचं नाव आपल्या मुलांना सोडून जाणाऱ्या नशाबाज व्यक्तींच्या यादीत घेशील?"

"बेलीला फसवलं गेलंय, असं तुलाही वाटतंय तर?"

"तुला नाही वाटत?"

"माहीत नाही. पण मी बघत आलेय की, तू बेलीला नेहमीच संशयाचा फायदा देत आलीयेस. पण आता प्रश्न एकट्या बेलीचा नाही उरला; प्रश्न होपचाही आहे. आणि होपसाठी जास्तीत जास्त काय करता येईल, हे आता ठरवायला हवं. तू तिला घरी नेणार आहेस? म्हणजे तुझ्या स्वत:च्या घरी?"

ॲलेक्सला आपलं घर आठवलं – जे ती फक्त झोपण्यापुरतं वापरत होती. रिचर्डने घर स्वत:साठी ठेवून घेतलं होतं. ॲलेक्सला ते नकोच होतं. पण तिचं ते छोटंसं घर – तिला आणि एका मुलाला सामावून घेण्याएवढं निश्चितच मोठं होतं.

"हो. माझ्या मनात तरी तसंच आहे. पण मेरिडिथ, बेलीला काही झालं तर नसेल ना? म्हणजे जर ती खरंच सुधारली असेल... आणि तरीही कुणीतरी तिला मारझोड...."

"तर, तू काय करणार आहेस?"

"कुणास ठाऊक! फोनवर तर मला पोलीस काहीच दाद लागू देत नाहीत. आणि होपला एकटी ठेवून मी स्वत: पोलीस स्टेशनवर जाऊही शकत नाही. तू थोडे दिवस अजून राहू शकशील? होपला सांभाळलंस तर मी ह्या बाकीच्या गोष्टींकडे नीट लक्ष देऊ शकेन."

"मी येतानाच माझ्या महत्त्वाच्या अपॉइंटमेंट बुधवारपर्यंत पुढे ढकलल्या आहेत. उशिरात उशिरा म्हणजे मी मंगळवारी रात्रीचं विमान पकडू शकते. त्याहून जास्त नाही थांबू शकत."

"खूप झालं. थँक यू."

मेरिडिथनं ॲलेक्सला हलकेच थोपटलं. "जा, आता जाऊन जरा झोप. मी ह्या सोफ्यावरच झोपते. काही लागलं तर मला उठव."

"मी होपजवळ झोपते. रात्रभर तिला गाढ झोप लागावी, एवढीच इच्छा आहे. एक-दोन तासांच्यावर, सलग अशी ती झोपलेली नाही. एकदम उठते आणि चित्र रंगवायला सुरुवात करते. तिला तू हवीशी वाटली तर तुला उठवेन."

"होपसाठी नव्हतं म्हटलं मी; मी तुझ्याबद्दल म्हणत होते. तुला झोपेची गरज आहे."

२

ॲटलांटा, रविवार, २८ जानेवारी, रात्री १० वाजून ४५ मिनिटे

"डॅनियल, माझ्या मते हा तुझा कुत्रा ठार गेलाय." डॅनियलच्या दिवाणखान्यातून जीबीआयचा निष्णात डिटेक्टिव्ह ल्यूक पॅपाडोपॉलसचा भरदार आवाज आला. ल्यूक हा डॅनियलचा खास दोस्त होता. ल्यूकच्या ह्या कुत्र्याची मालकी डॅनियलने स्वीकारण्याची तयारी दाखवली आणि तिथूनच दोघांमधला दोस्ताना सुरू झाला.

डॅनियलने बेसिनमधली शेवटची प्लेट धुऊन टाकली आणि तो हॉलमध्ये आला. ल्यूक कोचावर आरामात बसून ईएसपीएन बघत होता आणि बॅसेट् हाऊंड जातीचा रिले, ल्यूकच्या पायाशी त्याच्या नेहमीच्या पद्धतीने पसरला होता. डॅनियललाही मान्य करावे लागले की, तो खरोखरच आपल्या विधात्याकडे पोहोचल्यासारखा (म्हणजे मेल्यासारखा) दिसत होता.

"अरे, त्याला पोर्कचा एक चॉप नुसता दाखव आणि बघ कसा झपकन झेपावतो की नाही!" पोर्क चॉप हा शब्द ऐकल्याबरोबर रिलेने आपले डोळे क्षणमात्र किलकिले केले आणि चॉप मिळणं शक्यच नाही, हे जणू लक्षात येऊन लागलीच मिटून घेतले. डॅनियलच्या मते, रिले हा वास्तवाचं भान असलेला निराशावादी होता. दोघांचं मस्त जमायचं.

"कसलं काय! आत्ता मी त्याच्या तोंडासमोर मस्त लोण्यानं माखलेला चमचमीत तुकडा धरला, तरी तो बेटा जागचा हलला पण नाही."

"अरे बाबा, तुझ्या आईचं ते उंची आणि चमचमीत खाणं त्याला अजिबात आवडत नाही; उलट त्याचं पोट मात्र बिघडतं."

"ते माझ्याही लक्षात आलं. पंधरा दिवस तू नव्हतास, त्या काळात सगळं खरकटं पसरवून त्याने माझ्या घरातील कार्पेटचा सत्यानाश करून टाकला."

"कार्पेट स्वच्छ करायचे पैसे मी अजिबात देणार नाही; सांगून ठेवतो."

"कुणी मागितले? माझ्या चुलतभावाचा तोच तर धंदा आहे. कार्पेट स्वच्छ

होऊन घरी परत आलंदेखील!''

''सगळं माहीत असूनसुद्धा आज पुन्हा तसलंच खाणं त्याच्यासमोर ठेवलंस?'' ल्यूकने हलकेच आपल्या बुटाने रिलेचे कुल्ले ढोसले.

''तो बघ, असाच केविलवाण्या नजरेने नेहमी माझ्याकडे पाहत असतो.''

'केविलवाणा' ह्या शब्दाचा 'मला खायला हवंय,' असा अर्थ ल्यूकच्या घरात लावला जाई. आज संध्याकाळी हातात जेवणाचे डबे घेऊन ल्यूक आपल्या घरात शिरला तेव्हाच डॅनियलच्या लक्षात आलं की, केवळ आपल्याला खिलवण्यासाठी ल्यूकने स्वत:च्या मैत्रिणीला टांग मारली होती. ती हवाईसुंदरी आपल्या धकाधकीच्या कामातून मोठ्या मुश्कीलीने ल्यूकसाठी वेळ काढत असे. ल्यूकच्या ममाला तर मधल्या घटनांमुळे डॅनियलची फार काळजी वाटत होती. ल्यूकची आई म्हणजे मायेचा मूर्तिमंत पुतळाच! हे सगळं जरी ठीक असलं तरी त्या ममताळू मातेचं अन्न रिलेच्या पचनी पडत नव्हतं. आणि रिलेने घाण केलेलं कार्पेट स्वच्छ करण्यासाठी ल्यूकच्या चुलतभावासारखा डॅनियलचा कुणी नातेवाईक नव्हता; त्याचं काय!

''उगाच काहीतरी बरळू नकोस. तो पक्का रानटी, शिकारी कुत्रा आहे आणि ते सगळे असेच दिसतात. केविलवाणा वगैरे अजिबात नाही. तर, त्याला हे असलं खाणं द्यायचं आधी बंद कर.'' असं म्हणत डॅनियल आरामखुर्चीवर रेलला तसा रिले दुडक्या चालीने त्याच्यापाशी पोहोचला आणि पाय पसरवत त्याने दीर्घ सुस्कारा सोडला... जणू त्या चार पावलांत तो प्रचंड थकून गेला होता. ''हो रे राजा, तुझ्या मनात काय चाललंय, हे फक्त मी ओळखू शकतो.''

ल्यूक क्षणभर गप्प राहिला. ''भलतीच कठीण केस आज तुझ्या अंगावर पडलीय म्हणे?''

डॅनियलच्या डोळ्यांसमोर खड्ड्यात पडलेली ती मुलगी उभी राहिली.

''हं, तसंच म्हणायला हवं... पण तुझ्या कानावर आलंसुद्धा?''

''एड रँडॉलचा फोन आला. त्याला तुझी काळजी वाटत होती. तुझा पहिलाच दिवस आणि नेमकी त्या आर्केडिया स्त्रीसारखी केस तुझ्या वाट्याला यावी....''

डॅनियलने आपला राग कसाबसा गिळला. सर्वांचं खरंच आपल्यावर प्रेम आहे, हे तो जाणून होता. ''अच्छा! म्हणून तू माझ्यासाठी हे खास जेवण आणलंस?''

''अजिबात नाही. एडचा फोन येण्याआधीच ममाचं जेवण तयार होतं. बिचारीला तुझी किती काळजी वाटते. तू अगदी मजेत आहेस आणि सगळं जेवण अगदी चाटून-पुसून फस्त केलंस, असं सांगितल्यावर तिचं मन हलकं होईल. पण काय रे, तू ठीक आहेस ना?''

''असायलाच हवं बाबा. मोठी जोखीम उचललीय!''

''आणखी थोडी रजा घ्यायला हवी होतीस. आठवडाभरात कुणी सावरू

शकतो? आई-वडिलांच्या मृत्यूतून सावरणं कठीणच असतं.''

''पण त्याआधी एक आठवडा मी त्या दोघांना शोधण्यात घालवला. म्हणजे दोन आठवडे झाले. आपल्या नोकरीत दोन आठवडे रजा म्हणजे डोक्यावरून पाणी!'' त्याने शेजारी सुस्तावलेल्या रिलेचा कान प्रेमाने खाजवला. ''काम केले नाही, तर वेड लागेल मला.''

''डॅनियल, ह्यामध्ये तुझा दोष आहे का?''

''अगदी सरळ-सरळ नसेल. पण सायमन कसा होता, हे आधीपासून मला ठाऊक होतं.''

''आणि बारा वर्षांपूर्वीच तो मेलाय, या भ्रमात तू होतास!''

''मला तेच म्हणायचंय.''

''मला विचारशील, तर सायमननंतर दुसरा दोषी माणूस म्हणजे तुझे वडील.''

सतरा जण. सायमनने सतरा जीव घेतले होते. शिवाय आणखी एक म्हातारी फिलोडेल्फियाच्या हॉस्पिटलमध्ये शेवटचा श्वास मोजते आहे. आपला नराधम मुलगा जिवंत आहे, हे फक्त त्याच्या वडिलांनाच ठाऊक होतं. बारा वर्षांपूर्वी ऑर्थर व्हार्टोनियननीच सायमनला घरातून हाकलून दिलं होतं आणि वर तो मेलाय, असं गावभर जाहीर केलं होतं. एवढंच नाही तर त्यासाठी कसा, कुठून एक अनोळखी मृतदेह त्यांनी स्वत:च्या कुटुंबासाठी राखून ठेवलेल्या खास जागेत पुरूनही टाकला आणि त्यावर सायमनचं थडगंही उभारलं. त्यामुळे सायमनला आपली दुष्कृत्यं करण्यासाठी मोकळं रानच मिळालं. जोपर्यंत त्या दुष्कृत्य करणाऱ्यांना, व्हार्टोनियन हे आडनाव जोडलं जात नव्हतं तोपर्यंत त्यांनाही त्याची काहीच फिकीर नव्हती.

''सतरा माणसं...'' डॅनियल नकळत पुटपुटला आणि क्षणभर त्याला वाटलं, सतरा हा आकडा तरी खरा आहे की पाण्यावर दिसणाऱ्या त्या हिमनगाच्या टोकासारखा? केवळ खरा भासणारा? डॅनियलच्या चेहऱ्यासमोरून छायाचित्रातले ते सर्व चेहरे सरकत गेले. ते चेहरे तो कधीच विसरू शकत नव्हता. सर्व स्त्रिया. अनोळखी, निनावी... स्त्रिया – बलात्कार झालेल्या.

आज बळी ठरलेल्या स्त्रीवरही बलात्कार झाला होता. त्या आर्केडियाच्या स्त्रीचं नाव शोधून काढायला हवं... तिला न्याय मिळवून द्यायला हवा... स्वत:चं डोकं शाबूत ठेवण्यासाठी त्याच्यापाशी हाच एक मार्ग होता.

''तिथला एक आर्केडियात राहणारा ऑफिसर सांगत होता की, तेरा वर्षांपूर्वी अगदी असाच एक खून झाला होता. मगाशी तू आलास तेव्हा मी तीच केस हुडकत होतो. डटनमध्ये तो खून करण्यात आला.''

''डटन! डटनमध्येच तर तू लहानाचा मोठा झालास.''

''थँक्स. मी तर विसरलोच होतो!'' डॅनियल उपरोधाने म्हणाला, ''आमच्या

ऑफिसमधल्या सर्व जुन्या फाइल्स मी चाळल्या. पण ती केस जीबीआयने हाताळलीच नव्हती. त्यामुळे फाईल मिळण्याचा प्रश्नच मिटला. मी डटनचा शेरिफ फ्रँक लुमिसला फोन लावला. त्या फोनचं उत्तर अजून मला मिळायचंय. त्याच्या हाताखालच्या माणसांना मी फोन करायचं टाळलं. आधीच सगळे हरामखोर पत्रकार तिथे वास घेत हिंडत असणार... उगाच आगीत तेल ओतायला नको.''

''पण तुला काहीतरी सापडलं ना?''

''मला नेटवर एक लेख सापडला.'' डॅनियलने लॅपटॉप उघडला.

''तेरा वर्षांपूर्वी २ एप्रिलला डटनच्या सीमेबाहेर एका खड्ड्यात ॲलिशिया ट्रिमेन ही मृतावस्थेत सापडली. तिला तपकिरी रंगाच्या ब्लँकेटमध्ये गुंडाळलेलं होतं आणि चेहऱ्याची हाडं चेचली होती. तिच्यावर बलात्कार करण्यात आला होता. तिचं वय सोळा वर्षांचं होतं.''

''ह्या खुन्याने तर त्याची हुबेहूब नक्कल केली आहे.''

''माझ्या मनातही हाच विचार आला. गेल्या आठवड्यात डटन तर प्रसिद्धीच्या झोतातच होतं. त्यामुळे कुणीतरी हा जुना लेख शोधून पुन्हा नव्याने उजेडात आणलेला दिसतोय. ही नेहमीचीच पद्धत आहे. अडचण एवढीच आहे की, त्या काळी लेखाबरोबर फोटो छापले जायचे नाहीत. मी ॲलिशियाचा फोटो शोधत होतो.''

ल्यकूने त्याच्याकडे एक केविलवाणा कटाक्ष टाकला. कॉम्प्युटरच्या बाबतीत डॅनियल किती अज्ञानी आणि निरक्षर आहे, हाच त्याचा अर्थ होता. ल्यूक हा कॉम्प्युटरमधील किडा होता, ''आण तो लॅपटॉप इकडे...'' तीन मिनिटांच्या आत लॅपटॉपवर तो फोटो होता. ''मिळाला. बघ आता.''

डॅनियलच्या काळजाचे ठोके अचानक थांबले. नाही, नाही... हे शक्य नाही. आपले थकलेले डोळे आपल्याला फसवतायत. तो हळूहळू पुढे सरकला आणि डोळे फाडून बघू लागला. पण ती अजून तिथेच होती. ''माय गॉड!''

''कोण आहे ती?''

''मला ती माहीत आहे... बस्स, एवढंच!''

डॅनियलच्या आवाजात उद्वेग होता. तो चेहरा ओळखीचा होता. केवळ ओळखीचाच नव्हे, तर त्या इतर चेहऱ्यांप्रमाणेच स्वप्नातसुद्धा सतत पिच्छा पुरवणारा. इतकी वर्षं तो मनाची समजूत घालत होता की, ते सगळे चेहरे खोटे आहेत, बनावट. पुन्हा त्याला वाटायचं की, ते खरेच असणार आणि मेलेले. आज मात्र त्याची खात्री पटली. एका निनावी चेहऱ्याला नाव मिळालं – ॲलिशिया ट्रिमेन.

''तुला ती कशी माहीत?''

''कशी म्हणजे? आम्ही दोघे एकाच गावचे. मी तिला ओळखायचो, यात

नवल ते काय?''

''पण मगाशी तू म्हणालास, मी तिला ओळखतो. आता म्हणतोयस, मी तिला ओळखायचो.''

''माझी उलटतपासणी घेतोयस?''

''हो. कारण तू नीट खरं सांगत नाहीयेस. एखादं भूत बघितल्यासारखा तुझा चेहरा झालाय.''

''तेच पाहतोय मी. '' तिच्या चेहऱ्यावरून डॅनियलची नजर हलत नव्हती. ती सुंदर होती. रेशमासारखे मऊ, पिंगट रंगाचे, घनदाट केस खांद्यावरून खाली आलेले आणि चमकणाऱ्या डोळ्यांत खट्याळ, मिश्कील भाव. आता मात्र ती या जगात नव्हती.

''कोण आहे ती? फार जुनी मैत्रीण?''

''छे! मी तिला भेटलेलोदेखील नाही.''

''तरीसुद्धा तू तिला ओळखतोस – ह्याचा अर्थ काय?''

डॅनियल खुर्चीवरून उठाला आणि हॉलच्या कोपऱ्यात असलेल्या बारमागे गेला. खेळणाऱ्या कुत्र्याचं कॅलेंडर भिंतीवर लटकत होतं. कॅलेंडर बाजूला करताच भिंतीच्या खाचेत बसवलेली एक छोटी तिजोरी दिसू लागली. ल्यूक चाटच पडला.

''ह्या हॉलमध्ये एक तिजोरी आहे?''

''व्हार्टोनियन घराण्याची ती परंपराच आहे.'' बोलताना डॅनियल किंचित खिन्न झाला.

ह्यापलीकडे वडिलांशी काही साम्य नको, हाच विचार त्याच्या मनात उमटला. त्याने विशिष्ट आकडे फिरवत तिजोरीचा दरवाजा उघडला आणि आठवड्यापूर्वी फिलीवरून नीट जपून आणलेलं पाकीट बाहेर काढलं. पाकिटात असलेल्या अनेक फोटोंमधून ॲलिशिया ट्रिमेनचा फोटो काढला आणि ल्यूकसमोर धरला.

ल्यूक अक्षरशः किंचाळलाच. ''माय गॉड! ही तर तीच आहे! आणि हा पुरुष कोण आहे?''

''ठाऊक नाही.''

''हे सगळं क्रूर आणि भयानक आहे. तुला हे कुणी दिलं?''

''माझ्या आईने.'' डॅनियल कडवटपणे म्हणाला.

''तुझ्या आईने?'' ल्यूकने तोंडाचा आ वासला.

''ही सगळी चित्रं मला माझ्या आईकडून मिळाली. तिने ती माझ्यासाठी ठेवून....''

''एक मिनिट – सगळी चित्रं? ...म्हणजे त्या पाकिटात आणखी काय आहे?''

“ह्याच चित्रासारखी आणखी काही. वेगवेगळ्या मुली... वेगवेगळे पुरुष.”

“ही मुलगी तर नशेत दिसतेय?”

“सगळ्या जणी त्याच अवस्थेत आहेत. कुणालाच शुद्ध नाही. एकंदर पंधरा जणी आहेत. चित्रांमध्ये जास्त मुली दिसतायत, कारण ही सगळी कात्रणं मासिकांमधून कापलेली आहेत.”

“बापरे! पंधरा? मला सांग, आईने ही चित्रं तुला कशी दिली?”

“दिली म्हणण्यापेक्षा तिने ती माझ्यासाठी ठेवून दिली होती. आधी ही चित्रं वडिलांच्या ताब्यात होती आणि... मला वाटतं, मी अगदी सुरुवातीपासून तुला सगळं सांगायला हवं.”

“हो, तरच मला नीट समजेल.”

“ह्यातल्या काहींना मी ओळखतो. काहींना माझी बहीण सुझान्हा ओळखते. सायमन मेल्यावर, म्हणजे अगदी गेल्या आठवड्यापर्यंत आम्ही ही चित्रं गोळा केली नव्हती.”

“अच्छा... म्हणजे तुझ्या बहिणीनेसुद्धा ही चित्रं पाहिलीयत?”

“हो, तिलासुद्धा सगळं ठाऊक आहे.” सुझान्हाची भयभीत नजर त्याला आठवली. सुझान्हाने जे काही सांगितलं, त्यापेक्षा तिला खूप जास्त ठाऊक असणार, कारण सायमनने तिलाही खूप छळलेलं असणार... डॅनियलला खात्री होती, वेळ आली की ती सर्व सांगेलच.

“आणखी कोणाकोणाला ठाऊक आहे?”

“फिलीमधल्या एका गुप्तचराला. डिटेक्टिव्ह व्हिटो सिक्कोटेलीला मीच ह्या चित्रांच्या कॉपीज दिल्या. तो ही केस हाताळत होता आणि त्या वेळेस मला वाटलं की, त्याला त्या उपयोगी पडतील. सुरुवातीला ही चित्रं सायमनजवळ होती. तो मरेपर्यंत. म्हणजे तो पहिल्यांदा जेव्हा मेला, तोपर्यंत.”

“हो, बारा वर्षांपूर्वी.” ल्यूक लगेच म्हणाला, “माझ्या ममानेच पेपरात आलेली ती बातमी मला वाचून दाखवली होती.”

“हजारो लोकांनी ती वाचली. ते महत्त्वाचं नाही. माझ्या वडिलांना ही चित्रं सापडली आणि त्याच क्षणी त्यांनी सायमनला घरातून बाहेर काढलं. वर सज्जड दम भरला की, पुन्हा घरी पाऊल ठेवलंस तर पोलिसांच्या ताब्यात देईन. सायमन तेव्हा अठरा वर्षांचा होता.”

“तुझ्या वडिलांनी, एका न्यायाधीशाने सायमनला इतक्या सहज सोडून दिलं?”

“माझा प्रतिष्ठित बाप! त्यांना भीती वाटली की, ही चित्रं प्रसिद्ध झाली, तर ते निवडणुकीत हरतील.”

“पण त्यांनी ती चित्रं का सांभाळून ठेवली?”

"डॅडना सायमन कधीही परत यायला नको होता. 'ओलीस' म्हणून ती चित्रं त्यांनी स्वत:पाशी ठेवली. सायमनला कायमची धमकी म्हणून. त्यानंतर त्यांनी काही दिवसांनी आईला सांगितलं की, त्यांना फोनवरून समजलंय मेक्सिकोला एका मोटार अपघातात सायमनचा मृत्यू झाला. डॅड तिकडे गेले. प्रेत घरी आणले आणि आमच्या त्या जागेत दफनही करून टाकलं."

डॅनियलच्या बोलण्यावर ल्यूक आपली अस्वस्थता लपवू शकला नाही.

"पण एक अनोळखी प्रेत आणि तेसुद्धा उंचीला सायमनपेक्षा फूटभर कमी... त्या वेळच्या त्या बातमीमध्ये बऱ्याच गोष्टी सविस्तर दिल्या होत्या. पण ते जाऊ देत, तुझ्या आईच्या हातात ही चित्रं कशी आली?"

"डॅडच्या तिजोरीत तिला सापडली. अकरा वर्षांपूर्वी, म्हणजे सायमनच्या पहिल्या 'मृत्यू'नंतर एका वर्षाने ही चित्रं आणि त्याबरोबर सायमनने काढलेली काही रेखाटनंही होती. माझ्या आईला मी रडताना फार कधी पाहिलेलं नाही. पण ही चित्रं बघून मात्र ती ओक्साबोक्शी रडली. मी समोरच होतो."

"आणि तूसुद्धा ती पाहिलीस?"

"अगदी ओझरती. पण तेवढ्यावरूनही त्यातल्या व्यक्ती खऱ्याखुऱ्या आहेत, हे मात्र मला जाणवलं. वडील घरी आले आणि कमालीचे भडकले. वर्षभर चित्रं त्यांच्यापाशी होती, हे अखेर त्यांना कबूल करावंच लागलं. मी म्हटलं, ही चित्रं आपण पोलिसांच्या हवाली करू या, तर त्यांनी स्पष्ट नकार दिला. म्हणाले, सायमन तर मेलाच आहे; आता आपणच आपल्या हाताने आपली बदनामी कशासाठी करून घ्यायची? त्यात काय मतलब?"

ल्यूकला चीडच आली, "अरे वा! 'मतलब' म्हणे? निरपराध मुलींचा बळी गेलाय, हाच तर मतलब आहे."

"माझं हेच म्हणणं होतं. पोलिसांना देण्यासाठी मी चित्रं उचलतच होतो, तर त्यांनी माझा हात पकडला. काही क्षण आमची जुंपलीच. मी तर इतका पिसाळोलो होतो की, मी त्यांना मारलंच."

"पुढे काय झालं?"

"स्वत:ला शांत करण्यासाठी मी घराबाहेर पडलो. घरी जेव्हा परतलो तोपर्यंत डॅडनी ती सगळी चित्रं जाळून टाकली होती."

"असं त्यांनी तुला खोटंच सांगितलं."

"नाही. त्यांनी चित्रं जाळली. पण चित्रांच्या आणखी काही कॉपीज त्यांच्याकडे होत्या. म्हणजे, असणार. मी तर सुन्न झालो होतो. आई म्हणाली की, जे झालं ते भल्यासाठीच. वडील तर अगदी जिंकल्याच्याच आविर्भावात समोर उभे होते. माझं डोकं कामातून गेलं. मी डॅडना वाट्टेल तसा बदडू लागलो. ते खाली कोसळले. मी

तसाच घराबाहेर पडत होतो, तर मागून सुझान्हाला येताना मी पाहिलं. त्या सगळ्या मारामारीचा अर्थच तिला उमगला नव्हता आणि तिला तो समजावून द्यावा, असं मलाही वाटलं नाही. ती फक्त सतरा वर्षांची होती. आज समजतंय की, तिला सगळंच माहीत होतं. त्याच वेळी तिच्याशी बोललो असतो तर... कदाचित अनेक घटना टाळता आल्या असत्या.''

''तू हे आणखी कुणाशी बोलला होतास?''

''कुणाशी बोलणार? एक तर माझ्यापाशी काही पुरावा नव्हता आणि एका प्रतिष्ठित न्यायाधीशासमोर माझ्या शब्दाला किंमत ती काय असणार! माझ्या बहिणीने ती चित्रं पाहिलेली नव्हती आणि आईची तर वडिलांविरुद्ध जायची हिंमतच नव्हती. मी गप्प बसलो आणि गप्प बसल्याबद्दल स्वत:ला सतत दूषणं देत राहिलो.''

''त्या दिवशी तू घराबाहेर पडलास, तो पुन्हा तिथे कधीच गेला नाहीस?''

''दोन आठवड्यांपूर्वी मला डटनच्या शेरिफचा फोन आला आणि समजलं की, दोघेही बेपत्ता आहेत. त्याच दिवशी मला नेमकं हेही समजलं होतं की, आईला कॅन्सर झालाय आणि तिला एकदा भेटून यावं, असंही मी ठरवत होतो. पण ती तर दोन महिन्यांपूर्वीच मेली होती. सायमनने तिला ठार मारलं होतं.''

''अरे, पण तुला ही चित्रं कशी सापडली?''

''गेल्या नोव्हेंबरमध्ये Thanks giving (आभारा) च्या दिवशी त्या दोघांनाही समजलं की सायमन अजून जिवंत आहे.''

''तुझ्या त्या फिलीच्या डिटेक्टिव्हनेच ती माहिती पुरवली?''

''व्वा! म्हणजे त्या लेखात बरंच काही आहे तर!''

''जरा इंटरनेट उघडून बघ. तुझ्या कुटुंबाचीच सगळीकडे चर्चा आहे.''

''कमाल आहे! तर, काय सांगत होतो... हां! सायमनला शोधायला डॅडी आणि आई फिलीला आले. आईच्या मनात त्याला घरी आणायचं होतं. तिला वाटत होतं की, सायमनला बहुधा स्मृतिभ्रंश झाला असावा. डॅडना मात्र त्याला पुन्हा एकदा धमकी द्यायची होती. म्हणून ती सगळी चित्रं त्यांनी बरोबर घेतली होती. अखेर आईला कळून चुकलं की, ते तिला सायमनला कधीच भेटू देणार नाहीत.''

''बरोबर आहे. कारण आपण जिवंत असल्याचं डॅडना ठाऊक आहे, हे सायमनने तिला सांगितलं असतं.''

''नक्कीच. मग वडील अचानक गायब झाले. त्यांना सायमन भेटला असणार, कारण सायमनने त्यांचा खून करून इतरांसारखंच त्या वैराण माळरानात त्यांना पुरून टाकलं. त्यानंतर सायमनने आईला भेटण्यासाठी बोलावलं. ती तर भेटायला आतुरच होती. सायमनच्या सापळ्यात आपण अडकणार ह्याची तिला कल्पना

होती, पण आता तिला कशाचीच पर्वा उरली नव्हती.''

''आणि नाहीतरी कॅन्सरने आपण मरणार, हे तिला कळलेलंच होतं. मग गमावण्यासारखं तिच्यापाशी काही शिल्लकच उरलं नव्हतं.''

''हो ना! मग तिने काय केलं की, माझ्यासाठी एक मेलबॉक्स उघडला. मेलबॉक्समध्ये चित्रं ठेवली. सायमनने जर तिला मारलंच तर चित्रं मला मिळावीत, हा तिचा हेतू होता.''

''डिटेक्टिव्हला तू कॉपीज दिल्यास, तर मग मूळ चित्रं तुझ्यापाशी आहेत, हे त्याला ठाऊक आहे?''

''त्याला कळणं शक्यच नाही, कारण त्या कॉपीज मी स्वत: बनवल्या.''

''दुकानात जाऊन?''

''छे! चित्र मिळाल्यावर मी कॉपीस्कॅनर विकत आणला. थोड्याच वेळात सुझान्हा येणार होती. मी हॉटेलरूमवर गेलो. माझ्या लॅपटॉपला स्कॅनर जोडला आणि कॉपीज तयार केल्या.''

''काय सांगतोस! तू स्वत: स्कॅनर जोडलास?''

''मला एवढा अज्ञानी समजू नकोस. स्कॅनर कसा जोडायचा, हे त्या दुकानातल्या मुलाकडून मी शिकून घेतलं.'' डॅनियलनं पुन्हा एकदा ॲलिशियाचा चेहरा नीट निरखून पाहिला.

''गेली कित्येक वर्षं ह्या मुलींनी मला स्वप्नातसुद्धा पछाडलंय. जेव्हापासून ही चित्रं माझ्या हातात पडलीयेत, तेव्हापासून मी त्यातला प्रत्येक चेहरा माझ्या स्मरणात साठवून ठेवतोय... स्वत:लाच बजावतोय की, आता ही गोष्ट तडीला न्यायची. सायमनने ही चित्रं कशी मिळवली, ते शोधून काढायचं. मग ह्या मुलींना शोधायचं आणि त्यांना सांगायचं की, सायमन मेलाय. तुम्ही निर्धास्त राहा. पण त्यातली पहिलीच मुलगी मला अशा तऱ्हेने भेटेल, असं मात्र मला स्वप्नातदेखील वाटलं नव्हतं.''

''ह्याचा अर्थ, तुला ॲलिशिया ट्रिमेन माहीत नव्हती.''

''अजिबात नाही. माझ्यापेक्षा ती पाच वर्षांनी लहान होती. शाळेत ओळख होणं शक्यच नव्हतं आणि जेव्हा तिचा खून झाला, तेव्हा मी दुसऱ्या गावी कॉलेजला होतो.''

''आणि ह्या सर्व चित्रांमध्ये सायमनचा एकही फोटो नाही.''

''छे, सगळ्या पुरुषांना दोन पाय आहेत. सायमनचा एक पाय कापलेला होता. शिवाय ह्या सर्वांपेक्षा सायमन चांगलाच उंच होता. एकाचेही हात गोंदलेले नाहीत. माझ्या ओळखीची एकही खूण नाही.''

''हरकत नाही. निदान एका मुलाचं आता नाव तर कळलं, हे काय कमी आहे?''

‘‘खरंय. एकदा वाटतं की, ह्या चित्रांबद्दल चेसशी बोलावं.’’ चेस व्हार्टन हा डॅनियलचा बॉस होता. ‘‘पण बोललो तर आजची आर्केडिया केस तो माझ्या हातून काढून घेईल आणि ह्या चित्रांच्या शोधाचं कामही मला देणार नाही. मला तर ह्या दोन्ही प्रकरणांचा स्वत: छडा लावायचाय. माझी ती वैयक्तिक गरज आहे.’’

‘‘तुला पापक्षालन करायचंय.’’

‘‘हं, तसं समज.’’

‘‘पण ॲलिशियाच्या केसमध्ये कुणालाच अटक झालेली नाही, असं तू गृहीत धरतोयस.’’

‘‘तू नेटवर जरा शोधशील का?’’

तोपर्यंत ल्यूकने हातात लॅपटॉप घेतलाही होता. त्याची बोटं लॅपटॉपवर सराईतपणे फिरू लागली. काही सेकंदांतच त्याला हवी ती माहिती लॅपटॉपवर दिसू लागली.

‘‘ॲलिशियाचा मृतदेह सापडल्यावर काही तासांतच पोलिसांनी गॅरी फलमोअरला अटक केली आणि अखेर जानेवारीत गॅरी फलमोअरवर लैंगिक अत्याचार आणि खून हे दोन आरोप शाबित झाले.’’

‘‘योगायोगंच म्हणायचा. आताही जानेवारी महिनाच सुरू आहे.’’

‘‘हो ना. आता मात्र हे तुलाच शोधून काढायला हवं. आजचा खून सायमनने केलेला नाही, हे सूर्यप्रकाशाइतकं स्वच्छ आहे. आठवड्यापूर्वी सायमन मेला आहे.’’

‘‘हो. ह्या वेळेस माझ्या डोळ्यांसमोर मी त्याला मरताना पाहिलंय.’’ खिन्नपणे डॅनियल म्हणाला. मी त्याला मरू दिलं. त्याच्या मरणाला आपण साह्यभूत ठरलो, याबद्दल तो पूर्ण समाधानी होता. सायमन जिवंत राहणार नाही ह्याची पक्की व्यवस्था करून त्याने संपूर्ण जगावर एक प्रकारचे उपकारंच केले होते.

डॅनियलच्या बोलण्याने ल्यूकही हळवा झाला. ‘‘हे बघ, ॲलिशियाच्या खुन्याला तर त्यांनी पकडलंच आहे. कोणास ठाऊक, कदाचित हाच गॅरी फलमोअर असू शकेल...’’ ॲलिशियाबरोबरच्या त्या पुरुषाकडे बोट दाखवत तो म्हणाला, ‘‘आणि मुख्य म्हणजे, ॲलिशियाच्या खुन्याचा छडा लावायचं काम तुझ्यावर सोपवलेलं नाही. आज तुझ्या हातात आर्केडियातल्या बाईची केस आहे. मग प्रश्नच कुठे येतो? तुझ्या जागी मी असतो, तर मी काही ह्या चित्रांचा सुगावा इतक्यात कुणाला लागू दिला नसता.’’

ल्यूकच्या बोलण्यात तथ्य होतं आणि ते तर्कशुद्धही होतं किंवा डॅनियललाही त्याच्या बाजूने कुणीतरी बोललेलं हवं होतं. काहीही असो; ल्यूकच्या बोलण्याने डॅनियलच्या मनावरचा ताण एकदम हलका झाला.

"थँक्स ल्यूक, याबद्दल मी तुला काहीतरी द्यायला हवं."

"फक्त काहीतरी? ...खूप काही द्यायला हवंस."

डॅनियलने बाजूला बसलेल्या रिलेकडे पाहिलं. बिचारा शांतपणे पडून होता. दोघांच्या इतक्या दीर्घ संभाषणात त्याने साधं शेपूट हलवूनही अडथळा आणला नव्हता. ल्यूकला चिडवत डॅनियल म्हणाला,

"लेका, तुझा हा कुत्रा मी पत्करला म्हणून तुला तुझ्या मैत्रिणींबरोबर मनमुराद भटकता आलं. म्हणजे तुझं सगळं देणं मी आधीच फेडून बसलोय."

"नाही हं. ब्रँडीच्या हट्टासाठी घेतलेला कुत्रा, डिनाईसला अगदी डोळ्यांसमोरही नको असायचा, ह्यात माझा काय दोष होता?"

"ब्रँडीच्याही प्रेमात बुडला होतास, म्हणून तर तिचा हट्ट पुरवलास ना?"

"ब्रँडीचं म्हणणं होतं की, माझ्यासारख्या डिटेक्टिव्हला ब्लडहाऊंड कुत्राच शोभून दिसतो."

"ब्रँडीच्या बुद्धीवर काही तू भाळला नव्हतास. तिची शक्तिस्थानं वेगळीच होती." डॅनियल डोळे मिचकावत म्हणाला,

"गप रे! आता डिनाईसच्या बाजूने बोलायचं, तर तिच्या म्हणण्यानुसार माणसाने आपलं घर पाहून जनावर विकत घ्यावं. ब्लडहाऊंड पाळण्याएवढं माझं घर मोठं नव्हतं. शेवटी मी रिलेवर तडजोड केली."

"चुकलंच माझं. डिनाईसशी तुझं फिस्कटलं, तेव्हाच रिलेला पुन्हा तुझ्या हवाली करायला हवं होतं."

"त्या गोष्टीला दोन वर्षं होऊन गेली आणि मधल्या काळात माझ्या आयुष्यात सहा मैत्रिणी येऊन गेल्या. शिवाय तुलाही आता रिलेचा चांगलाच लळा लागलाय."

ल्यूकचं म्हणणं खरंच होतं. "तर मग, ह्यापुढे तुझ्या ममाच्या हातचं खाणं रिलेला खिलवणं अजिबात बंद झालं पाहिजे. नाहीतर रिले परत तुझ्या घरात आलाच, असे समज. मग बस बोंबलत... नाहीतर मनातल्या मनात प्रार्थना कर की, बाबा रे, माझ्या नवीन मैत्रिणींना रिले आवडू देत आणि ममाला माझी नवी मैत्रीण आवडू दे."

महिन्यागणिक बदलणाऱ्या ल्यूकच्या मैत्रिणी हा बिचाऱ्या ममाच्या डोक्याला छळणारा विषय होता. त्यातल्या बहुतेक जणी तिला नापसंत असत. तरीही त्यातल्या एकीशी तरी लग्न करून ल्यूक आयुष्यात स्थिर होईल आणि आपल्याला नातवंडांचं सुख देईल, ही आशा मात्र काही तिने सोडलेली नव्हती.

ल्यूकही काही कच्च्या गुरूचा चेला नव्हता. सोफ्यावरून उठता-उठता तोही खट्याळपणे म्हणाला, "त्यापेक्षा मी असं करतो की, गेल्या कित्येक वर्षांत तुला साधी एक मुलगी पटवता आली नाही ह्याची मी ममाला आठवण करून देतो. म्हणजे

काय होईल की, तुझ्यासाठी छानशी एखादी ग्रीक मुलगी शोधण्यात ती गुंतून पडेल आणि माझ्यामागचा लग्न करण्याचा तगादाही बंद होईल.'' असं म्हणत त्याने जाण्यासाठी दरवाजा उघडलाही. पण मागे वळत आपुलकीने म्हणाला, ''डॅनियल, तू काहीच चुकीचं केलेलं नाहीस. उगाच स्वत:ला दोष देत बसू नकोस. अगदी दहा वर्षांपूर्वीही जरी ही चित्रं तू पोलिसांच्या हवाली केली असतीस, तरी पुराव्याअभावी पोलीसही काहीच करू शकले नसते.''

''थँक्स यार, तू बोललास आणि डोक्यावरचं ओझं उतरलं.''

''पुढे काय करायचं ठरवलंयस?''

''आत्ता तरी रिलेला घेऊन एक फेरफटका मारणार. उद्या माझ्या नेहमीच्या पद्धतीने आर्केडिया केसला सुरुवात करणार. मिळतील तेवढे पुरावे गोळा करणार. ॲलिशिया ट्रिमेन प्रकरणही आता मला स्वस्थ बसू देणार नाही. तिच्या एखाद्या नातेवाइकाला किंवा मैत्रिणीला गाठायचा विचार आहे. त्यांना बोलतं केलं, तर कदाचित एखादा धागादोरा मिळूनही जाईल. चल, ममाला सांग – जेवण मस्त होतं.''

डटन, रविवार, २८ जानेवारी, रात्री ११ वाजून ३० मिनिटे

''मला क्षमा कर. इथे यायला खूप उशीर केला.'' त्या थंडगार जमिनीवर बसता-बसताच मॅक स्वत:शीच पुटपुटला. पाठीला टेकलेल्या संगमरवराचा स्पर्श तर गारठवून टाकणारा होता. इथे भर दिवसा, ऊबदार प्रकाशात येता आलं असतं, तर किती बरं वाटलं असतं. पण तिच्या थडग्यासमोर असताना तो कुणाच्याही दृष्टीस पडायला नको होता. तो परत आलाय, हे कुणालाही समजायला नको होतं. कारण एकदा हे समजलं, तर बाकीच्या गोष्टीही आपोआपच समजल्या असत्या – आणि त्यासाठी तो आत्ता तरी तयार नव्हता.

पण या ठिकाणी मात्र त्याला यायचंच होतं, निदान एकदा तरी. त्याच्यावर तिचं प्रचंड ॠण होतं आणि ते तो फेडू शकला नव्हता, हीच त्याच्या मनाला डाचणारी खंत होती. तिला तो कोणतंही सुख देऊ शकला नव्हता. शेवटचा श्वास घेतानाही तो तिच्याजवळ नव्हता, हा त्याच्या मनाला डसणारा डंख होता.

बरोबर साडेतीन वर्षांपूर्वी, तळपत्या उन्हामध्ये तो अगदी ह्याच ठिकाणी उभा राहिला होता. अंगावर सूट, पण हातात साखळदंड – अशा विचित्र अवस्थेत. ती मरणशय्येवर असताना तिला भेटण्याची परवानगी नाकारण्यात आली होती. मात्र, तिच्या अंत्यसंस्कारासाठी त्या भर माध्यान्हीला त्याला इथे येऊ दिलं होतं.

तो शांतपणे स्वत:शी पुटपुटला, ''फक्त एक रखरखीत दुपार... पण तोपर्यंत खूप उशीर झाला होता.''

प्रत्येक गोष्ट त्याच्यापासून हिरावून घेतली गेली होती – त्याचं घर, वडिलोपार्जित धंदा, त्याचं स्वातंत्र्य आणि अखेर त्याची आईसुद्धा... आणि त्याबदल्यात त्याच्या वाट्याला आली होती ती अंतर्बाह्य चटके देणारी माध्यान्हीची वेळ. तळपायाची आग मस्तकात नेणारी आणि मनात सूडाची खूणगाठ पक्की बांधणारी.

आईच्या थडग्याजवळ त्या वेळी त्याची वहिनी उभी होती. एक मूल खांद्यावर, तर दुसऱ्याचा हात घट्ट पकडलेला. डोळ्यांसमोर ॲनेटची ती मूर्ती उभी राहताच त्याने ओठ घट्ट आवळून संताप आवरण्याचा आटोकाट प्रयत्न केला. आपण तुरुंगात जनावराचं जिणं जगत असताना आईची तिच्या शेवटच्या काळात ॲनेट सेवा करत होती आणि हे तिचे उपकार तो कधीच विसरू शकत नव्हता. पण त्याच्या अख्ख्या कुटुंबाला उद्ध्वस्त करणाऱ्या त्या माणसांचे पापकर्म मात्र जारेडच्या – त्याच्या भावाच्या – या बायकोने सर्वांपासून गुपित ठेवलं होतं. अनेक वर्षं ते सत्य तिला ठाऊक होतं, पण तिने ते कधीच ओठांच्या बाहेर येऊ दिलं नव्हतं.

इतकी वर्षं तिने अगदी काळजीपूर्वक जपून ठेवलेली डायरी, नऊ दिवसांपूर्वी त्याच्या हातात आली होती आणि ती वाचल्यावर तो पेटून उठला होता. त्याच क्षणी त्याच्या मनात तिच्याविषयी कमालीची घृणा निर्माण झाली होती आणि ज्यांचा सूड घ्यायचा आहे, त्या यादीत तिचंही नाव त्याने घातलं होतं. पण काही झालं तरी तिने त्याच्या आईची सेवा केली होती. गजांआड काढलेल्या त्या चार वर्षांनी त्याला अनेक धडे शिकविले होते. इमानदारी आणि चांगलं कर्म ह्या माणसाच्या आयुष्यातल्या दोन महत्त्वाच्या आणि मूल्यवान गोष्टी आहेत, हा धडा तो कधीच विसरणार नव्हता. त्याने ॲनेटला माफ करून टाकलं आणि त्या छोट्याशा घरातलं तिचं ते छोटं दुर्दैवी आयुष्य जगण्याचं स्वातंत्र्य तिला बहाल केलं. शिवाय त्याच्या पुतण्यांची तीच तर काळजी घेणार होती आणि त्याच्या घराण्याचं नाव त्याच्या भावाचीच मुलं पुढे चालवणार होती.

त्याचं स्वतःचं नाव तर आता खून आणि सूडाशी लवकरच कायमचं जोडलं जाणार होतं. तो सूड घेणार होता आणि तिथून अदृश्य होणार होता. हातावर तुरी देऊन कसं निसटायचं, हेही तो तुरुंगातच शिकला होता. मात्र, निसटणं आता पूर्वीइतकं सोपं राहिलेलं नाही, हे तो जाणून होता. पण जर इमानदार सूत्रांशी संपर्क असेल आणि योग्य वेळ येईपर्यंत दबा धरून बसण्याची तयारी असेल, तर आपण कधीच कुणाच्या हाती लागणार नाही, हेही त्याला पक्कं ठाऊक होतं.

माणसाने शांतपणे वाट बघायला शिकलं पाहिजे. पुरेसा वेळ घेतला तर कुठल्याही प्रश्नाचं उत्तर सापडतंच. मॅकने चार वर्षं असंच स्वतःला शांत ठेवलं होतं. त्या चार वर्षांत डटनची प्रत्येक खबर तो मिळवत होता आणि हळूहळू

त्याच्या मनात एक योजना अत्यंत अभ्यासपूर्वक आकारत होती... मनातली चीडही तितकीच तीव्र होत होती.

पूर्ण शिक्षा भोगून महिन्यापूर्वी जेव्हा तो तुरुंगाच्या मुख्य दारातून बाहेर पडला होता, तेव्हा डटनच्या कुठल्याच रहिवाशाकडे नसेल इतकी डटनबद्दलची खडान्खडा माहिती त्याच्यापाशी होती. पण तरीही आपल्या कुटुंबाला उद्ध्वस्त करणाऱ्या प्रत्येक व्यक्तीचा अगदी आपल्या मनासारखा सूड कसा घ्यायचा, हे त्याला नेमकं ठरवता येत नव्हतं. डोक्यात नेम धरून गोळी मारणं, हे सहजसोपं होतं; पण अपराध्याला इतक्या चटकन मृत्यूच्या हवाली करणं म्हणजे त्याच्यावर एक प्रकारे दया दाखविण्यासारखं होतं. वेदनांनी दीर्घकाळ तडफडत त्यांना मृत्यू यायला हवा होता. म्हणून तो स्वत:ला आणखी काही काळ पुरेसा वेळ देत होता. त्याच्या यादीतल्या प्रत्येक व्यक्तीची हालचाल, प्रत्येक सवय आणि त्यांचं प्रत्येक गुपित तो थंडपणे न्याहाळत आणि निरखत होता. त्यांच्या नकळत, पण सावलीसारखा तो शहरभर प्रत्येकाचा मागोवा घेत होता.

...आणि नऊ दिवसांपूर्वी त्याच्या सबुरीचं फळ त्याला मिळालं. चार वर्षांच्या परिश्रमाने त्याने आखलेली योजना काही मिनिटांतच साकारली गेली. पडदा उघडला गेला आणि आता खेळ सुरू झाला होता.

"मम्मा, तुला बिचारीला काहीच कल्पना नाही गं..." अतिशय मृदू आवाजात तो समोर थडग्यात पुरलेल्या त्याच्या आईशी बोलू लागला, "ज्यांच्यावर तू विश्वास टाकलास, त्यांनीच तुझा विश्वासघात केला. या शहरातले प्रतिष्ठित लोक नराधम निघाले. मी स्वप्नातही करू धजणार नाही, अशी दृष्कृत्यं त्यांनी भर दिवसा केली. पण मी आता काय करणार आहे, हे तू फक्त बघंच. असं रान पेटवणार आहे की, त्यात ते सर्व होरपळून जातील. त्यांनी तुझी, माझी आणि जारेडची जी अवस्था केली; ती जगाला जाहीरपणे कळेल. ते स्वत: तर हाल-हाल होऊन मरतीलच, पण डोळ्यांसमोर आपल्या बायको-मुलांनाही मरताना पाहतील."

त्यातला पहिला बळी आज सायकल स्पर्धेच्या वेळी, त्यांना दिसला होता. जसे त्याने ठरवलं होतं अगदी तसंच घडलं होतं. आणि रहस्य उकलायची जबाबदारी दुसऱ्या-तिसऱ्या कुणावर नव्हे, तर डॅनियल व्हार्टोनियनवर सोपवण्यात आली होती. त्यामुळे तर आता या खेळाला एक वेगळाच रंग येणार होता.

त्याने आईच्या थडग्यावरची नजर उचलली आणि त्या शेजारीच असलेल्या व्हार्टोनियन कुटुंबासाठी खास राखून ठेवलेल्या जागेवर ती केंद्रित केली. नऊ दिवसांपूर्वीपर्यंत लोकांना वाटत होतं की, तिथे सायमन व्हार्टोनियनचचं थडगं आहे. आता त्याच्या बाजूला दोन नवीन थडगी बांधली गेली होती.

न्यायमूर्ती आणि त्यांची पत्नी, दोघांचाही मृत्यू झाला होता. दोन दिवसांपूर्वी

– शुक्रवारी दुपारी गावातून दोन शवयात्रा निघाल्या होत्या. त्या वेळी अख्खं गाव लोटलं होतं. माझ्या आईच्या वेळेस मात्र जेमतेम चार माणसं हजर होती. *ॲनेट, तिची मुलं, पाद्री आणि मी.* सुरक्षारक्षक होतेच म्हणा. त्यांना तर मी कधीच विसरू शकणार नाही. पण त्याबद्दल आता उगाच कुरकुर का करायची? गाव लोटलं होतं ते काही त्या न्यायमूर्ती किंवा व्हार्टोनियन मॅडमबद्दल मनात फार आदर होता म्हणून नक्कीच नव्हे. त्या सर्वांना फक्त डॅनियल आणि सुझान्हाला पाहायचं होतं – कुतूहल म्हणून. बाकी काही नाही.

त्या दिवशी तिथे मॅकसुद्धा हजर होता; पण आपण कुणालाही दिसणार नाही, मात्र आपल्याला जमलेला प्रत्येक जण नीट दिसेल, अशा एका दूरच्या जागेवर तो लपून उभा राहिला होता. त्या वेळेस यापुढे आपल्यासमोर काय वाढून ठेवलंय याची कल्पना त्यातल्या एकालाही नव्हती. डॅनियल आपल्या कामावर आज रुजू झाला होता. तो यावा, ही तर त्याची फार फार इच्छा होती. "मला वाटलं होतं की, तो अजून काही दिवस तरी सुट्टी वाढवेल."

त्याने आईच्या कबरीवर वाढलेल्या गवतावरून हळुवार हात फिरवला. "मला वाटतं की, प्रत्येकालाच आपल्या कुटुंबाविषयी पोटतिडकीची आस्था वाटतेच, असं नव्हे. तुझ्या जाण्याच्या धक्क्यातून मी स्वत:ला इतक्या चटकन सावरून कामावर जाऊ शकलो नसतो. ती वेळ माझ्यावर आलीच नाही म्हणा." स्वत:शी बोलतानाही त्याच्या आवाजात कडवटपणा आला होता.

त्याची नजर पुन्हा त्या व्हार्टोनियन्सच्या थडग्यांकडे गेली. "सायमननेच स्वत:च्या आई-वडिलांना ठार मारलं. आणि आपण समजत होतो की, सायमन कधीच मेलाय. तुला आठवतंय... मला आणि जारेडला तू सायमनच्या थडग्याजवळ मुद्दाम घेऊन आली होतीस. मी दहा वर्षांचा होतो. काही झालं तरी मरणानंतर वैर संपायला हवं, हे तुझं तत्त्व होतं. पण सायमन मेलेला नव्हताच. नऊ दिवसांपूर्वी सायमनला पुरण्यात आलं, तेही वेगळ्याच ठिकाणी. स्वत:च्या आई-वडिलांना त्याने मारलंय, हेही त्याच दिवशी समजलं."

आपण नक्की कशा प्रकारे सूड घ्यायचा, हेसुद्धा त्याने नेमकं त्याच दिवशी पक्कं केलं. ॲनेटने इतकी वर्षं लपविलेली डायरीही त्याच दिवशी त्याला सापडली. एकूण, तो दिवस त्याच्यासाठी तरी चांगला ठरला होता.

"सायमन आता ह्या जगात नाही, हे मात्र नक्की." शेवटी डॅनियलनेच त्याला मरेस्तोवर मारलं, हे काही तितकंसं चांगलं झालं नाही. "काळजी करायचं कारणच नाही. सायमनच्या नावाने खोदलेली जागा तशीच रिकामी राहणार नाही. व्हार्टोनियनच्या दुसऱ्या सुपुत्राला लवकरच तिथे पुरण्यात येईल." तो छद्मी हसला. "लवकरच डटनमध्ये खूप लोक पुरले जाणार आहेत."

डटनची सिमेटरी किती लवकर भरली जाणार आहे, हे आता सर्वस्वी डॅनियलच्या हुशारीवर अवलंबून होतं. डॅनियलच्या अजून जरी लक्षात आलेलं नसलं तरी आजच्या खुनाशी ॲलिशिया ट्रिमेनच्या खुनाशी असलेलं तंतोतंत साधर्म्य फार काळ त्याच्या नजरेतून सुटणार नाही. त्याहीपेक्षा उद्या सकाळच्या बातमीपत्रात कुणा अनोळखी नावानं एक छोटंसं पिल्लू सोडून दिलं तरी त्याने आजच्या घटनेतून नेमकं काय साधलंय, हे साऱ्या डटनला कळून चुकेल. त्याच्या मनात ज्यांना ते कळायला हवंय, त्यांना तर नक्कीच. मग त्यांचं धाबं दणाणेल, अंगाला घाम फुटेल आणि भीतीने ते थरथर कापू लागतील.

"त्यांना फळं भोगावीच लागतील." समोरच्या शिळेवर कोरलेलं आपल्या आईचं नाव निरखत तो बराच वेळ शांतपणे उभा राहिला. सारं काही मनासारखं घडत गेलं, तर तो कदाचित पुन्हा इथे कधीच येऊ शकणार नव्हता. "मला फक्त एकच गोष्ट करायचीय... ती म्हणजे, तुला आणि मला पूर्ण न्याय मिळवून देणं."

सोमवार, २९ जानेवारी, सकाळी ७ वाजून १५ मिनिटे.

"ॲलेक्सऽ ऊठ!"

मेरिडिथचा दबका आवाज कानी पडताच ॲलेक्सने बेडरूमचा दरवाजा उघडला.

"इतक्या हळू आवाजात बोलायची गरज नाही. आम्ही दोघीही केव्हाच उठलोय!"

ॲलेक्सने होपकडे बोट दाखवलं. होप छोट्याशा टेबलाशी बसली होती. तिचे इवलेसे पाय हवेत लोंबकळत होते. दातामध्ये जीभ पकडून अगदी एकाग्रचित्तानं तिचं चित्र रंगविण्याचं काम सुरूच होतं.

"लाल खडूने चित्र रंगवणं काही ती थांबवत नाही. मी कसंबसं तिला थोडं खाऊ घातलं."

मेरिडिथ पॅसेजमध्ये उभी होती. तिने ट्रॅक-पँट घातली होती आणि तिच्या हातात आजचं वर्तमानपत्र होतं.

"गुड मॉर्निंग, होप... ॲलेक्स, तू जरा बाहेरच्या खोलीत येतेस का?"

"हो, येते ना. होपऽ, मी इथे बाहेरच आहे हं." तिचं बोलणं ऐकल्याचं होपनं जराही दर्शवलं नाही. मेरिडिथच्या पाठोपाठच ॲलेक्स बाहेर आली. "मला जाग आली तेव्हा ती डेस्कपाशीच बसलेलीच होती. कधीपासून बसली होती, कुणास ठाऊक!"

"वाटतंय की, ही बातमी तू वाचू नयेस." मेरिडिथ हातातला पेपर उघडत म्हणाली. ॲलेक्सने बातमीच्या मथळ्यावरून जेमतेम एक नजर टाकली आणि दुसऱ्याच क्षणी ती सोफ्यावर इतक्या जोरात कोसळली की, तिला आपले पायही

सावरता आले नाहीत. ते हवेत हेलकावत राहिले. त्या आवाजाचा दणका जसा हवेत विरत गेला तसतसे तिच्या नाडीचे जोरजोरात पडणारे ठोके तिला स्पष्ट ऐकू येऊ लागले. आर्केडियाच्या खड्ड्यात एक खून झालेली मृत महिला सापडली.''

''ओह... मर... नाही..नाहीऽऽ''

ॲलेक्स खाली फरशीवर गुडघ्यात मान खुपसून बसली.

''शांत हो ॲलेक्स. ती बेली असेलच, असं नाही.''

मेरिडिथच्या बोलण्यावर विश्वास ठेवणं तिला कठीण जात होतं. ''पण नेमकं याच काळात असं घडावं? काल जरी ती सापडली असली, तरी दोन दिवसांपूर्वीच ती मारली गेलीय.'' कसाबसा श्वास घेत ॲलेक्स ती बातमी नीट वाचण्याचा प्रयत्न करू लागली. मनात प्रार्थना करू लागली – प्लीज, ती बेली नसू देत. थोडी उंच किंवा थोडी बुटकी असू देत. थोडी उजळ असू देत किंवा लालसर चेहऱ्याची. पण जसजशी ती बातमी वाचत गेली तसतसा तिचा धीर खचत गेला आणि एका क्षणी ती किंचाळलीच – ''मेरिडिथ, हिलाही तपकिरी ब्लँकेटमध्ये गुंडाळलेय!''

मेरिडिथने तिच्या हातांतून पेपर ओढून घेतला. ''मी फक्त हेडलाईन वाचली.'' वाचताना तिचे ओठ हलू लागले आणि हळूहळू फिक्या पडणाऱ्या गालावरचा तीळ अधिकच उठून दिसू लागला.

''तिचा चेहरा!''

''मी वाचलंय.'' ॲलेक्सचा आवाज पार खोल गेला होता. त्या स्त्रीचा चेहरा चेचून टाकल्याने ओळखणं अशक्य होतं. ''हो, अगदी तसाच.'' ....अगदी ॲलिशियासारखाच.

''माय गॉड!'' मेरिडिथने बोलता-बोलता आपले शब्द गिळले. ॲलेक्सच्या खांद्यावरून तिची नजर सहजच पलीकडे गेली. होप तशीच त्वेषाने चित्र रंगवत होती. ''ॲलेक्स... तिच्यावर...'' तिच्यावरही बलात्कार झाला होता ॲलिशियासारखाच. ''ठाऊक आहे.'' ॲलेक्स धडपडत स्वतःच्या दोन पायांवर उभी राहिली. ''मी डटनच्या पोलिसांना म्हटलं होतं की, काहीतरी भयंकर, अघटित घडलेलं असणार. पण त्यांनी दुर्लक्ष केलं.'' ॲलेक्सने धीर एकवटला.

''तू होपबरोबर इथे राहशील?''

''राहीन की! पण तू कुठे निघालीस?''

''बातमीत शेवटी म्हटलंय की, ही केस आता जीबीआयचा स्पेशल एजंट डॅनियल व्हार्टोनियन हाताळतोय. जीबीआयचं मुख्य ऑफिस ॲटलांटामध्ये आहे. मला तिथेच जायला हवं.'' क्षणभर ती घुटमळली, ''निदान ह्या व्हार्टोनियनने तरी माझ्याकडे दुर्लक्ष केलं नाही म्हणजे मिळवली.''

सोमवार, २९ जानेवारी, सकाळी ७ वाजून ५० मिनिटे

सकाळी गॅलरीतून पेपर उचलल्यापासूनच त्याला सतत वाटत होतं की, आता त्याचा फोन येणारंच. तरीसुद्धा जेव्हा फोन खणखणला, तेव्हा त्याला चीड आली. चीड आणि भीती. रिसिव्हर उचलताना त्याचा हात कापत होता. आवाजावर संयम ठेवायचा त्याने ओटाकाट प्रयत्न केला. ''हं, बोल....''

''तू वाचलंस?'' फोनवरचा आवाज त्याच्या हातासारखाच कापत होता. पण आपल्या मनातली भीती कुणासमोरही उघडी होता कामा नये, याबद्दल तो नेहमीच दक्ष असायचा. आपणही घाबरलोय, असं किंचित जरी दर्शविलं तर बाकीचे सर्व गर्भगळीत होऊन लोटांगण घालतील, हे त्याला पक्कं ठाऊक होतं. त्याची सुरुवात आपल्याला फोन करण्याचा मूर्ख धोका पत्करणाऱ्या ह्या माणसापासून तर नक्कीच व्हायला नकोय.

''आत्ताच वाचतोय.'' त्या बातमीने त्याचं लक्ष केव्हाच वेधलं होतं. त्याच्या सगळ्या हिमतीच्या आणि बेडरपणाच्या ठिकऱ्या-ठिकऱ्या उडवत त्याला पार सुन्न करून सोडलं होतं. त्याच्या पोटात उमळून आलं.

''हे बघ, ह्या घटनेचा आपल्याशी काहीही संबंध नाही. फक्त स्वत:शीच म्हण की, माझा काहीही संबंध नाही आणि बघ, मनातून तो विचार निघून जाईल.''

''पण कुणीतरी प्रश्न विचारू लागलं तर?''

''आपण गप्प बसायचं. त्या वेळेस जसे बसलो होतो, तसेच. कुणीतरी हुबेहूब नक्कल करणारा दिसतोय. नेहमी वागतोस, तसाच वाग. सारं काही सुरळीत होईल.''

''पण... हे सगळं विचित्रच घडलंय. मला वाटत नाही, मी नेहमीसारखा वावरू शकेन.''

''तू करू शकशील आणि तू ते करणार आहेस. आपला ह्या घटनेशी काहीही संबंध नाही. कुरकुर थांबव आणि रोजच्या कामाला लाग. आणि पुन्हा मला फोन करू नकोस.''

त्याने रिसिव्हर ठेवला आणि ती बातमी पुन्हा वाचून काढली. अजूनही त्याची चीड आणि भीती कमी झाली नव्हती. त्या वेळेस आपण इतके कसे मूर्ख होतो? *तू पोरसवदा होतास. त्या वयात अशा चुका होतातच.* त्याच्या टेबलावर असलेला फोटो त्याने हातात धरला. बायको आणि दोन मुलांच्या हसऱ्या फोटोकडे टक लावून पाहत राहिला. पोरसवदा वय केव्हाच सरलं होतं. आता तो एक प्रौढ गृहस्थ होता. आता चूक केली, तर खूप काही गमवावं लागणार होतं.

त्यांच्यापैकी एकाच जरी अवसान गळालं... एकानं जरी सगळं सांगून टाकलं...

समोरचं टेबल जोराने ढकलत तो बाथरूममध्ये शिरला... आणि भडभडून ओकत राहिला. मग हळूहळू त्याने स्वत:ला सावरलं आणि त्या दिवसाला सामोरं जाण्यास तो तयार झाला.

अॅटलांटा, सोमवार, २९ जानेवारी, सकाळी ७ वाजून ५५ मिनिटे.

"घे. माझ्यापेक्षा तुला हिची जास्त गरज आहे, असं दिसतंय."

कॉफीचा वास डॅनियलच्या नाकात शिरला आणि त्याने नजर उचलून वर पाहिले. चेस व्हार्टन टेबलाच्या कोपऱ्यावर बसला होता.

"थँक्स! गेला तासभर ही हरवलेल्या माणसांची चित्रं मी पाहतोय आणि एकाच्या जागी आता मला दोन-दोन चेहरे दिसायला लागलेत." डॅनियलने कॉफीचा घोट घेतला.

"हाती काही लागतंय?"

"छे! तिच्या अंगावर तर कसलेच ठसे नाहीत. ती दोन दिवसांपूर्वीच मेली असली तरी याचा अर्थ ती फक्त दोन दिवसांपासून गायब झालेली असेल, असाच होऊ शकत नाही. मी तर दोन महिन्यांपासून गायब झालेल्या प्रत्येकाचे फोटो पाहिले, पण तिच्याशी मिळता-जुळता एकही चेहरा दिसला नाही."

"कदाचित ती इथल्या आसपास राहणाऱ्यातली नसेलच, डॅनियल."

"तोही विचार केला. आपल्या लेघने तर इथून पन्नास मैल परिसरातील गायब झालेल्या माणसांचे फोटो त्या सरकारी खात्यातून मागवलेत; पण काहीच मागमूस लागत नाही. मला तर वाटतंय की, ती खरंच दोन दिवसांपूर्वीच गायब झालेली असू देत. कारण शनिवार-रविवारी अनेक जण मजा करायला बाहेर पडतात, त्यामुळे आपलं माणूस बेपत्ता असेल, असं कुणाच्याच मनात येणार नाही. आज सोमवारी जेव्हा ती आपल्या घरी किंवा कामावर परतणार नाही, तेव्हा कुणीतरी तक्रार नोंदवेल."

"सध्या तरी आपण नशिबावर सोपवू या. आज तू काही मीटिंग बोलावलीयेस?"

"संध्याकाळी सहा वाजता. तोपर्यंत डॉ. बर्गची उत्तरतपासणी पूर्ण झाली असेल आणि गुन्ह्याच्या संपूर्ण घटनेचा रिपोर्टही आपल्या लॅबने तयार केलेला असेल. पण तोपर्यंत सोडवण्यासाठी आपल्यासमोर आणखीही काही प्रश्न आहेत."

डॅनियलने त्या चित्रांच्या ढिगाऱ्याखाली पडलेले तीन कागद बाहेर काढले. आज सकाळी जेव्हा तो ऑफिसमध्ये आला, तेव्हा त्याच्या फॅक्स मशीनवर ते येऊन पडलेले होते.

चेस वैतागलाच. शिव्या देत तो म्हणाला, "कुणा भडव्याने हे फोटो काढले? आणि हे कुठलं वर्तमानपत्र आहे?"

''ज्याने ही बातमी लिहिलीय, त्यानेच हे फोटोही काढलेत. त्याचं नाव जिम वुल्फ आणि 'डटन रिव्ह्यू' या दैनिकाचा तो मालक आहे. हे आजचंच वर्तमानपत्र आहे.''

चेस ती बातमी वाचून उडालाच. ''डटन? मी समजत होतो की ही बाई आर्केडियात सापडली.''

''सापडली आर्केडियातच... तू जरा आधी नीट शांतपणे बस. तुला सगळं समजावून सांगायचं, तर त्यासाठी दहा-पंधरा मिनिटं तर नक्कीच लागतील.''

''ठीक आहे.'' चेस पुन्हा खुर्चीत बसत म्हणाला, ''पण डॅनियल, हे काय चाललंय? आणि तुला हा फॅक्स कोणी पाठवला?''

''आर्केडियाच्या शेरिफने. आज सकाळी जेव्हा तो कॉफी पिण्यासाठी थांबला, तेव्हा त्याची नजर पेपरातल्या ह्या बातमीकडे गेली. सकाळी सहा वाजता त्याने मला फोन केला आणि त्यानंतर फॅक्स केला. ज्या एका विशिष्ट कोनातून फोटो घेतला गेलाय, त्यावरून त्याला असं वाटतंय की, जिम वुल्फ तिथल्याच एका झाडावर बसून होता आणि आपल्या सगळ्यांवर लक्ष ठेवून होता.''

डॅनियलने त्या पेपरमधला फोटो पुन्हा एकदा नीट पाहिला आणि त्याच्या डोक्यात तिडीक गेली. ''मी ज्या गोष्टी लोकांसमोर येऊ देणार नव्हतो, नेमक्या त्याच वुल्फ छापून मोकळा झालाय. म्हणजे त्या बाईचा विद्रूप चेहरा, तिच्याभोवती गुंडाळलेलं तपकिरी ब्लँकेट... विवस्त्र स्त्रीचे फोटो छापण्याचा असभ्यपणा करायलाही तो कचरला नाही. नशीब म्हणजे, माल्कम बराच वेळ त्याच्या समोर आडवा येत असावा.''

चेसचा चेहरा अधिकाधिक लाल होत होता. ''पण तुमच्या एवढ्या मोठ्या पलटणीचा अडथळा ओलांडून तो आत घुसलाच कसा?''

''तो घुसणं शक्यच नव्हतं. कोर्चरॅनच्या म्हणण्याप्रमाणे जर तो झाडावर बसलेला असेल, तर त्याला तिथे चढताना कुणीही सहज पाहू शकलं असतं.''

''ह्याचा अर्थ, तुम्ही येण्याआधीपासूनच तो झाडावर बसून होता.''

डॅनियलने मानेनेच होकार दिला. ''दुसरा अर्थ असा होतो की, त्याला कुणीतरी आधीच खबर दिली होती. वाईटात वाईट विचार करायचा, तर आम्ही पोहोचायच्या आधीच त्याने त्या जागेची नासधूस केली होती.''

''काल कुणाचा फोन आला होता? ...म्हणजे पहिला फोन कोणी केला?''

''स्पर्धेत भाग घेतलेल्या एका सायकलस्वाराने. सायकल चालवता-चालवताच त्याने ९११ला फोन लावला. त्या आधी त्याने कोणाला फोन केला का, हे मी तपासायला सांगितलंय.''

''गिधाडांची अवलाद साली! त्या वुल्फला बोलावून घे आणि त्याला कुणी

खबर दिली, हे त्याच्याकडून वदवून घे.''

''सकाळपासून चार वेळा मी त्याला फोन लावला; पण तो फोन उचलत नाही. त्याचा समाचार घेण्यासाठी आता मला डटनला जावंच लागणार. पण मला ठाऊक आहे की, कायद्याचा आधार घेऊन तो एकही गोष्ट उघड करणार नाही.''

''बहुतेक तू म्हणतोस, तसंच होईल.'' चेसने चिडून तो फॅक्सचा कागद एखाद्या ढेकणासारखा टिचकीने दूर उडवला. ''त्या वुल्फनेच कदाचित ते प्रेत त्या खड्ड्यात आणून टाकलं असेल!''

''एका गोष्टीची मला आठवण झाली. अगदी ठामपणे नाही सांगू शकत, पण हा जिम वुल्फ माझ्याबरोबर शाळेत होता आणि मी त्याच्या सर्व कुटुंबाला ओळखतो. तो आणि त्याचा भाऊ हे शाळेमध्ये अगदी शांत, गुणी विद्यार्थी म्हणून ओळखले जायचे.''

''ह्याचा अर्थ, त्याच्यामध्ये कमालीचा फरक झालाय.''

चेसच्या बोलण्यावर डॅनियलने एक खोल उसासा टाकला. तोच कशाला, सर्वांमध्येच कमालीचा फरक पडलाय. डटनमध्ये घटनाच अशा घडत गेल्या की, तिथल्या लोकांचं पाऊल घसरतच गेलं आणि प्रत्येक जण 'हीन' होत गेला. ''मलाही तसंच वाटतं.'' डॅनियल त्यावर फक्त एवढंच म्हणाला.

''एक मिनिट – मला कळू देत की, ह्या प्रकरणाशी डटनचा संबंध कसा काय येऊ शकतो? जर हा खून आर्केडियात झाला असेल, तर त्याची खबर डटनमधल्या कुणा जिम वुल्फला कशी काय मिळू शकते?''

''तपकिरी ब्लँकेटमध्ये गुंडाळलेली स्त्री जशी काल आर्केडियाच्या एका खड्ड्यात सापडली, अगदी तशीच एक स्त्री तेरा वर्षांपूर्वी डटनमध्ये सापडली होती.'' ॲलिशिया ट्रिमेनच्या खुनासंदर्भात आलेला तो लेख चेससमोर धरत डॅनियल म्हणाला, ''तिचा खुनी आज मॅकन स्टेटमध्ये सजा भोगतोय.''

''ह्या असल्या नकला करणाऱ्या खुन्यांचा मला प्रचंड तिरस्कार आहे.''

''मला सगळ्याच खुनी माणसांचा तिरस्कार आहे. ते जाऊ देत. पण माझ्या मते, कुणीतरी फार आधीच त्या बाईचं प्रेत पाहिलेलं असावं आणि त्याला ॲलिशिया ट्रिमेन आठवली असावी. म्हणूनच त्याने जिम वुल्फला गाठलं असणार. एक तर तोच सायकलवाला असेल किंवा त्या स्पर्धेतील आणखी कुणीतरी. मी स्पर्धा समितीच्या अधिकाऱ्यांबरोबरही बोललो. त्यातला एक जण म्हणाला की, शनिवारी त्याने तिथल्या रस्त्यांवरून फेरफटका मारला होता, पण त्याला संशयास्पद असं काहीच दिसलं नव्हतं. मला त्याच्यावर विश्वास ठेवावासा वाटला, कारण त्याच्या डोळ्यांवर जाड भिंगांचा चष्मा होता.''

''पण त्याच्यासारखे बरेच जण शनिवारी तिथे येऊन गेलेले असणार. तू

आणखी काही लोकांना खोदून विचार. आणि मला सांग, ट्रिमेनच्या खुनाचा या केसशी संबंध असावा, असं तुला नक्की वाटतंय? डटनशी संबंधित असलेली कुठलीही केस तू हाताळलेली मला बिलकुल खपणार नाही. आजच्या घडीला तर नाहीच नाही.''

चेसच्या ह्या प्रश्नाला डॅनियल आधीपासूनच तयार होता. ''हे बघ चेस, सायमनने तर आजच्या ह्या स्त्रीला नक्कीच मारलेलं नाही; मग मला कुणी विरोध करण्याचा प्रश्नच उद्भवत नाही.''

''डॅनियल, ते मलाही ठाऊक आहे. पण मला हेही ठाऊक आहे की, डटन आणि व्हार्टोनियन ही दोन नावं एकत्र आल्यावर एक वेगळाच डंका पिटला जाणार.''

''तो माझा प्रश्न नाही. आजपर्यंत मी वाईट वागलेलो नाही; वाईट काही केलेलं नाही.'' डॅनियलला क्षणभर वाटलं की, आपण जे आत्ता बोललो त्यावर कदाचित आज नसेल, पण एक ना एक दिवस आपला स्वत:चाही विश्वास बसेल. आत्ता मात्र केवळ चेसला आपलं म्हणणं पटावं, एवढ्याच उद्देशानं तो हे बोलला होता.

''चल, ठीक आहे. पण लक्षात ठेव की, व्हार्टोनियन या नावामुळे लोक जर आपापसात कुजबुजायला लागले, तर तुझ्या हातातून मी ही केस काढून घेईन.''

''चालेल.''

''आता तुझं पुढचं पाऊल काय असणार आहे?''

''ही स्त्री कोण आहे, हे पहिल्यांदा शोधून काढायचंय. जिम वुल्फला नेमकी कोणी, काय आणि केव्हा खबर दिली ह्याचा छडा लावायचा. ॲलिशिया ट्रिमेन केसचा पाठपुरावा करायचा. डटनच्या शेरिफला मी तीन-चार निरोप पाठवलेत. ट्रिमेन केसची संपूर्ण फाईल मला त्यांच्या पोलीस डिपार्टमेंटकडून हवीय. आजच्या खुनाचे धागेदोरे मला कदाचित त्या फाईलमध्येच सापडू शकतील.''

३

अॅटलांटा, सोमवार, २९ जानेवारी, सकाळी ८ वाजून ४५ मिनिटे.

जीबीआयच्या ऑफिसबाहेर अॅलेक्स क्षणभर थांबली. मनोमन प्रार्थना केली की त्या ल्युमिसपेक्षा डटनच्या त्या शेरिफपेक्षा – हा एजंट डॅनियल व्हार्टानियन जरा चांगल्या स्वभावाचा आणि मनापासून मदत करणारा माणूस निघो. रविवारी जेव्हा ती ल्युमिसला भेटली, तेव्हा त्याने अॅलेक्सला दोन शब्दांत फटाकरून लावलं, "जा, आणि पीच ट्री आणि पाईन या ठिकाणी तिला शोधत बस." नंतर गुगलवर शोधताना तिला समजलं होतं की, पीच ट्री आणि पाईन हे अॅटलांटामधलं निराधार व्यक्तींचं संगोपन करणारं केंद्र आहे... पण तिथे जाण्याआधी आपल्या मनातली भीती खोटी ठरू देत. *देवा रे... खरंच मला खोटं ठरव...* आज जिचा खून झालाय, ती 'बेली' नसू देत... तरच त्या केंद्रात जाण्यामध्ये काहीतरी अर्थ आहे.

पण उलटलेल्या त्या वर्षांनी, अॅलेक्सला वास्तववादी बनवलं होतं. आर्केडियात सापडलेली ती स्त्री, ही बेलीच असण्याची अधिक शक्यता होती. अॅलिशियासारखा तिचाही शेवट केलेला असणार... तिच्या अंगावर रारसरून काटा आला आणि ऑफिसचा दरवाजा उघडण्यापूर्वी स्वत:ला नीट सावरण्यासाठी ती पुन्हा एक क्षण थांबली. *शांत राहा.... खंबीर राहा!*

अॅलेक्सने आज काळा सूट घातला होता. त्यामागे दोन उद्देश होते. कदाचित होपचा ताबा मिळविण्यासाठी आज तिला कोर्टात उभं राहावं लागणार होतं आणि समजा जर बेली सापडली असती, तर अंत्यसंस्काराच्यावेळी हा सूट उपयोगी पडणार होता. आज मात्र ती वेळ न येवो, अशा विचारांनी मन घट्ट करून... आणि आता जे काय व्हायचं असेल त्याला आपण सामोरं जायचंच, असा निर्धार करत ऑफिसचा दरवाजा लोटून ती आत शिरली.

समोरच्या टेबलावर 'लेघ स्मिथसन, क्लार्क' अशी पाटी होती. टेबलावरच्या कॉम्प्युटरमागे बसलेल्या पिंगट केसांच्या युवतीने तिच्याकडे पाहत मंद स्मित केलं.

''काय मदत करू?'' तिनं विचारलं.

''मला एजंट व्हार्टोनियनला भेटायंचय.'' ॲलेक्स किंचित अधिकच ठामपणे म्हणाली.

''तुम्ही अपॉइंटमेंट घेतलीयत?''

''नाही; पण काम अतिशय महत्त्वाचं आहे. आजच्या वर्तमानपत्रातल्या बातमीसंबंधात.'' तिने बॅगमधून 'डटन रिव्ह्यू'चा अंक बाहेर काढला. लेघ स्मिथसनचे डोळे रागाने लाल झाले.

''एजंट व्हार्टोनियन यावर काहीही प्रतिक्रिया देणार नाही. तुम्ही पत्रकार म्हणजे...''

''मी पत्रकार नाही. आणि एजंट व्हार्टोनियनकडून मला कुठलीही प्रतिक्रिया नकोय. मला ह्या स्त्रीचा काही शोध लागला का, हे जाणून घ्यायचंय.''

लेघच्या चेहऱ्यावरचे भाव लगेचच निवळले. ''माफ करा. मला वाटलं की तुम्ही... मॅडम, तुमचं नाव?''

''ॲलेक्स फॅलन. माझ्या सावत्र बहिणीचं बेली क्रायटन. दोन दिवसांपासून ती बेपत्ता आहे.''

''मिस फॅलन, मी एजंट व्हार्टोनियनला लगेच सांगून येते. तुम्ही बसा ना. ते ताबडतोब तुम्हाला भेटतील.''

ॲलेक्स मनातून इतकी खचली होती की, तिला बसण्याचा धीर होईना. ती उगाचच आजूबाजूला निरखत राहिली. बाजूच्या भिंतीवर शाळेतल्या मुलांनी काढलेली चित्रं होती. चोर... पोलीस... तुरुंग... ॲलेक्सला एकदम होप आठवली. ती आणि तिच्या हातातले लाल खडू... तिने काय बरं पाहिलं असेल? *समजलं तरी तुला ते सगळं झेपणार आहे का?*

चालता-चालता ती गचकन थांबली. मनात आलेल्या विचाराने तिला बेसावध पकडलं होतं. खरंच, तिला हे सर्व झेपणार होतं का? झेपवावं तर लागेलच. निदान होपसाठीतरी. बिचारीला आता कोणीच उरलं नाही. *ही वेळ तुला निभावून न्यावीच लागेल, ॲलेक्स...* तिनं स्वत:ला बजावलं. मात्र, आपल्याला अजून तरी नीट निभावता आलेलं नाही, हे ती जाणून होती.

अचानक तिला काल रात्रीचं ते भयाण स्वप्न आठवलं. मिट्ट काळोख आणि तो अंधार चिरत जाणारी ती दीर्घ, जीवघेणी किंकाळी! स्वप्नातून ती जागी झाली तेव्हा भीतीने थरथर कापत होती आणि घामाच्या धारा लागल्या होत्या. तिला वाटलं, होप आता जागी होणार. पण होप अगदी गाढ झोपली होती. होपलाही स्वप्न पडत असणार. काय दिसत असेल तिला स्वप्नात?

''मिस फॅलन?... मी स्पेशल एजंट व्हार्टोनियन.'' एक शांत, गंभीर पण

उमदा आवाज आला, तरीही तिची छाती धडकलीच. *तो क्षण आला. आता तो सांगेल की ती बेलीच आहे... तुला आता हिंमत दाखवावीच लागेल.*

ती सावकाश वळली आणि तिची नजर क्षणभर समोरच्या पुरुषावर स्थिरावली. निळे डोळे, मोठं कपाळ आणि हसणारे ओठ, देखणा चेहरा... पण पाहता-पाहता ते डोळे विस्फारत गेले... भिरभिरले. न हसणारे ओठ विलग होत त्यांनी आ वासला आणि तो देखणा चेहरा पांढराफटक पडला.

म्हणजे ती बेलीच असणार! तिने कसंबसं स्वत:ला सावरलं. तो काय उत्तर देणार, हे तिला आधीच ठाऊक होतं तरी तिने विचारलं, "एजंट व्हार्टोनियन, ती स्त्री म्हणजे माझी सावत्र बहीण आहे का?"

त्याने पुन्हा एकदा तिला निरखलं. त्याच्या चेहऱ्यावरचा निस्तेजपणा बराच कमी झाला होता. "माझं ऑफिस ह्या समोरच्या दरवाजातून आत गेलं की, डाव्या बाजूला आहे. ये ना."

अगदी उजाड ऑफिस होतं – कुठल्याही सरकारी कचेरीसारखंच. भिंतीवर वेगवेगळे नकाशे टांगलेले. कुणाच्या तरी स्मृतिशिला. छान, रंगीत चित्राची मात्र एकही फ्रेम नाही. त्याने तिच्यासाठी खुर्ची ओढली. ती बसल्यावर तो डेस्कमागच्या आपल्या खुर्चीत जाऊन बसला.

"मिस फॅलन, आधी मी तुझी माफी मागतो. तुझा चेहरा दुसऱ्या एका मुलीशी अगदी कमालीचा मिळताजुळता आहे. मी क्षणभर चक्रावूनच गेलो. ते जाऊ देत. तू मला तुझ्या सावत्र बहिणीबद्दल सांग. मिस स्मिथसन म्हणत होती की, तिचं नाव बेली क्रायटन आहे आणि दोन दिवसांपासून ती गायब आहे?"

तो अजूनही तिच्याकडे इतका रोखून पाहत होता की, ती बसल्याजागी खचू लागली. शेवटी तिनेही डोळे भिडवले तेव्हा कुठे ती त्याच्याशी बोलू शकली. "शुक्रवारी दुपारी मला एका सामाजिक संस्थेतून फोन आला की, बेली कामावर आलेली नाही आणि तिच्या मैत्रिणीला तिची मुलगी घरात एकटीच सापडली."

"म्हणून तू तिची काळजी घेण्यासाठी इथे आलीस?"

"हो, तिचं नाव होप. चार वर्षांची आहे. मी डटनच्या शेरिफना सांगण्याचा प्रयत्नही केला, पण ते म्हणाले की, ती इथेच कुठेतरी जवळपास असेल."

शेरिफच्या बेपर्वाईने डॅनियल चिडला. त्याचा जबडा हलकेच आवळला गेला. खरं तर ती हालचाल अगदी सूक्ष्म होती, पण दोघेही अगदी एकमेकांच्या डोळ्यांत बघत असल्याने तिच्या नजरेतून काही सुटली नाही.

"ती डटनमध्ये राहायची तर?"

"अगदी तिच्या जन्मापासून, आत्तापर्यंत."

"अच्छा! मिस फॅलन, तू तिचं वर्णन करू शकशील?"

ॲलेक्स किंचित आक्रसली. ''गेल्या पाच वर्षांत मी तिला पाहिलेलं नाही. त्या काळात ती नशेच्या आहारी गेली होती आणि त्यामुळे काहीशी जून, म्हातारी दिसायची. पण मी ऐकलं की, मुलीच्या जन्मानंतर ती पूर्ण सुधारली. आज ती कशी दिसत असेल, हे मला नेमकं सांगता येणार नाही आणि माझ्याजवळ तिचा फोटोदेखील नाही!'' तेरा वर्षांपूर्वी किम आणि स्टीव्ह जेव्हा तिला आपल्याबरोबर घेऊन गेले होते, तेव्हा ते सर्व फोटो तिच्या घरातच राहून गेले होते. पुढे नशेच्या आहारी गेलेल्या बेलीचे फोटो बघण्याची तिला इच्छाच झाली नाही. एकतर ते बघताना तिला खूप त्रास झाला असता आणि मुख्य म्हणजे तिचे फोटो ती काढू तरी शकली असती का, ही एक शंकाच होती.

''उंचीला माझ्याइतकीच. साडेपाच फूट. डोळे राखाडी आहेत. मूळचे केस पिंगट होते, पण अलीकडे ती सलूनमध्ये काम करायची. त्यामुळे रंगवले असले, तर माहीत नाही.''

व्हार्टोनियन एकेक गोष्ट नीट लिहून घेत होता, ''केस पिंगट काळे होते की सोनेरी?''

''म्हणजे अगदी तुझ्याइतके पिंगट नाहीत.'' व्हार्टोनियनचे केस मक्यासारखे मुलायम होते. आणि इतके दाट की, त्याने केसांतून हात फिरवला की, केसांत खाचा पडत जायच्या. ॲलेक्सच्या बोलण्याचं त्याला हसू आलं. लिहिता-लिहिता त्याने वर पाहिलं आणि आपण हे काय बोलून गेलो, या विचाराने ॲलेक्स गोरीमोरी झाली. ''आय ॲम सॉरी.''

''नाही, ठीक आहे.'' डॅनियल अजूनही तिच्याकडे पापणी न हलवता पाहत होता, पण तिने केलेल्या वर्णनानंतर त्याच्या हालचालींमध्ये आलेला थोडा अस्वस्थपणा, ॲलेक्सला जाणवला आणि तिचा धीर पुन्हा खचू लागला.

''त्या स्त्रीचे केसही पिंगटच आहेत का, एजंट व्हार्टोनियन?''

''नाही. मला सांग, तुझ्या सावत्र बहिणीच्या अंगावर काही ओळखता येण्यासारख्या खुणा होत्या?''

''तिच्या उजव्या पायाच्या घोट्यावर गोंदवलेलं आहे... एका मेंढीचं चित्र गोंदवलंय.''

''मेंढीचं?''

''खरंतर छोटंसं कोकरू. खेळता-खेळता आम्ही ते एकदा गोंदवून घेतलं. आम्ही तिघींनी – मी, बेली आणि माझी सख्खी बहीण.'' बोलता-बोलता ती थांबली. जुन्या आठवणींत भरकटली.

''काय म्हणालीस? तुझी सख्खी बहीण?''

''हो.'' ॲलेक्सचं लक्ष समोरच्या टेबलावर गेले. 'डटन रिव्ह्यू'चा अंक समोर

पडलेला होता. आत्ता तिच्या डोक्यात प्रकाश पडला. "तू तर बातमी वाचलेली आहेस आणि दोघींच्या खुनांमधलं साधर्म्यही तुझ्या लक्षात आलेलंच असेल?"

डॅनियल त्यावर काहीच बोलला नाही. आता मात्र तिची सहनशक्ती संपत आली होती.

अखेर ती न राहवून म्हणाली, "प्लीज, एजंट व्हार्टोनियन, मी थकलेय आणि माझा आता संयम सुटत चाललाय. कृपा करून माझ्याशी हे खेळ खेळणं थांबव."

"सॉरी मिस फॅलन, मी खेळ खेळत नाही. विश्वास ठेव. आता मला तुझ्या बहिणीबद्दल थोडी अधिक माहिती सांग. तिचं नाव काय?"

"ॲलिशिया ट्रिमेन. तू तिचा फोटो पाहिलेलाच असणार. मगाचपासून तू माझ्याकडे एखादं भूत पाहिल्यासारखं बघतोयस."

"बापरे! तुम्हा दोघींमध्ये केवढं साम्य आहे?"

"असणारच. आम्ही जुळ्या होतो. तो विषय आत्ता महत्त्वाचा नाही. मला फक्त एवढंच सांग की, ती स्त्री बेली आहे का नाही?"

डॅनियल हातातल्या पेन्सिलशी खेळत राहिला. तिला वाटलं की, उडी मारून त्याच्या हातातून ती पेन्सिल हिसकावून घ्यावी. अखेर तो एकदाचा बोलला,

"तिचे केस पिंगट नाहीत आणि तिच्या घोट्यावर गोंदवल्याचीही कुठलीही खूण नाही."

तिच्या मनावरचं ओझं क्षणार्धात एकदम उतरून गेलं आणि तिचे डोळे पाणावले. डोळ्यांतलं पाणी परतवताना खूप अवघड गेलं. कसंबसं तिनं स्वत:ला सावरलं आणि सुटकेचा नि:श्वास सोडला. हलकेच त्याच्याकडे पाहिलं. पण तिला अपेक्षा होती तितकी काही त्याच्या चेहऱ्यावरची चिंता दूर झाल्यासारखं वाटलं नाही.

"म्हणजे, ती बेली नक्कीच नाही; होय ना?"

"शरीरावरचं गोंदण काढता येऊ शकतं."

"हो, पण तरीही अंगावर खूण राहतेच. तुमचे वैद्यकीय तज्ज्ञ सहज शोधून काढू शकतील."

"मी ती खात्री करून घेतो." हे वाक्य त्याने अशा आविर्भावात म्हटलं की ॲलेक्सला वाटलं ह्यानंतर तो म्हणणार... 'तू नीघ आता. मला काही समजलंच तर मी तुला कळवीन.' ॲलेक्सची मात्र आता आणखी वाट बघायची अजिबात तयारी नव्हती.

ॲलेक्सने पुन्हा एकदा त्याच्याकडे रोखून पाहिलं, "मला त्या स्त्रीला प्रत्यक्ष बघायचंय. स्वत:ची पक्की खात्री करायची आहे. बेलीला एक मुलगी आहे. तिच्या मुलीला – होपला सत्य समजायलाच हवं. तिला कळायलाच हवं की, आपल्याला

टाकून आपली आई पळालेली नाही.''

''तू तिला पाहू शकत नाही. तुला ते बघवणार नाही. तिला बेदम मारलंय. कोणीही तिला ओळखू शकणार नाही.''

''मी एक नर्स आहे, एजंट व्हार्टोनियन. यापूर्वीही मी अनेक प्रेतं पाहिलेली आहेत. ती जर बेली असेल, तर मी तिला नक्कीच ओळखेन. प्लीज, ती बेली आहे की नाही, हे मला कळायलाच हवं.''

डॅनियल क्षणभर घुटमळला, पण मग त्याने मानेनेच होकार दिला. ''मी आत्ताच डॉक्टरला फोन लावतो. ती दहा वाजता तपासणीला सुरुवात करणार होती. त्याआधीच तिला गाठायला हवं.''

''थँक यू.''

सोमवार, २९ जानेवारी, सकाळी ९ वाजून ४५ मिनिटे

डॅनियलच्या मागोमाग ॲलेक्स आत शिरली, तेव्हा डॉ. फेलिसिटी बर्ग त्यांचीच वाट पाहत उभी होती. ''ही आमची निरीक्षणाची खोली. इथून तू पाहू शकतेस. आणि बसून बघायचं असेल, तर खुशाल बसून बघ.''

''थँक्स! मी उभीच राहते. तिला आणलंय?''

ती शांत होती. ॲलेक्स फॅलन. तो मात्र अजून तिला पाहताच क्षणी बसलेल्या प्रचंड धक्क्यातून पुरता सावरलेला नव्हता.

ही तर ॲलिशियाच – ही त्याची पहिली प्रतिक्रिया होती. आपण तिला फारसं गांगरवून टाकलं नाही ह्याचंच त्याला समाधान वाटलं. भूत बघितल्यासारखा तुझा चेहरा दिसतोय, असं जेव्हा ती म्हणाली, तेव्हा तिने अगदी त्याच्या मर्मावरच घाव घातला होता. अजूनही तिच्याकडे पाहताना नाडीचे ठोके चुकत होते; पण तिच्यावरची नजर काढणं त्याला जमतच नव्हतं.

जेव्हा त्याने तिच्याकडे प्रथमच शांत, तटस्थपणे पाहिलं... तेव्हा फोटोतल्या हसऱ्या बहिणीपेक्षा ती दिसायला वेगळी आहे, हे त्याच्या लक्षात आलं. ॲलेक्स तेरा वर्षांनी मोठी झाली होती. पण एवढं एकच कारण नव्हतं. तिच्या डोळ्यांमध्ये काहीतरी वेगळं होतं. दोघींच्या डोळ्यांचा रंग तर हुबेहूब सारखा होता – फिकट पिवळा, व्हिस्कीच्या रंगाचा. पण ॲलिशियाच्या डोळ्यांत जे निखळ हसू खेळत होतं, त्याचा मागमूसही ॲलेक्सच्या डोळ्यांत नव्हता.

तेरा वर्षांपूर्वी एका मोठ्या आघातातून ती गेली होती आणि आजचा हा दुसरा आघात होता. त्यामुळेच फरक पडलेला असणार. कदाचित एके काळी ॲलेक्सच्या डोळ्यांतही तसाच मिश्कील खोडकरपणा असेल, पण आज ती कमालीची शांत आणि गंभीर झाली होती. आजच्या छोट्याशा भेटीत त्याला तिच्या मनात हेलकावणाऱ्या

भावनांचे अनेक कंगोरे दिसले होते – भीती, चीड, ताण, तणावमुक्तता... पण प्रत्येक भावनेवर मात्र ती चटकन ताबा मिळवत होती. डॅनियलला वाटलं की, आत्ताही काचेतून बघत असताना तिच्या मनात भावनांचा कल्लोळ उसळलेला असणार.

"मी आता आत जाऊन तपासणी सुरू करते." असं म्हणत डॉ. बर्ग आत गेली. आता त्या खोलीत ते दोघंच उरले होते.

आता तो अधिक मोकळेपणाने तिच्याकडे पाहू शकत होता, कारण ती त्याच्याकडे पाहत नव्हती. दिसायला ती सुंदरच होती. तिच्या डोळ्यांनी त्याला बेचैन केलं होतं. त्याच्याकडे इतकं रोखून आत्तापर्यंत कुणीच पाहिलं नव्हतं. तिचे ओठ लांब-रुंद होते, पण त्यावर हास्य उमललेलं नव्हतं. ती सडसडीत होती. तरीपण तिने घातलेल्या काळ्या सुटामधून तिच्या अवयवांच्या गोलाईची झलक स्पष्टपणे दिसत होती. तिचे केस तिच्या बहिणीसारखेच लालसर काळे होते आणि सळसळत तिच्या कमरेपर्यंत पोहोचले होते.

त्या केसांना, त्या गालांना स्पर्श करावा... ते कुरवाळावेत, अशी तीव्र इच्छा त्याला झाली... आणि आपण खरोखरच तसं करून बसू की, काय ह्या भीतीने त्याने चटकन आपले दोन्ही हात खिशात खुपसले. त्याच्या हालचालीने ती किंचित बाजूला सरकली. जरी ती त्याच्याकडे पाहत नसली तरी जणू त्याच्या अस्तित्वाचे पूर्ण भान तिला होते.

"मिस फॅलन, तू राहतेस कुठे?"

ॲलेक्स न वळताच फक्त मान तिरकी करत म्हणाली,

"सिनसिनाटी."

"तू तिथे नर्स आहेस?"

"हो. इमर्जन्सी रूममध्ये."

"म्हणजे फारच कठीण काम!"

"तुझ्यासारखंच."

"तू 'ट्रिमेन' आडनाव लावत नाहीस?"

ॲलेक्स किंचित अडखळली. "नाही, मी ते बदलून घेतलं."

"तुझं लग्न कधी झालं?" त्याने प्रश्न विचारला खरा, पण प्रश्न विचारताना त्याचा श्वास नकळत रोखला गेला होता.

"मी विवाहित नाही. बहीण गेल्यावर माझ्या मावशीने आणि तिच्या नवऱ्याने मला दत्तक घेतलं."

तिचं लग्न झालेलं नाही! त्यामुळे तर काही फरक पडत नव्हता. नाही कसा? फरक नक्कीच पडत होता. मनातल्या मनात तो सुखावला होता.

“तू म्हणालीस, तुझ्या सावत्र बहिणीला एक मुलगी आहे – तिचं नाव होप ना?”

“हो. होप चार वर्षांची आहे. शुक्रवारी सकाळी ती संस्थेच्या लोकांना एका कपाटात सापडली. लपून बसली होती.”

“शेजाऱ्यांना वाटलं, बेली मुलीला टाकून पळाली; होय ना?”

ॲलेक्सला तो प्रश्न न आवडणारा होता. रागाने तिने मुठी आवळल्या. त्या धूसर प्रकाशातही पांढरी पडत गेलेली तिची बोटं डॅनियलला दिसली.

“लोकांना तसं वाटलं असेल. होपची शिक्षिका म्हणत होती की, बेली मुलीला सोडून जाणं शक्यच नाही.”

“तर मग, मुलीला सांभाळण्यासाठी तू सरळ निघून आलीस?”

त्या प्रश्नावर ॲलेक्सने त्याच्याकडे अशी काही नजर टाकली की, डॅनियल ती टाळूच शकला नाही. ॲलेक्स फॅलनकडे एक जबरदस्त आंतरिक शक्ती असावी आणि जगण्याला एक पक्का हेतू असावा... काय असेल ते असेल; पण एक मात्र निश्चित की, ती कुणाचंही लक्ष वेधून घेणारी होती.

“हो. बेलीचा शोध लागेपर्यंत. ...मग ती कुठल्याही अवस्थेत मिळो.”

आपण करतोय ते बरोबर नाही, हे त्याला कळत होतं, पण तरीही त्याने तिचा हात हातात घेतला. घट्ट आवळलेली मूठ अलगद उघडली. रुतलेल्या नखांमुळे हाताच्या पंजाला खोल खड्डे पडले होते. आपल्या अंगठ्यांनी त्या सुरकुत्या नाजूकपणे घालविण्याचा प्रयत्न केला.

“...आणि जर बेली कधीच सापडली नाही... तर?” तो पुटपुटला.

आपल्या हातात गुंतलेल्या त्याच्या हातांकडे तिने शांतपणे पाहिलं आणि मग हळूहळू नजर वर उचलत थेट त्याच्या डोळ्यांना भिडवली. डॅनियलच्या पाठीतून सणकन अशी एक तप्त लहर उसळत गेली, की त्याला वाटलं... आपली कातडी होरपळून जाणार. त्याला विलक्षण काही जाणवलं. एक संयोग, अनोखा बंध... पूर्वी कधीच न अनुभवलेला.

“तर मग होप ही माझी मुलगी असेल आणि त्यानंतर ती कधीच अशी भ्यायलेली आणि एकाकी राहणार नाही!” तिचा आवाज शांत, पण खंबीर होता आणि दिलेलं वचन ती पाळणारच याबद्दल त्याच्या मनात जराही शंका नव्हती.

काय बोलावं, हे त्याला सुचेना. “सारं काही तुझ्या मनासारखं होईल, मिस फॅलन.”

ती हसली नाही, पण तिला नक्कीच बरं वाटलं असावं. “थँक यू.”

काही क्षण त्याने तिचा हात तसाच धरून ठेवला; पण फेलिसिटीला येताना पाहून तो लगबगीने बाजूला झाला.

फेलिसिटीला ते जाणवलं असावं. तिची नजर डॅनियलला न्याहाळत ॲलेक्सपर्यंत पोहोचली.

“आमची तयारी झालीय, मिस फॅलन. आम्ही तिचा चेहरा तुला दाखवू शकत नाही. ठीक आहे?”

“हो, आलं लक्षात.”

फेलिसिटीने काचेवरचा पडदा जवळजवळ दोन-तृतीयांश बाजूला सारला. माल्कम झुकरमन काचेच्या आतल्या बाजूला होता. फेलिसिटी स्पीकरवर झुकली. “आपण सुरू करू या?”

माल्कमने प्रेताच्या अंगावरची चादर विरुद्ध बाजूला दुमडली आणि त्या स्त्रीची उजवी बाजू दिसू लागली.

“एजंट व्हार्टोनियन म्हणाला की, तुझ्या सावत्र बहिणीने गोंदवून घेतलं होतं.” फेलिसिटी एकेक शब्द शांतपणे उच्चारत होती. “मी स्वतः तपासलं, पण मला कुठलीही खूण किंवा व्रण आढळला नाही. तिच्या घोट्यावर गोंदवल्याचा एकही पुरावा सापडला नाही.”

ॲलेक्सने मान डोलावली, “थँक यू. तिच्या दंडाचा आतला भाग – तो मला दाखवाल का?”

माल्कमने तसे करताच फेलिसिटी पुन्हा म्हणाली, “मला सुईचे व्रण कुठेच दिसले नाहीत.”

आता मात्र ॲलेक्सने सुटकेचा खरा निःश्वास सोडला. मात्र, तिचं शरीर कापत असलेलं स्पष्ट दिसत होतं, “ती बेली नाही.” तिने डॅनियलकडे बघितलं. सहानुभूती, पश्चात्ताप आणि तणावमुक्तता या तीनही भावना त्याने तिच्या डोळ्यांत गोळा झालेल्या पाहिल्या.

“एजंट व्हार्टोनियन, बळी गेलेली स्त्री मात्र अजूनही बेवारशीच आहे, ह्याचं मला खूप वाईट वाटतंय.”

डॅनियलने हसण्याचा प्रयत्न केला. “एवढंच बरं वाटतंय की, ती तुझी सावत्र बहीण नाही.”

फेलिसिटीने पुन्हा काचेवर पडदा ओढून घेतला. “डॅनियल, मी आता पुढच्या तपासणीला सुरुवात करतेय. तुझ्यासाठी थांबायला हवं?”

“पाच मिनिटांत मी आलोच. थँक्स, डॉक.” फेलिसिटी आत जाईपर्यंत तो गप्प राहिला आणि मग खिशात हात घालून ॲलेक्ससमोर उभा राहिला. ॲलेक्सची थरथर अजूनही थांबलेली नव्हती. त्याला वाटलं, तिला घट्ट जवळ घ्यावं आणि ती शांत-स्थिर होईपर्यंत तिला तसंच धरून ठेवावं.

“तुला बरं वाटतंय ना, मिस फॅलन?”

“हो... पण बेलीचा शोध अजून लागलेला नाही.”

तिला काय सूचित करायचंय, हे त्याच्या लक्षात आलं. “मी तुला काहीच मदत करू शकत नाही.”

त्याच्या उत्तराने ती चमकलीच. “का नाही करू शकत?”

“कारण जीबीआय अनाहूतपणे कोणतीही केस स्वीकारत नाही. आम्हाला रीतसर निमंत्रण मिळावं लागतं.”

ॲलेक्सला ते उत्तर रुचलं नाही. “अच्छा! तर मग मला एवढंच सांग की, हे ‘पाईन आणि पीच ट्री’ नेमकं कुठे आहे?”

“काय म्हणालीस?”

“मी म्हटलं, ‘पाईन आणि पीच ट्री’. शेरिफ ल्युमिस म्हणाले की, बेलीला शोधायचंच असेल, तर तू तिथे जा.”

‘साला हलकट फ्रँक!’ डॅनियल मनातल्या मनात पुटपुटला. इतका बेजबाबदार आणि कोरडेपणा?

“मी तुला तिथे जायचा मार्ग सांगू शकतो. पण काळोख पडल्यावर तिथे गेलं तरच उपयोग आहे आणि त्या वेळी तू तिथे जावंस, असं मला वाटत नाही. एक तर तू परगावची आहेस आणि इथली सुरक्षित ठिकाणं तुला ठाऊक नाहीत.”

“पण माझ्याकडे पर्याय तरी कुठे आहे? शेरिफ ल्युमिस मला मदत करू इच्छित नाहीत आणि तुलाही शक्य नाही.”

त्याला शक्य होतं, पण तसं तो उघड बोलला नाही. मान खाली घालून आपले बूट निरखत राहिला. मग म्हणाला, “संध्याकाळी सात वाजेपर्यंत तुझी थांबायची तयारी असेल, तर मी तुला तिथे घेऊन जाईन.”

“सातपर्यंत का?”

“कारण सहा वाजता मी एक मीटिंग बोलावलीय आणि ती संपायला सात तरी वाजतील.”

“पुन्हा तू माझ्याशी डावपेच लढवायला लागलास. होय ना? तू का म्हणून माझ्याबरोबर येतोस?”

तिला थोडं विश्वासात घ्यावं, असं डॅनियला वाटलं, “मिस फॅलन, मलाही उत्सुकता आहेच. तुझ्या बहिणीचा खून झाल्यावर ती ज्या अवस्थेत सापडली होती, अगदी त्याच अवस्थेत आजची ही स्त्रीसुद्धा सापडली. त्याच दिवशी माझी जेन डो वारली होती. आता तुझी सावत्र बहीण बेपत्ता झाली. ह्या सगळ्या घटनांच्या पाठी एक समान सूत्र असण्याची शक्यता दुर्लक्षित करता येत नाही. आणि... आता तू इथे येऊन पोहोचलीयस. मिस फॅलन, तूसुद्धा त्या खुन्याचं ‘लक्ष्य’ असू शकशील, हे तुझ्या ध्यानात आलंय का?”

तिचा चेहरा पांढराफटक पडला. "छे... अजिबात नाही!"

"तुला घाबरवायचंय म्हणून नाही बोललो. आणि एक वेळ घाबरलीस तरीही हरकत नाही; पण तुला वेळीच सावध करायला हवं, असं मला आतून वाटलं."

ती अजूनही त्या धक्क्यातून सावरलेली नव्हती. "तू बोललास ते बरं झालं. मग सात वाजता मी तुला कुठे भेटू?"

"इथेच का येत नाहीस? फक्त हा सूट घालून येऊ नकोस. तो नको तितका सुंदर आहे."

"ठीक आहे."

"चल. मी बाहेरपर्यंत तुझ्या सोबत येतो."

सोमवार, २९ जानेवारी, सकाळी १० वाजून ४५ मिनिटे

मी अजून जिवंत आहे. मोठ्या कष्टाने तिने उठण्याचा प्रयत्न केला आणि डोळे किलकिले करत आजूबाजूला पाहिलं. डोळे संपूर्ण उघडणं शक्यच नव्हतं. उघडले असते तरी उपयोग नव्हताच. इतका अंधार होता की, काहीही दिसत नव्हतं. दिवसाची वेळ असावी... पक्ष्यांच्या किलबिलाटावरून तिने अंदाज केला.

तिने थोडी हालचाल करायचा प्रयत्न केला आणि ती विव्हळलीच. अंगभर वेदना होत होत्या, इतकं तिला मारलं होतं.

आणि का? ते मात्र तिला अजूनही उमगलं नव्हतं. तांत्रिकदृष्ट्या काही गोष्टी तिला कळून चुकल्या होत्या किंवा त्यातल्या सर्वच समजल्या असाव्यात. पण सगळी माहिती आपल्या मेंदूत पक्की शाबूत आहे, हे आपण आपल्या मनाशीही मान्य करायचे नाही. न जाणो, एखाद्या दुर्बल क्षणी आपण बोलून जायचो आणि दुसऱ्याच क्षणी तो आपल्याला ठार मारून टाकायचा!

तिला अजिबात मरायचं नव्हतं. *'मला घरी जायचंय... मला माझी बेटी हवीये...'* होपची आठवण आली आणि तिचा जीव कळवळला. गालांवरून अश्रूंच्या धारा वाहू लागल्या. *'देवा, कृपा कर कुणाला तरी समजू देत. होपची काळजी घेण्यासाठी कुणीतरी येऊ देत. कुणीतरी मला शोधत असू देत. ते माझं एखादं प्रेमाचं माणूस असू देत... किंवा कुणीही... प्लीज!'*

पावलं वाजली आणि तिचा ऊर धपापला. 'तो येतोय! देवा रे, धावून ये. तो येतोय... मला घाबरवून टाकू नकोस.' तिने मन रिकामं करून टाकण्याचा प्रयत्न केला – पूर्ण कोरं.

दरवाजा धाडकन उघडला गेला आणि हॉलमधून आलेली धूसर प्रकाशाची तिरीपही तिच्या डोळ्यांना सहन झाली नाही.

त्याचा संथ आवाज आला, "झाली तुझी तयारी? तर मग आता मला सांग,

ती कुठे आहे?''

तिने दात घट्ट आवळून घेतले आणि मार खायला तयार झाली. तरीही बुटाची लाथ बसताच ती किंचाळलीच. त्याच्या काळ्याभोर डोळ्यांकडे ती पाहू लागली. याच डोळ्यांवर कोणे एके काळी आपण विश्वास ठेवला होता!

''बेली डार्लिंग, इथे तुझी जीत नाही होऊ शकत. सांग बरं, किल्ली कुठे आहे? बघ, मी तुला ताबडतोब सोडून देतो.''

डटन, सोमवार, २९ जानेवारी, सकाळी ११ वाजून १५ मिनिटे.

'जसं होतं, तसंच आहे.' समोरच्या रस्त्यावरून बेलीच्या घराकडे पाहत असताना ॲलेक्सने मनात म्हटलं.

'...तर मग जा ना आत, आत जाऊन नीट बघून घे. अशी घाबरू नकोस.'

पण ती तशीच घराकडे एकटक बघत तिथेच बसून राहिली. हृदयाची धडधड वाढली होती. आत्तापर्यंत तिच्या मनाला बेलीचा घोर होता. बेलीच्या घराची आठवण झाली तरी छातीत धडकी भरायची. पण व्हार्टोनियनने सांगितल्यापासून स्वत:च्या जिवाचीही असुरक्षितता आता तिला भेडसावू लागली होती.

त्याचं म्हणणं चुकीचंही असू शकेल, पण ते खरं असलं तर? तिला संरक्षणाची गरज होती. सोबत एक कुत्रा हवा होता – मोठा कुत्रा. आणि एक पिस्तूल. काही तासांकरिता तिने एक कार भाड्याने घेतली होती. मनात उसळलेल्या विचारांना काबूत आणत, तिने कार सुरू केली तोच गाडीच्या काचेवर कुणीतरी टक् टक् केलं. ती किंचाळलीच.

तिने काचेपलीकडे पाहिलं. सैनिकी गणवेषातला एक तरुण तिच्याकडे पाहत हसत उभा होता. त्याने तिची किंकाळी ऐकली नव्हती. कुणीच ऐकू शकलं नसतं, कारण किंकाळी तिच्या मनात उमटली होती! श्वास कसाबसा मोकळा करत तिने खिडकीची काच किंचित खाली केली.

''काय हवंय?''

''तसदीबद्दल माफ करा.'' तो प्रसन्न हसला. ''मी कॅप्टन बिअर्डस्ली, अमेरिकन आर्मी. मी बेली क्रायटनला शोधतोय. तुला तिचा ठावठिकाणा माहीत असेल?''

''तुम्ही तिला का शोधताय?''

त्याच्या चेहऱ्यावर अजूनही तेच प्रसन्न हास्य होतं. ''ते फक्त आमच्या दोघातलं गुपित आहे. जर तुला ती भेटली, तर रेव्हरंड बिअर्डस्ली भेटायला आला होता, असं तिला सांगशील का?''

''तू कॅप्टन आहेस, का रेव्हरंड?''

''दोन्ही. मी सैन्यातला धर्माधिकारी आहे.'' तो पुन्हा हसला. ''आजचा दिवस

तुला चांगला जावो.''

''जरा थांबा...'' ॲलेक्सने मोबाईलवर मेरिडिथचा नंबर फिरवला. तो माणूस शांत उभा होता. त्याच्या गळ्यात 'क्रॉस' लटकत होता. खरंच तो रेव्हरंड असावा.

...किंवा नसेलसुद्धा. व्हार्टोनियनने तिच्या मनात भीती भरवली होती. पण बेली अजून बेपत्ता होती आणि एका स्त्रीचा खून झाला होता, हे तर सत्यच होतं.

''हां, बोल ॲलेक्स...'' पलीकडून मेरिडिथचा आवाज आला.

''ती बेली नाहीये.''

मेरिडिथने टाकलेला सुस्कारा तिला स्पष्ट ऐकू आला, ''मला मोकळं वाटलं. पण म्हटलं तर नाही.''

''कळतंय मला. ऐक, आणखी काही सापडेल, या उद्देशाने मी बेलीच्या घरापाशी आलेय.''

''ॲलेक्स, मला बरोबर घेतल्याशिवाय तिथे जाणार नाहीस, असं तू माझ्याशी कबूल केलं होतंस.''

''मी आत नाही गेले. आत जायचा धीर होतोय का, एवढंच मला पाहायचं होतं.'' तिने समोरच्या घराकडे नजर टाकली आणि पुन्हा एकदा कच खाल्ली. ''मी नाही आत जाऊ शकणार, पण आत्ता मी इथे गाडीत बसलेली असताना एक इसम आलाय.''

''कोण इसम?''

''रेव्हरंड बिअर्डस्ली. बेलीच्या शोधात असल्याचं त्यानं मला सांगितलं. तो सैन्यात धर्माधिकारी आहे.''

''एक रेव्हरंड... बेलीला शोधतोय? पण कशासाठी?''

''तेच मी आता त्याला विचारणार आहे. पण म्हटलं, मी त्याच्याशी बोलतेय, हे आधी तुझ्या कानावर घालावं. जर परत दहा मिनिटांत माझा फोन आला नाही, तर लगेच ९११ला कळव. ठीक आहे?''

''ॲलेक्स, तू मला घाबरवून सोडतेयस.''

''हरकत नाही. इथं मी एकटीच भीतीने गोठलेय... म्हटलं, आपली भीती थोडी बाहेरही पसरवावी. होप कशी आहे?''

''तशीच आहे. मला वाटतं, तिला जरा मोकळ्या हवेत नेऊन आणावं.''

''बरं. मी बघते काय करायचं ते.'' फोन बंद करत ती गाडीतून बाहेर आली.

कॅप्टन बिअर्डस्ली थोडा चिंतेत वाटला. ''बेलीला काही झालंय का?''

''हो, ती बेपत्ता आहे.''

काळजीच्या जागी आता त्याला धक्काच बसलेला दिसला. ''बेली कधीपासून गायब आहे?''

“गेल्या गुरुवारपासून. आज चार दिवस झालेत.”

“अरेरे! मुली, तू कोण आहेस?”

“माझं नाव ॲलेक्स फॅलन. बेलीची सावत्र बहीण.”

त्याच्या भुवया उंचावल्या गेल्या. “ॲलेक्स ट्रिमेन?”

तिने आवंढा गिळला. “हो, ते माझं जुनं नाव... पण तुम्हाला कसं ठाऊक?”

“वेडनं सांगितलं होतं.”

“वेड?”

“बेलीचा थोरला भाऊ.”

“ते मलाही ठाऊक आहे. त्याने तुम्हाला माझ्याबद्दल सांगण्याचे कारण काय?”

बिअर्डस्लीने मान तिरपी करत एकदा तिला न्याहाळलं. “तो आता ह्या जगात नाही.”

“वेड वारला?”

“हो. सांगायला फारच वाईट वाटतं... पण मला वाटलं की, तुला कळवण्यात आलं होतं. लेफ्टनंट वेड क्रायटन महिन्यापूर्वी इराकमधील लढाईत मारला गेला.”

“तसं आमचं रक्ताचं नातं नव्हतं, म्हणून कदाचित सरकारकडून कळवलं गेलं नसेल. पण तुम्ही बेलीला का शोधताय?”

“मरण्याआधी काही क्षण वेडने मला सांगितल्यानुसार मी बेलीला पत्र पाठवलं होतं. बगदादजवळच्या खेड्यात घातलेल्या छाप्यामध्ये लेफ्टनंट क्रायटन घायाळ झाला होता. त्या छाप्याला काही जण आत्मघातकी कृत्य मानत होते.”

त्या बातमीने ॲलेक्सला नकळत समाधानच वाटून गेलं आणि असं वाटल्याबद्दल चटकन शरमही वाटली. “त्या पथकाचा हेतू साध्य झाला?” तिने सावरून विचारलं.

“हो, थोडाफार. त्या स्फोटामध्ये वेडचं शरीर पूर्ण भाजलं गेलं होतं. डॉक्टर्स येईपर्यंत खूपच उशीर झाला होता. अखेरचा कबुलीजबाब देण्यासाठी त्याने मला बोलावलं.”

“पण वेड कॅथॉलिक नव्हता.”

“मी तरी कुठे आहे? मी एक ल्युथरन धर्मगुरू आहे. कॅथॉलिक नसलेले अनेक जण आपला अंतिम कबुलीजबाब देण्यासाठी मला बोलावत असतात. पाद्री नसलेला एखादा ख्रिश्चन धर्माधिकारी तो ऐकूही शकतो.”

“माझंच चुकलं. कारण मलासुद्धा ही गोष्ट माहीत आहे. आमच्या हॉस्पिटलमध्येही अशा अनेक ख्रिश्चन धर्माधिकाऱ्यांना अनेकदा बोलावलं गेलेलं आहे. खरं तर मला थोडासा धक्काच बसला. वेड कधी कबुलीजबाब देईल, असं मला वाटलं नव्हतं.

तुम्ही त्याच्या सर्व नातेवाइकांना भेटणार आहात?''

''छे-छे! मी कामानिमित्त फोर्ट बेन्निंगला आलो होतो. तिथून माझ्या घरी जात असताना हे शहर अगदी वाटेवरच आहे. माझ्याजवळ वेडचं आणखी एक पत्र आहे. त्याने मला तीन पत्रं लिहायला लावली – एक बेलीला, दुसरं त्याच्या वडिलांना आणि तिसरं तुला.''

तिच्या डोक्यात कल्लोळ उठला आणि तिने डोळे गच्च मिटून घेतले. डोळे उघडले तेव्हा बिअर्डस्ली आपल्याकडे काळजीने बघतोय, हे तिला जाणवलं; पण तिकडे तिने जाणीवपूर्वक दुर्लक्ष केलं.

''वेडने मला पत्र लिहिलं?''

''हो. उरलेली दोन पत्रं मी बेलीला आणि तिच्या वडिलांना ह्या घराच्या पत्त्यावर पाठवली, पण तुझा पत्ता मला मिळाला नाही. ॲलेक्स ट्रिमेन ह्या नावाने मी तो शोधत होतो.'' आपल्याजवळच्या कागदपत्रांमधून त्याने एक लिफाफा आणि स्वतःचं कार्ड काढून ॲलेक्सच्या हातात दिलं. ''बोलावंसं वाटलं तर फोन कर.''

ॲलेक्सने लिफाफा घेतल्यावर तो जाऊ लागला.

''एक मिनिट – वेड बेलीला पत्र पाठवतो. त्यानंतर ती नाहीशी होते. त्याच दिवशी एका स्त्रीचा खून होऊन ती खड्ड्यात टाकलेली सापडते.''

त्याचे डोळे चमकलेच – ''एक स्त्री मारली गेली?''

''हो. मला तर ती बेलीच असावी, असं वाटत होतं. पण तसं नाहीये.'' तिने लिफाफा खोलला आणि वेडने लिहिलेल्या पत्रावरून झरझर नजर फिरवली आणि त्याच्याकडे पाहत म्हणाली, ''बेली कुठे निघून गेली असेल ह्याचा या पत्रावरून तरी काहीच अर्थबोध होत नाही. केवळ माफी मागण्याकरिता पत्र लिहिलंय. माफी कशाबद्दल, याचाही काही उल्लेख नाही.''

अर्थात तो का माफी मागतोय, हे ॲलेक्सला पक्कं ठाऊक होतं. तरीही बेलीला का पळवलं गेलंय, हे त्यातून समजत नव्हतंच. ''तो तुमच्यापाशी काही बोलला का?''

''पत्रात त्याने काहीच म्हटलेलं नाही.'' पण बिअर्डस्ली अस्वस्थ झालाय, हे तिने ओळखलं.

''पण वेडने तुमच्यापाशी सारं कबूल केलंच असणार... तेवढं धैर्य त्याने नक्कीच गोळा केलं असेल... पण ते तुम्ही मला कधीच सांगणार नाही; होय ना?''

''मी नाही सांगू शकत. आणि मी कॅथॉलिक नाही याची मला आठवण करून देऊ नकोस. माझ्या लेखी त्या कबुलीजबाबाच्या पावित्र्याला फार महत्त्व आहे, मिस फॅलन... मी तुला सांगणार नाही – मी सांगूच शकत नाही.''

दोघेही तसेच. आधी व्हार्टोनियन झाला आणि आता बिअर्डस्ली. ''माझा

नाइलाज आहे.'' – दोघांचं एकच म्हणणं.

''बेलीला एक छोटी मुलगी आहे. होप.''

''मला माहितीये. वेड तिच्याबद्दल बोलला. वेडला ती फार आवडायची.''

त्यावर ॲलेक्सला विश्वास ठेवणं नक्कीच कठीण गेलं, पण तिने वाद घातला नाही.

''...तर मग मला निदान इतकं सांग की, ज्यामुळे होपला तिची आई परत मिळेल. पोलीस मला मदत करू शकत नाहीत. त्यांचं म्हणणं, बेली व्यसनी होती आणि नशेत भरकटली गेलीय. कबुलीव्यतिरिक्त वेड काही म्हणाला का?''

क्षणभर बिअर्डस्लीची नजर खाली झुकली; पण लगेच ॲलेक्सकडे रोखून पाहत तो म्हणाला, ''सायमन!''

ॲलेक्स वैतागलीच. ''सायमन? ...त्यातून काय मोठा अर्थ निघतो?''

''ते एका माणसाचं नाव आहे. अगदी मरत असताना त्याने उद्‌गार काढले, 'सायमन, मी तुला नरकात भेटतोच.' मिस फॅलन, मला माफ कर... यापेक्षा अधिक मी सांगू शकत नाही.''

४

ॲटलांटा, सोमवार, २९ जानेवारी, दुपारी १२ वाजून १५ मिनिटे

डॉ. फेलिसिटी बर्गने गॉगल्समधून डॅनियलकडे पाहिलं. टेबलाच्या दुसऱ्या बाजूला ती उभी होती. त्यावरून ती किंचित पुढे वाकत म्हणाली, "आधी तुला चांगली बातमी सांगू की वाईट?"

फेलिसिटी जेव्हा त्या बाईचं विच्छेदन करत होती, तेव्हा डॅनियल शांतपणे तिला निरखत होता. फेलिसिटीला शवविच्छेदन करताना आजपर्यंत निदान एक डझन वेळा तरी त्याने पाहिलं होतं, पण तिचे हात एवढे स्थिर कसे राहू शकतात याचं प्रत्येक वेळी त्याला कुतूहल वाटे.

"मला वाटतं, वाईट बातमी आधी सांग."

तिने चेहऱ्यावर चढवलेला मुखवटा किंचित हलला. ती विषण्णपणे हसली असावी. तिचे सहकारी मित्र तिला 'बर्फाचा खडक' म्हणायचे. मात्र, डॅनियलला तरीही ती आवडायची. त्याला तो तिचा निष्ठुरपणा कधीच 'थंड' वाटला नव्हता; उलट तिची ही 'आस्थेवाईक दक्षता' आहे, असं त्याला वाटे. या दोन भावनांमध्ये बराच फरक आहे आणि हे फक्त डॅनियलच जाणून होता.

"मी तिची अगदी खात्रीपूर्वक ओळख पटवून देऊ शकत नाही. ती वीस वर्षांची असावी. रक्तामध्ये मद्यार्क सापडलं नाही किंवा शरीरात कोणताही आजार वा विकृतीही सूचित झाली नाही. गुदमरल्यामुळे मृत्यू झालाय."

"आणि तिच्या चेहऱ्यावरचे घाव? मृत्यूपूर्वीचे आहेत की नंतरचे?"

"नंतरचे. ओठांच्या आसपासच्या या जखमाही तशाच." तिने बोटांच्या टोकाएवढ्या असलेल्या चार जखमांकडे निर्देश केला.

"ज्या हातांनी तिचा खून केला, तेच हात या जखमांनाही जबाबदार आहेत?"

"तुम्ही तसा ग्रह करून घ्यावा, हीच त्याची अपेक्षा आहे. तिच्या पोटात आणि गालात अडकलेले लहान-लहान तंतू मी दाखवले होते ...आठवतंय?"

“कापडाचे ना?” डॅनियल म्हणाला, “त्याने तिच्या तोंडात रुमाल कोंबला होता.”

“अगदी बरोबर. मला वाटतं, कदाचित ती आपला हात चावेल आणि आपले डीएनए तिच्या दातांमध्ये सापडतील यासाठी त्याने रुमालाचा वापर केला. तिच्या नाकावरच्या जखमा मृत्यूपूर्वीच्या आहेत, पण त्यानंतर चेहऱ्यावर केलेल्या प्रचंड तडाख्यांमुळे तुला त्या दिसू शकत नाहीत. ती मेल्यानंतर कुणीतरी आपल्या हाताने तिच्या तोंडाजवळचा भाग करकचून आवळला होता. बोटांमधल्या अंतरावरून तो हात पुरुषाचा आहे. आकाराने छोटा आहे. डॅनियल, पण इतक्या जोरात आवळताना त्यालाही खूप त्रास झाला असणार. बाकीचा चेहरा चेचताना, त्याने तोंडाजवळच्या ह्या भागाला मात्र स्पर्शही केलेला नाही. जणू काही हे बोटांचे ठसे त्याला हेतूपूर्वक तसेच, दिसावेत असे ठेवायचे होते.”

“मला वाटतं, ॲलिशिया ट्रिमेनच्याही तोंडावरच्या जखमांवर असेच बोटांचे ठसे असतील.”

“ते शोधायचं काम तुझं आहे. माझ्या मते, ह्या स्त्रीने अखेरचं अन्न इटालियन पद्धतीचं खाल्लेलं आहे. सॉसेज, पास्ता आणि काहीसं कडक चीज.”

“ह्या शहरात लाखो इटालियन हॉटेल्स असतील.” डॅनियल निराशेने पुटपुटला.

तिने त्या स्त्रीचा डावा हात वर उचलला. “हिच्या बोटांच्या टोकावर तीन घट्टे पडलेले आहेत.”

डॅनियलने पुढे वाकत त्या खुणा अगदी जवळून न्याहाळल्या. “ती एखादं वाद्य वाजवत असणार, कदाचित व्हायोलिन.”

“कुठलंही तंतुवाद्य – ज्यासाठी ‘बो’ वापरावा लागतो. तिचा दुसरा हात अगदी मऊ आहे. त्यावर एकही घट्टा नाही. म्हणजे ती बुलबुल किंवा गिटार तर नक्कीच वाजवत नसणार.”

“हीच ती चांगली बातमी का?”

डॉ. बर्गच्या डोळ्यांत थोडी गमतीची झाक उमटली. “नाही. चांगली बातमी ही आहे की, जरी ती कोण आहे, हे मला सांगता येत नसलं तरी अखेरचे चोवीस तास ती कुठे होती, हे मी नक्कीच सांगू शकते. तू जरा टेबलाच्या इकडच्या बाजूला ये.” तिने त्या स्त्रीच्या तळव्यावरून जादूगाराकडे असते तशी एक निमुळती काळी काठी अलगद फिरवली आणि तिथे एक अस्पष्ट शिक्क्याचा ठसा चमकू लागला.

त्याने वर पाहिलं, तेव्हा त्याला फेलिसिटीच्या डोळ्यांतलं समाधान दिसलं. “म्हणजे ती ‘फन अँड सन’मध्ये होती.” त्या कला-क्रीडा उद्यानातून बाहेर पडून पुन्हा चोवीस तासांच्या आत परतायचं असेल, तर आपल्या हातावर एक शिक्का मारून घ्यावा लागतो. “दिवसभरात तिथे हजारो माणसं येत-जात असतात, पण कदाचित आपलं नशीब बलवत्तर ठरू शकेल.”

फेलिसिटीने त्या मृत स्त्रीचा हात अगदी काळजीपूर्वक आणि कोमलपणे पुन्हा नीट जागेवर ठेवला आणि ते पाहून डॅनियलच्या मनात या डॉक्टरबद्दलचा आदर अधिकच दुणावला.

"किंवा कदाचित ती हरवलीय, हे अखेर कुणाच्या तरी ध्यानात येईल." ती शांतपणे म्हणाली.

तेवढ्यात तिचा एक सहायक हातात एक कागदाची गुंडाळी घेऊन त्या खोलीत आला. "ह्या स्त्रीच्या लघवीमध्ये शंभर मायक्रोग्रॅम फ्लुनिट्राझेपम हे विषारी द्रव्य आढळलंय."

डॅनियल शहारून म्हणाला, "रॉफिप्नॉल? बलात्कारासाठी वापरलं जाणारं फारंच जुनाट ड्रग. पण एवढा छोटा डोस काही प्राणघातक ठरू शकत नाही."

"छे, त्यामुळे साधी चक्करसुद्धा येणार नाही. केवळ तपासणीमध्ये मात्र स्पष्ट समजेल, एवढंच ते वापरलंय. जॅकी, तू पुन्हा ह्याची रीतसर तपासणी कर. उद्या मला जर ज्युरींसमोर उभं राहावं लागलं, तर ते तू सिद्ध केल्याचा पुरावा मला सादर करावा लागेल. तुला मुद्दाम त्रास देण्याचा माझा हेतू नाही."

जॅकीने आज्ञाधारकपणे मान डोलावली, "काहीच हरकत नाही. मी लगेच सुरुवात करतो."

डॅनियल थोडा विचारात पडला, "ह्याचा अर्थ असा होतो की, तिने ते द्रव्य घेतलंय, हे आपल्याला कळावं; पण त्यामुळे तिची शुद्ध मात्र हरपू नये. त्याला ती शेवटपर्यंत पूर्ण शुद्धीत आणि भानावर असलेली हवी होती."

"आणि त्याला औषधाची पूर्ण माहिती असणार. एरवी फ्लुनिट्राझेपमची नेमकी हवी तेवढीच पातळी राखणं, हे काही सोपं काम नव्हे. त्याचाही त्याला खूप त्रास झाला असणार."

"म्हणजे ॲलिशिया ट्रिमेनच्याही खुनामध्ये रॉफिप्नॉलचा वापर केला होता का, हेही मला आता शोधावं लागणार. पोलिसांचा तो सविस्तर रिपोर्टच मला मिळवावा लागणार."

डटनच्या शेरिफ ल्युमिसने साधा एक फोन करण्याचीदेखील औपचारिक सभ्यता दाखवली नव्हती. म्हणजे डटनला प्रत्यक्ष जाऊन तो रिपोर्ट हस्तगत करणं भाग होतं.

"थँक्स फेलिसिटी. नेहमीसारखंच तू तुझं काम अगदी उत्तम बजावलंस."

"डॅनियल..." फेलिसिटी त्या टेबलापासून दूर सरकली आणि चेहऱ्यावर चढवलेला मुखवटाही तिने उतरवला. "एक सांगायचं राहून गेलंय. तुझ्या आई-वडिलांचं ऐकून खूपंच वाईट वाटलं."

"थँक यू."

"अंत्यसंस्कारांना हजर राहावं, असं माझ्या मनात होतं. मी चर्चपर्यंतही आले होते. पण शेवटच्या क्षणी माघारी फिरले. आजपर्यंत कधीच ते दृश्य मला पाहवलेलं नाही. विश्वास ठेव किंवा ठेवू नकोस."

"माझा तुझ्यावर पूर्ण विश्वास आहे. तुला यावंसं वाटलं, यातंच सर्व आलं."

"अरे हो! मगाशी मिस फॅलन निघून गेल्यावर मला माल्कमकडून निरोप आला की, त्याला ॲलिशिया ट्रिमेनच्या शवविच्छेदनाचा रिपोर्ट हवाय. तो माझ्या हातात आला की मी तुलाही कळवीन."

"थँक्स." डॅनियल तिथून बाहेर पडला. फेलिसिटी आपल्याकडे पाठीमागून पाहतेय, असं मात्र त्याला बाहेर पडेपर्यंत वाटत राहिलं.

ॲटलांटा, सोमवार, २९ जानेवारी, दुपारी १ वाजून १५ मिनिटे

डॅनियल आपल्या ऑफिसात परतला, तेव्हा ल्यूक त्याच्याच एका खुर्चीत बसलेला होता. टेबलावर पाय पसरले होते आणि मांडीवर लॅपटॉप होता. डॅनियलकडे त्याने मान उचलून पाहिलं आणि त्याचा चेहरा बारकाईने निरखला. "अरे मित्रा, मी माझ्या आईशी तरी किती काळ खोटं बोलू शकणार? ती मला सारखं विचारत असते आणि तू अगदी ठीक आहेस, असं मीही तिला सांगत राहतो. पण बेट्या, तुझ्या डोळ्यांखालची ही काळी वर्तुळं तर मला वेगळंच सांगताहेत."

डॅनियलनं अंगातलं जॅकेट दरवाज्यावर लटकावलं, "तुला काही काम दिसत नाही."

"वा रे वा! मी महत्त्वाचं काम करतोय. बॉसच्या मशिनवर मी एक मोठा शोध लावणार आहे... पण सालं ते मशिन इतकं रडतखडत चाललंय." विक्षिप्तपणे टिचकी वाजवत तो हसला, पण मित्राच्या आवाजात दडलेला तणाव डॅनियलला स्पष्ट जाणवला.

तो आपल्या डेस्कवर आला आणि त्यावरची काही कागदपत्रं त्याने चाळली. ल्यूकच्या डोळ्यांखाली एकही काळं वर्तुळ नव्हतं; पण नीट पाहणाऱ्याला त्या डोळ्यांतली निराशा नक्की दिसली असती. "आज तुझा दिवस फारच वाईट दिसतोय."

ल्यूकच्या चेहऱ्यावरचं हसू आता लोपलं होतं. डोळे बंद करून त्याने जोरदार सुस्कारा सोडला. "होय!" त्या एकाच शब्दातून त्याच्या मनातली वेदना अगदी तीव्रपणे व्यक्त झालीये, हे फक्त फारच थोड्या लोकांचा समजलं असतं. जीबीआयने ल्यूकवर इंटरनेटच्या गुन्ह्यांचं काम सोपवलं होतं आणि त्यातही लहान मुलांच्या केसेसवर लक्ष केंद्रित करायला सांगितलं होतं. डॅनियलला वाटून गेलं की, दिवसभर अशा मनोविकृती पाहत बसण्यापेक्षा त्याने हजारो शवचिकित्सा पाहणं

पसंत केलं असतं. एक नि:श्वास सोडत ल्यूकने डोळे उघडले. मन:शांती नाही तर निदान मनावर ताबा तरी मिळवावा, एवढाच त्याचा प्रयत्न होता. 'एखाद्या पोलीस अधिकाऱ्याला कधी मन:शांती मिळू शकते का?' डॅनियल मनातल्या मनात म्हणाला.

"मला ह्या कामातून काहीतरी विरंगुळा हवाय." ल्यूकने अगदी सोप्या शब्दांत आपल्या मनातली भावना बोलून दाखवली आणि ती डॅनियलला पूर्ण पटली. मान हलवत त्याने होकार दिला.

"तुला माहितीये, आता मी कुठून येतोय? शवागारातून. खून झालेल्या त्या मुलीबद्दल आता थोडेफार अंदाज करता येऊ शकताहेत. गुरुवारी ती 'फन अँड सन'मध्ये गेली होती आणि दुसरं म्हणजे, ती व्हायोलिन वाजवायची."

"व्हायोलिन? हा नक्कीच एक चांगला धागा तुम्ही शोधून काढलात. त्यामुळे पुढचा शोध घ्यायला तुला एक दिशा मिळाली. मीसुद्धा तुझ्यासाठी आणखी थोडी माहिती मिळवलीय."

आपल्या बॅगेतून ल्यूकने कागदांचा एक गठ्ठा बाहेर काढला. "मी कॉम्प्युटरवर ॲलिशिया ट्रिमेनचा केसचा अगदी खोलवर शोध घेतला, तेव्हा हे सर्व लेख मला त्यात सापडले. अरे, तिला एक जुळी बहीण होती."

"मी तिला पाहिलंसुद्धा. तू खूप उशीर केलास. आज सकाळी माझ्या ऑफिसमध्ये ती प्रत्यक्ष अवतरण्याआधी तू मला ही माहिती दिली असतीस ना, तर माझ्या आयुष्यातल्या सर्वांत थरारक प्रसंगातून तू मला वाचवू शकला असतास."

"काय सांगतोस काय! ती इथे येऊन गेली? ॲलेक्झांड्रा ट्रिमेन?"

"आता ती स्वत:ला फॅलन म्हणते. ॲलेक्स फॅलन. सिनसिनाटीच्या हॉस्पिटलमध्ये ती नर्स आहे."

"म्हणजे ती अजून जिवंत आहे तर!"

डॅनियलला त्या विधानाचा बोध झाला नाही.

"म्हणायचंय काय तुला?"

हातातला गठ्ठा ल्यूकने टेबलावर आपटला. "तेच तर तुला सांगत होतो. अरे बाबा, ही गोष्ट ॲलिशियाच्या खुनापाशीच संपत नाही. ज्या दिवशी ॲलिशियाचा मृतदेह सापडला, त्याच दिवशी केथी ट्रिमेनने म्हणजे, तिच्या आईने स्वत:च्या डोक्यात गोळी मारून घेतली. ॲलिशियाची ओळख पटवून घेण्यासाठी तिला बोलावलेलं होतं आणि पोटच्या पोरीचे मृत शरीर पाहून केथीला वेडाचा झटका आला. ती बेभान झाली. ह्या सर्व गोष्टी ॲलेक्झांड्राच्या डोळ्यांदेखत घडल्या. तो धक्का सहन न झाल्यामुळे आईसाठी डॉक्टरांनी लिहून दिलेल्या झोपेच्या गोळ्या तिने खाऊन टाकल्या."

डॅनियल सुन्न झाला. त्याच्या डोळ्यांसमोर टेबलावर आडवी पसरलेली, त्या मुलीची आकृती उभी राहिली आणि तिच्याच शेजारी एक आई उभी राहिली— आपल्या तशाच एका मुलीची ओळख पटवून घ्यायला आलेली. त्या आईच्या काळजाला काय यातना झाल्या असतील! पण काहीही झाले तरी आत्महत्या हा भित्र्या माणसांनी शोधलेला पळपुटा मार्गच असतो. आणि ॲलेक्स! तिने हे सर्व समोर घडताना कसं बरं पाहिलं असेल? "बापरे!" तो अस्पष्ट उद्गारला.

"ॲलिशियाची बातमी कळाल्यामुळं ओहिओवरून केथीची बहीण आली आणि घरात ॲलिशियाबरोबर आपल्या बहिणीचं प्रेत पाहून हबकून गेली. तिचं नाव किम फॅलन."

"ॲलेक्स म्हणाली की, मावशीने आपल्याला दत्तक घेतलं. तिच्या बोलण्यात तथ्य होतं तर!"

"गॅरी फलमोअरबद्दल— म्हणजे ज्याच्यावर ॲलिशियाच्या खुनाचा आरोप केला गेला, त्याच्यावर— ह्या गठ्ठ्यांमध्ये अनेक लेख लिहिले गेले आहेत, पण ॲलेक्झांड्राबद्दल कुठे एक शब्दही नाही. माझ्या अंदाजाने, किम फॅलन तिला ओहिओला घेऊन गेली असणार."

डॅनियलने सहज त्या गठ्ठ्यातली काही पानं चाळली.

"बेली क्रायटनचा काही उल्लेख तुला आढळला?"

"हो. पण तो क्रेग क्रायटनबद्दल आहे; बेली क्रायटनबद्दल नव्हे. आपल्या अखेरच्या काळात केथी ट्रिमेन त्या क्रेग क्रायटनबरोबर राहत होती. पण का रे?"

"अरे, त्यासाठी तर ॲलेक्स फॅलन आज मला भेटायला आली. बेली ही तिची सावत्र बहीण. गेल्या गुरुवारपासून बेपत्ता आहे. आणि ॲलेक्सला वाटलं की, आर्केडियात खून झालेली स्त्री बहुधा बेलीच असावी."

ल्यूकने हलकेच शीळ घातली. "तर मग तो जबरदस्त धक्का होता म्हणायचा." घट्ट आवळल्याने रक्तहीन पडलेल्या ॲलेक्सच्या हाताचा तो थंडगार गोठलेला स्पर्श डॅनियलला आठवला. "तिला चांगलाच धक्का बसलेला होता. मात्र, तिने स्वत:ला छान सावरून धरलं होतं."

"मी तुला बसलेल्या धक्क्याबद्दल बोलत होतो." ल्यूकने टेबलावरून पाय उचलले आणि खाडकन उभा राहिला. "चला, आता मला माझ्या कामाकडे वळलं पाहिजे. विरंगुळा खूप झाला."

डॅनियलने डोळे बारीक करत त्याच्याकडे पाहिलं. "तू नक्की ठीक आहेस ना?"

"म्हणजे काय, प्रश्नच नाही!" ल्यूक बोलला खरा, पण त्यात आत्मविश्वास नव्हता. "मी तुला नंतर भेटतो."

डॅनियलने पेपर उंचावले, “थँक्स, ल्यूक.”

“बस काय?”

डॅनियल ल्यूकच्या पाठमोऱ्या आकृतीकडे पाहत होता. हळूहळू तो स्वत:च्याच विचारांत खोल बुडून गेला. लाटांप्रमाणे त्याच्या मनात विचार उसळू लागले. आयुष्याला पूर्ण कलाटणी देणाऱ्या अशा घटनांमुळे केवळ बळी गेलेल्या व्यक्तींचं आणि त्यांच्या सुहृदांचंच जीवन बदलून जातं, असं आपल्याला वाटत होतं. *पण आपलंही त्यामुळे परिवर्तन होत असणार; नव्हे, बहुतेक वेळा आपलंच परिवर्तन होत असतं.* एक नि:श्वास सोडत तो आपल्या कॉम्प्युटरपाशी आला आणि ‘फन अँड सन’चा फोन नंबर शोधू लागला. त्याला आता एका बळीचा ठावठिकाणा शोधून काढायचा होता.

डटन, सोमवार, २९ जानेवारी, दुपारी १ वाजता

ॲलेक्सने खोलीतल्या सोफ्यावर आपल्या हातातलं अवजड सामान जवळजवळ आदळलंच.

“सगळ्या गोष्टी अगदी आठवून-आठवून आणल्या गं बाई. चित्रांच्या वह्या, कोरे कागद, रंगीत खडू, उड्या मारणारं माकड, डुलणारा हत्ती, विदूषक....”

“आणि बार्बी बाहुली?” बाजूच्या टेबलावर होपला अगदी चिकटून मेरिडिथ बसली होती.

“बॅगेत आहे. त्यांच्याकडच्या बार्बी संपल्या होत्या, मग मी एका देखण्या राजकन्येला विकत घेतलं. श्रेकची राजकन्या फिओना.”

“पण कापण्यासाठी तिला मुळात केस आहेत ना? बेली सलूनमध्ये काम करायची. म्हणजे दोघी जणी मिळून नक्की केस कापायचा खेळ खेळत असणार.”

“अय्या, खरंच की! फिओनाला भरपूर केस आहेत. शिवाय होपसाठी थोडे नवीन कपडे घेतले. लहान मुलांचे कपडे भलतेच महाग असतात गं.”

“मावशीबाई, आता त्याची सवय करा.”

“पण तू तिला बेडरूममध्ये का आणलंस?”

“पर्यायच नव्हता. आम्हा दोघांना एकत्र चित्रं रंगवायची होती ना! शिवाय म्हटलं की, जरा नवी वातावरणनिर्मिती करून बघू या.” मेरिडिथने पेटीतला निळा खडू निवडला.

“होप, हे बघ... ह्या खेपेस मी निळा खडू उचलतेय. ह्याला म्हणतात, निळी गोगलगाय. आनंदी अस्मानी रंग. ह्या खडूकडे नुसतं लांबून पाहिलं तरी वाटतं की तो आपल्याकडे मिश्किलपणे डोळे मिचकावून पाहतोय.”

चित्र रंगवताना एकीकडे मेरिडिथची अखंड बडबड सुरू होती. ॲलेक्सला

वाटलं की, सकाळी ती गेल्यापासून हे असंच चाललेलं असणार. मेरिडिथने मुद्दाम सगळी चित्रं निळ्या रंगाने रंगवली होती.

"चित्रं रंगवता-रंगवता आपण थोडं बोललं तरी चालेल ना?"

मेरिडिथ हसली. "चालेल की! त्यापेक्षा तू असं कर... खाली बस आणि आमच्याबरोबर चित्रं रंगव. त्याला होपची आणि माझी बिलकुल हरकत नाही. हो की नाही गं होप?"

होपनं ते ऐकलंय, असं काही दिसलं नाही. ॲलेक्स खाली बसली आणि हळूच होपच्या डोक्यावरून तिनं मेरिडिथकडे एक कटाक्ष टाकला. "काही सुधारणा?"

मेरिडिथ प्रसन्नपणे हसली. "इतक्यातच? माझ्याकडे काही जादूची कांडी नाहीये!"

होपचा हात अचानक थांबला. मात्र, इवल्याशा मुठीत तिने लाल खडू अगदी गच्च पकडून ठेवला होता. समोरच्या चित्राकडे ती एकटक पाहत होती, पण एकदम स्तब्ध झाली होती. ॲलेक्सने बोलण्यासाठी अगदी ओठ उघडले, पण मेरिडिथने तिला डोळ्यांनीच दटावले. ॲलेक्स चूप झाली.

मेरिडिथने लगेच सुरू केलं, "माझ्याकडेही जादूची कांडी नाही आणि तू आणलेल्या खेळण्यातसुद्धा मला ती दिसली नाही. तुला सांगते, मला जादूची काठी एवढी आवडायची... लहानपणी मी तर अळूच्या कांड्यालाच जादूची काठी समजून खेळायचे. माझी आई सॅलड करायला जायची आणि कांड्या गायब झालेल्या बघून थोडी वैतागायची." मेरिडिथ गालातल्या गालात हसली, पण हातातलं चित्रं रंगवण्याचं काम मात्र सुरूच ठेवलं.

"चिडायची, पण तरीही माझ्याशी खेळायची. अळूचा पाला काय एकदम स्वस्त असतो. लहान मुलांच्या खेळण्याला मात्र फार मोठी किंमत असते."

ॲलेक्सच्या गळ्यातही आईची आठवण दाटून आली. "माझी आईही अगदी असंच करायची."

"कारण आपल्या आया ह्या तर बहिणी-बहिणी होत्या. होप, तुझी आईसुद्धा हेच वाक्य म्हणायची का गं?"

हळूहळू होपच्या हातातला खडू समोरच्या चित्रावरून पुन्हा सरकू लागला. मग त्याचा वेग वाढत गेला आणि पूर्वीसारखी तन्मयतेने ती चित्रं रंगवू लागली. होपने काहीच न दिलेल्या प्रतिसादामुळे ॲलेक्स निराश झाली, पण मेरिडिथ मात्र मस्त हसत होती.

"चिमुकली पावलं आहेत ती, हळूहळूच पुढं सरकणार. त्यावरचा उत्तम उपाय म्हणजे आपण सतत त्यांच्यासोबत राहायचं." मेरिडिथने हातातल्या वहीचा एक कागद फाडून ॲलेक्ससमोर ठेवला. "चित्रं रंगावायचा प्रयत्न तर करून बघ. मन

अगदी शांत होतं.''

ॲलेक्सने निराशा झटकायचा प्रयत्न केला, ''माझ्यासाठीही तेव्हा तू अगदी हाच उपाय वापरला होतास. मी तुमच्या घरी अगदी पहिल्यांदा आले, तेव्हा तू मला एक मिनिटही एकटी सोडायची नाहीस. त्या उन्हाळ्यात, शाळा सुटली की लगेच माझ्याजवळ येऊन बसायचीस. पुस्तक वाचून दाखवायचीस. पण कधी एक अवांतर शब्दसुद्धा उच्चारला नाहीस.''

''अगं, खरं म्हणजे, काय बोलायचं, हेच मला सुचायचं नाही. एरवी तू अगदी दु:खी वाटायचीस; पण मी जवळ येऊन बसले की तुझा चेहरा खुलायचा. मग एक दिवस तू अचानक मला म्हणालीस, 'हाय!' कित्येक महिन्यांनंतर मी तुझा आवाज ऐकला आणि त्यानंतर पुन्हा अनेक दिवस तू एकही शब्द बोलली नाहीस.''

''तू मला पुर्नजन्म दिलास... तू, किम आणि स्टीव्ह.'' फॅलन कुटुंबामुळेच ती जिवंत राहू शकली. ''त्या दोघांची खूप आठवण येते.'' दोन वर्षांपूर्वी स्टीव्हच्या छोट्या विमानाला अपघात होऊन ते ओहिओच्या एका शेतात जळून भस्मसात झालं. त्यातच दोघांचाही अंत झाला होता.

मेरिडिथचाही गळा क्षणभर दाटून आला. ''मलाही त्यांची खूप आठवण येते.'' तिने हलकेच होपच्या गालांवर आपले गाल घासले. ''होप, किती सुंदर अळी आहे, नाही? पण फुलपाखरू मात्र मी निळ्याच रंगाने रंगवणार.'' होपशी ती असंच काहीबाही बोलत राहिली आणि मग तिने हळूच विषय बदलला. ''मला ना आता खरीखुरी फुलपाखरं पाहायचीयेत. ॲलेक्स, इथे जवळपास एखादी बाग आहे का गं?''

''हो, आहे की. समोरच्या त्या प्राथमिक शाळेला अगदी लागून. आता बाहेर गेले होते, तेव्हा एका ब्रोकरपाशी मी सहज चौकशी केली. बागेच्या बाजूला एक छान सजवलेला छोटासा बंगला आहे. तो भाड्याने घ्यायचा विचार माझ्या मनात चाललाय.'' मग अगदी हळू आवाजात म्हणाली, ''म्हणजे जोपर्यंत बेली सापडत नाही तोपर्यंत.''

मेरिडिथने होकार दिला आणि अचानक म्हणाली, ''अरेच्चा! आत्ता माझ्या एकदम लक्षात आलं. काय, माहितीये का? बागेत गेल्यावर आपण 'सायमन म्हणाला' हा खेळ खेळू या.''

तिने ॲलेक्सकडे एक अर्थपूर्ण कटाक्ष टाकला, ''मला इंटरनेटवर मगाशी हा खेळ सापडला. तुलाही तो एकदम आवडेल. जा, बेडरूममध्ये जाऊन बघ. माझ्या लॅपटॉपवर ते पान तसंच उघडं पडलंय.''

ॲलेक्स उठली. तिची छाती धडधडायला लागली होती. ''मी जाऊन बघते.''

कॅप्टन रेव्हरंड बिअर्डस्ली निघून गेल्यावर ॲलेक्सने पुन्हा मेरिडिथला फोन

केला होता आणि त्या दोघांमध्ये झालेलं बहुतेक संभाषण सांगितलं होतं. विशेष करून ते एक वाक्य 'सायमन, मी तुला नरकात गाठतोच.' त्यानंतर सर्फिंग करताना मेरिडिथला ती महत्त्वपूर्ण माहिती सापडली होती.

ॲलेक्सने 'क्लिक' केलं आणि समोर ते पान उघडलं गेलं. वाचता-वाचता तिच्या मनात लहानपणीच्या आठवणी हळूहळू जाग्या होऊ लागल्या... *सायमन व्हार्टोनियन.* व्हार्टोनियन... सकाळी डॅनियलनं आपलं आडनाव सांगितलं होतं, तेव्हाही तिचं मन किंचित खरवडलं गेलं होतं; पण बेलीचाच विचार मनात इतका प्रबळ होता की, त्यात त्या नावाचं कुतूहल विरून गेलं. नंतर त्या काचेवरचा पडदा सरकवण्याआधी त्याने अचानक आपला हात धरला आणि अगदी आतून बाहेर पसरत जाणाऱ्या उष्णतेची तिला जाणीव झाली. पण त्याही जाणिवेपलीकडचं आणखी खूप काही तिला जाणवलं होतं. एक जवळीक, एक नातं, एक सुख... जणू ती त्याला फार पूर्वीपासून ओळखत असावी! कदाचित ओळखत होतीच... व्हार्टोनियन. तिच्या डोळ्यांसमोर ते अख्खं कुटुंब अगदी धूसरपणे उभं राहिलं. ते खूप श्रीमंत होते. त्यांचे वडील ही एक बडी असामी होती. ते न्यायाधीश होते. तिला सायमनदेखील आठवला. पण अगदी अस्पष्ट. तो धिप्पाड आणि राकट होता. त्याच्याकडे पाहणाऱ्याला धडकी भरत असे. वेडच्याच वर्गात तो होता.

तिने तो लेख वाचायला सुरुवात केली आणि पाहता-पाहता एका भयानक, क्रूर कहाणीत पार गुंतून गेली. आपल्या आई-वडिलांचा आणि इतरही अनेक जणांचा खून केलेल्या सायमनचा एका आठवड्यापूर्वीच अंत झाला होता. व्हिटो सिक्कोटेली ह्या फिलाडेल्फियामधील एका हेराच्या हातून तो मारला गेला होता.

सायमनच्या पश्चात त्याची सुझान्हा व्हार्टोनियन ही बहीण आहे. *मला ती आठवतेय.* तिच्या अंगावर नेहमी उंची कपडे असायचे. पण ती अतिशय शालीन आणि सुसंस्कृत मुलगी होती. सुझान्हा तिच्याच वयाची होती, पण एका महागड्या खासगी शाळेत जात असे. न्यूयॉर्कच्या एका कंपनीत ती मोठ्या हुद्द्यावर सध्या काम करते.

ॲलेक्सने नकळत आपला श्वास रोखला. सायमनच्या पश्चात त्याला आणखी एक भाऊही आहे. जीबीआय या संस्थेत एजंट म्हणून काम करणारा, डॅनियल व्हार्टोनियन. ॲलेक्सच्या मनात सकाळचा प्रसंग उलगडत गेला. अगदी पहिल्यांदाच दोघांची नजरानजर झाली, तो क्षण. आपल्याला बघून त्याला त्याच क्षणी बसलेला तो प्रचंड धक्का... आम्हा दोघींनाही तो नक्कीच ओळखत असणार. त्याशिवाय का त्याला एवढा धक्का बसला? पण जाऊ दे... तो विषय आत्ता नको. आधी त्या दुसऱ्या गोष्टीचं नक्की काय झालं ते बघू. *'...सायमन, मी तुला नरकात गाठतोच'*

मेरिडिथच्या लॅपटॉपवर उमटलेला सायमनचा चेहरा पाहून ॲलेक्सने आपल्या बोटांचे पेर अक्षरश: कचकचून चावले. दोन भावांमध्ये फार थोडं साम्य होतं.

शरीराचा बांधा सारखाच होता– उंच आणि धिप्पाड. तीच भेदक नजर. पण सायमनच्या नजरेत निर्दयीपणा होता, तर डॅनियलच्या नजरेत एक थकलेला विषण्णपणा तिला जाणवला होता. आई-वडिलांचा खून होऊन आठवडाच लोटला होता. त्याच्या दु:खी नजरेमागचे तेच कारण असणार. पण तिचा चेहरा पाहताच त्याला एवढा का धक्का बसला होता? डॅनियल व्हार्टोनियनला नेमकं काय काय माहिती आहे?

मी तुला नरकात गाठतोच... सायमनने नक्की काय केलं होतं? अलीकडे त्याच्या हातून जे घडलं होतं, ते तर ॲलेक्सने आत्ता वाचलंच होतं– आणि ते अमानवीच होतं. पण पूर्वी त्याच्याकडून कुठली दुष्कृत्ये घडली होती?

आणि वेडने काय केलं होतं? *त्याने माझ्याशी केलेलं वर्तन माझ्या चांगलंच लक्षात आहे... पण सायमनबरोबर त्याने नेमकं काय केलं असेल?* वेडचा सायमन व्हार्टोनियनशी कशा प्रकारचा संबंध होता? तो संदर्भ बेलीपाशी जाऊन मिळतो का? आणि ॲलिशिया? आणि काल संध्याकाळी ॲलिशियासारखी खड्ड्यात सापडलेली ती गरीब बिचारी मुलगी? या सर्वांमागे वेडचा हात तर...?

ॲलेक्सला आपल्या नाडीचे ठोके स्पष्टपणे ऐकू येऊ लागले आणि खोली पूर्ण निर्वात झाल्यासारखी ती घुसमटून गेली. *शांत... मन स्थिर करायचं.* हळूहळू तिचा श्वास आणि विचार पूर्ववत होत गेले. ॲलिशियाचा खुनी तर आता तुरुंगात सडतोय. तीच त्याची जागा होती. आणि वेड.... नाही, खून नसणार. नसणारंच. जे काही घडलं असेल, ते असेल... पण आता आपल्याला वाटलं, तसं नक्कीच नसणार.

नक्की एकंच गोष्ट आहे आणि ती म्हणजे, आज रात्री आपण डॅनियल व्हार्टोनियनला भेटणार आहोत. त्याला जे माहीत आहे, ते तो आपल्याला सांगेलच. तोपर्यंत तिला आणखी बरीच कामं उरकायची होती.

ॲटलांटा, सोमवार, दुपारी २९ जानेवारी, दुपारी २ वाजून १५ मिनिटे

डॅनियलने आपल्या कॉम्प्युटरवरून मान वर उचलली. एड त्याच्या खोलीत शिरत होता– थोडा वैतागलेला. "हाय एड, तुला काय समजलं आहे?"

"ह्या इसमाने प्रत्येक गोष्ट अगदी काळजीपूर्वक केलेली आहे. अजूनपर्यंत त्याचं नखसुद्धा सापडलेलं नाही. आम्ही त्या खड्ड्यातला आणि आजूबाजूचा सगळा चिखल गोळा करून आणलाय आणि आता लॅबमध्ये तो तपासणार आहोत. त्याच्या नकळत पडून गेलेली एखादी छोटी वस्तू कदाचित सापडेलही."

"आणि त्या तपकिरी ब्लँकेटचं काय झालं?" डॅनियलनं विचारलं.

"त्यावरची दोन्ही लेबल्स कापलेली आहेत. आम्ही त्या कापडाची वीण पाहून

त्या कारखानदाराचा शोध घेणार आहोत. थोडीफार नशिबाने साथ दिली, तर त्याने ते ब्लँकेट कुठल्या दुकानातून विकत घेतले, हेदेखील शोधता येईल. मला सांग, त्या मुलीची काही ओळख पटतेय का?''

''एक खूण मिळालीय. त्या मुलीच्या हातावर असलेला 'फन अँड सन'चा शिक्का फेलिसिटीने हुडकून काढला.''

''अरे वा! म्हणजे आता तू त्या पार्कमध्ये मस्त बागडणार आणि मी मात्र तो चिखल चिवडत बसणार. चक्क अन्याय आहे!''

डॅनियल हसला. ''मला वाटत नाही, मला पार्कमध्ये जावं लागेल. दुपारपासून मी तिथल्या सुरक्षा अधिकाऱ्यांच्या संपर्कात आहे. त्यांच्याजवळ असलेल्या त्या दिवशीच्या चित्रफिती त्यांनी माझ्या कॉम्प्युटरवर पाठवून दिल्या आहेत, त्यामुळे मी त्या अगदी माझ्या डेस्कवर बसून पाहिल्या.''

एड चाट पडला. ''कमाल आहे! तंत्रज्ञान किती पुढे गेलंय!''

''आणि आम्हाला इटालियन फूड स्टॉलवर एक मुलगी दिसलीय. सकाळच्या तपासणीत आढळलंय की, त्या मुलीने पास्तासारखे पदार्थ अखेरीला खाल्ले होते. तिने स्वेटर घातला होता, ज्यावर लिहिलं होतं की, 'Cellists Do It With Strings Attached' त्या मृत मुलीच्या हाताच्या बोटांना घट्टे पडलेले होते. पार्कमधल्या त्या मुलीने बिल भरताना क्रेडिट कार्ड वापरलं होतं का, हे तिथले अधिकारी तपासून पाहताहेत. मी त्यांच्याच फोनची वाट पाहतोय. बघू या नशीब उजळतंय का?''

''उजळेल, उजळेल. आम्हालाही एक-दोन गोष्टी सापडल्या आहेत. कदाचित महत्त्वाच्या ठरतील.'' एडने डॅनियलच्या टेबलावर एक लहान बरणी ठेवली. ''त्या खड्ड्यापासून सुमारे पन्नास फुटांवर एक झाड आहे. त्या झाडाच्या सालीवर आम्हाला काही केस आणि शरीराची घासलेली चामडी सापडली.''

सकाळी कोर्चरॅनने पाठवलेल्या फॅक्सकडे डॅनियलचं लक्ष गेलं. ''म्हणजे, तो संपादक!''

''आमच्याही मनात तोच विचार आला. तुला जर तो जिम वुल्फ सापडला, तर तो काल आमच्याआधी तिथे पोहोचला होता का, हे आपल्याला समजेल.''

''पण मला सांग, कुणाच्याही दृष्टीस न पडता तो तिथून निसटलाच कसा?''

''माझी माणसं काल रात्री अकरापर्यंत तिथे होती आणि पुन्हा आज सकाळपासून आहेत. रात्री अकरापासून सकाळी सहापर्यंत तिथे एक गस्त घालणारं पथकही होतं. झाडाच्या सुमारे पाव मैल अंतरापासून आम्हाला रस्त्यालगत बुटाच्या खुणा दिसल्या. याचा अर्थ, तो पत्रकार, आम्ही तिथून जाईपर्यंत गुपचूप वाट बघत बसलेला असणार. त्यानंतर तो झाडावरून उतरला असणार. ते पाव मैल अंतर

अगदी खूप वाकून त्याने पार केलं असणार आणि तिथून त्याला वाहन मिळालेलं असणार.''

"पण त्या रस्त्यावर तर लपायला एकही जागा नाही. उघडा, मोकळा रस्ता आहे. म्हणजे तो चक्क पोट घासत, सरपटत गेलेला असणार.''

एड संतापलाच, "नक्की! सरपटतच गेलेला असणार. सापाचीच अवलाद दिसतेय. आपल्याला जे-जे सापडलं, ते सगळं त्या बातमीत सांगून तो मोकळा झालाय. मी ऐकलं की, तुझ्याबरोबर तो शाळेत होता?''

डॅनियलला एडच्या बोलण्यातला सूर असा वाटला की, जिम वुल्फच्या वागणुकीला जणू तो स्वत:च जबाबदार आहे. "हे बघ – माझं आडनाव 'व्ही'पासून सुरू होतं आणि त्याचं 'डब्ल्यू' पासून. म्हणून तो माझ्या मागच्या बाकावर बसायचा. पण त्या वेळेस तो अगदी साधा-सरळ वाटायचा. आता चेसचं निरीक्षण असं आहे की, तो संपूर्ण बदललाय. भेटला की बघतोच – नेमका किती बदललाय ते. तू आलास तेव्हा कॉम्प्युटरवरून मी त्याचीच माहिती मिळवत होतो. वर्षापूर्वी त्याचे वडील वारले. तोपर्यंत तो हिशेबतपासनीस होता. वडील गेले आणि त्याच्या हातात वडिलांचं दैनिक आलं. ह्या पत्रकारितेमध्ये जिम अगदीच नवखा असणार. मला वाटतं, त्याला आपण सहज बोलता करू.''

"तुझ्याकडे पुंगी आहे?'' एडने जरा तिरकसपणे विचारलं.

"का?''

"सापांना पकडण्यासाठी गारुडी पुंगी वापरतात ना?''

डॅनियल हसला, "पत्रकार आणि साप – दोघांचाही मला तिटकारा आहे.''

एडने दात विचकले. "तर मग तुझी आजची दुपार मस्त मजेत जाणार आहे.''

डटन, सोमवार, २९ जानेवारी, दुपारी २ वाजून १५ मिनिटे.

"महिन्याला एक हजार.'' आपला सौदा जणू काही पक्काच झालाय, अशा थाटात ती ब्रोकर बोलली. "पहिल्या आणि शेवटच्या महिन्याचं भाडं मात्र आगाऊ.''

ॲलेक्सने बंगल्यावर एक नजर टाकली. दोन बेडरूम्स, एक स्वयंपाकघर. अगदी एखाद्या घरासारखं. शिवाय दोन पावलांवर होपसाठी एक छानशी बाग. अर्थात, चित्रं रंगवण्याचं तिचं वेड संपल्यावर. "हे फर्निचर इथेच ठेवणार ना?''

डेलियाने मान डोलावली. "हो, शिवाय हा ऑर्गनसुद्धा आता तुमचाच आहे.'' ऑर्गन खूप जुना होता, पण त्यावर कुठल्याही वाद्यांचा आवाज येत होता. "तुम्ही अगदी उद्यासुद्धा इथे येऊ शकता.''

"आज रात्रीच.'' ॲलेक्सने डेलियाच्या गॉगलला डोळा भिडवला. "मी आज रात्रीच इथे येणार आहे.

डेलिया थोडीशी छद्मीपणे हसली. "ठीक आहे, तशी व्यवस्था करता येईल."

"अलार्म बेल आहे ना?"

"बहुतेक नसावी." डेलियाचा चेहरा पडला. "नाहीये."

ॲलेक्स थोडी घाबरलीच. डॅनियलने तिला स्पष्ट इशारा दिला होता. तिला पिस्तुलांची कधीच आवड नव्हती. पण भीतीसारखी दुसरी प्रेरणादायी गोष्ट नाही. होपची खेळणी विकत घेता-घेता तिने तिथल्या माणसाला पिस्तुलाविषयी विचारलं. तर तो म्हणाला, तुम्ही जर जॉर्जियाचे रहिवासी नसाल, तर तुम्ही पिस्तूल विकत घेऊ शकत नाही. गाडी चालवण्याचा परवाना असेल, तर ती ते सिद्ध करू शकते. त्यासाठी निदान जॉर्जियामध्ये एखादी भाड्याची जागा तरी हवी. ह्याचा अर्थ, ह्या जागेचा ताबा मिळवायलाच हवा.

ॲलेक्सने व्यवहारीपणा दाखवला. म्हणाली, "ठीक आहे. जर अलार्म बेल नसेल, तर मला सुरक्षेसाठी एखादा कुत्रा मिळू शकेल का? कुत्र्याचा सगळा खर्च करायला मी तयार आहे."

डेलियाचं पारडं किंचित खाली गेलं. तिने ओठ चावला. "त्यांच्याकडे एखादा छोटासा कुत्रा असू शकेल. थांब, मी मालकाला फोन करून विचारते."

"चालेल. तू विचारून बघ. कुत्रा मिळाला, तर हा बंगला मी भाड्याने घ्यायला अगदी एका पायावर तयार आहे."

डेलिया मोबाईल घेऊन बाहेर गेली आणि दोनच मिनिटांत आत येत म्हणाली, "चला, सौदा झालेला आहे. आता हे घर तुझं झालेलं आहे."

डटन, सोमवार, २९ जानेवारी, दुपारी ४ वाजून १५ मिनिटे.

डटनच्या रस्त्यांवरून चालताना आपण जणू 'क्लिंट ईस्टवूड' आहोत, असं डॅनियलला वाटून गेलं. तो जवळून गेला की लोकांची कुजबूज थांबायची आणि ते डॅनियलकडे रोखून पाहत राहायचे. फरक एवढाच होता की, त्याच्यापाशी क्लिंट ईस्टवूडसारखा गळाबंद अंगरखा नव्हता आणि सिनेमात असतं तसं भीतिदायक पार्श्वसंगीतही वाजत नव्हतं. गेल्याच आठवड्यात तो इथे आला होता, पण आपल्या आई-वडिलांच्या अंत्यसंस्कारासाठी. शिवाय त्याचं घर जरा गावाबाहेरच होतं, त्यामुळे लोकांच्या नजरेपासून तो दूर राहू शकत होता.

पण आजची परिस्थिती वेगळी होती. प्रत्येक जण त्याला अगदी निरखून-निरखून पाहत होता. त्यापैकी बहुतेकांना तो ओळखत होता. ते सर्व आता वयस्कर झाले होते. खूप वर्षांनी तो तिथे आला होता. वडिलांशी भांडण करून तो घराबाहेर पडला, त्याला आता अकरा वर्षं झाली होती आणि मग त्याने ते शहर सोडलं होतं. कॉलेजशिक्षणासाठी त्याने त्या आधीच सात वर्षं घर सोडलं होतं. त्याला तर आता

अठरा वर्षं उलटलेली होती. मधल्या वर्षांत त्याच्यामध्ये खूपच फरक पडला होता.

डटनच्या रस्त्यांमध्ये मात्र काहीच फरक पडला नव्हता. सर्व बाजूंनी त्याच्यावर नजरा रोखल्या जात होत्या. पाववाले, फुलवाले, न्हावी... अगदी प्रत्येक जण. न्हाव्याच्या दुकानाबाहेर टाकलेल्या बाकावर तीन म्हातारे बसलेले होते. डॅनियलच्या आठवणीनुसार कित्येक वर्षं त्या बाकावर कायम तीन म्हातारे बसलेले असायचे. त्यातला एखादा स्वर्गवासी झाला की, ती जागा पुढच्याला मिळायची. त्या बाकावर जागा मिळविण्यासाठी एखादी प्रतिक्षायादीच छापलेली असणार, असा ग्रह डॅनियलने बराच काळ करून घेतला होता.

डॅनियल जवळ येताच त्या बाकावरचा एक वृद्ध माणूस चटकन उभा राहिला आणि ते पाहून डॅनियल चक्रावलाच. यापूर्वी असं कधी झालं नव्हतं. "डॅनियल व्हार्टोनियन?" तो वृद्ध गृहस्थ त्याला म्हणाला.

डॅनियलने तो आवाज चटकन ओळखला आणि आपल्या शाळेतल्या शिक्षकानेच आपल्यासमोर एखाद्या विद्यार्थ्यासारखे नम्र उभे राहिल्याचे पाहून तो किंचित हसला, "मिस्टर ग्रँट!"

म्हातारा मनातल्या मनात खूश झाला. "अरे वा! तू मला ओळखलंस की."

डॅनियलने त्याच्या नजरेला नजर भिडवली. "हे मृत्यो, फुका अभिमान बाळगू नकोस. तुला सर्वशक्तिमान आणि प्रलयंकारी म्हटलंही जात असेल, पण मी तसं म्हणणार नाही." एरवी विचित्र वाटलं असतं, पण नेमकं तेच वाक्य त्याच्या ओठांवर आलं. त्या वाक्यापाठोपाठ शवागरातली ती अजूनही ओळख न पटलेली मुलगी त्याच्या डोळ्यांसमोर आली. आपलं बोलणं अगदीच विचित्र नव्हतं, तर त्यालाही एक संदर्भ होता.

त्या वृद्ध गृहस्थाने आपल्या डोक्यावरची हॅट काढत नम्र अभिवादन केलं, "जॉन डन. तुझा तो अगदी आवडता होता. मला अजूनही आठवतंय."

"आता तितकासा आवडता नाही राहिलेला. त्यानंतर मी इतके मृत्यू पाहिले...."

"आलं लक्षात! तुझ्या आई-वडिलांचं ऐकून खूप वाईट वाटलं."

"खरंच, आमच्यासाठी तो एक कठीण काळ होता."

"मी आलो होतो. सुझान्हा तर पांढरीफटक पडली होती."

"खरंय. पण आता ती सावरलीय."

"तर... सावरायलाच हवं! तुमच्या आई-वडिलांनी तुम्हाला छान वाढवलंय."

आपण चटकन काय बोलून गेलो, हे उमगल्यावर त्या म्हाताऱ्याने डोळे मिचकावले.

"म्हणजे माझ्या बोलण्याचा अर्थ नीट ध्यानात आला ना?"

"हो, आलं लक्षात."

"सायमनबद्दल तर नेहमी वाईटंच बोललं जायचं." ग्रँट किंचित वाकला आणि हळू आवाजात बोलू लागला. अख्खं शहर त्या दोघांवर नजर रोखून उभं आहे, असंच डॅनियलला वाटून गेलं. "डॅनियल, तू जे करू धजलास, ते मी पेपरातून वाचलंय. त्यासाठी खूप मोठं धैर्य लागतं. मुला, खरंच मला तुझा अभिमान वाटतो."

"थँक यू." मग वातावरण निवळण्यासाठी तो किंचित मस्करीने म्हणाला, "शेवटी तुम्ही ह्या बाकावर जागा पटकावलीच!"

ग्रँट म्हणाला, "जेफ ऑरवेल मरेपर्यंत मात्र वाट पाहावी लागली आणि मी वाट पाहतोय, हे बघून तो आणखी दोन वर्षं जगला."

"आता मात्र जागा सोडू नका."

ग्रँट मिश्कील हसला. "डॅनियल, तू भेटलास; खूप बरं वाटलं. तू माझा आवडता विद्यार्थी होतास."

"तुम्हीसुद्धा माझे आवडते शिक्षक होतात. तुम्ही आणि मिस ॲग्रीन. तुमच्या दोघांचे प्रेमळ संबंध अजून तसेच आहेत?"

ग्रँट अवघडत खाकरला, "तुला ते माहीत होतं?"

"सगळ्यांनाच ठाऊक होतं, मिस्टर ग्रँट. मला तर वाटायचं की, सगळ्यांना समजलंय, हे तुमच्याही लक्षात आलंय; पण त्याकडे तुम्ही जाणून-बुजून दुर्लक्ष करताय."

ग्रँटने एक खोल श्वास घेतला. "कमाल असते, नाही? लोकांना वाटत राहतं की त्यांचं गुपित अगदी सुरक्षित आहे; पण लोक मूर्ख असतात. डॅनियल, असा मूर्ख कधी बनू नकोस." ग्रँट पुन्हा बाकावर बसला. "बरं झालं, तुझी भेट झाली आणि आता स्वत:ला उगीचच परकं मानून घेऊ नकोस, डॅनियल व्हार्टोनियन."

डॅनियलने आपल्या वृद्ध शिक्षकाच्या डोळ्यांत पाहिलं. क्षणभरापूर्वी त्यांनी दिलेल्या सूचनावजा धमकीचा लवलेशही त्या डोळ्यांमध्ये दिसत नव्हता. "सर, मी नक्की प्रयत्न करीन. पण मिस्टर ग्रँट, तुम्ही मात्र मी जे मगाशी सांगितलं, त्याची पुरेपूर आठवण ठेवा. तुम्हाला अजून खूप वर्षं जगायचं. तुमच्या जागेवर बसायची वाट पाहणाऱ्याला अगदी बरीच वर्षं ताटकळत ठेवा."

"नक्कीच."

डॅनियलने 'डटन रिव्ह्यू'च्या ऑफिसमध्ये प्रवेश केला. डटनच्या भेटीमागे तेच तर कारण होतं. ऑफिसच्या समोरच पोलीस स्टेशन होतं आणि डॅनियल नंतर तिथेच जाणार होता. ऑफिस अगदी कोंदट होतं आणि जमिनीपासून छतापर्यंत सगळीकडे खोकीच खोकी दिसत होती. टेबल, कॉम्प्युटर आणि फोनपुरती छोटीशी जागा राखून ठेवली होती. खुर्चीमध्ये एक थुलथुलीत प्रकृतीचा माणूस आपल्या

टक्कल पडलेल्या डोक्यावर चष्मा सरकवून बसलेला होता.

डाव्या हातावर चार मोठी बँडेजेस होती आणि शर्टाच्या कॉलरमधून लाल चामड्याचा तुकडा डोकावत होता. असं वाटत होतं की, ह्या इसमाने कुणाबरोबर तरी छोटीशी कुस्ती खेळलीय आणि त्यात शेवटी तो हरलाय – बहुतेक एका झाडाबरोबर.

"हॅलो!"

इसमाने वर पाहिलं आणि डॅनियलने झटक्यात ओळखलं की, शाळेत आपल्या मागच्या बाकावर बसणारा, हाच तो मुलगा. जिम वुल्फचे ओठ किंचित मुडपले गेले.

"अरे वा! प्रत्यक्ष स्पेशल एजंट डॅनियल व्हार्टोनियन!"

"कसा आहेस जिम?"

"आज तरी तुझ्याहून जास्त चांगल्या स्थितीत. खरं म्हणजे, मला म्हणायचं होतं की, मी खूप भारावून गेलोय. मला वाटलं होतं की, हे असलं क्षुल्लक काम करायला तू तुझ्या हाताखालच्या एखाद्या दुसऱ्या माणसाला पाठवशील. पण तू तर जातीने स्वत: हजर झालास – आपल्या छोट्या जुन्या डटनमध्ये!"

डॅनियल बाजूलाच स्वत:पुरती जागा करत बाकावर बसला. "जिम, तू माझ्या एकाही फोन कॉलला उत्तर दिलं नाहीस."

सुटलेल्या पोटावर हात ठेवत जिम म्हणाला, "कारण माझ्याकडे सांगण्यासारखे काहीच नव्हतं."

"वार्ताहरापाशी एकही वार्ता नसावी? अरे, तुम्ही तर बोंबाबोंब करणाऱ्यांमध्ये अग्रेसर!"

"हे बघ डॅनियल, तुला जे हवं आहे, ते मी सांगणार नाही."

डॅनियलने आपला मवाळ पवित्रा चटकन बदलला, "...तर मग सरकारी चौकशीला नकार दिल्याबद्दल मी तुला अटक करीन."

जिम चमकला, "वा! झटकन नखं बाहेर काढलीस!"

"आजची सकाळ मी शवागारात घालवलीये, त्या मुलीचं शवविच्छेदन पाहत. अशा प्रसंगानंतर एखाद्याचा उरलेला दिवस मजेत जाऊ शकत नाही. जिम, तू कधी शवविच्छेदन पाहिलंस?"

जिम शांत होता, "नाही. पण तरीही मी तुला जे हवं आहे, ते अजिबात सांगणार नाही."

"ठीक आहे. अंगावर कोट चढव."

जिम किंचित ताठ होऊन खुर्चीत बसला. "तू फिरकी घेतोयस?"

"नाही, अजिबात नाही. कुणीतरी तुला खबर दिली आणि पोलिसांच्याही आधी

तू गुन्हा घडलेल्या स्थळी पोहोचलास. तू त्या मुलीच्या शरीराकडे किती वेळ पाहत होतास... कुठे कुठे हात लावलास आणि काय काय काढून घेतलंस, हे मी तुला विचारतच नाहीये. कारण कदातिच तूच त्या मुलीला तिथे आणलं असशील.''

जिमचा चेहरा लालबुंद झाला, ''मी यातलं काहीही केलेलं नाही आणि हे तुलाही चांगलंच ठाऊक आहे.''

''मला कसं ठाऊक असणार? मी काही त्या वेळी तिथे नव्हतो. उलट, तू मात्र होतास.''

''मी तिथे होतो, असं तू म्हणू शकत नाही. मला दुसऱ्याच एखाद्या व्यक्तीकडूनही हे फोटो मिळालेले असतील.''

डॅनियल वाकला आणि जिमच्या हातावरच्या चिकटपट्ट्यांकडे बोट दाखवत म्हणाला, ''जिम, तू स्वत:ची थोडी मालमत्ता पाठी सोडून आला आहेस. झाडांच्या सालीवर आमच्या लोकांना तुझी सोलवटलेली कातडी सापडली.'' जिमचा चेहरा पडला. ''आता मी तुला सहज 'आत' टाकू शकतो आणि डीएनए सॅम्पलसाठी वॉरंटही काढू शकतो. अथवा तू मला सांगून टाक की, काल दुपारी त्या झाडावर बसण्यासाठी तू कुणाच्या सांगण्यावरून गेला होतास?''

''मी नाही सांगू शकत. जर मी सांगितलं, तर मी कायद्याची कक्षा उल्लंघल्यासारखे होईल. आणि दुसरी नवीन खबर मला कधीही मिळू शकणार नाही.''

''म्हणजे तुला खबर मिळाली होती?''

जिमने एक दीर्घ श्वास घेतला. ''डॅनियल, त्या व्यक्तीचं नाव मला माहीत असतं तरी मी तुला सांगितलं नसतं. पण ती व्यक्ती कोण आहे, हे मलाही अजून ठाऊक नाही.''

''एक निनावी खबर... अगदी सोईस्कर पळवाट आहे.''

''ते सत्य आहे. माझ्या घरच्या नंबरवर मला फोन आला. डायल केला गेलेला नंबर पट्टीवर उमटलाच नाही. तिथे पोहोचेपर्यंत, मी नेमकं काय पाहणार आहे, हेही मला सांगितलं गेलं नाही.''

''आवाज पुरुषाचा होता की स्त्रीचा?''

''नाही. ते मी तुला सांगणार नाही.''

त्यावर डॅनियलने हरकत घेतली नाही. वाटलं होतं त्यापेक्षा बरीच माहिती आपल्याला मिळालीय, हे त्याच्या लक्षात आलं. ''तर मग मला सांग की, तू तिथे नक्की कधी पोहोचलास आणि तू नेमकं काय पाहिलंस?''

''तुला हे सगळं सांगून मला काय मिळणार?''

''एक खास आणि खाजगी मुलाखत. ॲटलांटामधल्या बड्या वृत्तपत्रसमूहांना तू ती सहज विकू शकतोस.''

जिमची कळी खुलली आणि डॅनियलच्या लक्षात आलं की, आपण त्याचा कच्चा दुवा बरोबर हेरलाय. "ठीक आहे, तू समजतोयस तितकी काही त्यात गुंतागुंत नाही. काल दुपारी बारा वाजता मला फोन आला. मी तिथे एकच्या सुमारास पोहोचलो. झाडावर चढून वाट पाहत बसलो. दोनच्या आसपास स्पर्धेतले सायकलस्वार येऊ लागले. त्यानंतर अर्ध्या तासाने ऑफिसर लार्किन आलेला मी पाहिलं. त्याने खून झालेल्या मुलीचं थोडा वेळ निरीक्षण केलं आणि पुन्हा वर चढून तो निघून गेला. लवकरच तिथले स्थानिक पोलीस पथक येऊन पोहोचलं. रात्री सगळे निघून गेल्यावर मी झाडावरून उतरलो आणि घरी आलो."

"एकदा झाडावरून खाली उतरल्यावर तू घरापर्यंत नेमका कसा गेलास?"

जिमने ओठांचा चंबू केला. "माझी बायको – मारियाना."

डॅनियलच्या पापण्या फडफडल्या. "मारियाना? मारियाना मर्फी? तू मारियाना मर्फीशी लग्न केलंस?"

त्या काळात मारियाना मर्फीवर तर जवळजवळ प्रत्येकाचाच डोळा होता. गच्च भरलेली आणि किंचित चालू असलेल्या मारियानाशेजारी जिमला उभं करताना त्याला मानसिक त्रास झाला. "बरं, पण त्या आधी दुपारी तू तिथे पोहोचलास कसा?"

"त्या वेळीही तिनेच मला तिथपर्यंत सोडलं."

"मला तिच्याबरोबर बोलावं लागेल. तिची उत्तरं तुझ्याशी जुळतायत का, हे तपासण्यासाठी. आणि तू तिथे बसून काढलेले फोटो मला हवे आहेत – सगळेच्या सगळे."

जिमने आपल्या कॅमेऱ्यातून 'मेमरी कार्ड' काढलं आणि डॅनियलकडे भिरकावलं. डॅनियलने ते एका हाताने पकडले आणि चटकन खिशात ठेवत तो उठून उभा राहिला. "मी तुला फोन करीनच."

जिम त्याच्याबरोबर दरवाज्यापाशी आला.

"कधी फोन करणार आहेस?"

"जेव्हा मला आणखी काही माहिती मिळेल." डॅनियलने दरवाजा उघडला आणि तो तिथेच थबकला. दरवाज्याच्या मुठीवरचा त्याचा हातही तसाच राहिला.

पाठीमागून जिमचा दबका आवाज आला, "बाप रे! ही तर...."

ॲलेक्स फॅलन पोलीस स्टेशनच्या जिन्यावर उभी होती – तळाच्या पायरीवर. तिच्या अंगावर तोच काळा सूट होता. खांद्यावर एक जड आणि मोठी बॅग. त्यामुळे खांदे अवघडलेले. ती सावकाश वळली आणि तिची नजर डॅनियलवर गेली. काही क्षण रस्त्यांच्या दोन टोकांवरून दोघेही एकमेकांकडे पाहत राहिले. ती हसलीही नाही; उलट डॅनियलला वाटलं की, ती जरा चिडलेलीच असावी.

तिच्यावरची नजर जराही न काढता डॅनियलने रस्ता ओलांडला. तो तिच्यासमोर येताच तिने हलकेच हनुवटी वर उचलली – अगदी सकाळसारखीच. ''एजंट व्हार्टोनियन!''

''आपलं आत्ता भेटायचं ठरलेलं नव्हतं.''

''मी इथे शेरिफला भेटायला आले. बेली बेपत्ता झाल्याची मला नोंद करवून घ्यायची आहे.'' डॅनियलच्या खांद्यावरून तिचं लक्ष पलीकडे गेलं. ''तू कोण आहेस?''

जिम वुल्फ आता डॅनियलच्या शेजारी येऊन उभा राहिला. ''जिम वुल्फ, डटन रिव्ह्यू. एका बेपत्ता व्यक्तीची तुला नोंद करायची आहे, असं मी आत्ता ऐकलं. त्याबाबतीत मी तुला आणखीही मदत करू शकतो. आपण बेलीचा माझ्या पेपरात फोटो छापू शकतो, तू बेली हेच नाव घेतलंस ना? बेली क्रायटन बेपत्ता आहे?''

डॅनियलने जिमला वरपासून खालपर्यंत न्याहाळलं, ''चालता हो.''

पण ॲलेक्सनेच मान तिरपी करून म्हटलं, ''मला तुझं कार्ड दे. कदाचित मी तुला फोन करेनही.''

स्वत:वरच खूश होत जिमने तिच्या हातात कार्ड दिलं, ''तू कधीही फोन करू शकतेस, मिस ट्रिमेन.''

आपलं नाव त्याला ठाऊक असल्याचं पाहून ॲलेक्स बावचळली. ''फॅलन, माझं नाव ॲलेक्स फॅलन.''

''हरकत नाही, मिस फॅलन.'' डॅनियलला सलाम ठोकून जिम निघून गेला.

तिच्यातला बदल डॅनियलला विशेष रुचला नाही. ''मीसुद्धा पोलीस स्टेशनमध्ये जातोय. तुझी बॅग पकडू का?''

ॲलेक्सने त्याच्याकडे अशा काही नजरेने पाहिलं की, डॅनियल अस्वस्थ झाला. ''नको, थँक्स.'' आणि त्याला मागे सोडून ती सरळ पायऱ्या चढू लागली. बॅगच्या वजनाने तिला किंचित पोक काढावं लागलं असलं तरी तिच्या कमेरखालचा भाग अगदी लयबद्ध हलत होता. डॅनियलला वाटलं की, आपण आपलं लक्ष तिच्या बॅगेवरच केंद्रित करणं जास्त चांगलं. त्याने तिला चटकन गाठलं, ''अरे... अरे! तू तर खाली पडता-पडता वाचलीस. त्या बॅगमध्ये काय भरलंयस? विटा?''

''छोटी बंदूक आणि भरपूर गोळ्या. झालं समाधान?''

ती पुन्हा पायऱ्या चढणार तेव्हा डॅनियलने तिचे हात पकडत तिला खेचलीच. ''एक मिनिट...''

ती वळून त्याच्यासमोर उभी राहिली. तिचे पिंगट डोळे शांत होते, ''तू म्हणालास की, माझ्या जीवाला धोका आहे. मी हे खरोखरच मनावर घेतलं. मला एका लहान मुलीचंही संरक्षण करायचंय.''

तिच्या सावत्र बहिणीची मुलगी होप... डॅनियलला आठवलं, ''तू बंदूक कशी विकत घेऊ शकलीस? तू काही इथली रहिवासी नाहीस.''

''आता मी झालेय. तुला माझं नवीन ड्रायव्हिंग लायसन्स पाहायचंय?''

''तू लायसन्सही मिळवलंस? कसं काय? तू इथे राहत नाहीस.''

''आता मी राहते. माझा भाडेकरार बघायचाय?''

डॅनियल पुरता चाट पडला होता. ''फ्लॅटसुद्धा घेतलास?''

''फ्लॅट नाही, घर.''

''डटनमध्ये?''

''बेलीचा पत्ता लागेपर्यंत मी इथून हलणार नाही आणि हॉटेलमध्ये होप राहू शकत नाही.''

''आलं लक्षात. आपण आज सात वाजता भेटतोय ना?''

''मी तरी तसं ठरवलंय. हे बघ, मला त्याआधी अजून खूप कामं उरकायचीयत.'' आणि ती झरझर पायऱ्या चढू लागली. तोच तिच्या कानावर त्याची हाक आली.

''ॲलेक्स...'' त्याने तिचं नाव उच्चारलं होतं. ती थांबली आणि वळाली.

''बोल एजंट व्हार्टोनियन, आता आणखी काय?''

डॅनियलने तिच्या आवाजातल्या थंड निर्विकारपणाकडे दुर्लक्ष केलं. ''ॲलेक्स, तू बंदूक घेऊन पोलीस स्टेशनमध्ये जाऊ शकत नाही. डटनमध्येसुद्धा नाही. ती सरकारी इमारत आहे.''

चूक लक्षात येऊन ती वरमली आणि आता बंदूक कुठेतरी लपवणं, हा तर जास्तच मूर्खपणा होईल, हेही तिच्या लक्षात आलं. ''मी विसरलेच. खरं म्हणजे मी बंदूक विकत घेण्याआधी इथे यायला हवं होतं. पण मला काहीही करून आज लायन्सस मिळवायचंच होतं. त्यांचं ऑफिस बंद होईल, या भीतीने आधी तिथे गेले. शिवाय कारमध्ये बंदूक ठेवून येणं काही मला सुरक्षित वाटलं नाही. चोरीला जाण्याचीच शक्यता. हो, डटनमध्येसुद्धा.'' जाता-जाता तिने सहज डॅनियलचा टोमणा परत केला.

''तू थकलेलीसुद्धा दिसतेस. मी शेरिफलाही भेटणार आहेच. बेलीबद्दल मी त्याला विचारतो. घरी जा आणि थोडी झोप काढ. मी सात वाजता तुला जीबीआयच्या इमारतीसमोर भेटतो.'' त्याचं लक्ष तिच्या बॅगेकडे गेलं. ''आणि कृपा करून त्या बंदुकीची नीट काळजी घे. बंदुकीच्या पेटीला कुलूप लावायला विसरू नकोस. होपच्या हातात ती पडायला नको.''

''मी कुलूप आणलंय.'' तिने हनुवटी हलकेच वर उचलली. तिच्या ह्या सवयीशी आता तो चांगलाच परिचित झाला होता. ''आमच्या हॉस्पिटलमध्येही बंदूक हाताळल्यानं जखमी होऊन आलेली मुलं मी पाहिली आहेत. माझ्या भाचीला

मी त्यापासून नक्कीच दूर ठेवीन. बरं, ल्युमिसने बेलीची केस नोंदवून घ्यायला नकार दिला, तर मला ताबडतोब फोन कर.''

''तो नकार देऊ शकणार नाही. पण हो, तू मला तुझा मोबाईल नंबर दे.'' ॲलेक्सने नंबर दिल्यावर डॅनियलने तो आपल्या मोबाईलमध्ये नोंदवून घेतला. ॲलेक्स पायऱ्या उतरू लागली. तिची पावलं थकल्यासारखी पडत होती. रस्त्यापर्यंत गेल्यावर तिने वळून डॅनियलकडे पाहिलं, ''सात वाजता... एजंट व्हार्टोनियन.''

भेटीची आठवण करून देण्यापेक्षा ती आपल्याला भेटायची धमकीच देतेय, असं तिच्या आवाजाच्या रोखावरून त्याला वाटलं. ''हो, सात वाजता. पण अंगातला तो सूट बदलायचं मात्र विसरू नकोस.''

डटन, सोमवार २९ जानेवारी, दुपारी ४ वाजून ५५ मिनिटे

मॅकने आपल्या कानाला लावलेलं यंत्र बाजूला काढलं. ॲलेक्झांड्रा ट्रिमेन अगदी गाडीत बसून दिसेनाशी होईपर्यंत व्हार्टोनियन तिच्याकडे एकटक बघत होता, ही गोष्ट त्याच्या चाणाक्ष नजरेने त्वरित टिपलेली होती. कथानकामध्ये तर आता मस्त रंग भरत चाललाय. अरेच्चा, विसरलोच की... ॲलेक्स फॅलन! तिने नाव बदललंय.

ती परत आल्याचं ऐकून आपण चाटच पडलो होतो. छोट्या गावात ही एक चांगली गोष्ट असते. डेलिया अँडरसनच्या ऑफिसमध्ये ती नुकतीच पोहोचलीही नसेल आणि बातमी हां-हां म्हणता गावभर पसरली. *ॲलेक्झांड्रा ट्रिमेन परत आलीय. दोन बहिणींमधली ती, वाचलेली.*

तिची सावत्र बहीण बेलीसुद्धा गायब आहे. बेली कुठे असेल याचा त्याला चांगलाच अंदाज होता. तिथे तिला का आणलं असेल, ह्याचाही. पण ह्या क्षणाला त्या गोष्टीशी त्याला फारसं कर्तव्य नव्हतं. नंतर ती महत्त्वाची ठरली, तर त्याप्रमाणे पावलं उचलता येतील. तोपर्यंत आपण शांतपणे बघत राहायचं आणि ऐकत राहायचं.

तर, ॲलेक्स ट्रिमेन परत आलीये आणि डॅनियलच्या मनात ती भरलीय. या गोष्टीचा आपल्याला नंतर उपयोग होईलच. मनात आलेल्या विचाराने तो स्वत:शीच हसला. कालच त्या उरलेल्या जुळ्या बहिणीला ठार मारून बहिणीच्याच खड्ड्यात फेकून देता आलं असतं, तर आपल्या कामगिरीची काय झक्कास सुरुवात झाली असती! तो विचार आपल्या डोक्यात यायला हवा होता. पण त्याने स्वत:च्या आवडीने एक मुलगी आधीच निवडली होती. तिच्या कर्माचं तिला फळ मिळालं. पण काहीही झालं तरी ॲलेक्स ही सर्वोत्तम पहिली बळी ठरू शकली असती... आता त्या गोष्टीला उशीर झालाय.

त्याच्या मनात आणखी एक विचार आला – हरकत नाही. पहिली बळी ठरली नसली तरी आपण शेवटच्या बळीसाठी तिला निवडू या. शेवटचा बळी. वा! त्यासारखा दुसरा जबरदस्त शेवटंच होऊ शकत नाही. एक वर्तुळ पूर्ण होईल. त्यावर शांत विचार करायला हवा.

आत्ता, आपण दुसरं काम हातात घेतलंय. आता दुसऱ्या एका सुंदरीला हाताळायचंय. त्याने तिची निवडही करून ठेवली होती. लवकरच पोलिसांना एका खड्ड्यात आणखी एक नवीन शरीर सापडेल आणि मग समाजातले ते तथाकथित आधारस्तंभ – आपल्या दारात पडलेला आणखी एक सांगाडा पाहतील. भीतीने चड्डीत मुततील. पण मग कोण फुटीर होईल? कोण आपल्या तोंडाने कबूल करेल? आपल्याभोवती उभारलेल्या छोट्या सुंदर जगाचा, आपल्याच हाताने विध्वंस करायला कोण तयार होईल?

मनातल्या मनात चित्र रंगवताना तो गालातल्या गालात हसला. ज्या दोन सुंदरींची त्याने निवड केलीय, त्या दोघींना लवकरच संकेत मिळतील. त्याला आता खरी मजा येऊ लागली होती.

५

डटन, सोमवार, २९ जानेवारी, संध्याकाळी ५ वाजून ३५ मिनिटे

"फारच छान आहे!" बंगला न्याहाळताना मेरिडिथच्या चेहऱ्यावर समाधानाचं हसू पसरलेलं होतं.

होप टेबलावर बसली होती. तिच्याकडे पाहत ॲलेक्स म्हणाली, "मला पाहताक्षणीच आवडलं; शिवाय अगदी लागूनच एक सुंदर बाग आहे. बागेत छान मेरी-गो-राऊंड आहे."

"खरा मेरी-गो-राऊंड? घोडे असलेला?"

"हो, घोडे असलेला. मी लहान असल्यापासून तो तिथे आहे. हा बंगलासुद्धा. आमच्या शाळेत जायचा रस्ता या बंगल्यावरूनच जायचा."

मेरिडिथ होपशेजारी बसली, पण तिची नजर ॲलेक्सवरच होती. "बोलताना तू खिन्न वाटलीस."

"तेव्हा होते; आता नाही. त्या वेळेस हा बंगला म्हणजे एक बाहुलीघर वाटायचं. वाटायचं – ह्या बंगल्यात राहणारी माणसं किती नशीबवान आहेत. मनात आले की मेरी-गो-राऊंडवर बसू शकतात."

"...आणि तुला मात्र बसता यायचं नाही?"

"नाही ना! डॅड वारल्यावर घरात पैसेच नसायचे. दोन वेळचं भागवता-भागवता ममाच्या नाकात दम यायचा."

"तिने क्रेगबरोबर राहायचे ठरवले तोपर्यंत ना?"

बसल्या जागी ॲलेक्स थरथरली आणि पहिली किंकाळी फुटायच्या आतच तिने मनातले दरवाजे धडाधड बंद करून टाकले. "मी कपडे बदलते आणि थोडं किराणासामान घेऊन येते. त्यानंतर मी पुन्हा बाहेर पडणार आहे."

"का पण?" मेरिडिथ जरा वैतागलीच.

"मी तिला शोधायला चाललेय. माझ्या परीने मला प्रयत्न करायलाच हवेत.

कारण इतरांना तिची काहीच फिकीर नाही.''

हे मात्र अर्धसत्य होतं. डॅनियल व्हार्टोनियनने मदतीचा हात पुढे केला होता.

''ॲलेक्स, कोणत्याही परिस्थितीत उद्या रात्री मला सिनसिनाटीला निघायलाच हवं''

''माझ्या लक्षात आहे, म्हणून तर मी आजंच बाहेर जाऊन येतेय. मी घरी परत आल्यावर तू होपशी कोणकोणते खेळ खेळतेस, ते मला शिकव. कारण उद्यापासून मलाच सर्व करायचंय.''

ॲलेक्स बेडरूममध्ये गेली. दरवाजा बंद करून घेतला आणि बॅगमधून बंदूक बाहेर काढली. बराच वेळ ती बंदूक निरखत राहिली. मग त्या दुकानाच्या मालकाने सांगितल्याप्रमाणे त्यात गोळ्या भरल्या. बंदुकीसाठी तिला मोठ्या आकाराची पिशवी हवी होती, कारण तिला ती सतत स्वत:बरोबर बाळगायची होती. घरामध्ये कुलूपबंद करून बाहेर विनाहत्यार फिरण्यात काहीच अर्थ नव्हता. सध्यातरी आहे तीच बॅग वापरायला हवी.

''माय गॉड ॲलेक्स!'' बेडरूमचा दरवाजा धाडकन बंद करत आत शिरलेली मेरिडिथ कमालीची संतापलेली होती. ''काय करतेस तू? डोकंबिकं फिरलंय की काय तुझं?''

दचकलेल्या ॲलेक्सने आपला मोकळा असलेला हात मेरिडिथच्या धडधडत्या छातीवर ठेवत म्हटलं, ''जरा शांत राहा.''

''मी शांत राहू?'' मेरिडिथचा आवेग अजून कायम होता. ''तू हातात बंदूक धरून उभी आहेस आणि वर मलाच शांत बसायला सांगतेस? काय, विचार काय आहे तुझा?''

बिछान्याच्या एका टोकावर ॲलेक्स शांतपणे बसत म्हणाली, ''बेली बेपत्ता आहे. आणि दुसरी एक स्त्री मरून पडलीय. मला माझा शेवट त्याच रीतीने होऊ द्यायचा नाहीये.''

''खड्ड्यात गेलं सगळं! अगं मुली, बंदुकीची तुला काहीही माहिती नाही.''

''तसं पाहिलं तर गायब झालेल्या माणसाला कसं शोधायचं, हेही मला माहीत नाही... मनाने खचलेल्या लहान मुलीला कसं सांभाळायचं, हेही मला ठाऊक नाही. मर्र, इथे येऊन मी प्रत्येक गोष्ट शिकतेच आहे. आणि कृपा करून माझ्यावर ओरडू नकोस.''

''मी ओरडत नाहीये, जरा मोठ्या आवाजात कुजबुजतेय. त्याला ओरडणं म्हणत नाहीत.'' बंद दरवाज्यावर मान टेकत तिने स्वत:ला सावरलं. ''माझी चूक झाली. एकदम तोलच गेला. तुझ्या हातात बंदूक पाहून मला धक्काच बसला. मला जरा नीट सांग की, ही बंदूक तू कशासाठी विकत घेतलीयस?''

"आज सकाळी शवागारात मी त्या बाईला बघायला गेले होते."

"ते माहितीये. तुझ्याबरोबर एजंट व्हार्टानियन होता."

त्याने आपल्याला संपूर्ण सत्य सांगितलेलं नाही ह्याची ॲलेक्सला पक्की खात्री होती, पण तरीही त्याच्या डोळ्यांत करुणा होती आणि स्पर्शात ऊब होती, हे ती नाकारू शकत नाही. "बेलीचं गायब होणं, हा त्याला केवळ एक योगायोग असावा, असं वाटत नाही. कालच्या त्या स्त्रीला ज्याने कोणी मारली असेल आणि तो जर ॲलिशियाच्या खुनाची सही-सही नक्कल करत असेल, तर त्याच्या दृष्टीने मी म्हणजे त्याला हवं असलेलं सर्वांत महत्त्वाचं सावज आहे. आणि ते सावज स्वत:च्या पायांनी त्याच्या गुहेजवळ आता येऊन पोहोचलं आहे!"

मेरिडिथचं अवसानच गळालं. "ॲलेक्स, आज रात्री तू कुठे चाललीयस?"

"डटनचा शेरिफ मला म्हणाला की, तुला जर बेलीला शोधायचं असेल, तर ॲटलांटाच्या निर्वासितांच्या वस्तीत जाऊन तिला शोध. व्हार्टानियनचं म्हणणं पडलं की, मी एकटीने तिथे जाण्यात धोका आहे आणि म्हणून तोही माझ्याबरोबर येतोय."

मेरिडिथला तितकंसं पटलं नाही. "का? डॅनियल तुझ्याबरोबर यायला का तयार झाला?"

"तेच तर मला शोधून काढायचंय?"

"तर मग, वेड जे त्या रेव्हरंडला म्हणाला, ते तू त्याला सांगणार आहेस का?"

'सायमन मी तुला नरकात गाठतोच.'

"नाही, मी अजून तसं काही ठरवलेलं नाही. सध्या तरी मी फक्त माझे कान उघडे ठेवणार आहे; तोंड नाही."

"हे बघ ॲलेक्स, बाहेर पडल्यावर तू मला फोन करणार आहेस – दर अर्ध्या तासाने." मेरिडिथने तिला बजावलं.

"होपची काळजी घे. तिला नक्की काय झालंय, असं तुला वाटतं?"

"अजूनही कळत नाही. पण मला वाटतं, कुणीतरी जाऊन बेलीचं घर नीट धुंडाळायला हवं. तू पोलिसांच्या मागे लाग, नाहीतर व्हार्टानियनला सांग."

"तो ते काम करणार नाही. शेरिफने स्वत:हून सांगितल्याशिवाय तो ह्या प्रकरणाची दखल घेऊ शकत नाही. आणि शेरिफ त्याला सांगेल, असं वाटत नाही."

"कदाचित कालच्या त्या मुलीच्या खुनामुळे त्याचंही मन बदलेल."

ॲलेक्सने अंगावरचा काळा सूट काढला. "कदाचित बदलेलही, पण तोपर्यंत मी नुसतीच स्वस्थ बसू शकत नाही."

ॲटलांटा, सोमवार, २९ जानेवारी, संध्याकाळी ६ वाजून १५ मिनिटे

डॅनियल लिफ्टमधून बाहेर पडला आणि तडक बैठकीच्या खोलीकडे वळला. त्याचा चेहरा त्रासलेला होता. फ्रँक ल्युमिसने त्याला बराच वेळ ताटकळत ठेवलं आणि शेवटी तो कंटाळून बाहेर पडला होता.

चेस आणि एड त्याचीच वाट पाहत होते.

"तुला इतका उशीर का?" चेसने विचारले.

"चेस, मी तुला वाटेत असताना फोन करणार होतो, पण लेघ म्हणाली की, तू मीटिंगमध्ये आहेस. काय घडलं, ते मी तुला सांगणारच आहे." त्याने आपली छोटी वही बाहेर काढली. "पण त्यापूर्वी एड, मला तुझ्याकडून ऐकायचंय."

एडने एक छोटी प्लॅस्टिकची पिशवी विजयी मुद्रेने उंच धरत म्हटलं, "किल्ली!"

डॅनियलने त्या किल्लीकडे नीट निरखून पाहिलं. एक इंच लांबीची ती चांदीची किल्ली आणि तिच्या छिद्रातून ओवलेला चिखलाने माखलेला एक दोरा.

"तुला कुठे सापडली?"

"तो चिखल गोळा करून आणला होता ना, त्यात. कोरी करकरीत किल्ली आहे. त्याच्यावर अजूनही कटरने कापल्याच्या खुणा दिसतायत. मला वाटत नाही, ती अजून एकदासुद्धा वापरली गेलीये."

"हाताचे ठसे?" चेसनं विचारलं.

"आपलं इतकं कुठलं आलंय नशीब! एकही ठसा नाही."

"पण मृतदेह यायच्या आधीही ती तिथे कुणाच्या हातून नकळत पडलेली असू शकेल..." चेस म्हणाला.

"...किंवा खुन्याच्या हातून ती नकळत पडलेली असेल." एड आपल्या निष्कर्षावर ठाम होता.

"आणि त्या ब्लँकेटचं काय झालं?" डॅनियलने विचारलं, "जिथे ते बनवलं गेलं, त्या कारखान्याचा काही शोध लागला?"

"अजून तरी नाही. ते ब्लँकेट छावण्यांमध्ये वापरलं जातं आणि खेळाचं साहित्य विकलं जाणाऱ्या दुकानांमध्ये ते मिळू शकते. ते जलप्रतिबंधक आहे आणि म्हणूनच शनिवारी एवढा पाऊस पडला तरी ती मुलगी अगदी कोरडी होती!"

"तर मग तेरा वर्षांपूर्वी डटनमध्ये ज्या मुलीचा खून झाला होता, तिच्याभोवतीही अशाच कापडाचं ब्लँकेट होतं?" चेसने प्रश्न केला.

डॅनियलने डोकं खाजवलं, "मला तरी ठाऊक नाही. अजून माझ्या हातात तो जुना पोलीस रिपोर्ट पडलेला नाही. त्यांच्याशी बोलणं म्हणजे दगडावर डोकं

आपटून घेण्याचा प्रकार आहे. का असं वागताहेत, कुणास ठाऊक. ते असो; पण कालच्या मुलीबद्दल मात्र एक-दोन धागेदोरे मिळालेत. तिचा चेहरा सापडल्यासारखा वाटतोय.'' 'फन अँड सन'च्या लोकांनी केलेल्या मदतीची माहिती त्याने चेसला दिली. ''तिथल्या सुरक्षा अधिकाऱ्यांनी मला हा फोटो ई-मेल केला. थोडा अस्पष्ट आहे, पण तरीही चेहरा दिसतोय. उंची आणि बांधा अगदी मिळता-जुळता आहे.''

''सफाईने पकडलंस! त्यांनी पाठवलेल्या टेपमधून फोटो मिळाला?''

''हो. तिच्या स्वेटशर्टवर छापलेलं वाक्य माझ्या नजरेत भरलं. त्यात व्हायोलियनचा उल्लेख होता. आत्ता मी परत येत असताना मला त्यांचा पुन्हा फोन आला. त्यांना क्रेडिट कार्डाची पावती सापडली नाही. याचा अर्थ, तिने पैसे देऊन पदार्थ विकत घेतले. त्यांच्या प्रवेशद्वारावरच्या टेप्स ते पुन्हा एकदा पाहणार आहेत. कदाचित आत शिरताना तिने क्रेडिट कार्ड वापरलेले असेल. सकाळपर्यंत त्यांच्याकडून काही कळलं नाही, तर मी हा फोटो वृत्तपत्रांकडे छापण्यासाठी पाठवणार आहे.''

''पद्धतशीर डाव रचलेला दिसतोय.'' चेस म्हणाला, ''आजची तुझी डटन भेट अगदीच वाया गेली तर?''

''असं नाही म्हणता येणार.'' जिमने दिलेलं मेमरी कार्ड टेबलावर ठेवत डॅनियल म्हणाला, ''तो पत्रकार म्हणाला की, त्याला फोनवर एक निनावी खबर मिळाली. कुठे जायचं आणि तिथे कधी पोहोचायचं, हे त्याला सांगण्यात आलं.''

''आणि त्यावर तू विश्वास ठेवलास?'' चेसने विचारलं.

''अगदी संपूर्ण नाही. त्याने काही गोष्टी खोट्या सांगितल्या, पण आपोआपच काही गोष्टी उघड्याही पडल्या. वुल्फ म्हणाला की, त्याला दुपारी बारा वाजता फोन आला. एक वाजता तो झाडावर चढलेला होता आणि दोन वाजता सायकलस्वार येऊ लागले.''

''डटन ते आर्केडिया हे अर्ध्या तासाचं अंतर आहे.'' एड म्हणाला, ''त्याच्यापाशी पुरेसा वेळ होता.''

''हो. एरवी अर्ध्या तासाचंच अंतर आहे.'' डॅनियल सांगू लागला, ''पण सकाळी नऊपासून तिथल्या पोलिसांनी शेवटच्या पाच मैल अंतराच्या रस्त्यावर नाकाबंदी केली होती. प्रत्येक वाहनचालकाचं लायसन्स ते तपासत होते आणि वाहनाचा नंबर टिपून घेत होते. वुल्फ म्हणाला की, त्याला त्याच्या बायकोने तिथे सोडलं. वाटेत येताना मी शेरिफ कोर्चरॅनला फोन लावला, पण त्यांच्या यादीमध्ये वुल्फच्या बायकोच्या कारचा नंबर सापडला नाही.''

चेसने मान डोलावली, ''याचा अर्थ, एकतर वुल्फ सकाळी नऊच्या आत तिथे गेला असणार किंवा त्याच्या बायकोने चार-पाच मैल आधीच त्याला गाडीतून उतरवलेलं असणार आणि पुढची टेकडी तो चढून आलेला असणार. पण तरीसुद्धा

दोन वाजेपर्यंत झाडापर्यंत पोहोचायचं, तर उरलेलं अंतर त्याला धावावं लागलेलं असणार.''

''जिमकडे बघून तो धावू शकेल, असे वाटत नाही. तो झाडावर चढला कसा असेल, याचंच मला आश्चर्य वाटतंय. आणखी एक गोष्ट म्हणजे, त्या सायकलस्वाराने ९११ ला फोन केला, ती वेळ होती दोन वाजून तीन मिनिटं. स्पर्धेमध्ये तो सायकलस्वार त्रेसष्टाव्या नंबरवर आला. याचा अर्थ, तो स्पर्धेत खूप मागे होता. मी आयोजकांचं रेकॉर्ड तपासलंय. ज्याने स्पर्धा जिंकली, त्याने पावणेदोन वाजता अंतिम रेषा पार केली होती.''

एडच्या कपाळाला आठ्या पडल्या, ''आपण दिलेली माहिती सरळ पडताळून पाहता येऊ शकते, हे जर त्यालाही माहीत असेल, तर तो जाणूनबुजून खोटं का बोलेल?''

''आपण तिथे फार आधीपासून पोहोचलो होतो, हे त्याला अजिबात कबूल करायचं नव्हतं. कारण मग त्याचा अर्थ असा होऊ शकतो की, काही पुरावे नष्ट करण्याइतका त्याच्यापाशी वेळ होता. शिवाय मला हवं होतं ते सगळंच खरं-खरं सांगून टाकलं, तर माझ्या लेखी त्याचं सगळं महत्त्वच निघून जाईल आणि मी त्याच्याकडे पुन्हा कधी फिरकणारही नाही. त्याच्या कचेरीतून बाहेर पडल्यावर मी एसए ऑफिसच्या क्लो हॅथवेला फोन लावला. त्याच्या घरच्या, ऑफिसच्या फोनवर आणि मोबाईलवर आलेले सर्व फोनकॉल्स तपासण्यासाठी ती वॉरंट पाठवणार आहे. मी पैजेवर सांगायला तयार आहे की, त्याला रविवारी सकाळीच फोन आला असणार.'' डॅनियलने दमून एक खोल श्वास घेतला. ''जिमच्या कचेरीतून मग मी समोरच असलेल्या पोलीस स्टेशनमध्ये जात होतो, तर वाटेत मला ॲलेक्स फॅलन भेटली. तीही पोलीस स्टेशनमध्येच जात होती.''

चेसच्या भुवया उंचावल्या,''अच्छा? अरे वा!''

''ती म्हणाली की, आपली सावत्र बहीण बेपत्ता असल्याची रीतसर सरकारी नोंद करण्यासाठी ती तिथे आलीये. दोन-तीन दिवस ती पोलीस स्टेशनवर फोन करत होती, पण तिला उडवाउडवीची उत्तरं मिळत होती. म्हणे – तिची बहीण स्वत:हूनच कुठेतरी पळून गेली असेल. तिच्या मते, आर्केडियातल्या मुलीचा खून आणि तिच्या सावत्र बहिणचं गायब होणं, हा निव्वळ योगायोग आहे, असं तिला वाटत नाही. मलाही ते पटलं.''

''मलाही त्यात न पटण्यासारखं काही वाटत नाही.'' चेसची उत्सुकता वाढत होती. ''...तर मग पुढे?''

''तर, मी तिला म्हटलं की, मीही शेरिफ ल्युमिसलाच भेटायला चाललोय. तिच्यावतीने मी त्याच्याशी बोलेन.'' चेसला आपलं वागणं संशयास्पद वाटते

आहे, हे डॅनियलने ताडले आणि सारवासारव करत तो म्हणाला, ‘‘हे बघ चेस, मी त्याच्याकडे जाणारच होतो आणि माझ्या मनात असाही विचार आला की, बेली स्वत:हून पळून गेलीये ह्याची त्यांना खात्री असणार, पण त्याचं कारण ते ॲलेक्सपासून लपवतायत. कदाचित ल्युमिस ते मला सांगून टाकेल.’’

‘‘पण मग काय झालं?’’ चेसने विचारलं.

‘‘पण त्याच्या क्लार्ककडून प्रत्येक वेळेस ‘थोडं थांबावं लागेल’ हेच उत्तर मला मिळत गेलं. शेवटी मी कंटाळून तिथून निघालो. एकतर फ्रँक त्या ऑफिसात नसेलच किंवा मला भेटायचं टाळत असेल. अथवा क्लार्कला ती गोष्ट माझ्यासमोर उघड होऊ द्यायची नसेल. माझी अगदी गोची करून टाकली होती. ती गोष्ट मला अजिबात आवडली नाही.’’

‘‘तू पोलीस रिपोर्ट देण्याची विनंती केलीस का?’’ एडने विचारलं

‘‘तेही विचारलं. हां, आठवलं. तिचं नाव वँडा – फ्रँकची क्लार्क. म्हणाली, रिपोर्ट तळघरात आहे आणि तो शोधून काढायला बराच वेळ लागेल. आठवडाभराने मी तुला फोन करीन.’’

‘‘बरोबर आहे. तेरा वर्षांपूर्वीची गोष्ट आहे.’’ चेस म्हणाला, पण डॅनियलने त्याचं म्हणणं उडवून टाकलं.

‘‘आपण डटनबद्दल बोलतोय. तिथलं तळघर काही फायलींनी खच्चून भरलेलं नसणार. मनात आणलं असतं, तर वँडा तळघरात जाऊन पाच मिनिटांत ती फाईल घेऊन येऊ शकली असती, पण त्यांना ती फाईल इतक्या सहजपणे माझ्या हाती लागू द्यायची नव्हती.’’

‘‘तर मग आता तू काय करणार आहेस?’’ चेसला जाणून घ्यायचं होतं.

‘‘जिम वुल्फला पाठवायच्या त्या वॉरंटबद्दल जेव्हा मी क्लोशी बोललो, तेव्हा मी तिला बजावलं की, हे काम अगदी ताबडतोब व्हायला हवं. ती म्हणाली, बुधवारपर्यंत काम झालं नाही, तर मला लगेच फोन कर. मला ठाऊक आहे की, फ्रँक ल्युमिसला बाहेरच्यांचा हस्तक्षेप अजिबात आवडत नाही. पण त्याला हे ठाऊक नाही की, इतक्या सहज तो मला झटकून टाकू शकत नाही. पण मला त्याच्याबद्दलही आता काळजी वाटू लागलीये. कदाचित, त्यालाही ‘गायब’ तर करण्यात आलं नसेल?’’

‘‘फॅलनच्या सावत्र बहिणीचे काय झालं? त्यांनी तिची नोंद करून घेतली?’’ एडने विचारलं.

‘‘केली. पण वँडा म्हणाली की, ते तिला शोधण्याचा अजिबात प्रयत्न करणार नाहीत. बेलीचा इतिहास सर्वश्रुत आहे. ती खुल्लम्‌खुल्ला नशा करायची आणि तिला सतत पुनर्वसन केंद्रात दाखल करावं लागायचं. ती पक्की नशाबाज होती.’’

"मग ती पळूनसुद्धा गेली असेल. ह्या क्षणी आपल्यावर सोपवली गेलेली केस आपल्याकरिता जास्त महत्त्वाची आहे. फक्त त्यावरच लक्ष केंद्रित करायला हवं."

"खरंय." डॅनियलला थोड्याच वेळात ॲलेक्सबरोबर पीच अँड पाईन ट्रीला जायचं होतं. पण ही गोष्ट तो ह्या दोघांना सांगणार नव्हता. "फेलिसिटीच्या म्हणण्यानुसार खून झाल्यानंतर चेहरा विद्रूप केला गेलाय. आपल्याला तो पुन्हा एकदा बारकाईने पाहायला हवा. गुरुवारी रात्री १० ते शुक्रवारी पहाटे २ च्या दरम्यान कधीतरी तिचा मृत्यू झालाय. तिला रोफिप्नॉल हे ड्रग पाजलं गेलं. तेही तिच्या पॅथॉलॉजीच्या चाचण्यांत दिसून येईल, इतकंच. एका जुन्या वृत्तपत्रात लिहिलेल्या लेखाप्रमाणे ॲलिशियाला जीएचबी हे ड्रग पाजलं होतं. म्हणजे, दोघींच्या बाबतीत वापरात नसलेली ड्रग्ज वापरली गेली."

चेसला असह्य झालं, "तो तर अगदी सही-सही नक्कल करतोय!"

"उघड आहे." डॅनियलनं घड्याळ पाहिलं. ॲलेक्स आता पोहोचेल. तिने ह्या शहरात परत यावं, म्हणूनच हा डाव तर रचला गेला नसेल? निदान आज तरी आपण तिला संरक्षण देणार आहोत. "तर मग मंडळी, आज एवढं पुरे. उद्या ह्याच वेळी भेटू."

ॲटलांटा, सोमवार, २९ जानेवारी, रात्री ७ वाजून २५ मिनिटे.

ॲटलांटाच्या आतल्या भागात एका दोन मजली इमारतीसमोर ॲलेक्सने गाडी थांबवली, तोच डॅनियल तिच्या गाडीपाशी पोहोचला. तिने काच खाली केली. खाली वाकत तो काचेतून आत डोकावला. "मला फार वेळ लागणार नाही. माझ्या मागोमाग माझ्या घरापर्यंत व्यवस्थित आल्याबद्दल धन्यवाद. तुझी गाडी आता इथेच राहू दे. यापुढे तुला गाडी चालवायची गरज नाही." डॅनियल म्हणाला.

त्याचे निळेभोर डोळे तिच्या चेहऱ्यावर खिळले होते आणि तिच्या लक्षात आलं की, आपणही थेट त्याच्या डोळ्यांतच बघतो आहोत! त्याचं नाक धारदार होतं आणि ओठ जाड होते. एकूणच, तो अगदी देखणा पुरुष होता. ज्या क्षणी त्याने आपला हात हातात घेतला होता, तो क्षण तिला आठवला आणि हेही पक्कं आठवलं की, त्याला माहीत असलेल्या सगळ्याच गोष्टी तो आपल्याशी बोललेला नाही. "तू माझ्याबरोबर यायला तयार झालास, त्यामुळे मला खूप बरं वाटलं."

डॅनियल अवघडत हसला, "मला कपडे बदलायचेत आणि कुत्र्यालाही बाहेर फिरवून आणायचंय. हवं तर तू माझ्याबरोबर वर येऊ शकतेस किंवा गाडीतही बसून राहू शकतेस. पण बाहेर गारठा चांगलाच वाढला आहे."

तो म्हणाला ते खरंच होतं. सूर्य मावळला होता आणि थंड, बोचरे वारे वाहायला लागले होते. पण अखेर शहाणपणाने ती म्हणाली, "नको. मी गाडीतच

बसून राहते.''

''ॲलेक्स, माझ्याबरोबर पीच अँड पाईन ट्रीला येण्याएवढा विश्वास दाखवला आहेस... हे बघ, इथे बसून राहण्यापेक्षा माझं घर अधिक सुरक्षित आहे, हे मी नक्की सांगू शकतो. पण शेवटी तू स्वत: ठरवायचं आहेस.''

''येते मी.'' तिने गाडीची काच वर केली. बंदूक असलेली बॅग खांद्याला अडकवली आणि बाहेर येत गाडी लॉक केली. आपल्या बॅगकडे डॅनियल पाहतोय, हे तिच्या लक्षात आलं.

''तुझ्या त्या बॅगेत बंदूक असेल, तर मी तुला एवढंच सांगतो की, तिथे एखादं हत्यार लपवून घेऊन जाणं म्हणजे कायदा मोडण्यासारखं ठरेल.''

''तर मग मी नेणार नाही.''

''ही बॅग माझ्या घरात तू ठेवू शकतेस.''

''घरात लहान मुलं नाहीत ना?''

तो हसला. ''एकटा रिले आहे आणि त्याला हात नाहीत. त्यामुळे कसलाच धोका नाही.'' दरवाजा उघडत तो आत आला. ''हा बघ रिले... ''

रिलेने मरगळून गेल्यासारखी जांभई दिली आणि ॲलेक्सला हसू आवरेना.

''किती गोड आहे!''

''वेळ आली की बरोब्बर आपलं कसब दाखवतो... पण त्याला काही खायला देऊ नकोस.''

ॲलेक्सला एकटीला सोडून तो आत गेला.

दिवाणखाना प्रशस्त होता. तिच्या सिनसिनाटीच्या घरातल्यापेक्षा चांगलाच मोठा. मध्यभागी फ्लॅट स्क्रीन टीव्ही दिसत होता. बाजूला बिलिअर्ड टेबल, कोपऱ्यात मद्याचा बार आणि त्याच्यावर पेंटिंग लटकत होतं.

अचानक तिच्या पायाला स्पर्श झाला म्हणून तिने चमकून मागे पाहिलं, तर रिले तिच्याकडे एकटक बघत होता. तो जवळ आल्याचं तिला जाणवलंच नव्हतं. तिने खाली वाकून रिलेला जवळ घेतलं आणि त्याचे कान कुरवाळू लागली. तोवर डॅनियल तयार होऊन आलाही. जीन्स आणि स्वेटशर्टमध्ये एकदम वेगळाच वाटला. त्याच्या हातात कुत्र्याचा पट्टा होता.

''रिलेला तू नक्की आवडलीयेस. एरवी तो कुणासाठी चार पावलं उचलायचे कष्टही घेणार नाही.'' डॅनियलने वाकून रिलेच्या गळ्यात पट्टा बांधला.

''मलाही कुत्रा विकत घ्यायचा आहे, अगदी उद्याच.''

''हा तुझा निर्णय मला आवडला. बंदुकीवर अवलंबून राहण्यापेक्षा कुत्रा विकत घेणं केव्हाही शहाणपणाचं.''

तिची हनुवटी वर गेली. ''एवढी काही मी मूर्ख नाही. घरात घुसलेल्या

माणसापासून वाचण्यासाठी हातात बंदूक असण्यापेक्षा दारात भुंकणारा कुत्रा जास्त उपयोगाचा आहे, हे मलाही समजतं; पण सध्या मी जमेल तेवढ्या मार्गांनी स्वत:चे संरक्षण करायला बघतेय.''

''खरंय तुझं.'' रिलेला खेचत तो दरवाज्यापाशी गेला. ''आमच्याबरोबर बाहेर येतेस? रिलेलाही तू यायला हवी आहेस.''

रिलेने कान टवकारले आणि ॲलेक्सकडे बघून डोळ्यांची उघडझाप केली. पण अजूनही तो पेंगुळलेल्याच अवस्थेत होता. ''फारच सुस्त आहे हा. मला अगदी तरतरीत आणि सावध कुत्रा हवाय – राखण करणारा.'' तिघेही घराबाहेर पडले.

''अगं, हा शिकारी कुत्रा आहे. त्याने बक्षिसं पटकावलीयत.'' तिघेही जण आता रस्त्यावर येऊन पोहोचले होते. ''तुझ्या भाचीला कुत्र्यांची आवड आहे?''

''ठाऊक नाही. दोन दिवसांपूर्वी तर मी तिला पहिल्यांदा पाहिलं! आणि सदासर्वकाळ ती स्वत:तच गुंग असते. तिला कुत्र्यांची भीती वाटते की, कुत्र्यांची तिला ॲलर्जी आहे, हेसुद्धा मला माहीत नाही. तिचा मेडिकल रिपोर्टही माझ्यापाशी नाही. खरंच की, माझ्या यादीत तिचा रिपोर्ट मिळवण्याचे काम टाकायला हवं.''

''तू कुत्रा विकत घेण्याआधी रिलेबरोबर तिचं जमतंय का, हे बघ. जर ती रिलेला घाबरली, तर मग ती कोणत्याही कुत्र्याला घाबरणार.''

''तिला कुत्रा आवडला, तर फार बरं होईल. मला तिचं लक्ष दुसरीकडे वळवायचंय. मी आल्यापासून तिने चित्रं रंगवण्याखेरीज दुसरं काहीही केलेलं नाही.''

''ती चित्रं रंगवते?''

''रंगवते? त्या गोष्टीने तर ती पछाडली गेलीये!'' आणि बघता-बघता तिने डॅनियलला होपची इथ्थंभूत कहाणी सांगितली. आपण पुन्हा घरी येऊन पोहोचलो याचंही तिला भान राहिलं नाही. ''तिने नेमकं काय पाहिलं, देव जाणे! माझा तर नुसता कल्पनेनंच थरकाप उडतो.''

आत आल्या-आल्या रिलेनं जमिनीवर अंग पसरलं.

''तुझी मावस बहीण निघून गेल्यावर तू एकटी कशी काय तिला सांभाळणार?''

''काय होणार, कुणास ठाऊक!'' ॲलेक्सने डॅनियलच्या डोळ्यांत पाहिलं. तिला पुन्हा एकदा त्या डोळ्यांत करुणा दिसली आणि नजरेत एक अनुबंध जाणवला. आत्ता तर त्याचा पुसटसा स्पर्शही झाला नव्हता. ''मी काय करणार आहे, याची मला काहीच कल्पना नाही.''

''...आणि त्या गोष्टीची तुला भीती वाटतेय.'' त्याच्या आवाजात काळजी होती.

''कालपासून मला खूप गोष्टींची भीती वाटू लागलीये.''

''आमच्या डिपार्टमेंटचे डॉक्टर होपसाठी एका चांगल्या बाल मानसोपचार-

तज्ज्ञाची नक्की शिफारस करू शकतील.''

''थँक यू.'' त्याच्या शब्दांनी तिला आधार मिळाला. मनाला दिलासा मिळाला. तिचं मन एकदम शांत झालं आणि दिवसभरात पहिल्यांदाच तिने निश्चिंत श्वास घेतला.

डॅनियलने विषय बदलला, ''तुझ्या अंगातलं जाकीट तिथे जाण्याच्या दृष्टीने फारच झकपक आहे.'' तो चटकन आत गेला आणि कपाट उघडून पटापट हँगर्स सरकवू लागला. कॉलेजच्या दिवसातलं एक जाकीट त्याला दिसलं.

''त्या वेळेस मी खूपच बारीक होतो. हे तुला फिट बसेल.''

ॲलेक्सने अंगावरचं जाकीट काढून नवीन जाकीट चढवलं. त्याला डॅनियलच्याच अंगासारखा सुगंध येत होता. ते जॅकेट अगदी रिलेसारखं हुंगावं, अशी तिला तीव्र इच्छा झाली. ''थँक यू.''

त्याने मान हलवली, पण तो एक शब्दही बोलला नाही. दरवाज्याला कुलूप लावून दोघंही बाहेर पडले. गाडीपाशी आल्यावर तिने सहज त्याच्याकडे पाहिलं आणि एकदम तिचा श्वासच अडला. त्याची नजर तशीच धारदार होती, पण त्या नजरेत आणखी काहीतरी होतं – किंचित भूक... थोडा अधाशीपणा. एरवी अशा नजरेची तिला भीती वाटली असती, पण आत्ता त्या नजरेच्या ती मोहात पडली.

''तू माझ्याशी फार चांगला वागलास, एजंट व्हार्टोनियन, नको इतका चांगला... पण का?''

''मला ठाऊक नाही.'' त्याने इतक्या शांतपणे आणि सहज उत्तर दिले की, तिच्या अंगावर शहारा आला. ''मला खरंच ठाऊक नाही!''

''आणि... आता तुझी तुलाच भीती वाटायला लागलीये!'' तिने मुद्दामच ते वाक्य पुन्हा एकदा म्हटलं.

त्याने ओठ किंचित मुडपला. त्याची ही लकब तिला आवडू लागली होती.

''आपण फक्त एवढंच म्हणू या... प्रदेश अनोळखी आहे.''

त्याने तिच्यासाठी कारचा दरवाजा उघडला. ''चला, आता आपण पीच अँड पाईन ट्रीला जाऊ या. रात्री इतकी थंडी असते की, गावातले सर्व निर्वासित सहा वाजल्यानंतर तिथल्या छपराखाली आश्रय घेतात. आपण पोहोचेपर्यंत त्यांची जेवणंही उरकलेली असतील. त्यामुळे बेलीला शोधणं जरा सोपं जाईल.''

तो स्टिअरिंगवर बसेपर्यंत ती काहीच बोलली नाही. ''माझ्याकडे तिचा एखादा अलीकडचा फोटो असायला हवा होता. तिच्या सलूनमध्ये मिळाला असता, पण तिथे जायला वेळच मिळाला नाही आणि आता ते बंद झालेलं असणार.''

डॅनियलने खिशातून एक घडी केलेला कागद काढला आणि तिच्या हातात दिला.

"मी तिच्या ड्रायव्हिंग लायसन्सची कॉपी मिळवली. फोटो नेटका नाही, पण अलीकडचा आहे."

ॲलेक्सचा गळा दाटून आला. हसत असलेली, नितळ डोळ्यांची बेली – 'माझी... बेली' डॅनियलनेही फोटोवर एक कटाक्ष टाकला. "दिसायला काही वाईट नाही."

"छे, सुंदर दिसायची. फोटो पाहून इतकं बरं वाटलं, पण तितकंच उदास. गेल्या खेपेस भेटली तेव्हा जगाचं भानंच तिला उरलेलं नव्हतं. मला अगदी मनापासून ती ही अशीच दिसावीशी वाटत होती. आता कदाचित ती या जगात नसेलही!"

व्हार्टोनियनने तिचा खांदा हळुवार दाबला, "का असा विचार करतेस? मनात चांगला सकारात्मक विचार आण."

ॲलेक्स थोडी शांत झाली. त्याचा स्पर्श अजूनही खांद्याला जाणवत होता. निदान हा स्पर्श तरी सकारात्मक वाटत होता. "ठीक आहे, मी प्रयत्न करीन."

ॲटलांटा, सोमवार, २९ जानेवारी, रात्री ७ वाजून ३० मिनिटे

ती आता विवाहित स्त्री होती. कॉलेजातल्याच एका मुलाशी तिने लग्न केलं होतं. तो आता शेअरबाजारातला धनाढ्य दलाल होता. तिने जेव्हा कॉलेजात प्रवेश घेतला होता, तेव्हा तो मात्र... *मी मात्र तुरुंगात सडत होतो.* गजाआडच्या त्या दिवसांमध्ये, त्याच्या मनात सूड घ्यायच्या व्यक्तींची यादी वाढत गेली. त्या यादीत तिचा नंबर फार वरचा होता.

लिफ्टमधून ती बाहेर आली. वाहनतळाच्या गुळगुळीत फरशीवर तिचे उंच टाचांचे बूट टक्टक् वाजू लागले. तिने घातलेला फरचा ड्रेस फारच सुंदर होता आणि दरवळणाऱ्या परफ्युमची किंमत चारशे डॉलर्स तरी नक्कीच असणार. मिणमिणत्या प्रकाशातही तिच्या गळ्यातले मोती झळाळत होते. गाडीचा दरवाजा उघडत ती स्टिअरिंगवर येऊन बसली.

दरवाजा बंद करून इंजिन सुरू करेपर्यंत तो तसाच शांत बसून राहिला. मग निमिषार्धात त्याने तिच्या गळ्यावर सुरा टेकवला आणि रुमाल तिच्या तोंडात कोंबला.

"गाडी सुरू कर." त्याने हलक्या आवाजात धमकी दिली. त्याची आज्ञा पाळताना तिचा पांढराफटक पडलेला चेहरा पाहून तो गालातल्या गालात हसला. कुठे जायचं, कसं जायचं, केव्हा वळायचं – सर्व सूचना तो त्याच थंड स्वरात देत होता. प्रत्येक वेळेस जेव्हा तिची नजर आरशातून त्याला पाहायची, तेव्हा तिची भीतीने गोठलेली नजर पाहून त्याला गुदगुल्या होत होत्या.

तिने त्याला ओळखलेलं दिसत नव्हतं, ही गोष्ट जरी त्याच्या पथ्यावरच पडलेलली असली तरी दुसरी एक गोष्ट मात्र तिला पक्की जाणवावी ह्याची तो खबरदारी घेत होता. तिला हे जाणवावं की, या क्षणापुढे तिच्या आयुष्याचा ताबा आता कुणीतरी घेतलाय... अर्थात मृत्यूने!

"क्लॉडिया, तू मला अजून ओळखलं नाहीस? समुद्रजलशाची ती रात्र जरा आठव. ती रात्र उलटून काही फार मोठा काळ लोटलेला नाही." त्या रात्रीच्या आठवणींनी तिचे डोळे फडफडले आणि आपल्या भाग्यात आता काय लिहून ठेवलंय याची तिला पूर्ण कल्पना आलीय, हे त्याच्याही लक्षात आलं. "तुला कळलंय की मी तुला जिवंत राहू देणार नाही. पण त्याबद्दल एक शब्दानेही तुझी दिलगिरी मागावी, असं मात्र मला अजिबात वाटत नाही."

ॲटलांटा, सोमवार, २९ जानेवारी, रात्री ७ वाजून ४५ मिनिटे.

बेलीने डोळे किंचित उघडले आणि पुन्हा मिटले. तिला हळूहळू जाग येऊ लागली. गालाला स्पर्श करणारी फरशी बर्फासारखी थंड होती. हॉलमधून तिला पावलांचा आवाज आला. तो येतोय...! *नको, ते सर्व आता पुन्हा नको.*

प्रकाशाला सामोरं जाण्यासाठी तिने मन घट्ट केलं – प्रकाशातल्या वेदनेसाठी. पण दरवाजा उघडलाच गेला नाही. त्याऐवजी पलीकडचा, दुसराच एक दरवाजा उघडल्याचा आवाज कानांवर पडला आणि एक जड निर्जीव वस्तू धप्पकन जमिनीवर कोसळली... शेजारच्याच खोलीत. पाठोपाठ कुणीतरी वेदनेने कण्हल्याचा आवाज. तो आवाज पुरुषाचा होता.

आणि मग दरवाज्यातूनच त्याचा गरजल्यासारखा आवाज आला. त्या थरथरत्या आवाजात राग ओतप्रोत भरलेला होता.

"थोड्या वेळाने मी परत येतोय तोपर्यंत नीट विचार करून ठेव; मी जे बोललोय त्यावर. मी जे काही केलंय, त्यावर. तुझी आत्ता जी परिस्थिती झालीये, त्यावर. आणि मी विचारलेल्या प्रश्नांना तुला जी उत्तरं द्यायची आहेत... त्यावर."

तिने जबडा घट्ट आवळून धरला. न जाणो, आपल्या तोंडून एखादी किंकाळी नकळत फुटायची आणि निष्कारण आपण त्याचं लक्ष वेधून घ्यायचो, अशी तिला भीती वाटली. पण त्या खोलीचा दरवाजा धाडकन बंद झाला आणि सन्नाटा पसरला.

आत्ता तरी तिच्या अंगाला हात लावला गेला नव्हता. आता तरी तिला लाथा-बुक्क्यांनी तुडवलं गेलं नव्हतं. तिच्या तोंडून त्याला जे ऐकायचं होतं... तिने त्याला दिलेल्या उर्मट नकाराबद्दल निदान आत्ता तरी तिला कुठलीच सजा भोगावी लागली नव्हती. शेजारच्या खोलीतून पुन्हा कण्हण्याचा आवाज आला. आवाज अगदी

केविलवाणा होता. त्याच्या जाळ्यात आणखी एक पाखरू अडकलं होतं.

तिच्यासाठी कुणीच धावून येत नव्हतं. कुणी तिचा साधा शोधसुद्धा घेत नव्हतं. *'माझ्या काळजाच्या तुकड्याला आता मी पुन्हा कधीच पाहू शकणार नाही...'* तिच्या डोळ्यांतून घळाघळा अश्रू वाहू लागले आणि गालांवर ओघळू लागले. जीवाच्या आकांताने टाहो फोडण्यातही काही अर्थ नव्हता. ज्याला तो ऐकू गेला असता, तोही तिच्यासारखाच बंदिवान होता.

ॲटलांटा, सोमवार, २९ जानेवारी, रात्री ९ वाजून १५ मिनिटे

"बेली क्रायटन?" आपलं नाव सिस्टर ॲने असल्याचं नुकतंच सांगणाऱ्या त्या स्त्रीने आपल्या हातातल्या खरकट्या ताटांचा ट्रे स्वयंपाकघराच्या ओट्यावर ठेवला.

"तिचं काय झालं?"

ॲलेक्स तिच्यासमोरच उभी होती. तिच्या हातात बेलीचा फोटो होता आणि आतापर्यंत तीन-चार खोल्यांमध्येतरी तो दाखवून झाला होता. "मी तिला शोधतेय. तुम्ही तिला पाहिलंत?"

"असेलही, कदाचित. तू पोलीस आहेस?"

"नाही." आपल्याबद्दल मात्र ती काहीच बोलली नाही, हे डॅनियलच्या लक्षात आलं.

ॲलेक्सचं तिथलं सराईत वागणं, हा त्याला अगदी शिकण्यासारखा अनुभव वाटला. त्या सबंध वेळात ती पूर्णपणे खोटं असं एकदाही बोलली नाही. जेवढं आवश्यक असेल, तेवढंच नेमकं सांगायची; पण लोकांचा मात्र त्यावर चटकन विश्वास बसायचा. तिचं हे कसब विलक्षण होतं. पण आता हळूहळू तिचा आवाज थकू लागला होता आणि थोडासा निराशही वाटू लागला. ही निराशा तिने झटकायला हवी. त्यासाठी आपण तिला मदत करायला हवी, असंही त्याला तीव्रतेनं वाटलं.

"मी एक नर्स आहे. बेली माझी सावत्र बहीण आणि ती बेपत्ता आहे. तुम्हाला ती दिसली होती का?" सिस्टर ॲनाने डॅनियलकडे संशयाने पाहिलं.

"प्लीज सिस्टर..." तो इतक्या आर्जवाने म्हणाला की ती निवळली.

"ती दर रविवारी इथे येते. फक्त कालच्या रविवारी ती आली नाही. त्यामुळे मलाही काळजी वाटली."

बेलीला आपण पाहिलंय, असं पहिल्यांदाच कुणीतरी सांगितलं होतं. डॅनियलला मात्र खात्री होती की, आणखी काही जणांनी तिला नक्की पाहिलेलं असणार; पण जाहीररीत्या कबूल करायला ते कचरत होते.

"दर रविवारी ती इथे येते?" ॲलेक्सनं विचारलं, "पण का?"

सिस्टर ॲने हसली. "तिने केलेलं पॅनकेक्स भलतेच चविष्ट असतात!"

"लहान मुलांसाठी ती हे केक घेऊन यायची." दुसऱ्या एका स्त्रीने आत येता-येता सिस्टरच्या म्हणण्याला दुजोरा दिला. "काय झालं बेलीला?"

"ती बेपत्ता आहे." सिस्टर ॲनेनं तिला सांगितलं.

"म्हणजे, ती स्वत:हून इथं यायची?" डॅनियलनं विचारलं आणि सिस्टर ॲनेने होकार दिला.

"गेली पाच वर्षं. जेव्हापासून तिचं व्यसन पूर्णपणे सुटलं, अगदी त्या दिवसापासून. पण... ती कधीपासून बेपत्ता आहे?"

"गेल्या गुरुवारपासून. तुम्ही होपला ओळखता?"

"हो तर! ती बाहुली इतकी चुरूचुरू बोलते... मला तिचं बोलणं खूप आवडतं."

बोलता-बोलता ॲने थांबली आणि काळजीच्या सुरात तिने विचारलं, "होपसुद्धा बेपत्ता आहे?"

"नाही, सध्या ती माझ्याबरोबर राहते. माझी मावसबहीणसुद्धा माझ्याकडे आली आहे, तिच्यासाठी. पण होपची परिस्थिती तितकीशी चांगली नाही. शनिवारी मी इथे पोहोचले, तेव्हापासून ती एक अक्षरही बोललेली नाही."

सिस्टर ॲने चक्रावून गेली. "हे भयानक आहे! काय झालंय, ते मला नीट सांग..."

ॲलेक्सने घडलेली सर्व हकिगत सांगितली, तरीही सिस्टर ॲनेचा विश्वास बसेना.

"छे! बेली आपल्या मुलीला टाकून पळून जाणं अगदी अशक्य आहे. होप म्हणजे तिचा अगदी जीव की प्राण होता! होपमुळेच तर तिला नवीन आयुष्य मिळालं."

"म्हणजे, बेली जेव्हा व्यसनात बुडाली होती, तेव्हा ती नियमित इथे यायची?" डॅनियलनं विचारलं.

"हो. इथे आणि समोरच्या त्या व्यसनवाल्यांसाठी उभारलेल्या हॉस्पिटलमध्ये. पण ती फार जुनी गोष्ट झाली. गेली तीस वर्षं मी हजारो नशाबाजांना तिथे ये-जा करताना पाहिलं. या नशेतून कोण बाहेर पडू शकणार आहे आणि कोण त्या विळख्यात कायमचा अडकणार आहे, हे मी सहज सांगू शकते. बेली त्यातून एक ना एक दिवस बाहेर पडणार, याची मला खात्री होती. समाजात आपली मान आता ताठ आहे, हे दाखवून देण्यासाठी आणि आपण या वाटेला पुन्हा कधीही जायचं नाही याची स्वत:लाच जाणीव करून देण्यासाठी ती त्यानंतर दर रविवारी येऊ लागली. आपलं आणि आपल्या मुलीचं आयुष्य ती छान फुलवू लागली होती. ती होपला कधीच सोडून जाऊ शकत नाही." त्यापुढचं वाक्य बोलताना मात्र ॲने

किंचित चाचरली. ''तू तिच्या वडिलांना भेटलीस.''

''होपच्या वडिलांना?'' ॲलेक्सने मुद्दामच अंदाज घेत विचारलं.

''नाही, बेलीच्या वडिलांना.''

ॲलेक्स एकदम ताठरली. आतून ती खूप घाबरलीय, हे डॅनियलच्या लक्षात आलं.

''ॲलेक्स.. काय होतंय? बरी आहेस ना?'' त्याने अगदी हळू आवाजात विचारलं.

त्यावर ॲलेक्सने मानेनेच होकार दिला. ''नाही, मी तिच्या वडिलांना अजून भेटले नाही.''

तिचा आवाज अगदी सावध आणि थंड होता. याचा अर्थ, ती चांगलीच घाबरलीय, हे आता डॅनियलला जाणवू लागलेलं होतं. ''ते कुठे असतात ह्याची तुम्हाला कल्पना आहे?''

सिस्टर ॲनेने एक मोठा उसासा दिला. ''असेल कुठेतरी गाव भटकत. हे असलं वैराण आयुष्य सोडून तो कधीतरी घरी परतेल, ही आशा मात्र बेलीने सोडली नव्हती. त्याला शोधण्यासाठी या शहरातले कानेकोपरे तिने धुंडाळले. एक दिवस तो नक्की परत येईल, या एका आशेवर तिने आपलं जुनं घरही सोडलं नाही.''

ॲलेक्सला ते ऐकवेना. तिची भीती वाढत चालली होती. सगळं शरीर जड होऊन गेलं. डॅनियलला ते सर्व जाणवत होतं. त्याला वाटलं की, तिला अगदी जवळ घेऊन सांगावं की – घाबरू नकोस. तू एकटी नाहीस. मी तुझ्याबरोबर आहे. अखेर त्याने तिच्या खांद्यावर हात ठेवला आणि हलकेच इतक्या जवळ ओढलं की, ती त्याच्या खांद्यावर विसावलीच!

''ते घर मला अजिबात आवडत नाही.''

''मला ठाऊक आहे.'' तोही त्याच आवाजात म्हणाला. आणि त्याला ते खरंच ठाऊक होतं. 'त्या' घरात काय काय घडलं होतं, ह्याची आता त्याला पूर्ण कल्पना होती. ल्यूकने कॉम्प्युटरवर तो लेख शोधून काढला होता आणि डॅनियलने तो वाचला होता. त्याला ॲलेक्सची ममा ठाऊक होती, हे त्याला आठवलं. तिने .३८ पिस्तूल कपाळाला लावून कसं स्वतःचं आयुष्य संपवलं होतं... ॲलेक्सला ती कशी रक्ताच्या थारोळ्यात पडलेली दिसली होती... ॲलेशियाचं प्रेतही त्याच दिवशी सापडलं होतं! त्या एकाच दिवशी ॲलेक्सचं सगळं आयुष्यच उद्ध्वस्त झालं होतं.

सिस्टर ॲनेसुद्धा ॲलेक्सच्या चेहऱ्यावरचे बदलत जाणारे भाव अगदी बारकाईने पाहत होती. ''अगं पोरी, बेलीच्या मनात त्या घराबद्दल तिटकाराच होता; पण आपले वडील परत येतील, या आशेवर ती तिथे राहत होती.''

ॲलेक्स अक्षरशः थरथर कापत होती. डॅनियलने आपल्या हातांचा विळखा अधिक घट्ट केला.

''मग ते घरी परत आले का?'' त्याने विचारले.

''नाही. निदान ती तरी माझ्यापाशी तसं कधी बोलली नाही.''

ॲलेक्स डॅनियलपासून बाजूला सरकली आणि म्हणाली, ''थँक यू, सिस्टर. तुम्हाला काही कळलं तर मला प्लीज फोन कराल का?'' बेलीचा फोटो असलेल्या त्या कागदाचा वरचा तुकडा फाडत तिने त्यावर स्वत:चे नाव आणि फोन नंबर लिहिला. ''...आणि होपशी तुम्ही जरा बोलाल का? आम्हाला तरी तिला बोलतं करता आलेलं नाही.''

सिस्टर ॲनेच्या निराश नजरेत तिच्याबद्दल कणव होती. ''तिच्याशी बोलायला मात्र मला नक्कीच आवडेल. मी ड्रायव्हिंग करत नाही. इतक्या दूर डटनला येणं मला फार अवघड आहे.''

''आम्ही तिला तुमच्याकडे घेऊन येऊ.'' डॅनियलने म्हटलं आणि ॲलेक्सने एकदम मान गर्रकन वळवून त्याच्याकडे पाहिलं. ती चकित झाली होती, पण तिच्या चेहऱ्यावर कृतज्ञतेचे भाव होते. तो दबक्या आवाजात म्हणाला, ''हे बघ, तू एकटीने इथे येण्यात जर मला धोका वाटतो; तर तू आणि होप येण्यानं तो धोका आणखी जास्त आहे.''

''बेली आणि होप नव्हती का येत?''

''बेलीला इथे यायचा रस्ता, इथलं वातावरण अगदी सवयीचं होतं; तुला सगळंच अनोळखी आहे. सिस्टर, आम्ही इथे कधी येणं तुम्हाला सोईचं ठरेल?''

''कोणत्याही वेळी अगदी बेलाशक या. मी इथेच असते.''

''तर मग आम्ही उद्या रात्रीच येतो.'' डॅनियलने ॲलेक्सचा हलकेच खांदा दाबला आणि म्हटलं, ''चल, निघू या.''

ते जेमतेम दरवाज्यापर्यंत पोहोचले असतील तोच एका बाईने त्यांना थांबवलं. ती जेमतेम विशीची असेल, पण तिचे डोळे मात्र इतर बायकांप्रमाणेच जास्त वयस्कर दिसत होते. ''एक मिनिट – तू नर्स आहेस का?''

तो प्रश्न ऐकताच ॲलेक्समध्ये क्षणार्धात घडलेला बदल डॅनियलला जाणवला. आता तिच्या चेहऱ्यावर भीतीचा लवलेशही नव्हता आणि तिचं लक्ष समोरच्या स्त्रीवर अगदी एकाग्र झालं होतं. ''हो, तुला बरं नाही का?''

''मला नाही; माझ्या मुलीला.'' पलंगांनी खच्चून भरलेल्या खोलीतील मधल्या एका पलंगाकडे बोट दाखवत ती म्हणाली. पांघरुणात गुरफटून एक छोटी मुलगी त्यावर झोपली होती. ''तिच्या पायावर कसलं तरी पुरळ आलंय आणि ते तिला चांगलं झोंबतंय. सबंध दिवस मी दवाखान्यात तिला घेऊन उभी होते, पण संध्याकाळपर्यंत नंबर लागलाच नाही... आणि सहाच्या आत इथे पोहोचले नाही, तर सगळ्या खाटा भरून जातात.''

ॲलेक्सने त्या बाईच्या पाठीवर हात ठेवून तिला धीर दिला, "चल, बघू या तरी..." डॅनियल तिच्या मागोमागच आला. तिला प्रत्यक्ष काम करताना पाहायची, त्यालाही उत्सुकता होती. "तुझं नाव काय गं?" ॲलेक्सने तिला विचारलं.

"साऱ्हा, साऱ्हा जेनकिन्स. आणि ही तामारा."

त्या चार-पाच वर्षांच्या मुलीकडे पाहून ॲलेक्स गोड हसली, "हाय तामारा! मला जरा तुझा पाय दाखवशील?" अगदी हळुवारपणे तिने पायाची तपासणी केली. "काळजी करण्याचं काहीच कारण नाही." तिच्या दोन शब्दांनीच त्या आईच्या मनावरचं ओझं उतरलं. "त्याला 'इंपेटिगो' असं म्हणतात. त्याची सुरुवात एखाद्या छोट्याशा जखमेतून होते. अलीकडे तिला टिटॅनसचं इंजेक्शन दिलं होतं?"

तामारानं एकदम घाबरून विचारलं, "मला इंजेक्शन घ्यावं लागणार?"

ॲलेक्सने मिश्किलपणे डोळे मिचकावले, "हुशार आहेस हं तू, तामारा! हिला कधी इंजेक्शन दिलं होतं?"

"ख्रिसमसच्या थोडं आधी."

"मग आता द्यायची काहीच गरज नाही." त्याबरोबर तामाराने सुटकेचा श्वास सोडला. ॲलेक्सने सिस्टर ॲनेकडे पाहत विचारलं, "तुम्ही इथे मलम वगैरे ठेवता?"

"फक्त निओस्पेरिन."

"नको. ते तिच्या पायाला आणखीनंच झोंबेल. निओस्पेरिनचा फारसा उपयोगही होणार नाही. मी उद्या येताना एखादं चांगलं मलम घेऊन येईन. तोपर्यंत तिचा पाय स्वच्छ धुऊन एखाद्या कपड्याने गुंडाळून ठेवा. तुमच्याकडे गॉझची पट्टी आहे?"

"एक छोटा तुकडा आहे."

"मग तोच वापरा. उद्या मी तेही घेऊन येते. आणि तामारा, पाय अजिबात खाजवायचा नाही."

तामाराने ओठांचा चंबू केला. "खूप खाज येते."

"हो गं, अगदी खरंय तुझं." ॲलेक्स तिची समजूत काढत म्हणाली, "तू स्वत:लाच बजावायचं की, मला खाज येतच नाही."

"म्हणजे खोटं बोलायचं?" तामाराने विचारलं आणि ॲलेक्सने डोळे मोठे केले.

"ती एक युक्ती आहे. जादूगार पाहिलायस की नाही? तो कसा एखादी वस्तू कपाटात टाकतो आणि ती वस्तू गायब होते."

"हो, कार्टूनमध्ये पाहिलंय."

"तेच तूसुद्धा करायचं. कल्पना करायची की, येणारी खाज पायातून बाहेर

पडून कपाटात शिरतेय. मग तू त्या कपाटाचं दार अगदी घट्ट बंद करून टाकायचं!'' ॲलेक्सने दार बंद करत असल्याचा अभिनय करून दाखवला. ''झालं काम! सगळी खाज कपाटात अडकून बसेल. पायाला खाजच येणार नाही. एवढी हुशार मुलगी आहेस तू... कपाटाची युक्ती तुला नक्की जमेल.''

''मी बघते करून.''

''सुरुवातीला तुला पटकन नाही जमणार. कारण खाज काही कपाटात जायला चटकन तयार होणार नाही. तुला अगदी लक्ष एकाग्र करावं लागेल.'' आपण अनेकदा ही युक्ती वापरलीय, अशा थाटात ॲलेक्सने सांगितलं, ''आणि तुझी बोटं तुझ्या डोळ्यांच्या जवळ बिलकुल न्यायची नाहीत. ते खूप महत्त्वाचं.''

''थँक यू.'' साऱ्हा म्हणाली.

ॲलेक्स कॉटवरून उठली, ''आजार अगदीच किरकोळ आहे. आणि आपली तामारा तर एकदम हुशार आणि शहाणी मुलगी आहे.'' ॲलेक्सने त्या आईच्या मनावरचं दडपण पूर्ण काढून टाकलं होतं. मुख्य म्हणजे, त्या बाईला मदत करताना तिच्याही मनावरचं दडपण गेलं होतं.

''सिस्टर, मी तुम्हाला उद्या भेटते.''

सिस्टर ॲनेने मान डोलावली, ''मी इथेच असेन. मी कायमंच इथे असते.''

डटन, सोमवार, २९ जानेवारी, रात्री १० वाजता.

मेरी-गो-राऊंडमधले घोडे चंद्रप्रकाशात फारच सुंदर दिसत होते. लहान असताना त्याला या बागेत येऊन खेळायला खूप आवडायचं. पण आता तो लहान मुलगा राहिला नव्हता. बागेची निरागसता त्याच्याकडे पाहून कुत्सितपणे हसतेय, असं त्याला वाटून गेलं. त्याच्या आयुष्याला आता पार कलाटणी मिळाली होती.

तो बाकावर बसताच त्याच्या वजनाने बाकाचं दुसरं टोक उचललं गेलं आणि त्याचा तोल जाणार तोच दुसऱ्या बाजूला पडलेल्या वजनामुळे बाक पुन्हा सरळ रेषेत आला.

''तू मूर्ख आहेस!'' तो कुजबुजला, पण त्याची नजर अजूनही घोड्यांवरच होती.

''सकाळी मला फोन करणं वेगळं... पण या इथे मला भेटायला बोलावणं म्हणजे... कुणी आपल्याला पाहिलं तर...''

''मरू दे.'' घाबरलेला दबका आवाज आला, ''मला किल्ली मिळालीय!''

तो हबकलाच. ''खरीखुरी?''

''नाही. किल्लीचं हाताने काढलेलं चित्र, पण किल्लीशी अगदी जुळणारं.''

चित्र अगदी तंतोतंत जुळलं. आपल्याजवळची किल्ली त्याने चित्रावर ठेवली.

किल्ली त्यात बरोब्बर बसली. ''म्हणजे कुणाला तरी गुपित समजलंय!''

''आपला सत्यानाश होईल.'' दबका आवाज एकदम कर्कश झाला, ''आपण तुरुंगात जाऊ... पण मला तुरुंगात जायचं नाहीये.''

सगळ्यांचंच मरण जवळ येऊन ठेपलं की काय? माझा तर नंबर पहिलाच असेल! पण तरीही त्याने त्याचा आवाज संथ आणि शांत ठेवला. ''कुणीही तुरुंगात जाणार नाही. आपल्याला काहीही होणार नाही. त्याला फक्त पैसे हवे आहेत.''

''आपण बाकीच्यांशीही बोलायला हवं. एखादी योजना आखायला हवी.''

''नाही. कुणाहीबरोबर एक शब्दसुद्धा बोलायचा नाही. मान वर उचलायची नाही आणि तोंड मिटून ठेवायचं, तरच आपण यातून सुटू शकतो.'' तोंड उघडणं म्हणजे आपल्याच हाताने आपला घात करून घेणं. पूर्वी एकाने तोंड उघडलं होतं; त्याचा आवाज लगेच बंद केला गेला – कायमचाच. तसंच पुन्हा एकदा घडेल. ''सध्या शांत राहा आणि माझ्यापासून दूर राहा. नादिष्टपणा करशील तर आपल्या सर्वांचाच मृत्यू अटळ असेल.''

६

ॲटलांटा, सोमवार, २९ जानेवारी, रात्री १० वाजून १५ मिनिटे

डॅनियलने आपल्या पार्किंग लॉटमध्ये गाडी आणून थांबवली. ''बरी आहेस ना?'' गाडीतल्या काळोखात त्याचा गंभीर आवाज किंचित घुमला. ''प्रवासात अगदी गप्प होतीस.''

बराच वेळ ती काहीच बोलली नव्हती. मनात उठणाऱ्या विचारांवर आणि भीतीवर मात करता-करता तिची कमालीची दमछाक झाली होती. ''नाही, मी ठीक आहे. जरा विचारात गढून गेले होते. तू माझ्यासाठी खूप काही केलंस.''

त्याने तिच्यासाठी गाडीचा दरवाजा उघडला आणि ॲलेक्स जिना चढत त्याच्या पाठोपाठ वर आली. ''आत ये, मी तुला तुझं जॅकेट देतो.''

''आणि माझी बॅग...?''

तो हसला, ''ती तर तू विसरणं शक्यच नाही!''

मोठी जांभई देत रिले उठून उभा राहिला. खोलीभर फिरून त्याने ॲलेक्सच्या पायाशी बसकण घेतली. ''तुझ्यापेक्षा डुक्कर परवडलं.'' रिलेकडे पाहत डॅनियल म्हणाला.

''त्याला काय म्हणालास?''

''नाही. आमच्या दोघांत असा सुसंवाद नेहमी चाललेला असतो. थांब, तुझं जॅकेट घेऊन येतो. हो, आणि बॅगसुद्धा.''

पाठमोऱ्या डॅनियलकडे ॲलेक्स बघत राहिली. हा पुरुष नांवाचा प्राणी आपल्याला अजून नीट समजलेलाच नाही. म्हणजे, तिला अनेक पुरुषांचा अनुभव होता, असं नाही. रिचर्ड हाच तिच्या आयुष्यातला पहिला पुरुष – म्हणजे वेडला त्या यादीत पकडायचं नाही, असं ठरवलं तर. पण वेडला तिने कधीच त्यात गणलं नव्हतं. आणि तसं पाहिलं तर रिचर्डला सुस्वभावी, चारित्र्यवान म्हणता येणार नाही का? अं.. खरं तर... नाही.

रिचर्डसचे विचार आले की ती नेहमीच खिन्न व्हायची. वैवाहिक जीवनात ती

साफ अपयशी ठरली होती. त्याच्या मनातली स्त्री ती साकारू शकली नव्हती आणि पत्नी म्हणून तिच्या ज्या अपेक्षा होत्या, त्या कधीच पूर्ण होऊ शकल्या नव्हत्या.

पण होपच्या बाबतीत मात्र तिला अपयशी ठरायचं नव्हतं. बेली असेल किंवा नसेल; बेलीच्या मुलीला मात्र तिचं सुंदर आयुष्य मिळायलाच हवं. विचार झटकून टाकण्यासाठी ती उगाचच त्या खोलीचं निरीक्षण करू लागली आणि बारवर लटकलेल्या चित्रावर तिची नजर गेली. ती खळखळून हसली.

"हसायला काय झालं?" हॉटेलातल्या वेटरसारखं आपल्या डाव्या हातावर जॅकेट ठेवून डॅनियल तिच्या मागे उभा होता.

"हे... तुझं पेंटिंग?"

डॅनियलने डोळे मिचकावले, "मग! कुत्रे पत्ते खेळतायत! आहे की नाही एकदम अव्वल दर्जाचं पेंटिंग?"

"कुणास ठाऊक! माझा समज होता की, तुला कलेमध्ये चांगली रुची असणार."

"छे, कलेबिलेमध्ये मला कधीच रस नव्हता."

"सायमनमुळे मला कदाचित तसं वाटलं असेल." ती विचार करत म्हणाली. व्हार्टोनियनचा भाऊ एक चांगला चित्रकार होता.

डॅनियल एकदम गप्प, गंभीर झाला. मस्करीचा सगळा मूडच गेला, "तुला माहिती आहे तर?"

"इंटरनेटवर त्याबद्दलचा लेख मी वाचला." सायमनने निर्दयपणे मारलेल्या लोकांबद्दल, त्याच्या आई-वडिलांबद्दल तिने वाचले होते. सायमनला पकडण्यात आणि ठार मारण्यात डॅनियलने कशी मदत केली होती, हेही तिने वाचलेलं होतं.

'सायमन, तुला मी नरकात गाठेन' ...आपण हे त्याला सांगितलंच पाहिजे.

"एजंट व्हार्टोनियन, माझ्याकडे एक माहिती आहे. तुला ती उपयोगी पडेल. आज सकाळी शवागारातून बाहेर पडल्यावर मी माझी कार बेलीच्या घराच्या दिशेने वळवली. त्या घरापाशी असताना एका माणसाशी माझी भेट झाली. एक रेव्हरंड आणि एक सैनिकसुद्धा."

हातातलं जॅकेट आणि बॅग बारपाशी ठेवत तो बारस्टुलावर बसून तिचं बोलणं लक्षपूर्वक ऐकत होता. "बेलीच्या घरापाशी एक रेव्हरंड आणि एक सैनिक असे दोघे जण तुला दिसले?"

"नाही. तो रेव्हरंड सैनिकसुद्धा होता. सैन्यातला धर्माधिकारी. बेलीला एक मोठा भाऊ होता. त्याचं नाव वेड. महिन्यापूर्वी तो इराकमध्ये वारला."

"अरेरे! वाईट झालं."

"वाईट झालं असावं, असं मला वाटत नाही. तुला मी कदाचित उलट्या

काळजाची वाटेन.''

''मला तसं कधीच वाटणार नाही. तो रेव्हरंड काय म्हणाला?''

''मरताना वेडजवळ रेव्हरंड बिअर्डस्ली होता. वेडचा शेवटचा कबुलीजबाब त्याने ऐकला आणि वेडच्या सांगण्यानुसार त्याने तीन पत्रं लिहिली. मला, त्याच्या वडिलांना आणि बेलीला. दोन पत्रं त्याने बेली राहत असलेल्या घराच्या पत्त्यावर पाठवली. माझा पत्ता माहीत नसल्याने, मला लिहिलेलं पत्र त्याच्यापाशीच होतं. आज ते त्याने मला दिलं.''

''याच अर्थ, बेलीला ती पत्रं काही दिवसांपूर्वीच मिळालेली असणार. पत्रं मिळण्याची ती वेळ मला फार महत्त्वाची वाटतेय.''

''बेली हरवलीय, हे मी बिअर्डस्लीला सांगितलं; पण तरीही वेडच्या कबुलीजबाबातला एक शब्दही त्याने उच्चारला नाही. मी अगदी कळवळून त्याला विनवलं की, मला थोडंफार तरी सांग – ज्या आधारे मी बेलीला शोधू शकेन. तो एक वाक्य बोलला, 'सायमन, तुला मी नरकात गाठतोच.' वेडचे म्हणे हे शेवटचे शब्द होते.''

''म्हणजे वेड सायमनला ओळखत होता तर?'' डॅनियलचा चेहरा उतरला होता.

''दिसतंय तरी तसं. जसं मला हेही दिसतंय की, तुला ठाऊक असलेलं सर्वच तू माझ्यापाशी बोलून उघड केलेलं नाहीस, एजंट व्हार्टोनियन. तुझ्या चेहऱ्यावर मला ते स्पष्ट दिसतंय आाणि मला ते जाणून घ्यायची फार इच्छा आहे.''

''आठवड्यापूर्वी मी माझ्या भावाला मारलं. माझा चेहरा ती गोष्ट लपवू शकत नाही. मीही एक माणूस आहे.''

ॲलेक्सच्या कपाळाला आठ्या पडल्या, ''तू त्याला मारलं नाहीस. दुसऱ्या एका डिटेक्टिव्हने त्याला मारलं, असं त्या लेखात लिहिलंय.''

''दोघांच्याही पिस्तुलातून गोळी सुटली होती. तो दुसरा, नशिबवान ठरला.''

''असो. थोडक्यात, तू मला काहीही सांगणार नाहीस तर?''

''सांगण्यासारखं काही नाहीच आहे. पण मी काहीतरी लपवतोय याची तुला एवढी खात्री कशी आहे?''

ॲलेक्सने डोळे बारीक केले. ''कारण तू माझ्याशी फारच सलगी दाखवतोयस.''

''आणि पुरुषाचा काहीतरी अंत:स्थ हेतू असतोच. असंच ना?'' त्याने थेट विचारलं.

अंगात घातलेलं त्याचं जॅकेट तिने काढलं, ''माझ्या अनुभवाप्रमाणे तरी हो.''

तो स्टूलावरून उतरला आणि अगदी तिच्या पावलाला पाऊल लावून तिच्यासमोर उभा राहिला. मान वर उचलून त्याच्याकडे बघण्याशिवाय तिला पर्यायच नव्हता. ''मी सलगी दाखवली, कारण मला वाटलं, तुला एका मित्राची गरज आहे.''

''बरोबर. माझ्या चेहऱ्यावर बावळटपणाचा छाप जाणवत असणारच.''

''ते जाऊ दे. मी मैत्री जोडली, कारण माझ्या लक्षात आलं की, तुझं म्हणणं रास्त आहे – बेलीचं गायब होणं आणि त्याच दिवशी एका मुलीचा खून होणं यात नक्कीच काहीतरी संगती आहे, हे झालं एक कारण. आणि दुसरं म्हणजे, डटनचा शेरिफ – ज्याला मी मित्र समजत होतो, त्याने आपल्या दोघांपैकी कुणालाही मदत करायला दिलेला नकार. ॲलेक्स, हेच आणि एवढंच सत्य आहे. तू मान अगर मानू नकोस.''

सत्य पचवणं अवघड असतं. तिला अचानक तेरा वर्षांपूर्वीची ती सकाळ आठवली आणि पुन्हा एकदा भीती तिला वेढू लागली. तिने डोळे घट्ट मिटून घेऊन ती भीती आतल्या आत दडपण्याचा निकराने प्रयत्न केला. क्षणभराने डोळे उघडले, तेव्हा तो तिच्याकडे रोखून पाहत होता. ''ठीक आहे, ही गोष्ट मलाही मान्य आहे.''

तो आणखी जवळ झुकला – अगदी निकट. ''आणखीही एक कारण आहे.''

''सांग –'' छाती धडधडू लागली, पण तरीही अतिशय शांत स्वरात तिने म्हटलं.

''मला तू आवडलीस. तुझ्याबरोबर राहावं, असं मला वाटलं. भीती, हळवेपणा, एकटेपणा यातून तुला मुक्त करावंसं वाटलं. कारण त्या काळात तू जे सोसलंस, सहन केलंस आणि त्यावर न डगमगता मात केलीस – त्याबद्दल मला खूप आदर वाटला.''

तिने हनुवटी वर उचलली, ''त्या काळात?''

''तू माझ्या संबंधीचे लेख वाचलेस, ॲलेक्स; मी तुझ्या संबंधातले वाचले.''

तिची कानशिलं गरम झाली. आपण कोलमडून पडलेला तो दिवस त्याला माहिती आहे! आपण आत्महत्येचा केलेला प्रयत्नही त्याला कळलेला आहे... तिला चेहरा झाकून घ्यावासा वाटला, पण वास्तवाला सामोरं जायची तिच्यात आता हिंमत होती.

''आलं लक्षात.''

तो तिचे डोळे शोधत राहिला, ''नाही. सर्वच तुझ्या लक्षात आलंय, असं मला वाटत नाही.'' ...'आणि ते लक्षात न आलेलंच सध्या बरं.' त्याने एक दीर्घ श्वास घेतला आणि तो एक पाऊल मागे सरकला. ''तर, वेड सायमनला ओळखत होता. दोघेही एकाच वयाचे होते?''

''दोघेही जेफरसन हायस्कूलमध्ये एकाच वर्गात होते. पण माझ्याच वयाची तुला एक बहीण आहे. ती ब्रायसन ॲकॅडमीत शिकली.''

''मीही तिथेच शिकलो आणि सायमनही सुरुवातीला त्याच शाळेत होता. माझे वडील, वडिलांचे वडील – सगळे त्याच शाळेत शिकले.''

''ब्रायसन ही श्रीमंतांची शाळा होती. मला वाटतं, आजही ती तशीच ओळखली जाते.''

डॅनियल अवघडला. ''आमची परिस्थिती बरी होती.''

''नाही, तुम्ही श्रीमंत होता. त्या शाळेत शिकणं, हे एखाद्या कॉलेजमध्ये शिकण्यापेक्षाही महागडं होतं. माझ्या आईने आम्हा दोघींना स्कॉलरशिप मिळवून त्या शाळेत घालण्याचा प्रयत्न केला, पण आमच्या नात्यात कुणी एखादा बडा वकील नव्हता.'' ॲलेक्स तिरकसपणे म्हणाली.

''खरंय तुझं. आमच्यापाशी मुबलक पैसा होता. पण सायमनला शाळेतून बाहेर पडावं लागलं. शाळेतून त्याला हाकललं गेलं. तिथून तो जेफरसनमध्ये गेला.''

''आमचं नशीब वाईट म्हणायचं, म्हणून तर वेड आणि सायमन एकत्र आले.''

''तसंच असणार. पण त्या वेळेस मी दुसऱ्या कॉलेजात होतो. वेडने तुला पत्रात काय लिहिलंय?''

''त्याने माझी माफी मागितलीये आणि मला सुखी आयुष्याच्या शुभेच्छा दिल्या आहेत.''

''माफी कशाबद्दल?''

''देव जाणे! अनेक गोष्टींबद्दल असेल... त्याने स्पष्ट असा उल्लेख केलेलाच नाही.''

''पण त्याला सलणारी गोष्ट... तुझ्या नक्कीच लक्षात आलेली असणार?'' डॅनियल बोलला आणि ॲलेक्सने चमकून त्याच्याकडे पाहिलं.

''हे बघ डॅनियल, तुझ्याबरोबर मला पत्त्याचा डाव मांडायला लावू नकोस. नाहीतर पेंटिंगमधल्या त्या कुत्र्यांसारखी माझी अवस्था होईल.''

''ॲलेक्स!''

ॲलेक्सने खोल श्वास घेतला, ''ठीक आहे, सगळंच सांगते. ॲलिशिया आणि मी – सख्ख्या जुळ्या बहिणी. दोघींमध्ये तसूभरदेखील फरक नाही.''

''हो, ते मी सकाळीच अनुभवलंय.''

''तू एवढा चक्रावून जाशील याची मला तेव्हा कल्पनाच नाही.'' बोलता-बोलता तिला जाणवलं की, तो अजूनही आपल्यापासून काहीतरी लपवतोय. हरकत नाही... आता त्याचा डावही आपणच खेळू या. ''परक्या माणसाला मुद्दाम गंडवण्यासाठी जुळी मुलं आपापल्या कपड्यांची, जागेची अदलाबदल करतात – या गोष्टी तू ऐकल्या असशीलच. आम्ही दोघी अनेकदा तो खेळ खेळायचो आणि इतरांना फसवायचो. आईला ती गोष्ट ठाऊक होती. ॲलिशियाला लोकांमध्ये मिसळायला आवडायचं. मी मात्र घरकोंबडी होते.''

बोलता-बोलता ती थांबली. डॅनियल ऐकून अस्वस्थ झाला होता.

''बापरे!'' आणखी काही बोलणं त्याला सुचेना. त्याची अवस्था पाहून तिला उगीचच हसू आलं.

''परीक्षेच्या काळातही आम्ही दोन-तीनदा जागा बदलल्या होत्या. सरांना एकदा संशय आल्याचं माझ्या लक्षात आलं. मला खूप अपराधी वाटलं आणि मी त्यांना सगळं सांगून टाकलं. ॲलिशिया खूप चिडली. एखाद्या 'पार्टी'ला गेलं तरी मी जाऊन कोपऱ्यात बसायची आणि सगळ्या पार्टीचा विरस करून टाकायचे. नंतर-नंतर ॲलिशिया एकटीच 'पार्टी'ला जाऊ लागली. डटनपासून ॲटलांटापर्यंत तिने असंख्य मित्र गोळा केले होते आणि कधी कधी एकेका दिवशी तिला दोन-दोन आमंत्रणं येऊ लागली. एक दिवस मात्र मलाही जावंच लागलं.''

डॅनियल भलताच गंभीर झाला होता. त्याची उत्सुकता आणि अस्वस्थता दोन्हीही वाढलं होतं.

''तुझ्या गोष्टीचा शेवट काही चांगला असेल, असं वाटत नाही.''

''मी त्या 'दुय्यम' दर्जाच्या पार्टीत जाऊन पोहोचले – 'ॲलिशिया' बनून. ॲलिशियाला तिथे जायचं नव्हतं. पण पुढच्या खेपेस आपल्याला वगळतील, या भीतीने तिने मला जायला भाग पाडलं. त्या पार्टीत वेड होता. तो अशा दुय्यम पार्ट्यांमध्येच असायचा. चांगल्या ठिकाणी त्याला कोणीच बोलवायचं नाही. त्या दिवशी त्याने ...ॲलिशियावर जबरदस्ती करण्याचा प्रयत्न केला – म्हणजे माझ्यावर!''

डॅनियल कळवळला. ''हलकट साला ऽऽ!''

तो हलकटपणाच होता. त्यापूर्वी कुणीही तिला स्पर्श केलेला नव्हता आणि वेड तर रासवटच होता. त्या आठवणीनेही तिच्या पोटात ढवळून आलं. ''तोच शब्द त्याला लागू पडतो. अर्थात तांत्रिकदृष्ट्या माझ्याशी त्याचं काही नातं लागत नव्हतं. माझ्या आईने त्याच्या वडिलांशी रीतसर लग्न केलेलं नव्हतं. तरीही तो प्रकार किळसवाणा होता.''

''मग तू काय केलंस?''

''माझा हात आपोआपच उचलला गेला. मी त्याच्या तोंडावर ठोसा लगावला. तो खाली पडला. त्याच्या नाकातून रक्त वाहायला लागलं. मग मी गुडघ्याने त्याच्या... काय केलं, ते तुझ्या लक्षात आलंच असेल.''

''हं, आलं लक्षात.''

त्या अवस्थेतला वेड आजही तिच्या डोळ्यांसमोर आला. ''दोघांनाही धक्का बसला होता. मग इतरांनी त्याची आणखी धुलाई केली. त्यामुळे मला आणखीनच धक्का बसला.''

''त्यानंतर काय घडलं? घरीही त्याची कानउघाडणी केली असणार.''

“छे! ॲलिशिया आणि मला मात्र त्यानंतर महिनाभर घरी डांबून ठेवलं होतं. वेड निर्लज्जपणे शिट्ट्या मारत गावभर उंडारत होता.”

“हा अन्यायच झाला!”

“आमच्या घराची ती रीतच होती.” ॲलेक्सने त्याचा चेहरा पुन्हा एकदा निरखला. अजूनही आपल्यापासून तो काहीतरी लपवतोय, असंच तिचं मत होतं. “मी कधी कल्पनाच केली नव्हती की, तो आयुष्यात कधी आपली माफी मागेल. अगदी मरणाच्या दारात असतानाही त्याच्यात बदल घडेल, असं मला वाटलं नव्हतं. पण मरण समोर उभं ठाकल्यावर मात्र माणसाचं खरंखुरं मतपरिवर्तन होत असावं.”

“माझा तरी त्यावर विश्वास नाही. ऐक. तुझ्याजवळ त्या रेव्हरंडचा काही पत्ता आहे?”

“आहे.” ॲलेक्सने आपली बॅग उघडली, “का रे?”

“मला त्याच्याशी बोलायचंय. तो नेमका ह्याच वेळेस इथे का पोहोचला, याबद्दल माझ्या मनात शंका आहेत. बरं, आता उद्याविषयी....”

“उद्याचं काय?”

“तुझी बहीण उद्या संध्याकाळी चाललीय. बरोबर? मी उद्या रात्रीच रिलेला घेऊन होपला भेटायला आलो तर? तिच्यासाठी पिझ्झा घेऊन येतो. सिस्टर ॲनेकडे तिला घेऊन जाण्याआधी तिला कुत्र्यांची भीती वाटते का, हेही पाहता येईल.”

डॅनियलच्या बोलण्याने ती अक्षरशः भारावून गेली. तो इतका गंभीरपणे विचार करत असेल, असं तिला वाटलं नव्हतं. सिस्टर ॲनेच्या खोलीत त्याने आपल्या खांद्यावर ठेवलेल्या हाताचा स्पर्श तिला आठवला. तो उबदार होता. त्यात आधार आणि जिव्हाळा होता. डॅनियल व्हार्टानियन हा कदाचित खरोखरच चांगल्या स्वभावाचा माणूस असावा.

“माझी काहीच हरकत नाही. थँक्स डॅनियल. उद्या माझ्या घराला तुझी पहिलीच ‘भेट’ असेल.”

डॅनियलने मानेनंच नकार दिला, “नाही हं. खरीखुरी ‘भेट’ अशी नसते. अशा भेटीत, बरोबर लहान मुलं आणि कुत्रा कधीच नसतो!” तो अगदी सहज, प्रामाणिकपणे बोलत होता; पण ॲलेक्सच्या सर्वांगातून एक शिरशिरी उठत गेली... गोड शिरशिरी.

“आणि अशा भेटीत चर्चमधली सिस्टर तर असूच शकत नाही!”

तिने डोळे मोठ्ठे करत म्हटलं, “हो... का? मला माहीतंच नव्हतं.”

त्याने तिचा चेहरा आपल्या हातात धरून हलकेच वर उचलला आणि तिच्या खालच्या ओठांवरून आपल्या अंगठ्याने एक रेघ काढली. तिच्या शरीरभर अनामिक लाटा सरसरत गेल्या. तो काहीतरी बोलणार इतक्यात त्याचा मोबाईल

वाजू लागला आणि चटकन बाजूला होत त्याने खिशातून मोबाईल बाहेर काढला. रंग जमता-जमता विरून गेला.

''व्हार्टोनियन. बोला...'' त्याच्या चेहऱ्यावर एकही रेघ नव्हती. त्याच्या त्या केसबद्दल बोलतोय तर! ॲलेक्सला सकाळची टेबलावर ठेवलेली ती मुलगी आठवली. कोण असेल ती? ती हरवलीये, हे कुणाच्या तरी लक्षात आलं असेल का?

''तिने किती तिकिटं विकत घेतली होती?'' त्याने मान जोरजोरात हलवली. ''नको, तिच्या नावाचं स्पेलिंग सांगायची गरज नाही. मी त्या कुटुंबाला ओळखतो. थँक्स! तुम्ही मला खरंच खूप मदत केलीत.''

त्याने फोन बंद केला आणि अचानक अंगातला स्वेटशर्ट काढत तो भराभर आतल्या जिन्याच्या पायऱ्या चढू लागला. तिला काहीच कळेना. पायऱ्या चढता-चढता त्याने काढलेला शर्ट बोळा करत लाँड्रीच्या बादलीत फेकला. नेम चुकला, पण त्याने तो टाकण्याचा प्रयत्न पुन्हा केला नाही. ''तिथेच थांब, एका मिनिटात मी आलो.''

ती अवाक् झाली आणि आ वासून त्याच्याकडे पाहतच राहिली... तो अगदी खोलीत दिसेनासा होईपर्यंत. तो पाठमोराही आकर्षक होता, रुंद, पीळदार स्नायू आणि सोनेरी तजलेदार कांती... छातीही तशीच भरदार. देवा रे, या माणसात तर वैगुण्य शोधूनही सापडत नाही! मगाशी त्याने शर्ट काढला, तेव्हा त्याला स्पर्श करायची अनिवार ओढ तिच्या मनात निर्माण झाली होती. काय मूर्खपणा चाललाय आपला! पण मोबाईल वाजायच्या आधी पाहिलेले त्याच्या डोळ्यांतले भाव... *इतका काही मूर्खपणा करत नाहीये आपण!*

पुरेसा श्वास घेत तिने बाजूला पडलेला शर्ट उचलला आणि बादलीत टाकला. त्यापूर्वी क्षणभर तो नाकाजवळ न्यावा, असंही तिला प्रकर्षानं वाटलं. ॲलेक्स, *सांभाळ गं बाई!* मगाशी त्याने उच्चारलेले ते शब्द आठवतायत ना? *अनोळखी प्रदेश...* तिची नजर पायऱ्यांवरून चढत खोलीच्या दिशेने गेली. आता त्याने पँट उतरवलेली असणार. *प्रदेश अनोळखी असला तरी फारच ओढाळ आहे!*

दोन मिनिटांच्या आतच तो धाडधाड पायऱ्या वाजवत खाली आला. त्याने आता काळा सूट आणि टाय घातला होता. त्याच वेगात त्याने तिची बॅग उचलली आणि तो चालू लागला. ''जॅकेट चढव आणि ताबडतोब चल. डटनपर्यंत मी तुझ्या मागोमाग येतो.''

''त्याची काही गरज नाही.'' असं तिने म्हणेपर्यंत तो बाहेरही पडला होता.

''मीही त्याच बाजूला चाललोय. उद्या संध्याकाळी सहा वाजता रिलेला घेऊन मी तुझ्या घरी येतो.'' त्याने तिच्या गाडीचा दरवाजा उघडला आणि तिने बेल्ट लावेपर्यंत तिथेच उभा राहिला.

तिने काच खाली केली. “डॅनियलऽऽ” पहिल्यांदाच तिने त्याच्या नावाने हाक मारली.

तो दोन पावलं मागे आला. “काय झालं?”

“थँक यू.”

“यू आर वेलकम. उद्या संध्याकाळी भेटू.”

डटन, सोमवार, २९ जानेवारी, रात्री ११ वाजून ३५ मिनिटे

डॅनियल गाडीमधून उतरला आणि टेकडीवरच्या त्या बंगल्याकडे पाहू लागला. घडलं ते काही चांगलं नव्हतं. ‘फन अँड सन’मध्ये आत जाण्यासाठी जेनेट बॉवीने क्रेडिट कार्ड वापरलं होतं आणि आपल्याबरोबर इतर सात मुलांचीही तिकिटं विकत घेतली होती.

आता प्रदेश काँग्रेसचा नेता असलेल्या रॉबर्ट बॉवीला तो सांगणार होता की, त्याच्या मुलीचा खून झाला असावा. धडधडत्या अंत:करणाने ती चढण चढून तो बॉवी मॅन्शनच्या दारात उभा राहिला आणि त्याने बेल वाजवली.

अर्ध्या चड्डीतल्या एका घामट मुलाने दरवाजा उघडला. “काय काम आहे?”

डॅनियलने आपलं कार्ड दाखवलं, “मी स्पेशल एजंट व्हार्टानियन, जॉर्जिया ब्युरो ऑफ इन्व्हेस्टिगेशन ”

त्या मुलाने डोळे बारीक करत म्हटलं, “माझे आई-वडील झोपलेत.”

डॅनियलने त्याला ओळखलं, “अरे, मायकेल?” सोळा वर्षांपूर्वी त्याने मायकेलला शेवटचं पाहिलं होतं. डॅनियलने कॉलेजशिक्षणासाठी गाव सोडलं, तेव्हा तो चौदा वर्षांचा मरतुकडा मुलगा होता. आता मात्र तो चांगलाच भरला होता. “सॉरी मायकेल, मी तुला चटकन ओळखलंच नाही.”

“तू मात्र जराही बदललेला नाहीस!” तो आपली स्तुती करतोय की अपमान, हे डॅनियलला त्या क्षणी उमगलं नाही. “पण तुला उद्या यावं लागेल.”

डॅनियलने जोर लावून त्याला दरवाजा बंद करू दिला नाही. “मला तुझ्या आई-वडिलांशी बोललंच पाहिजे मायकेल, ‘कारण’ महत्त्वाचं नसतं तर अशा अवेळी मी आलोच नसतो.”

“मायकेल, इतक्या रात्री कोण आलंय?” आतून आवाज घुमला.

“पोलीस!” मायकेल मागे सरकला आणि डॅनियलने त्या आलिशान कक्षात प्रवेश केला. युद्धपूर्वकाळात बांधलेला तो बंगला म्हणजे वास्तुशास्त्राचा अप्रतिम नमुना होता आणि यांकीसुद्धा त्याचा विध्वंस करू धजले नव्हते.

काँग्रेसमन बॉवी आपल्या जॅकेटचा पट्टा बांधत बाहेर आले. त्यांचा चेहरा निर्विकार होता, पण त्यांचे डोळे मात्र धास्तावलेले वाटले. “डॅनियल व्हार्टानियन? अरे,

तू आज गावात आल्याचं मला कळलं होतं. बोल, माझ्याकडे काय काम काढलंस?''

''या वेळी येऊन तुम्हाला त्रास दिल्याबद्दल माफ करा, साहेब. पण काल आर्केडियात खून झालेल्या एका स्त्रीबद्दलचा तपास मी करतोय.''

''हां, सायकल स्पर्धेच्या इथला. आज मी 'रिव्ह्यू'मध्ये वाचलं.''

डॅनियल क्षणभर थांबला, ''मला वाटतं, खून झालेली स्त्री – ती तुमची मुलगी असावी.''

बॉवीसाहेब दचकले, पण त्यांनी मान हलवत नकार दिला. ''नाही, हे अशक्य आहे. जेनेट तर ॲटलांटाला आहे.''

''सर, तुम्ही तुमच्या मुलीला शेवटचं कधी पाहिलंत?''

''गेल्या आठवड्यात. पण काल सकाळी तिची बहीण तिच्याशी बोलली.''

''मिस्टर बॉवी, मी तुमच्या दुसऱ्या मुलीशी जरा बोलू?''

''उशीर झालाय. पॅट्रिशिया झोपली असणार.''

''उशीर झालाय, हे मलाही कळतंय. पण आमच्या हातून काही चूक होत असेल, तर तिचं एकदा पूर्ण निराकरण होऊन जाईल म्हणजे दुसऱ्या मार्गाने आम्हाला ती स्त्री कोण आहे, हे शोधावं लागेल. ती घरी परत यावी म्हणून कुणीतरी तिच्या वाटेकडे डोळे लावून बसलेलं असणार, सर.''

''हो, खरंय तुझं. पॅट्रिशिया ऽऽ जरा खाली ये. आणि येताना नीट ड्रेस घालून ये.''

दोन दरवाजे उघडले गेले आणि मिसेस बॉवी आणि एक तरुण मुलगी पायऱ्या उतरत खाली आली. ''बॉब, काय झालंय?'' मिसेस बॉवींनी विचारलं. त्यांनी डॅनियलला ओळखलं आणि त्या बावरल्या. ''हा इथे का आलाय, बॉब?''

''रोझ, जरा शांत हो... काहीतरी चूक झालीये आणि आपण आत्ताच सगळा गैरसमज दूर करणार आहोत.'' बॉबी मुलीकडे वळले. ''पॅट्रिशिया, तू म्हणालीस की काल सकाळीच तू जेनेटशी फोनवर बोललीस. बरं वाटत नाही म्हणून रात्री जेवायला ती घरी येणार नाही असंही तू म्हणालीस?''

पॅट्रिशियाच्या पापण्या निरागसपणे फडफडल्या आणि डॅनियलने नकळत एक आवंढा गिळला. बहिणी-बहिणी एकमेकीला सावरून घेतायंत!

''जेनेट म्हणाली, तिला ताप आलाय...'' पॅट्रिशियाने क्षीण हसण्याचा प्रयत्न केला. ''म्हणजे मला तरी तसं वाटलं. तिला वाहतुकीचे नियम मोडल्याबद्दल दंड झाला आहे काय? जेनेट म्हणजे अश्शी आहे....''

बायकोइतकाच बॉवींचा चेहराही खाडकन उतरला, ''पॅट्रिशियाऽऽ'' त्यांचा आवाज घोगरा झाला, ''एजंट व्हार्टोनियन एका खुनाचा तपास करतोय. त्याला वाटतंय की, ती मुलगी जेनेट आहे... उगाच तिला पाठीशी घालू नकोस.''

पॅट्रिशियाचं तोंड उघडंच पडलं. “काऽऽय?”

“पॅट्रिशिया, तू खरंच तुझ्या बहिणीशी बोललीस?” डॅनियलने अगदी सौम्य आवाजात विचारलं.

त्या मुलीचे डोळे पाण्याने एकदम डबडबले. “नाही. आपण आजारी आहोत, असं तिने मला खोटंच बोलायला सांगितलं. त्या दिवशी तिला दुसरीकडे कुठे जायचं होतं. पण... नाही... ती ‘ती’ नसणार... असं असूच शकत नाही.”

मिसेस बॉवींना हुंदका फुटला, “बॉबऽऽ”

बॉवींनी तिला चटकन जवळ घेतलं. “मायकेल, आईसाठी खुर्ची आण.”

मायकेलने खुर्ची आणलेलीच होती. त्याने आईला त्यात सावकाश बसवलं. डॅनियलने आपलं लक्ष पुन्हा पॅट्रिशियाकडे वळवलं. “तिने तुला असं कधी सांगितलं होतं?”

“बुधवारी रात्री. ती म्हणाली की, शनिवारी-रविवार ती... मित्रांबरोबर घालवणार आहे.”

“हेच महत्त्वाचं आहे, पॅट्रिशिया. कुठल्या मित्रांबरोबर?” डॅनियलने दामटून विचारलं. डोळ्यांच्या कोपऱ्यातून त्याने पाहिलं की, मिसेस बॉवी खुर्चीतच कोसळलीय आणि भीतीने ती कापतीय.

पॅट्रिशियाने आपल्या आई-वडिलांकडे मोठ्या कष्टाने पाहिलं. तिच्या डोळ्यांना अश्रूंच्या धारा लागल्या होत्या. “तिचा एक मित्र आहे... तिला ठाऊक होतं की, तुम्हाला तो आवडणार नाही. आय ॲम सॉरी.”

बॉवींचा चेहरा पांढराफटक पडला होता. त्यांनी डॅनियलकडे पाहिलं. “आता आमच्याकडून तुला काय हवंय?”

“तिच्या ब्रशमध्ये अडकलेले केस, तिच्या खोलीच्या भिंतीवर उमटलेले तिच्या हातांचे ठसे...” तो किंचित चाचरला, “आणि तिच्या दंतवैद्याचं नाव.”

बॉवीसाहेब लटपटले. “ठीक आहे, तुला ते मिळतील.”

“अरे देवा! आपण तिला ॲटलांटामध्ये तो फ्लॅट घेऊन द्यायलाच नको होता.” मिसेस बॉवी चेहऱ्यावर दोन्ही हात झाकून मुसमुसत होत्या.

“ॲटलांटामध्ये तिचा फ्लॅट आहे?” डॅनियलने विचारलं.

“हो... ती ऑर्केस्ट्रात असते.” बॉवींच्या घशातून आवाज फुटत नव्हता.

“ती व्हायोलिन वाजवते?” डॅनियलने शांतपणे विचारलं, “दर आठवड्याला ती घरी यायची?”

“बहुतेकदा रविवारी रात्री. रात्रीच्या जेवणाला ती घरी असायची. अलीकडे तर रविवारचीसुद्धा येत नसे. मोठी झाली होती ना! आमच्यापासून दूर... पण नुकतंच तिला बावीसाव्वं लागलं होतं रे...” त्यांना पुढे बोलवेना. त्यांनी मान एकदम खाली

घातली. त्यांची हनुवटी छातीला चिकटली. डॅनियलने मान वळवली आणि त्यांना एकांतात रडू दिलं.

"तिची खोली वर आहे..." मायकेल अस्पष्ट पुटपुटला.

"थँक यू. जितक्या लवकर शक्य आहे तितक्या लवकर मी आमची सीएसयू व्हॅन इथे आणायला सांगतो. पॅट्रिशिया, तुला जेनेट आणि तिच्या मित्राबद्दल जे-जे माहिती आहे, ते-ते मला तुझ्याकडून जाणून घ्यायचं आहे." डॅनियलने बॉब बॉवींच्या खांद्यावर हात ठेवला, "आय ॲम सॉरी, सर."

ते एक शब्दही बोलले नाहीत. त्यांनी फक्त मान हलवली.

डटन, मंगळवार, ३० जानेवारी, पहाटे १२ वाजून ५५ मिनिटे

"इथे काय गोंधळ चाललाय?"

डॅनियल थबकला. त्या आवाजाने त्याच्या आत संतापाची लाट उसळत गेली आणि त्याच आवाजात त्याने प्रत्युत्तर दिलं, "आपण जर ते पळपुटे शेरीफ ल्युमिस नसाल, तर मी आपल्याला माझी ओळख करून देतो. मी स्पेशल एजंट डॅनियल व्हार्टोनियन आणि रविवारपासून मी आपल्याला सहा निरोप पाठवलेले आहेत!"

"डॅनियल, माझ्याशी वाकड्यात शिरू नकोस." बॉवीच्या बंगल्यात वावरणाऱ्या त्या जीबीआयच्या पथकाकडे फ्रँकने एक जळजळीत नजर फेकली. "मूर्ख जीबीआयवाले... माझं गाव व्यापून बसलेत... टोळधाडीसारखं!"

खरं पाहता त्यातली फक्त एकच गाडी आणि एकच व्हॅन जीबीआयची होती. आलेल्या तीन गाड्या डटनच्याच स्थानिक पोलिसांच्या होत्या आणि एक आर्केडियाची होती. बॉवी कुटुंबाचं सांत्वन करायला आणि डॅनियलला मदत करण्यासाठी शेरिफ कोर्चरॅन आला होता.

एडची व्हॅन येऊन पोहोचल्यानंतर काही वेळाने ल्युमिसचा डेप्युटी मॅन्सफिल्ड आला होता आणि जेनेटच्या खोलीत आपल्याला प्रथम प्रवेश करता आला नाही म्हणून चडफडत होता. कोर्चरॅनने दाखविलेल्या सहकार्याशी ते पूर्ण विसंगत दिसत होते.

उरलेल्या गाड्यांपैकी एक डटनच्या नगराध्यक्षांची होती. बॉवीच्या सहकाऱ्यांच्या दोन होत्या. आणखी एक गाडी डॉक्टर ग्रॅनव्हिलेची होती. मिसेस बॉवीच्या मानसिक असंतुलनावर गेले काही दिवस तो उपचार करत होता. त्यातली एक गाडी जिम वुल्फची होती. बॉवी कुटुंबाने त्याच्यापाशी कुठलीही प्रतिक्रिया द्यायला साफ नकार दिला होता आणि ओळख पटल्यावर मी निवेदन देणारच आहे, असं सांगून डॅनियलने त्याची बोळवण केली होती.

काही क्षणांपूर्वीची 'ओळख' पटली होती. एडच्या एका सहकाऱ्याने येताना त्या खून झालेल्या मुलीच्या हातांचे ठसे बरोबर आणले होते. जेनेटच्या बिछान्याजवळ

असलेल्या एका स्फटिकाच्या डबीवर जेनेटच्या हातांचे ठसे सापडले होते. दोन्ही ठसे एकमेकांशी तंतोतंत जुळले होते. डॅनियलने ही बातमी बॉबच्या कानावर नुकतीच घातली होती आणि आत्ताच बायकोच्या खोलीत शिरतानाही त्याने बॉबला पाहिले होते.

बॉबने आपल्या बायकोला ते सत्य सांगून टाकलंय, हे ऐकू आलेल्या किंकाळीवरून डॅनियलला समजलं. फ्रॅंक आणि डॅनियलने एकमेकांकडे पाहिलं. ''फ्रॅंक, तुला काही बोलायचंय? कारण यानंतर मी खूपच कामात असणार आहे.''

फ्रॅंकला त्याचं बोलणं रुचलं नाही. ''हे गाव माझं आहे डॅनियल व्हार्टोनियन; तुझं नाही. तू इथून पळून गेलास.''

डॅनियल उत्तर द्यायची संधी सोडणारच नव्हता. ''फ्रॅंक, कदाचित हे गाव माझं नसेलही, पण ही केस मात्र माझी आहे. मला मदत करायची जर तुला खरंच इच्छा असती, तर निदान एका तरी निरोपाला तू नक्कीच उत्तर दिलं असतंस!''

ल्युमिसची नजर अशी सहज लडखडणारी नव्हती, उलट ती अधिकच आक्रमक झाली.

''काल आणि आज मी गावात नव्हतो. आता रात्री परतल्यावर तुझे निरोप मला कळाले.''

''आज तुझ्या केबिनबाहेर मी पंचेचाळीस मिनिटं नुसता बसून होतो. वॅंडा म्हणाली की, त्यांच्या कामात व्यत्यय आणता येणार नाही. तुझ्या मनात मला टाळायचं असलं तरी त्यावर माझा काहीच आक्षेप नव्हता. पण तू माझा जो वेळ वाया घालवलास; तोच वेळ जेनेटचा खुनी शोधण्यात मी वापरू शकलो असतो.''

अखेर फ्रॅंक थोडा निवळला. ''आय ॲम सॉरी, डॅनियल!'' पण त्या माफीतही नम्रपणा नव्हताच. ''मागचा आठवडा फारच कठीण गेला. तुझे आई-वडील... माझे तर ते जवळचे मित्र होते. त्यांना शेवटचा निरोप देणं मला व्यक्तिश: खूपच अवघड गेलं. आणि त्यानंतर ते पत्रकार – ते तर माझ्यावर तुटूनच पडले. ह्या सगळ्यानंतर मला एकांत हवा होता. विश्रांती हवी होती. वॅंडाला मी स्पष्ट बजावलं होतं की, मी बाहेर गेलोय, हे कुणालाही कळता कामा नये. नाहीतर मी तुला फोन केलाच असता.''

डॅनियलचाही संताप थोडा निवळला, ''बरं-बरं! पण फ्रॅंक, मला त्या पोलीस रिपोर्टची अत्यंत आवश्यकता आहे – ॲलिशिया ट्रिमेनच्या खुनाचा रिपोर्ट. प्लीज, मला तो लवकरात लवकर मिळवून दे.''

''सकाळी गेल्यावर पहिलं काम तेच करतो. ती फाईल कुठे आहे, हे वॅंडाला नक्की माहीत असणार. बरं, ती जेनेटच असल्याची तुझी खात्री झाली आहे?''

''हातांचे ठसे जुळलेत!''

“हलकट! कुणी केलं हे?”

“ती कोण आहे, हे आता समजल्यावर यानंतर आम्ही पुढचा तपास करू. पण तुला जर मदत हवी होती, तर तू मला फोन का केला नाहीस?”

“मला मदत हवी होती, असं मी कधीच म्हटलं नाही. मी म्हटलं, मला एकांत हवा होता. माझ्या केबिनमध्ये मी एकटा बसून होतो.” तो वळला आणि दरवाज्याच्या दिशेने जाऊ लागला.

“ठीक आहे.” आपण दुखावले गेलोय, हे डॅनियलने दर्शवलं नाही, “फ्रँक ऽऽ”

फ्रँकने वळून पाहिलं “काय?” तो तिरसटपणे म्हणाला

“बेली क्रायटन, मला वाटतं... ती खरोखरच बेपत्ता आहे.”

“तुझ्या मताबद्दल मी आभारी आहे. स्पेशल एजंट व्हार्टोनियन, गुड नाईट.”

त्याने केलेल्या दंशाकडे डॅनियलने दुर्लक्ष केलं. त्याच्यासमोर कामाचा ढीग होता आणि फ्रँक ल्युमिसवर विचार करत घालवण्याएवढा वेळ त्याच्यापाशी निश्चितच नव्हता. त्याला जर कधी मदतीची गरज लागलीच, तर डॅनियल आपला हात आनंदाने पुढे करणार होता.

त्याच्या पाठीमागून एड आला, “आम्ही तिच्या खोलीची झडती घेत होतो. तिच्या ड्रॉवर्समध्ये जुन्या डायऱ्या आणि काही वह्या सापडल्या. आणखी काही फारसं नव्हतं. तिच्या मित्राबद्दल तुला आणखी काही समजलं?”

“त्याचं नाव लामार वॉशिंग्टन. आफ्रिकन-अमेरिकन. जाझ क्लबमध्ये तो वाजवतो. पॅट्रिशियाला त्या क्लबचं नाव ठाऊक नाही.”

एडने हातातली वह्यांची बॅग उंचावत म्हटलं, “या वह्यांमध्ये बरेच पत्ते लिहिलेले आहेत.”

डॅनियलने बॅग ताब्यात घेतली. “मी नाव अन् पत्ते उतरवून घेतो आणि मग ती परत करतो. पॅट्रिशिया म्हणाली की, जेनेटला त्याच्याबरोबर थोडी मौज करायची होती. मात्र, ती त्याला घरी मुळीच घेऊन जाणार नव्हती.”

“एखाद्या पुरुषाला, चिडून जाऊन मुलीला ठार मारण्याकरता एवढं कारण पुरेसं आहे. पण इथं ट्रिमेनच्या खुनाची नक्कल का करावी, हे काही त्यावरून सिद्ध करता येणार नाही.”

“बरोबर आहे तुझं. पण सध्यातरी माझ्यापाशी एवढीच माहिती आहे. इथलं काम संपल्यावर मी जाऊन तो जाझ क्लब शोधणार आहे.”

“...आणि आम्हाला जाऊन जेनेटच्या त्या फ्लॅटची झडती घ्यायचीय.” हातातली किल्ली त्याने डॅनियलला दाखवली. “मायकेलने तिच्या फ्लॅटची चावी आम्हाला दिलीय.”

एड गेल्यावर डॅनियल आतल्या बैठकीच्या खोलीत आला. खरं म्हणजे, त्यात

फक्त उभं राहण्यापुरतीच जागा होती. खोलीमध्ये त्या कुटुंबापैकी फक्त मायकेल बॉवी तेवढाच होता. त्याने आता काळा सूट चढवला होता आणि त्याचा चेहरा चांगलाच काळवंडलेला होता. पण शेवटी तो एका राजकारणी पुढाऱ्याचा मुलगा होता, "तू लवकर निवेदन दिलंस, तर ही सर्व माणसं निघून जातील का? मला ती जायला हवी आहेत." तो डॅनियलच्या कानाशी पुटपुटला. "हो, हो. लगेचच करतो." घसा खाकरत तिथे जमलेल्यांना उद्देशून डॅनियल म्हणाला, "रविवारी दुपारी आर्केडियामध्ये खून झालेली स्त्री ही जेनेट बॉवी असावी, अशा तात्पुरत्या निष्कर्षापर्यंत आम्ही येऊन पोहोचलो आहोत." त्यावर कुणालाच फारसं आश्चर्य वाटलेलं दिसलं नाही. "पक्की खात्री व्हावी यासाठी आम्ही डीएनए टेस्ट घेणार आहोत. त्याचा रिपोर्ट आल्यानंतर मी पत्रकार परिषद बोलावीन."

जिम वुल्फ उभा राहिला. त्यानं विचारलं, "मृत्यूचं अधिकृत कारण काय आहे?"

"त्याबाबतीतलं अधिकृत निवेदन मी उद्या जाहीर करीन." डॅनियलचं लक्ष सहज हातातल्या घड्याळाकडे गेलं. "उद्या म्हणजे - आता आज, असंच म्हणायला हवं. आज दुपारनंतर."

नगरपाल अस्वस्थ होता. टायची गाठ सैल करत त्याने विचारलं, "एजंट व्हार्टीनियन, तुमच्यापाशी संशयितांची नावं आहेत का?"

"आम्हाला काही धागेदोरे मिळालेले आहेत, नगरपाल मिस्टर डेव्हिस–" डेव्हिसला नगरपाल म्हणून संबोधण्यात डॅनियलला भलतंच जड गेलं. शाळेमध्ये दोघेही एकत्र फुटबॉल खेळले होते. त्या वेळी गार्थ डेव्हिस हा बऱ्यापैकी क्रीडापटू असला तरी बोलण्या-वागण्यात बावळटच समजला जाई. नगराध्यक्ष म्हणून निवडून यायचं तर सोडाच–तो निवडणूक लढवूदेखील शकणार नाही, असाच बऱ्याच जणांचा समज असणार. पण नेत्यांची एवढी लांबलचक यादी डावलायला लावून मोठ्या शिताफीने गार्थने स्वतःची वर्णी लावली होती. गार्थचे वडील बरीच वर्षं नगरपाल होते.

"सांगितलं ना, उद्या मी सर्व जाहीर करीन."

"टॉबी, मिसेस बॉवी कशा आहेत?" वुल्फने डॉ. ग्रॅनव्हिलेला विचारलं.

"विश्रांती घेताहेत." टॉबी ग्रॅनव्हिलेने सांगितलं. पण त्याच्या म्हणण्याचा अर्थ 'झोपेचं इंजेक्शन दिलंय' असा आहे, हे सर्वांच्याच लक्षात आलं. नवऱ्याने ती बातमी खरी आहे, असं जेव्हा तिला सांगितलं, त्या वेळेस तिची किंकाळी तिथल्या प्रत्येकानेच ऐकली होती.

डॅनियलने चटकन समारोप करत म्हटलं, "खूपच उशीर झालाय. तुमच्या मनात बॉवी कुटुंबीयांना मदत करायची आहे, हे मी जाणतो. पण मला वाटतं, आता तुम्ही घरी जायला हवं. प्लीज –"

डेव्हिस सोडून सगळे बाहेर पडले. डेव्हिस दरवाज्यात घुटमळला. "डॅनियल, तुझा कुणावर संशय आहे?"

डॅनियल जरा वैतागलाच. आधीच इतका उशीर झाला होता... तो त्याच्याजवळ जात म्हणाला, "गार्थ..." गार्थ त्याच्या कानाला लागला. "उद्या सकाळी घरामध्ये जेव्हा 'रिव्ह्यू' येऊन पडेल, तेव्हा डटनच्या घराघरातून मला फोनवर फोन येणार आहेत. प्रत्येक जण आपल्या घरातल्यांच्या काळजीने बेचैन होऊन जाणार. म्हणून म्हणतो, नुसते धागेदोरे मिळालेयत, असं मोघम उत्तर मला देऊ नकोस. जरा 'आतली' माहिती दे."

"अरे, पण मला – आम्हाला जेवढं ठाऊक आहे, तेवढंच मी सांगू शकतो ना? ती कोण आहे, हे आत्ता दोन तासांपूर्वी कळतंय. आम्हाला निदान अजून एक दिवस तर दे?"

डेव्हिसला पटलं; पण त्याचा अस्वस्थपणा कमी झाला नाही. "मला ऑफिसमध्ये फोन करशील?"

"अगदी नक्की!"

शेवटी सगळे एकदाचे निघून गेले. आता डॅनियल, मायकेल आणि डॉ. ग्रॅनव्हिले तिथे होते. "मला वाटलं होतं, हे काही आज इथून हलणार नाहीत." मायकेल वैतागत म्हणाला.

ग्रॅनव्हिलेने आपला टाय घट्ट केला, "जाण्याआधी पुन्हा एकदा तुझ्या आईला तपासून घेतो. रात्री गरज लागली, तर मला फोन कर."

डॅनियलने दोघांशीही हात मिळविले. "मायकेल, तुला किंवा तुझ्या घरच्यांपैकी कुणाला कसलीही मदत लागली तर मला ताबडतोब कळव." त्याने बंगल्याच्या बाहेर पाऊल ठेवलं आणि वाऱ्याचा प्रचंड झोत त्याच्या अंगावर आदळला. वादळाला सुरुवात झाली होती. त्याने टेकडीवरून खाली रस्त्यावर पाहिलं. वृत्तपत्रांच्या आणखी तीन गाड्या येऊन थडकल्या होत्या. डॅनियलचा माग काढत वार्ताहरांचा थवा तिथपर्यंत पोहोचला होता. 'टोळधाडीसारखा...' त्याला फ्रँकचे शब्द आठवले आणि प्रथमच त्यातलं तथ्यही जाणवलं.

बॉबीच्या मालकीच्या गाड्यांचा ताफा बंगल्याबाहेर उभा होता. एक मर्सिडिस, दोन 'बीएमडब्ल्यू', एक रोल्स-राईस, जॅग, लिंकन टाऊन कार – इतक्या सगळ्या गाड्या मागे टाकत तो आपल्या कारजवळ पोहोचला आणि पत्रकारांच्या भडिमाराला समर्थपणे तोंड द्यायला सज्ज झाला. काही जण 'गार्थ'ची मुलाखत घेत होते. पण त्याला पाहताच सगळ्यांनी त्याच्याकडे मोर्चा वळवला.

"एजंट व्हार्टोनियन, आम्हाला तुमच्याकडून ऐकायचंय –"

डॅनियलने हात वर करून सर्वांना गप्प राहण्याचा इशारा केला.

“आर्केडियामधली मृत स्त्री ही जेनेट बॉवी असल्याचे आम्हाला आढळून आलंय.” दिव्यांचा लखलखाट झाला, फोटो काढले गेले, व्हिडिओ सुरू झाले. फक्त पत्रकारांसमोर वापरायचा आपला खास मुखवटा त्याने चेहऱ्यावर चढवला.

“काँग्रेसमनला याची कल्पना दिली गेलीय?”

“अर्थातच. त्याशिवाय मी ती गोष्ट तुमच्यापाशीही उघड केली नसती. आणि यापुढे आता एकही प्रश्न नकोय. उद्या मी पत्रकार परिषद बोलावणार आहे. जीबीआयच्या मुख्य कचेरीत फोन करून वेळेची आणि जागेची खात्री करून घ्या. गुड नाईट!”

तो सरळ चालू लागला, पण एक वार्ताहर त्याचा पाठलाग करत आलाच. “एजंट व्हार्टीनियन, मला असं सांगा की, आपल्या स्वतःच्या गावात आपल्या भावाचा खून होऊन एक आठवडाही उलटत नाही तोच आणखी एका खुनाचा तपास करताना तुमच्या मनात नेमक्या कोणत्या भावना आहेत?”

डॅनियल थांबला आणि गर्रकन वळत, हातात मायक्रोफोन घेऊन उभ्या असलेल्या तरुणाकडे त्यानं रोखून पाहिलं. सायमनचा ‘खून’ झालेला नव्हता. त्याला ‘खून’ म्हणणं म्हणजे त्याने घेतलेल्या त्या बळींचा, त्या निरपराध जीवांचा तो घोर अपमान ठरला असता. सायमनला ‘कुत्ते की मौत’ पद्धतीनं मारण्यात आलं होतं. पण हे शब्द वापरणं, उगाचच भावना भडकावण्यासारखं झालं असतं. म्हणून डॅनियल एवढंच म्हणाला, “नो कॉमेंट्स.”

त्या माणसाने पुन्हा बोलण्यासाठी तोंड उघडलं, पण डॅनियलने वेगळ्याच थंड नजरेने त्याच्याकडे पाहिलं. त्या नजरेत अशी काही विलक्षण जरब होती की, तो अक्षरशः दोन पावलं मागे सरकला.

“नाही, आणखी काही प्रश्न नाहीत.” डॅनियलच्या त्या मूक धमकीला स्वतःच उत्तर देत तो मोकळा झाला.

नजरेची ही लकब त्याने वडिलांकडून उचलली होती. ऑर्थर व्हार्टीनियन असेच एका नजरेत समोरच्याला गर्भगळीत करून टाकायचे. डॅनियल त्या नजरेचा वापर क्वचितच करायचा. पण जेव्हा करायचा, तेव्हा बरोब्बर परिणाम साधला जायचा. “गुड नाईट!” डॅनियल त्याला म्हणाला.

डॅनियल गाडीमध्ये जाऊन बसला आणि काही वेळ त्याने डोळे मिटून घेतले. आजपर्यंत अनेक कुटुंबांचं सांत्वन करायची वेळ त्याच्यावर आली होती. आज मात्र त्याची खरी कसोटी लागली. पण त्याहूनही फ्रँक ल्युमिसच्या विचित्र वागण्याने तो अधिक बुचकळ्यात पडला होता. एके काळी फ्रँक त्याचा लाडका माणूस होता. डॅनियलला त्याच्याकडून खऱ्या वडिलांची माया लाभली होती. ऑर्थर व्हार्टीनियनना तो वडिलांच्या भूमिकेत कधीच स्वीकारू शकला नव्हता... आणि आज त्याच

फ्रँककडून... अशी हेटाळणी...? त्याच्या मनाला असह्य यातना झाल्या.

पण शेवटी फ्रँकसुद्धा माणूसच होता. सायमनच्या 'पहिल्या मृत्यू'चा ऑर्थर व्हार्टोनियनने केलेला दांभिकपणा जेव्हा उघडा पडला, तेव्हा तो पचवणं त्यालाही झेपलं नाही. जगाच्या लेखी तो अक्कलशून्य ठरला आणि पत्रकारांनी तर त्याला उभा-आडवा फाडून खाल्ला. स्वत:च्या बुटांची नाडी बांधायलाही त्याला मदत लागते, अशी त्याची दुबळी प्रतिमा तयार झाली. 'फ्रँकने चिडणं स्वाभाविकच होतं. मीही चिडलोच असतो.'

त्याने गाडी सुरू केली. तो प्रचंड थकला होता, पण झोपण्यापूर्वी त्याला लामार वॉशिंटनचा तो जाझ बार शोधून काढायचा होता.

डटन, मंगळवार, ३० जानेवारी, पहाटे १ वाजून ४० मिनिटे

ते परत निघालेत... ॲलेक्सच्या लक्षात आलं. आपल्या बंगल्याच्या खिडकीत ॲलेक्स उभी होती आणि समोरच्या टेकडीवरून एकापाठोपाठ एक उतरणाऱ्या गाड्यांकडे ती पाहत होती. कुणाच्या बरं घरापासून या गाड्या अशा उतरत असतील? तिने अंगाभोवतीचा पायघोळ झगा अधिकच घट्ट लपेटून घेतला. तिला भरलेली हुडहुडी अद्यापही कमी होत नव्हती. त्या हुडहुडीचा बाहेरच्या हवामानाशी काहीही संबंध नव्हता.

तिला पुन्हा एक भयानक स्वप्न पडलं होतं – ढगांच्या गडगडाटाचं आणि लखलखणाऱ्या विजांचं. कर्कश टाहो... जीव घेणाऱ्या किंकाळ्या. ती शवागारात उभी होती आणि टेबलावरची स्त्री डोळे नसलेल्या खाचांमधून तिच्याकडे हिंस्रपणे पाहत होती. नाही... तिला डोळे होते. पण ते... बेलीचे डोळे होते! हातसुद्धा बेलीचे दिसत होते. ते हात तिच्या दिशेने मदतीसाठी पसरत होते. पण तिचं शरीर मेणाचं... मृत. तिने आकांत केला, 'प्लीज... मला मदत कर.'

ॲलेक्स घामाने डबडबून खाडकन उठून बसली. तिचं सगळं शरीर थरथर कापत होतं. तिला वाटलं, होपसुद्धा दचकून उठणार; पण ती मात्र शांत झोपली होती. कशीबशी धडपडत उठत ती खिडकीपाशी आली होती आणि हळूहळू स्वत:ला शांत करत होती.

पण मन थाऱ्यावर येणं कठीण होतं. *'बेलीऽ तू कुठे आहेस गं? तुझ्या मुलीला मी कशी सांभाळू?'*

"देवा रे... सगळा विचका होऊन देऊ नकोस." ती स्वत:शीच पुटपुटली. पण त्या काळोखातून प्रत्युत्तर मिळालंच नाही आणि ती टेकडीवरून हळूहळू उतरणाऱ्या गाड्यांकडे पाहत राहिली. एका गाडीचा वेग मंद झाला आणि ती गाडी तिच्या बंगल्यासमोर येऊन थांबली.

तिच्या पोटात गोळा आला आणि बॅगेत असलेल्या बंदुकीचा विचार मनात येत असतानाच तिने त्या गाडीला आणि गाडीच्या ड्रायव्हरलाही ओळखलं.

बागेला वळसा घालून ॲलेक्सच्या त्या छोट्या बंगल्यासमोर डॅनियलची कार थांबली. आज संध्याकाळी आपण तिच्याशी खोटं बोललो होतो आणि ती गोष्ट त्याच्या मनाला अजूनही खात होती.

'तुला जे माहितीये ते मला सांग –' असं ॲलेक्सने विचारल्यावर, 'सांगण्यासारखं आपल्याकडे काहीच नाही' असं तो म्हणाला होता, ते काही संपूर्ण खोटं नव्हतं. एवढ्यात तिला सांगण्यासारखं त्याच्यापाशी काही नव्हतं. तिच्या बहिणीबरोबर अश्लील चाळे करताना टिपलेले फोटो तर तो ॲलेक्सला दाखवू शकत नव्हता. जीवनातली बीभत्सता तिने खूप-खूप भोगली होती.

वेड क्रायटनची त्याला आठवण झाली. 'मी तुला नरकात गाठतोच...' तिचा सावत्रभाऊ सायमनला ओळखत होता आणि ही गोष्ट त्रासदायक होती. वेडने ॲलेक्सवर अतिप्रसंग करण्याचा प्रयत्न केला होता आणि त्यासाठी त्याला मृत्यूची शिक्षा मिळाल्याबद्दल डॅनियलला मनातून बरंच वाटलं होतं. त्या घटनेचा ॲलेक्सच्या उमलत्या मनावर किती खोलवर परिणाम झाला असणार, हे त्याला जाणवत होतं.

...आणि जर तिच्या सावत्रभावाने ॲलेक्सला, ॲलिशिया समजून नासविण्याचा प्रयत्न केला होता, तर तो नंतर प्रत्यक्ष ॲलिशियाशीही तसाच वागला असणार. त्या फोटोतला तो पुरुष... कदाचित वेडच असेल! त्या माणसाला दोन पाय होते, म्हणजे तो सायमन नक्कीच नव्हता आणि ते दोघे एकमेकांना ओळखत होते... याचा अर्थ...?

इतर फोटोंमधल्या त्या मुली कोण होत्या? हा प्रश्न तर त्याला कधीपासून छळत होता. बहुधा गावातल्याच मुली असणार. त्याही सरकारी शाळेतच शिकत असणार. डॅनियल त्यांना ओळखत नव्हता, पण सायमन मात्र ओळखत असणार. सायमनने आणखीही अनेक खून केले असतील; ज्याचा कुणालाच कधी थांगपत्ताही लागला नसेल. त्या बाकीच्या मुलींचेही कदाचित खून झालेले असतील.

ते फोटो चेसला देऊन टाक... गेला आठवडाभर हा विचार पुन:पुन्हा त्याच्या मनात येत होता. निदान ते फोटो फिलीच्या पोलिसांना तरी दिलेत, या गोष्टीमुळे रात्री त्याला थोडीफार झोप लागत होती. पण मागच्या दोन आठवड्यांत व्हिटो सिक्कोटेलीला ते फोटो नीट पाहण्याची तरी सवड मिळाली असेल की नाही याबद्दल त्याला शंकाच होती. सायमनची सगळी कृष्णकृत्यं उकलण्यात व्हिटो आणि त्याच्या सहकाऱ्यांचा किती वेळ खर्ची पडणार होता, कुणास ठाऊक?

सायमन, मी तुला नरकात गाठतोच... वेड आणि सायमनने आपल्या पाठी किती घोळ घालून ठेवला असेल, देव जाणे! अर्थात, ते सर्व गुन्हे घडल्याला आता

दहा वर्षं होऊन गेली होती. आज मात्र त्याच्या हातात एक ताजी केस होती. जेनेट बॉवीवर आता त्याला पूर्ण लक्ष केंद्रित करणं भाग होतं. खून करण्याइतपत कोणाची तिच्यावर खुन्नस असेल, हे शोधायची गरज होती.

किंवा कदाचित जेनेट बॉवी हे एक सहजसाध्य 'लक्ष्य' असू शकेल. दहशत निर्माण करण्यासाठी. त्यामागे चीड, खुन्नस नसेलच. किंवा... काँग्रेसमन बॉवी. डॅनियलच्या मनात एकदम विचार चमकून गेला. अलीकडे काही वादग्रस्त प्रकरणांवर त्यांनी फारच आक्रमक भूमिका घेतली होती. त्या राजकीय वैमनस्यापोटीही त्यांच्या मुलीचा बळी घेतला गेला असेल. पण मग ॲलिशियाच्या खुनासारखी नक्कल का केली गेली? आणि तीसुद्धा आज? आणि ती 'किल्ली' तिथे ठेवण्यामागचं प्रयोजन काय?

डॅनियलने गाडी गिअरमध्ये टाकली आणि तो ती सुरू करणार तोच बंगल्याचा दरवाजा उघडून ॲलेक्स पोर्चमध्ये आल्याचं त्याने पाहिलं अन् त्याचा श्वास घशातच अडकला. हनुवटीपासून टाचेपर्यंत सर्वांग झाकणारा पायघोळ झगा तिने घातला होता आणि त्यात ती जरा साधी, गबाळी दिसत होती. पण आपले डोळे तिच्या झग्याच्या आत रोखून आहेत, हे त्याला जाणवलं. पण तरीही तो नजर हटवू शकला नाही. वाऱ्याने उडणारे रेशमी केस एका हाताने मागे सारत ती पोर्चमधूनच त्याच्याकडे टक लावून पाहत उभी होती.

तिच्या चेहऱ्यावर जराही हास्य नव्हते. पण त्याच्या मनामध्ये तिची ओढ इतकी प्रबळ होत गेली की, गाडी बंद करून आपण इतक्या झपाझप तिच्यापाशी कसे पोहोचलो, हे त्यालाच कळलं नाही. गाडी सुरू करून तिला तसंच तिथे सोडून जावं, असा विचार एकदाही त्याच्या मनाला शिवला नाही. उलट, मगाशी 'फन अँड सन'च्या अधिकाऱ्याने नको तेव्हा फोन करून रंगाचा जो भंग केला होता, त्याची आता त्याला पूर्ण भरपाई करायची होती. त्या अवलोकितेच्या मोठ्या डोळ्यांतली ती जादू त्याला डोळे भरून पाहायची होती. आपल्याला जे हवंय ते तिच्या डोळ्यांना समजलंय की नाही, हे त्यांत उतरून त्याला पाहायचं होतं. तिलाही आपण हवे आहोत ना, याची त्याला खात्री करून घ्यायची होती.

पोर्चच्या पायऱ्या एका पावलात चढून त्याने आपल्या ओंजळीत तिचा चेहरा धरला आणि स्वतःच्या चेहऱ्याने तिचा चेहरा झाकत मनातलं इप्सित पूर्ण करून टाकलं. तिच्या गळ्यातून अस्फुट, अधाशी हुंकार उमटला आणि बेभान आवेगाने तिने स्वतःला त्याच्यावर झोकून दिले. कडाक्याच्या थंडीत अचानक पेटलेल्या त्या वातावरणामध्ये चुंबनांचे स्फोट उडू लागले.

मानेभोवती तिच्या हातांचा विळखा पडला होता. तिचे भुरभुरणारे केस आणि हेलकावणारा झगा त्याच्या कोटावर हळूहळू पार चिकटून बसला. त्याने मिठी

अधिकच घट्ट केली आणि ती त्या मिठीत विरघळून गेली. झोंबणारा वारा आता मस्त शीळ घालू लागला आणि त्या नादात किती अन् कसा वेळ निघून गेला; कळलंच नाही. काळावेळाचं भानच उरलं नव्हतं. हळूहळू त्याच्या नाडीचे ठोके संथ पडू लागले. वाऱ्यावर पसरलेलं मन थाऱ्यावर येऊ लागलं. तिचे केस हलकेच कुरवाळत त्याने तिची मान वर उचलली.

"आय ॲम सॉरी! यापूर्वी मी असं कधी वागल्याचं मला आठवत नाही."

त्याच्या ओठांवरून तिनं बोटं फिरवली. "मलासुद्धा आठवत नाही. पण आज रात्री मात्र मला त्याची खूप गरज होती. थँक यू."

पण त्या शब्दांनी त्याचा चेहरा एकदम त्रासून गेला. "आभार मानायचं आधी थांबव." इतक्या तिरसटपणे तो बोलून गेला की, ती हबकलीच. पण दुसऱ्याच क्षणी त्याने तिचा हात हातात घेत आपल्या ओठांवर आणला. "आय ॲम सॉरी. आत्ता जे झालं, त्यामागे कसलाही हेतू नव्हता याची खात्री बाळग. उत्कटपणे मला जे करावंसं वाटलं, ते मी केलं. मला वाटलं करावंसं. मला तू हवी होतीस; हवी आहेस."

"हो का? माझ्या लक्षातच आलं नाही!" ती पुन्हा एकदा तशीच मिश्किलपणे म्हणाली आणि सारं वातावरण निवळून गेलं.

"पण मी येण्याआधी काय घडलं होतं? तू जागी का होतीस?"

"काहीच घडलं नव्हतं."

"ॲलेक्स...."

"खरंच काही नाही. एक भयानक स्वप्न पडलं. मी दचकून जागी झाले. मग झोप येईना म्हणून खिडकीपाशी येऊन उभी राहिले. पाहते, तर तू अचानक माझ्या समोर उभा!"

"मीही तुझाच विचार करता-करता तुझ्या घरापाशी येऊन कधी गाडी थांबवली, हे माझं मलाच कळलं नाही. आणि पाहतो, तर तू समोर उभी!"

दोघेही खळखळून हसले.

"हे काय ॲलेक्स, तुझ्या पायात बूट नाहीत?"

"अचानक मध्यरात्री पोर्चमध्ये येऊन तू मला मिठीत घेणार आहेस, असं काही मला स्वप्न पडलं नव्हतं." असं म्हणत तिने पुन्हा एकदा त्याच्या ओठांवर ओठ टेकले.

"पण मी खूप सुखावून गेले...."

खरंच, घडलं ते अगदी सहज, नकळत घडलं होतं. तो तिच्याकडे बघून हसला.

"आता चटकन घरात जा. कडी लाव आणि बूट घालून झोप. उद्या संध्याकाळी आपण भेटू, साडेसहा वाजता."

७

डटन, मंगळवार, ३० जानेवारी, पहाटे १ वाजून ५५ मिनिटे

ॲलेक्सने दरवाजा बंद केला आणि डोळे मिटून काही क्षण ती त्यावरच रेलून उभी राहिली. तिची छाती अजूनही धडधडत होती. आपले हात तिने चेहऱ्यावर ठेवले आणि त्यांचा सुगंध तिला जाणवला. पुरुषाच्या शरीरालाही इतका सुंदर गंध असू शकतो? तिने डोळे हलकेच उघडले आणि हात ओठांवर ठेवत त्या गंधात स्वत:ला गुरफटून घेतलं.

मेरिडिथ टेबलावर बसून उड्या मारणाऱ्या माकडासाठी कापडाची टोपी बनवत होती. तिने ती टोपी माकडाच्या डोक्यावर ठेवली आणि गालातल्या गालात हसली. ॲलेक्सकडे न बघताच म्हणाली, "मला वाटलं, आता मला तुझे बूट घेऊन बाहेर यावं लागणार!"

ॲलेक्सने नकळत जीभ चावली. "अरेच्चा! तू इतका वेळ टेबलापाशी बसून होतीस?"

ती चावट हसली. "हो ना! बाहेर थांबलेल्या गाडीचा आवाज मी ऐकला आणि मग तू दरवाजा उघडल्याचाही आवाज कानावर आला. मला आधी भीती वाटली की बहुतेक आता तू आता तिचा वापर करणार... त्या नवीन घेतलेल्या वस्तूचा..."

"सरळ बंदूक म्हण की. होप आता झोपलीय."

"अच्छा, होप झोपलीय, हे बघून तू बाहेर आलीस."

"तू अगदी दुष्ट आहेस!"

"ते मलाही माहीत आहे. तोही तसाच आहे? म्हणजे दुष्ट? मला तरी तो तसाच वाटला."

"छे:! तो खूप चांगला आहे."

"अगदीच वेडाबाई आहेस. अशा वेळेस 'चांगल्या'चा अर्थ 'चांगला' होत नाही. मिठीत असताना 'दुष्ट' म्हणजे चांगला. हो की नाही रे माकडा? बघ, ह्या

माकडालाही समजतं.''

''मर्, कधी कधी तुझी ना, मला भीती वाटते. तू ह्या माकडाशी काय खेळत बसलीयेस? होप तर केव्हाच झोपलीय.''

''कारण मला अजूनही खेळण्यांशी खेळायला आवडतं. तूही खेळून बघ सगळा ताण हलका होतो.''

ॲलेक्स तिच्याजवळ येऊन बसली. ''माझ्याही मनावरचा ताण हलका झालाय.''

''ती खोटं बोलतेय ना रे माकडा?'' तिने माकडाला विचारलं, पण तिचा चेहरा आता गंभीर झाला होता. ''ॲलेक्स, तुला अजूनही ती भयाण स्वप्नं पडतात? अजूनही त्या किंकाळ्या ऐकू येतात?''

''हो, अजूनही!'' ॲलेक्सने समोर पडलेला हत्ती उचलला आणि त्याचा कान पिरगळला. ''...आणि आज सकाळी टेबलावर तर मी प्रत्यक्ष खून झालेली मुलगी पाहिली.''

''मी तुझ्याबरोबर यायला हवं होतं.''

''नाही. माझी मला एकटीनेच खात्री करून घ्यायची होती की, ती बेली नाहीये. पण माझ्या स्वप्नात तीच 'बेली' होऊन आली. टेबलावरून उठून बसली आणि 'प्लीज... ...मला मदत कर... मदत कर', असं जीवाच्या आकांताने सांगू लागली.''

''तुझं अर्धजागृत मन भलतंच सचेतन आहे. तुला ती जिवंत असलेली हवीय. मलाही हवीय. पण कदाचित ती जिवंत नसेलही किंवा कदाचित ती कधीच सापडू शकणार नाही, या शक्यतेलाही सामोरं जायची मानसिक तयारी तू केली पाहिजेस. आणि त्याहूनही वाईट म्हणजे, कदाचित ती सापडेलही; पण ओळखण्याच्या मन:स्थितीत नसेल.''

''तू तर आमच्या त्या विक्षिप्त डॉ. रोबोटोसारखं काहीही बोलतेयस!''

''नाही गं – तू इतकी गोड आहेस... पण जरा असाही विचार कर.''

ॲलेक्सने हातातल्या खेळण्याकडे पाहिलं आणि ती विषण्ण हसली. ''सगळाच एक खेळ आणि सगळीच खेळणी....''

मेरिडिथ गहिवरली. ''नाही, तसं नसतं. पण फारच त्रास व्हायला लागला, तर त्याकडे खेळणं म्हणून पाहायचं आणि स्वत:ला न गुंतवता फक्त खेळ खेळत राहायचं.''

''मलाही संयम आवडतो. तो ठेवण्याचा मी माझ्यापरीने प्रयत्न करत असतेच. प्रत्येक गोष्टीची किंमत आणि महत्त्व मीही ओळखते.''

''पण कधी कधी वाहवून जातेस. अचानक ती... वस्तू विकत घेऊन येतेस.''

''किंवा नुकत्याच भेटलेल्या पुरुषाचे चुंबन घेतेस... असंच ना?''

''नाही. तुला मी ओळखते. अगदी आतून ओळख पटल्याशिवाय तू कुणाच्या मिठीत शिरणार नाहीस... पण माणूस कायम आशाच शोधत असतो.''

''म्हणूनच तर बेलीने आपल्या मुलीचं नाव 'होप' ठेवलंय!''

''खरंय. ही खेळणी बघ. खूप महत्त्वाची आहेत. त्यांना कमी लेखू नकोस. एरवी सावध आणि संयमी असलेलं मन या खेळण्यांशी खेळताना एका वेगळ्याच दुनियेत रमून जातं. होपबरोबर खेळताना हे पक्कं लक्षात ठेव.''

''होपला प्राणी आवडतात का, हे बघण्यासाठी डॅनियल उद्या त्याच्या कुत्र्याला घेऊन येतोय.''

''तो खरंच चांगला दिसतोय.''

''पण 'चांगल्या'चा अर्थ 'चांगला' होत नाही.''

''ए वेडपट, शब्दांचे अर्थ बदलतात ते फक्त प्रणय करताना. चल, मी आता झोपते. तूही जरा झोपायचा प्रयत्न कर.''

मंगळवार, ३० जानेवारी, पहाटे ४ वाजता

कुणीतरी रडतंय... बेली कान देऊन ऐकू लागली. आवाज बाजूच्या खोलीतल्या माणसाचा तर नक्कीच नव्हता. का, आपल्यालाच शुद्ध नाहीये? खूप दुरून तो आवाज आला होता. तिने वर सीलिंगकडे पाहिलं. स्पीकर्स तर लपवलेले नाहीत ना? तिला दिसले नाहीत; पण याचा अर्थ ते नसतीलच, असाही नव्हता. तिच्या मेंदूवर दडपण आणण्यासाठी तो काहीही करेल.

कारण त्याला जे हवं होतं, ते तिने सांगितलेलं नव्हतं – अजून तरी. *कधीच नाही सांगणार.* तिने डोळे गच्च बंद करून घेतले... किंवा माझंच चित्त थाऱ्यावर नसावं. रडण्याचा आवाज अचानक बंद झाला आणि तिने पुन्हा सीलिंगकडे पाहिलं. तिच्या मनात होपचा विचार आला. *मन असं वाऱ्यावर सोडून नकोस, बेली. तू तसं नाही करू शकत. होपला तुझी फार फार गरज आहे.* होप पाळण्यात असताना तिने हा मंत्र लाखो वेळा जपला होता. खास करून, जेव्हा तिला त्या व्यसनाची हुक्की यायची आणि तिचा जीव तगमगायचा... अशा वेळेस ती हे वाक्य स्वत:शीच म्हणत राहायची. त्या मंत्राने तिला तारलं होतं आणि यापुढेही तोच मंत्र तिला तारणार होता. अर्थात, *त्याने जर आपल्याला ठार मारलं नाही तर...* पण त्याचीच दाट शक्यता होती.

अचानक तिला शेजारच्या खोलीत जरा वेगळाच आवाज ऐकू आला, घासल्यासारखा, खरवडल्यासारखा. दोन खोल्यांना जोडणारी भिंत कुणीतरी घासत होतं. तिने आपल्या हातांनी आणि गुडघ्यांनी पुढे सरपटण्याचा प्रयत्न केला आणि सभोवतालच्या चारही भिंती तिला वाकुल्या दाखवत तिच्याभोवती गरागरा फिरू लागल्या. दोन इंचदेखील ती पुढे सरकली नसेल, पण तिला प्रचंड दम लागला होता. जोरजोरात श्वास घेत ती काही काळ शांत पडून राहिली.

घासण्याचा आवाज थांबला, पण त्या जागी ठोकण्याचा आवाज येऊ लागला. त्याच लयीत, सतत. ही सांकेतिक खूण तर नसेल ना? मरू दे! ती असं कधी काही शिकली नव्हती. शाळेत असताना कधी स्काऊटमध्ये गेली नव्हती.

कदाचित हा आपल्यासाठी रचलेला 'सापळा' असावा. तिला गंडवण्यासाठी 'त्याने' वापरलेली युक्ती असावी.

...किंवा एखादा दुसरा माणूस असावा – तपासून बघायला हवं. काळोखातच ती पुढे सरकली आणि तिनेही एक-दोनदा भिंतीवर ठोकलं. दुसऱ्या बाजूने ठोकण्याचा आवाज बंद झाला आणि पुन्हा घासण्याचा आवाज येऊ लागला. तिचा अंदाज चुकला होता. भिंत नव्हे, फरशी घासली जात होती. दुखरी बोटं तिने सहज त्या जुन्या कॉंक्रीटच्या फरशीवर आपटली, तर फरशीचा भुगा झाल्याचं तिला जाणवलं!

तो आपल्या भिंतीपाशी ठोकत नव्हता तर! ती किंचित निराश झाली. हरकत नाही; जो कुणी हे करत होता, त्याला पलीकडच्या बाजूने भुयार खोदायचं असावं. पण भुयारातून त्याला बाहेर पडता येईल का? वाटत नाही.

घासण्याचा आवाज अचानक थांबला आणि हॉलच्या दिशेने पावलांचा आवाज ऐकू येऊ लागला. *तो येत होता.* 'वाचव रे! तो त्या दुसऱ्या माणसापाशी जाऊ दे.' ती मनोमन प्रार्थना करू लागली. 'माझ्यापाशी नको... कृपा करून माझ्याजवळ तो यायला नको.' पण देवाने प्रार्थना ऐकली नाही आणि तिच्या खोलीचा दरवाजा धाडकन उघडला.

तिला प्रकाश सहन झाला नाही. आपला एक हात कसाबसा उचलत तिने डोळ्यांसमोर धरला. तो हसला, "बेली, आपल्या 'खेळाची' वेळ झाली!"

मंगळवार, ३० जानेवारी, पहाटे ४ वाजता

तो नशीबवान होता, कारण गावात सांडपाण्याचे भरपूर खड्डे होते. एका बाजूला झुकत त्याने हातातल्या ब्लँकेटमध्ये गुंडाळलेले ते मृत शरीर धप्पकन जमिनीवर टाकलं. तिला किती सुंदर मृत्यू आला होता! प्राणाची भीक मागत गयावया करत असतानाच, त्याने त्याचे काम फत्ते केले होते. तिच्या हाती सत्ता होती, तेव्हा ती फार गुर्मीत वागली होती. इतरांना तुच्छ लेखत होती. आता त्याच्या हातात सत्ता होती अन् तिला आपल्या पापांची किंमत मोजावी लागली.

स्वत:ला समाजाचे आधारस्तंभ म्हणवून घेणाऱ्या त्या उरलेल्या चौघांनाही आता अशीच किंमत मोजायला लागणार होती. त्या चौघांपैकी दोघांचं लक्ष आपल्याकडे वळवण्यात तर तो अगदी पहिल्याच फटक्यात यशस्वी ठरला होता. कारण त्याने मिळवलेली चावी ही अगदी त्यांच्यापाशी असलेल्या किल्लीशी तंतोतंत जुळणारी होती. त्या दोघांपैकी तो दुसरा... आज दिवसभरात त्याने

मागितलेली रक्कम त्याच्यापाशी पोहोचवणार होता. चौघांमध्ये फूट पाडून आपला डाव साधायची हीच तर संधी होती. सध्या त्या दोघांना आपल्या कह्यात ठेवायचं आणि आपला खेळ एकीकडे खेळत राहायचं. खेळ जेव्हा संपलेला असेल, तेव्हा त्यांच्यातला प्रत्येक जण आयुष्यातून उठलेला असेल – आणि मी? तो छद्मीपणे हसला ...आणि मी त्यांना असं कोसळताना अगदी निर्विकारपणे पाहत राहीन.

ब्लँकेट उचलून त्याने तिचे पाय उघडे केले. समाधानाने मान डोलावली. 'रिव्ह्यू'मध्ये जेनेटच्या छापून आलेल्या फोटोत किल्ली कुठेच दिसली नव्हती. म्हणजे ती किल्ली निसटून पडलेली असणार. त्या चुकीमुळे तो किंचित निराश झाला होता. पण याखेपेस मात्र त्याने ती किल्ली तिच्या पायांना करकचून बांधली होती. इशारा बरोबर पोहोचणार होता.

व्हार्टोनियन, घे – तुझ्यासाठी आणखी एक केस!

डटन, मंगळवार, ३० जानेवारी, पहाटे ५ वाजून ३० मिनिटे

एका कर्कश आवाजाने ॲलेक्स दचकून जागी झाली. मान उचलून ती आवाजाचा कानोसा घेऊ लागली. रात्री मेरिडिथ झोपायला गेल्यावर ती सोफ्यावरच झोपून गेली होती. तोच आवाज तिला पुन्हा ऐकू आला. म्हणजे, स्वप्न नक्कीच पडलेलं नव्हतं. काहीतरी किंवा कुणीतरी पोर्चच्या आत घुसलं होतं. पेटीमधली बंदूक पटकन उचलावी की काय, असा विचार तिच्या मनात आला; पण त्याऐवजी टेबलाच्या टोकावर असलेला मोबाईल तिने घेतला.

बंदुकीचा उपयोग करता तरी येईल की नाही, कुणास ठाऊक; पण मोबाईलवरून निदान ९११ ला फोन तरी लावता येईल. अर्थात, त्याचाही उपयोग बहुतेक होणार नाही, कारण बेलीच्या बेपत्ता होण्यासंदर्भात शेरिफ ल्युमिसनी दाखवलेली उदासीनता तिने अनुभवली होती. तिने हळूच स्वयंपाकघरात शिरून तिथला धारदार सुरा घेतला आणि सरपटत खिडकीशी आली आणि मान वर करून बाहेर पाहू लागली.

पोर्चमध्ये उभ्या असलेल्या त्या पेपर टाकणाऱ्या तरुण मुलाला पाहिल्यावर मात्र तिच्या मनावरचा ताण एकदम हलका झाला. तिथल्या अंधारामध्ये दातांत फ्लॅशलाईट पकडून तो क्लिपबोर्डवरचा फॉर्म भरत होता. त्या लाईटमुळे त्याच्या चेहऱ्याभोवती एक वलय पसरलं होतं. नेमकं त्याच वेळेस त्याने वर पाहिलं आणि तिला पाहून तो एकदम बावरून गेला. दातांमध्ये धरलेला लाईट खाली पडून आवाज झाला. डोळे विस्फारून तो तिच्याकडे बघतच राहिला आणि ॲलेक्सच्या लक्षात आलं की, आपल्या हातातल्या सुऱ्यामुळे त्याची अशी अवस्था झालीये!

सुरा खाली घेत तिने खिडकी पूर्ण उघडली, ''तू तर मला अगदी घाबरवून टाकलंस.''

पहाटेच्या त्या अंधारात त्याने गिळलेल्या आवंढ्याचाही आवाज ऐकू आला, ''मॅडम, तुम्ही तर मला जास्त घाबरवलंत!''

ॲलेक्सने ओठ मुडपले आणि तो अवघडत हसला, ''अरे, पण मी पेपर टाकायला सांगितलाच नव्हता.''

''ठाऊक आहे मला; पण बंगला भाड्याने दिलाय, असं डेलिया मॅडमनी सांगितलं आणि जवळपासच्या भागात नव्याने राहायला आलेल्यांसाठी 'रिव्ह्यू' आठवडाभर विनामूल्य मिळतो.''

''पण अशी अनेक नवीन माणसं आजूबाजूला राहायला येत असतील?''

''छे, फारच कमी.'' त्याने पेपर आणि फॉर्म खिडकीतूनच तिच्या हातात दिला.

''थँक यू. आणि हो, तो तुझा फ्लॅशलाईट घेऊन जायला विसरू नकोस.''

त्याने तो लाईट उचलला, ''मिस फॅलन, डटनमध्ये तुमचं स्वागत करतो. आजचा दिवस तुम्हाला आनंदाचा जावो!''

व्हॅनमध्ये बसून तो पुढच्या घरापाशी निघून गेल्यावर तिने खिडकी बंद केली. नाडीचे ठोके आत संथ पडत होते. तिने पेपर वाचायला सुरुवात केली.

...आणि नाडीचे ठोके पुन्हा जलद पडू लागले. 'जेनेट बॉवी!' ती पुटपुटली. काँग्रेसमन बॉवी तिला नीट आठवत नव्हता, पण त्याची बायको मात्र आजही तिच्या डोळ्यांसमोर आली. रोझ बॉवी... आणि तिने आपल्या आईवर केलेली जाहीर कडवट टीका तिला आठवत होती. त्यामुळेच तर रविवारी चर्चमध्ये जाणं त्यांना बंद करावं लागलं होतं. क्रेग क्रायटनबरोबर राहायला लागल्यावर डटनच्या बहुतेक बायकांनी केथी ट्रिमेनकडे पाठ फिरवली होती.

कपाळ हलेकच दाबत तिने क्रेगला मनातून हुसकावून लावलं. ममाच्या आठवणी मात्र बाजूला सारणं तितकं सोपं नव्हतं. आधीचे दिवस मस्त मजेचे होते. वडील हयात होते आणि ममा आनंदी असायची. पुढे दिवस कठीण आले. त्या तिघीच उरल्या होत्या. ममा, ॲलिशिया आणि मी. घरात पैशाची तंगी असायची आणि ममा सदैव चिंतेत असायची. मात्र, तरीही ममा तशी दुःखी दिसली नव्हती. पण क्रेगच्या घरात राहायला गेल्यावर ममाच्या चेहऱ्यावर कधीच आनंद दिसला नाही.

ममाबद्दलच्या शेवटच्या आठवणी तर अत्यंत क्लेशकारक होत्या. आपल्या मुलींना एक सुरक्षित छप्पर मिळावं आणि दोन वेळचं अन्न मिळावं, या एकाच हेतूने तिने क्रेगला जवळ केलं होतं आणि रोझ बॉवीसारख्या बायकांनी तिच्यावर तोंडसुख घेत तिच्या डोळ्यांतून पाणी काढलं होतं... त्याला क्षमा नव्हती. त्या कुजबुजणाऱ्या बायकांचा नंतर बरीच वर्षं तिला तिटकारा वाटत आला होता. तिची नजर समोरच्या

ठळक बातमीवर गेली. जेनेट बॉवीला ठार मारण्याइतका तिचा कोणाला एवढा तिटकारा वाटला होता?

...आणि आता इतक्या वर्षांनंतर, तिच्या खुन्याने ॲलिशियाचं भूत का पुन्हा उकरून काढलं होतं?

डटन, मंगळवार, ३० जानेवारी, पहाटे ५ वाजून ३५ मिनिटे

मॅक व्हॅनमध्ये बसला आणि पुढच्या घरापाशी नेऊन त्याने गाडी थांबवली. म्हातारी व्हायोलेट पेपर घ्यायला रोजच्याप्रमाणे लटपटत बाहेर आली. अगदी पहिल्या दिवशी जेव्हा त्याने तिला लटपटताना पाहिले, तेव्हा तो किंचित हडबडला होता. आपल्याला अचानक दारासमोर पाहून तर म्हातारी लटपटली नाही ना, असं त्याला वाटलं होतं. पण तिने त्याला अजिबात ओळखलं नव्हतं. डटन सोडल्यानंतरच्या मधल्या काळात त्याच्यात अनेक प्रकारचा बदल झाला होता. कुणी त्याला सहजी ओळखणं अवघड होतं. म्हाताऱ्या व्हायोलेटपासून त्याला कोणताच धोका नव्हता; उलट त्याला गावभरची बातमी तिच्याकडूनच मिळायची. शिवाय, शेरिफच्या ऑफिसमधली वॅंडा ही तिची खास मैत्रीण होती. त्यामुळे तिची खबर पक्की असायची.

व्हॅनच्या खिडकीतूनच त्याने तिच्या हातात पेपर ठेवला, "गुड मॉर्निंग मॅडम ड्रमंड!"

"गुड मॉर्निंग जॅक!"

"नवीन शेजार मिळाला तुम्हाला मॅडम."

तिने डोळे बारीक केले, "ती मेली ट्रिमेनची मुलगी परत आलीये."

"मी नाही तिला ओळखत." तो चक्क खोटं बोलला.

"तुला सांगते, अगदी पांढऱ्या पायाची मुलगी आहे. तिने गावात पाऊल ठेवलं आणि बघ, सगळं विचित्र घडायला लागलं." जिम वुल्फने पहिल्याच पानावर जेनेटच्या मृत्यूचं रसभरीत वर्णन केलं होतं. त्या बातमीवर बोट आपटत व्हायोलेट म्हणाली, "चार-चौघांत कसं वागावं याचेही शिष्टाचार नाहीत."

मॅकच्या भुवया उंचावल्या "हो? असं काय केलं तिनं?" त्याच्या टेहळणीप्रमाणे ती अगदी एकमार्गी आपल्या सावत्र बहिणीचा शोध घेत होती; पण ते काही असभ्य वर्तन ठरत नव्हतं.

"त्या डॅनियल व्हार्टोनियनचं चुंबन घेत होती – तेही उघड्या पोर्चमध्ये उभं राहून! सगळ्या जगाने पाहिलं."

"अजिबातच शोभत नाही." आता तर डाव मस्त रंगणार. "काही लोकांना दर्जाच नसतो."

व्हायोलेट घुश्श्यातच म्हणाली, "त्यांना तर बिलकुल नाही. चल जॅक, तुला

मी जास्त रखडवत नाही.''

मॅक हसला, ''तुमच्याशी बोललं की खूप बरं वाटतं, मॅडम ड्रमंड. येऊ मी? उद्या भेटू.''

अ‍ॅटलांटा, मंगळवार, ३० जानेवारी, सकाळी ८ वाजता

डॅनियल आला तेव्हा चेस आणि एड टेबलापाशी बसलेलेच होते. खुर्चीत बसता-बसता येणारी जांभई डॅनियलने मोठ्या मुश्कीलीने टाळली. ''आपण ओळखलेल्या व्यक्तीवर आता शिक्कामोर्तब झालंय. जेनेटच्या दातांचा रिपोर्ट जुळलेला आहे. पुढाऱ्याशी संबंधित असला की, कामं कशी वेगाने होतात, पाहा! पहाटे पाच वाजताच तो दंतवैद्य आपल्याकडचे एक्सरेज घेऊन माझ्यासमोर इथे हजर होता.''

''उत्तम काम केलंस.'' चेस म्हणाला, ''तिच्या त्या मित्राबद्दल काय खबरबात मिळाली? तो जाझमधला गायक –''

''खून झाला तेव्हा लामार दुसरीकडे होता. दहा लोकांची साक्ष काढली आणि जाझबद्दलच्या सुरक्षाविभागातील चित्रफितींवरूनही खात्री पटली.''

''म्हणजे जेनेटला मारलं गेलं, तेव्हा तो क्लबमध्ये गात होता?'' एडने विचारलं.

''अगदी खच्चून भरलेल्या सभागृहात. बिचारा! मनाने उद्ध्वस्त झाला होता. जेनेट मेलीय, हे जेव्हा मी त्याला सांगितलं, तेव्हा तो माझ्यासमोर बसून ढसाढसा रडला. म्हणाला, त्या खुनाबद्दल मी पेपरात वाचलं होतं; पण ती जेनेट असेल, असा विचारही मनात आला नाही.''

एडच्या कपाळावर आठ्या पडल्या, ''पण शनिवारी भेटायचं कबूल करूनही ती फिरकली नाही, याचं त्याला काहीच वाटलं नाही?''

''त्याने फोनवर आलेली तिची व्हॉईसमेल ऐकली. त्यात ती म्हणाली की, तिच्या वडिलांना अचानक एका सरकारी समारंभाचं निमंत्रण आलंय आणि तिलाही तिथे हजर राहायला त्यांनी सांगितलंय. फोनची वेळ होती बुधवारी रात्री ८ वाजता.''

''म्हणजे आठ वाजेपर्यंत ती जिवंत होती.'' चेस म्हणाला, ''याचा अर्थ, मध्यरात्रीच्या सुमारास तिचा खून झाला असणार. दिवसभर ती 'फन अँड सन'मध्ये होती. तिथून ती नक्की कधी बाहेर पडली?''

''मला तरी ते अजून कळालेलं नाही. लामार म्हणाला की, 'ली मिडल स्कूल'च्या मुलांना ती बरोबर घेऊन गेली होती.''

''ती शाळेत शिकवायची?'' चेसने विचारलं.

''नाही. ती स्वयंसेविकेचं काम करत होती. गेल्या वर्षी ऑर्केस्ट्रामधल्या दुसऱ्या एका व्हायोलिनवादिकेबरोबर तिचं भांडण जुंपलं होतं आणि त्याबद्दल शिक्षा म्हणून तिला ही सामाजिक सेवा करायला सांगण्यात आलं होतं.''

चेस जोरजोरात हसला, "दोन व्हायोलिनवादिकांमधलं भांडण? त्या काय धनुष्यबाण घेऊन लढल्या की काय?"

तो पोरकट विनोद ऐकून डॅनियल वैतागला. "मला धड झोपसुद्धा मिळालेली नाही. मी काही विनोदाच्या मूडमध्ये नाही. माझी पहिल्या रांगेतली जागा मिळावी, म्हणून जेनेटने माझ्या व्हायोलिनची मुद्दाम नासधूस केली, असा त्या दुसऱ्या मुलीचा आरोप होता. एकमेकींचे केस उपटत आणि एकमेकींना ओरबाडत दोघी अगदी मांजरीसारख्या भांडल्या. नंतर जेनेटवरचा आरोप सिद्ध झाला आणि क्लबच्या नियमांप्रमाणे तिला ती शिक्षा देण्यात आली. तिचा भाऊ मायकेल म्हणाला की, त्या कामाचा मात्र तिच्यावर चांगला प्रभाव पडला. शाळेतल्या त्या मुलांच्या गटामध्ये ती मनापासून रमली होती."

"पण शाळा सुरू असताना ती मुलांना घेऊन पार्कमध्ये कशी गेली?" एडने विचारलं.

"लामार म्हणाला की, तिच्या गटातल्या मुलांना शाळेत 'अ' श्रेणी मिळाली होती आणि त्याबद्दल तिने हे बक्षीस आधीच जाहीर केलं होतं. मुख्याध्यापकांनीही परवानगी दिली."

"पार्कवरून अॅटलांटाला पोहोचायला चार तास लागतात." चेस म्हणाला, "जर आठ वाजता तिने कुणाच्यातरी दबावाखाली लामारला फोन केला असला, तर तिचा तो खुनी त्या वेळेस तिच्यासोबत असणार. त्यामुळे मुलं आणि ती पार्कमधून नक्की केव्हा बाहेर पडली, हे आपण शोधून काढायलाच हवं. आपल्यासाठी ती फारच महत्त्वाची गोष्ट ठरू शकेल."

"मी शाळेत फोन केला होता; पण आता तिथे कोणीही नव्हतं. आपली मीटिंग संपली की मी तिथेच जाऊन येणार आहे."

"आम्हाला तिच्या फ्लॅटमध्ये जे सापडलं, त्यापेक्षा जास्त तुझ्या हाती लागेल." एडच्या आवाजात किंचित विषण्णता होती. "आम्ही तिथले फोटो घेतले. व्हॉईसमेल तपासला, कॉम्प्युटरसुद्धा तपासून पाहिला. अजून तरी काहीही निष्पन्न झालेलं नाही."

"तिने दबावाखाली लामारला फोन केला, असं आपण गृहीत धरतोय." चेस म्हणाला.

"पण ती एकाच वेळी दोघांशी खेळत असली, तर? दुसऱ्याही एका मुलाला तिने भेटायचं कबूलही केलेलं असेल?"

"मी तिच्या मोबाईलवरचे सर्व कॉल्स तपासण्याची विनंती केलीय." डॅनियल म्हणाला. "म्हणजे, तिने आणखीही कोणाला फोन केला होता का, हे समजेल. हां, यावरून आठवलं... जिम वुल्फच्या फोनची तपासणी झालीय. थोड्याच वेळात

तो रिपोर्ट मला मिळेल.''

''काल रात्रीसुद्धा बॉवीच्या बंगल्यात जिम पोहोचला होता.'' एडला आठवलं, ''त्याला ती बातमी कशी कळाली?''

''तो म्हणाला की, टेकडीवर इतक्या गाड्या चढताना पाहून त्याने पाठलाग केला.''

''गाड्यांवरून एकदम लक्षात आलं की, जेनेट बॉवी ही बीएमडब्ल्यू झेड-४ चालवायची. पण ती गाडी तिच्या फ्लॅटखाली किंवा बॉवीच्या बंगल्यात कुठे दिसली नाही.'' एड म्हणाला.

''मुलांना त्या गाडीत बसवून ती काही 'फन अँड सन'ला जाऊ शकत नाही.'' चेस म्हणाला. ''ती दोन सीटची गाडी आहे.''

''मी मुख्याध्यापकांना विचारतो. कदाचित पालकांनी आपापल्या गाडीतून मुलांना सोडलं असेल. मुलं तशी छोटी आहेत.''

''चेस...'' दरवाजा ढकलत लेघ आत आली. ''व्हेलिसियाच्या शेरिफ थॉमसचा तुझ्यासाठी फोन आहे.''

''त्याला सांग, मी नंतर फोन करीन.''

ती घुटमळली. ''तो म्हणाला, महत्त्वाचं बोलायचंय. डॅनी, हा तुझ्यासाठी फॅक्स. जिम वुल्फच्या फोनचा रिपोर्ट...''

चेस फोनवर बोलत असताना डॅनियलने तो रिपोर्ट चाळला. ''रविवारी सकाळी सहा वाजता जिमच्या घरी फोन आला होता.'' फॅक्सची पानं उलटता-उलटता तो म्हणाला. ''त्याच नंबरवरून त्या आधी दोन मिनिटांपूर्वी त्याच्या ऑफिसवर फोन आलेला होता. आणि... त्याच नंबरवरून त्याला आता आणखी एक फोन आलाय... माय गॉड!'' तो चांगलाच अस्वस्थ झाला होता. ''आज सकाळी सहा वाजता.''

''पाचर मारली आपल्याला!'' एड बोलून गेला.

''बरोबर शब्द वापरलास.'' फोन ठेवत चेस म्हणाला.

डॅनियलनं श्वास रोखला, ''कुठे घडलंय?''

''टायलर्सव्हिले. एक मुलगी... तपकिरी ब्लँकेट... पायात अडकलेली किल्ली.''

''एड, तुझंच बरोबर निघालं.'' डॅनियल पुटपुटला. ही बेली तर नसेल? त्याच्या मनात लगेचच विचार आला. ॲलेक्सला ही बातमी सांगायच्या कल्पनेनेच त्याच्या अंगावर काटा आला. घडलेल्या प्रसंगाचं गांभीर्य त्याहूनही अधिक अंगावर येणारं होतं.

''तर मंडळी, आपल्याला आता सूत्रबद्ध खून करणाऱ्या एका पिसाट खुन्याशी मुकाबला करायचाय.''

मंगळवार, ३० जानेवारी, सकाळी ८ वाजता

तिने तो 'घासण्याचा' आवाज पुन्हा ऐकला. बेलीने डोळ्यांची उघडझाप केली. तिचं डोकं प्रचंड ठणकत होतं. काल रात्री तर त्याचा पशू झाला होता. पण तरीही तिने हिंमत सोडली नव्हती. तोंडातून चकार शब्द काढला नाही. पण आता आपण जरी सांगून टाकलं, तरी असा काय फरक पडणार होता? आपली सुटका होणं अशक्य आहे. आपला छळ करताना त्याला आसुरी आनंद होत होता. आपल्याला वेदनेने विव्हळताना पाहून त्याला आनंदच्या उकळ्या फुटत होत्या. हलकट...

...पाशवी दैत्य!

तो आवाज आता ती लक्षपूर्वक ऐकू लागली. आवाजाला लय होती. जणू घड्याळाची टिक्‌टिक्. वेळ पुढे सरकत होता. तिला इथे येऊन किती काळ लोटला होता? होप कुणाबरोबर असेल? *प्लीज, आता त्याने मला मारून टाकलं तरी पर्वा नाही... पण माझी छकुली बरी असू देत.*

तिच्या डोळ्यांवर ग्लानी आली. आवाज विरत गेला... सगळंच विरत गेलं.

व्होलुसिया, जॉर्जिया, मंगळवार, ३० जानेवारी, सकाळी ९ वाजून ३० मिनिटे

"ती कोणाला सापडली?" डॅनियलने शेरिफ थॉमसला विचारलं.

"दोघा भावांना. एक चौदा वर्षांचा, दुसरा सोळा. मोठ्या भावाने त्याच्या मोबाईलवरून फोन केला. सगळी मुलं याच रस्त्याने शाळेत जातात."

"ती सहज सापडली जावी, हाच पुन्हा त्याचा हेतू होता." डॅनियलने सभोवताली पाहिलं. तो परिसर झाडांनी वेढलेला होता. "मागच्या खेपेस एक वार्ताहर झाडावर लपून फोटो काढत होता... जरा तुझ्या सहकाऱ्यांना आसपास फिरून तपास करायला सांगशील?"

"मुलांनी फोन केल्यावर आम्ही ताबडतोब इथे येऊन पोहोचलो आहोत. आमच्या देखत कुणी वार्ताहर इथे घुसेल, असं मला तरी वाटत नाहीये."

"हा जर तोच माणूस असेल, तर तो मुलांपूर्वीच इथे हजर झालेला असणार."

थॉमस विचारात पडला, "म्हणजे तो विकृत, खुनी त्या माणसाला खबर देतोय?"

"आम्हाला तरी तसं वाटतं." डॅनियल म्हणाला आणि थॉमसला थोडं आश्चर्यच वाटलं.

"तर मग ठीक आहे. त्यांच्याबरोबर मीही जातो. तुमच्या पुढच्या तपासात लागणाऱ्या वस्तूंची नासधूस होणार नाही याची दक्षता घेतो."

थॉमस आपल्या सहकाऱ्यांना घेऊन गेला आणि तो समोरच्या त्या खड्ड्यामधून बाहेर येत असलेल्या फेलिसिटीपाशी आला.

“डॅनियल, सगळं अगदी तसंच आहे... काडीचाही फरक नाही!” फेलिसिटीने हातमोजे काढले.

“मृत्यूची वेळ काल रात्री नऊ ते अकराच्या दरम्यान. पहाटे चारच्या आधी तिला इथे आणून टाकलंय.”

“बरोबर! ब्लँकेट दव पडल्याने ओलं झालंय. बरं, लैंगिक अत्याचार?”

“झालाय. आणि जेनेट बॉवीसारखाच चेहरा चेचलाय. तोंडावर त्याच जागी जखमांच्या खुणा. नंतरच्या तपासणीत मला सगळं समजेलच. अरे हो – आणि ती किल्ली? केवढी करकचून बांधलीय. जिवंत असती, तर पायातलं रक्त गोठूनच गेलं असतं! किल्ली तुझ्या लक्षात यावी, हाच त्याचा इरादा असणार.”

“फेलिसिटी, तिच्या दंडावर गोंदवल्याची खूण मिळाली?”

“नाही. दंडावर किंवा घोट्यावर मेंढी गोंदवलेली नाही. मिस फॅलनला तू खुशाल सांगू शकतेस की, ही तिची सावत्र बहीण नक्कीच नाही.”

डॅनियलने समाधानाचा निःश्वास सोडला, “थँक यू.”

इतर तंत्रज्ञांनी ते प्रेत खड्ड्याबाहेर आणलं. “मी आता ते घेऊन जाते आणि काही ओळख पटतेय का, पाहते.”

व्हॅन दिसेनाशी झाली आणि डॅनियलला अचानक आरडाओरडा ऐकू आला. पाहतो, तर शेरिफ थॉमस आणि त्याची माणसं जिम वुल्फला अक्षरशः खेचत झाडावरून उतरवत होती.

वुल्फला घेऊन थॉमस डॅनियलपाशी आला.

“वुल्फ, काय चाललंय काय तुझं?” डॅनियल त्याच्या अंगावर ओरडला.

“मी माझं काम करतोय.” वुल्फ बेडरपणे म्हणाला.

डेप्युटीने वुल्फच्या गळ्यातला कॅमेरा दाखवला. “फोटो काढत होता.”

वुल्फने त्याच्याकडे पाहिलं, “गुन्हा घडलेल्या क्षेत्रापासून मी लांब होतो. मी जिथे होतो, ती सार्वजनिक मालमत्ता आहे. कोर्टाची ऑर्डर असल्याशिवाय तुम्ही माझा कॅमेरा किंवा फोटो घेऊन जाऊ शकत नाही. मागच्या वेळचे फोटो मी अगदी शांतपणे तुला दिले होते.”

“मागच्या वेळचे फोटो वापरून झाल्यानंतर तू दिले होतेस.” डॅनियलने तत्काळ दुरुस्ती केली. “जिम, जरा माझ्या दृष्टिकोनातून विचार. मला काय वाटतं आहे, ते सांगतो. रविवारी सकाळी सहा वाजता तुला फोन आला होता आणि आज सकाळीही सहा वाजता तुला पुन्हा फोन आला. फोन करणारी व्यक्ती एकच आहे. दोन्ही दिवशी आमच्या आधी तू घटनास्थळी येऊन पोहोचलास. मला वाटतं की, तुझाही या घटनांशी काहीतरी संबंध आहे.”

“माझा... नाहीय...” जिम तरीही हिंमत दाखवत बोलला.

''तुझा हेतू जर शुद्ध असेल, तर ते सिद्ध कर. तुझं मेमरी कार्ड आमच्या कॉम्प्युटरवर डाऊनलोड कर. त्यानंतर तुझे फोटो घेऊन तू खुशाल निघून जा. मी अडवणार नाही.''

जिम चडफडला; पण तो आता कोंडीत सापडला होता. ''चल, तू म्हणशील तसं. काय करायचं असेल, ते झटपट उरका आणि मला माझं काम करायला मोकळं करा.''

''अरे वा! अगदी माझ्याचसारखा बोललास.'' डॅनियल अगदी सौम्य आवाजात म्हणाला. ''मला माझा लॅपटॉप बाहेर काढू देत.''

डटन, मंगळवार, ३० जानेवारी, सकाळी १० वाजता

मेरिडिथने समोरचा दरवाजा लावून घेतला. ती चांगली कुडकुडली होती. ''आज वीस अंशांनी तरी तापमान खाली आलेलं असणार.''

अॅलेक्सने हात उंचावत तिला थांबवलं. तिचे डोळे टीव्हीवर खिळले होते. टीव्हीचा आवाज बंद करून तिने होपची खुर्ची बाजूला सरकवली. होपला टीव्ही दिसणार नाही, अशा बेताने. ''शूऽऽ''

''काय झालंय?'' मेरिडिथने घाबरून विचारलं.

मनातली भीती शक्य तितकी दाबत अॅलेक्स म्हणाली, ''ताजी बातमी!''

''आणखी एक?''

''हं, पण तपशील कळालेला नाही आणि फोटोसुद्धा दाखवला नाही.''

''तसंच काही असतं, तर एव्हाना व्हार्टोनियनचा तुला फोन आला असता!'' मेरिडिथने तिची समजूत काढली.

आणि नेमका त्याच वेळेस अॅलेक्सचा मोबाईल वाजू लागला. तिने चमकून त्यावरचा नंबर पाहिला, ''तोच आहे, डॅनियल –'' बोलताना तिचा आवाज थरथरत होता.

''ती बेली नाहीये.'' त्याने सुरुवातीलाच सांगून टाकलं.

तिला हायसं वाटलं, ''थँक यू.''

''ठीक आहे, तू बातमी ऐकलीच असशील?''

''पण माहिती काहीच दिली नाही. आणखी एक घटना घडलीय, एवढंच म्हटलंय.''

''मलाही या क्षणी फक्त तेवढंच माहीत आहे.''

''अगदी हुबेहूब....''

''हुबेहूब!'' तो शांतपणे म्हणाला. दरवाजा बंद होत इंजिन सुरू केल्याचा आवाज अॅलेक्सने ऐकला, ''तू एकटी बाहेर पडलेली मला चालणार नाही. प्लीज!''

''पण मला अनेक ठिकाणी जायचंय. खूप कामं करायचीयत. कितीतरी लोकांशी बोलायचंय... मेरिडिथ परत येईपर्यंत मला पुन्हा घराबाहेर पडता येणार नाही.''

तो किंचित वैतागलेलाच दिसला. ''हरकत नाही. पण तू सतत गर्दीमध्येच राहा आणि एखाद्या निवांत ठिकाणी गाडी मुळीच पार्क करू नकोस. त्यापेक्षा एखाद्या नोकराकडून गाडी पार्क करून घे. आणि हो, बेलीच्या घरी एकट्याने जायचं नाही. आणि... मधून-मधून मला फोन करायचा, म्हणजे तू सुखरूप आहेस. हे मला समजेल, कबूल?''

''हो, कळलं. मला सांग, बेपत्ता यादीत बेलीचं नाव नोंदवलं गेलंय, तर मग ल्युमिस आता बेलीच्या घराची झडती घेऊ शकतो?''

'''मी आता डटनलाच येतोय, फ्रँक ल्युमिसला भेटायला. तू म्हणालीस तेही विचारून घेतो.''

''थँक यू. आणि हे बघ डॅनियल, आज रात्री जरी तुला यायला जमलं नाही, तरी चालेल. मला कल्पना आहे.''

''मी जास्तीत जास्त प्रयत्न करतो. चल, अजून बरेच फोन करायचेत. बाय.''

आणि तो निघून गेला. ॲलेक्सने सावकाश फोन बंद केलाय. 'बाय!' ती स्वत:शीच पुटपुटली.

मेरिडिथ होपच्या शेजारी जाऊन बसली. मान तिरपी करत एकदा तिने ॲलेक्सने काढलेल्या चित्राकडे पाहिलं आणि मग होपने काढलेल्या चित्राकडे. ''तुम्हा दोघींचीही चित्र रंगवण्याची शैली अगदी सारखीच आहे. रेघेच्या बाहेर रंग जाऊ देत नाहीत.''

ॲलेक्स तिरसटपणे म्हणाली, ''अर्थात! मी एक संयमी, विक्षिप्त बाई आहे ना?''

''हो, पण तू चित्रं मात्र छान रंगवतेस.'' मेरिडिथने होपला जवळ घेतलं. ''तुझ्या मावशीची मधून-मधून मस्करी करावी लागते. मी गेल्यावर तुम्ही एकमेकींशी मस्त खेळायचं, हं?''

होपचा खालचा ओठ थरथरला आणि ॲलेक्सचा जीव एकदम घाबराघुबरा झाला. होपजवळ जात ती म्हणाली, ''राणी, मी तुला एकटी सोडून कुठेही जाणार नाही. मेरिडिथ गेल्यावर मी तुझ्यापाशी अगदी मेणासारखी चिकटून बसेन. वचन देऊ?''

होपने आवंढा गिळला आणि मान खाली घालून ती पुन्हा चित्रात घुसली.

ॲलेक्सने बसल्या खुर्चीवर मागे सरकत मान टेकवली. ''आता कसं समजावू हिला?''

मेरिडिथने होपच्या कुरळ्या केसांवर गाल घासले, ''होप, तुला कुणी काही करणार नाही.''

मग ॲलेक्सकडे वळून म्हणाली, ''तिला हे सतत सांगत राहा. तिलाही ते सतत ऐकायचंय. तिचा पक्का विश्वास बसायला हवा.''

माझासुद्धा... पण ॲलेक्सने कबूल केलं, "हो, मी हे सगळं करीन. चल, आता मला बरीच कामं उरकायचीयत. आधी मला त्या गावातल्या कोर्टाच्या कचेरीत जायचंय. मी आणलेल्या त्या... वस्तूच्या परवान्यासाठी अर्ज भरायचाय."

"परवाना मिळायला किती दिवस लागतात?"

"इंटरनेटच्या माहितीप्रमाणे आठवडा तरी लागतो."

"आणि मग तोपर्यंत?"

"तोपर्यंत ती मी माझ्या ट्रंकेमध्ये अगदी कायेदशीररीत्या ठेवू शकते."

"अर्धसत्य आणि पूर्ण खोटं ह्यात फारसा फरक नसतो."

"तू पोलिसांना कळवणार आहेस का?" ॲलेक्सने हनुवटी उचलली.

"मी तसं कसं करीन? पण तू मात्र तुझ्या खुशालीचा फोन मधून-मधून करणार आहेस. तसं तू व्हार्टानियनपाशी कबूल केलंस आणि त्यानंतरचा फोन तू मला करणार आहेस."

"हो, तासातासाने..." ॲलेक्स स्वत:वरच चिडत बेडरूममध्ये शिरली.

"विमान गाठायचं असेल, तर मला इथून पाच वाजता निघावंच लागेल." मेरिडिथ तिथूनच म्हणाली.

"मी तोपर्यंत नक्की परत येईन."

ॲलेक्सपाशी आता फक्त साडेसात तास होते. त्या अवधीत तिच्यासमोर कामांचा डोंगर होता. आधी कोर्टात जायचं, मग मिळतील तेवढ्या संबंधित लोकांना गाठायचं. ज्या-ज्या कुणाला बेलीच्या सवयी ठाऊक आहेत, तिचे मित्र ठाऊक आहेत, तिचे शत्रूसुद्धा... मला वाटतं, इतकं पुरेसं आहे.

मंगळवार, ३० जानेवारी, सकाळी ११ वाजता

"हॅलो..."

स्वप्न पडतंय... हो ना?

"हॅलो..."

बेलीने मान किंचित उचलली आणि खोली पुन्हा भिरभिर फिरू लागली. नाही, हे स्वप्न तर नक्कीच नाही. कुणीतरी कुजबुजतं होतं आणि आवाज पलीकडच्या भिंतीतून आला होता. तिने हातावर आणि गुडघ्यांवर पुढे सरकण्याचा प्रयत्न केला आणि तिच्या घशात एकदम उन्मळून आलं. पण बाहेर काहीच पडलं नाही. कारण एवढ्या दिवसांत कुणी तिला ना अन्न दिलं होतं, ना पाणी पाजलं होतं.

किती काळ झाला? तिला इथे येऊन आता किती दिवस झाले होते?

"हॅलो..." भिंतीपलीकडून पुन्हा कुणीतरी कुजबुजलं.

आणि तो आवाज खरा होता. बेली खुरडत-खुरडत भिंतीपाशी जाऊन तोंडावर

आपटली. फरशी हलली. किंचित... रेषभर. आणि दातांवर दात घासत तिने धूळ झटकण्याचा प्रयत्न केला. कसल्यातरी टणक वस्तूचा तिला तिथं स्पर्श झाला. बोट होतं – हाताचं बोट. थोडंसं हललं आणि बिळातून परत आत खेचलं गेलं. जाताना तिच्या बाजूची थोडी धूळसुद्धा घेऊन गेलं. "हॅलो..." तिने प्रतिसाद दिला. बोट परत दिसू लागलं. तिने त्या बोटाला स्पर्श केला आणि तिच्या नकळत छातीतून एक हुंदका फुटला.

"रडू नकोस." तो कुजबुजला, "त्याला ऐकू जाईल. तू कोण आहेस?"

"बेली."

"बेली क्रायटन."

बेलीचा श्वासच अडकला. "तू ओळखतोस मला?"

"माझं नाव रेव्हरंड बिअर्डस्ली."

वेडचं ते पत्र... त्या पत्रातच ती किल्ली होती, जी तो सतत मागत होता! "तू इथे का आलास?"

"आपल्या दोघांना एकाच कारणासाठी इथे आणलं गेलं असावं."

"पण मी एक शब्दही बोललेलं नाही. मी त्याला काहीच सांगितलं नाही – शप्पथ!" तिचा आवाज कापरा झाला.

"श्शू! चांगलंच केलंस, बेली. त्याला वाटलं होतं त्यापेक्षा तू हिंमतवान निघालीस – आणि मीसुद्धा."

""त्याला तुझ्याबद्दल कसं कळलं?"

"माहीत नाही. काल सकाळी मी तुझ्या घरी गेलो होतो. तिथे तुझी सावत्र बहीण भेटली."

"ॲलेक्स?" हुंदका पुन्हा फुटत होता, पण तिने तो कसाबसा परतवला, "ती आलीये? ती खरंच आलीये?"

"बेली, ती तुलाच शोधतेय. होप तिच्याजवळ आहे... सुरक्षित."

"माझी छकुली...!" तिच्या डोळ्यांतून अश्रू वाहू लागले, पण तिने ते थोपवले नाहीत.

"तू तिला काही बोललास? नाही ना?"

ती आपल्यावर आरोप करतेय, असं त्याला वाटून गेलं.

तो क्षण-दोन क्षण गप्प राहिला, "नाही. मी नाही सांगितलं. मी सांगू शकलो नाही... सॉरी."

तिला म्हणायचं होतं – मी समजू शकते. पण ती एका रेव्हरंडबरोबर खोटं बोलणार नव्हती.

"तू त्याला सांगितलंस?"

''नाही.'' त्या एकाच शब्दात वेदनाही होती आणि क्रोधही होता.

ती अडखळली, ''त्याने किती त्रास दिला?''

''सहन करता येणार नाही, एवढा. आणि तुला?''

''तेवढाच. पण अजून किती काळ सहन करू शकेन... कल्पना नाही.''

''हिंमत ठेव बेली, होपसाठी.''

होपला मी हवीय. तो मंत्र अजून काही काळ जपायलाच हवा. ''आपण इथून बाहेर पडू शकतो?''

''मार्ग सापडला, तर तुला सांगेनच.'' त्याचं बोट अदृश्य झालं आणि माती टाकत भोक बुजवल्याचा आवाज तिने ऐकला.

तिनेही तसंच केलं आणि सरकत-सरकत ती आपल्या जागेपाशी परतली. ॲलेक्सजवळ होप आहे... माझी मुलगी सुरक्षित आहे – आणि तेच तर महत्त्वाचं आहे! बाकी सर्व... बाकीचं सर्व मी माझ्या शिरावर घ्यायला समर्थ आहे.

८

डटन, मंगळवार, ३० जानेवारी, सकाळी ११ वाजून १५ मिनिटे.

वँडा पेट्टीजॉनने नाकावर घसरलेल्या चष्म्याच्या काचांवरून डॅनियलकडे पाहिलं. ''फ्रँक इथे आलेला नाही.''

''कुठे बाहेर गेलाय की आजारी आहे?''

फ्रँकच्या केबिनमधून त्याचा सहकारी रँडी मॅन्सफिल्ड बाहेर आला. ''डॅनी, सांगितलं ना की, तो नाहीये म्हणून.... मग?'' त्याने शांत आवाजात सांगितलं, पण इशारा लक्षात येण्यासारखा होता. तुझा त्याच्याशी काहीही संबंध नाही. उगाच कारणं विचारू नकोस. रँडीने त्याच्या हातात एक पातळशी फाईल दिली. ''त्याने ही तुला द्यायला सांगितली होती.''

डॅनियलने आतले कागद भराभर चाळले. ''ही ॲलिशिया ट्रिमेन केसची फाईल आहे. माझ्या अंदाजाप्रमाणे ती चांगली जाडजूड असायला हवी. गुन्ह्याच्या घटनास्थळाचे फोटो, मुलाखती, तिचे फोटो... हे सर्व कुठेय?''

रँडीने खांदे उडवले, ''फ्रँकने माझ्यापाशी एवढंच दिलं.''

डॅनियलने त्याला थेट नजर देत म्हटलं, ''यापेक्षा खूप जास्त माहिती असायला हवी.''

रँडीच्या चेहऱ्यावरचं हास्य किंचित मावळलं, ''जर त्यात नसेल, तर ते असण्याची शक्यताच नाही.''

''कुणी तिथले फोटो घेतलेच नाहीत किंवा साधी रेखाटनंही काढली नाहीत? ती नेमकी कुठे सापडली होती?''

रँडी चांगलाच वैतागला. त्याच्या हातातली फाईल घेऊन त्यातल्या पहिल्याच पानावरच्या एका वाक्यावर त्याने बोट ठेवलं, ''पाच मैल रस्त्यावर, एका खड्ड्यात.''

''अरे, पण पाच मैल रस्त्यावर म्हणजे नेमकं कुठं? त्याच्या जवळ जाणारा रस्ता कोणता? ते प्रेत पाहणाऱ्या पहिल्या व्यक्ती कोण? वैद्यकीय तज्ज्ञांचा रिपोर्ट

कुठंय?''

''ही गोष्ट घडून आत तेरा वर्षं उलटलीयत.'' रँडी म्हणाला. ''त्या वेळची पद्धत वेगळी होती.''

वँडा तिथे आली. ''डॅनियल, मी त्या वेळेस होते. काय घडलं, ते मी सांगू शकते.''

डॅनियलच्या डोक्यात सणक गेली, पण तरीही तो शांत राहिला. ''ठीक आहे. नक्की काय घडलं होतं, वँडा?''

''एप्रिल महिन्याचा पहिला शनिवार होता. सकाळी आई उठवायला गेली, तर ॲलिशिया बिछान्यात नव्हती. रात्रभर ती तिथे नव्हतीच. चवचाल मुलगी होती ती ॲलिशिया. तिच्या आईने भराभर तिच्या मित्रमैत्रिणींना फोन केले. पण कुणीच तिला पाहिलं नव्हतं.''

''पण तिचं प्रेत कुणाला दिसलं?''

''त्या खलाशी मुलांना – डेव्ही आणि जॉन. ते मोटारसायकलवरून चालले होते.''

त्याने आपल्या डायरीत नोंद करून घेतली. ''मला आठवतंय त्याप्रमाणे डेव्ही आणि जॉन ही सहावीत शिकणारी मुलं होती.''

वँडाने त्याच्या स्मरणशक्तीला दाद दिली. ''बरोबर आठवतंय तुला! डेव्ही अकरा वर्षांचा होता आणि जॉनचं वय होतं तेरा. त्यांना दोन मोठी आणि दोन छोटी भावंडंही होती.''

डेव्ही आणि जॉन आता चोवीस आणि सव्वीस वर्षांचे असतील. ''तर मग त्यांनी काय केलं?''

''जॉनला तर ते बघून उलटीच झाली. तो बाईकवरून मॉन्रो फार्मपर्यंत गेला. डाय मॉन्रोने ९११ ला फोन लावला.''

''तिथे पोहोचलेल्या पहिल्या पोलीस अधिकाऱ्याचं नाव काय?''

''नोलान क्वीन. पण आज तो हयात नाही.''

''त्याच्या मनावर त्या घटनेचा खूपच परिणाम झाला. त्यानंतर तो कधीच पूर्ववत होऊ शकला नाही.'' रँडी शांतपणे म्हणाला. डॅनियलच्या लक्षात आलं की, दोघांनाही ती केस अगदी स्पष्ट आठवतेय. डटनने अनुभवलेली ती एक चित्तथरारक घटना होती आणि त्यानंतर तेरा वर्षांनी ही ताजी घटना घडली होती. ''मी त्याच्या पुढच्याच वर्षी पोलीस दलात दाखल झालो आणि तोपर्यंत नोलान कामातून गेला होता.''

''इतकं भयानक दृश्य पाहिल्यावर एखाद्याच्या मेंदूवर परिणाम होणं साहजिकच आहे. मी ते समजू शकतो. '' डॅनियल पुटपुटला. ''वँडा, शवविच्छेदन कोणी केलं?''

“डॉक्टर फॅबरस.”

“तेही आज हयात नाहीत.” रँडी म्हणाला, “ती सगळी पिढीच आता संपून गेलीय किंवा जे हयात आहेत, ते न्हाव्याच्या दुकानाबाहेरच्या बाकड्यावर बसतात.”

“पण डॉक्टर फॅबरसने अजून ते रेकॉर्ड ठेवलं असेल?” डॅनियल म्हणाला.

“असेल कुठेतरी!” रँडी म्हणाला. पण याचा अर्थ, ते रेकॉर्ड कुठेच नसेल आणि त्याचा शोध घेणं म्हणजे मूर्खपणा!

“तिच्या अंगावर काय काय सापडलं?” डॅनियलने विचारलं,

वँडाच्या कपाळावर आठ्या पडल्या. “तू काय विचारतोस? ती पूर्ण नग्न होती. एका ब्लँकेटमध्ये गुंडाळलेली.”

“अंगठी किंवा हिरा वगैरे?” ...किंवा किल्ल्या? पण डॅनियलने किल्लीचा विषय काढला नाही.

“काहीच नाही.” वँडा म्हणाली, “त्या हलकटाने सगळंच लुटलं होतं.”

डॅनियलला त्या वेळी अटक केलेल्या व्यक्तींचा रिपोर्ट सापडला. ‘गॅरी फलमोअर.’

एखाद्या लुटारूसारखा दिसणारा त्याचा फोटो त्यावर चिकटवलेला होता. त्याचे डोळे लालभडक होते आणि चेहरा विस्कटलेला. “तो नशेत दिसतो आहे....?”

“हो, तो नशेत चूर होता.” वँडा म्हणाली, “तेवढं मला पक्कं आठवतंय. त्याला पकडलं, तेव्हा तो तारेत होता. पीसीपी घेतलेलं होतं. त्याला आवरायला तीन माणसं लागली, तेव्हा कुठे फ्रँक त्याच्या हातात बेड्या ठोकू शकला.”

“अच्छा, म्हणजे फ्रँकने त्याला अटक केली होती?”

रँडीने मानेनेच होकार दिला, “खून केल्यानंतर फलमोअर जॅकोच्या गॅरेजवर पोहोचला. हातातल्या लोखंडाच्या सळईने तो काचा फोडत सुटला. गॅरेजची नासधूस करून टाकली. त्या ठिकाणी त्याला पकडलं, तेव्हा त्याच्या खिशात ॲलिशियाची अंगठी सापडली.”

“बस्स? फक्त त्या एका पुराव्यावरून? वीर्य किंवा दुसरा काही शारीरिक पुरावा?”

“नाही. तिच्या अंगावर वीर्य वगैरे आढळल्याचं निदान मला तरी आठवत नाही. डॉक्टर फॅबरसच्या रिपोर्टमध्ये बहुधा त्याचा उल्लेख सापडेल. पण पीसीपीच्या नशेत असलेली व्यक्तीच इतक्या निर्घृणपणे तिचा चेहरा चेचू शकली असती. शिवाय त्याच्या हातात ती लोखंडी सळईही सापडली.”

“त्याला गॅरेजमध्ये पकडण्यात आलं... तिथे त्याच्या हातात लोखंडी सळई असणं अगदी स्वाभाविक होतं.”

“हे बघ – जे मला आठवतंय, ते मी तुला सांगतोय.” रँडी आता चिडलाच होता. “तुला ऐकून घ्यायचंय की नाही?”

''सॉरी, सांग.''

''त्या लोखंडी सळईवर ॲलिशियाचं रक्त सापडलं आणि त्याच्या शर्टाच्या बाहीवरही रक्त मिळालं.''

''नक्कीच भक्कम पुरावा आहे.'' डॅनियल म्हणाला.

रँडी कुत्सित हसला, ''नशीब, ही गोष्ट तरी तुला पटली.''

डॅनियलने हातातली फाईल बंद केली. त्यात आता काहीच शिल्लक उरलेलं नव्हतं.

''त्याचा कबुलीजबाब कोणी घेतला?''

''फ्रँकनेच घेतला.'' वँडा म्हणाली. ''फलमोअरने अर्थातच सर्व आरोप साफ नाकारले. आपण रॉक गायक आहोत, असं त्याने म्हटल्याचंही मला आठवतंय.''

''तो स्वत:ला जिमी हेंड्रिक्स म्हणवून घेत होता.'' रँडीने तुच्छतेने मान उडवली. ''तो काहीही बरळत सुटला होता.''

''रँडीच्या वडिलांनी तो खटला चालवला होता.'' वँडाने मोठ्या अभिमानाने सांगितलं, पण लगेच तिचा चेहरा पडला. ''दुर्दैवाने आता तेही या जगात नाहीत. हार्ट अॅटॅक. त्या गोष्टीला आता बारा वर्षं झाली. ते फक्त पंचेचाळीस वर्षांचे होते.''

ल्यूकने इंटरनेटवरून ॲलिशिया केसबद्दल बरंच संशोधन केलं होतं. मॅन्सफिल्डच्या वडिलांनी तो खटला चालवल्याचं त्यातल्याच एका लेखात वाचल्याचं डॅनियलला आठवलं. पण ते मृत्यू पावल्याचं त्याला ठाऊक नव्हतं. ॲलिशिया केसमधल्या बहुतेक व्यक्ती आता हयात नव्हत्या, ही गोष्ट नक्कीच अडचणीची होती.

''रँडी, तुझ्या वडिलांचं ऐकून फार वाईट वाटलं.'' तो म्हणाला.

''तुझ्या आई-वडिलांचं ऐकून मलाही दु:ख झालं.'' रँडी कोरड्या स्वरात बोलला, कारण त्याला दु:ख झाल्याचं काही जाणवलं नाही.

डॅनियलने त्याकडे दुर्लक्ष केलं. ''बोर्नसन हे त्या खटल्याचे न्यायाधीश होते. ते जिवंत आहेत?''

''हो, आहेत.'' वँडा म्हणाली, ''पण ते डोंगरावरच्या निर्जन भागात राहतात.''

''म्हातारा आता संन्याशासारखा जगतोय.'' रँडी म्हणाला, ''त्याच्या घरी फोन आहे की नाही; शंका आहे.''

''फोन आहे.'' वँडा म्हणाली, ''पण कुणी केला, तर तो उत्तर देत नाही.''

''तुझ्याकडे त्याचा नंबर आहे?'' डॅनियलने विचारलं. आणि वँडाने आपली फोन डायरी उघडली.

वँडाने एका कागदावर त्याला नंबर लिहून दिला. ''नशीब अजमाव. पण त्याला पटवणं मोठं कठीण काम आहे.''

''ॲलिशियाला गुंडाळलेल्या त्या ब्लँकेटचं काय झालं? ते कुठे आहे?''

वॅंडाने तोंड वाकडं केलं. "डेनिसमुळे आलेल्या पुरात बरंच काही वाहून गेलं. तळघरात चार इंचांपर्यंत ठेवलेल्या सगळ्या वस्तूंचा लगदा झाला. ही फाईल वर होती, म्हणून वाचली."

डॅनियलची ती आशाही मावळली. डेनिस वादळाच्या त्या तडाख्याने आलेल्या पुरात ॲटलांटाच्या परिसराची पार धूळधाण उडवलेली होती. "गांडू नशीब!" तो चटकन बोलून गेला आणि वॅंडाकडे बघून एकदम ओशाळला. "सॉरी."

"जेनेटला मारलेल्या त्या माणसाने आणखी एक खून केलाय." वॅंडाला बसलेला धक्का तिच्या चेहऱ्यावर दिसत होता.

"हो! काल रात्री. तो ह्या जुन्या खुनाची अगदी सही-सही नक्कल करतोय."

"फक्त ती किल्ली सोडली तर!" वॅंडा म्हणाली आणि डॅनियल थक्कच झाला. तो जे लपवू पाहत होता, ते वॅंडाने सहज उघड केलं होतं.

"काय म्हणालीस?"

"किल्ली!" वॅंडा पुन्हा म्हणाली, "आजच्या त्या मुलीच्या पायाला बांधलेली."

"इंटरनेटवर फोटो आलेले आहेत." रॅंडीने भर घातली. "पायाला अडकवलेली किल्ली अगदी स्पष्ट दिसतेय."

डॅनियलने आपला राग आवरला. "थॅंक्स! मी अजून रिपोर्ट पाहिलेले नाहीत."

रॅंडीच्या चेहऱ्यावरचे भाव बदलले. स्वत:वरच खूश झाल्यासारखा तो वाटला. "तुमच्या गुप्त बातम्या कुणीतरी फोडतंय."

तोच, वुल्फ नावाचा कुत्रा! डॅनियल मनातल्या मनात चडफडला, "तुमच्या मदतीबद्दल आभार." निघता-निघता तो परत वळला. त्याने ॲलेक्सला शब्द दिला होता. "अरे हो, एक विचारायचं राहिलं... बेली?"

वॅंडाचे ओठ रागाने थरथरले आणि रॅंडीचे डोळे तर रागाने क्षुब्ध झाले. "डॅनी...."

"तिची सावत्र बहीण काळजीत आहे." डॅनियल दिलगिरीच्या सुरात म्हणाला, "प्लीज."

"हे बघ, ॲलेक्सला बेली तर धड आठवतही नाही." रॅंडी चिडून बोलला, "स्पष्टच सांगायचं, तर ती हुक्काबाज रांड होती." त्याचं लक्ष वॅंडाकडे गेलं. "सॉरी!"

"खरंच आहे ते." वॅंडा म्हणाली. तिचाही चेहरा रागाने लाल झाला होता. "बेली दिवसरात्र नशेत बुडालेली असायची. तिला कोण पळवून नेणार? तीच पळून गेलीय. या नशाबाजांना जगाचं भान थोडंच असतं?"

वॅंडाच्या बोलण्यातला विखार डॅनियलला सहन झाला नाही, "वॅंडा, काय बोलतेस तू?"

वँडा आणखीनच उसळली. डॅनियलवर बोट रोखत त्वेषाने म्हणाली, "मला बोलायचं कारण नाही; तू त्या सावत्र बहिणीबरोबर असताना स्वत:ला सांभाळ. चंद्रप्रकाशात ती फार गोड दिसत असेल... पण एक दिवस तुला गोत्यात आणेल!"

रँडीने तिच्या खांद्यावर हात ठेवत शांत करण्याचा प्रयत्न केला. "जाऊ दे गं राणी..." आणि मग हळू आवाजात डॅनियलला म्हणाला, "वँडाच्या मुलाचं आणि बेलीचं... मध्यंतरी सूत जमलं होतं."

वँडा जास्तच भडकली, "तू तर असं बोलतोयस की, जसं काही माझा झेन त्या वेश्येबरोबर लग्नच ठरवायला निघाला होता! तिनेच माझ्या मुलाला भुलवलं आणि त्याचा सुखी संसार मोडायचा प्रयत्न केला."

डॅनियलने स्मरणशक्तीला ताण दिला. झेन पेट्टीजॉन हा त्याच्याच वयाचा होता आणि शाळेत बेसबॉल खेळायचा. चालू मुलींच्या मागे-मागे असायचा आणि दारूसुद्धा प्यायचा. "पण आता सगळं ठीक आहे ना?"

वँडा अजूनही संतापाने कापत होती. "आहे, पण त्याचं श्रेय काही त्या कैदाशिणीला जात नाही."

"बरं-बरं." डॅनियल काही क्षण गप्प बसला. वँडा घुश्श्यातच आपल्या खुर्चीत जाऊन बसली. "ते सर्व बाजूला ठेवू. बेलीच्या बाबतीत तुम्ही पुढे काय केलंत? तिच्या घराची झडती घेतलीत? तिची गाडी कुठे सापडली?"

"तिचं घर म्हणजे उकरिडा आहे." नाक दाबत रँडी म्हणाला, "सगळीकडे घाणीचे ढीग.... आणि त्याहीपेक्षा तिच्या मुलीला जेव्हा आम्ही कपाटातून बाहेर काढलं, तेव्हा तू तिथे असायला हवा होतास. बिचारी प्रचंड घाबरली होती. हे बघ डॅनियल, एक तर बेली स्वत:च्या पायाने निघून गेली किंवा तिच्या एखाद्या भडव्याने तिला जाळ्यात ओढलीय."

"म्हणजे तिचे व्यसन अजून सुरू होते?"

"प्रश्नच नाही! तिचे रेकॉर्ड तपास. लांबलचक हातभर यादी तयार होईल."

खरं म्हणजे डॅनियलने तिचं रेकॉर्ड तपासलेलं होतं. पाच वर्षांपूर्वी तिला शेवटची अटक झालेली होती. त्यापूर्वी मात्र मादक द्रव्याच्या सेवनाबद्दल आणि ती जवळ बाळगल्याबद्दल तिला अनेकदा पकडलेलं होतं. पण गेली पाच वर्षं ती पूर्ण व्यसनमुक्त झाली होती आणि रँडीने तिच्या घराचं केलेलं वर्णन हे ॲलेक्सने केलेल्या वर्णनाशी बिलकुल जुळणारं नव्हतं. एक तर स्वत: न पकडली जाण्याइतकी सावधगिरी बेलीने बाळगली होती किंवा रँडीच्या वागण्यात काहीतरी पाणी मुरत होतं. दुसरी शक्यता त्याला अधिक वाटली.

"ऑफिसमध्ये गेल्यावर मी तिचं रेकॉर्ड तपासतो. तुम्हा दोघांची खूपच मदत झाली. थँक्स!"

गाडी चालवताना त्याला ते वाक्य एकदम आठवलं आणि चांगलंच झोंबलंही. *'तू त्या सावत्र बहिणीबरोबर असताना स्वत:ला सांभाळ. चंद्रप्रकाशात ती गोड दिसतही असेल, पण एक दिवस ती तुला गोत्यात आणेल.'* काल रात्री उघड्या पोर्चमध्ये त्याने ॲलेक्सचे चुंबन घेतलं होतं, तेव्हा चंद्रप्रकाशच होता. कुणीतरी त्यांच्यावर नजर ठेवून होतं. ॲलेक्सचा बंगला मुख्य रस्त्याच्या उजव्या बाजूला आहे. याचा अर्थ, गॉगल घालणाऱ्या त्या म्हातारीनेच तेवढी पाहण्याची शक्यता... आणखी तर कुणी पाहणं शक्यच नाही. पण तरीही डॅनियलचा अस्वस्थपणा कमी झाला नाही. तो नेहमी आपला आतला आवाज ऐकून निर्णय घेत असे.

म्हणून तर त्याने काल रात्री चंद्रप्रकाशात ॲलेक्सच्या ओठांवर ओठ टेकवले होते. त्या आठवणींनीही तो मोहरून गेला होता आणि लवकरच त्याची पुनरावृत्ती करायचीही त्याने ठरवलं होतं. पण अजूनही तो अस्वस्थ होता. आता त्याच्या अस्वस्थतेचं रूपांतर काळजीत झालं होतं. कोण बरं आपल्यावर नजर ठेवून असेल? त्याने तिचा नंबर फिरवला, पण तो व्हॉईसमेलवर ट्रान्सफर झाला.

"मी डॅनियल बोलतोय, लवकरात लवकर मला फोन कर." फोन खिशात ठेवता-ठेवताच मनात आलेल्या विचाराने तो चमकला, "वुल्फ!" त्याने एडला फोन लावला.

"तू बातम्या पाहिल्यास?"

"हो." एडचा आवाज काहीसा उदास होता. "चेस आपल्या मोठ्या बॉसबरोबर बोलतोय. वुल्फने हे सर्व कसं घडवून आणलं, ते त्याला समजावून सांगतोय."

"नेमकं काय केलंय त्याने?"

"ब्लॅकबेरीचा वापर केला. त्यावर फोटो काढले आणि ते इंटरनेटवर टाकले."

"स्साला! वॉरंटमध्ये मी त्याच्या ब्लॅकबेरीचा नंबर घ्यायला विसरलो. मला पुन्हा क्लोशी बोलून नवीन वॉरंटची सूचना द्यायला लागेल."

"मी ती दिलीये. फक्त तो ब्लॅकबेरी त्याच्या नावावर नाहीये. तो त्याच्या बायकोच्या नावावर आहे."

"मारियाना!" डॅनियल वैतागला. "क्लो हे सगळं काम तातडीने करू शकेल?"

"तिला तरी तसं वाटतंय. बरं, मला सांग – ट्रिमेन केसमधून काही पुरावा मिळाला?"

"काही नाही. पुरामुळे त्या तळघरात ठेवलेली खूपशी कागदपत्रं वाहून गेली. एक फाईल मिळाली, पण अगदी दयनीय अवस्थेतली. एकच तुला सांगू शकतो की, त्या केसमध्ये किल्ली नव्हती. ही नवीन बातमी आहे."

"बरं, तुझ्यासाठी खबर म्हणजे आपल्याला सापडलेल्या दोन्ही किल्ल्या अगदी एकसारख्या आहेत. अर्थात त्यात मोठं आश्चर्य नाही. तू मिडलस्कूलच्या प्रिन्सिपॉलशी बोललास?"

"हो. त्या म्हणाल्या, 'फन अँड सन'ला जाण्यासाठी जेनेटने एक खासगी व्हॅन भाड्याने घेतली होती. पालकांच्या म्हणण्यानुसार संध्याकाळी सव्वा सातला मुलं घरी परतली. जेनेटच्या क्रेडिट कार्डावरून त्या व्हॅनच्या मालकाचा पत्ता आपली लेघ शोधतेय. कुणी विचारलं, तर सांग की मी आता शवागाराकडे निघालोय. तुला नंतर फोन करतो."

अॅटलांटा, मंगळवार, ३० जानेवारी, दुपारी १२ वाजून ५५ मिनिटे

हसऱ्या बेलीचा तो फोटो अॅलेक्सने पुन्हा एकदा डोळे भरून पाहिला आणि आपल्या बॅगेत टाकला. बंदुकीच्या वजनामुळे बॅग थोडी जड झाली होती. अॅलेक्सला बॅगेमध्ये बंदूक ठेवताना पाहून मेरिडिथ दचकली होती. पण अॅलेक्सला जराही धोका पत्करायचा नव्हता. ती जड बॅग आपल्या खांद्यावर सावरत तिने बेलीच्या बॉसकडे पाहिलं.

"डेसमंड, सर्वच गोष्टींबद्दल तुझे खरंच मनापासून आभार."

"नाही गं, मला स्वत:लाच इतकं असहाय वाटतंय... गेली तीन वर्षं बेली आमच्याबरोबर होती आणि आमच्या कुटुंबाचाच एक भाग बनली होती. आम्हाला खरंच तिच्यासाठी काहीतरी करावंसं वाटतंय."

त्या सलूनमध्ये पडलेल्या एका पिवळ्या रिबिनीशी अॅलेक्स चाळा करत राहिली. "तुमच्या परीने तुम्ही खूप काही केलं आहे." बेलीसाठी खास तयार केलेल्या एका पोस्टरकडे बोट दाखवत ती म्हणाली. पोस्टरवर बेलीचा फोटो होता आणि शोधून देणाऱ्यास योग्य इनाम दिले जाईल, अशी त्याखाली टीप होती. "तिच्या गावातले लोक जर असेच उदार मनाचे असते... तर?"

"नाही ना! त्यांनी बेलीच्या चुका कधीच माफ केल्या नाहीत. आम्ही बेलीला अनेकदा विनवलं की, तू डटनची जागा सोडून या भागात राहायला ये. पण तिने शेवटपर्यंत ऐकलं नाही."

"म्हणजे दररोज ती ये-जा करायची?" तो जाऊन-येऊन जवळजवळ दोन तासांचा प्रवास होता.

"फक्त शनिवार रात्र सोडून. सिस्सी आणि बेली अगदी जिवलग मैत्रिणी होत्या. शनिवारी येताना ती होपला घेऊन यायची. सिस्सीची मुलगी तिला दिवसभर सांभाळायची. रात्री दोघीही सिस्सीच्या घरी राहायच्या. दर रविवारी सकाळी बेली एका अनाथाश्रमात जायची – अगदी न चुकता. तो तिचा जणू धर्मच होता."

"आपलं हे बोलणं काल दुपारी झालं असतं, तर माझा खूप त्रास वाचला असता. तो अनाथाश्रम शोधून काढण्यात माझा तासभर तरी वाया गेला."

डेसमंड चकित झाला. "तू तिथे जाऊन आलीस?"

"काल रात्री. तिथल्या सर्वांना बेली खूप आवडायची."

"सगळेच तिच्यावर प्रेम करतात; फक्त तिच्या गावातले लोक सोडून. त्यांचा गैरसमज कुणीतरी दूर करायला हवा."

त्याचं बोलणं ॲलेक्सला पटलं. "मी सिस्सीशी बोलू शकते?"

"आज तिची सुट्टी आहे. पण मी तुला तिचा नंबर देतो. आणि हो, तुझं पार्किंग तिकीट मला दे. त्याच्यावर मी स्टँप मारून आणतो."

ॲलेक्स पर्स उघडून शोधू लागली आणि तिकिटाबरोबर तिचा मोबाईल तिच्या हातात आला. "बापरे! मला मेसेज आला आहे. मला ऐकूच आलं नाही."

"कधी कधी इथे कव्हरेजचा प्रश्न असतो. कधीतरी डेड झोन होतो." आणि बोलता-बोलता डेसमंड थांबला, "नाही म्हणजे मला 'डेड' असं नव्हतं म्हणायचं."

"ठीक आहे. ती जिवंत आहे याचा विचार आपण सर्वांनीच करायला हवा."

मान खाली झुकवून डेसमंड तिथून बाहेर पडला. ॲलेक्सने कॉल लॉग तपासला. डॅनियलचा फोन चार वेळा येऊन गेला होता.

काही नाही, फक्त माझी खबरबात घेण्यासाठी तो फोन करत असावा. पण त्याचा सकाळचा अंदाज चुकलेला असेल, तर? सकाळी सापडलेली ती स्त्री, बेली तर निघाली नसेल? बाहेरच्या दरवाज्यापाशी तिला डेसमंड भेटला. तिने त्याच्याकडून तिकीट घेत त्याच्याशी हात मिळवला. "मला निघायलाच हवं. थँक यू." ती धावतच लिफ्टकडे निघाली.

ॲटलांटा, मंगळवार, ३० जानेवारी, दुपारी १ वाजता

"फक्त एक केस. लांबलचक आणि तपकिरी." प्लॅस्टिकच्या बॅगेत ठेवलेला तो केस फेलिसिटी बर्गने डॅनियलला दाखवला. "तू तो मुद्दाम पाहावास, हाच त्याचा हेतू होता." गुडघ्यावर बसून डॅनियल त्या मुलीच्या पायाचं निरीक्षण करू लागला. "आधी त्याने हा केस तिच्या पावलाला गुंडाळला आणि नंतर एका दोरीने ती चावी घट्ट बांधली." तो उभा राहिला. त्याचं डोकं चांगलंच ठणकत होतं. "हे फारच महत्त्वाचं आहे. हा केस पुरुषाचा आहे, की स्त्रीचा?"

"माझ्या मते, तो स्त्रीचा असण्याची दाट शक्यता आहे. आणि त्याने तो केस अगदी त्याच्या मुळापासून आपल्यासाठी ठेवून दिलाय... म्हणजे, आपण त्याचा व्यवस्थित डीएनए करू शकू."

"मी जरा बघू का?" त्याने तो प्रकाशात धरला. "केवळ एका केसावरून रंग सांगणं अवघड आहे."

"एड त्याची रंगतपासणी करून केसाचा नमुना तुला देऊ शकतो."

"बरं, ते सोडून ह्या स्त्रीबद्दल आणखी काय तू सांगू शकतेस?"

“विशीच्या आसपासची आहे. नुकतीच नखं कापलेली होती. गालांच्या आतमध्ये कापसाचे धागे आढळले आणि लैंगिक अत्याचार झाल्याचा तर स्पष्ट पुरावा आहे. रक्तात रॉफिप्लॉन आहे का याची आम्ही तपासणी करतोय. आणि जरा इकडे बघ...” तिने डोक्यावरचा दिवा अशारीतीने वळवला की त्या मुलीच्या गळ्यावर प्रकाश केंद्रित झाला. “तिच्या गळ्यावरच्या वर्तुळाकार जखमांचे डाग बघ. अस्पष्ट आहेत, पण आहेत हे नक्की.”

तिने दिलेलं भिंग घेऊन तो नीट निरखू लागला. “मोती?”

“मोठ्ठाले आहेत. मोत्यांवर त्याने अजिबात दाब दिला नाही कारण जखमा अगदी स्पष्ट दिसल्या असत्या. तरीही मला वाटतं की, एखाददोन क्षण त्याने तिची श्वासनलिका दाबली जावी म्हणून ते मोतीही गळ्यावर दाबलेले असावेत. आणि ही एक छोटी खूण बघ.”

“तिच्या गळ्यावर त्याने सुरा टेकवला होता!”

फेलिसिटीने मानेनेच होकार दिला. “एक शेवटची गोष्ट. तिने ‘फॉरेव्हरमोर’चा स्प्रे वापरला होता. तो एक परफ्युम आहे. चारशे डॉलर्सला एक औंस.”

डॅनियलचे डोळे विस्फारले. “आणि तुला तो माहिती आहे?”

“माझी आई तो वापरते, म्हणून मला माहिती आहे. तिच्या वाढदिवसाला भेट देण्यासाठी मी सहज त्याची किंमत विचारली होती.”

“इतकी महागडी वस्तू तू आईला भेट दिली होतीस?”

“नाही. मला ती परवडण्यासारखी नव्हती.” तिने डोळे मिचकावले आणि मुखवट्याआड ती मिश्कील हसतेय, हे डॅनियलच्या लक्षात आलं. “त्याऐवजी मी तिला केक बनवायचं भांडं दिलं.”

डॅनियलही हसला. “पक्की व्यवहारी आहेस.” त्याने हातातलं भिंग तिला परत केलं. “उंची मोती आणि महागडं परफ्युम. एक तर मुलगी श्रीमंत आहे किंवा एखाद्या श्रीमंत माणसाकडून तिला या भेटी मिळालेल्या आहेत.” त्याचा मोबाईल वाजला आणि त्यावरचा नंबर बघून त्याच्या नाडीचे ठोके वाढले.

हातातलं तिकीट नोकराच्या हातात देऊन ॲलेक्सने फोन कानाशी लावला.

“व्हार्टोनियन....”

“डॅनियल, ॲलेक्स बोलतेय.”

“प्लीज, माफ कर... हा फोन मला घ्यावाच लागणार!” ॲलेक्सने डॅनियलचा आवाज ऐकला आणि काही क्षणानंतर प्रत्यक्ष डॅनियलचा रागावलेला आवाज तिच्या कानावर पडला.

“आहेस कुठे तू? तीन वेळा फोन केला.”

“तीन नाही, चार वेळा.” ॲलेक्स शांतपणे म्हणाली.“मी बेलीच्या सलून

मालकाशी बोलत होते. तो इतका चांगला आहे की, बेलीला शोधणाऱ्याला त्याने बक्षीस लावलेलं आहे.''

''फारच छान!'' डॅनियलचा राग निवळला. ''मला खूप काळजी वाटली.''

''का? काय झालं?''

''नाही तसं काही नाही... पण...'' तो हळू आवाजात म्हणाला, ''आपल्यावर कुणीतरी नजर ठेवून होतं काल रात्री.''

''काय?'' ॲलेक्स दचकली. ''हे म्हणजे....''

पण पुढे एकही शब्द ऐकू आला नाही. फक्त टायर्स घासत गेल्याचे आवाज आणि एका अनोळखी माणसाची आरडाओरड. त्यानंतर किंचाळण्याचे आवाज. कुणीतरी मागून येऊन तिला धडकले आणि ती रस्त्याच्या कडेला जाऊन पडली. पडता-पडता तिने स्वत:ला हातांवर आणि गुडघ्यांवर सावरायचा प्रयत्न केला.

तसेच किती क्षण गेले, कुणास ठाऊक! बऱ्याच वेळाने तिने मान वर करायचा प्रयत्न केला. ती अजूनही तशीच गुडघ्यांवर टेकलेली होती. तिच्या डोळ्यांसमोर त्या माणसाचा चेहरा अस्पष्टपणे उभा राहिला. त्याचे ओठ हलत होते आणि तो काय बोलतोय, हे तिने ऐकायचा प्रयत्न केला. गर्दी जमली होती आणि तिचे हात पकडून लोक तिला उठवण्याचा प्रयत्न करत होते. एकाने तिची बॅग परत केली, तर दुसऱ्या स्त्रीने तिच्या हातात पर्स ठेवली.

ती भयचकित झाली होती. कसंबसं तिने स्वत:ला सावरलं आणि ती तिच्या गाडीपाशी पोहोचली. गाडी पार्क करणारा तो नोकरसुद्धा कमालीचा घाबरून गेला होता. ''काय झालं?'' ॲलेक्सनेच उलट त्याला विचारलं. तिच्या गुडघ्यातून असह्य कळा येऊ लागल्या. ''मी जरा कुठेतरी शांत बसते.''

त्या नोकराने जवळच असलेल्या एका मोठ्या सिमेंटच्या खोक्यावर बसवलं. एक नवीन चेहरा तिच्यासमोर येऊन उभा राहिला. ह्या चेहऱ्यावर शांत भाव होते. तो पोलीस ऑफिसर होता. ''तू ठीक आहेस ना? का मी ॲम्ब्युलन्स बोलावू?''

''नको, मी ठीक आहे. थोडीशी आपटलीय, एवढंच.''

अचानक तो पाहिलेला चेहरा पोलीस अधिकाऱ्यासमोर येऊन म्हणाला, ''मला नाही वाटत असं... क्षणभर मला काही कळलंच नाही. पण ती अक्षरश: फेकली गेली.'

''मी एक नर्स आहे.'' ॲलेक्सने ठामपणे सांगितलं, ''मी सांगतेय की मला ॲम्ब्युलन्सची काहीही गरज नाही.'' आपल्या खरचटलेल्या हातांकडे तिने पाहिलं. ''थोडेसे, प्राथमिक औषधोपचार करावे लागतील.''

''नक्की काय घडलं?'' अधिकाऱ्याने विचारलं.

''मी सांगतो. आपल्या कारपाशी ती चालली होती आणि तेवढ्यात कोपऱ्यावरून ही दुसरी कार सुसाट वेगाने आली.'' तो पहिला माणूस सांगू लागला, ''मी तिला

जोरात बाजूला ढकललं. मॅडम, सॉरी... माझ्यामुळे तुम्हाला फारसं लागलं तर नाही ना?''

अ‍ॅलेक्सने त्याच्याकडे बघून मंद स्मित केलं. ''नाही, नाही. मी अगदी ठीक आहे. तुम्ही तर माझा जीव वाचवलात! मी तुमची खूप-खूप आभारी आहे.''

तुम्ही माझा जीव वाचवलात... ते जळजळीत वास्तव तिला थेट जाणवलं आणि तिच्या पोटात उन्मळून आलं. कुणीतरी तिला ठार मारण्याचा प्रयत्न केला होता. डॅनियल, तू कुठे आहेस? तिला आठवलं... त्या वेळेस तर आपण डॅनियलशीच बोलत होतो. त्याने सांगितलं की, कुणीतरी काल रात्री आपल्यावर नजर ठेवून होतं. कुणीतरी मला ठार मारण्याचा प्रयत्न केला! तिने दीर्घ श्वास घेतला, ''माझा मोबाईल कुठे आहे?''

''अ‍ॅलेक्सऽऽ?'' डॅनियल फोनवर तिला पुन:पुन्हा हाका मारत होता, पण पलीकडून काहीच उत्तर आलं नाही. तो वळला. फेलिसिटी त्याच्याकडे टक लावून पाहत होती. डोळ्यांवरच्या गॉगलमुळे तिच्या नजरेतले भाव उमगत नव्हते.

''झालंय काय?'' तिने विचारलं.

''ती माझ्याशी बोलत होती आणि अचानक घासत गेलेल्या टायर्सचे आणि किंचाळण्याचे आवाज कानावर आले... आणि त्यानंतर एकदम सगळंच शांत होऊन गेलं. मला जरा तुझा फोन दे.'' मिनिटभराने तो अ‍ॅटलांटा पोलीस स्टेशनशी बोलत होता. ''ती भुयारी रस्त्याच्या बाजूला उभी होती. तिचं नाव अ‍ॅलेक्स फॅलन. उंची साडेपाच फूट. सडपातळ, तपकिरी केस.''

''एजंट व्हार्टोनियन, आम्ही ताबडतोब तपास करतो.''

''थँक्स.'' डॅनियल फेलिसिटीकडे वळला. ती अजूनही त्याच्याकडे अगदी तशीच पाहत होती.

''डॅनियल, आधी जरा बस बघू. किती पांढराफटक पडला आहेस!''

आज्ञाधारक मुलासारखा तो खुर्चीवर बसला. खोल श्वास घेत तो शांतपणे विचार करू लागला. त्याच्या हातातला मोबाईल वाजला. अ‍ॅलेक्सचा नंबर...! त्याचं काळीज लकलकलं.

''व्हार्टोनियन....''

तिचा आवाज नेहमीप्रमाणेच शांत होता, पण ती घाबरलेली होती, ''काय झालंय?''

''मी सुखरूप आहे. कुणीतरी मला गाडीखाली चिरडायचा प्रयत्न केला.''

त्याचं काळीज धडधडू लागलं. ''तुला खूप लागलंय?''

''थोडंसं खरचटलंय. माझ्यासमोर एक पोलीस ऑफिसर आहे. त्याला तुझ्याशी बोलायचंय... बोल त्याच्याशी.''

“मी ऑफिसर जोन्स, एपीडी. आपण कोण?”

“स्पेशल एजंट व्हार्टोनियन, जीबीआय. तिला कितपत लागलंय?”

“फारसं नाही. तिचा तोल गेला आणि ती थोडीशी आपटली. आपण नर्स आहोत आणि हॉस्पिटलमध्ये नेण्याची आपल्याला गरज नाही, असं ती सांगतेय. सध्या तुमचा जो तपास चाललाय, त्याच्याशी ती संबंधित आहे?”

“आत्तापासून ती आहे, असं समज.” डॅनियलला खूप उशिरा, पण अचानक ॲलेक्सच्या बॅगेची आठवण झाली. त्यामध्ये बंदूक असणार, हे तो अगदी पैजेने सांगू शकत होता. त्या बॅगेसकट तिने पोलीस स्टेशनमध्ये एक पाऊल जरी ठेवलं असतं, तरी लपवून शस्त्र बाळगल्याबद्दल तिच्यावर गुन्हा दाखल केला गेला असता. “पण ती संशयित व्यक्ती नव्हे, तिला पोलीस स्टेशनवर नेण्याची गरज नाही. तू भुयारी मार्गाच्या जवळ उभा आहेस?”

“पार्किंग स्टेशनजवळ. तू स्वत: तिच्यासाठी येतोयस, का कुणाला पाठवतोयस?”

दुसऱ्या कुणाला पाठवायचा तो विचारही करू शकत नव्हता. “मी स्वत: येतोय. मी येईपर्यंत जरा तिथेच थांबशील?”

“हो, नक्की. माझ्या सहकाऱ्याने त्या गाडीचा पाठलाग करण्याचा प्रयत्न केला, पण ती गाडी भरधाव निघून गेली. गर्दीतल्या लोकांची आम्ही जबानी घेतोय. गाडीचं नेमकं वर्णन कळलं की, ते आम्ही जाहीर करू.”

“थँक्स.” डॅनियलने मोबाईल बंद केला. “फेलिसिटी, मला निघायलाच हवं.” ‘केस’ असलेली ती प्लॅस्टिकची पिशवी त्याने तिच्या हातात दिली. “ही पिशवी एडकडे पाठवून द्यायची व्यवस्था कर आणि त्याला त्याची ‘रंग’ तपासणी करायला सांग.”

फेलिसिटीने मान हलवून होकार दिला, पण तिची बुचकळ्यात पडलेली नजर मात्र डॅनियलला अस्वस्थ करत होती आणि ती नजर चुकवण्याचा डॅनियल प्रयत्न करत होता.

“नक्की. आणखी काही समजलं, तर मी तुला लगेच कळवीन.”

मंगळवार, ३० जानेवारी, दुपारी १ वाजून १५ मिनिटे

“बेली, तू मला कमालीचा त्रास देतेयस, हे तुझ्या लक्षात येतंय का?”

भीती आणि असह्य वेदनांमुळे डोळ्यांवर ग्लानी येत होती. सभोवताली पसरलेल्या दाट धुक्यातून पलीकडे पाहण्याचा प्रयत्न करावा तशी तिने डोळ्यांची क्षीण उघडझाप करत त्याच्याकडे पाहिलं. या वेळेस तिच्या दोन-तीन बरगड्या मोडलेल्या असाव्यात आणि अजून तीन-चार लाथा बसल्या की आपली शुद्ध हरपून जाईल, असा विचार तिच्या मनात आला. “अरेरे!” खरं तर ते शब्द तिला

खवचटपणे मुद्दाम त्याला डिवचण्यासाठी उच्चारायचे होते, पण उच्चारताना मात्र खोल आवाजात ते ओठांतून बाहेर पडले.

"तू या मशिनसमोर अगदी छानपैकी सांगून टाकणार आहेस की नाहीस?"

तिने समोरच्या टेपरेकॉर्डरकडे तिटकाऱ्याने पाहिलं, "नाही."

तो हसला. त्याचं विखारी हास्य... सुरुवाती-सुरुवातीला ते ऐकून तिचं हृदय धडधडायचं. आता ती भीतीच्या पलीकडे पोहोचली होती. आता आणखी तो काय करू शकतो... मला ठार मारण्याशिवाय? तसं केलं, तर या वेदना कायमच्या संपून जातील!

"ठीक आहे. बेली डार्लिंग... तू तर माझ्यासमोर पर्यायच ठेवलेला नाहीस. मला जे कळायल हवंय, ते सांगायला तयार नाहीस आणि मी जे तुझ्या तोंडून वदवू पाहतोय, तेही तू सांगत नाहीस. मला आता माझ्या योजना क्रमांक दोनकडे वळायला हवं."

हीच ती! तो आता मला ठार मारणार!

"छे... छे, मी तुला अजिबात ठार मारणार नाही!" त्याच्या आवाजात जीवघेणी चेष्टा होती. "पण तुला मात्र नक्की वाटेल की, त्यापेक्षा मरण परवडलं." ड्रॉवरमधून काहीतरी बाहेर काढण्यासाठी तो वळला आणि जेव्हा तो वळला...

"नाहीऽऽऽ" बेलीचं काळीज गोठून गेलं. "नको, कृपा कर... पण तसं नको करूस... नको करूस."

तो हसला, "तर, मग टेपरेकॉर्डरसमोर सांगून मोकळी हो... नाहीतर..." त्याने सुईच्या टोकावर बोट टेकवलं आणि दट्ट्या किंचित ढकलला. सुईच्या टोकावर द्रवाचे बुडबुडे उठले. "बेली, माल मस्त आहे. तुला त्या मस्त मालाची चव अजून आठवते ना?"

तिच्या घशात हुंदका अडकला. "कृपा कर... पण ते नकोय मलाऽऽ"

तो कुत्सित हसला, "योजना क्रमांक दोन. माणसाने एकदा नशेला जवळ केलं की, नशा आयुष्यभर माणसाला सोडत नाही."

तिने धडपड केली; पण तिच्या आवाजासारखीच ती केविलवाणी ठरली. आपला एक पाय तिच्या पाठीला घट्ट टेकवून त्याने दुसऱ्या हाताने तिचा दंड पकडला आणि तिने त्याला झटकण्याचा प्रयत्न केला; पण तिच्या एरवीच्या सुदृढ अवस्थेतही ती त्याच्या ताकदीशी मुकाबला करू शकली नसती.

अनेक वर्षांचा अनुभव असलेल्या एका सराईत तज्ज्ञाप्रमाणे त्याने त्या ठिकाणी रबराची पट्टी बांधून आवळली. दंडाच्या आतल्या भागावर त्याने आपला अंगठा किंचित दाबला... काही क्षण फिरवला. "बेली, तुझ्या हाताच्या नसा अजून चांगल्या अवस्थेत आहेत का? अं... ही नस पुरेशी आहे."

काहीतरी टोचलं... कातडी क्षणभर चरचरली... आतमध्ये एक प्रवाह वाहू लागला आणि ती तरंगू लागली. उंच-उंच लाटांवर. "हलकट मेला!" ती चीत्कारली, "नरकात यमयातना भोगशील."

"असं तर सगळेच म्हणतात. आणखी थोडी चढू देत आणि मग मी जे म्हणेन, ते गुडघे टेकत कबूल करशील."

ॲटलांटा, मंगळवार, ३० जानेवारी, दुपारी १ वाजून ३० मिनिटे

डेसमंडने जंतुनाशक औषधात कापसाचा बोळा बुडवून हलकेच तिच्या हाताच्या तळव्याला झालेली जखम स्वच्छ केली... तरीही वेदनेने ॲलेक्स विव्हळली. अजूनही ती सिमेंटच्या खोक्यावरच बसलेली होती आणि तो समोर गुडघ्यावर बसून तिची शुश्रूषा करत होता. हां-हां म्हणता ती बातमी आजूबाजूला पसरली होती आणि डेसमंड धावतच तिथे पोहोचला होता.

"तुझा हात तर सराईतपणे चालतोय!"

त्याने गंभीरपणे तिच्याकडे पाहिलं. "तू हॉस्पिटलमध्ये जायला हवं होतंस!"

तिने त्याच्या खांद्यावर बोटांनी थोपटलं. तिची बोटंच फक्त तेवढी सुरक्षित राहिली होती. "अरे बाबा, मी खरंच अगदी ठीक आहे. माझी सहनशक्ती थोडी कमी आहे."

"आधी बेली झाली आणि आता हे..." डेसमंड तोंडातल्या तोंडात पुटपुटला. त्याने तिचा दुसरा तळवाही स्वच्छ केला आणि या वेळेसही ती विव्हळली. आपण स्वतः यापुढे ड्रेसिंग करताना रुग्णांशी जास्त सहानुभूतीपूर्वक वागायला हवं, हेही तिने त्याच वेळी ठरवून टाकलं. डेसमंडने बॅगेतून बँडेज बाहेर काढलं, "तळवे वर करून हात उंच धर." दोन्ही हातांना त्याने काळजीपूर्वक बँडेज बांधले.

"डेसमंड, तू छान शुश्रूषा करतोस. उत्तम परिचारक झाला असतास!"

तो जराही हसला नाही. "कसला भयानक अनुभव होता तो!" गुडघ्यावरून उठत तो तिच्या शेजारी बसला. "या क्षणी तू जिवंत राह्मली नसतीस. बेलीचं जे झालं, तेच तुझंही झालं असतं."

"ती मेलेली नाहीये!" ॲलेक्स थंडपणे म्हणाली. "मी त्यावर विश्वास ठेवणार नाही." डेसमंड काहीच बोलला नाही. तो शांतपणे तिच्याशेजारी बसून राहिला. डॅनियलची गाडी चांगल्याच वेगात येऊन त्यांच्याजवळ थडकली.

तो आलाय... तो आता आपल्याजवळ आहे.

डॅनियल तिच्याजवळ येऊ लागला – काल रात्री सारखाच. कणखर चेहरा, भेदक डोळे आणि निर्धाराने पडणारी पावलं. ती उभी राहिली. आपण पावलांवर उभं राहू शकतोय, हे त्याला कळावं, या हेतूने. पण खरं तर त्याला पाहून तिचा जीव

भांड्यात पडला होता.

त्याने तिला केसांपासून पायाच्या नखापर्यंत नीट न्याहाळली. तिच्या हातातल्या बँडेजवर तिची नजर बराच वेळ रेंगाळली. त्याने एका आवेगाने तिला जवळ ओढले आणि हळुवारपणे तिच्या केसांतून बोटं फिरवली. आपले गाल तिच्या कपाळावर टेकून त्याने एक नि:श्वास सोडला – जणू इतका वेळ त्याने तो मोठ्या मुश्कीलीने रोखून ठेवला होता.

"मी अगदी सुखरूप आहे. सर्वांनीच खूप काळजी घेतली."

"तिच्या गुडघ्यांनाही खरचटलंय." डेसमंड त्या दोघांच्यामागे आता लपला गेला होता. डॅनियलने चमकून त्याच्याकडे पाहिलं, "तू कोण?"

"डेसमंड वॉरिनर. बेली क्रायटनचा बॉस."

"अरे, त्यानेच तर मला बँडेज केलं!" ॲलेक्स म्हणाली.

"थँक यू!" डॅनियला आवाज थोडा बसका आणि घोगरा झाला होता.

"तू बेलीला शोधतोयस?" डेसमंडने न राहवून विचारलं, "तिला शोधणारा एखादा तरी निघावा, अशी माझी फार इच्छा होती."

"मी शोध घेतोय." डॅनियलने एका हातात तिची पर्स आणि बॅग घेतली आणि दुसरा हात तिच्या कमरेभोवती ठेवला. तिला आधार देत तो गाडीपाशी आला. एक उंच, काळ्या केसांचा माणूस गाडीवर रेलून ॲलेक्सकडे कुतूहलाने पाहत होता.

"हा माझा मित्र, ल्यूक. तो तुझी गाडी घेऊन जाणार आहे आणि तू माझ्याबरोबर येतेयस." ल्यूक तिच्याकडे बघून सौजन्याने हसला.

ॲलेक्स डेसमंडजवळ आली, "पुन्हा एकदा थँक्स."

"स्वतःची नीट काळजी घे." तो अगदी काकुळतीने म्हणाला. त्याने खिशातून एक कार्ड काढलं. "ह्यावर सिस्सीचा फोन नंबर आहे. बेलीची मैत्रीण. मी तुला मगाशी फोन नंबर देण्याआधीच तू निघूनसुद्धा गेली होतीस. मी तुझ्या मागे येतच होतो आणि अचानक तो आवाज ऐकला... तुला काही समजलं, तर मला लगेच कळव."

"नक्की कळवीन. निघू मी?" ती गाडीकडे वळली. डॅनियलने तिला उचलून अगदी काळजीपूर्वक गाडीत बसवलं आणि तो बेल्ट बांधू लागला. "अरे, तेवढं मी करू शकते. इतकं काही मला लागलेलं नाही."

तिच्या हातांची अवस्था पाहून तो कळवळला. खिन्न होऊन त्याची मान खाली गेली. एरवी करारी वाटणाऱ्या त्याच्या डोळ्यांत आता भकासपणा आला होता. "तुझा फोन आला, तेव्हा मी शवागारातल्या त्या दुसऱ्या प्रेतापाशी होतो."

तिचं काळीज धडधडलं, "सॉरी. तू घाबरून गेला असशील ना?"

"घाबरणं हा फारच सौम्य शब्द झाला." त्याने तिची बॅग आणि पर्स तिच्या

पायापाशी ठेवली. "अशीच पडून राहा आणि विश्रांती घेण्याचा प्रयत्न कर. मी आलोच."

डॅनियल मागे सरकला. त्याचे हात थरथरत होते. त्याने ते खिशात घालत तिच्यापासून लपवले आणि दोघांनीही संकोच वाटेल अशी काही कृती स्वत:च्या हातून घडायच्या आधीच तो पटकन वळला. हातात चाव्या घेऊन ल्यूक त्याच्या दिशेनेच येत होता.

"गाडीच्या किल्ल्या मी मिळवल्या." ल्यूक म्हणाला, "तुला मी तुझ्याबरोबर हवाय?"

"नको. तू गाडी घेऊन जा आणि चाव्या माझ्या ऑफिसच्या टेबलावर ठेवून दे. थँक्स ल्यूक."

"थोडं सबुरीने घे. तिला फारसं काही झालेलं नाही." ल्यूकने ॲलेक्सकडे पाहिलं. ती डोळे मिटून शांतपणे बसलेली होती. "ती हुबेहूब ॲलिशियासारखीच दिसते. तिने पहिल्याच नजरेत तुला जो धक्का दिला, त्याचं खरंच कुणाला आश्चर्य वाटायला नको." ल्यूकने डोळा मारला. "अजूनही ती तुला धक्के देतेच आहे... पण थोडे वेगळ्या स्वरूपाचे. हे सांगितल्यावर ममा जाम खूश होईल. पण मात्र आता माझ्यामागे हात धुऊन लागेल."

मुद्दाम मस्करी करण्याचा त्याचा हेतू साध्य झाला. डॅनियल मोकळेपणे हसला, "कुणीतरी तुझ्या मागे लागायलाच हवं. बरं, जोन्स कुठेय?"

"तो त्या नोकराशी बोलतोय. त्याचा सहकारी, तो हार्वे – निळा शर्ट घातलेल्या माणसाशी बोलतोय. मला वाटतं, बहुतेक त्याच माणसानं ॲलेक्सला बाजूला ढकलून वाचवलं. त्याने त्या गाडीच्या ड्रायव्हरचा चेहरा पाहिला असणार. चल, निघतो मी. नंतर भेटू."

ल्यूक गेल्यावर ऑफिसर जोन्स आणि हार्वेबरोबर डॅनियल सविस्तर बोलला. डॅनियलला समजलं की, ती गाडी फोर्ड टॉरस होती, पण मॉडेल खूप जुनं होतं. त्यावर साऊथ कॅरोलिनाची नंबरप्लेट होती. गाडीचा ड्रायव्हर बहुधा आफ्रिकन-अमेरिकन असावा. तरुण, सडपातळ आणि दाढी राखलेला. ती गाडी पाहिलेल्या एका साक्षीदाराच्या मते, त्या वळणावरून त्या ड्रायव्हरने गाडी सुसाट वेगाने आणली. त्या ठिकाणी तो त्याआधी तासभर वाट पाहत बसलेला असावा, कारण समोरच्या भुयारी मार्गातून ॲलेक्स बाहेर येताना दिसण्यासाठी ती जागा अगदी मोक्याची होती.

त्या शेवटच्या माहितीने डॅनियलच्या अंगाचा तिळपापड झाला. साल्याने तासभर दबा धरून नेमका डाव साधला होता. त्या अनोळखी माणसाने प्रसंगावधान दाखवलं नसतं, तर आता ॲलेक्स जिवंत नसती. चार दिवसांत दोन बळी. बेली

बेपत्ता आणि त्यानंतर ॲलेक्सचा नंबर होता. नाही, यापुढे ॲलेक्सच्या केसालाही धक्का लागणार नाही – त्याने स्वत:लाच हमी दिली.

"का?" काल रात्री तिने विचारलं होतं. त्या वेळेस त्याच्यापाशी उत्तर नव्हतं. आत्ता त्याला ते मिळालं होतं. कारण ती माझी आहे. कदाचित ही त्याची प्राथमिक आणि उतावीळ प्रतिक्रियाही असू शकेल. पण... हरकत नाही. या क्षणी तरी ती माझी आहे. पुढे काय करायचं, ते आम्ही दोघं मिळून ठरवू.

त्याने दोन्ही ऑफिसर्सचे आणि ॲलेक्सला वाचवणाऱ्या माणसाचे अगदी मनापासून आभार मानले आणि आपल्या गाडीकडे वळला. गाडीत बसत त्याने पाच गल्ल्या ओलांडल्या आणि मगच गाडी थांबवून तिला जवळ ओढले. तिच्या ओठांवर ओठ रुतवत, इतका वेळ संयमित ठेवलेल्या आपल्या भावना मोकळ्या केल्या.

"ही गोष्ट मात्र तुला फार छान जमते!" ती त्याच्या कानात कुजबुजली.

"तुलासुद्धा!" असं म्हणत त्याने पुनरावर्तन केलं. तो जरा बाजूला सरकल्यावर तिने मान वळवत त्याच्याकडे पाहिलं. तिच्या डोळ्यांत एकाच वेळी आस आणि भीती होती.

"तुला नेमकं काय हवंय रे माझ्याकडून?"

सर्वस्व! हाच शब्द त्याला उच्चारावासा वाटला. पण अजूनही तिच्या मनात आपल्याबद्दलचा संशय पुरता फिटलेला नसावा, असं त्याला प्रकर्षाने जाणवलं आणि तो शब्द त्याने गिळून टाकला. त्याऐवजी त्याने तिच्या ओठावरून अंगठा फिरवला आणि तिची थरथर त्याला जाणवली.

"मलाही नक्की ठाऊक नाही... पण एक गोष्ट मात्र नक्की – मी असं काहीही करणार नाही, जे तुला उत्कटतेने हवंसं वाटत नसेल... आणि द्यावंसंही वाटत नसेल."

ती उदास हसली, "बघू या." एवढंच ती म्हणाली.

"आता मी तुला माझ्या ऑफिसमध्ये घेऊन चाललोय. दुपारी अडीच वाजता मी पत्रकार परिषद बोलावलीये. त्यानंतर मी मोकळा असेन. मग मी तुला तुझ्या बंगल्यात सोडून येईन."

"तुला माझ्यासाठी इतकं करावं लागतंय, याचा मला खूप त्रास होतोय."

"गप्प बस ॲलेक्स!" तिच्या शब्दांतून झोंबलेला दंश कमी करण्यासाठी तो अगदी सौम्यपणे म्हणाला, "तू या सर्व घटनांची कशी सांगड घालतेयस, हे ठाऊक नाही मला. पण तू अगदी असह्यपणे किंचाळते आहेस, असंच तुझं भयभीत रूप सतत माझ्या डोळ्यांसमोर येत राहतं."

ती चमकली आणि झटका बसल्यासारखं तिचं शरीर अक्षरश: थरथरलं.

“काय झालं? ॲलेक्स?” त्याने विचारलं.

मान टेकवून ती काही क्षण नि:शब्द होती, “मला स्वप्नं पडतात आणि स्वप्नांत मी किंकाळ्या ऐकते. जेव्हा ताण असह्य होतो – जसा काही वेळापूर्वी झालं होतं – तेव्हाही मला किंकाळ्याच ऐकू येतात. आता तुलाही मी त्याच रूपात दिसते. मला वेड लागायची पाळी आलीय!”

“काहीतरीच काय! तुला वेडी कोण म्हणेल? मगाशी फोनवर बोलता-बोलता तू अचानक थांबलीस, तेव्हा तुझ्यासारख्या मीही त्या किंकाळ्या ऐकल्या.”

“थँक्स.” स्वत:वरच नाराज झाल्यासारखी ती हसली. “तूही त्या ऐकल्यास, हे ऐकून जरा धीर आला.”

काल रात्रीसुद्धा तिला स्वप्न पडल्याचं तिने सांगितलं होतं. पाहते, तर तू अचानक समोर उभा.

“तुला जेव्हा किंकाळ्या ऐकू येतात, तेव्हा तू काय करतेस?”

“माझ्या मनावर सगळं चित्त एकाग्र करत त्यांना बंद करून टाकते.”

कालच्या त्या लहान मुलीशी झालेलं तिचं संभाषण त्याला आठवलं, “कपाटात त्यांना कोंडून टाकतेस?”

“होय.” कबूल करताना ती अवघडून गेली होती.

तिचा चेहरा ओंजळीत धरून अंगठ्याने त्याने तिचा गाल घासला. “असं करताना सगळी मन:शक्ती पणाला लावावी लागत असेल ना? मी तर पार थकून गेलो असतो.”

“जाऊ दे. तू कल्पनाही करू शकणार नाहीस.” तिचा आवाज कमालीचा थंड होता, “आपण आता निघू या. तुला महत्त्वाची कामं आहेत आणि स्वत:ची अशी कीव करत इथे बसून राहणं आता मला याहून शक्य नाही. प्लीज...”

ती प्रचंड घाबरली होती. आणि ते साहजिकच होतं. कुणीतरी तिला जीवे मारण्याचा प्रयत्न केला होता. त्या घटनेने तिची पाचावर धारण बसली होती. श्वासात श्वास असेपर्यंत यापुढे तो तिला त्या शहरात गाडी चालवू देणार नव्हता. पण आत्ता ही गोष्ट तिला सांगून त्याला वाद निर्माण करायचा नव्हता. आत्ता तिची मन:स्थिती फारच नाजूक होती.

काहीही न बोलता गिअरमध्ये टाकत डॅनियलने गाडी सुरू केली.

१

ॲटलांटा, मंगळवार, ३० जानेवारी, दुपारी दोन वाजून १५ मिनिटे

त्याने तिची बंदूक असलेली बॅग गाडीच्या डिकीत ठेवली आणि तिच्याकडून किल्ल्या घेतल्या. जीबीआयच्या विश्रांती कक्षात येऊन ॲलेक्स शांतपणे तिथल्या एका खुर्चीत बसली. डॅनियलने तिच्यासाठी घेतलेल्या अतिसंरक्षक भूमिकेमुळे अजिबात चिडून जायचं नाही, असं तिने जरी स्वत:ला बजावलं असलं, तरी हा वाया जाणारा वेळ तिला अस्वस्थ करत होता.

मेरिडिथला निघायला आता काहीच तास उरले होते आणि अजून होपच्या बालवाडीला आणि बेलीची मैत्रीण सिस्सीला भेटायचं बाकीच होतं. उद्यापासून तिला बेलीचा शोध घ्यायची एकही संधी मिळणार नव्हती. अर्थात, तिच्या हाती काहीच गवसलं नव्हतं, अशातला भाग नव्हता. ॲटलांटाचे लोक बेलीवर बेहद्द प्रेम करतात आणि डटनची माणसं तिचा तिरस्कार करतात, हे गेल्या दोन दिवसांत तिला कळून चुकलं होतं... आणि शेवटच्या क्षणापर्यंत बेलीच्यासोबत असलेली होप – ती तर एक शब्दही बोलायला तयार नव्हती.

बेलीचं जुनं घर तिने बाहेरूनच पाहिलं होतं. *'ॲलेक्स, त्या घरात तू शिरायला हवं होतंस...'* तिच्या स्वत:शीच तिनं खंत व्यक्त केली. *'काय व्हायचं असेल ते होईल... मग लवकरात लवकर जर तिथे तू गेली नाहीस, तर तो मोठा मूर्खपणा ठरेल.'*

पण आज तिला कुणीतरी ठार मारण्याचा प्रयत्न केला होता, हे तर सत्य होतं आणि त्यानंतर क्रायटनच्या घरात कोणत्याही परिस्थितीत एकट्याने जायचं नाही, अशी डॅनियलने केलेली सूचनाही ती दुर्लक्षित करू शकत नव्हती. *'मनाने मी अधू असले, तरी मी मूर्ख नाही.'*

परंतु आता खूप उशीर झाला होता. "एक मिनिट..." स्वागतकक्षात बसलेल्या लेघला ती म्हणाली, "'एजंट व्हार्टोनियनला अजून किती वेळ लागेल? माझ्या

गाडीच्या चाव्या त्याच्याकडे आहेत, म्हणून विचारलं.''

''मलाही नक्की ठाऊक नाही. तो इथे येण्याआधीपासून तीन माणसं त्याची वाट बघत थांबली होती आणि आता काही मिनिटांतच पत्रकार परिषदही सुरू होईल. तुला पाणी वगैरे काही हवंय का?''

तिने पाण्याचा उल्लेख केला त्या क्षणी ॲलेक्सला पोटात उठलेल्या आगीची तीव्रतेने जाणीव झाली. सकाळपासून तिच्या पोटात अन्नाचा कणही गेलेला नव्हता. ''खरं तर मला चांगलीच भूक लागलीय. जवळपास एखादं कॅंटीन आहे का?''

''आता ते बंद झालं. तासाभरापूर्वीच सगळ्यांची जेवणं आटोपली. पण माझ्या टेबलाच्या खणात थोडे चीज वेफर्स आणि पाण्याच्या बाटल्या आहेत. हे काही फारसं नाही; पण काहीच नसण्यापेक्षा बरं.''

ॲलेक्स नकोच म्हणणार होती, पण पोटात उसळलेल्या भुकेने तिला नकार देऊ दिला नाही. ''थँक यू.''

लेघने तिला वेफर्स आणि पाणी आणून दिलं. ''आम्ही तुला फक्त वेफर्स आणि पाणीच दिलं, असं मात्र आता बाहेर जाऊन सांगू नकोस!'' ती हसत म्हणाली.

ॲलेक्सही हसली. ''नाही सांगणार; बस?''

तिच्यामागे असलेला दरवाजा उघडून चष्मा घातलेला एक उंच आणि सडसडीत तरुण तरातरा काऊंटरपाशी गेला, ''डॅनियल परत आलाय?''

''हो. पण... एड, जरा थांब.'' लेघने त्याला अडवलं. ''तो चेसबरोबर आतमध्ये आहे. शिवाय...'' तिने मान उंच करत ॲलेक्सकडे एक कटाक्ष टाकला. ''आत आणखीही काही माणसं आहेत... तुला थांबावं लागेल.''

''छे छे, आता थांबणं शक्यच नाही. मला...'' पुढचे शब्द गिळले गेले, ''तू ॲलेक्स फॅलन?'' विचित्र आवाजात त्याने विचारलं.

आपल्याला जणू एखाद्या प्राणिसंग्रहालयात आणलं गेलंय, अशी भावना तिच्या मनाला चाटून गेली.

''हो.''

''मी एड रॅंडॉल. मी गुन्हा अन्वेषण विभागात असतो.'' तो तिच्याशी हात मिळविण्यासाठी पुढे झुकला आणि बँडेजमधल्या दोन्ही हातांकडे त्याचं लक्ष गेलं. ''तुला अपघात झालेला दिसतोय?''

''मिस फॅलनला आज दुपारी एका गाडीने जवळजवळ उडवलंच होतं.'' लेघने हळू आवाजात त्याला सांगितलं आणि त्याच्या चेहऱ्यावरचे भाव पार बदलून गेले.

''माय गॉड...! पण हाताची जखम सोडली, तर बाकी तुला कुठेही लागलेलं दिसत नाही?''

''हो. एका अनोळखी माणसाने प्रसंगावधान राखून मला बाजूला ढकललं.''

लेघने पाण्याच्या बाटलीचे बूच उघडून ॲलेक्ससमोर ती बाटली धरली. ''एड, ते लवकरच बाहेर येतील. वीस मिनिटांच्या आत त्यांना पत्रकार परिषद सुरू करायचीये. तुझ्या जागी मी असते, तर बाहेर थांबले असते.''

वेफर्स आणि पाणी घेऊन ॲलेक्स आपल्या जागेवर परतली आणि मनात म्हणाली, 'आता दोघांना हवं तितकं एकमेकांच्या कानात कुजबुजू देत.' मगाशी जेव्हा ते दोघे जण आत शिरले होते, तेव्हा लेघपाशी उभ्या असलेल्या माणसाला तिने ओळखलं नव्हतं. तो कमालीचा अस्वस्थ दिसत होता आणि डॅनियलला पाहताच तो तावातावाने त्याच्या समोर अक्षरश: धावत येऊन उभा राहिला अन् मूठ आपटत म्हणाला होता, ''मला आत्ताच्या आत्ता याचा जाब हवाय!''

लेघच्या मागचा दरवाजा उघडला गेला आणि डॅनियल, त्याचा बॉस, तो इसम आणि त्याच्याबरोबरचे दोघे... असे सर्व बाहेर येताना दिसले. त्या इसमाचा चेहरा आता काळाठिक्कर पडला होता. त्याला समजलेली बातमी नक्कीच चांगली नव्हती, तर!

''आय ॲम सॉरी, सर!'' डॅनियल त्या इसमाला म्हणाला, ''पण ज्या क्षणी आम्हाला नवीन काही समजेल, त्या क्षणाला आम्ही तुला कळवू. आत्ता असं बोलून काहीच फायदा नाही, हे मलाही कळतंय; पण आम्ही आमच्यापरीने सर्व प्रयत्न करतो आहोत.''

''थँक यू. मला कधी...'' त्याला पुढे बोलवेना आणि ते बघून दिवसभर रोखून ठेवलेले अश्रू ॲलेक्सच्या डोळ्यांतून वाहू लागले. तिने ओठ घट्ट आवळून धरले आणि मनात उसळलेली ती अनुकंपेची लाट थोपवता-थोपवता तिची पुरेवाट झाली.

''शक्य तितक्या लवकर आम्ही तिची बॉडी तुझ्या ताब्यात देऊ...'' डॅनियलचा बॉस त्याला म्हणाला, ''तुझ्या दु:खात आम्ही सर्व जण सहभागी आहोत.''

मिस्टर बार्नेस चालता-चालता थबकला आणि तिच्याकडे पाहतच राहिला. त्याच्या चेहऱ्यावरचा उरलासुरला रंगही निघून गेला. ''तूऽऽ?'' त्याच्या तोंडून नकळत अस्फुट उद्‌गार निघाला. ॲलेक्सने डोळ्यांच्या कोपऱ्यातून डॅनियलकडे पाहिलं. काय बोलावं, हे तिला सुचेना.

''मिस्टर बार्नेस...'' पुढे होत डॅनियलने विचारलं, ''काय झालं?''

''कालच्या बातमीत तिचा फोटो होता. माझ्या क्लॉडियानेही तो पाहिला होता.''

ॲलिशिया...! आर्केडियाच्या घटनेमुळे ती बातमी सर्वतोमुखी झाली होती आणि ॲलिशियाच्या खुनाशी असलेला संबंधही उघड झाला होता. *या माणसाने*

ॲलिशियाचा फोटो पाहिला; माझा नव्हे. ॲलेक्स अर्धवट गुडघ्यावर उठून उभी राहिली. बोलण्यासाठी तिने तोंडही उघडलं; पण काय बोलावं, हे तिला समजेना.

"तो फोटो पाहून तुझी बायको काय म्हणाली होती?" डॅनियलच्या बॉसने विचारलं.

"ती त्या मुलीला ओळखत होती. तिला तिची केसही ठाऊक होती. त्या वेळेस क्लॉडिया – एक चिमुरडी मुलगी होती, पण तरीही तिला स्पष्ट आठवलं. दिवसभर ती अस्वस्थ होती. रात्रीपर्यंत ती घरातून हललीदेखील नाही. पण त्या फालतू पार्टीला मात्र तिला जावंसं वाटलं. माझंच चुकलं. मी तिच्याबरोबर जायला हवं होतं... मी तिच्यासोबत असायला हवं होतं!"

बार्नेसने ॲलेक्सकडे पुन्हा रोखून पाहिलं. त्याच्या स्वतःच्याच डोळ्यांवर विश्वास बसत नव्हता.

"तू...? तू तर मेलेली असायला हवीस! कोण आहेस तू?"

ॲलेक्सने हनुवटी वर उचलली. "तू पाहिलेला फोटो माझ्या बहिणीचा होता – ॲलिशियाचा." बोलताना तिचे ओठ कापत होते. "तुझी बायको माझ्या बहिणीला ओळखत होती? ती पूर्वी डटनला राहायची?"

"हो. तिचं आधीचं नाव. सिल्व्हा."

ॲलेक्सचा बँडेज बांधलेला हात एकदम ओठांवर आला, "क्लॉडिया सिल्व्हा?"

"ॲलेक्स, तू तिला ओळखत होतीस?" डॅनियलने शक्य तितक्या मृदू आवाजात विचारलं.

"क्लॉडिया आणि तिच्या धाकट्या बहिणीला मी पाळणाघरात सांभाळलंय!"

तिने डोळे घट्ट बंद केले आणि मन उद्ध्वस्त करत कानावर पडणाऱ्या किंकाळ्या ती शांत करत राहिली. *माझं मन माझ्या ताब्यात राहत नाहीये...* तिने कसेबसे डोळे उघडत, तो सर्व कोलाहल खोल कुठेतरी ढकलून दिला. "मला फार वाईट वाटलं."

त्याने अर्धवट मान हलवली आणि डॅनियलच्या बॉसकडे वळत तो म्हणाला, "तू तुझ्या सर्व माणसांना ताबडतोब कामाला लाव. व्हॉर्टन, माझ्या वरपर्यंत ओळखी आहेत."

"रेफ..." त्याच्याबरोबर असलेला एक जण त्याला म्हणाला, "त्यांना त्यांचं काम करू देत." दोघांनी जवळजवळ खेचतच बार्नेसला दरवाज्याकडे नेलं आणि क्षणभर तिथे सन्नाटा पसरला.

ॲलेक्सची नजर डॅनियलच्या नजरेशी भिडली, "डटनच्या दोन मुली मृतावस्थेत सापडतात... बेली गायब होते... हा कसला जीवघेणा प्रकार इथे चाललाय?" ती कर्कशपणे बोलून गेली.

"मलाही तो कळत नाहीये." डॅनियलचा चेहरा करारी होता, "पण माझी खात्री

आहे की, आम्ही जीव पणाला लावून तो शोधून काढू.''

एड रँडॉलने घसा खाकरला, ''डॅनियल, आपल्याला बोलायचंय – आत्ताच.''

डॅनियलने होकार दिला. ''ॲलेक्स, बस्स अगदी थोडा वेळ. मग मी तुला घरी नेतोच.''

तिघेही जण आत निघून गेले. स्वागतकक्षात फक्त लेघ आणि ॲलेक्स उरल्या. ॲलेक्सने मान खाली घातली. ''मला वाटतं... या सगळ्याला मीच जबाबदार आहे.''

''गुंतलेली आहेस, म्हण...'' लेघने तिचं वाक्य चटकन दुरुस्त केलं. ''जबाबदार समजू नकोस. तुझाही बळी घेण्याचा प्रयत्न केला गेलाय! मिस फॅलन, मला वाटतं, तू वैयक्तिक संरक्षणासाठी अर्ज भरावास.''

ॲलेक्सच्या मनात आता होपचा विचार आला. ''मी नक्की करेन.'' पाठोपाठ तिला मेरिडिथचीही आठवण झाली. बऱ्याच वेळात तिने मावसबहिणीला फोन केला नव्हता. तिला जेव्हा आपल्यावर गुदरलेल्या प्रसंगाची हकिगत सांगेन, तेव्हा ती निश्चितच आकांडतांडव करेल. ''मला एक फोन करायचाय. मी बाजूच्याच हॉलमध्ये आहे.''

एड पुढे होत डॅनियलच्या टेबलापाशी रेलला. ''बहुतेक आम्ही त्या ब्लँकेट्सचा पुरता माग काढलाय, असं आम्हाला वाटतंय.''

डॅनियलने ड्रॉवर उघडत त्यातून ॲस्पिरिनची बाटली काढली, ''...आणि?''

''आपण बसलो आहोत तिथपासून तीन गाळे सोडून असलेल्या एक क्रीडासाहित्य विकणाऱ्या दुकानातून ती विकत घेतली गेली आहेत.''

''आपल्या डोळ्यांसमोरून?'' डॅनियल म्हणाला, ''हेतूपूर्वक?''

''तेही नाकारता येणार नाही.'' चेस म्हणाला, ''त्यांच्याकडे ध्वनिचित्रफीत आहे?''

एडने मान डोलावली. ''म्हणजे काय! विकत घेणारा एक कोवळा मुलगा होता. साधारण अठरा वर्षांचा. गोरा, पाच फूट दहा इंच, एकशे पन्नास पाऊंड वजन. त्याने तर अगदी कॅमेऱ्यात थेट पाहिलं. त्यामुळे त्याचा चेहरा स्पष्ट दिसला. मुलाने रोख पैसे दिले. कॅशियरला स्पष्ट आठवलं, कारण रक्कम मोठी होती.''

डॅनियलने ॲस्पिरिनच्या दोन गोळ्या पाण्याबरोबर घेतल्या. ''पैसे रोख भरणार, हे तर उघडच आहे!'' त्याने बाटली पुन्हा ड्रॉवरमध्ये ठेवून दिली. ''एड, त्याने किती ब्लँकेट्स विकत घेतलीत?''

''दहा!''

चेस चक्रावला, ''काय... दहा?''

डॅनियलच्या घशापाशी कडवट उमळून आलं, ''त्याचा फोटो आपण सर्व

पोलीस स्टेशनांवर लावून टाकायला हवा.''

''ते करून झालंसुद्धा.'' एड म्हणाला, ''पण त्या पोराकडे बघून वाटत नाही की, त्याला काहीतरी लपवायंचय. तो हरकाम्या गडी वाटतोय. ब्लँकेट विकत घेऊन आणण्यापुरता त्याचा वापर करून घेतलाय. आणि ब्लँकेट्स विकत घेणं, हे काही बेकायदा नाही.''

''तरीही मला वाटतं की, कुणी त्याचा वापर करून घेतला, हे त्याच्याकडून वदवून घेता येईल. '' चेसने आपला मुद्दा लावून धरला, ''तुझं सांगून झालं ना? पाच मिनिटांत पत्रकार जमा होतील.''

''नाही. अजूनही काही सांगायचंय.'' एडने 'केस' असलेली प्लॅस्टिकची पिशवी डॅनियलच्या डेस्कवर ठेवली. ''हा केस तुला सकाळच्या त्या मुलीच्या पायाला बांधलेला मिळाला होता.''

''क्लॉडिया बार्नेस!'' चेस म्हणाला.

''नाही, तो तिचा नाही!''

''ते आम्हालाही माहितीये.'' डॅनियल म्हणाला, ''क्लॉडियाचे केस सोनेरी होते. हा केस तपकिरी आहे.''

''मी त्याची संपूर्ण रंगतपासणी केली.'' एडने एका कागदी पिशवीतून नकली पोनीटेल बाहेर काढली. ''आमच्याकडे असलेल्या नमुन्यांतून हा अगदी मिळता-जुळता नमुना मी आणलाय.''

डॅनियलने तो नमुना उचलला आणि तो चमकला. त्या बोलण्याचा अर्थ त्याच्या लक्षात येऊन चुकला. त्याचा रंग साखरपाकासारखा होता – अगदी ॲलेक्सच्या केसांसारखा! म्हणजे पुन्हा पाचर मारलं आपल्याला साल्याने!

''आईशपथ! तुला सांगतो डॅनियल, मगाशी मी ॲलेक्सच्या केसांकडे पाहिलं आणि माझी ट्यूब थोडी उशिरा पेटली. त्याने केस तर मुद्दाम ठेवून दिलाय. तिच्या रंगाचा कदाचित नसेल, पण त्याच रंगाच्या खूपच जवळचा.''

डॅनियलने तो नमुना चेसच्या हाती सोपवला. आलेला संताप दाबून ठेवण्याचा त्याने प्रयत्न केला. ''हा इसम आपल्याशी चक्क खेळ खेळतोय!'' ...आणि ॲलेक्सशीही!

चेसने तो केस लाईटच्या प्रकाशात उंच धरला, ''या नमुन्यासारख्याच एखाद्या नकली नमुन्यातून कदाचित त्याने हा केस मिळवला असेल. बाजारात असे नमुने सहज मिळू शकतात.''

''नाही. तो असली आहे आणि तो जिवंत स्त्रीचाच आहे...'' एड म्हणाला, ''शिवाय तो खूप वर्षांपूर्वीचा आहे!''

डॅनियलच्या पोटात गोळा आला. ''किती जुना असेल?''

"आपल्या प्रयोगशाळेत एक जण तज्ज्ञ आहे. त्याच्या मते, पाच वर्षं जुना असेल. माझ्या मते, कदाचित दहा वर्षांपूर्वीचाही असू शकेल."

"किंवा तेरा?" डॅनियलने विचारलं आणि एडने खांदे उडवले.

"असेलसुद्धा. मी तपासू शकतो, पण इतक्या खोलवर तपासल्यावर त्याची डीएनए चाचणी करता येणं शक्य नाही."

"नाही – नाही. पहिल्यांदा डीएनएची तपासणी कर." चेस गंभीरपणे म्हणाला. "डॅनियल, तू ॲलेक्सला तिचे काही केस द्यायला सांग. आपण दोघांचीही एकत्र तपासणी करू."

"पण मी ते का मागतोय, हे तिला सांगायला लागेल."

"नाही, सांगू नकोस. बाकी हवं ते सांग. पण का, हे अजिबात सांगू नकोस. निदान आता तरी नकोच सांगूस."

डॅनियल गोंधळला, "पण चेस, ती कुणी संशयित नाही."

"नाही. पण तरीही तिचा संबंध तर आहेच. जर तो केस जुळला, तर तिला सांगून टाक. जर नाही जुळला, तर सांगून तिला उगाचच दुखवायचं कशाला?"

हां, हे पटण्यासारखं होतं. "बरं, ठीक आहे."

चेसने आपला टाय घट्ट केला. "चला, लोकांसमोर जायची वेळ झाली. मी सगळ्या प्रश्नांना उत्तरं देईन."

"एक मिनिट..." डॅनियलने निषेध नोंदविला. "मी त्या केसचा सूत्रधार अधिकारी आहे. प्रश्नांची उत्तरं मी देईन."

"मलाही ठाऊक आहे. पण 'व्हार्टोनियन' आणि 'डटन' ही दोन नावं एकत्र जोडल्यावर सगळ्यांच्या भुवया कशा उंचावल्या जातात, हे तुलाही ठाऊक आहे. एकंदरीत, मी सगळ्या प्रश्नांना सामोरा गेलेला लोकांना हवाय. आणि त्यामुळे वस्तुस्थिती तर बदलणार नाही?"

"ठीक आहे." डॅनियल पुटपुटत बाहेर आला आणि लेघच्या डेस्कपाशी येऊन थांबला.

ॲलेक्स तिथे नव्हती. "ॲलेक्स कुठेय?" त्याने खिशात हात घातले. तिच्या गाडीच्या किल्ल्या त्याच्याचपाशी होत्या. ती टॅक्सी घेऊनसुद्धा जाऊ शकेल... पण इतका मूर्खपणा ती नक्कीच करणार नाही.

"डॅनियल, थोडा शांत हो." लेघ म्हणाली, "ती बघ, समोरच्या हॉलमधून ती फोन करतेय."

डॅनियलच्या मनावरचं दडपण एकदम दूर झालं, "थँक्स!"

"डॅनियल..." उघडलेला दरवाजा हातानेच धरत चेस म्हणाला, "चल, आत जाऊ या!"

डॅनियलला ॲलेक्स दिसली. चेस आणि एड आत निघून गेले. एका हाताने दुसरा खांदा पकडत, पुढे वाकून ॲलेक्स फोनवर बोलत होती. तिचे खांदे थरथरत होते आणि अचानक त्याच्या लक्षात आलं, ती फोनवर मुसमुसून रडत होती.

''डॅनियल...'' चेसने त्याचा खांदा पकडला होता, ''उशीर झालाय. चल बघू – लक्ष अजिबात विचलित होऊ देऊ नकोस. तू तिच्याशी नंतरही बोलू शकतोस. कुठे जाऊ शकत नाही ती. तिच्या किल्ल्या तर तुझ्याचजवळ आहेत ना?''

एडनेही त्याच्याकडे सहानुभूतीपूर्वक कटाक्ष टाकला. आपल्या मनातल्या भावना आपल्या चेहऱ्यावर स्पष्ट उमटल्या आहेत, हे डॅनियलच्या लक्षात आलं. त्याने चेहरा कोरा केला आणि ॲलेक्सला तशीच एकटी रडत सोडून तोही आत गेला. त्याच्याही दृष्टीने काम जास्त महत्त्वाचं होतं. ज्या इसमाने खून करून वर तिथे किल्ली आणि केस ठेवून त्याला खिजवण्याचा प्रयत्न केला होता, त्याला शोधून काढणं; हे त्याचं पहिलं काम होतं. यानंतर एकही स्त्री खड्ड्यात मेलेली सापडणार नाही, हे पाहणं त्याचं कर्तव्य होतं. आणि तो ॲलेक्सला नक्कीच जिवंत ठेवणार होता.

ॲटलांटा, मंगळवार, ३० जानेवारी, दुपारी २ वाजून ३० मिनिटे.

''मिस फॅलन, मी काहीही करू शकत नाही.'' नॅन्सी बार्कर म्हणाली. ती इतकं नकारात्मक बोलू शकेल यावर ॲलेक्स क्षणभर विश्वासच ठेवू शकली नाही. ''या क्षणी, या पलीकडे मी तुला काहीच सांगू शकत नाही.''

''नक्की?'' ॲलेक्सने पुन्हा विचारलं. बँडेज घातलेल्या हाताने तिने आपला चेहरा पुसला. अश्रूंच्या कमकुवतपणाची तिला घृणा होती. डोळ्यांतल्या अश्रूंनी तिला कधीच कुठलीही मदत केलेली नव्हती. बेली मेली आहे, हे वाक्य ऐकण्याचीही तिने आता तयारी केली होती; पण नॅन्सी बार्करचा नकार पचवणं तिला कठीण गेलं. अर्थात आजच्या घटनेनंतर ती निश्चितच एका निष्कर्षापाशी येऊन पोहोचली होती. प्रत्येकाच्या सहनशक्तीला एक मर्यादा असते. तिची मर्यादा आज तिला स्पष्टपणे जाणवली होती.

''मला माहितीये की, तुला हे ऐकणंसुद्धा अवघड आहे. पण बेली व्यसनाच्या अधीन होती. हेरॉइनच्या व्यसनात अडकलेला माणूस हा अखेरीस गुन्हेगारी प्रवृत्तीचा होतो. तू एक नर्स आहेस. तुला माहीत नसलेलं मी काही तुला सांगत नाहीये.''

''हे तर मलाच नक्कीच ठाऊक आहे. पण बेलीच्या अलीकडे संपर्कात आलेली माणसं मात्र ठामपणे सांगताहेत की, बेली पूर्ण व्यसनमुक्त झालेली होती.''

''कदाचित तिला ताण असह्य झाला असावा. व्यसनी माणसाला पुन्हा मोह पडण्यासाठी शेकडो आमिषे असतात. मला फक्त एवढंच ठाऊक आहे की, तिने

माझ्या ऑफिसमध्ये फोन केला होता आणि फोनवर तिने एक निरोप ठेवला. तिचे शब्द तुला सांगते, 'ज्या कुणाकडेही ती असू देत – होप क्रायटन ही माझी मुलगी आहे.' जिने हा निरोप सर्वप्रथम ऐकला तिला ठाऊक होतं की, होप क्रायटनची केस मी हाताळलेली आहे. तो निरोप तिने माझ्या फोनवर पाठवला.''

''याचा अर्थ, कुणीही बेलीशी प्रत्यक्ष बोललेलं नाही.'' पहिला धक्का ओसरून आता ॲलेक्स जरा शांतपणे विचार करू लागली होती. ''हा निरोप किती वाजता ठेवला होता?''

''आज – तासाभरापूर्वी.''

एका तासापूर्वी? ॲलेक्सने बँडेजमध्ये बांधलेल्या आपल्या हातांकडे पाहिलं. हा योगायोग असूच शकत नाही. डॅनियल ठामपणे म्हणाला होता.

''तू तिचा निरोप माझ्या फोनवर पाठवू शकतेस?''

''मला खरंच त्याची काही माहिती नाही.''

नॅन्सीच्या बोलण्यातला सूक्ष्म नकार ॲलेक्सला स्पष्ट जाणवला. ''मिस बार्कर, मी तुला अजिबात अडचणीत आणणार नाही किंवा तू मला नकार देतयेस, असंही म्हणणार नाही. पण एक लक्षात घे की, बेलीच्याच गावातल्या दोन स्त्रियांना आज प्राण गमवावा लागला आहे. यानंतरही मी जर असं म्हटलं की, आत्ता बेलीचा आलेला फोन हा बेलीने केलेलाच नव्हता, तर तू मला नक्कीच दोष देऊ शकणार नाहीस.''

''दोन स्त्रिया?'' बार्करने विचारलं, ''मी पहिल्या स्त्रीबद्दल पेपरामध्ये वाचलं होतं. एका काँग्रेस पुढाऱ्याची ती मुलगी होती – पण ही दुसरी स्त्री?''

ॲलेक्सने हळूच ओठ चावला. ''अजून ती बातमी जाहीर व्हायचीये.'' अर्थात, डॅनियलने ती एव्हाना पत्रकारांसमोर नक्कीच सांगितलेली असेल आणि थोड्याच अवधीत तो जाहीर होऊन जाईल. ''पण मला वाटणारी काळजी तू लक्षात घे.''

''आलं लक्षात.'' बार्कर विचारपूर्वक म्हणाली, ''हे बघ, तो निरोप बाहेरच्या फोनवर कसा पाठवायचा, हे मला ठाऊक नाही. पण तुझ्यासाठी मी तो टेप करून ठेवीन.''

''फारच छान! मला आज ती टेप मिळू शकेल?''

''उद्या मिळेल. शेवटी ही सरकारी यंत्रणा आहे. तुला ठाऊकच आहे.''

तिला पुन्हा संशय आला. म्हणून ॲलेक्सने आपलं म्हणणंही ताणून धरलं, ''मिस बार्कर, तुझ्या ऑफिसमध्ये हा फोन येण्याच्या आधी काही क्षणच एका अज्ञात इसमाने मला गाडीखाली चिरडण्याचा प्रयत्न केला. दुसऱ्या एका माणसाने मला बाजूला ढकललं नसतं, तर ह्या क्षणी मी जिवंत नसते.''

''अरे देवा!''

"आता तरी समजून घे."

"देवा रे!" बार्कर पुन्हा पुटपुटली, "होपलासुद्धा धोका आहे तर?"

होपलाही कुणीतरी हात लावेल, या कल्पनेनेच ॲलेक्स थिजून गेली, तरीही तिने आवाजावर संयम ठेवला. "मी स्वसंरक्षणासाठी पोलीस स्टेशनला जाऊन अर्ज देणार आहे. तशीच वेळ आली, तर मी होपला घेऊन ते शहर सोडेन."

"आता होप कुणाबरोबर आहे?"

"माझी मावसबहीण." ॲलेक्सवर झालेल्या प्राणघातक हल्ल्याचे समजल्यावर मेरिडिथ स्वत:ला सावरू शकली नव्हती. बार्कर जेव्हा ॲलेक्सशी फोनवर संपर्क साधत होती, तेव्हा ती मेरिडिथबरोबरच बोलत होती, "ती सिनसिनाटीच्या हॉस्पिटलमध्ये बालमानसतज्ज्ञ म्हणून काम करते. होप तिच्यापाशी अगदी सुरक्षित आहे."

"तर मग बरंच झालं! निरोप टेप करून घेतल्यावर मी तुला लगेच कळवते."

ॲलेक्सने मेरिडिथला फोन लावला आणि कानावर येणारा रागाचा उद्रेक झेलायला ती तयार झाली.

"तू आत्ताच्या आत्ता घरी येतेयस!" हाय, हॅलो न म्हणता, मेरिडिथ थेट बोलली.

"नाही, मी येत नाहीये. मी मगाशी म्हटलं, तो नॅन्सी बार्करचा फोन होता. तिच्या म्हणण्यानुसार, स्वत:ला बेली म्हणवून घेणाऱ्या व्यक्तीने त्यांच्या ऑफिसमध्ये फोन केला होता. ती व्यक्ती म्हणाली की, आता तिची नशा उतरलेली आहे आणि होप कुणाकडेतरी सुखरूप आहे याची खात्री करून घेण्यासाठी तिने फोन केलाय. ज्या कुणाकडे ती असेल, त्यानेच तिला सांभाळावी; कारण ती यापुढे कधीच परत येणार नाही."

"ॲलेक्स, ती कदाचित बेली असूही शकेल."

"ज्या क्षणी एक माणूस मला गाडीखाली मारण्याचा प्रयत्न करत होता, त्याच सुमारास हा फोन आला होता. बेलीचा शोध मी थांबवावा, हाच त्यांचा हेतू दिसतोय!"

पलीकडून बराच वेळ मेरिडिथ काहीच बोलली नाही. मग तिने सोडलेला सुस्कारा ऐकू आला.

"तू हे व्हार्टोनियनला सांगितलंस?"

"अजून नाही. तो पत्रकार परिषदेत गुंतलाय. मी आता स्वत:साठी संरक्षण मागणार आहे. ते मला देतील की नाही; ठाऊक नाही. कदाचित होपला घेऊन तुला ओहिओला जावं लागेल."

"नाही. इतक्यात नाही. आपल्याला आणखी काहीतरी मिळालंय. सकाळपासून मी टीव्ही सुरूच केला नाही, कारण ते तर सतत खुनाच्याच बातम्या सांगतायत. म्हणून मी काय केलं, ऑर्गन वाजवायला सुरुवात केली. 'ट्विंकल ट्विंकल

लिटल स्टार'ची धून वाजवायचा प्रयत्न केला. अगं, एका बोटाने. मला कुठे वाजवायला येतं? स्वत:लाच ताळ्यावर ठेवण्यासाठी मी केलेला तो एक प्रयत्न होता.''

''आणि मग?''

''आणि होपचा चेहरा एकाएकी बदलून गेला. ॲलेक्स, ती जाम भेदरली होती.''

''होप आता कुठे आहे?''

''गेले दोन तास तिने त्या ऑर्गनचाच ताबा घेतलाय. अजिबात सोडायला तयार नाही. पोर्चमध्ये येऊन मी तुझ्याशी बोलतेय. मला थोडा विरंगुळा हवा होता. नाहीतर मी घाबरून किंचाळताना तुला दिसली असते. ती एक वेगळीच धून वाजवतेय. सहा सुरांची. तीच ती धून पुन:पुन्हा अखंड वाजवतेय.''

''धून कुठली आहे?'' मेरिडिथने गुणगुणून तिला ती धून ऐकवली. ''छे, मी यापूर्वी ही धून कधीच ऐकलेली नाही. तू कधी ऐकली होतीस?''

''नाही. पण हा ऑर्गन वाजवणं म्हणजे तिच्या लेखी चित्रं रंगवण्यासारखं आहे. तुला आणि मला ही धून यानंतर सतत बराच काळ ऐकावी लागणार आहे.''

ॲलेक्सने क्षणभर विचार केला, ''एक काम कर. तिच्या बालवाडीतल्या बाईला फोन करून तिला ही धून ऐकव. कदाचित ती हे गाणं शाळेत शिकली असावी.''

''फारच छान कल्पना! मला सांग, होपमध्ये काही मानसिक असंतुलन असल्याचं तुला त्या बाईनं सांगितलं?''

''मी अजून तिच्याशी बोललेय कुठे? माझ्या ठरलेल्या कार्यक्रमानुसार आज मी तिला दुपारी भेटणार होते.''

''ठीक आहे. मीच तिला विचारीन. जर तिच्या वागण्यातली ही पुनरुक्ती, तिच्या मानसिक असंतुलनाशी निगडित असेल; तर त्याचा अर्थ मी तिच्यासाठी निवडलेली पद्धत चुकीची ठरतेय, असा होऊ शकतो. तू केव्हा परत येतेस?''

''डॅनियल परत आल्यानंतर. माझ्या गाडीच्या किल्ल्या त्याच्यापाशी आहेत.''

मेरिडिथ गालातल्या गालात हसली, ''आपलं म्हणणं तुला ऐकायला लावायचं असेल, तर त्यासाठी हाच मार्ग आहे.''

''मी सगळ्यांचं ऐकते.'' ॲलेक्स रागाने म्हणाली आणि त्यावर मेरिडिथही चिडली.

''तुला जे करायचंय, ते करत बस. मी आता परत जातच नाही.''

''म्हणजे? तू इथेच राहतेयस?''

''काही दिवसांकरता तरी. मी निघून गेले आणि इथे नको ते घडलं, तर

आयुष्यभर मी स्वत:ला माफ करू शकणार नाही.''

''मेरिडिथ, मी माझी काळजी तर नक्की घेऊ शकते.'' मेरिडिथच्या बोलण्याने तिला एकाच वेळी कृतज्ञताही वाटत होती आणि तिचा रागही आला होता. ''गेली कित्येक वर्षे मी स्वत:ची नीट काळजी घेत आलेली आहे.''

''नाही, तू अजिबात घेतलेली नाहीस. इतकी वर्षं तू फक्त स्वत: सोडून इतरांची तेवढी काळजी घेत आली आहेस. तू ॲलेक्सची काळजी घेत नाहीस. लवकर ये ना – मला ह्या धूनमधून थोडी सुटका हवीये.''

मंगळवार, ३० जानेवारी, दुपारी २ वाजून ३० मिनिटे

ती जग्वार गाडी बाजूला येऊन थांबली आणि खिडकीची काच उघडली गेली. आतमधल्या माणसाचा चेहरा संतापाने लालबुंद झाल्याचे त्याला दिसले.

''काय मूर्खासारखा राडा करून ठेवलायस तू?''

हे त्याला अपेक्षितच होतं. अशा ऐन दुपारी आपल्याला भेटायला बोलावल्याचा फोन आला, तेव्हाच तो मोठ्या अडचणीत सापडलेला असणार, हे त्याला कळून चुकलं होतं. भेटायला ठरलेली जागाही दूरची आणि अनोळखी होती. तरीही दोघेही आपापल्या गाड्यांमधून उतरणार नव्हते. पण अशा सुनसान जागेशिवाय इतरत्र कुठेही भेटणं अशक्यच होतं. त्या दोघांना एकत्र पाहून अनेकांच्या भुवया संशयाने उंचावल्या गेल्या असत्या.

''मला सांग, तू काय म्हणाला होतास? तिला बेलीची चौकशी करण्यापासून रोखण्यात येईल. हो की नाही? आणि माझ्या माणसाने मला खबर दिली की, ती तर आज थेट पोलीस स्टेशनपर्यंत पोहोचली होती! म्हणून मीच त्याला फर्मावलं की, पोलीस स्टेशनच्या आसपास जरी ती तुला दिसली, तरी तू तिला सरळ संपवून टाक.''

''अरे वा! आणि तिला कुठे आणि कसं संपवायचं, हेही सरळ तू त्या माणसावर सोपवून टाकलंस?''

''हां, आता त्याने असा बिनडोक राडा करायला नको होता, हे तुझं म्हणणं मलाही पटतंय.''

''मी कधीच चुकीचं बोलत नाही. अरे, ती भलेही पोलीस स्टेशनवर पोहोचली असेल... पण का? कशासाठी? त्याचं कारणही तुला शोधावंसं वाटलं नाही?''

''ते शक्य नव्हतं. माझा माणूस तिच्यामागे पोलीस स्टेशनवर जाऊ शकत नव्हता. तिथे त्याला कुणीही ओळखलं असतं.''

त्याचे काळे डोळे गरागरा फिरले. ''अरे, पण डोकं फिरलं होतं का तुझं? कुठल्या माकडाला तू अशा कामासाठी निवडलंस? आता त्याच्या फोटोचं पोस्टर

प्रत्येक पोलीस स्टेशनवर टांगलं जाईल. आधीच या गावात रिकामटेकड्या मवाल्यांची संख्या काही कमी नाही. मी तुला स्पष्ट शब्दांत सांगितलं होतं की, बेलीचं काय करायचं, हे तू माझ्यावर सोड.''

त्याचा चेहरा वेडावाकडा झाला. गावातल्या रिकामटेकड्या मवाल्यांबरोबर आपलं नाव जोडलं गेलेलं त्याला नको होतं. तो उसळला, ''बेली तुझ्याबरोबर आता आठवडाभर आहे. दोन दिवसांत तिच्याकडून किल्ली मिळवतो, असं तू म्हणाला होतास. तू जर तुझं काम एव्हाना संपवलं असतंस, तर तिच्या सावत्र बहिणीने तिचा शोध घ्यायचा प्रश्नच उरला नसता, कारण मी माझं काम व्यवस्थित करून मोकळा झालो असतो. साव्हन्हाच्या कडेला कुठेतरी चिखलात कुणाला तरी बेलीचं प्रेत सापडलं असतं.''

तोही चिडला. आता तर त्याच्या काळ्या डोळ्यांत भीतीची चमक दिसू लागली. ''तू जे काही करून बसलायस ना, त्यामुळे आपल्यातल्या कुणाचा तरी जीव धोक्यात येणार आहे. पण तो जीव माझा असू शकत नाही, हे मात्र ध्यानात ठेव. मूर्ख! अरे, जर तुला एखाद्याला सुपारीच द्यायची होती, तर एखाद्या कसबी कारागिराची तू निवड करायला हवी होतीस. भर दिवसा भर चौकात गाडी ठोकून पळणाऱ्या बेअक्कल माणसावर तू कसा विश्वास टाकलास? त्याने केलेलं कृत्य तर मूर्खपणापलीकडचं आहे. आणि आता तर तो आपल्यासाठी एक जोखीम ठरलाय. त्याचा ताबडतोब काटा काढून टाक.''

''पण कसा?''

''कसाही काढ, पण काढ. आणि त्यात आणखी गोंधळ वाढवू नकोस. ते केलंस की, मग अ‍ॅलेक्स फॅलन आज पोलीस स्टेशनवर का आली होती, याचं कारण शोध. तिला फक्त त्या जुन्या केसच्या फाइल्स शोधून काढायच्या आहेत.''

''तिला त्या फाइल्समधून काहीच सापडणं शक्य नाही.''

''कशावरून? तिची सावत्र बहीण नशाबाज होती आणि ती नशेत पळून गेली, हे म्हणणं ती सहज मान्य करेल? तिने मान्य केलं? नाही ना? मग कशावरून त्या तसल्या फाइल्समधूनही ती काहीच शोधू शकणार नाही?''

अ‍ॅलेक्स फॅलनच्या हाती त्या फाइल्समधून काही लागणारच नाही याची त्यालाही खात्री नव्हतीच. पण त्या क्षणी तरी त्याने आपलं लक्ष दुसऱ्या मोठ्या अपयशाकडे वळवलं. ''ते राहू दे. तू आता बेली क्रायटनचं नेमकं काय करायचं ठरवलंयस?''

त्या माणसाच्या विखारी हास्याने त्याच्या मानेवरचे केस उभे राहिले. ''बेलीने पुन्हा नशा करायला सुरुवात केली!''

तो चकितच झाला, कारण बेलीला व्यसनमुक्त होऊन आत पाच वर्षं झाली होती.

''स्वेच्छेने?''

त्याचं हास्य आणखीनच विराट झालं, “स्वेच्छेने किंवा जबरदस्तीने... त्यामुळे आता काय मोठा फरक पडणार आहे? उद्यापासून ती गुडघे टेकत पुन्हा पूर्वीसारखी नशेसाठी याचना करू लागेल. मला जे हवंय, ते ती सांगून मोकळी होईल. पण बेली आणि तिच्या त्या सावत्र बहिणीबद्दल बोलण्यासाठी मी तुला इथे बोलावलेलं नाही. गावामध्ये या तरुण पोरी कशा काय पटापट मरून पडायला लागल्या आहेत?”

त्याने डोळे बारीक केलं, “मला तर वाटलं....”

“तुला वाटलं, मीच हे करतोय? छट्! मला वाटलं होतं त्याहून तू जास्त अक्कलशून्य निघालास.” त्याचे गाल गरम झाले, “तो मी नव्हे किंवा आपल्या-पैकीही कुणी नक्कीच नव्हे.”

“आणि तू हे कशावरून इतक्या ठामपणे सांगतोयस?”

“ब्लुटोचं काळीज इतकं दगडाचं नाही की, तो कुणाला ठार करू शकेल आणि इगोर तर फक्त हलकट नामर्द आहे. त्याने परवा तर ब्लुटोला उघड्या पार्कमध्ये बोलावलं आणि ते साऱ्या जगाने पाहिलं असणार. हा भडवा एक दिवस सगळ्या गोष्टी चव्हाट्यावर आणणार!”

“तू मला हे आधीच सांगायला हवं होतंस.” तो थंडपणे म्हणाला, पण त्यात विद्वेष ठासून भरला होता.

त्याच्या पोटात गोळा आला. आपण ते बोलून बसलो... त्याचा आता काय परिणाम होणार, हे त्याच्या लक्षात आलं. “एक मिनिट – थांब.”

त्याचे काळे डोळे खुदकन हसले, “स्वीट पी, आता तू बोलून फसलास. आता तू शब्द मागे घेऊ शकत नाहीस.”

ते खरंही होतं. आता तो पुरता फसला होता. सुकलेल्या ओठांवर जीभ फिरवून त्याने ते ओले करायचा प्रयत्न केला. “त्या नावाने मला हाक मारू नकोस.”

“टोपणनाव ठेवायची तर तुझीच कल्पना होती! तुला ठेवलेलं नाव हे तुलाच आवडत नसेल, तर त्यात माझा काहीच दोष नाही.” पण क्षणार्धात त्याच्या चेहऱ्यावरचं कुत्सित हास्यही मावळलं, “तू मूर्ख आहेस. इथे सुरू झालेल्या त्या मृत्यूच्या थैमानाला नेमकं कोण जबाबदार आहे याचा अजून पत्ता लागत नाही आणि तुला मात्र तुझ्या टोपणनावाची फिकीर पडलीय. इगोर आपल्याला चव्हाट्यावर आणेल याचीच तुला काळजी आहे. ॲलेक्स फॅलन विचारत सुटलेल्या प्रश्नांचीच तुला धास्ती वाटतेय. अरे, हे जे लागोपाठ खून पडताहेत, तेच उद्या आपल्या मानगुटीवर बसणार आहेत याचा विचार करशील; तर तुझे प्रश्न त्यापुढे किती क्षुल्लक आहेत, हे तुला कळून चुकेल. वार्ताहरांनीही या खुनाचा संबंध आता जुन्या खुनाशी लावलेला आहे. काल रात्री सगळ्या बातम्यांमधून त्या ट्रिमेन पोरीचा फोटो दाखवला गेला. हे सगळं तुझ्या डोक्यात शिरतंय?”

त्याच्या घशाला कोरड पडली. "सुरुवातीला मला वाटलं की, हा कुणीतरी एक फालतू नकली खुनी असावा. सायमनला ठार मारलं गेल्याचं समजलं आणि त्यावरून कुणातरी विक्षिप्त माणसाच्या डोक्यात ही भन्नाट कल्पना आली असावी."

"तुला काय वाटलं, याच्याशी मला मतलब नाही. तुला काय समजलंय, तेवढं तू मला सांग."

"क्लॉडिया सिल्व्हा – हा दुसरा बळी. तिच्या पायाशी एक किल्ली बांधलेली होती."

तो ताठरला. त्याने माचिस शिलगावून सिगारेट पेटवली आणि जग्वारमधून धुराची वलयं बाहेर पडू लागली. "सायमनकडे असलेली किल्ली आता डॅनियलला सापडलीय?"

सायमनची किल्ली...! सायमनने त्या किल्लीचे गाजर दाखवत आयुष्यभर त्या सर्वांना झुलवत ठेवलं. त्याच्या थडग्यातूनसुद्धा ते गाजर अजून त्यांना वाकुल्या दाखवत होतं. तो आता खरोखरच थडग्यात आहे याची खातरजमा डॅनियलने केली होती.

"त्याला मिळाली असली तरी अजून तरी तसं तो काही म्हणाल्याचं कानावर नाही."

"तो तुला कधीच सांगणार नाही. त्याच्या जुन्या घरी तो परत गेला होता?"

"नाही."

"आणि तू त्याच्या घराची झडती घेतलीस?"

"व्हार्टोनियनच्या त्या जुन्या घरी मी दहा वेळा जाऊन आलो."

"मग आता अकराव्यांदा जा."

"किल्लीशिवायही तो ती पेटी उघडू शकतो. आणि हे तुलाही ठाऊक आहे."

"हो. पण त्याला ती पेटी आहे, हेच माहीत नसेल. ज्या क्षणी त्याला किल्ली सापडेल, त्याच क्षणी तो ती पेटी शोधू लागेल. अर्थात, आतापर्यंत जर ती त्याच्या हातात पडलेली नसेल, तर. बायकांचे खून करत सुटलेल्या त्या पिसाट खुन्याला मात्र त्या किल्लीबद्दल पूर्ण कल्पना आहे. पोलिसांनाही त्या किल्लीचा शोध लागावा, हा त्याचा हेतू आहे. म्हणून सांगतो की, सायमनची किल्ली कोणत्याही परिस्थितीत डॅनियलच्या हाती पडता कामा नये."

"तो अजून बँकेत गेलेला नाही, हे मला पक्कं ठाऊक आहे. पण तो त्या फॅलनबरोबर प्रेमक्रीडा करतोय. तिच्या पोर्चमध्ये दोघांना चुंबाचुंबी करताना निम्म्या गावाने पाहिलंय."

त्याच्या चेहऱ्यावर पुन्हा ते विखारी हास्य पसरलं, "तू त्याचा फायदा उठवू शकतोस... पण इगोरचं काम तमाम केल्यानंतरच."

त्याचं रक्त गोठून गेलं. "मी व्हेट पोर्टरला मारणार नाही." इगोरचं खरं नाव त्यानं उच्चारलं. कदाचित त्या नावामुळे त्यांच्या संवादाला नवीन वळण मिळेल, अशी आशा त्याला वाटली; पण ती साफ फोल ठरली. कारण त्याचं ते हास्य विराट होत गेलं.

"तू त्याला नक्की मारणार आहेस स्वीट पी!" खिडकी पुन्हा बंद झाली आणि जॅग्वार निघून गेली.

तो तसाच सुन्नपणे तिथेच बसून राहिला. सांगितल्याप्रमाणे करण्याशिवाय त्याला गत्यंतरच उरलेलं नव्हतं. मागच्या खेपेसही त्याला अशीच 'मारण्याची' आज्ञा दिली गेली होती. कारण तो स्वत:च आता चिखलात खोल रुतला होता. व्हेट पोर्टरला ठार मारावंच लागणार होतं. पोटात उठलेल्या गोळ्याला पुन्हा शांत बसण्यासाठी त्याने स्वत:च प्रयत्न केला. शेवटी, आणखी एकामुळे असं काय फारसं बिघडणार होतं?

अॅटलांटा, मंगळवार, ३० जानेवारी, दुपारी ३ वाजून २५ मिनिटे

"आणि आता नॅन्सी बार्कर तो मला टेप करून देणार आहे." अॅलेक्सने सर्व हकिगत सांगितली. डॅनियलच्या डेस्कसमोर ती बसली होती. डॅनियलवरून तिने चेस व्हार्टनकडे मान वळवली. मनातून अस्वस्थ असला तरी त्याचा चेहरा तिला कोरा वाटला. डोळ्यांच्या कोपऱ्यातून तिने एड रँडॉलकडे पाहिलं, तर तो तिलाच निरखत होता. जणू ती प्रदर्शनातील एक वस्तूच आहे!

चेस डॅनियलकडे वळून म्हणाला, "पापाडोपॉलसला बोलाव आणि ते ध्वनिमुद्रण बरोबर होतंय याची खात्री करून घे. त्यामध्ये बाकी दुसरा कुठलाही आवाज येता कामा नये."

"पापाडोपॉलस कोण?" बोटं मोडत अॅलेक्सने विचारलं. बेलीने खरंच स्वत: फोन केला असू शकेल, असं त्यांच्यापैकी कुणीही साधं सूचितसुद्धा केलं नाही, त्यामुळे ती अस्वस्थ झाली होती.

"ल्यूक." डॅनियल म्हणाला, "तू त्याला मगाशी भेटलीस. त्यानेच तुझी गाडी इथपर्यंत आणली."

"हां, त्यावरून आठवण झाली." डॅनियलची करडी नजर शिताफीने टाळत ती म्हणाली, "डॅनियल, मला गाडीच्या किल्ल्या हव्या आहेत. सबंध दिवस मी इथे बसून काढू शकत नाही. मला होपच्या बालवाडीतल्या शिक्षकांबरोबर बोलायचंय. तिने नवीनच काही चाळे सुरू केले आहेत, जे समजण्यापलीकडचे आहेत. आणि कधीतरी मला बेलीच्या जुन्या घरातही जावंच लागणार आहे. ल्युमिसचे लोक जर जायला तयार नसतील, तर ते काम मलाच करावं लागेल."

चेस एडकडे वळला, ''तुझी माणसं घेऊन तू बेली क्रायटनच्या घरी जा आणि सगळं घर पूर्ण पिंजून काढ. ॲलेक्स, तुझी इच्छा असेल, तर तूही त्यांच्याबरोबर जाऊ शकतेस.''

ॲलेक्सचे हात मांडीवरच गोठून गेले. तिला श्वास घ्यायला त्रास होऊ लागला आणि किंकाळ्या ऐकू येऊ लागल्या. या वेळेस तर त्या फारच कर्कश होत्या. दुपारच्या त्या ताणामुळे असणार. शांत... शांत... डोळे बंद करून तिने चित्त एकाग्र केलं. *ॲलेक्स, जरा परिपक्व हो. ते इतर घरांसारखंच एक घर आहे.* तिने मान उचलून निर्धारपूर्वक चेस व्हार्टनकडे पाहिलं, ''हो, मी तयार आहे.''

''मी माझ्या माणसांना जमवतो.'' एड म्हणाला, ''तू माझ्या गाडीत बसणार मिस फॅलन?''

तिचे डोळे डॅनियलच्या करारी नजरेला भिडले. ती काहीशी घाबरली. ''खरं तर मला माझ्या गाडीतूनच तिथे जायला आवडेल. पण मी असं करते की, माझी गाडी मी तुमच्या गाडीच्या पुढे ठेवीन म्हणजे एजंट व्हार्टोनियनला वाटणारी काळजीही कमी होईल. हो की नाही?''

तिने एडकडे पाहिलं, तर त्याने ओठ काहीसे मुडपले होते. जरी तो विचित्र नजरेने तिच्याकडे पाहत होता तरी ॲलेक्सला तो माणूस आवडून गेला. ''मी तयार झालो की फोन करेन.'' असं म्हणून तो बाहेर पडला.

''डॅनियलने त्या लहान मुलीबद्दल मला सांगितलंय. कोणती नवीन विचित्र गोष्ट तिने सुरू केली आहे?'' चेसने विचारलं.

''मी ज्या बंगल्यात राहते, तिथे एक ऑर्गन आहे. त्या ऑर्गनवर आता ती एक धून वाजवत बसलीय. सहा सुरांची धून. पुन:पुन्हा तीच ती धून न कंटाळता ती वाजवतेय. ते गाणं कोणतं आहे, हे काही समजत नाही.''

''सिस्टर ॲनेला कदाचित ते ठाऊक असेल.'' डॅनियल विचारपूर्वक म्हणाला, ''आज रात्री आपण त्या धर्मशाळेत होपला घेऊन जाऊ, तेव्हा आपण तिला विचारू.''

ॲलेक्सचे डोळे विस्फारले. ''मला वाटलं होतं की, कामाच्या एवढ्या व्यापात तुला ते जमणार नाही.'' आपली सहनशक्ती ताणली जातेय, हे त्याने नजरेतून तिला दाखवून दिलं. ''मला रात्रीच्या जेवणासाठी कदाचित तुझ्या घरी नाही येता येणार, पण काही झालं, तरी होपला घेऊन ॲनेकडे जावंच लागेल. होपने नक्की काही पाहिलंय का, हे आपल्याला शोधायचंय. उद्या ती प्रत्यक्ष घटना पाहिलेली साक्षीदार होऊ शकते.''

''मलाही पटतंय.'' चेस म्हणाला, ''मिस फॅलन, मी तुझ्यासाठी आणि तुझ्या भाचीसाठी पोलीस संरक्षणाची व्यवस्था करतोय. ही व्यवस्था काही चोवीस तासांसाठी नसेल, कारण पुरेसे लोक आमच्यापाशी नाहीत. पण तुझ्या घराच्या

बाजूने आमच्या व्हॅन्स फिरत राहतील. आमच्या सर्वांचे मोबाईल नंबर्स मी तुला देऊन ठेवतो. कसलाही धोका वाटला, तर फोन करायला संकोच करू नकोस.''

"नाही करणार. थँक यू.'' ती उठून उभी राहिली आणि हात पुढे करत म्हणाली, "माझ्या किल्ल्या?'' डॅनियलने किंचित नाराजीने किल्ल्या तिच्या हातात ठेवल्या. "फोन कर आणि एडबरोबरच राहा.''

"डॅनियल, मी इतकी दुधखुळी नाहीये. मी घेईन काळजी.'' ती केबिनच्या दरवाज्यापाशी पोहोचली आणि पुन्हा वळून तिने विचारलं, "माझी बॅग?''

त्याचे निळे डोळे बारीक झाले. "नशीब जास्त अजमावण्याचा प्रयत्न करू नकोस, ॲलेक्स.''

"पण तू ती नंतर आणणार आहेस.''

"हो. नक्की. नंतर.'' तो गुरगुरला.

"आणि रिले?''

त्याने वेडावत म्हटलं, "हो, आणि रिले.''

ती हसली. "थँक यू.''

"चल, मी तुला बाहेरपर्यंत सोडतो.'' तो एका लहानशा काळोख्या हॉलमधून तिला घेऊन गेला. मध्येच त्याने तिची हनुवटी उचलून तिचा चेहरा निरखला, "मगाशी तू रडत होतीस... आता ठीक आहेस ना?''

ॲलेक्सचा चेहरा गोरामोरा झाला. त्याची शोधक नजर ती टाळू पाहत होती. "नॅन्सी बार्करशी बोलताना क्षण-दोन क्षण माझा संयम सुटला आणि मी रडू आवरू शकले नाही. पण आता मी अगदी ठीक आहे.''

त्याने तिच्या खालच्या ओठांवर अंगठा दाबला आणि मग आपल्या चेहऱ्याने तिचा चेहरा झाकून टाकला. तिचं मन आणि शरीर एकदम शांत होऊन गेलं. फक्त हृदयाची धडधड वाढली.

त्याने तिची मान किंचित वर उचलली... एवढीच की, तिला श्वास घेता यावा. "आपल्या जवळपास कॅमेरा तर लावलेला नाही ना?'' तिने विचारलं आणि तो तिच्या ओठांवर हसल्याचं तिला जाणवलं.

"असेलसुद्धा. तर, इतरांना तोंडी लावायला आता आपण एक विषय देऊ या!'' आणि त्याने एकदम इतक्या जोरकसपणे आपले ओठ तिच्या ओठांवर टेकवले की, असा उबदार अनुभव तिने पूर्वी कधीच घेतला नव्हता. ती कॅमेराच काय, पण श्वास घ्यायलाही विसरली! अचानक तो मागे सरकला आणि तिला म्हणाला, "चल, तुला आता निघायला हवं.''

तिने अर्धवट मान हलवली. "हो, मला निघायलाच हवं. नंतर भेटू.'' ती जायला वळली आणि पुन्हा कळवळत मागे वळली, "आईऽऽगं'' तिने केस

चोळले आणि शर्टाच्या बाहीकडे पाहिलं.

"किती दुखलं रे!"

त्याने अडकलेल्या बटणातून तिचे एक-दोन केस ओढून काढले आणि तिच्या केसांचं हळुवार चुंबन घेतलं. "एका गाडीची धडक सहन केलेली तू बाई... साधा एक केस उपटला गेला तर कळवळते!"

ती गालातल्या गालात हसली. "रात्री भेटू. फारच कामात असलास, तर फोन कर."

तो परत ऑफिसात आला, तेव्हा चेस तिथे बसलेलाच होता. तो धाडकन येऊन खुर्चीत बसला. चेस आता आपल्या वागणुकीचं पद्धतशीर मूल्यमापन करणार, हे तो जाणून होता.

"हां, तर चल, पुढे बोल."

"हो-हो, चलतो. पुढे बोलू काय?" चेसही मस्करीच्या थाटात बोलला.

"मी बाबा खोल घुसलोय... पार भावनाच गुंतल्या गेल्यात. अगदी वेगात धावत सुटलोय... तुला काय म्हणायचं असेल, ते म्हण."

"तुझ्या वैयक्तिक आयुष्यात तुला किती वेगाने धावायचंय, हा तुझा प्रश्न आहे, डॅनियल. पण मी असं ऐकलंय की, प्रेमाची इंगळी एकदा डसली की, तो त्याचा उरत नाही. तर, तू आता खोलवर गुंतलायस?"

"माझं मलाच कळत नाही. निदान आता ती जिवंत राहायला हवी, एवढंच मी पाहणार आहे." आणि मग स्वत:चीच घृणा वाटल्याप्रमाणे त्याने हातातला ॲलेक्सचा केस एडने आणलेल्या त्या नकली पोनीटेलच्या शेजारी ठेवला. "च्यायला... खूपच साम्य आहे!"

चेस डॅनियलच्या समोरच्या खुर्चीत येऊन बसला, "तू तिला काय सांगितलंस?"

डॅनियलने त्याच्याकडे जळजळीत नजर टाकली, "मी काहीही बोललो नाही."

"म्हणजे तू सरळ जाऊन केस उपटलास?"

"अगदी तसं नव्हे... मी जरा अधिक सफाई दाखवली!" आणि तिला जर हे समजलं, तर ती फारच दुखावली जाणार आहे... पण वेळ येईल तेव्हा बघू.

चेससुद्धा काहीसा अवघडून गेला. "जर तुझ्यावर सत्य सांगायची वेळ आलीच, तर ते कसं सांगायचं, हे तुला आधी नीट ठरवावं लागेल. पण आता तरी तू म्हणतोस तसं तिला जिवंत वाचवण्यावर आपण लक्ष केंद्रित करू या. त्या इसमावरही – ज्याने तेरा वर्षांपूर्वी घडलेल्या खुनाची नक्कल करत दोन मुलींना ठार मारलंय! तो हे का करतोय, या प्रश्नाचं उत्तर मला हवंय."

'सायमन, मी तुला नरकात गाठेनच...!' डॅनियलने नकळत ओठ चावला आणि त्याला कळून चुकलं की, आता त्याला सत्य सांगावंच लागेल. "मला

वाटतं, या सर्वांचा संबंध सायमनपाशी अखेर पोहोचत असावा.''

चेसने डोळे बारीक करत म्हटलं, ''हे वाक्य ऐकायची अजिबात तयारी नव्हती. बरोबर ना?''

''तसं नाही. पण त्यामुळे निश्चितच मोठा फरक पडू शकेल.'' डॅनियल म्हणाला आणि मग बेलीच्या भावाने तिला पाठवलेली पत्रं आणि त्या लष्करी रेव्हरंडची बेलीच्या घराची भेट – याबद्दल त्याने चेसला सविस्तर सांगितलं. *'...सायमन, तुला मी नरकात गाठेन.'*

चेस चक्रावला, ''तुला ही गोष्ट कधीपासून माहिती आहे, डॅनियल?''

दहा वर्षं. नाही, हे खरं नाही. त्या चित्रांचा या सर्व घटनांशी कदाचित काही संबंधही नसू शकेल. तेरा वर्षांपूर्वीही किंवा आजसुद्धा. तू स्वत:शीच खोटं बोलतोयस. ''काल रात्रीपासून.'' तो म्हणाला, ''पण सायमन आणि वेडचा या दोन खुनांशी संबंध पोहोचतो का... मला ठाऊक नाही.''

सांग त्याला... पण ज्या क्षणी तो सांगेल, त्या क्षणी त्याच्या हातून केस काढून घेतली जाईल. त्याला तो धोका पत्करायचा नव्हता आणि म्हणून त्याला जेवढं सत्य खरोखर माहीत होतं, तेवढंच त्याने सांगितलं, ''मला हे पक्कं ठाऊक आहे की, जेनेट किंवा क्लॉडियाला सायमनने ठार मारलेलं नाही किंवा बेलीला पळवण्यात किंवा ॲलेक्सला ठार मारण्याच्या प्रयत्नातही त्याचा हात निश्चितच नव्हता.''

चेसने दीर्घ श्वास घेतला, ''कठीण आहे! आज तरी तुला वाचवण्यासाठी मी एक दोर सोडतोय, पण त्या दोरखंडाचा तू फास बनवू नकोस!''

डॅनियलनेही सुटकेचा नि:श्वास सोडला. ''मी बार्नेसच्या सांत्वनासाठी चाललोय. त्यांच्या पार्किंगचा नोकर बार्नेसला म्हणाला की, काल रात्री त्याने क्लॉडियाची मर्सिडिस बाहेर पडताना पाहिली होती, पण त्यानंतर ती परत आलीच नाही. बहुतेक पार्किंगमध्येच दबा धरून त्याने तिच्यावर हल्ला चढवला असावा.''

''आणि जेनेट बॉवीच्या गाडीचं काय झालं?''

''काहीच कळलं नाही. लेघने तिचे क्रेडिट कार्ड तपासलं. कंपनीने भाड्यावर दिलेल्या छोट्या व्हॅनमधून ती गुरुवारी 'फन अँड सन'मध्ये गेली होती; पण ती गाडी तिने परत आणून दिलीच नाही. तिने मुलांना सव्वासात वाजता शाळेत आणून सोडलं आणि आठ वाजून सहा मिनिटांनी तिने आपल्या मित्राला फोन केला.''

''म्हणजे, हल्ला करण्यासाठी त्या खुन्यापाशी फक्त पन्नास मिनिटांचीच संधी होती. हल्ला केला गेला, तेव्हा ती कुठे होती?''

डॅनियल टेबलावर ठेवलेले फॅक्स चाळू लागला. पत्रकार परिषद सुरू असताना लेघने ते त्याच्या टेबलावर आणून ठेवले होते. ''हां, ही बघ – मोबाईल कंपनीकडून

काही माहिती आलेली दिसतेय. जेनेटने लामारला कुठून फोन कॉल केला होता, हे मी मुद्दाम शोधायला सांगितलं होतं. तिने हा फोन पार्किंग लॉटमधून केलाय. ती जागा तिने गाडी भाड्याने घेतलेल्या ऑफिसपासून मैलभर दूर आहे. म्हणजे शाळेपासून गाडी चालवत आणायला अंदाजे अर्धा तास लागेल.''

''म्हणजे तर त्या इसमाकडे फक्त वीस मिनिटंच शिल्लक होती. तर मग त्याने हे कुठे आणि केव्हा केलं? ती छोटी व्हॅन कुठे आहे? त्याने तिची विल्हेवाट लावली? की लपवून ठेवली?''

''आणि जेनेटची कार कुठेय?'' डॅनियलही कल्पना करू लागला... ''तिने व्हॅन तिथून घेतली. तिथे आपली कार ठेवून दिली? का तिला ती व्हॅन दुसरीकडे कुठे आणून देण्यात आली? मी हे फोन लावतो आणि उत्तरं मिळवतो.''

चेसने उठून आळस दिला, ''मला कॉफीची प्रचंड गरज आहे. तुलाही हवीय?''

''हो. थँक्स! एका तासाच्या झोपेवर मी हे सारं करतोय.'' डॅनियलने त्या कार भाड्याने देणाऱ्या कंपनीचा नंबर शोधून त्यांच्या मॅनेजरशी चर्चा केली. डॅनियल फोन ठेवत असतानाच कॉफी आणि बिस्किटं घेऊन चेस आला.

''ओटच्या पिठाची हवीत की चॉकलेटची?'' त्याने विचारले.

''चॉकलेट.'' डॅनियलने पॅकेट हातात घेतले आणि चेहरा वाकडा करत तो ते फोडू लागला.

''माझ्या फ्रीजमध्ये ल्यूकच्या ममाने पाठवलेल्या बऱ्याच गोष्टी आहेत, पण मी ते घेऊन यायला विसरतो.''

''आपण ल्यूकचा खायचा डबाच पळवू या का?''

''त्याने तो खाऊन फस्त केलाय. गुरुवारी अगदी सकाळी-सकाळी जेनेट आपली 'झेड-४' त्यांच्या ऑफिसपाशी ठेवून गेली होती आणि शुक्रवारी ते जेव्हा ऑफिसमध्ये आले, तेव्हा ती कार तिथे नव्हती. पण त्यांच्या पार्किंग लॉटमध्ये कॅमेरा बसवलेला आहे. मी जाता-जाता तिथे थांबतो आणि गुरुवारी रात्रीपासून शुक्रवार सकाळपर्यंतच्या सर्व टेप्स मिळवतो.''

''त्या वायरलेस कंपनीने सांगितलेला तो सर्व भाग तपासून घे. कदाचित ज्या ठिकाणी त्याने तिला पकडलं असेल, तिथेही आपल्या नशिबाने कॅमेरा असू शकेल.''

''मी बघतो.'' त्याने बिस्किट तोंडात टाकलं. ''जेनेटने बहुतेक करून दबावाखाली आपल्या मित्राला फोन केला होता. आज बेलीही फोन करून सांगते की, ती नशेत आहे आणि तिने आपल्या मुलीला सोडून दिलंय.''

''आपल्याला बेलीची टेप मिळाल्यावर, ॲलेक्स बेलीचा आवाज ओळखू शकेल?''

''गेल्या पाच वर्षांत ती बेलीशी बोललेली नाही. मला खात्री वाटत नाही.

त्यापेक्षा बेली ज्या सलूनमध्ये काम करत होती, तिथल्या माणसांना मी ती ऐकवतो. ते सर्व तिचा आवाज चांगलाच ओळखतात.''

''बेलीची लक्षणं काही ठीक दिसत नाहीत.'' चेस म्हणाला, ''तिला जाऊन आता पाच दिवस झाले.''

''खरंय. पण तीच तर या सर्वांमधला दुवा आहे. एडला कदाचित तिच्या घरी काहीतरी महत्त्वाचं सापडेल. मी त्या लष्करी रेव्हरंडलाही फोन लावला; पण त्याच्याकडून अजून काहीच उत्तर आलं नाही.''

''तो रेव्हरंड तुला काहीही पत्ता लागू देणार नाही; आणि हे तुलाही पक्कं ठाऊक आहे. त्यापेक्षा त्या लहान मुलीकडून काही मिळवता आलं, तर बघ. आपल्या मेरी मॅक्क्रॅडीकडे तिला आण. त्या मुलीपाशी काही सांगण्यासारखं असलं, तर जितक्या लवकर आपण तिला बोलतं करू शकू, तितकं आपल्या फायद्याचं आहे.''

डॅनियलच्या कपाळाला आठ्या पडल्या. मेरी ही त्यांच्या विभागाची मानसशास्त्रज्ञ होती.

''चेस, अरे... ती मुलगी काही मानसिक विकृत वगैरे नव्हे.''

चेस वैतागला, ''मला काय म्हणायंचय, ते तुला कळतंय. हवं तर फॅलनला पटव; पण उद्या सकाळी मला ती मुलगी मेरीच्या ऑफिसमध्ये हवी.'' तो दरवाज्यापाशी गेला आणि विचार करत मागे वळाला, ''फिल्लीला जे घडलं, ते ऐकल्यावर माझ्या मनात विचार आला होता की, इतकी वर्षं ज्या सैतानांनी सतत तुझा पिच्छा पुरवला, ते अखेर मरून पडले. पण ते अजूनही मेलेले नाहीतच. होय ना?''

डॅनियलची मान अगदी हळूहळू हलली. ''होय.''

''पण मी दिलेला दोर त्यांच्या नरड्याभोवती आवळण्याइतपत पुरेसा आहे ना?''

हसायचं नव्हतं तरीही डॅनियल हसला. ''एक तर तसं घडेल किंवा तो दोर माझ्याच गळ्याभोवती आवळला जाईल.''

चेस त्यावर अजिबात हसला नाही. ''मी तुला तसा मरू देणार नाही. तुला काय सिद्ध करायचंय, हे तुझं तुलाच फक्त ठाऊक. पण तू एक हुशार अधिकारी आहेस आणि मी तुझ्या करिअरचे तुला कधीच बलिदान करू देणार नाही.'' तो निघून गेला आणि डॅनियलच्या समोर टेबलावरच्या कागदांचा ढीग आणि ॲलेक्सचे काही तुटलेले केस – एवढंच उरलं.

कामात गढून जा, डॅनियल... सैतान तुझ्यावर हल्ला करायला वेगाने निघालेत.

१०

मंगळवार, ३० जानेवारी, दुपारी ३ वाजून ४५ मिनिटे

"बेली..." बिअर्डस्लीचा क्षीण आवाज आला. "बेली, तू आहेस ना?"

बेलीने एक डोळा उघडला आणि पुन्हा मिटला. खोली गरागरा फिरली. "मी इथेच आहे."

"बरी आहेस ना?"

घुसमटून हुंदका फुटला. "नाहीऽऽ"

"त्याने काय केलं तुला?"

"इंजेक्शन...!" तिने दातांवर दात घट्ट आवळून धरले होते. शरीर इतक्या जोरात थडाथडा उडत होतं की, तिला वाटलं आता आपली हाडं, कातडी फाडून बाहेर येणार. "...ड्रग्जऽ"

शांतता पसरली आणि पाठोपाठ निराश सुस्कारा – "हाय रे देवा!"

त्याला आपला इतिहास माहिती होता तर? "पहिल्यांदा मी ते सोडायचा प्रयत्न केला होता... तेव्हा इतक्या जीवाच्या आकांताने लढले होते."

"ठाऊक आहे मला. वेड बोलला होता. तू इथून बाहेर पडशील आणि पुन्हा त्याच निग्रहाने त्यातून मुक्त होशील."

'नाही...' बेली मनात म्हणाली. *आता त्या अग्निदिव्यातून पुन्हा एकदा जायची ताकद उरली नाही.*

"बेली?" बिअर्डस्लीला काही महत्त्वाचं सांगायचं होतं. "तू माझ्याबरोबर राहणार आहेस ना? तुझी बुद्धी शाबूत ठेव. इथून बाहेर पडण्याचा मार्ग मला सापडल्यासारखा वाटतोय. समजलं तुला?"

"हो..." बेली म्हणाली; पण हे सारं व्यर्थ आहे याची तिला पूर्ण कल्पना आली होती. *'मी कधीच बाहेर पडू शकत नाही. पाच वर्षं*... ती त्या सैतानांशी निकराने लढली होती. *पाज मला... पाज मला... ती चव मला हवीय... तरच जगू*

शकेन! प्रत्येक वेळेस असा मोह व्हायचा. पण ती मोह टाळायची – होपसाठी, स्वत:साठी. ...आणि, काल एक सुई खुपसली गेली... संपलं! 'त्याने' ते सर्व संपवून टाकलं.

मंगळवार, ३० जानेवारी, दुपारी ३ वाजून ४५ मिनिटे

त्याच्या टेबलावरचा फोन वाजत होता. त्याने दुर्लक्ष केलं आणि नुकत्याच मिळालेल्या त्या ताज्या पत्रावर आपली नजर फिरविली. नक्कीच, हा त्याचाच फोन असणार. *मलाच तो फक्त फोन करतो.* त्याने कल्पना केली होती त्यापेक्षा वास्तव भयानक रूपात सामोरं आलं होतं.

फोन वाजायचा बंद झाला, पण त्याऐवजी त्याचा मोबाईल वाजू लागला. संतापाने त्याने तो उचलला, "काय?" तो गुरगुरला. "तुला काय हवंय, माझ्याकडून?"

"मला आणखी एक पत्र आलंय." तो गुदमरला होता. त्याची बोबडी वळली होती.

"मला ठाऊक आहे."

"या खेपेस त्यांना शंभर ग्रँड हवे आहेत. एवढे पैसे माझ्याकडे नाहीत. तुला कर्ज द्यावं लागेल."

आलेल्या त्या पत्रामध्ये पैसे कुठे आणि कसे भरायचे यासंबंधी सविस्तर सूचना दिलेल्या होत्या. पत्र चुरगाळलेलं होतं. त्यानेच चिडून त्या पत्राचा चोळामोळा केला होता. पत्र पाहिल्यावरची ती त्याची पहिली उत्स्फूर्त प्रतिक्रिया होती. पत्रात छापलेले फोटो हे वरवर दिसायला निष्पाप वाटत होते, पण ते छापून पाठवण्यामागची वृत्ती मात्र क्रूर, बीभत्स होती.

"तुला आणखी काय मिळालंय?"

"एका कागदावर कॉलेजमधले वार्षिक मासिकातले फोटो आहेत. जेनेट आणि क्लॉडियाचे. तुलाही ते मिळालेत?"

"हं." वार्षिक मासिकातले फोटो कापून आद्याक्षरांच्या क्रमाने कागदावर चिकटवलेले होते. एकंदर दहा मुली होत्या. जेनेट आणि क्लॉडियाच्या फोटोंवर ठळक फुल्या मारल्या होत्या.

"त्यात केटचाही फोटो आहे." घोगऱ्या आवाजात तो म्हणाला, "माझी लहान बहीण!"

"मीही पाहिला. पण मी तरी काय करू शकतो?"

मी तरी काय करू शकतो?... ऱ्हेट पोर्टरला त्याने त्या एका वाक्यातच पुरते जोखले. केटचा फोटो त्या कागदावर दिसतोय, तरी ऱ्हेटला फक्त स्वत:चीच काळजी लागून राहिलीय.

किती स्वार्थी, क्षुद्र आणि कोत्या मनाचा हा माणूस आहे! "तुला आणखी

काही मिळालंय?'' त्याने विचारलं.

''नाही. का?'' व्हेटने एकदम घाबऱ्याघुबऱ्या आवाजात विचारलं. ''तुला आणखी काय मिळालंय?''

अरे वा! केटचा फोटो त्यात असणं, हे पुरेसं नाही? ''काहीही नाही.'' तो तुच्छतेने म्हणाला.

''खोटं बोलू नकोस. खरं सांग.'' व्हेट चक्क हुंदके देत होता.

''यापुढे कधीही मला फोन करायचा नाही.'' त्याने मोबाईल बंद केला. दुसऱ्याच क्षणी तो पुन्हा वाजू लागला. त्याने तो पूर्ण बंद करून टाकला आणि समोरच्या भिंतीवर जोरात आपटला.

टेबलाच्या ड्रॉवरमधून त्याने एक जुना ॲश ट्रे बाहेर काढला. आता त्याच्या ऑफिसात त्याने सिगारेट ओढायची बंदी केली होती. पण हा ॲश ट्रे मात्र अजूनही ड्रॉवरमध्ये ठेवला होता.

त्याच्या मुलाने 'पितृदिना'निमित्त त्याला दिलेली ती भेट होती. पाच वर्षांच्या मुलाने, आपल्या कोवळ्या हातांनी तो बनविला होता. थोडा बेढब होता. पण त्याच्यासाठी ती सर्वांत अमूल्य भेट होती आणि तो ती कधीच फेकून देऊ शकत नव्हता. त्याच्यासाठी कुटुंब हेच सर्वस्व होतं. त्यांच्या रक्षणासाठी तो कितीही किंमत चुकवायला तयार होता, याची कुणालाही कल्पना नव्हती.

'तू भित्रा आहेस. तू थोडंतरी बोलायला हवंस. उरलेल्या मुलींना तू सावध करायला हवंस.'

पण तो तसं करणार नव्हता. कारण त्याने जर त्यांना सावध केलं असतं, तर त्याला हे कुठून समजलं, ते सांगावं लागलं असतं आणि त्याला तो अजिबात तयार नव्हता. त्याने लायटर पेटवला आणि कागदाच्या एका टोकाला ती ज्योत लावली. कागद वेटोळे घेत मंद जळू लागला. आपल्या बहिणीचा फोटो पूर्ण जळून जाईपर्यंत तो त्याकडे बघत राहिला. जेनेट आणि क्लॉडियाने ज्या कॉलेजमधून पदवी घेतली होती, त्याच कॉलेजात केटही शिकली होती. याचा अर्थ, धमकी अगदी स्पष्ट होती. पैसे दे, नाहीतर पुढचा नंबर केटचा असेल.

शेवटचा फोटो जळून खाक झाला, तो अकरावा होता. बहुतेक त्याला एकट्यालाच तो पाठवला गेला असावा. व्हेट पोर्टरचा तो फोटो वितळत राख होताना त्याने भयचकित नजरेने पाहिले.

व्हेट...! साला, तू मुका असायला हवा होतास. फाटक्या तोंडामुळे तू स्वतःचं मरण ओढावून घेतलंस. सर्व फोटो जळून गेल्यावर त्यांची राख त्याने टेबलावर असलेल्या कॉफीच्या कपात टाकून दिली. सकाळपासून त्याने त्या कॉफीला स्पर्शदेखील केला नव्हता. तो उभा राहिला आणि त्याने टायची गाठ नीट केली.

'मी मात्र यातून नक्कीच धडा शिकू शकतो.' ज्या कागदावर पैसे भरण्याच्या सूचना दिलेल्या होत्या, त्या कागदाची त्याने काळजीपूर्वक घडी घालून आपल्या पाकिटात ठेवली. बँकेतला एक जण त्याच्या विश्वासातला होता. पैशांच्या हस्तांतरणाचं काम तो सांगितलेल्या पद्धतीने करू शकत होता आणि त्याची कुठेही वाच्यता करणारा नव्हता. त्याने ॲश ट्रेमधली धूळ पुसून स्वच्छ केली आणि पुन्हा काळजीपूर्वक तो ॲश ट्रे ड्रॉवरमध्ये होता त्या जागी ठेवून दिला. आता त्याला लवकरात लवकर बँकेत पोहोचायचं होतं.

डटन, मंगळवार, ३० जानेवारी, संध्याकाळी ५ वाजून ४५ मिनिटे

"माय गॉड, ॲलेक्स..." समोरचं दृश्य पाहून डॅनियल अवाक् झाला होता. तो बेली क्रायटनच्या घरापाशी पोहोचतच होता आणि समोरच्या रस्त्यावर दिवे चमकावत उभी असलेली ॲॅब्युलन्स पाहून त्याच्या काळजात धस्स झालं.

तो धावत ॲॅब्युलन्सपाशी पोहोचला. आतमध्ये ॲलेक्स होती. गुडघ्यात मान घालून बसलेली होती.

"ए...."

अशक्तपणे तिने वर पाहिलं, "साधं घरच तर आहे रे ते. मग मलाच ते का सहन करता येत नाही?"

"पण झालं तरी काय?"

तेवढ्यात दुसऱ्या बाजूने एक नवशिक्या डॉक्टर मुलगा आला. "तिला प्रचंड दडपण आलं आणि भीतीनं अपस्मारासारखा एकदम झटका आला." एखाद्या तज्ज्ञाच्या तोऱ्यात तो बोलला. ॲलेक्सने मान उचलत, डोळे वटारून त्याच्याकडे पाहिलं; पण ती काही बोलली नाही. त्यावर त्याने जराही दिलगिरी व्यक्त केली नाही.

डॅनियलने तिच्याभोवती हात टाकत विचारलं, "काय गं झालं, राणी?" त्या तरुणाच्या छातीवर लटकणारा बिल्ला पाहून तो पुटपुटला. "पी. ब्लेडसो." ते कुटुंब त्याला धूसर आठवलं.

ॲलेक्स त्याच्या अंगावर रेलली. "मी आत जायला निघाले होते, पण पोर्चपाशी पोहोचताच एकदम अस्वस्थ वाटायला लागलं."

ब्लेडसोने आपले खांदे उडवले. " आम्ही तिला तपासलं. तिचा रक्तदाब थोडा वाढलाय; पण काळजी करण्याइतका नाही. मला वाटतं, तिला झोपेच्या गोळ्यांची आवश्यकता आहे." तो थोडा उपरोधिकपणे म्हणाला आणि ते शब्द ऐकून ॲलेक्स जेव्हा अचानक ताठरून गेली, तेव्हा त्या शब्दांमागच्या सूचित अर्थ डॅनियलच्या लक्षात आला.

मादरचोद...! डॅनियलचे डोळे पेटले होते. ''तू काय म्हणालास?''

अॅलेक्सने आपल्या बोटांनी त्याचं जॅकेट पकडलं, ''डॅनियल, प्लीज....''

पण तिच्या आवाजात स्वत:चीच वाटणारी शरम होती आणि त्यामुळे तो आणखीनच प्रक्षुब्ध झाला. ''नाही, या गोष्टीला माफी नाही.''

ब्लेडसोने अगदी निरागसपणे डोळे मिचकावले. ''मिस ट्रिमेन त्यामुळे शांत होईल, एवढंच मला सुचवायचं होतं.''

डॅनियलने त्याला नजरेनेच अजमावले. ''असं का? मग आता माफीचे पन्नास अर्ज खरडायची तयारी कर. तुझे सुपरव्हायझर्स तुला आता बरोबर फैलावर घेतील!''

ब्लेडसोचा चेहरा पडला, ''मला खरंच कुणाला दुखवायचं नव्हतं....''

''ते तुझ्या बॉसला सांग.'' डॅनियलने अॅलेक्सला जवळ धरलं. ''तू चालू शकशील?''

''हो.'' नजर टाळत ती म्हणाली.

''चल तर मग. आपण निघू या. तू माझ्या गाडीत बस.'' त्याच्या गाडीपाशी येईपर्यंत ती गप्प होती. त्याने मागचा दरवाजा उघडला आणि तिला तो आत बसवत असतानाच ती चटकन मागे सरकली.

''तू काहीही बोलायला नको होतंस. मला या गावात आणखी शत्रू वाढवायचे नाहीत.''

''तुला कुणी असं बोललेलं मला खपणार नाही, अॅलेक्स.''

''हे मला ठाऊक का नाही? पण मला त्या घरात पाऊल ठेवायचीही हिंमत होत नाही, ही शरमेची गोष्ट आहे, असं तुला वाटत नाही का?'' ती आता थोडी शांत झाली होती. ''आणि त्याने जे सुचवलं, त्यात काही खोटं नव्हतं. मी खरंच झोपेच्या गोळ्यांची एक अख्खी बाटली रिचवून, स्वत:ला मृत्यूच्या दारात नेऊन ठेवलं होतं.''

''तो मुद्दाच नाहीये.''

''बरोबर आहे; तो मुद्दा नाहीच आहे. पण मुद्दा हा आहे की, जोपर्यंत माझा बेलीचा शोध संपत नाही तोपर्यंत इथल्या लोकांबरोबरच मला राहायचंय. कितीही वेळ लागला तरी माझी तयारी आहे... आणि मी काही इथे कायमची तर राहणार नाहीये?''

तिच्या शेवटच्या वाक्याने डॅनियलला थोडा धक्का बसला, पण त्याने तो पचविण्याचा प्रयत्न केला. ती जरी आता पहिल्यांदाच म्हणाली असली, तरी तिला कधीतरी परत जावंच लागणार याची त्यालाही कल्पना होती. ''माफ कर... पण मी त्या दृष्टीने विचार नव्हता केला.''

तीही त्याच्या प्रांजळ कबुलीने अगदी अवघडून गेली.

"मलाही माफ कर. तू हे सगळं मला मदत करण्यासाठीच करत होतास. चल, आपण ते सगळं विसरून जाऊ या." ती कारमध्ये जाण्यासाठी वाकली आणि तिचा सगळा ताणच एकदम निघून गेला. "रिले...?"

"त्याला गाडी आवडते." डॅनियल म्हणाला.

"ते दिसतंच आहे. हाय रिले!" रिलेचा कान खाजवत तिने ड्रायव्हर बाजूच्या खिडकीतून मागे असलेल्या बेलीच्या घराकडे पाहिलं, "माझ्या वयाच्या स्त्रीने एका घराला घाबरणं शोभत नाही."

"तुला पुन्हा प्रयत्न करायचाय?" डॅनियलने विचारलं.

"हो." ती लगेच गाडीमधून उतरली आणि रिले तिच्याजागी जाऊन बसला. तिच्या चेहऱ्यावर कठोर भाव होते, "मला धावायला लावू नकोस. शांतपणे मला आत ने."

"तू त्या तिथे उलटी वगैरे केलेली एडला अजिबात खपणार नाही." म्हणत एका हाताने तिला आधार देत दुसऱ्या हाताने त्याने रिलेच्या तोंडावर दरवाजा बंद केला.

ती हळूच हसली. "माझा चेहरा हिरवट दिसायला लागला, तर तू लगेच तिथून पळ काढ!" पण घर जवळ येऊ लागल्यावर तिच्या चेहऱ्यावरचं हास्य मावळलं. पावलं मंद पडू लागली आणि शरीर कापू लागलं. शरीर आपलं काम करू लागलंय... डॅनियलच्या मनात विचार आला.

"घाबरू नकोस. एखाद्या मानसिक आघातानंतर शरीराची ही नैसर्गिक प्रतिक्रिया असते."

"मलाही ते समजतंय." ती पुटपुटली. "मला सोडणार नाहीस... कबूल कर."

"कबूल. मी अगदी तुझ्या पाठीशी आहे." त्याने हलकासा धक्का देत तिला पोर्चमध्ये नेली.

"मी मगाशी इथपर्यंत आले होते." दातांच्या फटीतून ती बोलली. तिचा चेहरा फिकट पडला होता.

"पण त्या वेळेस मी तुझ्याबरोबर नव्हतो." डॅनियल म्हणाला. मुख्य दरवाज्यापाशी येताच ती मागे रेलली, पण डॅनियलने पुन्हा हळूच तिला पुढे ढकलले. ती धडपडली, पण त्याने हातांनीच तिला सावरलं. तिचं शरीर आता थरथरत होतं आणि ती स्वत:शीच पुटपुटत होती –

"शांत, शांत..."

"किंकाळ्या?" त्याने विचारलं आणि तिने मान हलवली. त्याने तिच्या

खांद्यावरून तिच्याकडे पाहिलं. तिने दोन्ही हात छातीवर घट्ट धरले होते. चेहरा आवळून घेतला होता. आणि डोळे गच्च मिटले होते. ओठ मात्र एकच मंत्र पुटपुटत होते – "शांत... शांत..." डॅनियलने तिच्या कमरेभोवती हात धरला. "तू तर कमाल केलीस. तू आता दिवाणखान्यात आली आहेस, ॲलेक्स!"

तिने फक्त मान हलवली. डोळे मिटलेलेच होते. "इथे काय काय आहे, ते मला सांग." डॅनियलने सुस्कारा सोडला. "उकिरड्याची अवस्था आहे. जमिनीवर कचराच कचरा आहे."

"मलाही त्याचा वास येतोय."

"फरशीवर एक जुनी सतरंजी आहे. त्यावर काही घाण नाही, पण ती चिंब ओली आहे."

"रक्ताने?" दातांच्या फटीतून ती बोलली.

"नाही, बहुतेक घामाने." ती अजूनही थरथरत होती. पण पूर्वीपेक्षा कमी. आपल्या हनुवटीखाली त्याने तिला घेतलं. त्या उंचीवर तिथे ती अगदी बरोबर मावली. "आणि भिंतीवर एक जुनं चित्र आहे, वेडवाकडं. समुद्रकिनारा आणि बांबूचे किल्ले... पण फार जुनं आणि रंग उडालेलं."

त्याच्या बोलण्याने आणि स्पर्शाने ती मिनिटागणिक शांत आणि हलकी होत होती.

"हे चित्र पूर्वी नव्हतं!" तिने डोळे उघडले आणि झटकन श्वास घेतला. "भिंतींना रंग लावलाय." तिच्या आवाजात एक सुटकेचा भाव होता. स्वप्नामध्ये हे घर तिला कसं दिसत असेल?... डॅनियलच्या मनात विचार आला.

याच घरात तिने आईला मरून पडलेली पाहिलं होतं. पिस्तूल कपाळाला लावून केलेल्या आत्महत्या त्यानेही त्याच्या कारकिर्दीत अनुभवलेल्या होत्या. यापैकी एका भिंतीवर तरी रक्त, कवटी आणि हाडांचा चुरा उडालेला असणार. इतकी भयाण आठवण बाळगत इतकी वर्षं जगणं – किती भयानक आहे!

"कार्पेट निळं आहे." तो म्हणाला.

"पूर्वी तपकिरी होतं." तिची नजर चौफेर फिरू लागली. "सगळंच बदललंय."

"तेरा वर्षं झाली, ॲलेक्स. पूर्वीचं सगळं मोडीत निघणं अगदी स्वाभाविक आहे. घराला नवीन रंग तर लावावाच लागतो. तुला आठवतंय तसं घर आता कसं दिसू शकेल?"

ती हसली, पण ते स्वत:च्याच बावळटपणाला. "मला कळतंय, मला ते आधीच कळायला पाहिजे होतं."

"श्श्यू!" त्याने तिच्या कपाळावर ओठ टेकवले. "तू कमालीचं धैर्य दाखवतेयंस."

तिने मान हलवली आणि ऐकू येईल इतक्या जोरात आवंढा गिळला. "थँक यू.

अरे, पोलिसांचं म्हणणं बरोबर होतं. घराचा खरंच उकिरडा झालाय.'' तिने पायाच्या अंगठ्याने सतरंजी टोकली. 'बेली, तू काय विचार करत होतीस?'

''एड कुठे आहे, ते बघायला माझ्याबरोबर यायचंय?''

''हो.'' आणि अभावितपणे बोलून गेली, ''पण मला....''

पण मला सोडून जाऊ नकोस... ''मी तुला नाही सोडून जात, ॲलेक्स. जुन्या नाटकातले ते कलाकार कसे धडपडल्यासारखे नाचायचे, ते कधी पाहिलं होतंस? आपण तसं चालत जाऊ या.''

''तू म्हणजे माझी अगदी चेष्टाच करतोस, डॅनियल!''

तिला घट्ट जवळ धरून तो चालू लागला. ''एडऽऽ'' त्याने हाक मारली.

मागचा दरवाजा खाडकन उघडत एड स्वयंपाकघरातून बाहेर आला. त्याची मुद्रा चिंताग्रस्त होती. पण ॲलेक्सला पाहून तो चकित झाला. ''ती ठीक आहे, असं डॉक्टरांनी सांगितलंय ना?''

''तू त्यांना बोलावलंस?'' डॅनियलने विचारलं.

''हो. ती पालीसारखी पांढरीफटक पडली होती आणि चंद्रावर गेल्यासारखे तिच्या नाडीचे ठोके पडत होते,''

''थँक यू, एजंट रँडॉल!'' तिने थोडं अवघडून म्हटलं, ''मी आता ठीक आहे.''

''बरं वाटलं.'' आणि डॅनियलकडे डोळे मिचकावत तो म्हणाला, ''अरे, मी तिला म्हटलं की, मी तुला उचलून बाहेर घेऊन जातो, तर मला सरळ नाही म्हणाली.''

पुन्हा मनात तसा विचारही आणू नकोस, या अर्थाची नजर डॅनियलने टाकली आणि तो मिश्कील हसला. नंतर पुन्हा गंभीर होत तो आजूबाजूला पाहत राहिला. ''इथे कुणीतरी मुद्दाम नाटक रचलंय.'' तो म्हणाला.

''काय?'' ॲलेक्स त्याच्या बोलण्याने चक्रावली.

''होय मॅडम, कुणीतरी मुद्दाम या घराचा जाणूनबुजून उकिरडा केलाय. हे कार्पेट मळलंय, पण त्याखाली अजिबात धूळ नाही. कार्पेट उलटं करून पाहिलं, तर अगदी स्वच्छ आहे. कुणीतरी ते अगदी नियमित आणि अगदी अलीकडेसुद्धा स्वच्छ करत होतं. प्रत्येक वस्तू धुळीने माखलेली कशी असू शकेल? आम्ही नमुने घेतलेले आहेत आणि ते पूर्ण तपासू. पण मी पैज लावून सांगतो – सगळीकडे एकच साचा. एकच नक्षी. धूळ आणि राख एकत्र करून शिंपडलीय. संडास तर इतका स्वच्छ आहे की तिथलं पाणी तुम्ही पिऊ शकता.'' मग ओठ मुडपत म्हणाला, ''म्हणजे, तुम्ही ते प्या, असं मी म्हणत नाही.''

''नॅन्सी म्हणाली होती की, होप त्यांना कपाटात सापडली...'' तिने बोट दाखवलं; ''तिथे!''

"आम्ही तपासतो."

डॅनियलला नक्की ठाऊक होतं की, तो सांगतोय त्यापेक्षा एडने नक्कीच काहीतरी जास्त महत्त्वाचं शोधून काढलेलं असणार. "तू काय शोधलंस?"

ॲलेक्सने तर हट्टच केला – "मला सांग, प्लीज."

"घरामागच्या रानात काहीतरी झटापट झालेली असणार. आम्हाला रक्त सापडलं."

"केवढं रक्त?" ॲलेक्सने शांतपणे विचारले.

"केवढं तरी! कुणीतरी मुद्दाम ते पानांनी झाकून ठेवण्याचा प्रयत्न केला होता, पण सोसाट्याच्या वाऱ्याने ते चौखूर पसरलं. झाडांची पानंसुद्धा रक्ताने माखलेली आम्हाला दिसली. आय ॲम सॉरी!"

तिने मान हलवली. पण तिचा तोल जात होता आणि पुन्हा ती कापू लागली होती. "आलं लक्षात."

डॅनियलने पुन्हा तिला घट्ट पकडलं, "तुला घरातही रक्त सापडलं, एड?"

"अजून नाही. आता तर आम्ही सुरुवात केलीय. का रे?"

"कारण होप सगळी चित्रं फक्त लाल रंगानेच रंगवत सुटलीय." डॅनियलचं उत्तर ॲलेक्सने देऊन टाकलं. "ती जर सर्व वेळ त्या कपाटातच लपून होती, तर तिने रक्त पाहिलेलं असण्याचा प्रश्नच उद्‌भवत नाही."

"म्हणजे, एक तर ती खिडकीतून पाहत होती – असेल किंवा तीही तिथे बाहेर असेल." डॅनियलने तिचं वाक्य पूर्ण केलं.

"आम्ही तेही तपासू." एडने खात्री दिली.

डॅनियलने ॲलेक्सला थोपटलं, "चल ॲलेक्स, आपण बाहेर जाऊ. तुझं खूप बघून झालं."

तिने हनुवटी वर उचलली, "नाही अजून. आम्ही माडीवर जाऊ शकतो, एजंट रँडॉल?"

"कुठल्याही वस्तूला हात लावणार नसलात तरच!"

पण ती हलली नाही. डॅनियल तिच्या कानाशी कुजबुजला, "मगाशी म्हटलं तसं माझ्याबरोबर नाचत येणार की, खांद्यावर बसवून तुला घेऊन जाऊ?"

तिने डोळे बंद केले आणि हाताची घडी घातली. "मला हे करायलाच हवं, डॅनियल...."

तिचा आवाज कापत होता. आता ती भीतीच्या, शांतपणाच्या पलीकडे गेली होती.

डॅनियलला ती कल्पना फारशी आवडली नव्हती. तिच्या चेहऱ्यावरची भीती त्याला स्पष्ट दिसत होती. अंगात त्राण उरलेलं नव्हतं आणि कपाळावर घाम जमा

झाला होता. तरीसुद्धा त्याने बळेच तिचा उत्साह वाढवण्याचा प्रयत्न केला, ''तुला असं वाटत असेल, तर चल आपण जाऊ या.''

ती जिन्यापर्यंत गेली आणि थबकली. डोक्यापासून पायापर्यंत शरीर कंप पावत होतं. श्वास जोरात घ्यायला लागत होता. तिने जिन्याचा कठडा घट्ट पकडला आणि एखाद्या पक्ष्याप्रमाणे त्यावर आपली नखं रुतवली. 'साधं घर तर आहे!' असं म्हणत मोठ्या धीराने दोन पायऱ्या चढली आणि गचकन थांबली.

आपल्याकडे बघून तिला शांत वाटेल, असं डॅनियलला वाटलं. आपल्या हाताने तिची मान वळवून त्याने तिच्या डोळ्यांत खोल पाहिलं. तिच्या डोळ्यांत भीती पसरली होती.

''मला नाही जमायचं.'' ती कुजबुजली.

''मग नको जाऊस!'' तोही हळू आवाजात म्हणाला.

''मला जायलाच हवं.''

''पण का?''

''ते मला नाही ठाऊक... पण जायलाच हवं.'' डोळे घट्ट मिटून तिने साऱ्या वेदना सहन केल्या.

''खूप मोठा आवाज येतोय!'' तिचा आवाज लहान मुलासारखा वाटला.

''ते काय म्हणताहेत?'' त्याने विचारलं आणि तिने झटकन डोळे उघडले.

''काय?''

''किंचाळताना ते काय म्हणत असतात? नेमके शब्द काय असतात?''

''दूर हो...'' ती बोलू लागली. ''मला तू नाही आवडत. मी तुझा तिरस्कार करते. तू मरून का नाही गेलीस?'' आणि तिच्या गालांवरून अश्रू वाहू लागले.

डॅनियलने ते अश्रू आपल्या अंगठ्याने पुसले. ''कोण म्हणतं हे?''

ती हुंदके देत होती. ''माझी ममा... ती माझी ममा असते.''

डॅनियलने तिला आपल्या कुशीत धरली आणि तिनेही त्याच्या कोटाची कॉलर घट्ट पकडली. तिला तसंच मागे आणत तो जिना उतरला.

ते बाहेर आले, तेव्हा ती ॲब्युलन्स निघतच होती. ब्लेडसोने ॲलेक्सकडं एक कटाक्ष टाकला. तो मान वाकवत तिच्यासमोर झुकला आणि धडपडत पुढे येऊ लागला.

डॅनियलने त्याच्याकडे ती त्याची खास कमावलेली नजर वळवली, तसा तो होता त्या जागी पुतळ्यासारखा निश्चल झाला.

''काय झालं तिला?'' ब्लेडसोने विचारलं.

''काही झटका वगैरे आलेला नाही.'' डॅनियल ताडकन म्हणाला, ''चल, बाजूला हो.''

ब्लेडसो न वळता मागे जाऊ लागला. "आय ॲम सॉरी! माझ्या मनात तसं काही नव्हतं."

"यापुढे वाकड्यात शिरायचं नाही. बाजूला हो म्हटलं ना?"

ब्लेडसो रडकुंडीला आल होता, "पण तिला बरं वाटतंय ना?"

ती त्याच्या खांद्यावर डोकं टेकवून ढसढसा रडत होती आणि ते पाहून डॅनियलही कळवळला,

"बरं नाहीये, पण बरं वाटेल."

डटन, मंगळवार, ३० जानेवारी, संध्याकाळी ६ वाजून ४५ मिनिटे

ॲलेक्सच्या पोर्चमध्ये एक तांबूस केसांची सडपातळ व्यक्ती अगदी वाकून पायऱ्यांवर बसलेली होती. आपल्या हातांनी तिने आपला चेहरा झाकून घेतला होता. दरवाजा उघडून डॅनियल गाडीच्या बाहेर आला आणि त्याच क्षणी ॲलेक्स म्हणाली होती ते सहा सूर त्याच्या कानावर पडले. तेच-तेच-तेच. पुन्हा–पुन्हा–पुन्हा.

तांबूस केसांच्या त्या व्यक्तीने मान उचलली आणि सारी सहनशक्ती हरवून बसलेली एक वैफल्यग्रस्त स्त्री–डॅनियलला समोर दिसली. त्या स्त्रीने ॲलेक्सला पाहिलं आणि ती चटकन उठून ॲलेक्सकडे लक्षपूर्वक पाहू लागली. "माय गॉड! हिला काय झालं?"

"ती ठीक आहे." डॅनियल म्हणाला. तो गाडीपाशी गेला आणि ॲलेक्सला आधार देत घेऊन आला. "रिले, चल– चल." आणि त्या आळसावलेल्या जनावराने रस्त्यावर सावकाश उडी मारली. ॲलेक्स त्या सुरावटीने चमकली. "ती अजून वाजवतेय?"

तांबूस केसांच्या स्त्रीने मान डोलावली. "हो."

"त्या ऑर्गनचा प्लग काढून का टाकत नाही?" डॅनियल सहज बोलून गेला; पण त्यावर संतापाने लाल होत त्या स्त्रीने त्याच्याकडे असा काही कटाक्ष टाकला की, डॅनियल नकळत दोन पावलं मागे सरला "सॉरी–!"

"मी त्या ऑर्गनचा प्लग काढण्याचा प्रयत्न केला होता." ती दात आवळून म्हणाली.

"ती किंचाळायला लागली– कर्कशपणे!" तिने ॲलेक्सकडे हताश नजरेने पाहिलं.

"कुणीतरी माझ्याकडे पोलिसांना पाठवलं."

"चेष्टा नाही ना करत?" ॲलेक्स म्हणाली, "कोण आलं होतं?"

"कॉवेल नावाचा कुणी इन्स्पेक्टर. तो म्हणाला, तुमचे शेजारी तक्रार करताहेत...

ती जर ओरडायची थांबली नाही, तर तिला बालगृहात न्यावं लागेल. मी ऑर्गनला पुन्हा प्लग जोडला आणि मनात म्हटलं, काय करायचं ते नंतर बघू. ॲलेक्स, मला वाटतं, गोळ्या देऊन तिला झोपवावं लागेल.''

ॲलेक्सने खांदे पाडले. ''कर्म माझं! बरं डॅनियल, ही माझी मावसबहीण डॉ. मेरिडिथ फॅलन. मेरिडिथ, हा एजंट डॅनियल व्हार्टोनियन.'' आपल्या पायाकडे पाहत ती म्हणाली, ''आणि हा रिले.''

मेरिडिथ हसली. ''ते मी ओळखलंच. ॲलेक्स, आधी आत चल बघू. तुझा काय अवतार झालाय! एजंट व्हार्टोनियन, मगाचच्या माझ्या उद्धटपणाबद्दल रागावू नकोस. माझी सहनशक्ती संपत चालली होती.''

काही मिनिटांत त्या संगीतामुळे त्याचं डोकं उठलं होतं. तासन् तास ते निमूट ऐकणं म्हणजे एक कठोर शिक्षाच होती. त्या दोघींच्या पाठोपाठ तो बंगल्यात शिरला. समोर एक सोनेरी, कुरळ्या केसांची लहान मुलगी आपल्या एका बोटाने ते सहा सूर बडवत होती. त्यांच्याकडे तिने मान उचलूनसुद्धा पाहिलं नाही.

ॲलेक्सने चिडून आपला जबडा आवळून धरला. ''हे हिचं आता अती होत चाललंय. आपण काही करून होपला बोलतं करायला हवं.''

ॲलेक्स तरातरा गेली आणि तिने सरळ प्लग काढून टाकला. दुसऱ्याच क्षणी आवाज थांबला आणि होपने झटकन वर पाहिलं. छाती फुगवत तिने मोठा श्वास घेतला आणि किंचाळायला तोंड उघडलं. पण तिच्या तोंडातून आवाज निघायच्या आधीच ॲलेक्सने आपला चेहरा तिच्या चेहऱ्याच्या अगदी जवळ नेला. ''नाहीऽऽ अजिबात किंचाळायचं नाही!'' तिने होपच्या खांद्यावर हळुवारपणे आपले हात टेकवले. ''माझ्याकडे बघ होप, बघ. आता बघ.''

चक्रावून गेलेल्या होपने गोंधळून ॲलेक्सकडे पाहिलं. बाजूला असलेली मेरिडिथ नकळत पुटपुटली, ''किंचाळू नकोस. आता ही ओरडून घर डोक्यावर घेणार!''

''श्शऽऽ'' डॅनियलने तिला चूप केलं.

''होप, अगं, आत्ता मी तुझ्याच घरी जाऊन आले.'' ॲलेक्स म्हणाली, ''सोनू, मला माहितीये गं, तुला अगदी नको-नको ते बघायला लागलं. कुणीतरी तुझ्या मम्माला मारलं, हेही मला आता कळलंय.''

मेरिडिथने डॅनियलच्या नजरेला नजर दिली, ''ती त्या घरी जाऊन आली?'' डॅनियल डोळ्यानेच 'हो' म्हणाला.

होप पापणी न हलवता ॲलेक्सकडे एकटक पाहत होती. तिला आतून खूप यातना होत असाव्यात; पण ती किंचाळली नाही. तिच्या डोळ्यांना मात्र अश्रूंची धार लागली.

"तू घाबरलीयेस..." ॲलेक्स म्हणाली, "आणि मीसुद्धा. पण आठव होप... तुझी ममा तुझ्यावर खूप-खूप प्रेम करते, हे तुलाही पक्कं ठाऊक आहे. काहीतरी कारण घडल्याशिवाय ती तुला अशी कधीच सोडून गेली नसती."

क्षणभर डॅनियलला वाटलं की, ॲलेक्स कोणाची समजूत घालतेय? होपची की स्वत:चीच? *'मी तुझा तिरस्कार करते. तू मरून का गेली नाहीस?'* तिच्या आईने हे शब्द उच्चारले असतील किंवा नसतीलही, पण तिच्या मनात मात्र ते शब्द खरोखरीच घुमत होते. ते ओझं सतत उरावर ठेवून जिणं मुश्कील होतं. आणि हे तोच जास्त चांगलं समजू शकत होता.

अजूनही गालांवर अश्रू ओघळतच होते, पण आता होप ऑर्गनचं ते टेबल, एखाद्या सी-सॉच्या फळीसारखं जोरजोरात डोलवू लागली. ॲलेक्सने तिला उचलून कडेवर घेतलं आणि तीही तसंच करू लागली. "श्शऽऽ मी आता इथे आहे ना? मेरिडिथसुद्धा आहे. आम्ही तुला अजिबात एकटं सोडणार नाही. तू आता अगदी सुरक्षित आहेस."

रिलेही त्यांच्याजवळ आला आणि टेबलावर पाय आपटू लागला.

ॲलेक्सने होपची घट्ट बंद मूठ उघडून तिची बोटं मोकळी केली आणि तिचा हात हळूच रिलेच्या डोक्यावर ठेवला. रिलेने आपला भला मोठा सुस्कारा सोडत, होपच्या गुडघ्याला नाक घासलं. होप हळूहळू रिलेचं डोकं थापटू लागली.

बाजूला असलेली मेरिडिथ किंचित मस्करी करत म्हणाली, "तिने ज्या आवेशात चित्रं रंगवली किंवा ऑर्गन वाजवला; त्याच आवेशात जर तिने रिलेचं डोकं थोपटलं, तर रात्रीपर्यंत रिलेला टक्कल पडलेलं असेल!" आणि मग जरा दबक्या आवाजात तिने डॅनियलला विचारलं, "ती खरंच त्या घरी गेली होती?"

"होय."

"...आणि तूही तिच्याबरोबर होतास?"

"हो."

"थँक्स." आणि घसा खाकरत ती म्हणाली, "ॲलेक्स, मला जाम भूक लागलीय आणि मला या घराच्या बाहेर पडायचंय. सकाळी मी जॉगिंग करायला गेले होते, तेव्हा पोस्ट ऑफिसच्याशेजारी मी एक पिझ्झ्याचं हॉटेल पाहिलं."

"प्रेस्टो पिझ्झा?" डॅनियलने चकित होऊन विचारलं.

"तुला ठाऊक आहे?"

"लहानपणी आम्ही तिथे जायचो. पण अजूनही ते तिथे असेल, असं वाटलं नव्हतं."

"तर मग, ठरलं. आपण तिथे जातोय. ॲलेक्स, पटकन मेकअप कर. आपण बाहेर जेवणार आहोत."

ती कल्पना ॲलेक्सच्या पचनी पडली नाही, “कसं शक्य आहे? आम्हाला सिस्टर ॲनेकडे जायचंय!”

“आपण जेवण झाल्यावर तिथे जाऊ. होपलासुद्धा बाहेर पडावंसं वाटत असणार. मी तिला हातमोजे वगैरे घालून तिची तयारी करते. तू तिला तिच्या कोषातून छान बाहेर काढलीयस. आता मी तिला पुन्हा मागे वळून पाहू देणार नाही.”

“आणि ॲलेक्स, काहीही असलं तरी आपल्याला आधी खायला तर लागणारच.” डॅनियल म्हणाला. त्याचा युक्तिवाद ऐकून मेरिडिथने त्याच्याकडे खुशीचा कटाक्ष टाकला. “त्याला काही वेळ लागणार नाही. तिथूनच आपण ॲनेकडे जाऊ. बघू या तरी, हॉटेलमध्ये आपल्याला कोण-कोण भेटतंय? ज्याने तुला गाडीखाली आणायचा प्रयत्न केला, तो तर तुझ्यावर नजर ठेवून असणारच. बेलीला पळवणारा इसम – जरी समजा तो नाही निघाला – पण तिला कोणी पळवलंय, हे तर त्याला माहीत असेल?”

“बरोबर आहे तुझं.” ॲलेक्सला पटलं. “आणि प्रश्न एकट्या बेलीचाच नाही, तर बळी गेलेल्या अन्य दोन मुलींचाही आहे. माफ कर डॅनियल, मी खूप स्वार्थीपणे वागले. माझा चांगलाच गोंधळ उडालाय.”

“ठीक आहे. आजचा तुझा दिवस फारच वाईट गेला.” त्याने जाऊन थकलेल्या ॲलेक्सला जवळ ओढलं आणि आपल्या छातीवर तिचं डोकं टेकवलं. “चल, आता लवकर कपडे बदलून तयार हो.” त्याने होपकडे पाहिलं. ती रिलेचं डोकं थापटत होती. रिलेने डॅनियलकडे अगदी करुण मुद्रेने पाहिलं आणि डॅनियल हसू आवरू शकला नाही. “ॲलेक्स, लवकर आटप; नाहीतर बिचारा रिले माझ्याकडे केसांचा ‘विग’ मागायचा.”

मंगळवार, ३० जानेवारी, रात्री ७ वाजता

समोरच्या आरशातून मागे पाहत, त्याने स्टिअरिंगवरची पकड आणखीनच घट्ट केली. ती अजून दिसतच होती. यूएस-१९ ला पोहोचल्यापासून त्या गाडीने त्याचा सतत पाठलाग चालविला होता.

आपण आता कुठे चाललो आहोत, याचा व्हेट पोर्टरला आता काहीच पत्ता लागत नव्हता. पाठलाग करणाऱ्या गाडीला काही करून चकवायचं, एवढाच विचार त्याच्या मनात होता. बाजूला व्हायचंय... त्याचं ‘लक्ष्य’ बनवलं गेलंय... जेव्हा त्याच्या मित्राने ‘काहीही नाही’ हे शब्द ज्या घृणास्पद तुच्छतेने उच्चारल्याचं त्याने ऐकलं, तेव्हाच त्यामागचा हा अर्थ त्याला कळून चुकला होता. त्याचा मित्र... पाणी नाकातोंडात जाताच त्याने बिनदिक्कत याचा हात सोडून दिला होता!

त्या गाडीला चकवायला हवं. काहीही करून स्वत:ला वाचवायला हवं. त्याला सर्व गुपितं माहिती होती. एखाद्या सज्जन वकिलाने ती त्याच्याकडून अगदी हसत मिळवली असती; किंमत चुकवून मिळवली असती आणि तो माफीचा साक्षीदार होऊन त्याची किंमत वसूल करणार होता.

त्याने अचानक भलतीकडेच कुठेतरी गाडी वळवली. तो भरकटला. दिसेनासा झाला आणि अचानक त्याने मागून इंजिनाचा 'धडाम्' असा प्रचंड आवाज ऐकला. आणि दुसऱ्याच क्षणी त्याला तेवढाच प्रचंड गचका बसला. हातातून स्टिअरिंग सुटलं आणि गाडीचे टायर्स रस्ता सोडून खाली घसरले. गाडीवर ताबा ठेवण्याचा त्याने आटोकाट प्रयत्न केला, परंतु आता खूपच उशीर झाला होता. रस्ता खोल खाली उतरत चाललेला... त्याने पाहिला. खिडकीच्या बाजूने आजूबाजूची झाडं वेगात मागे सरकू लागली आणि एका झाडावर जाऊन गाडीचा पत्रा धम्कन आदळला. त्याच्या कवटीवर प्रहार झाला, छातीत असह्य वेदना झाल्या आणि गाडी गडगडू लागताच तोही गरगरत पार भेलकांडला. रक्ताचा लोहगंध आला – त्याचं स्वत:चं रक्त! *मी रक्ताळलोय.*

भोवतालचं जग स्तब्ध होऊन गेलं आणि त्याने भांबावून वर पाहिलं. तो बसल्या जागी उलटा लटकत होता आणि कमरेभोवतीचा पट्टा अजूनही गच्च आवळलेला होता. त्याने पावलांचा आवाज ऐकला आणि त्याला दोन गुडघे दिसले. कुणीतरी खाली वाकून गाडीची भग्नावस्था पाहत होतं. समोरच्या काचेतून दोन डोळे त्याच्याकडे रोखून पाहत होते आणि त्यांना पाहून त्याचा आपल्या डोळ्यांवरचा विश्वासच उडाला. ते दोन डोळे त्याच्या दाट परिचयाचे होते आणि त्यांवर त्याने दीर्घकाल विश्वास ठेवला होता. त्याच डोळ्यांनी आज दगा द्यावा...?

तरीही कण्हत-कण्हत तो जीवाच्या आकांताने ओरडला, "वाचव मला!"

"आजच तुला पट्टा अडकवायची बुद्धी व्हावी ना? अरे, तुला सुखाने मरायचीही अक्कल नाही... म्हणून तर तुझं नाव बिनडोक पोर्टर आहे!" त्याने कोपरानेच समोरची तुटलेली काच पुढे ढोसली आणि हात सरकवत गाडीच्या किल्ल्या घेतल्या. दुसऱ्या मिनिटाला किल्ल्या परतही केल्या. त्यातली एक चावी काढून घेतलेली असणार, हे व्हेटला पक्कं ठाऊक होतं. तो हसला असावा. या किल्लीने जेव्हा ते गुपित फोडलं जाईल, तेव्हा ते पाहून सर्वांचे डोळे पांढरे पडतील. पण अरेरे... ती प्रतिक्रिया पाहायला तू मात्र जिवंत नसशील.

त्याला पेट्रोलचा वास आला आणि पाठोपाठ कापूस जळू लागल्याचा... आणि त्याला सर्व समजून चुकलं.

माझा मृत्यू समोर ठाकलाय! त्याने डोळे घट्ट मिटून घेतले आणि इतके दिवस आधार दिलेल्या त्याच्या सहकाऱ्यांना तो शिव्यांच्या लाखोल्या वाहू लागला. तेरा

वर्षं त्याने जीवाच्या कराराने ते गुपित सांभाळून ठेवलं होतं आणि आज... *'तुम्हाला सर्वांना मी नरकात गाठेन.'*

तो रस्त्यावर उभा होता. ढुंगणावर हात ठेवून समोर ती गाडी भस्मसात होताना तो निर्विकारपणे पाहत होता. उभ्या असलेल्या जागेवरही त्याला आगीची झळ बसत होती. लवकरच कुणीतरी येईल... त्याने पेट्रोलचा कॅन डिकीत टाकला आणि वेगात गाडी सुरू केली. *'अच्छा, इगोर, तू मूर्ख, ××× होतास.'*

गाडी चालवता-चालवताच त्याने मद्याचा मोठा घोट घशाखाली रिचवला. एकेकाळी ते सात होते; आता ते तिघेच जण उरले.

त्यातल्या दोघांचा काटा त्याने काढला होता. डीजेचं प्रेत कधीच कुणाला मिळालं नाही. होडीमधून डीजेचं शरीर भिरकावल्यावर उसळलेल्या पाण्याबरोबरच बाजूच्या दलदलीतून उसळलेला गंधकाचा वास त्याला आठवला. त्या रात्री पाण्यातल्या सुसरींना मोठी मेजवानीच मिळाली होती.

डीजेसुद्धा त्यांना एक जोखीम ठरला होता. जुगार, दारू आणि बायका... शेकडोवारी बायका! उगाच नाही, जारेड ओब्रायनचं नाव त्यांन 'डॉन जुआँ' ठेवलं होतं. जारेडला प्यायल्यावर कसलंच भान उरायचं नाही. कोणत्याही क्षणी त्याने सर्वांना उघडं पाडलं असतं. एक तर जारेड तरी जिवंत राहणार होता किंवा ते सर्व तरी. पर्याय, अर्थातच सोपा होता!

परंतु इगोरला मारणं जरा अवघडच गेलं. पण आता गाडीने इतका पेट घेतल्यावर त्याचं शरीर तरी कुणाला सापडणार होतं? शेवटी दोघांचीही स्थिती एकच झाली होती. फरक एवढाच होता की, बिचाऱ्या सुसरी मात्र या खेपेस भुकेलेल्याच राहणार होत्या.

त्याला आता उरलेल्या दोघांची आठवण येऊ लागली. डॅनियल व्हार्टोनियननेच अहाबला संपवून टाकलं होतं. अर्थात, सायमनच्या समोर त्याला अहाब या नावाने हाक मारायची हिंमत त्यांच्यापैकी कुणालाच नव्हती. सायमनचा दराराच तसा होता. तो भडवा क्रूर होता. त्याच्याबद्दल, त्याच्या सवयींबद्दल दबक्या आवाजात कुजबुजणंसुद्धा धोक्याचं होतं. त्याचा लाकडी पाय, हा त्यातलाच एक विषय होता. पहिल्या खेपेस जेव्हा त्याला पुरलं गेलं, तेव्हा सगळ्यांनीच सुटकेचा निःश्वास सोडला होता. मात्र, हे बोलून दाखवायची कुणाचीच हिंमत नव्हती.

आणि तो दुसरा? तो तर कोणत्याही क्षणी संपणार होता. युद्धक्षेत्रात बरीच वर्षं राहूनही अंगावर येणाऱ्या गोळ्या चुकवत तो इतकी वर्षं कसा काय जिवंत राहिला याचं त्याला आश्चर्य वाटायचं. शेवटी एका इराकी सैनिकाच्या हातून मारला गेला. डटनच्या शहीदपुत्राला राष्ट्रीय सन्मानात आणलं जातंय, या बातमीने त्याचा सगळा

ताण हलका झाला होता. कारण त्याचा काटा काढणं कठीण होतं. तो शहर सोडून गेला होता आणि त्याच्यावर आता नियंत्रण ठेवणं अशक्य होतं.

सायमनची गोष्ट वेगळी होती – त्याच्या मनात विचार आला. सायमन खरंच मेला आहे, असं समजून ते सर्व जण बरीच वर्षं निर्धास्त राहिले होते. खरं तर त्या क्रूर भडव्याला मारल्याबद्दल डॅनियलचेच आभार मानायला हवेत... पण डॅनियलचे आभार मानायची कल्पनाही त्याला असह्य झाली. सायमन महाभयंकर होताच; पण डॅनियल तर माजोरडा, उर्मट होता आणि डॅनियलचा माज तो कधीच सहन करू शकत नव्हता.

सायमन आणि वेड ज्या वाटेने गेले, त्याच वाटेवरून व्हेट आणि जारेडही निघून गेले होते.

आता त्यांची संख्या तीन होती. सायमन आणि वेडचा मृत्यू त्यांच्या नियंत्रणाच्या बाहेर झाला होता, त्यामुळे त्यांच्याकडच्या किल्ल्यांचं काय झालं, हे एक प्रश्नचिन्हच होतं. एका आठवड्यापूर्वी वाटत होतं की, त्यांच्याकडच्या किल्ल्या मिळाल्या की सर्व प्रश्न सुटतील. पण आता इतके नवीन प्रश्न उभे राहिले होते की, त्यापुढे त्या किल्ल्या मिळवणं, हा गौण प्रश्न ठरला होता.

जेनेट आणि क्लॉडिया – दोघींचाही खून झाला आणि ॲलिशिया ट्रिमेन सारख्याच खड्ड्यात त्याही ठेवलेल्या सापडल्या. *ते खून मी केलेले नाहीत. बॉसनेही केलेले नाहीत. त्यानेच ते केले असावेत, असा मी विचार करणंच किती मूर्खपणाचं होतं.* हार्वर्ड विचित्र आणि विक्षिप्त होता; पण तो मूर्ख नव्हता.

तरुणपणी ते सर्वच नादान होते; पण आता ते प्रौढ होते. समाजातले प्रतिष्ठित पुढारी होते. आपापसात केलेला हा अवघड करार सर्वांनी मिळून इतकी वर्षं कसोशीने पाळला होता. उभारलेल्या सुखासीन आयुष्याची आणि कमावलेल्या प्रतिष्ठेची त्यांना राखरांगोळी होऊ द्यायची नव्हती.

कुणीतरी वेगळ्याच इसमाने जेनेट आणि क्लॉडियाचा खून केला होता. ॲलिशिया ट्रिमेनच्या खुनामधल्या अगदी बारीक-सारीक तपशिलाचीही त्याने सही-सही नक्कल केली होती. तो अस्सल नकल्या होता.

शिवाय त्याला किल्ल्यांचीही माहिती कळाली होती. कुणीतरी त्यांना चांगलंच खिजवत होतं. त्याला व्हेट पोर्टर आठवला. त्यांच्या जीवाची घालमेल व्हावी, हाच त्याचा हेतू होता. व्हेट पोर्टर मनातून खचून गेला आणि त्याने स्वत:चा मृत्यू ओढावून घेतला.

आता ते तिघेच होते. त्यापैकी कुणीही जर कच खाल्ली नाही, तर त्यांचं कृष्णकृत्य कधीच बाहेर येऊ शकणार नव्हतं. ॲलिशिया ट्रिमेनच्या खुनाशी त्यांचा संबंध कधीच जोडला जाऊ शकणार नव्हता.

कारण त्यांनी तिला मुळी मारलेलंच नव्हतं. त्यांनी ॲलिशिया ट्रिमेनवर बलात्कार केला होता; पण त्यांनी तिचा खून नव्हता केला किंवा तिला ब्लँकेटमध्ये गुंडाळून फेकूनही दिलं नव्हतं. ज्याने ॲलिशिया ट्रिमेनचा खून केला होता, तो आज तेरा वर्षं गजांआड होता. जोपर्यंत ते शांतचित्त राहू शकत होते, तोपर्यंत त्यांच्यावर कुणीही आळ घेऊ शकत नव्हतं. मन शांत ठेवणं, हीच त्यांच्यासाठी आज काळाची गरज होती.

चित्त शांत ठेव आणि विचार कर... व्हार्टोनियनच्याही आधी त्याने त्या खुनी इसमाला शोधून काढणं फार आवश्यक होतं. कारण त्यांच्या टोळीचा पत्ता त्या भडव्याला नक्कीच लागलाय. व्हार्टोनियनच्या हाती तो आधी लागला, तर ही गोष्ट तो त्याच्याकडे नक्कीच ओकून टाकणार. आणि इतकी वर्षं त्यांनी लढविलेला बुरुज पाहता-पाहता कोसळून जाणार.

डॅनियल व्हार्टोनियनला नेमकं काय ठाऊक झालंय, हेसुद्धा मला कळायला हवं. पण बाकीच्या सर्वांना सोडून. व्हार्टोनियनच्याच हाती ही केस का सोपवली जावी? *व्हार्टोनियनला* सर्वच ठाऊक आहे? त्याला सायमनबद्दल... आणि आमच्याबद्दल ठाऊक आहे? सायमनची चावी त्याला सापडलीय?

त्याने दात कराकरा चावले आणि हळूहळू ब्रेक दाबले. त्याच्या पुढची गाडी संथ चालली होती. जणू ड्रायव्हरला कसलीच घाई नव्हती. आपले पुढचे दिवे जोरात चमकावून त्याने इशारा केला आणि ती गाडी शांतपणे डावीकडे सरकली. तिने त्याला पुढे जाऊ दिले.

त्याने समोरच्या मोकळ्या रस्त्यावर आपलं लक्ष केंद्रित केलं. त्यामुळे त्याचं मन अधिक मोकळं झालं आणि विचारही स्पष्ट होत गेले. व्हार्टोनियनला समजा काहीतरी संशय जरी आलाच असेल, तरीही अजून त्याने त्याची वाच्यता मात्र केलेली नाही. पण तो अबोल म्हणूनच ओळखला जाई. आपल्या भेदक नजरेने तो समोरच्याचा थरकाप उडवायचा.

...आणि त्याच व्हार्टोनियनने आता ॲलेक्स फॅलनला जवळ केलं होतं. अर्थात, तिच्या दृष्टीनेही प्रश्न महत्त्वाचाच होता. जेनेट आणि क्लॉडियाला कुणी मारलंय, हे जर त्यांना समजलं, तर सगळाच सत्यानाश होणार होता. ॲलिशिया ट्रिमेनबद्दल आणि ती कशी मेली याबद्दलही सगळीकडे एकच चर्चा सुरू आहे... आणि ॲलेक्स फॅलनच्या रूपाने तर सगळ्यांना मिनिटा-मिनिटाला ॲलिशिया ट्रिमेनची आठवण होत होती. त्यामुळे आगीत तेल ओतलं जात होतं.

बेली क्रायटन बेपत्ता झाल्यामुळेच तर ॲलेक्स फॅलनला घराबाहेर पडावं लागत होतं. तो बेलीवर नियंत्रण ठेवू शकत नव्हता, पण ॲलेक्सला काबूत ठेवणं तर त्याला सहज शक्य होतं. त्याच्या माणसाने मात्र आज मोठीच घोडचूक केली

होती. ॲलेक्स फॅलनवर लक्ष ठेवणं, ती काय करतेय याची खबर देणं आणि नको त्या लोकांशी तिला बोलू न देणं – एवढंच काम त्याच्यावर सोपवलं गेलं होतं. भर रस्त्यावर तिच्या अंगावरून गाडी न्यायला तर त्याला कुणीच सांगितलं नव्हतं. एखाद्याचं तोंड बंद ठेवण्यासाठी याहूनही अधिक चांगले मार्ग असू शकतात.

आणि हे त्याला पक्कं ठाऊक होतं. ॲलेक्स फॅलनचा काटा काढताना, तो ते तारतम्य नक्कीच ठेवणार होता. त्यानंतरचं दुसरं काम म्हणजे, दोन मुलींचा खून करणाऱ्या आणि किल्ली ठेवून खिजवणाऱ्या त्या माणसाला शोधून काढणं आणि तेही व्हार्टोनियनने त्याला पकडण्याआधी.

कारण एकदा व्हार्टोनियनसमोर त्यांचं कारस्थान उघडं पडलं की, सगळाच खेळ खलास होणार होता. त्या सर्वांच्या हातात बेड्या ठोकल्या जाणार होत्या. *पहिला मीच मरणार.*

त्याने ॲक्सिलेटरवर पाय दाबला आणि वेगात गाव गाठलं. त्याला तुरुंगातही जायचं नव्हतं आणि मरायचं तर बिलकुल नव्हतं. त्याच्यासमोर बरंच काम होतं.

मॅकने आपला कॅमेरा बंद केला. त्याच्या चेहऱ्यावर कडवट हास्य होतं. ते एकमेकांवर उलटणार, हे त्याला ठाऊक होतं. मात्र, ते इतक्या लवकर घडेल, असं त्याला वाटलं नव्हतं. पण त्या चौघांपैकी कुणीही गाडी काढून गावाबाहेर पडला की मॅक गेला महिनाभर त्यांचा पाठलाग करत असे. ज्याचा त्या चौघांनी कधीच उच्चार केला नसता, अशी गुपितं आपसूक त्याच्या हातात पडत आणि आजची रात्रही त्याला अपवाद ठरली नव्हती.

चौघांचे आता तिघे झाले होते आणि आपलं स्वप्न पूर्ण करण्याच्या मार्गावर मॅकने आणखी एक पाऊल पुढे टाकलं होतं. त्याने मगाशी काढलेले फोटो पुन्हा झरझर पाहून घेतले. त्याने त्या तिघांसाठी जबरदस्त व्यूह रचला होताच; पण यदाकदाचित तो बेत फसलाच, तर त्याच्या पर्यायी योजनेसाठी हे फोटो नक्कीच उपयोगी ठरणार होते. अनपेक्षित संकट समोर आलंच, तर स्वतःच्या सुटकेसाठी नेहमीच एक गुप्त मार्ग, एक चोरदरवाजा हेरून ठेवायला हवा... पर्यायी योजना! तुरुंगात त्याने शिकलेला हा आणखी एक धडा.

धडा शिकविण्यावरून आठवलं, तो तर आता एक नवा कोरा धडा शिकवायला सज्ज झाला होता. थोड्याच तासांत एक नवी कोरी मुलगी त्याच्या मालकीची होणार होती... लुसलुशीत, कोवळी.

११

डटन, मंगळवार, ३० जानेवारी, रात्री ७ वाजून ३० मिनिटे

“मस्त!” मेरिडिथने अगदी चवीने एक घुटका घेतला आणि आपल्या दोन्ही डोळ्यांच्या कोपऱ्यातून ती एखाद्या हेरासारखी आजूबाजूच्या वातावरणाचा अंदाज घेऊ लागली. “सगळ्या लोकांच्या नजरा आपल्याकडे लागलेल्या आहेत, हा अनुभवसुद्धा कधी-कधी सुखद असतो; नाही?”

आपण प्रवेश करताच प्रेस्टो पिझ्झा पार्लरमधलं वातावरण एकदम गंभीर झालंय, हे ॲलेक्सच्या लक्षात आलं. अशा वातावरणात मेरिडिथला विनोद कसा सुचू शकतो, या विचाराने ती हैराण झाली. तिने खिन्नपणे तिच्याकडे पाहिलं, “मी तुला आधी सांगितलं होतं की, हे असंच घडणार. गेला आठवडाभर मी जिथे जातेय तिथे लोकांच्या अशाच नजरा सहन करतेय.”

डॅनियलने तर खुर्चीत बसता-बसता तिच्या मानेभोवती हात टाकून मुद्दामच अधिक चमकोपणा केला होता.

“आणि तू तर त्यात अधिकच भर घालतोयस!” डॅनियलकडे वळून ती म्हणाली.

त्याने खांदे उडवले. “काल रात्री मी तुझं चुंबन घेतलं, हेसुद्धा त्यांना ठाऊक आहे!”

“आणि बेलीच्या घरी तो तुझ्याबरोबर आला होता, हेही.” मेरिडिथने भर घातली.

ॲलेक्स चमकली. “कसं काय? तासाभरापूर्वीच तर आम्ही जाऊन आलो.”

“दुकानातून पाव आणायला गेले होते, तेव्हा ऐकलं. तुला चक्कर आली आणि डॅनियलने हातात उचलून तुला बाहेर आणलं!”

“मला चक्कर नव्हती आली आणि मी स्वत:च्या पायांनी चालत बाहेर आले.” ओठांचा चंबू करत ती म्हणाली, “शप्पथ! या लोकांना दुसरा काही कामधंदाच नाही का?”

“आपण त्यांना भरपूर कामधंदा मिळवून दिलाय!” डॅनियल पुटपुटला,

"बरीच वर्षं गावाबाहेर असलेली दोन उनाड मुलं एकाच वेळी गावात परत एकत्र येणं, ही घटना काही नेहमी घडणारी तर नव्हे ना!"

"आणि आल्या-आल्या प्रेमचाळे करायला सुरुवात करतात..." बोलता-बोलता मेरिडिथ थांबली, "हे माझे नाहीत हं; मी ऐकलेले शब्द आहेत!"

ॲलेक्स वैतागली, "कुणाचे?"

डॅनियलने तिला जवळ ओढली. "काय फरक पडतो?" तो म्हणाला, "आपण लोकांना भरपूर खाद्य दिलंय. यापेक्षा अधिक काही चविष्ट मिळेपर्यंत, हे असंच सुरू राहणार."

टेबलावरच्या छोट्या चटईवर असलेलं कार्टून होपने बसल्या-बसल्या रंगवले होते. "छान रंगवलंयस!" मेरिडिथ होपला म्हणाली.

"तिथेसुद्धा लालच रंग वापरलाय!" ॲलेक्स इतक्या दबक्या आवाजात म्हणाली की, तिचं बोलणं फक्त तिला चिकटून बसलेल्या डॅनियललाच ऐकू आलं. त्याने हळूच तिचे खांदे दाबले. त्याच्याकडे पाहत ती म्हणाली, "एजंट रॅंडॉलने त्या दोन मुलींबद्दल काही अधिक शोधून काढलं?" त्याने तिच्या ओठांवर बोट ठेवून चूप बसण्याचा इशारा केला.

"हे इथे नको." तो कुजबुजला. त्याने सभोवार नजर टाकत आपल्याकडे रोखून पाहणारे सर्व चेहरे शांतपणे न्याहाळले. सावध आणि सराईतपणे त्याचे डोळे सगळीकडे फिरत होते आणि त्या दोन मुलींचा खुनी आणि बेलीला पळवून नेणारा इसम इथेच आजूबाजूला कदाचित बसला असेल, याचा तो वेध घेत असावा, असं ॲलेक्सला वाटलं.

'तो इसम माझ्यावर लक्ष ठेवून असेल?' असा विचार तिच्या मनात आला अन् एकदम तिच्या पोटात भीतीचा गोळा आला. आपल्या खरचटलेल्या हातांच्या तळव्यांकडे ती पाहू लागली. तिने ते जड बॅंडेज काढून टाकले होते, पण त्या तळव्यांकडे तिने पाहिलं मात्र आणि दुपारचा तो जीवघेणा प्रसंग तिच्या नजरेसमोर उभा राहिला. तो धक्का ती पुन्हा अनुभवू लागली. करकचून ब्रेक लावलेल्या टायर्सचा आवाज... किंकाळ्या... आजूबाजूच्या बघ्यांच्या आणि तिच्या डोक्यात नेहमी घुमणाऱ्या.

कुणीतरी तिला जीवे मारण्याचा प्रयत्न केला होता आणि ही गोष्ट तिच्या मेंदूत पूर्णपणे भिनलेली नव्हती.

कुणीतरी दोन मुलींचा जीव घेतला होता आणि ती गोष्टसुद्धा तिच्या मेंदूत अजून पक्की भिनलेली नव्हती.

कुणीतरी बेलीला जबरदस्तीने पळवून नेलं होतं, या गोष्टीचा तिला आधीही अंदाज होता; पण घरामागे सांडलेलं रक्त बघितल्यावर तर तिची पक्की खात्रीच

झाली होती. आत्ता ती त्या घरात उभी नव्हती आणि म्हणून अधिक वस्तुनिष्ठपणे विचार करू शकत होती.

"यापूर्वी मला कुणीच हे विचारलं नव्हतं!" ती अचानक बोलून गेली आणि तिच्या लक्षात आलं की, आपण फारच मोठ्याने बोलून गेलोय.

डॅनियल तिच्याकडे पाहतच राहिला. "काय विचारलं तुला?"

तिने त्याच्या डोळ्यांत पाहिलं. "किंकाळीबरोबर तुला काय शब्द ऐकू येतात?"

"खरंच? मला आश्चर्य वाटलं. मग... ते शब्द तुला आधीपासून माहीत होते, की आजच ते तुला स्पष्ट ऐकू आले?" डॅनियलने विचारलं.

'मी तुझा तिरस्कार करते... तू मरून का गेली नाहीस?' तिने नजर वळवली... "आधीपासून माहीत होते, पण त्या घरात उभी असताना... ते इतक्या स्पष्ट ऐकू आले ना... जणू ती समोर प्रत्यक्ष बोलतेय! जणू हे सर्व कालच घडलंय!"

त्याचा हात तिच्या केसांतून फिरत मानेजवळ आला आणि मानेच्या थरथरणाऱ्या नसेवर नेमक्या जागी अंगठा दाबून तो वरखाली फिरवू लागला. त्या स्पर्शात जादू होती. तिचा ताण, तिच्या वेदना पाहता-पाहता नाहीशा झाल्या. "हे तुला फार छान जमतं!" आपली हनुवटी छातीला टेकवत ती लाजून म्हणाली.

तोही मिश्कील हसला. "बरं झालं, सांगितलंस!" त्याने हात काढून घेतला. "चला! पिझ्झा आला, सुरुवात करू या.''

वेट्रेसने प्लेट्स नीट मांडून ठेवल्या आणि ॲलेक्सने तिच्या चेहऱ्याकडे पाहिलं. खडबडीत चेहरा आणि ओठांना लालभडक लिपस्टिक. चेहरा परिचित वाटला, पण तिला नक्की ओळख लागत नव्हती. तिने खूपच मेकअप केला होता. तिचं वय पंचवीस ते पस्तीसच्या दरम्यान असावं. शैला नावाची छोटी पाटी छातीवर लटकत होती आणि तिची नजर जणू डॅनियलला चिकटलीच होती. पण त्या नजरेत आकर्षण अजिबात नव्हतं. बोलू का, नको बोलू – अशा मन:स्थितीत ती असावी.

"तू, डॅनियल व्हार्टनियन ना?" शैलाने मनातलं बोलून दाखवलं.

तो तिला निरखत म्हणाला, "हो, मीच. पण सॉरी, मी तुला ओळखलं नाही?"

"नाही, तू मला ओळखणं शक्यच नाही. मी तुझ्यापेक्षा खूपच खालच्या स्तरात वाढले. माझे वडील गिरणी कामगार होते."

ॲलेक्सला आठवलं – त्या काळी निम्मं गाव गिरणीत नोकरीला होतं. बेलीचे वडीलही तिथेच काम करायचे. त्या रात्री क्रेग क्रायटन तिथेच तर होता. त्या वेळीच तर आईला तो जवळ असावा, असं वाटत होतं. *त्या रात्री आई मला जवळ असावीशी वाटत होती.* तिने डोळे गच्च मिटले. *शांत... शांत...* डॅनियलचा अंगठा पुन्हा तिच्या मानेवर आपलं काम करू लागला आणि पुन्हा जादूसारखा सगळा ताण

निघून गेला आणि हळूहळू ती वर्तमानात आली.

"तू शैला कनिंगहॅम." ॲलेक्स म्हणाली. "शाळेत बॉयोलॉजीच्या वेळेस आम्ही शेजारी-शेजारी बसायचो."

"मला वाटलं, तुला आठवणार नाही." शैला म्हणाली.

"हो. खूप काही मी विसरून गेलेय."

"आणि सध्या इथे खूप काही घडतंय!"

"शैला, आम्ही तुझ्यासाठी काय करू शकतो?" डॅनियलने विचारलं.

"तू आज बेलीच्या घरी गेला होतास ना?"

मेरिडिथने चमकून तिच्याकडे पाहिलं आणि ती सावध, सतर्कपणे ऐकू लागली. आजूबाजूचीही माणसं मान वळवून लक्षपूर्वक ऐकू लागली. शैलाचं मात्र त्याकडे लक्ष नव्हतं. बोलताना तिच्या मानेची शीर कडक होत ताठ झाली होती.

"बेली भटकी, व्यसनी, वाईट चालीची होती, असा गावातले लोक तुझा समज करून देतील; पण ते खरं नाही." तिने होपकडे कटाक्ष टाकला, "ती एक प्रेमळ आणि मायाळू आई होती."

"तू 'होती' असं म्हणालीस!" डॅनियल शांतपणे बोलला, "बेलीचं काय झालंय, याची तुला कल्पना आहे?"

"नाही. माहीत असतं, तर तुला सांगून टाकलं असतं. पण या पोरीला टाकून ती स्वत:हून निघून गेलेली नाही, याची मला खात्री आहे." तिने गाल आक्रसून धरले. मनात साठलेलं सगळंच उघडपणे बोलता येत नव्हतं. "सगळं गाव फक्त त्या श्रीमंत मुलींच्याच खुनांची चर्चा करण्यात दंग आहे. बिचाऱ्या गरीब मुलींची कुणालाच पर्वा नाही. बेलीची काळजी कुणीच करत नाही." तिने ॲलेक्सकडे पाहिलं अन् म्हणाली, "एकट्या तुझ्याशिवाय."

"शैलाऽऽ" स्वयंपाक खोलीतून दमदार आवाजात आज्ञा केली गेली. "इकडे ये, ताबडतोब." त्या आवाजामागची ताकीद लक्षात येऊन ती कुत्सित हसली. "परत फिरायला हवं, बाबा. खूपच बोलून बसले. उगाच माझ्यामुळे बोट डुगडुगायला नको आणि कुणाच्यातरी नाकातोंडात पाणी शिरायला नको."

"का?" डॅनियलने विचारले. "बोटीला धक्का मारलास, तर असं काय मोठं होणार आहे?"

आपला खालचा लाल ओठ तिने कडवटपणे मुडपला, "बेलीलाच विचार की अरे, पण हो – विचारायला ती इथे आहेच कुठे?" उंच टाचेच्या चपला करकरवत ती वळाली आणि ताडताड चालत तिने किचनचा दरवाजा दाणकन आपटला.

ॲलेक्स सावरत खुर्चीवर मागे रेलली. "असं आहे, तर!"

किचनचा अजूनही हलणारा दरवाजा पाहत डॅनियल म्हणाला, "हो, खरंच –

असं आहे.'' समोरचा पिझ्झा त्याने आपल्या प्लेटमध्ये काढून घेतला. त्याच्या कपाळावर आठ्या होत्या. ''खाऊ या.'' तो म्हणाला.

मेरिडिथने खाली मान घातलेल्या होपपुढे पिझ्झ्याचा छोटा तुकडा सरकवला, पण ती चिमुरडी त्याकडे नुसती पाहत राहिली, ''चल ना होप, खा ना!''

''अजूनपर्यंत तिने काही खाल्लं आहे की नाही?'' डॅनियलने विचारलं.

''खूप वेळ तिच्यापुढे धरून ठेवलं, तर ती थोडंसं खाते.'' मेरिडिथने उत्तर दिलं, ''पण अजूनपर्यंत आम्ही फक्त सँडविचेस खात होतो. इथे आल्यापासून हे माझं पहिलंच खरं जेवण आहे.''

''सॉरी...'' ॲलेक्स म्हणाली, ''मला पाहुण्यांची कधीच नीट काळजी घेता येत नाही.''

''मी काही म्हटलं का?'' मेरिडिथने पिझ्झ्याचा तुकडा तोंडात टाकला आणि कौतुकाने डोळे मिटले, ''चव मस्त आहे. डॅनियल, तू बरोबर म्हणाला होतास.''

''हो ना? म्हणून तर अशा ठिकाणी पुन:पुन्हा यावंसं वाटतं.'' समोरचा दरवाजा उघडत एक जण आत आला आणि डॅनियल हताशपणे म्हणाला, ''आत्ताच नेमका टपकला!''

अतिशय उंची सूट घातलेला एक धिप्पाड पुरुष जळजळीत नजरेने डॅनियलपाशीच येत होता.

''नगराध्यक्ष!'' ॲलेक्स मेरिडिथच्या कानापाशी कुजबुजली, ''गार्थ डेव्हिस.''

''ठाऊक आहे.'' मेरिडिथही दबक्या आवाजात म्हणाली, ''सकाळच्या पेपरात फोटो पाहिलाय.''

''डॅनियल,'' तो त्यांच्या टेबलापाशी येऊन थांबला, ''तू मला फोन करणार होतास?''

''जर मला काही समजलं असतं, तर. तुला सांगण्यासारखं माझ्यापाशी काहीच नाही.''

गार्थ डेव्हिसने आपले दोन्ही हात टेबलावर टेकवले आणि पुढे वाकून तो जवळजवळ डॅनियलच्या चेहऱ्यालाच भिडला. ''तू म्हणाला होतास की, मला एक दिवस दे. तू म्हणाला होतास की, तू त्याच कामात गर्क आहेस. आणि तू तर इथे मस्त मजेत बसला आहेस!''

''आणि मी इथे मस्त, मजेत बसलोय.'' डॅनियल थंडपणे म्हणाला, ''माझ्या नजरेसमोरून आधी दूर हो, गार्थ.''

महापौर हलला नाही. ''तुमच्या कामात काय प्रगती होतेय याची ताजी खबर मला सतत मिळाली पाहिजे.'' आजूबाजूच्या लोकांना कळावं, म्हणून मुद्दाम तो चढ्या आवाजात बोलत होता, हे ॲलेक्सच्या लक्षात आलं. ते त्याचे मतदार होते आणि तो मुरब्बी राजकारणी होता.

डॅनियलही पुढे वाकून आणखी त्याच्या चेहऱ्याजवळ आला, "मी तुला म्हटलं, माझ्या नजरेसमोरून बाजूला हो, गार्थ." आणि अशा काही थंड नजरेने त्याने गार्थकडे पाहिलं की, बाजूला बसलेली ॲलेक्सही दचकली. "आत्ताच्या आत्ता!"

गार्थ डेव्हिस ताठ होत सरळ उभा राहिला आणि किंचित बाजूला सरकला. डॅनियलने शांतपणे एक श्वास घेतला. "थँक यू, महापौर डेव्हिस. तुला ताज्या घडामोडींची माहिती हवीय, यामागची तुझी तळमळ मी जरूर समजू शकतो. पण लक्षात घे, की जरी माझ्यापाशी माहिती असती, तरी मी तुला सांगायची ही जागा तर निश्चितच नव्हे. आज दुपारी मी ती सांगण्याकरिता तुझ्या ऑफिसमध्ये फोनही केला होता. फोन बराच वेळ वाजत राहिला. कुणीही उचलला नाही."

डेव्हिस डोळे बारीक करत म्हणाला, "दुपारी मी काँग्रेसमन बॉवीच्या घरी होतो. मला निरोप मिळाला नाही. डॅनियल, आय ॲम सॉरी." पण त्याच्या डोळ्यांत मात्र ती याचना जराही दिसत नव्हती. "मी ऑफिसमधल्या त्या माणसाशी बोलतो आणि फोन का उचलला नाही, याचं स्पष्टीकरण मागतो."

"जरूर माग. जर तुला अजूनही माझ्याकडून माहिती हवी असेल, तर मी जेव्हा अशा एखाद्या सार्वजनिक ठिकाणी नसेन, तेव्हा तुला फोन करून सांगेन."

महापौर थोडा खुलला, "नक्कीच. जेनेट आणि क्लॉडियाची बातमी आल्यावर, आजचा दिवस तर फारच भयानक गेला."

"आणि बेली क्रायटनबद्दलसुद्धा!" ॲलेक्स शांतपणे म्हणाली.

तिच्या बोलण्याने डेव्हिस क्षणभर बावचळून गेला, पण त्याने लगेच स्वतःला सावरले, "हो-हो. आणि बेलीबद्दलसुद्धा. हे बघ डॅनियल, आत्ता रात्रीपर्यंत मी ऑफिसमध्येच असणार आहे. जमलं तर फोन कर." तो चटकन निघून गेला.

"झालं. आता तुझी सगळी भूक मेलेली असणार?" ॲलेक्स काळजीने म्हणाली.

"ॲलेक्सऽ" मेरिडिथचा आवाज घाबरलेला होता आणि ती का घाबरलीय, हे ॲलेक्सच्या क्षणार्धात लक्षात आलं.

होपने पिझ्झ्यावरचं चीज बाजूला सारलं होतं आणि त्यावरच्या सॉसने आपले हात आणि चेहरा माखून घेतला होता... जणू ती रक्तानेच माखलीय, असं तिच्याकडे पाहून वाटत होतं. ती ज्या पद्धतीने उड्या मारत अख्खी खुर्ची हलवत होती, ते बघून तर ॲलेक्सच्या अंगातलं रक्तच गोठून गेलं.

डॅनियल चटकन उठला आणि खिशातल्या रुमालाने त्याने होपचे हात आणि चेहरा पुसून काढला. "होप बेटा –" तो मुद्दाम हसत-खेळत लाडिकपणे म्हणाला. तो उगाचच आव आणतोय, हे ॲलेक्स समजून होती. "काय केलंस बघ – नवीन फ्रॉक सगळा खराब नाही का झाला?"

मागच्या टेबलावर बसलेलं जोडपं उठून त्यांच्यापाशी आलं आणि ॲलेक्सने त्यांना ओळखलं. टॉबी ग्रॅनव्हिले आणि त्याची बायको होती. "काही मदत हवी का?" टॉबीने चटकन विचारलं.

"नको, थँक्स." डॅनियल काही विशेष घडलं नाही, असं दाखवत सहजपणे म्हणाला, "आम्ही तिला घरी नेऊन आता बाथरूममध्येच उभी करतो! मुलं कशी उपद्‌व्याप करतात, तुम्हाला ठाऊकच आहे." त्याने मागच्या खिशातून पैशाचं पाकीट काढलं. तोपर्यंत हातात ओला टॉवेल घेऊन शैला आलीच होती.

ती त्यांच्यावर लक्ष ठेवूनच होती. पण तीच कशाला; आजूबाजूचे सगळे जण तेच तर करत होते!

डॅनियलने पैसे ठेवत बिलाची घडी घातली, पण त्यासोबत त्याने हळूच लपवून ठेवलेलं आपलं आयकार्ड ॲलेक्सच्या नजरेतून सुटलं नाही. "उरलेले पैसे राहू देत." त्याने ॲलेक्सला आधार देत उभं केलं आणि ॲलेक्सच्या लक्षात आलं की, आपले गुडघे जड झालेत. तिने पाय हलवत ते मोकळे केले आणि मेरिडिथच्या मागे चालू लागली. डॅनियलने होपला कडेवर उचलून घेतलं. "ए, आमची छोटी परी! चल, आता आपण तुझ्या घरी जाऊ या."

ॲलेक्सने शैलाकडे एक शेवटचा कटाक्ष टाकला आणि डॅनियलच्या मागे गाडीपाशी गेली. पाच मिनिटांच्या आतच ते बंगल्याच्या दारात होते. दाराचा उंबरा ओलांडताना ॲलेक्स थोडीशी लंगडली. मेरिडिथने मात्र आत येऊन खेळण्यातली राजकन्या फिओनाला बाहेर काढत टेबलावर नीट ठेवून दिली आणि डॅनियलच्या कडेवरून होपला घेत तिला फिओनासमोर खुर्चीत बसवलं.

"होप, आता लवकर लवकर त्यांनी तुझ्या ममाला काय केलं, ते आम्हाला दाखव." खेळण्यामध्ये वेगवेगळे रंग भरलेले छोट-छोटे कॅन्स होते. त्यातल्या लाल रंगाचा कॅन उडघून तिने होपचा हात त्यात बुचकळला.

होप हाताने तो लाल रंग फिओनाच्या चेहऱ्याला आणि डोक्याला फासू लागली. बघता-बघता तिने फिओनाचं डोकं, तोंड, केस लाल रंगाने चोपडून टाकले. रंग संपून गेला आणि होप अगतिकपणे मेरिडिथकडे पाहू लागली.

ॲलेक्सची गात्रं थंड पडली होती, "तिने तर सर्व पाहिलंय!"

"याचा अर्थ – हे कुणी केलं, हेही तिने बघितलंय." डॅनियल गंभीरपणे बोलला, "ॲलेक्स, आपण त्या धर्मशाळेत उद्या जाऊ. आज मी तिला आमच्या एका चित्रकाराकडे घेऊन चाललोय. वर्णनावरून तो चित्र काढतो. आमच्या जीबीआयच्या मानसशास्त्रतज्ज्ञाकडे उद्या सकाळी होपला घेऊन ये, असं माझा बॉस म्हणाला होता; पण आज रात्रीच होपला घेऊन जायला हवं."

ॲलेक्स चिडली, "मेरिडिथ ही नावाजलेली बालमानसशास्त्रज्ञ आहे आणि

होपचा तिच्यावर पूर्ण विश्वास आहे.''

पण मेरिडिथनेच मानेने नकार दिला, ''ॲलेक्स, मी आता तिच्या फारच जवळची होऊन गेलेय. डॅनियल, तू तुझ्या डॉक्टराला फोन कर. माझ्यापरीने मी तिला सर्व मदत करीन.''

ॲटलांटा, मंगळवार, ३० जानेवारी, रात्री ९ वाजता

त्या बारमध्ये आत्ताच डझनभर तरी सुरेख आणि आकर्षक मुली आलेल्या होत्या. पण त्यातल्या कुठल्या मुलीला घरी न्यायचंय, हे मॅकला पक्कं ठाऊक होतं. त्याने ते पाच वर्षांपूर्वीचं ठरवून टाकलं होतं. पाच वर्षांपूर्वीच्या त्या रात्री तिने आणि तिच्या दोन मैत्रिणींनी त्याला हातोहात फसवलं होतं. तोंडावर त्याचा अपमान केला होता. त्याचा विश्वासघात केला होता. त्याच्या स्वप्नांचा चक्काचूर झाला होता आणि तो आयुष्यातून उठला होता. त्या वेळेस त्यांना आपण भलत्याच हुशार आणि चलाख असल्याचा गर्व झाला असेल! आज जेनेट आणि क्लॉडिया दूरच्या प्रवासाला निघून गेल्या आहेत आणि जेम्माही लवकरच त्याच मार्गावरून जाणार आहे! त्याचे हात शिवशिवू लागले. तो जसजसा तिच्या जवळ जाऊ लागला तसतसा त्याच्या डोक्यातला तो खुनशी किडा घूं-घूं आवाज करत त्याला सैतानी गुदगुल्या करू लागला होता. ती राजी होवो किंवा नाराज होवो; तिच्या या शेवटच्या संध्याकाळचा शेवट एकच होणार होता –

पद्धत तीच, मृत्यूही तोच आणि लपेटलं जाणारं तपकिरी ब्लँकेटही तेच! डटन नगरीच्या आधारस्तंभांना मुळापासून हादरवून टाकणारं आणखी एक हत्यार. गर्दीत घुसून तो बारच्या लांबलचक आडव्या टेबलावर रेलला. घुसताना एका बाईला त्याचा धक्का लागला आणि ती चिडून त्याला काहीतरी बोलली; पण त्याने तिच्याकडे साफ दुर्लक्ष केलं. त्याचं सगळं लक्ष आपल्या इनामी मोहऱ्यावर खिळलेलं होतं.

जेम्मा मार्टिन. तिला भोगणारा तो पहिला पुरुष होता आणि शेवटचाही तोच ठरणार होता. त्या वेळी ती सोळा वर्षांची चंचल युवती होती आणि त्याच्या मालकीच्या आकर्षक कॉर्व्हेट्टोच्या स्टिअरिंगवर फक्त एक तास बसायला मिळावं, एवढ्याच मोहापायी ती त्याच्याबरोबर यायला तयार झाली होती. त्या दिवशी नशेत गाडी चालवताना तिने गाडी ठोकून बंपर वाकडं केलं होतं. आजही तिला नशा चढण्याच्याच बेतात होती, पण गाडीऐवजी आज ती विद्रूप होणार होती. सूडाचा आनंद... मॅक आनंद लुटणार होता.

वाद्यांच्या कानठळ्या मारणाऱ्या आवाजाच्या गोंगाटात, तो तिच्याजवळ जात म्हणाला, ''एक मिनिट –'' ती वळाली. तिने त्याला अगदी वरपासून खालपर्यंत

निलाजऱ्या नजरेने न्याहाळलं. तिच्या डोळ्यांत लालसा काठोकाठ भरली होती. पाच वर्षांपूर्वी ती त्याच्या मूर्खपणाला हसली होती. आज ती त्याच्या मोहात होती, पण तिने त्याला अजिबात ओळखलं नव्हतं.

तिने मान तिरपी करत विचारलं, "बोल, काय हवंय?"

"आत्ता तू ती आलिशान लाल कॉर्व्हेट्टो चालवत आलीस ना? मी तर त्या गाडीवरून नजरच काढू शकलो नाही. कधीपासून माझ्या मनात एक कॉर्व्हेट्टो विकत घ्यायचीये. तुझ्या मनात गाडी विकायचा विचार आहे?"

ती मांजरीसारखी हसली – आतून सगळं समजलंय, पण वरून काहीच न समजल्यासारखा चेहरा करत. आणि मॅकचा मेंदू तर धूर्त कोल्ह्याचाच होता. त्याच्या चटकन लक्षात आलं की, आता तर तिला पटवण्यासाठी रोफिप्नॉलची बाटली दाखवायचीही गरज नाही. ती आधीच पटली होती, म्हणून तर एका पायावर यायला कबूल झाली होती. त्यामुळे तिचा शेवटही छान, चवदार होणार होता. "गाडीत दोष काढायला जागाच नाही. गरमागरम, तेज आणि तितकीच धोकादायक."

"अरेच्च्या! मला तर अगदी अशीच गाडी हवी होती."

ॲटलांटा, मंगळवार, ३० जानेवारी, रात्री ९ वाजता.

"तुला काही समजलं तर मला लगेच कळव." असं म्हणत डॅनियलने फोन ठेवला आणि त्याच वेळी चेस दरवाजा उघडून त्याच्या खोलीत शिरला. डॅनियलएवढाच चेसही थकलेला दिसत होता. वरिष्ठ अधिकाऱ्यांबरोबरची बैठक संपवून चेस येत होता आणि त्याच्या चेहऱ्यावरून त्या बैठकीचा शेवट काही फारसा चांगला झालेला दिसत नव्हता.

"कोणाशी बोलत होतास?" चेसने विचारलं.

"फोर्ट बेन्निंगच्या ऑफिसशी. त्या लष्करी रेव्हरंडसाठी आता माझे गठ्ठ्याने निरोप ठेवून झाले असतील."

"काल सकाळी बेलीला शोधायला आला होता आणि ॲलेक्सला भेटला, तोच ना?"

"हो. तो आधी बेन्निंगला विमानाने जाणार होता आणि तिथून साऊथ अल्बेनीला, आपल्या आई-वडिलांकडे. पण तो बेन्निंगला पोहोचलाच नाही. त्याचा डटनचा वेळ गृहीत धरला तरी रात्रीच्या जेवणापर्यंत तो अल्बेनीला सहज पोहोचू शकत होता. त्यांनी तर त्याला 'बेपत्ता' घोषित केलंय."

"मरू दे डॅनियल! मला एखादी चांगली बातमी असेल, तर सांग."

"जेनेटला त्या इसमाने नक्की कुठे पकडलं होतं, ती जागा मी शोधून

काढलीय. जिथून तिने आपल्या मित्राला फोन केला, त्याच्या आसपासच्या लोकांना मी बोलतं करायचा प्रयत्न केला. तिला पाहिल्याचं एका मुलाला आठवलं. त्याचं फास्ट फूडचं दुकान आहे आणि तिने तिथे मटण पॅटिसची ऑर्डर दिली होती. ऑर्डर देतानाची चित्रफीतसुद्धा त्यांच्याकडे आहे. पण फेलिसिटीला तर तिच्या पोटात पॅटिस आढळलं नाही. याचा अर्थ, तिने ते खाल्लंच नाही. माझ्या मते, तो तिची छोटी व्हॅन फोडून आत घुसला आणि ताकदीच्या जोरावर त्याने तिला बाहेर पडू दिलं नसावं.''

''व्हॅनची चित्रफीत मिळाली का?''

''छे! पार्किंगमध्ये कॅमेरे बसवलेलेच नाहीत. कॅमेरे फक्त आतल्या भागात आहेत आणि आजूबाजूच्या दुकानांमध्येही कॅमेरे नाहीत. मी प्रत्येक दुकान तपासलं.''

चेसचं डोकं आता सणकलं होतं. ''मग निदान आपल्या त्या चित्रकाराने तरी छोट्या मुलीच्या बाबतीत काही प्रगती केली का?''

''तो चित्रकार उद्या सकाळपर्यंत कामात व्यग्र आहे.'' डॅनियल म्हणाला आणि त्याने लगेच चेसला हातानेच रोखले. चेस अगदी उसळण्याच्याच बेतात होता. ''माझ्यावर चिडू नकोस. दोघेही कलाकार त्या बळी गेलेल्या मुलींसोबत आहेत. आपला नंबर त्यानंतर आहे.''

''मग ती मुलगी आत्ता कुठे आहे?'' चेस कडाडला.

''चेस,'' मेरी मॅक्क्रॅडीने तिथे आत शिरता-शिरताच चेसकडे रागाने पाहिलं. ''मुलीला नाव आहे. तिचं नाव होप आहे.''

डॅनियलला मेरीबद्दल नेहमीच कौतुक आणि आदर वाटायचा. त्याच्यापेक्षा ती वयाने थोडी मोठी होती आणि चेसपेक्षा थोडी लहान. आपण बरं आणि आपलं काम बरं, असा तिचा सरळ आणि कठोर दृष्टिकोन होता. कुणालाही तिने आजूबाजूला फिरकू दिलं नव्हतं आणि तिला धमकावण्याची तर कुणाची हिंमतच नव्हती. पेशंटबरोबरही तिचं हेच धोरण असायचं.

चेसने लगेच नमतं घेतलं. ''मेरी, मी थकलोय. आत्ता तासभर मला माझा बॉस आणि बॉसचा बॉस सतत धारेवर धरत होते; नाहीतर कापून काढत होते. मला सांग, होपच्या बाबतीत काही प्रगती आहे का?''

मेरीने खांदा उडवला. ''तू एक मोठा माणूस आहेस. बॉसचा राग तुला सहज झेलता यायला हवा. होप ही एक प्रचंड मानसिक धक्का बसलेली छोटी मुलगी आहे. ती पटकन नाही सांगू शकत.''

चेसचा तोल पुन्हा जात होता, पण डॅनियलने त्याला बोलू दिलं नाही. ''मेरी, पण आत्तापर्यंत तुझ्या काय काय लक्षात आलं?'' डॅनियलने अगदी शांतपणे विचारलं आणि मेरी त्याच्या समोरच्या खुर्चीत येऊन बसली.

"फारसं काही नाही. मी जे करणार होते, तेच डॉ. फॅलनने आधीच केलंय. तिने वापरलेली चिकित्सापद्धत योग्य होती. खेळामध्ये तिने होपचं मन रमवलं आणि होप त्यात हळूहळू निर्धास्तपणे रमली. होपला जे अजून सांगावंसं वाटत नाही, ते मी आत्ता तरी तिच्याकडून नाही काढून घेऊ शकत."

"म्हणजे, थोडक्यात, तुझ्या हाती काही आलेलं नाही?" चेसने अक्षरश: भिंतीवर डोकं आपटलं. "धन्य आहे!"

मेरीने खांद्यावरूनच त्याच्याकडे जळजळीत कटाक्ष टाकला. "मी काहीही मिळालेलं नाही, असं नव्हतं म्हटलं. मी म्हटलं, फारसं काही मिळालं नाही." तिने आपल्या फाईलमधून एक कागद काढला. "हे तिनं काढलेलं चित्र."

डॅनियल चित्राचा अभ्यास करू लागला. एका छोट्या मुलीने काढलेलं एक ओबडधोबड चित्र होतं. एक आकृती आडवी झोपलेली आणि तिचा चेहरा लाल रंगाने रंगवलेला होता. दुसरी आकृती पुरुषाची असावी आणि ती आकृती अख्खा कागद व्यापून होती.

"अरे, हे तर आपल्या अपेक्षेपेक्षा आपल्याला जास्त मिळालंय, कारण शुक्रवारपासून होप फक्त वहीत आधीच काढलेली चित्रं रंगवत होती."

मेरी उठून डॅनियलच्या शेजारी उभी राहिली. "अगदी जवळून पाहिलं, तर ती आडवी आकृती म्हणजे बेली आहे."

"हो, ते आलं लक्षात. हा लाल रंगच सगळं गुपित सहज फोडतोय." त्याने मान तिरकी करत मेरीकडे पाहिलं. "मेरिडिथने तुला पिझ्झ्याचा आणि फिओनाचा किस्सा सांगितलाच असेल?"

"हो." मेरी म्हणाली, "मला त्या चिमुरडीला आणखी ताणावंसं वाटलं नाही. पण तिने नक्की काय पाहिलंय, हे तर आपल्याला शोधून काढायलाच हवं." तिने उभ्या आकृतीकडे बोटं दाखवलं. "बेलीवर हल्ला करणारा!"

"हो. तेही माझ्या लक्षात आलं. तो महाकाय दिसतोय – बेलीच्या तिप्पट."

"खरा माणूस काही तेवढा नसणार." मेरी म्हणाली.

"तिने फक्त त्या माणसाची धमकी, ताकद दाखवण्याचा प्रयत्न केलाय." चेस लांबूनच म्हणाला आणि मेरीने त्याच्याकडे पाहताच तो ओशाळला. "मी काही राक्षस नाहीये, मेरी. ती मुलगी केवढ्या मोठ्या दिव्यातून गेलीये, हे मलाही समजतंय. पण ती जितक्या लवकर त्या धक्क्यातून बाहेर येईल तितक्या लवकर... तू तिच्याकडून वदवून घेऊ शकशील."

चेस स्वत:लाच छळतोय, याची मेरीला कीव वाटली. "आपण तिच्यावर इलाज करतोय, चेस. तिच्याकडून वदवून घेणं, हा एवढाच हेतू नाहीये." ती पुन्हा चित्राकडे पाहू लागली, "त्याने कॅप घातली आहे."

"बेसबॉलची कॅप आहे?" डॅनियलने विचारले.

"सांगणं कठीण आहे. तिच्या वयाच्या मुलांमध्ये आकारांबद्दलच्या प्रतिमा अगदी मर्यादित असतात. सगळ्या हॅट तुला सारख्याच आढळतील. सगळे आकार एक सारखेच दिसतील. पण त्याच्या हाताकडे बघ."

डॅनियलने डोळे चोळले आणि ते चित्र अगदी नजरेजवळ धरलं. "एक काठी – रक्ताने माखलेली."

"एडच्या माणसांना एखादी रक्ताने भिजलेली काठी सापडली?" तिने विचारलं.

"नाही. त्यांचा शोध अजून सुरू आहे." डॅनियल म्हणाला, "मागच्या रानात लाइट्स सोडून ते आता ती जागा शोधतायत, जिथे होपने लपून हे सर्व पाहिलेलं आहे. पण काठी एवढी छोटी कशी?"

"कारण ती स्वत:च्याच भावना दाबून ठेवायचा प्रयत्न करतेय." चेस म्हणाला, "त्या काठीच्या आठवणीनेच तिचा थरकाप उडतोय, म्हणून मुळात स्वत:च्या मनातच तिने काठीचा आकार जास्तीत जास्त छोटा आणून ठेवलाय."

मेरीने मान हलवली. "अगदी बरोबर! मला वाटतं, तूसुद्धा हे चित्र पाहावंस. त्यानंतर आम्ही आजच्यापुरतं काम थांबवलं. इतकं मिळाल्यावर तिला आणखी ताणणं चुकीचं ठरलं असतं. उद्या पुन्हा सुरू करता येईल. डॅनियल, थोडी विश्रांती घे." तिनं भुवई उंचावली. "डॉक्टरची आज्ञा आहे."

"प्रयत्न करतो. गुड नाईट मेरी!" मेरी गेल्यावर त्याने पुन्हा एकदा चित्र निरखलं आणि त्याला अपराधी वाटून त्याचा जीव कळवळला. "एक मन सांगतंय की, त्या तिघांना एका सुरक्षित घरात हलवावं– ॲलेक्स, मेरिडिथ आणि होपला. पण निदान आजच्या घडीला तरी ॲलेक्स आणि होप या दोघीच तर त्या साखळीतल्या, आपल्यापाशी असलेल्या दुवा आहेत. त्यांनाच लपवलं तर...."

चेसने होकार दर्शवला. "कळंतय मला. मी पोलीस सुरक्षा वाढवलीय. अखंड, दिवस-रात्र. आपल्या मागच्या बैठकीतच तो मुद्दा मी माझ्या मनाशी पक्का केला होता."

"त्यामुळे ॲलेक्सच्या मनाला दिलासा मिळेल, आणि माझ्याही. थँक्स, चेस."

"मेरीचं म्हणणं खरंय. डॅनियल, थोडी झोप काढ. उद्या सकाळी मी तुला भेटतो."

"एड मला सकाळी आठ वाजता भेटणार आहे."

टटनतरून जीबीआयच्या ऑफिसमध्ये जायला सकाळच्या रहदारीतून नेमका किती वेळ लागेल याचा हिशेब तो मनातल्या मनात जुळवत होता. कारण पोलिससुरक्षा असली तरीही डॅनियलला कसलाच धोका पत्करायचा नव्हता. बंगल्याच्या

दिवाणखान्यात एक सोफा होता. रात्री त्या सोफ्यावर झोपायचं, हे डॅनियलने मनाशी पक्कं ठरवून टाकलं.

मंगळवार, ३० जानेवारी, रात्री ९ वाजता

त्याचा मोबाईल वाजला. हा मोबाईल अधिकृतपणे नोंदवला गेला नव्हता. त्यामुळे कोणाचा फोन असणार याची खात्री करण्यासाठी, मोबाईलवरचा नंबर तपासण्याची गरजच नव्हती. 'त्याला' एकट्यालाच तो नंबर ठाऊक होता.

"हां, बोल." आपल्या आवाजात आलेला थकवा, त्याचा त्यालाच जाणवला. कारण तो होताच थकलेला. शरीराने... मनाने. अर्थात, अजून त्याच्यापाशी 'मन' नावाची गोष्ट शिल्लक उरली असली, तरच. त्याला व्हेट आठवला. व्हेटच्या डोळ्यांतली आर्त असहायता आठवली. *सोडव... सोडव मला!*

"काम झालं?" त्याच्या आवाजात थंड क्रौर्य होतं. त्यानेही पाठीचा कणा ताठ करत थोडा थकवा घालवला. "हो, तर! आगीच्या एका प्रचंड लोळामधून व्हेट अगदी दिमाखात वर पोहोचला."

"तू त्याला डीजेसारखं सुसरींच्या तोंडी द्यायला हवं होतंस."

"हो ना, पण या खेपेस नाही जमलं. पाण्यात उतरून परत येण्याएवढा वेळ माझ्याजवळ नव्हता. आणि हे बघ, मी आता जाम दमलोय. मी घरी निघालोय आणि...."

"नाही. तू घरी जात नाहीयेस."

त्याला जांभई द्यायची होती, पण त्याला आवंढा गिळायला लागला. "का नाही?"

"कारण तुझं काम अजून संपलेलं नाही."

"फॅलनबद्दल म्हणत असशील, तर अजिबात काळजी करू नकोस. मी तिची पूर्ण व्यवस्था करून ठेवलीय. आत्ता वाटेमध्ये माझ्या डोक्यात तेच विचारचक्र फिरत होतं आणि माझ्या मेंदूत आता अगदी पक्की योजना शिजली आहे."

"छान! पण मधल्या काळात इथे आणखी काही घडलंय. आज रात्री ॲलेक्स आणि बेलीच्या छोकरीला घेऊन व्हार्टोनियन बाहेर जेवायला गेला होता."

"ती पोरटी काही बोलली?"

"बोलली नाही, पण..." तो थांबला. पण त्या शांततेतही त्याचा संताप जाणवत होता.

"त्या पोरीने पुढ्यात असलेला पिझ्झा सॉस, आपल्या चेहऱ्याला फासून घेतला – म्हणजे हुबेहूब अगदी जसा त्या वेळी 'तिचा' चेहरा रक्ताने माखलेला होता, तसा. "

ते शब्द ऐकले आणि त्याचं रक्तच गोठून गेलं. का बरं त्या मुलीने असं केलं

असावं? त्याला कारण सुचेना, ''छे, तसं काही नसणार. मी तर तिला कपाटात कोंडून ठेवलं होतं. तिने काही बघितलेलं असणं शक्यच नाही.''

''बरं, मग असं समजू या की, त्या मुलीत काही अतींद्रिय शक्ती वगैरे आहे!'' तो खवचटपणे बोलला, पण तेही अतिशय कर्कशपणे. ''बेलीच्या मुलीने नक्कीच काहीतरी पाहिलंय, स्वीट पी.''

त्याचा धीर हळूहळू खचत गेला, *''नाही, शक्य नाही.''* ती किती लहान आहे! त्याने कधीच... ''ती एक चिमुरडी पोर आहे रे!''

''तूच ठरव. पण तिने जर पाहिलं असेल, तर समज की तू बाराच्या भावात गेलास.''

''तिने मला पाहिलेलं नाही.'' त्याचा धीर संपला होता. ''मी तर बाहेरच होतो.''

''हो, पण नंतर तू आतही आला होतास.''

''ते फक्त घरात कचरा पसरवून टाकण्यासाठी. अगदी तिने पाहिलं असेलच, तर एवढंच. बेलीला ठोकून काढलं, ते घराच्या बाहेर.''

''पण त्या मुलीने आपल्या तोंडाला सॉस फासलेला मात्र हॉटेलातल्या सगळ्या लोकांनी पाहिला.''

''मुलं नेहमीच असे चाळे करतात. कुणालाही त्यात वावगं वाटलेलं नसणार.''

''एरवी वावगं वाटलंही नसतं.''

''मग आणखी काय घडलं?''

''शैला कनिंगहॅम!''

आता मात्र त्याने डोळे घट्ट बंद करून घेतले. ''ती काय बोलली?''

''लोक समजतात तशी बेली मुळीच व्यसनी बाई नव्हती. सगळं गाव फक्त त्या श्रीमंत मुलींच्या खुनांची चर्चा करण्यात दंग आहे. बिचाऱ्या गरीब मुलींची कुणालाच पर्वा नाही. बेलीची काळजी कुणीच करत नाही.''

''एवढंच ना?'' तो थोडा सैलावला, ''म्हणजे, ती काहीच बोलली नाही.''

''माझं बोलणं तू नीट ऐकलेलं नाहीस.''

''हो, ऐकलं की!'' त्याचा आवाज थोडा खाली आला. ''तुला नेमकं काय म्हणायचंय?''

फोनच्या दुसऱ्या बाजूला पूर्ण शांतता होती आणि त्या शांततेत त्याच्या डोक्यात चटकन प्रकाश पडला.

''म्हणजे मेलोच!''

''लक्षात आलं ना? आणि हे सर्व त्या डॅनी बेट्याने ऐकलंय. तो बारा गावचं पाणी पिऊन आलाय.''

तो अस्वस्थ झाला. ''त्याचं आणि शैलाचं आणखी काही बोलणं झालं?''

''अजून तरी नाही. बेलीच्या मुलीला उचलून तो क्षणार्धात केव्हा पसार झाला हे कुणालाच कळलं नाही. पण जाताना आपलं कार्ड मात्र त्याने शैलाला दिलं.''

वाट लागली. ''त्या वेळेस तू तिथे होतास?''

''हो. माझ्या डोळ्यांनी मी पाहिलं आणि त्यानंतर गावात फक्त हीच एक चर्चा होती.''

''व्हार्टानियन पुन्हा शैलाशी बोलायला तिथे आला होता?''

''अजून तरी नाही. मुलीला घेऊन ते सर्व ॲलेक्सने घेतलेल्या भाड्याच्या बंगल्यात गेले आणि त्यानंतर पंधरा मिनिटांतच ते चौघे डॅनियलच्या गाडीत बसले आणि गावाबाहेर पडले.''

''एक मिनिट – तू काय म्हणालास? मगाशी तू तिघं, असं म्हणाला होतास ना?''

''तुझ्या गावात काय चाललंय याचाच अजून तुला पत्ता नाही. आहे? त्या ट्रिमेन मुलीने छोट्या मुलीला सांभाळण्याकरता आपल्या मावसबहिणीला आणलंय. ती तर छोट्या मुलांचीच मानसशास्त्रज्ञ आहे.''

अजूनही परिस्थिती आपल्या हातात आहे, अशी आत्ता-आत्तापर्यंत त्याला वाटणारी आशाही त्याच्या बोलण्याने साफ मावळून गेली.

''म्हणजे, तुझ्या मते, त्या सर्वांना लवकरात लवकर गावातून पिटाळून लावायला हवं.''

''पण अगदी काळजीपूर्वक. त्यांना तू मारलंस, तर त्यांचा खुनी शोधून काढल्याशिवाय व्हार्टानियन स्वस्थ बसणार नाही. असं वाटलं पाहिजे की, आपणहून हा गाव त्यांनी सोडलेला आहे.''

''आज ना उद्या ते तो शोधून काढणारच.''

''पण तोपर्यंत मी त्याचा बंदोबस्त केलेला असेल! तू पहिला मोर्चा शैलाकडे वळव आणि मग त्या तिघांकडे. सर्व कामं पूर्ण झाली, की मला फोन कर.''

मंगळवार, ३० जानेवारी, रात्री ११ वाजून ३० मिनिटं

कॉर्व्हेट्टोच्या इंजिनावरून मॅकची नजर अगदी हळूहळू सरकत जेम्मा मार्टिनवर स्थिरावली. मॅकने स्वत:साठी एक तात्पुरते गॅरेज बनवून घेतले होते. गॅरेजच्या फरशीवर जेम्माला त्याने फेकून दिलं होतं. ती कामांध, हिंस्र नजर पाहून कुणाच्याही मनात कापरं भरलं असतं. ''तू तुझ्या इंजिनाची अगदी काळजीपूर्वक निगा राखली आहेस. तुझी गाडी आता मीच घेतलीय, असं समज.'' त्यापूर्वी त्याने मिळविलेल्या 'झेड' आणि 'मर्सिडिस'साठी त्याच्यापाशी विकत घेणाऱ्यांच्या रांगा लागल्या

होत्या. 'आत'मध्ये काही दिवस काढले की, हे असे अनेक फायदे पदरात पडतात. सर्व प्रकारची मदत करणारी माणसं तुम्हाला मिळून जातात.

"कोण आहेस तू?" तिने घोगऱ्या आवाजात विचारलं आणि मॅकने हास्याचा गडगडाट केला.

"मी कोण आहे, हे तुला ठाऊक आहे!"

तिने अजूनही ओळखलेलं नव्हतं. "प्लीज, तुला पैसेच हवे असतील तर...."

"हो तर! मला पैसे नक्कीच हवे आहेत आणि तुझ्याकडून ते मला बऱ्यापैकी मिळालेही." तिच्या पर्समधून काढलेले पैसे त्याने तिच्यासमोर धरले. "एके काळी माझ्याही हातात अशीच नोटांची थप्पी असायची. पण दिवस फिरले; डाव उलटला." त्याने चेहऱ्यावर लावलेला रबराचा चीक हळूहळू सोलायला सुरुवात केली. त्या मेकअपमुळे त्याला खरा चेहरा सहज लपवता आला होता.

जेम्माचे डोळे भीतीने विस्फारले. "नाही, तू तर तुरुंगात आहेस...!"

तो छद्मी हसला, "होतो; आता नाही. नाहीतरी तुला पहिल्यापासूनच डोकं थोडं कमीच होतं."

"तू क्लॉडिया आणि जेनेटला मारलंस?"

"हो. का? त्या मरायच्याच लायकीच्या होत्या ना?" तो शांतपणे म्हणाला आणि तिच्या शेजारी, फरशीवर बसला. "आणि तूही! नाही का?"

"त्या वेळेस आम्ही लहान होतो."

"तुम्ही चेटकिणी होतात! आज रात्री तू मेलेली चेटकीण होशील..." त्याने खिशातून ब्लेड काढलं आणि तो शांतपणे तिचे कपडे फाडू लागला. "तुम्हा तिघींना वाटत होतं की, आपल्यासारखं या दुनियेत कुणीच दुसरं हुशार नाही."

"पण आम्ही कुणालाच कधी त्रास नाही दिला." ती रडू लागली.

"जेम्मा, हा असा दिवस उजाडेल, असं तुला कधी वाटलं तरी होतं?" अजूनही त्याचा आवाज कमालीचा शांत होता. "मी तुला त्या रात्री माझ्याबरोबर जलशाला येणार का, असं विचारलं होतं. तू 'हो'ही म्हणाली होतीस. पण तुझ्या मनात माझ्याबरोबर यायचं नव्हतं. मी तेव्हा तुझ्या दर्जाचा राहिलो नव्हतो."

"आय ॲम सॉरी!" ती जोरजोरात हुंदके देऊन रडत होती.

"हो गं, पण तुला माफ करायलाही आत खूपच उशीर झालाय! मी तुला माफ नाही करू शकत. जेम्मा, तुला ती रात्र आठवते? मी माझ्या मेव्हणीच्या गाडीतून तुला घेऊन जाण्यासाठी आलो होतो. तेवढी एकच गाडी आमच्या घरात उरली होती. तू तुझी गाडी मला चालवायला देशील, असं मला वाटलं होतं. पण तू नकार दिलास. खरं तर त्याच वेळेस मला संशय यायला हवा होता. नंतर तुझ्या मैत्रिणी भेटल्या आणि त्यानंतरचं मात्र मला काहीच आठवत नाही. जाग आली,

तेव्हा मी शंभर मैल दूर... एका निर्जन स्थळी पडलेलो होतो आणि माझ्या अंगावर एकही कपडा नव्हता. माझी गाडी पळवली गेली होती आणि तू अन् तुझ्या मैत्रिणी पळून गेला होतात.''

''पण तसं काही आमच्या मनात नव्हतं...'' हुंदके देता-देता तिला धड बोलताही येत नव्हतं.

''नाही कसं? सगळं तुमच्या मनासारखंच तर घडलं! तुम्हाला माझी छी: थू होऊ द्यायची होती; आणि ती झाली. मी उंच वाढलेल्या गवतात लपून बसलो होतो. एक माणूस लघवी करण्यासाठी उतरला. मी त्याची गाडी पळवून घरी पसार होण्याच्या बेतात होतो, पण तेवढ्यात तो परत आला. मी संतापाने इतका पेटलो होतो की मी त्याला बेशुद्ध होईपर्यंत मारलं. मी पाच मैल गेलो असेन आणि पोलिसांनी मला पकडलं. गुन्हा शाबित झाला आणि चार वर्षं मी आत रडत राहिलो... पण डटनमधल्या एकानेही मला मदत केली नाही. मला जामीन मिळवून देण्यापुरतेही पैसे आईजवळ नव्हते. कुणीही तिला एक पैसा दिला नाही. माझ्यासाठी कुणी वकीलही दिला नाही.'' तो थांबला.

''तुझ्या मनात काही नसेलही...'' तो शेवटी थंडपणे म्हणाला, ''पण तू मला आयुष्यातून उठवलंस. आता मी तुझं आयुष्यच संपवून टाकणार आहे.''

''प्लीज ऽऽ'' तिने आकांत केला. ''प्लीज ऽऽ मला मारू नकोसऽ''

तो निर्लज्जपणे हसला, ''गोड मुली, जेव्हा वेदना असह्य होतील ना, तेव्हा माझ्या नावाने एक किंकाळी फोड.''

डटन, मंगळवार, ३० जानेवारी, रात्री ११ वाजून ३० मिनिटे.

डॅनियलने बंगल्यात गाडी आणली. ॲटलांटा सोडल्यापासून गाडीत एकदम शांतता होती. मागच्या बाजूला मेरिडिथ आणि होप अगदी गाढ झोपून गेल्या होत्या. बाजूला बसलेली ॲलेक्स टक्क जागी होती... पण स्वत:च्याच त्रासदायक विचारांमध्ये गढून गेली होती. ''तू एवढी शांत का? काही घडलंय? बिघडलंय?'' असं त्याने अनेकदा विचारून झालं; पण तो त्याचा मूर्खपणाच ठरला होता. कारण त्याच्या प्रश्नांना एकदाही तिच्याकडून उत्तर मिळालेलं नव्हतं. काय चाललं असेल ॲलेक्सच्या मनात? ॲलेक्सचं आयुष्य एकदा तर उद्ध्वस्त झालेलंच होतं, आता पुन्हा उद्ध्वस्त होतंय *आणि मी लाखो पटींनी ते तिच्यासाठी अधिक जिकीरीचं करून ठेवतोय!*

त्या शांततेत तो खूप विचार करू शकला होता. जमवलेले छोटे-छोटे पुरावे आता नीट एकत्र सांधायला हवेत. ते एक वाक्य सतत त्याच्या मनाचा पिच्छा पुरवत होतं. गार्थ डेव्हिसच्या अचानक येण्यामुळे आणि त्याच वेळी होपने केलेल्या

विचित्र चाळ्यांमुळे त्याच्या विचारांना अधिकच पुष्टी मिळाली होती. ते वाक्य – आपल्या लालभडक ओठांमधून शैलाने अतिशय कडवटपणे उच्चारलं होतं.

'बिचाऱ्या गरीब मुलींची कुणालाच पर्वा नाही...' नीट लक्षात घे. शैलाने ते वाक्य म्हणताना वर्तमानकाळ वापरला होता, तो 'श्रीमंत मुली आणि बेली विषयी!' *'...सगळ्यांना फक्त श्रीमंत मुलींचीच फिकीर पडलीय, बेलीची काळजी कुणीच करत नाही.'*

गरीब मुलींची पर्वा खरोखरच कुणीही करत नव्हतं. त्याला ते हळूहळू समजायला आणि उमजायला लागलं होतं. त्याने पहिल्यांदा जेव्हा शैलाच्या चेहऱ्याकडे पाहिलं, तेव्हा हिला आपण नक्की कुठे तरी पाहिलेलं आहे, असं त्याला पक्कं जाणवलं होतं. आपण तिला शाळेत असताना पाहिलं असेल, असंच त्याच्या मनात आलं होतं; पण त्याने तिथे तिला पाहिलेलं नव्हतं.

त्याने गाडीचं इंजिन बंद केलं आणि त्या शांततेचं वर्तुळ पूर्ण करून टाकलं. फक्त मागच्या सीटवरून लयबद्ध श्वासांचा आवाज येत होता. बंगल्याजवळच उभ्या असलेल्या पोलिसगाडीकडे ॲलेक्सचं लक्ष गेलं. रस्त्यावर येणाऱ्या चंद्रप्रकाशात ॲलेक्सची रुपेरी आकृती चमकून गेली. 'नाजूक' या शब्दात त्याने काल सकाळी तिचं मनातल्या मनात वर्णन केलं होतं; आत्ता मात्र ती अशक्त दिसत होती. पण ती तशी नाही, हेही त्याला चांगलंच ठाऊक होतं. ॲलेक्स फॅलन ही त्या सर्वांपेक्षा जास्त कणखर होती. त्याने आत्तापर्यंत लपवलेलं गुपित आता तो फार काळ तिच्यापासून दडवून ठेवू शकणार नव्हता. पण ते गुपित सांगितल्यावरही ती अशीच कणखर राहावी, एवढीच त्याने मनातल्या मनात आशा धरली.

मेरिडिथ आणि होप झोपेपर्यंत तो वाट पाहणार होता. त्यानंतर तो तिला ते सांगणार होता आणि ती जी काही प्रतिक्रिया व्यक्त करेल, ती अगदी गुपचूप सहन करणार होता. ती जी काही शिक्षा देईल, ती तो भोगणार होता. पण ती गोष्ट जाणून घ्यायचा तिचा अधिकारच होता.

''तुझा बॉस चटकन निघून गेला.'' समोरची गाडी हलताना पाहून ती म्हणाली.

''तुला अशी सुरक्षा हवीय, की एक सुरक्षित घर – हा निर्णय तुझा तूच घ्यायचाय, ॲलेक्स.''

तिने मागच्या सीटकडे पाहिलं. ''त्यांच्यासाठी हवं असेल, तर मला चालेल; पण माझ्यासाठी म्हणून अजिबात नको. मीच जर लपून-छपून राहिले, तर बेलीला कोण शोधेल? आणि मला वाटतं, मी आता बेलीच्या खूप जवळ जाऊन पोहोचलेय.''

तिने निराशपणे आपल्या हातांच्या तळव्यांकडे पाहिलं, ''किंवा कुणीतरी मला त्या शोधापासून दूर ठेवू पाहतोय. जोपर्यंत मी चार भिंतींत बसून टेलिव्हिजन

पाहण्यात जीव रमवत नाही तोपर्यंत मी कुणाला तरी खूप अस्वस्थ करत राहणार!''

ती शांत आणि संथपणे बोलत होती. तिच्या मनात भीती होती, पण तो तिच्याशी खोटंही बोलू शकत नव्हता. ''मला वाटतं, तुझं म्हणणं बरोबर आहे, ॲलेक्स.'' त्याने एक हलका उसासा सोडला. ''चल, आत जाऊ या. काही गोष्टी आता तुला कळायलाच हव्यात.''

''काही गोष्टी... म्हणजे, कोणत्या?''

''आधी आत जाऊ.''

तिने त्याचा दंड गच्च पकडला आणि दुसऱ्याच क्षणी तळवा झटकत कळवळून तो सोडून दिला,

''आधी सांग मला.''

तिच्या विस्फारलेल्या डोळ्यांतली भीती त्याला स्पष्ट दिसली. ती आतमध्ये एकटी असताना हे आपण बोलायला हवं होतं. पण आता तो बोलून चुकला होता आणि थोडं तरी स्पष्ट केल्याशिवाय ती आत पाऊल ठेवायला तयार नव्हती. ''बिअर्डस्ली बेपत्ता आहे.''

तिने आ वासला. ''अरे, काल तर मी त्याला पाहिलं!'' आणि तिला लख्ख जाणवलं. ''तेव्हापासून कुणीतरी माझा पाठलाग करतंय.''

''अगदी बरोबर!''

तिने जीभ फिरवून ओठ ओले केले. ''तुलाही एक सांगायचं राहून गेलं. डॉ. मॅक्क्रॅडी जेव्हा होपला तपासत होती, तेव्हा मी सलूनमधल्या बेलीच्या खास मैत्रिणीला फोन लावला. तिचं नाव सिस्सी. दोन-तीन दिवस मी तिला सतत फोन लावत होते, पण लागत नव्हता. म्हणून मी तुझ्या ऑफिसच्या फोनवरून तिचा नंबर फिरवला आणि तिने तो चटकन उचलला.''

''म्हणजे तुझा फोन नंबर पाहून ती टाळत होती.''

''हो. ते माझ्या लक्षात आलं. मी कोण आहे, हे जेव्हा मी तिला सांगितलं, तेव्हा तिने एकदम बचावात्मक पवित्रा घेतला. मी म्हटलं की, मला तिच्याशी बेलीबद्दल प्रत्यक्ष येऊन बोलायचंय, तर ती म्हणाली – बेलीशी काही माझी फारशी ओळख नव्हती. त्यापेक्षा सलूनमधल्या दुसऱ्या एखाद्या मुलीशी मी बोललेलं बरं.''

''पण मालक म्हणाला होता की, तीच बेलीची सर्वांत खास मैत्रीण होती. हो ना?''

''तो असंही म्हणाला होता की, शनिवारी रात्री बेली तिच्या घरी राहायची आणि नॅन्सी बार्करच्या म्हणण्याप्रमाणे शुक्रवारी सिस्सी तिच्या घरी यायची.''

''म्हणजे कुणीतरी तिला नक्कीच धमकी दिलीय.'' डॅनियल म्हणाला.

''सिस्सीला एक बऱ्यापैकी मोठी मुलगी आहे. शनिवारी बेली कामावर गेली

की, ती होपला घरी सांभाळायची.'' ॲलेक्सने ओठ चावला, ''सिस्सीला धमकी दिली गेलीय आणि बिअर्डस्ली बेपत्ता आहे. याचा अर्थ, सिस्टर ॲने आणि डेसमंडलाही आता धोका आहे.''

डॅनियलने तिच्या ओठावर अंगठा दाबत त्यावर उमटलेला दातव्रण पुसून टाकला. ''मी आमच्या युनिटला डेसमंडच्या घरी आणि धर्मशाळेत पाठवून देतो.'' त्याने तिच्या ओठावरचा हात काढला. खरं तर त्याला तो बराच वेळ तसाच ठेवून द्यायचा होता. मगाच्या शांत प्रवासात त्याची त्याला अधिकच निकड भासली होती. ''चल, होपला नेऊन आत झोपवू या. खूपच उशीर झालाय.''

मागचा दरवाजा उघडून होपला उचलून घ्यायला ॲलेक्स पुढे झाली, पण डॅनियलने तिला अडवलं. ''तू पुढे होऊन बंगल्याचा दरवाजा उघड; तिला घेऊन मी येतो.'' त्याने मेरिडिथचा खांदा हलवला आणि मेरिडिथ दचकून जागी झाली. डोळे चोळत बाहेर बघू लागली. डॅनियलने होपला उचललं आणि तीही चटकन त्याच्या खांद्याला चिकटली. बिचारी इतकी दमली होती की, भीतीचा विचारही मनात येऊ शकत नव्हता.

तो ॲलेक्सच्या मागोमाग जाऊ लागला. चेसने आपली माणसं तिच्या राखणीसाठी आजूबाजूला ठेवली आहेत याचं त्याला भान होतं. हॅटन आणि कोनिग हे बऱ्याच वर्षांपासून त्याचे विश्वासू गार्ड्स होते. जाता-जाता त्यांच्याकडे पाहून त्याने मानेनेच इशारा केला. थोड्या वेळानंतर बाहेर येऊन तो त्यांच्याशी बोलणारच होता.

त्यांना पाहताच रिले त्यांच्या पायात घुटमळू लागला.

ॲलेक्सने त्याला बेडरूमची दिशा दाखवली. त्याने अगदी हळुवारपणे होपला बिछान्यावर ठेवलं आणि तिच्या पायातले बूट काढले. ''कपडे बदलून तिला पायजमा चढवणार का?'' तो कुजबुजला.

''हे कपडे काही तिला झोपेत टोचायचे नाहीत.'' तीही कुजबुजली.

डॅनियलने होपच्या अंगावर ब्लँकेट पसरवलं आणि तिच्या कुरळ्या केसांतून हात फिरविला. अजूनही तिच्या चेहऱ्यावर आणि केसांवर पिझ्झा सॉसचे डाग होते. रक्तच वाटत होतं. केस नीट करत त्याने ते डाग हळुवार लपवले.

त्याच्या डोक्यात आधीच अनेक चित्र-विचित्र प्रतिमा घुसलेल्या होत्या... त्यात आणखी या चार वर्षांच्या मुलीची प्रतिमा मिसळायला नको होती.

''मीसुद्धा इथेच तिच्या बाजूला झोपते.'' बिछान्याच्या दुसऱ्या बाजूला उभी राहून, ती हळू आवाजात म्हणाली. डॅनियलने पसरलेल्या पांढऱ्या शुभ्र चादरीकडे पाहिलं आणि मग ॲलेक्सकडे पाहिले. ती कधीपासून त्याच्याकडे अगदी रोखून पाहत होती.

डॅनियल बावचळला, "तू आत्ता लगेच झोपतेयस?" त्याने विचारलं.

"एवढ्यात नाही. चल, बाहेर जाऊ." ती बाहेर पडत होती तोच तिचं लक्ष गेलं. "हे बघ काय?"

रिले सूटकेसवर चढून झोपलेल्या होपच्या अगदी बाजूला असलेल्या खुर्चीत जाऊन बसायला धडपडत होता. "रिलेऽ" डॅनियलने हळू आवाजात दम दिला. "चल, आधी खाली उतर." पण ॲलेक्सने उलट त्याला आधार देत खुर्चीवर बसवलं. खुर्चीवरून तो सरळ बिछान्यावर जाऊन होपच्या शेजारी पसरला.

"रिले, आधी बिछान्यावरून खाली ये." डॅनियल म्हणाला, पण ॲलेक्सने त्याला अडवलं.

"राहू दे त्याला. होप जर दचकून उठलीच तर तिला अगदीच एकटं वाटणार नाही."

डटन, मंगळवार, ३० जानेवारी, रात्री १ वाजून ३० मिनिटे

त्याने टायला हिसका देत तो थोडा सैल केला आणि त्या एवढ्याशा सीटवर आपलं बोजड शरीर दोन्ही बाजूंना हलवत, त्यातल्या त्यात जरा आरामात बसायचा प्रयत्न केला. शरीराच्या मानाने गाडीची सीट फारच छोटी होती आणि वर त्याला डोळ्यांमध्ये तेल घालून समोर लक्ष ठेवायचं होतं. पण आता त्याच्या मनावर ताण उरलेला नव्हता. त्याची बहीण केट कामावरून घरी आली होती. तिची 'व्हॉल्व्हो' गाडी खाली पार्क केलेली दिसत होती आणि तिच्या घरात इकडून तिकडे वावरत फिरताना तो केटला आपल्या गाडीतून पाहत होता. तिनं मांजराला खाऊ घातलं, आपला कोट हँगरवर नीट लावून ठेवला.

हे इतकं सर्व दिसेपर्यंत रोज रात्री तिच्या घरासमोर ठिय्या देऊन बसायच – त्याने मनाशी अगदी पक्कं करून टाकलं होतं. ती ऑफिसातून निघाल्यापासून तो तिच्या पाठीमागे येत होता. तिचं आपल्याकडे लक्ष जाणार नाही, एवढं अंतर तो काळजीपूर्वक राखून जात होता. जर तिने पाहिलंच असतं, तर तिच्या सुरक्षेची त्याला काळजी वाटली, असं तो तिला सांगणार होता. पण तिचा जीव धोक्यात आहे आणि तिला आता 'लक्ष्य' बनवलं गेलंय, हे मात्र तो तिला कधीच सांगू शकत नव्हता. कारण त्याला हे कसं कळालं, हे तिने नक्कीच विचारलं असतं.

तिला ते माहीत असणं शक्य नव्हतं. कुणालाच ते माहीत असणं शक्य नव्हतं. आणि त्याने जर कायम मान खाली आणि ओठ बंद ठेवले असते, तर कुणाला कधीच कळणं अशक्य होतं. दोन्ही मुलींचा खून रात्री आठ ते पहाटे दोनच्या दरम्यान झाला होता. म्हणून तर त्याने केट ऑफिसातून घरी यायच्या वेळेस सावलीसारखं तिच्या पाठी राहायचं ठरवलं होतं आणि ऐन रात्रीपर्यंत तो

तिला आपल्या नजरेत ठेवणार होता. दिवसभर ती लोकांमध्ये, गर्दीमध्ये वावरत असते; त्यामुळे दिवसा तिची काळजी करण्याचं कारण नव्हतं.

वार्षिक मासिकातले ते फोटो त्याच्या डोळ्यांसमोर आले. दहा फोटो आणि त्यातल्या दोन फोटोंवर काट मारलेली... ते फोटो आपल्या मनातून काढून टाकायचा असफल प्रयत्न तो रात्र-रात्र करत राहायचा. इशारा अगदी थेट होता. केट सोडून आणखी सात मुलींचे फोटो त्यात होते. आणखी सात मुलीही त्याच्या यादीत होत्या. ते फोटो व्हार्टोनियनकडे सोपवून तो इतर सात मुलींचा जीव वाचवू शकत होता. पण मग त्याच्या मनात केटचा विचार आला... त्याच्या बायकोचा, मुलांचा विचार आला. आणि त्याला वाटलं की, जरी पुन्हा तो कागद त्याच्या हाती आला तरी तो पुन्हा एकदा तसाच जाळायला लागणार होता. तो कुणालाही कधीच ते फोटो दाखवू शकला नसता.

व्हार्टोनियनकडे ते फोटो दिले असते, तर हे फोटो त्याला पाठवण्याचं कारणंच काय, हा विचार डॅनियलने नक्कीच केला असता. जरी ते फोटो गुप्तपणे त्याच्याकडे पाठवले असते, तरी केटच्या फोटोभोवती काढलेल्या वर्तुळाने त्याच्या मनात संशय आलाच असता. त्याच्याच बहिणीला निवडण्याचं कारण काय, याचं त्याला नवल वाटणं अगदी साहजिक होतं.

पण तू केटचं चित्र कापून उरलेली सात चित्रं त्याच्याकडे पाठवू शकला असतास. उरलेल्या सात जणींचा तू बचाव करू शकला असतास. नव्हे, उरलेल्या सात जणींना तू वाचवायलाच हवं होतंस!

...पण मग व्हार्टोनियनच्या जीबीआय प्रयोगशाळेने त्या फोटोंवरचे त्याच्या हाताचे ठसे शोधून काढले असते, तर? नाही. एवढा मोठा धोका पत्करायला तो कधीही तयार नव्हता. शिवाय एव्हाना, डॅनियलने खोल खणायला सुरुवात केलेलीच आहे आणि देव जाणे, आत्तापर्यंत त्याच्या हाती काय काय लागलंय!

पण त्या सात मुलींपैकी एकीचा जरी खून झाला, तरी तुझे हात तिच्या रक्ताने माखलेले असतील.

...तर मग जसं आहे, तसंच राहू दे. प्रथम त्याला आपलं कुटुंब वाचवायचं होतं. जर जेनेट आणि क्लॉडियाबरोबर शाळेत गेलेल्या इतर मुलींचे कुटुंबीय सुज्ञ असतील, तर ते आपापल्या मुलींची डोळ्यांत तेल घालून काळजी घेतील. *पण तुला जे माहीत आहे, ते त्या बिचाऱ्यांना ठाऊक तरी कुठे आहे?*

त्याने त्याच्या आयुष्यात दुष्कृत्यं केलेली होती – भयानक आणि मर्यादा उल्लंघून. पण अजूनपर्यंत कुणाचंही रक्त त्याच्या हाताला लागलेलं नव्हतं. *नाही कसं? लागलंय!* ॲलिशिया ट्रिमेन. ॲलिशियाचा चेहरा आणि तेरा वर्षांपूर्वीची ती रात्र... त्याच्या डोळ्यांसमोर जशीच्या तशी उभी राहिली.

पण आमच्यापैकी कुणीच तिचा खून केलेला नाही. मात्र तिच्यावर बलात्कार केला होता – अगदी सर्वांनी. फक्त सायमन सोडून. त्याने फक्त फोटो काढले होते. तसं पाहिलं, तर सायमन विकृतच होता.

आणि तू नव्हतास का? तू त्या मुलीला जबरदस्तीने भोगलीस... आणि आणखी कितीतरी जणींना!

त्याने डोळे मिटून घेतले. त्याने ॲलिशिया ट्रिमेन आणि इतर चौदा जणींवर बलात्कार केला होता – त्यांच्यापैकी प्रत्येकानेच. फक्त सायमन सोडून. प्रत्येक वेळेस तो फक्त फोटो काढायचा.

आणि ते सर्व फोटो आता कुठे आहेत?

त्यांच्या प्रत्येक विद्रूप कृत्याचे पुरावे त्याच्यापाशी होत – फोटोंच्या रूपाने. सायमन मेल्याचं त्यांना जेव्हा पहिल्यांदा कळलं होतं, तेव्हा त्यांनी सुटकेचा नि:श्वास टाकला होता. पण आता ते फोटो उघडकीला येणार, या विचाराने त्यांची झोप उडाली होती. वर्षांमागून वर्षे गेली आणि ते फोटो कधीच बाहेर आले नाहीत. पण त्या वर्षांमधला प्रत्येक दिवस मात्र त्यांना बेचैन करणारा होता.

त्या फोटोंचा, त्या कंपूचा किंवा त्या कृत्यांचा उच्चार त्यांच्यापैकी कुणीच, कधीही केला नव्हता. डीजे मात्र पिऊन बरळू लागला आणि मग नाहीसा झाला.

जसा आज रात्री व्हेट नाहीसा झाला. व्हेट मेलाय, हे त्याला समजलं होतं. व्हेटची जीभही वळवळू लागली होती आणि डीजेसारखंच त्यालाही संपवलं गेलं होतं.

मी मात्र या प्रकरणाचा शेवट होईपर्यंत मान खाली घालून तोंड बंद ठेवण्याएवढी हुशारी दाखवलीय. पूर्वी फोटोंच्या भीतीने प्रत्येक जण गप्प होता. एकाने जरी तोंड उघडले असते, तरी सर्वांचाच सत्यानाश अटळ होता. पण या गोष्टीला आता इतकी वर्षं उलटून गेली आहेत... ते आता बच्चे राहिलेले नाहीत. आज त्यांना समाजात मान आहे. प्रत्येकाला आपापला कामधंदा आहे, आपापलं कुटुंब आहे.

पण आज इतक्या वर्षांनी... कुणीतरी त्या स्त्रियांना निर्घृणपणे मारत सुटलाय – ज्या स्त्रिया तेरा वर्षांपूर्वी कोवळ्या मुली होत्या. *अरे, पण तू ज्यांच्यावर बलात्कार केला होतास, त्याही कोवळ्याच मुली होत्या की! अगदी निष्पाप... निष्पाप...निष्पाप!*

"मला ठाऊक आहे." तो नकळत मोठ्याने बोलून गेला. मग पुटपुटला, "मला काय ते माहीत नाही का?"

आता बऱ्याच वर्षांनंतर ते आणखी एकाला समजलंय. त्याला किल्लीचं रहस्य समजलंय, म्हणजेच त्याला त्यांच्या कंपूविषयीही समजलंय. म्हणजेच त्याला सायमनने काढलेल्या फोटोंबद्दलही नक्कीच समजलेलं असणार! त्या

चौघांपैकी हे कृत्य कुणीच केलेलं नाही. नाही, आता चौघे नाहीत. व्हेट मेलाय... *आता तिघेच आहेत.* त्या तिघांपैकी हे कृत्य कुणीच करणार नाही.

सायमनच्या मृत्यूनंतर आठवडाभरातच हे खूनसत्र सुरू व्हावं, हा नक्कीच योगायोग नव्हता. डॅनियलला सायमनकडचे फोटो मिळाले असतील?

नाही, शक्यच नाही! फोटो मिळाले असते, तर डॅनियलने एव्हाना सर्वच शोधून काढलं असतं.

त्याचा शोध सुरू आहे, मूर्ख माणसा!

नाही, तो फक्त जेनेट आणि क्लॉडियाच्या खुन्याला शोधतोय.

म्हणजे, डॅनियलला नक्कीच ठाऊक नाही. याचा अर्थ, दुसऱ्याच कुणाला तरी ते ठाऊक आहे. त्याला पैसे हवे आहेत. आपण काय करू शकतो, हे त्या दोघींचा खून करून त्यानं दाखवून दिलेलं आहे. जर तुम्ही जुमानलं नाही, तर तो आणखी मुडदे पाडायला सज्ज आहे.

म्हणून तर त्याने त्याचं निमूट ऐकलं. त्याने कागदावर लिहून पाठवलेल्या सर्व सूचनांचे तंतोतंत पालन केलं. त्या इसमाने सांगितलेल्या परदेशी खात्यात एक लाख डॉलर्सचा भरणा केला. पुन्हा तो पैशाची मागणी करणार आणि पुन:पुन्हा तो पैसे भरतच राहणार. गुपित सुरक्षित ठेवणं... त्याला भागच होतं... *गुपित.*

१२

डटन, मंगळवार, ३० जानेवारी, रात्री ११ वाजून ५५ मिनिटे

होप आणि रिले झोपले आहेत याची खात्री करून ॲलेक्सने बेडरूमचा दरवाजा बंद केला आणि ती बाहेर आली. समोर मेरिडिथ आपलं डोकं फ्रीजमध्ये खुपसून शोधाशोध करत होती. ''मला खूप भूक लागलीय. मी फक्त पिझ्झ्याचे दोनच तुकडे खाल्ले होते.''

''बाकीच्यांनी तरी कुठे त्याहून जास्त खाल्लंय?'' डॅनियलने आपल्या खपाटीला गेलेल्या पोटावर हात फिरवत म्हटलं. ''बरं झालं, तू आठवण करून दिलीस.'' तो म्हणाला.

ॲलेक्सने डॅनियलच्या पोटावरून चटकन नजर काढून घेतली. एक वेगळीच संवेदना तिचं सर्वांग अगदी आतून गरम करून गेली. दिवसभरात एवढं काही घडल्यानंतर आपण डॅनियलच्या पोटावरून किंवा आणखी कशावरून हात फिरवावा, हा विचार आपल्या मनात यायला नको होता, असं तिला वाटून गेलं.

मेरिडिथने हॅमचे तुकडे आणि मेअनिजची बरणी काढून हॉल आणि किचनच्या मधल्या ग्रॅनाईटच्या फळीवर ठेवली. तिने ॲलेक्सकडे पाहिलं. ॲलेक्स तिच्याकडे नाराजीने पाहत होती. काहीतरी बोलण्यासाठी तिच्या ओठांवर अगदी शब्द आलेच होते, एवढ्यात मेरिडिथने चटकन म्हटलं, ''डॅनियल, तुझ्यासाठी सँडविच बनवू?''

डॅनियलने मानेनेच होकार दिला. ''हो, प्लीज.'' त्याने ग्रॅनाईटच्या फळीवर दोन्ही हात ठेवले आणि आपले दोन पाय मोग खेचत अंगातला शीण घालवण्याचा प्रयत्न केला.

''अरे, आता तर अगदी तू तुझ्या कुत्र्यासारखाच दिसत होतास!'' पावाच्या तुकड्यावर हॅमचे तुकडे रचत ती म्हणाली.

''असं म्हणतात की, माणूस आपल्या पाळीव कुत्र्याप्रमाणे हळूहळू दिसू आणि वागू लागतो. पण मला वाटतं, रिलेमध्ये आणि माझ्यात हे एवढंच साम्य असावं.

एरवी तो अगदीच भोळा आणि गचाळ आहे.''

''हो? हे नव्हतं मला ठाऊक. मला तर तो गोड वाटला.'' तिने डॅनियलसमोर प्लेट सरकवत ॲलेक्सकडे पाहिलं. ''ॲलेक्स, तुला नाही खावंसं वाटत?''

ॲलेक्स थट्टा-मस्करीच्या मूडमध्ये नव्हती. ''तू खा ना, मर्् –'' तिने जाऊन खिडक्यांचे पडदे सरकवले आणि तिला ती पोलिसांची गाडी दिसली. ''आपण त्यांना कॉफी तरी नेऊन द्यायला हवी ना?''

''त्यांना नक्कीच आवडेल.'' डॅनियल म्हणाला, ''तू बनवलीस तर मी ती नेऊन त्यांना देईन. अगदी नाइलाज असल्याशिवाय तुमच्यापैकी कुणीच बाहेर पडता कामा नये.''

मेरिडिथ आपली प्लेट घेऊन टेबलापाशी आली आणि टेबलावर असलेल्या फिओनाला बाजूला सरकवलं. ''आम्हाला नजरकैदेत ठेवलंय का?''

''मुळीच नाही. आणि हे तुम्हालाही ठाऊक आहे. पण तुमची सुरक्षा पाहिली नाही, तर आम्ही पुन्हा तीच चूक करून बसू.''

ॲलेक्सने कॉफी बनवायला सुरुवात केली होती. ''आपल्याला हे तरी मान्य करावं लागेल, नाहीतर दुसऱ्या एका सुरक्षित घरात जाऊन राहायला लागेल.''

मेरिडिथ नापसंतीनेच म्हणाली, ''मला वाटतं, तू आणि होपने जावंस.''

ॲलेक्सने चमकून तिच्याकडे पाहिलं, ''अरेच्चा! मी म्हणत होते की, तू आणि होपने जायला पाहिजे.''

''तुझी पण कमालच आहे!'' मेरिडिथ म्हणाली, ''डोकं आहे की खोकं? मला कोण कशाला मारेल? त्यांची सगळी नजर तुझ्यावर आहे.''

''अजूनपर्यंत...'' ॲलेक्स म्हणाली, ''रेव्हरंडसुद्धा बेपत्ता झालाय. मर्, आणि बेलीच्या त्या मैत्रिणीला धमकी दिली गेलीय. तू 'माझी' मैत्रीण आहेस. त्याचं तुझ्याकडे लक्षच गेले नसेल, या भ्रमात राहू नकोस.''

मेरिडिथला धक्का बसला, ''हलकट मेले!''

''बरोबर बोललीस.'' डॅनियल म्हणाला, ''यावर आज रात्री विचार करा. तुम्ही ठरवलं, तर उद्याच्या उद्या नव्या घराची व्यवस्था करता येईल. बाहेर असलेली गाडी निदान एक दिवस तरी इथून हलत नाही.'' त्याने आपलं कपाळ चोळत विचारलं, ''तुम्हा बायकांकडे ॲस्पिरिन आहे?''

ॲलेक्सने हनुवटी उचलली. त्याचा चेहरा त्रासलेला होता, ''काय दुखतंय?''

''माझं डोकं!'' तो आणखीनच चिडून म्हणाला.

ती हसली. ''डोकं जरा पुढे कर.'' अर्धवट संतापाने त्याने पाहिलं; पण मुकाटपणे तिची आज्ञा पाळली. ''आणि आता डोळे बंद कर.'' ती पुटपुटली. तिच्याकडे एक शेवटची नजर टाकत त्याने तेही केलं. बराच वेळ ती त्याच्या कपाळावर

आपली नाजूक बोटं अगदी हळुवार दाबत राहिली. त्याने डोळे किंचित उघडले.

"फारच सुंदर!" तो म्हणाला.

"मी ॲक्युप्रेशरच्या क्लासला जात होते – माझी स्वतःची डोकेदुखी थांबवण्यासाठी. पण ती मात्र कधीच थांबली नाही."

तो चालत फळीपलीकडे पोहोचला आणि तिच्या केसांमधून तिच्या मानेवर हात ठेवत म्हणाला, "अजूनही इथे दुखतंय?"

तिने मानेनेच होकार दिला आणि डोकं खाली वाकवत त्याचा अंगठा नेमक्या जागी स्थिर होऊन दिला. तिच्या मणक्यातून एक शिरशिरी उठत गेली... "हो! तिथेच." पण आवाज बसला होता आणि भोवतालची हवा एकदम कोंदट होऊन गेली.

त्याचे हात हळूहळू तिच्या खांद्यावर सरकू लागले आणि जॅकेटच्या जाड कापडातून शिरत तिची पाठ अगदी हळुवारपणे चोळू लागले. आता भोवताल कमालीचा शांत झाला होता. आवाज येत होता, तो फक्त भांड्यातून टप्-टप् गळणाऱ्या कॉफीचा आणि धक् धक् करणाऱ्या तिच्याच नाडीच्या ठोक्यांचा.

मेरिडिथने घसा खाकरला, "मला वाटतं, मी आता झोपावं!" ती म्हणाली.

मेरिडिथने दरवाजा बंद करून दोघांना पूर्ण एकांत मिळवून दिला. त्याने हळूच तिचं जॅकेट खांद्यावरून खाली सरकवलं आणि आणखी एक थंड शिरशिरी तिच्या शरीरातून उठली. पण त्याच्या उबदार हातांमुळे ती कधी नाहीशी झाली, हे तिला कळलंच नाही.

'अम्म्' तिच्या गळ्यातून अस्पष्ट आवाज आला. अचानक दोन्ही हात टेकून तिला पुढे झुकावं लागलं होतं – झुकवणारा तोच होता.

"झोपायचं नाही हं." तो कानाशी पुटपुटला आणि तिने श्वास मोकळा केला.

"शक्य तरी आहे का?"

आपल्याकडे पाहावं यासाठी त्याने तिची मान वळवली. त्याचे डोळे अधिकच निळसर आणि उत्कट दिसत होते. त्या डोळ्यांत खोल पाहताना तिचं सर्वांग फुलत गेलं. नाडीच्या ठोक्यांची लय आता पायांच्या नसांमध्ये ऐकू येऊ लागली आणि ते त्याच्या पायांवर दाबून धरण्याचा तिला तीव्र इच्छा झाली.

आत्तापर्यंत मानेवर जादू करणारा त्याचा अंगठा हळूच ओठांवर आला आणि तिला वाटलं... तो आणखी कुठे-कुठे फिरू लागला तर आपलं काय होऊन जाईल...! एका स्त्रीच्या मनातही असे विचार येऊ शकतात, याचंच मग तिला नवल वाटून गेलं.

त्याचे ओठ तिच्या ओठांवर टेकले आणि तिचे सगळे विचार बंद झाले. त्याच्या दंडांचा विळखा तिच्या गळ्याभोवती पडला आणि बेबंद भावनांचा हलकल्लोळ

तिने अनुभवला. यापूर्वी एकदाच तिला असा अनुभव आला होता. काल रात्री त्याने पहिल्यांदाच तिच्या ओठांवर ओठ टेकवले होते, तेव्हा. एकाच वेळी त्याचं तोंड जितकं मऊ, तितकंच कडक वाटत होतं आणि त्याचे हात... तिची पाठ घट्ट आवळत हळूहळू बाजूबाजूने खाली घसरत होते आणि सगळ्या बरगड्या एकाच वेळी हातात आल्यावर ते घसरायचे थांबले. त्याचे अंगठे आता तिच्या स्तनांखाली आले होते आणि हातांची बोटं बाजूला हळुवार कुरवाळू लागली होती.

स्पर्श कर मला, प्लीज... पण ते शब्द ओठांबाहेर आलेच नाहीत. त्याने तिच्याकडे पाहिलं आणि त्याला ते समजलंय, हे तिच्या लक्षात आलं. त्याचे अंगठे उचलले गेले आणि त्याखाली स्तनाग्रं पार दबून गेली. आणि डोळे गच्च मिटले गेले. "होय... होय" तिचं कण्हणं तिलाच ऐकू आलं, "तिथेच, तिथेच...."

"तुला काय हवंय, ॲलेक्स?" त्याचा आवाज अगदी हळुवारपणे पण खर्जात आला. तिचे स्तन हळुवारपणे गोंजारत, कुरवाळत असतानाच त्याने विचारले होतं, "मला...."

"मला तू हवी आहेस." तो तिच्या चेहऱ्यावर वाकत म्हणाला, "मी तुला आधीच सावध करतोय. तुझी इच्छा नसेल तर...."

ती गांगरली होती, "मला...."

आपल्या ओठांशी येऊन तो हसल्यासारखा तिला वाटलं, "नुसती मान हलव." तो म्हणाला आणि तिने त्यावर लगेच मान हलवली. तिने पुरता श्वास घ्यायच्या आधीच त्याने तिला उभं करत तिची पाठ कपाटाला टेकवली आणि त्याचा मुक्त दांडगेपणा सुरू झाला.

"हो...हो, तिथेच अगदी..." ती म्हणत असतानाच त्याने तिचं तोंड हातात घेत एक तीव्र, कचकचून चुंबन घेतलं. आपले हात तिच्या नितंबावर घसरवून त्याने तिला उचलून घेतलं आणि तो तिला घट्ट-घट्ट बिलगला.

अचानक दारावर पडलेल्या जोरजोरात थापांनी सर्व वातावरणच विस्कटून गेलं... "व्हार्टोनियनऽऽ"

डॅनियल एकदम दचकून मागे सरकला. त्याने आपला चेहरा दोन्ही हातांनी खसाखसा चोळला. त्याचे डोळे नेहमीसारखे सावध, दक्ष झाले होते. त्याचा उजवा हात कमरेखाली लटकावलेल्या पिस्तुलावर गेला. "इथेच थांब!" त्याने तिला इशारा केला आणि अशा तऱ्हेने दरवाजा उघडला की, कुणी तिला पाहू शकणार नाही. "काय झालं?" त्याने विचारलं.

"वायरलेसवरून सर्व स्थानिक युनिट्ससाठी निरोप आलाय." एक पुरुषी आवाज आला. तिला फक्त दरवाजा दिसू शकेल, अशा बेताने ॲलेक्स किंचित पुढे सरकली. "२५६, मुख्य रस्ता – काही वेळापूर्वी तिथे गोळ्या झाडण्यात आल्या...

एका पिझ्झा पार्लरमध्ये. एक ऑफिसर जखमी झालाय आणि दोन जण ठार झालेत. त्यातली एक, पार्लर बंद करत असलेली सेविका होती.''

"शैला..." ॲलेक्स म्हणाली आणि तिच्या काळजाचा ठोका चुकला.

डॅनियलने जबडा आवळून धरला, "मी निघालोच. तू आत ये. कोनिग अजून गाडीतच आहे?"

"हो." तो ऑफिसर आत आला आणि ॲलेक्ससमोर झुकून वाकला. "मॅडम, मी एजंट हॅटन."

"'ॲलेक्स, तू एजंट हॅटनवर पूर्ण विश्वास ठेवू शकतेस." डॅनियल म्हणाला, "मला निघायलाच हवं."

डटन, बुधवार ३१ जानेवारी, पहाटे १२ वाजून १५ मिनिटे

प्रेस्टो पिझ्झाचं दार ढकलत डॅनियल आत शिरला. तिथं स्मशानशांतता पसरलेली होती आणि आतलं दृश्य विदारक होतं. इथेच दोन तासांपूर्वी ॲलेक्स आणि होपला घेऊन तो आला होता. नकळत त्याचा हात मागच्या पिस्तुलावर गेला आणि तो कमालीचा सावध झाला. पण दुसऱ्याच क्षणी त्याच्या लक्षात आलं की, त्याला तिथे पोहोचायला खूपच उशीर झालाय.

काऊंटरवर एका कृष्णवर्णीय माणसाचं शरीर पडलं होतं. त्याच्या बाजूला कॅश रजिस्टर उघडं पडलं होतं. रोजच्या हिशेबाचे ते कागद असावेत. त्याचे हात छातीवर होते आणि खांदे काऊंटरच्या कडेवरून खाली घसरले होते. फरशीवर .३८ ची बंदूक पडलेली होती. काऊंटरवर रक्ताचं तळं साचलेलं होतं आणि थेंब-थेंब खाली ठिबकत होतं. डॅनियलच्या डोळ्यांसमोर सॉसने माखलेला होपचा चेहरा उभा राहिला.

डॅनियलची नजर बाजूला वळली. त्याच्यासारख्या कणखर माणसाच्या काळजालाही कापरं भरलं. ज्यूक बॉक्सच्या कोपऱ्यात शैला भिंतीला टेकून बसली होती. पाय फाकलेले... उघडे, पण निर्जीव डोळे... आणि मेणासारख्या दिसणाऱ्या चेहऱ्यावर लिपस्टिक लावलेले लालभडक ओठ आता अधिकच उग्र भासत होते. अजूनही तिने दोन हातांत बंदूक पकडलेली होती आणि बंदुकीचं दुसरं टोक तिच्या मांडीवर पडलेलं होतं. छातीत आणि ओटापोटात गोळ्या शिरून दोन मोठी छिद्रं पडली होती आणि त्यातून वाहणाऱ्या रक्तात तिचा गणवेश अंधारातही चमकत होता. ज्या भिंतीवर तिची मान टेकलेली होती, ती पूर्ण भिंत रक्ताने न्हाऊन निघाली होती आणि .३८ मधून सुसाट सुटलेली एक गोळी भिंतीवर भोक पाडून आरपार घुसली होती.

आपल्या डोळ्यांच्या कोपऱ्यातून डॅनियलला एक सूक्ष्म हालचाल दिसली आणि पिस्तूल बाहेर काढत गोळी झाडण्याच्या पवित्र्यात तो उभा राहिला. "खबरदार!

ही एका पोलिसाची आज्ञा आहे. तुझे हात मला दिसताहेत. आहे त्या ठिकाणी हात वर करून ताबडतोब उभा राहा.'' आडव्या पडलेल्या टेबलामागून एक व्यक्ती हळूहळू उभी राहिली आणि झटक्यात आपल्या हातातलं पिस्तूल खाली नेत डॅनियल चकित होऊन उद्‌गारला, ''रँडी?''

पोलीस अधिकारी रँडी मॅन्सफिल्डने एकही शब्द न उच्चारता मुकाटपणे आपली मान हलवली. त्याचा पांढरा गणवेश रक्ताने लाल झाला होता. त्याने कसंबसं एक पाऊल पुढे टाकलं, पण त्याचे पाय अक्षरश: लटपटत होते. डॅनियलने त्याला आधार देऊन खुर्चीत बसवलं आणि मोठ्या सायासाने रँडीने दीर्घ श्वास घेतला.

''सत्यानाश झाला!'' तो पुटपुटला. मागच्या टेबलावर डटन शेरिफच्या ऑफिसातील एक तरुण पोलीस अधिकारी गतप्राण होऊन उताणा पडला होता. टेबलाच्या कडेवरून कलंडला गेल्याने त्याचा खांदा ताणला गेला होता आणि हातातल्या पिस्तुलावर त्याची बोटं अजूनही आवळलेली होती. त्याच्या ओटीपोटात गोळी घुसल्याने सहा इंच खोल जखम झाली होती आणि पाठीखालून रक्ताचा एक छोटा ओहोळ वाहत होता.

''ते सगळेच्या सगळे मेलेले आहेत.'' रँडी पुटपुटला. तो धक्क्यातून अजिबात सावरलेला नव्हता. ''खल्लास....''

''तुला गोळी लागलीय?'' डॅनियल विचारलं.

रँडीने मान हलवली. ''आम्ही दोघांनीही गोळ्या झाडल्या – मी आणि कॉवेलने. कॉवेलला गोळी लागली; तो मेला.''

''रँडी, मी काय विचारतोय? तुला गोळी लागलीय?''

''नाही. माझ्या अंगावर त्याचं रक्त सांडलंय.''

''ते किती जण होते.''

''फक्त एक.''

डॅनियलने त्या पोलीस अधिकाऱ्याच्या गळ्यावर आपली बोटं दाबली. त्याला नाडी सापडेना. आपलं पिस्तूल समोर रोखत त्याने स्वयंपाकघराचा दरवाजा उघडला.

''पोलीसऽऽ'' त्याने मोठ्या आवाजात इशारा दिला, पण उत्तर आलं नाही. आवाजाचा मागमूसही नव्हता. त्याने फ्रिझर उघडत तपासला. 'फोर्ड टॉरस' त्याला दिसली. गाडीचं इंजिन अजून आवाज करत होतं. गोळी झाडणाऱ्याच्या सोबत एखादी व्यक्ती कदाचित असलीच, तर ते दोघेही एव्हाना नक्कीच पसार झाले असणार.

त्याने कमरेजवळच्या कातडी पिशवीत पिस्तूल खुपसलं आणि तो शैलापाशी येऊन उभा राहिला. चुरगाळून फेकून दिलेल्या एखाद्या बाहुलीसारखी ती दिसत होती. तिच्या खिशामधून काहीतरी बाहेर डोकावत होतं. खिशात कायम बाळगलेले

हातमोजे त्याने चढवले आणि तिच्याशेजारी गुडघ्यावर बसून तो तिला न्याहाळू लागला.

त्यानेच मगाशी तिला दिलेलं ते त्याचं स्वत:चंच ओळखकार्ड होतं.

तिचा चेहरा अगदी बारकाईने निरखताना, अचानक त्याच्या पोटात खड्डा पडला. काही तासांपूर्वी जर त्याने तिचा चेहरा असाच नीट पाहिला असता, तर त्याच वेळी त्याला तिची खरी ओळख पटली असती. तो हळहळला. तिचे डोळे आणि चेहऱ्याची ठेवण ही सायमनने काढलेल्या फोटोतील एका मुलीशी अगदी हुबेहूब मिळती-जुळती होती.

"तुझं इथे काय चाललंय?"

डॅनियलच्या पाठून एक गरजणारा आवाज आला आणि डॅनियलने मान वळवली. फ्रँक ल्युमिस उभा होता आणि डॅनियलला पाहून कमालीचा भडकलेला होता.

"ती माझी साक्षीदार होती." डॅनियल म्हणाला.

"हे बघ, हे माझं गाव आहे. इथे मी न्यायनिवाडा करतो. गुन्हा माझ्या हद्दीत घडलाय... आणि डॅनियल, मी तुला आमंत्रण दिलेलं नाही."

"फ्रँक, तू मूर्ख आहेस." डॅनियलने एकवार शैलाकडे पाहिलं आणि आता आपण काय करायला हवं, हे त्याच्या चटकन लक्षात आलं. "काही वेळांपूर्वी मीही मूर्खच होतो; पण आता तसा राहिलेलो नाही." तो उठला आणि तडक हॉटेलबाहेर जमलेल्या बघ्यांच्या गर्दीतून वाट काढत बाहेर पडला. थोड्या अंतरावर गेल्यानंतर त्याने ल्यूकला फोन लावला.

"पापाडोपॉलस...?" फोनमधून त्याला टीव्हीचा आवाज आला.

"ल्यूक, डॅनियल बोलतोय. तुझी मदत हवीय."

टीव्ही बंद झाला. "तू नुसतं सांग."

"मी डटनमध्ये आहे. मला ते फोटो हवे आहेत."

ल्यूक क्षणभर गप्प झाला. "का, काय झालं?"

"मला वाटतं, त्यातल्या आणखी एका मुलीची मला ओळख पटली."

"जिवंत आहे?"

"वीस मिनिटांपूर्वी होती; आता नाही."

"देवा!" ल्यूकने सोडलेला श्वास त्याला ऐकू आला. "तुझ्या लॉकरचा कोडनंबर काय?"

"तुझ्या मम्माच्या वाढदिवसाची तारीख."

"मी लवकरात लवकर पोहोचतो."

"थँक्स! १४४८, मुख्य रस्ता. बागेशेजारी एक मजली छोटा बंगला आहे."

डॅनियलने फोन ठेवला आणि मनात आलेला विचार बदलण्याआधी त्याने लगेच चेसला फोन लावला. "मला तू आत्ता डटनमध्ये हवा आहेस... प्लीज, लगेच ये."

डटन, बुधवार, ३१ जानेवारी, पहाटे १२ वाजून ५५ मिनिटे

"एजंट हॅटन, मी तुझ्यासाठी काही बनवू का?"

"मॅडम, मला काहीही नकोय. मी अगदी ठीक आहे."

"पण मी नाहीये ना!" ॲलेक्स स्वत:शी पुटपुटली. मगाचपासून ती अस्वस्थपणे हॉलमध्ये येरझाऱ्या घालत होती.

"ॲलेक्स, आधी खाली बस." मेरिडिथ शांतपणे म्हणाली, "अशाने तू स्वत:चा आणखीच गोंधळ वाढवतेयस."

"मी कुणाला त्रास तर नाही ना देत?" ती खिडकीपाशी जाऊ लागली, पण हॅटनने आपल्या नजरेनेच तिला सावध राहण्याचा इशारा दिला. "का, काय झालं?"

"मिस फॅलन, तुमच्या बहिणीचं म्हणणं बरोबर आहे. तुम्ही शांत बसायला हवंय."

"झोप नाही, अन्न नाही – अशी तिची अवस्था आहे."

हॅटन मान हलवत म्हणाला, "'आणि तुम्ही तर स्वत: एक नर्स आहात... तुम्हाला ते जास्त चांगलं ठाऊक आहे!"

ॲलेक्सने त्या दोघांकडे वैतागून पाहिलं आणि ती दाणकन सोफ्यावर बसली. पण तेवढ्यात दरवाजा वाजवला गेला आणि ती चटकन पुन्हा उठली.

"मी व्हार्टोनियन..." डॅनियल बाहेरून म्हणाला. हॅटनने दरवाजा उघडला.

"काय?"

"तीन जण मेले आहेत." डॅनियल म्हणाला. "त्यातली एक माझी साक्षीदार होती. हॅटन, मला जरा मिस फॅलनशी खासगीत बोलायचंय." अर्धवट सलाम ठोकत एजंट हॅटन बाहेर पडला.

"मॅडम," तो म्हणाला, "मी बाहेरच आहे."

"मीसुद्धा जाऊ का?" मेरिडिथने विचारलं आणि डॅनियल मानेनंच 'नको' म्हणाला. त्याने उठून दरवाजा बंद केला आणि तसाच स्वत:च्या विचारात बराच वेळ पाठमोरा उभा राहिला. मात्र, मिनिटामिनिटाला ॲलेक्सच्या छातीतली धडधड वाढतच होती.

अखेर तिची सहनशक्ती संपली. "तू मला काय सांगणार होतास?"

तो वळला, "ते तितकंसं चांगलं नाहीये."

"कुणासाठी चांगलं नाहीये?" तिने विचारलं.

"आपल्या दोघांसाठी." तो गूढपणे म्हणाला आणि समोरच्या कपाटाशी जाऊन पाठ टेकवून उभा राहिला. "तुला जेव्हा मी प्रथम पाहिलं, तेव्हा मला कमालीचा धक्का बसला होता." तो म्हणाला.

"हो. तू त्या जुन्या लेखात ॲलिशियाचा फोटो पाहिला होतास..." ॲलेक्स म्हणाली.

"मी तिचा चेहरा त्यापूर्वीही पाहिला होता. मला वाटतं, तूही सायमनवर लिहिले गेलेले लेख वाचलेले आहेस?"

"सर्व नाही; त्यातले काही लेख वाचलेत." ती सोफ्यावर बसत म्हणाली, "सायमन, तुला मी नरकात गाठेन..." ती पुटपुटली. "म्हणजे, वेडच्या या वाक्याचा अर्थ तुझ्या लगेच लक्षात आला होता?"

"नाही. आजच्या रात्रीपर्यंत तरी तो माझ्या लक्षात आलेला नव्हता. माझ्या आई-वडिलांकडून एक व्यक्ती धमकी देऊन पैसे उकळण्याचा प्रयत्न करत होती आणि तिला भेटायला ते फिलाडेल्फियाला गेले होते. त्यासंबंधीचा लेख तू वाचला आहेस?"

ॲलेक्स 'नाही' म्हणाली, पण मेरिडिथला ते माहीत होतं. "मी तो लेख वाचलाय." ती खांदे उडवत पुढे म्हणाली, "होपबरोबर चित्र रंगवून मला कंटाळा यायचा, तेव्हा मी इंटरनेट उघडून बसायचे. त्या लेखात म्हटलं होतं की एक स्त्री डॅनियलच्या आई-वडिलांना सतत धमकी द्यायची. ते दोघे जेव्हा तिला भेटायला फिलाडेल्फियाला गेले, तेव्हा त्यांना समजलं की सायमन अजून जिवंत आहे. नंतर सायमनने त्या दोघांचा खून केला."

"इथेच ती गोष्ट संपत नाही; ती याहून खूपच सनसनाटी आहे." डॅनियल उपहासाने म्हणाला, "सायमन जिवंत आहे, ही गोष्ट माझ्या आई-वडिलांना आधीपासूनच ठाऊक होती. सायमन अठरा वर्षांचा झाल्यावर त्यांनीच सायमनला घराबाहेर काढलं. त्याचं बिंग फोडणारा पुरावा त्यांच्या हाती लागला होता आणि त्यामुळे सायमन पुन्हा कधीच घरी फिरकू शकणार नव्हता. माझ्या वडिलांनीच जाहीर करून टाकलं की, सायमन मेलेला आहे आणि त्यांनी एक बेवारशी प्रेतसुद्धा पुरून टाकलं. माझी आई सायमनचा कधीच शोध घेऊ शकणार नाही, अशी त्यांनी व्यवस्थाच करून टाकली. तो मेलाय, यावर माझाही विश्वास बसला... आम्हा सगळ्यांचाच बसला."

"मग तो जिवंत आहे, हे समजल्यावर तुला चांगलाच धक्का बसला असणार." मेरिडिथ म्हणाली.

"छे! ते समजल्यावर माझी त्याहूनही वाईट अवस्था झाली होती. सायमन हा फार आधीपासून वाया गेलेला होताच. पण तो अठरा वर्षांचा असताना माझ्या

वडिलांना अशी एक गोष्ट समजली की, त्यांच्या सहनशक्तीचा तिथे अंतच झाला. सायमनला त्यांनी घरातून हाकलवलं आणि त्यांच्यापाशी असलेल्या सज्जड पुराव्यामुळे सायमननेही परत यायची कधी हिंमत दाखवली नाही.''

''डॅनियल, कोणती गोष्ट?'' ॲलेक्सला धीर धरवत नव्हता, ''सांग, मला लवकर....''

त्याच्या जबड्याचे सर्व स्नायू आवळून घट्ट झाले. ''फोटो... स्त्रियांचे, मुलींचे. कोवळ्या, तरुण मुलींचे – त्यांच्यावर बलात्कार केला जात असताना घेतलेले फोटो.''

मेरिडिथचा घुटमळलेला श्वास ॲलेक्सला ऐकू गेला, पण तिला स्वत:ला तर श्वास घेणंही मुश्कील झालं होतं.

''त्यामध्ये ॲलिशियाही होती?'' मेरिडिथने विचारलं.

''हो.''

मेरिडिथने सुकलेल्या ओठांवरून जीभ फिरवली, ''पण धमकी देणाऱ्या त्या स्त्रीने हे फोटो कसे मिळवले?''

''तिच्याकडे फोटो नव्हतेच, फोटो माझ्या आईजवळ होते. सायमन जिवंत आहे, हे समजल्यावर ते फोटो माझ्या हाती पडावेत, या उद्देशाने तिने ते एका विशिष्ट गुप्त ठिकाणी ठेवून दिले. आपणही आता सायमनच्या तावडीतून वाचणार नाही याचा तिला अंदाज आला असावा. धमकी देणाऱ्या त्या स्त्रीने फिलीमध्ये सायमनला पाहिलं आणि त्यामागचं काळंबेरं पूर्ण लक्षात आल्याने तिने आपला स्वार्थ साधण्याचा प्रयत्न केला.''

''म्हणजे तिने तुझ्या वडिलांनी केलेल्या खोटारेडपणाची किंमत वसूल करण्याचा प्रयत्न केला?'' मेरिडिथ म्हणाली.

''तसंच असणार. आईने ठेवलेले फोटो मला दोन आठवड्यांपूर्वी मिळाले. आई-वडिलांच्या मृत्यूची बातमीही मला त्याच दिवशी कळाली, त्यानंतर काही दिवसांनीच सायमनही मेला.''

''मग तू काय केलंस?'' मेरिडिथने विचारलं, ''म्हणजे मी फोटोंबद्दल विचारतेय...''

''मी फिलाडेल्फियातल्या एका गुप्तहेराकडे ते नेऊन दिले.'' डॅनियल म्हणाला, ''मला मिळाले, अगदी त्याच दिवशी मी ते त्याला देऊन टाकले. त्या क्षणी मला वाटलं की, ती स्त्री या फोटोंमुळेच माझ्या आई-वडिलांना धमकी देत असावी.''

''म्हणजे, ते सर्व आता तिथे आहेत तर?'' ॲलेक्स म्हणाली, ''ॲलिशियाचे फोटो तिथे आहेत? त्या अनोळखी, मवाली पुरुषांबरोबरचे...?'' बोलताना आपला आवाज विक्षिप्तपणे चिरकतोय, हे ॲलेक्सच्या लक्षात आलं आणि तिचा स्वत:शीच

संघर्ष सुरू झाला.

"होय. पण त्या छायाचित्रांच्या काढलेल्या प्रती होत्या. मूळ छायाचित्रं मी माझ्याचजवळ ठेवली होती. त्या सर्व स्त्रियांना हुडकून काढायची मी मनात प्रतिज्ञा केली होती. त्या कोण होत्या किंवा सायमनचा या सर्व प्रकरणात नेमका काय सहभाग होता, हे मला काहीही ठाऊक नव्हतं. कुठून सुरुवात करावी, हेही मला कळत नव्हतं. आणि मी कामावर परतल्याच्या पहिल्याच दिवशी आम्हाला ती आर्केडियातील मुलगी सापडली."

"ब्लँकेट आणि खड्डा... सगळं अगदी तस्संच!" मेरिडिथ निराशपणे उद्गारली.

"आर्केडियातल्या एका माणसाला ॲलिशियाचा खून आठवला. जुन्या वर्तमानपत्रांतल्या एका बातमीमध्ये मी ॲलिशियाचा फोटो पाहिला आणि माझ्या झटकन लक्षात आलं की, या मुलीला मी सायमनच्या त्या फोटोंमध्ये पाहिलंय. मी ॲलिशियाच्या कुटंबातल्या माणसांना दुसऱ्याच दिवशी जाऊन भेटायचंही ठरवलं होतं..." त्याने ॲलेक्सकडे पाहिलं. "आणि तू येऊन माझ्या समोर उभी राहिलीस."

ॲलेक्सने त्याच्याकडे रोखून पाहिलं. ती सुन्न झाली होती. "सायमनने ॲलिशियावर बलात्कार केला. पण पोलिसांनी मात्र तिचा खून करणाऱ्या माणसालाच फक्त पकडलं. गॅरी फलमोअर – तो तर भरकटलेला होता नशेमध्ये."

डॅनियलने थकल्यासारखी मान हलवली. "त्या फोटोंमध्ये पंधरा मुली होत्या. त्यातली एकच मेलीय, असा माझा समज होता – ॲलिशिया.... निदान आज रात्रीपर्यंत तरी."

"हाय रे देवा!" मेरिडिथ पुटपुटली, "शैला...?"

डॅनियलने कष्टाने मान उचलून तिच्याकडे पाहिलं, "हो."

ॲलेक्स एकदम उठून उभी राहिली. संतापाने ती थरथर कापत होती. तिचा तोल सुटला. "तुला आधीच माहीत होतं! हलकट माणसा, तुला माहीत होतं... पण तू ते माझ्यापासून लपवलंस!"

"ॲलेक्स ऽऽ" मेरिडिथने दटावलं.

डॅनियलचा चेहरा दगडासारखा दिसत होता. "माझ्या मनात तुला दुखवायचं नव्हतं."

ॲलेक्सला पटणं शक्यच नव्हतं. "तुझ्या मनात मला दुखवायचं नव्हतं." ती भकासपणे त्याचंच वाक्य पुन्हा बोलली, "तुझ्या भावाने माझ्या बहिणीला भोगली आणि तुला मात्र मला दुखवायचं नव्हतं."

"कदाचित तो तुझा सावत्रभाऊही असू शकतो!" आवाज शक्य तितका शांत ठेवत डॅनियल म्हणाला.

आणि एका क्षणात ॲलेक्सचा तापच ओसरला. ती बर्फासारखी गोठून गेली.

"माय गॉड...! त्याचं ते पत्र...."

डॅनियलने शांतपणे मान हलवली, पण तो काहीही बोलला नाही.

"आणि त्याने बेलीला पाठवलेलं पत्र..." तीच पुढे म्हणाली आणि मटकन खाली बसली. "माय गॉड! आणि तो रेव्हरंड...?" डॅनियलची आणि तिची नजरानजर झाली. "वेडने हेच बिअर्डस्लीकडे कबूल केलेलं असणार."

"...आणि आता तो बिअर्डस्लीच बेपत्ता आहे!" डॅनियल म्हणाला.

"एक मिनिट..." उभी राहत मेरिडिथ म्हणाली, "जर सायमन आणि वेडने या मुलींवर बलात्कार केला, पण ते दोघेही आता जिवंत नाहीत... तर मग या सर्वांमागे कोण आहे? बेलीला कुणी पळवलं? आणि त्या दोन मुलींचा खून कोणी केला?"

"मला माहीत नाही. पण सायमनने बलात्कार केला असेल, असं मला वाटत नाही."

ॲलेक्सचा संताप पुन्हा उफाळून आला. "तुला... तुला असं."

डॅनियलने हात उंचावत तिला थांबवलं. "ॲलेक्स, प्लीज. सायमनचा एक पाय कापून टाकलेला होता. फोटोमधल्या सर्व पुरुषांना दोन्ही पाय आहेत. मला वाटतं, सायमनने फक्त फोटो काढलेले आहेत. अर्थात, तो तसं करण्याइतका विकृत नक्कीच होता."

"एक मिनिट..." मेरिडिथ पुन्हा म्हणाली, "पुरुष? म्हणजे त्या फोटोंमध्ये एकाहून जास्त पुरुष आहेत?"

"बहुतेक पाच... कदाचित जास्त. नेमकं सांगणं कठीण आहे."

"म्हणजे आणखीही काही जण या प्रकरणात गुंतलेले आहेत?" ॲलेक्स म्हणाली.

"आणि हे अजून कुणालाही कळलेलं नाही?" मेरिडिथ हताशपणे म्हणाली, "पंधरा मुली! तरीही हे गुपित अजून गुपितच राहू शकलं?"

डोळ्यांभोवती खोली गरागरा फिरू लागली. ॲलेक्सने डोळे गच्च मिटले. "ते फोटो आता कुठे आहेत?"

"माझ्या घरी – एका चोरकप्प्यात. ते फोटो घेऊन ल्यूक इथेच येतोय. माझं आणि त्याचं बोलणं झालंय."

डॅनियल तिच्याशेजारी येऊन बसला, पण त्याने तिला स्पर्शही केला नाही. "मी माझ्या बॉसलाही फोन केला. मला त्यालाही सांगावंसं वाटलं."

तिने डोळे उघडले. तो सोफ्याच्या अगदी कडेवर बसला होता. "त्याला आधी न सांगितल्यामुळे आता तू अडचणीत तर नाही ना येणार?"

"कदाचित येईनही. पण काय करावं, हे मला कळेना." त्याने वळून तिच्याकडे पाहिलं आणि त्याच्या डोळ्यांतल्या वेदना तिला जाणवल्या. "जर त्याने परवानगी

दिली, तर ते फोटो तुलाही दाखवायचे माझ्या मनात आहे. आज संध्याकाळी तू पाहताच क्षणी शैलाला ओळखलं होतंस... कदाचित तू त्यातल्या इतर काही जणींनाही ओळखशील.''

त्याच्या पाठीवरून तिने आपली बोटं हळुवारपणे दाबत खाली नेली. ''आणि आपण कदाचित त्यातल्या काही पुरुषांनाही ओळखू!''

''हो, तेसुद्धा.'' त्याने आवंढा गिळला.

''तुम्ही दोघंही याच गावात राहत होतात...'' मेरिडिथ म्हणाली. ''मग ज्यांना ॲलेक्स ओळखू शकते, त्यांना तू ओळखत नाहीस?''

''मी पाच वर्षांनी मोठा आहे.'' डॅनियल म्हणाला, ''हे जेव्हा घडलं, तेव्हा मी दुसऱ्याच गावात, कॉलेजमध्ये होतो.''

''आणि तो श्रीमंत घरातील होता.'' ॲलेक्सने पुस्ती जोडली, ''श्रीमंतांची मुलं खासगी शाळेत जायची. ॲलिशिया, शैला, बेली आणि मी सरकारी शाळेत शिकलो. दोन वर्गांमध्ये खूप मोठी दरी होती.''

''पण मग सायमन आणि वेड हे मित्र कसे?''

''मित्र नव्हे, साथीदार!'' डॅनियल म्हणाला, ''सायमनला खासगी शाळेतून बाहेर काढलं होतं. त्याचं सर्व शिक्षण सरकारी शाळेत झालं. त्या काळातली काही वार्षिक मासिकं आपण मिळवायला हवीत.''

''पण जेनेट आणि क्लॉडिया यांचा काय संबंध? ॲलिशिया मेली, तेव्हा त्या नऊ वर्षांच्या होत्या.'' ॲलेक्सने विचारलं.

''मला काहीही ठाऊक नाही...'' डॅनियल म्हणाला, ''मला एवढंच ठाऊक आहे की, शैलाला मला काहीतरी सांगायचं होतं. तिच्या खिशात अजूनही माझं आयकार्ड होतं.''

''तिला कुणी मारलं?'' मेरिडिथने विचारलं.

''ज्यांना हॉटेलच्या गल्ल्यातून पैसे पळवायचे होते.'' डॅनियल खांदे उडवत म्हणाला, ''निदान आपल्याला तरी तसं भासवलं गेलंय.'' अचानक डॅनियल ताडकन उभा राहिला. त्याला काहीतरी उमगलंय, असे भाव त्याच्या चेहऱ्यावर दिसत होते. ''हे माझ्या नजरेतून कसं निसटलं, हेच मला कळत नाहीये!'' त्याने दरवाजा उघडला. ''हॅटन, ताबडतोब वर ये.'' तो ॲलेक्सकडे वळाला. ''मी हॉटेलमध्ये ल्यूक आणि चेसला भेटायला चाललोय; तू इथेच थांब.''

डटन, बुधवार, ३१ जानेवारी, पहाटे १ वाजून ३५ मिनिटे

प्रेस्टो पिझ्झा हॉटेलमध्ये डॅनियल पुन्हा पोहोचला. आतल्या दरवाजाला टेकूनच हताशपणे कोरे प्रेस्टो उभा होता. तो खूप हादरला होता आणि मनातून पार

ढासळलेला होता. बराच वेळ तो रडला असावा. चेहरा सुकला असला तरी डोळे सुजलेले होते.

डॉ. टोबी ग्रॅनव्हिले काऊंटरवर मरून पडलेल्या पोलीस अधिकाऱ्याच्या मृतदेहाची तपासणी करत होता आणि फ्रँकचा एक मदतनीस आपल्या डिजिटल कॅमेऱ्यातून त्याचे फोटो घेत होता. दुसऱ्या तरुण अधिकाऱ्याचा मृतदेह तिथून हलवून आता शवागारात पाठवण्यात आला होता. तो अधिकारी जिथे मरून पडला होता, त्या जागेवर फ्रँक गुडघे टेकून बसला होता आणि फरशीकडे निरखून पाहत होता. शैला मात्र अजूनही त्याच स्थितीत, चुरगळलेल्या बाहुलीसारखी बसून होती.

रँडी मॅन्सफिल्ड मात्र दिसत नव्हता. बहुतेक त्याला हॉस्पिटलमध्ये तरी पाठवलं गेलं असावं किंवा घरी जाऊन विश्रांती घ्यायला सांगितली असावी, असं डॅनियलला वाटलं. "फ्रँक," डॅनियलने हाक मारली.

फ्रँकने मान वर करून पाहिलं आणि क्षणभर त्याच्या डोळ्यांत डॅनियलला एक प्रकारची असहायता दिसली. पण दुसऱ्याच क्षणी तो भानावर आला, "तू परत का आलास, डॅनियल?"

"मी आता या सर्व घटनास्थळाचा ताबा घेतोय. टोबी, मला वाटतं, आता तू त्या प्रेतापासून दूर व्हावंस. मी आता राज्य वैद्यकीय अधिकाऱ्यांना आणि गुन्हा अन्वेषण पथकाला बोलावून घेतोय."

डॅनियलच्या बोलण्याने चकित होऊन टॉबी ग्रॅनव्हिलेने फ्रँककडे पाहिलं. हात कमरेवर ठेवून फ्रँक शांतपणे उभा होता. "डॅनियल, तू कोणालाही बोलावत नाहीयेस!" तो तितक्याच शांतपणे पण जरबेने म्हणाला.

"हे बघ फ्रँक, हॉटेलच्या मागे जी गाडी उभी दिसतेय, ती आज दुपारी माझ्या एका साक्षीदाराला ठोकर मारून पसार झाली होती. तो साक्षीदार आता माझ्या संरक्षणाखाली आहे. आता ती गाडी इथे आहे आणि माझा दुसरा साक्षीदार मारला गेलाय. हे उपाहारगृह आता जीबीआयच्या तपासाखाली आहे. प्लीज फ्रँक, तू आता निघून जावंस, नाहीतर मी तुला बाहेर काढीन."

उघडलेलं तोंड फ्रँकला मिटताही आलं नाही. त्याने झटकन वळून एकवार त्या काऊंटरवर कलंडलेल्या प्रेताकडे पाहिलं. "ठोकर मारून पळाली?" त्याने अस्पष्टपणे विचारलं, "कुठं? कधी?"

"अॅटलांटाच्या त्या भुयारी रस्त्याबाहेर..." डॅनियलने उत्तर दिलं. "अॅलेक्स फॅलन...!" त्याने डॉक्टरकडे पाहिलं. "सॉरी टोबी, पण आता मला हे सर्व आमच्या पद्धतीप्रमाणे तपासावं लागणार आहे. तुला दुखावण्याचा माझा हेतू मुळीच नाही."

ग्रॅनव्हिले मागे सरकला आणि त्याने हातमोजे काढले, "मी दुखावलेलो नाही."

"एक मिनिट –" कोरे प्रेस्टो प्रथमच बोलला, "तुझ्या म्हणण्याप्रमाणे हा दरोडा नाही? शैलाला मारण्यासाठी हा कट रचला गेला?"

"मी एवढंच म्हटलं की, हॉटेलमागे जी गाडी आहे, त्याच गाडीतून आज दुपारीसुद्धा एका व्यक्तीला जीवे मारण्याचा प्रयत्न केला गेला होता..." डॅनियलने वळून फ्रँककडे पाहिलं. त्याचा चेहरा साफ पडलेला होता. "आणि आता शैलाला ठार मारलंय."

"कोणत्या पुराव्यासाठी तू तिची साक्ष घेणार होतास?" फ्रँकने शांतपणे विचारलं. डॅनियलने त्याच्याकडे ओझरता कटाक्ष टाकला. आपण या माणसाला बरीच वर्षं ओळखतोय, असं आपल्याला वाटत होतं; पण आपण याला खरंच ओळखू शकलोय का?

"ही माहिती गुप्त आहे फ्रँक. मी ती तुला सांगू शकत नाही."

फ्रँक जमिनीवर साचलेल्या रक्ताच्या थारोळ्याकडे पाहत म्हणाला, "बिचारा सॅम... फक्त एकवीस वर्षांचा होता."

"फ्रँक, मगाशी बोललो, त्याबद्दल माफ कर." डॅनियल म्हणाला, "आमची तपासणी सुरू असताना तुला हवं असेल तर तू थांबू शकतोस." तो प्रेस्टोकडे वळला. "मिस्टर प्रेस्टो, हॉटेलच्या गल्ल्यातील काही रक्कम पळवली गेली आहे.?"

आपल्या पालथ्या हाताने प्रेस्टोने आपला चेहरा पुसला. "मी सर्व रोकड आधीच काढून नेली होती."

"रात्री मी जेव्हा ॲलेक्स फॅलनला घेऊन आलो होतो, तेव्हा तू इथेच होतास ना?" डॅनियलने विचारलं.

"हो. मी इथेच होतो." त्याने हनुवटी वर उचलली. "हां, मग?"

"शैला माझ्याशी बोलत होती. तू तिला परत किचनमध्ये बोलावलंस आणि तेही दरडावून."

"गिऱ्हाइकांच्या ऑर्डर्स वाढत चालल्या होत्या. गप्पा मारण्यासाठी मी तिला पगार देत नव्हतो."

"ती म्हणाली, मी जरा जास्तच मर्यादा सोडून बोलले. माझ्या बोलण्याने मालकवर्ग उगाचच नाराज होऊन जायचा. ती हे कुणाबद्दल बोलत असावी?"

"मला काय माहीत?" तो चक्क खोटं बोलत होता आणि हे त्या दोघांनाही समजत होतं.

"तुझ्याकडे ती किती वर्षं कामाला होती?"

"चार वर्षं– जेव्हापासून ती सुधारगृहातून बाहेर आली. मी तिला संधी दिली."

"का? का तू तिला संधी दिलीस?"

प्रेस्टोचे गाल रागाने लाल झाले, "कारण मला तिची कीव आली."

डॅनियलने आवाजात मार्दव आणलं. "का?"

प्रेस्टोने मोठा आवंढा गिळला, "तिच्यावर फारच वाईट दिवस आले होते. मला तिच्याबद्दल सहानुभूती वाटली. फक्त... एवढंच." पण त्यानंतर त्याने जेव्हा पुन्हा एकदा कोपऱ्यात पडलेल्या शैलाकडे पाहिलं, तेव्हा त्याचा गळा दाटून आला आणि फुटणारा हुंदका तो रोखू शकला नाही. त्याच्या मनाला होणाऱ्या यातना त्याच्या डोळ्यांत उमटल्या होत्या आणि त्याच डोळ्यांना अश्रूही अनावर झाले. डॅनियल त्याच्या भावना समजून चुकला.

"तू तिच्यावर प्रेम केलंस...?" डॅनियल हळुवारपणे म्हणाला.

प्रेस्टोची छाती पुन्हा एकदा भरून आली. त्याने मान खाली घातली. त्याच्या दोन्ही हातांच्या मुठी वळलेल्या होत्या. त्याला आणखी काही प्रश्न विचारायची गरजच उरली नाही.

"डॅनियल..." टोबी ग्रॅनव्हिले जवळ आला. त्याच्या चेहऱ्यावर प्रेस्टोबद्दल सहानुभूती होती. "त्याला आता घरी जाऊ दे. उद्या तो तुझ्या प्रश्नांना उत्तरं देईल." टोबीने प्रेस्टोच्या खांद्यावर हात टाकला आणि हळूहळू तो प्रेस्टोला घेऊन बाहेर पडला. एड रँडॉल नेमका त्याच वेळी आत शिरत होता.

"कहर झालाय!"

"इथे पडलेला एक मृतदेह याआधीच इथून हलवण्यात आलाय." डॅनियल म्हणाला, "मी जेव्हा इथे पोहोचलो, तेव्हा मी पाहिलेल्या दृश्याचं वर्णन मी तुला सांगू शकतो – ऑफिसर?"

फोटो काढणाऱ्या त्या तरुण अधिकाऱ्याने डॅनियलकडे चमकून पाहिलं. "क... काय?"

"तू आम्हाला तुझा कॅमेरा दिलास, तर त्यातल्या फोटोंच्या कॉपीज् काढून आम्ही तो लगेच तुला परत देऊ."

त्या तरुणाने गोंधळून फ्रँककडे पाहिलं, पण फ्रँकने मानेनेच त्याला संमती दर्शवली. "काही हरकत नाही. आल्विन, तू आता जाऊ शकतोस."

त्या तरुणाला तिथून सुटल्याचा इतका विलक्षण आनंद झाला की, तो पडत्या फळाची आज्ञा घेत चटकन बाहेर सटकला.

"अरे, नुकतीच मी बेलीच्या घराची झडती घेतली होती आणि तितक्यात तुझा हा फोन आला." एड म्हणाला, "डटन सोडून फक्त वीस मिनिटं झाली होती आणि मला पुन्हा माघारी फिरावं लागलं. पंधरा-वीस मिनिटांत बाकीचे सगळे येतीलच. तोपर्यंत तू काय काय पाहिलंस, ते मला सांग."

माल्कम आणि त्याचा सहकारी ट्रे – एका खास बनविलेल्या लांबलचक

पिशवीत त्या बंदूकधाऱ्या इसमाचं प्रेत ठेवण्याचा प्रयत्न करत होते. तशाच दुसऱ्या पिशवीत शैलाला ठेवलं होतं आणि छातीपर्यंत चेन लावलेली होती. तेवढ्यात ल्यूक आला आणि तो सरळ चालत जाऊन शैलाजवळ उभा राहत तिचा चेहरा बारकाईने पाहू लागला. त्याच्या चेहऱ्यावरचे भाव बदलत गेले.

''तुझंच बरोबर निघालं.'' तो पुटपुटला. ''ते चुकीचे ठरावं, असं मला फार वाटत होतं.''

''ते कुठे आहेत?'' डॅनियलनं विचारलं.

''माझ्या कुलूपबंद पेटीत. आणि लक्षात ठेव, माझ्या ममाच्या वाढदिवसाची तारीख 'एक' आहे, 'चार' नाही.''

''तिला मात्र माझी चूक सांगू नकोस हं – काय?''

''तुझी सगळीच गुपितं मी अगदी सुरक्षित ठेवतो.'' तो न हसता म्हणाला, ''पण तू घेतलेला निर्णय तुला योग्य वाटतोय ना?''

डॅनियलने शैलाच्या मेणासारख्या चेहऱ्याकडे पाहिलं आणि इतका बरोबर निर्णय आपण यापूर्वी कधीच घेतला नव्हता याची त्याची त्यालाच खात्री पटली.

''हो, एका आठवड्यापूर्वीच मी हे सांगून मोकळा झालो असतो – तर कदाचित शैलाचा जीव वाचवता आला असता.''

''त्या वेळी तुला कुठे ठाऊक होतं?''

''मलाही नव्हतं आणि तिलाही नव्हतं.''

ल्यूकने उसासा सोडला. ''मी ते पाकीट घेऊन येतो.''

माल्कम आणि ट्रे आता शैलाजवळ आले, तसा डॅनियल उठून एका बाजूला जाऊन उभा राहिला. चेस येऊन पोहोचला. आल्या-आल्या त्याने एका नजरेत सगळ्या हॉटेलचं निरीक्षण केलं आणि आपली नजर डॅनियलकडे वळवली.

''माझ्या गाडीत बसू या.'' तो म्हणाला.

''ठीक आहे.'' बाहेर पडता-पडता ल्यूकने त्याच्या हातात ते पाकीट हळूच सरकवलं.

''मी वाट पाहीन.'' ल्यूक म्हणाला आणि डॅनियलने त्यावर मान डोलावली.

डॅनियल चेसच्या मागून चालत होता, पण त्याच्या चालण्यात जिवंतपणाच नव्हता. तो जाऊन गाडीत बसला आणि गाडीचं दार लावून घेतलं. चेस येऊन स्टिअरिंगमागे बसला.

''त्या पाकिटात काय आहे, डॅनियल?''

डॅनियलने घसा खाकरला, ''मला छळणारे सैतान!''

''वाटलंच मला!''

समोर माल्कम आणि ट्रेने खोलीतले मृतदेह गाडीत टाकून गाडीचा मागचा दरवाजा

धाडकन लावलेला त्याने पाहिला. *शैलाच्या रक्ताने माझे हात माखलेले आहेत...* या नंतर आता एकही गुपित ठेवायचं नाही. यापुढे एकदाही खोटं बोलायचं नाही.

"सारं इथेच संपवून टाकायचं."

"इथेच काय संपवून टाकायचं, डॅनियल?"

"मी माझी कारकीर्दच संपवून टाकत नाहीये, अशी आशा करतोय. पण ती वेळ आलीच, तर मी तुझ्याशी एका शब्दानेही वाद घालणार नाही."

"त्याचा न्याय मी करेन."

आपल्याला जे चेसला सांगून टाकायचंय, त्यासाठी ही सुरुवात तर चांगली झालीय, असा विचार करत डॅनियल म्हणाला, "माझे वडील न्यायाधीश होते."

"हो, ते मला माहितीय, डॅनियल. नीट सगळं ओकून टाक. ज्या-ज्या गोष्टींबद्दल आपल्याला चर्चा करावीशी वाटतेय, त्या सगळ्या गोष्टींबद्दल आपण सविस्तर बोलू."

"मी सगळंच सांगून टाकणार आहे. या सर्वाची सुरुवात माझ्या वडिलांपासून झाली होती आणि ते न्यायाधीश होते, म्हणून मी तसं म्हटलं." आणि मग डॅनियलने घडलेली सर्व गोष्ट अगदी छोट्या तपशिलांसकट त्याला सांगून टाकली. मगाशी अॅलेक्सशी बोलतानाही त्याने काही गोष्टी राखून ठेवल्या होत्या – तो भाग – अकरा वर्षांपूर्वी जेव्हा त्याने ती चित्रं पहिल्यांदा पाहिली होती, परंतु पोलिसांच्या हाती ती पडू नयेत यासाठी त्याच्या वडिलांनी ती जाळून टाकली होती – त्याने सांगून टाकला. चेस एकटक समोर पाहत होता. तळव्यांमध्ये चेहरा खुपसून त्याने हाताचे कोपरे स्टिअरिंगवर ठेवले होते.

"म्हणजे तांत्रिकदृष्ट्या पाहिलं, तर हे फोटो आठवड्यापूर्वी तुझ्या हातात आले."

"ज्या दिवशी ते माझ्या हातात आले, त्याच दिवशी या फोटोंच्या प्रतींचा एक संच मी फिलाडेल्फियाच्या व्हिटो सिक्कोटेलीला दिला."

"या एकाच गोष्टीमुळे तू आपली नोकरी वाचवू शकणार आहेस. पण ते फोटो घेऊन तू थेट माझ्याकडेच का आला नाहीस?"

"आता काय मी तुला सांगू, चेस? ज्या गोष्टीची तुला स्वत:लाच भयानक शरम वाटलीय... अशी गोष्ट आधी तुझ्या आयुष्यात घडलीय का, आणि घडली असेल तर तू ती इतर कुणाला सांगू धजला आहेस का?"

त्यावर चेस इतका वेळ गप्प बसला की, त्याला उत्तर द्यायचंच नाही, असं डॅनियलला वाटलं. पण अखेर त्याने मान डोलावली. "तुझं म्हणणं बरोबर आहे." त्या विषयावर चेसला बहुधा एवढंच मत व्यक्त करायचं होतं.

"आता तुला त्यामागचं कारणही कळलं असेल. या मुलींवर जबरदस्ती केली

गेलीय. त्या नराधमांना शोधून त्यांना चांगलाच धडा शिकवीन, असा मी माझ्याच मनाशी पण केला होता. आणि ज्या क्षणी ॲलिशियाची ओळख मला पटली, त्याच क्षणी मी ठरवून टाकलं की, आता हे गुपितच ठेवून द्यायचं. मला स्वतःची नोकरी, हातातली केस घालवू द्यायची नव्हती. मला प्रायश्चित्त घ्यायचं होतं. मला ॲलेक्सलाही दुखवायचं नव्हतं.''

''तू ॲलेक्सला सांगितलंस?''

''हो. मला वाटलं होतं, तितकी ती चवताळली नाही... आणि तू?''

''काय? मीही संतापीन, असं तुला वाटत होतं?'' चेसने उसासा सोडला, ''मला थोडं वाईट वाटलं. मला वाटलं होतं, तुझा माझ्यावर पूर्ण विश्वास आहे. पण मीही कधी काळी तुझ्यासारख्या परिस्थितीतून गेलोय. म्हणूनच मी समजू शकतो की, अशा वेळी बरोबर काय आणि चूक काय हे एखादी गोष्ट काळी आहे की पांढरी आहे, इतकं सहज ठरवण्याएवढं ते सोपं नसतं.''

''हो. मी विचार करत होतो की, कदाचित या फोटोंमधल्या काही मुलींना ॲलेक्स ओळखू शकेल. आज तिने तिच्याबरोबर शाळेत शिकलेल्या शैलाला ओळखलं.''

चेसने हात पुढे केला आणि डॅनियलने ते पाकीट चेसच्या हातात दिलं. त्याच्या खांद्यांवरून फार मोठं ओझं उतरलंय, असं त्या क्षणी त्याला प्रकर्षाने जाणवलं.

चेसने ती सर्व छायाचित्रं पाहिली, ती बघणं त्याला सहन होत नव्हतं. ''हा तर शुद्ध नरक आहे!'' त्याने ते फोटो परत पाकिटात ठेवले आणि आपल्या बाजूला ते पाकीट ठेवून दिलं. ''ठीक आहे. आता यापुढे आपण काय करणार आहोत, ते मी तुला सांगतो. सर्वांत पहिली गोष्ट म्हणजे, तू लवकरात लवकर फोटो परत करण्याची अधिकृत विनंती फिलीच्या त्या सिक्कोटेलीला करायचीस. त्यात तू असं म्हणायचंस की, एक ॲलिशिया सोडली, तर त्या फोटोंमधल्या इतर मुलींना तू आजपर्यंत ओळखत नव्हतास, पण आज शैलाला पाहिल्यावर मात्र तुला वाटलं की, तू त्यांतल्या इतर मुलींचा प्राण तू वाचवू शकणार आहेस आणि म्हणून तुला ते फोटो परत हवेत.''

''आणि त्यात खोटं काहीच नाही.'' डॅनियल अडखळत म्हणाला आणि त्यावर चेसने त्याच्याकडे करुणेने पाहिलं.

''म्हणून तर ते मला तुझ्याहून जास्त पगार देतात. तू त्यांना फोटोंच्या प्रती काढून पाठवलेल्या आहेस आणि मूळचे फोटो स्वतःकडे ठेवले आहेस, हे अजिबात सांगायचं नाही. ल्यूक सोडून ही गोष्ट आणखी कुणाला ठाऊक आहे?''

''ॲलेक्स आणि तिची मावसबहीण मेरिडिथला.''

''त्या विश्वासार्ह आहेत?''

''नक्कीच. पण चेस, आज रात्री हे फोटो मला ॲलेक्सला दाखवायचे होते. इतर मुली कोण आहेत, हे मला जाणून घ्यायचंय. हे पुरुष कोण आहेत, ही गोष्ट त्यांपैकी एखादी मुलगी आपल्याला सांगू शकते. याच गावात अजूनही ही माणसं लपली आहेत.''

चेसने विचारपूर्वक मान डोलावली. ''शैलाच्या खुनावरून नक्कीच तुझ्या म्हणण्याला पुष्टी मिळते; पण जेनेट आणि क्लॉडियाच्या खुनावरून मात्र अजिबात नाही. उगाचच या माणसांना आपण जागं का करायचं? त्यांना बेसावधच राहू दे.''

''पण या माणसांचा आधीच कुणीतरी छडा लावलाय.'' डॅनियल शांतपणे म्हणाला, ''आणि दोन्ही प्रेतांजवळ मिळालेल्या किल्ल्याही आपण विसरू शकत नाही. त्या महत्त्वाच्या आहेत. फक्त त्या कशा मिळवल्या, हे मला आज ठाऊक नाही.''

''आणि त्याने मुद्दाम ठेवलेला तो 'केस'. तू ॲलेक्सचा तो केस तपासण्यासाठी पाठवलास?''

''हो, पाठवलाय. वॉलिंग आज रात्री उशिरापर्यंत बसून त्याच्या सर्व तपासण्या पूर्ण करणार आहे. उद्या दुपारपर्यंत आपल्याला त्याचा डीएनए रिपोर्ट मिळेल.'' डॅनियलने घड्याळ पाहिलं. ''अरे हो, म्हणजे आजच दुपारी!''

चेसने स्वत:च्याच गालावर हळूच चापटी मारली. ''आपण थोडी झोप घ्यायला हवी, डॅनियल. खरं तर तुला त्याची जास्त गरज आहे. तू स्वत:चा दोन्ही बाजूंनी छळ चालवला आहेस – शारीरिक आणि मानसिक.''

''आज रात्री मला हे फोटो ॲलेक्सला दाखवायचेत.''

''हरकत नाही. तू तुझी गाडी तिच्या बंगल्यापाशी ने. मी मागून येतो.''

डॅनियलने भुवया उंचावल्या, ''तू येतोयस?''

चेस हसला, पण ते त्याचं नेहमीचं हास्य नव्हतं. ''मित्रा, आता मी तुझा नवीन भागीदार झालोय. यापुढे तू मला सांगितल्याशिवाय कुठेही जाणार नाहीस किंवा काहीही करणार नाहीस.''

डॅनियलने डोळे मिचकावले, ''कायम, की फक्त या केसपुरते?''

''या केसपुरंतच. अर्थात, तू आणखी काही शेण अंगावर उडवून घेतलं नाहीस, तर! आजपर्यंत अनेक वेळा तू सहिसलामत स्वत:ला सोडवून घेतलंयस.''

''नाहीतर एव्हाना तुरुंगातच असतो!'' डॅनियल मिश्किलपणे म्हणाला.

''आज तू सांगितलेल्या गोष्टीला जर वेगळा वास आला असता, तर तू तिथेच जाऊन पोहोचला असतास.'' चेस गंभीरपणे म्हणाला, ''यापुढे काहीही लपवून ठेवायचं नाहीस... प्रत्येक गोष्ट मला सांगायची.''

"ठीक आहे. आत्ताच सुरुवात करतो. आज मी ॲलेक्सच्या सोफ्यावर झोपणार आहे." चेसने त्याच्याकडे अर्थपूर्ण पाहिलं. "सोफ्यावर पडून राहायचं; तिथून हलायचं नाही."

"आणि मी हललो तर?"

"तर गाढवा, मी तिथून हललो नाही, असं मला खोटंच सांग. जा, करायचं ते कर; पण ही चित्रं तिला दाखवायचीच असतील, तर उद्याचा सूर्य उगवायच्या आधीच तिला दाखवायला हवीत."

१३

डटन, बुधवार, ३१ जानेवारी, पहाटे २ वाजून ३० मिनिटे

ते सर्व कुरूप आणि बीभत्स होतं. तरीसुद्धा स्वत:च्या मनालाही न जुमानता त्यातल्या एकेक फोटो ॲलेक्स पाहत होती. मेरिडिथने तिला जबरदस्तीने खायला लावलेलं सँडविच पुन्हा पोटातून गळ्याकडे फिरायला लागलं होतं.

''नाही.'' ॲलेक्स आता सातव्यांदा 'नाही' म्हणत होती. समोरच्या चित्रातल्या असहाय मुलीकडे तिने पाहिलं. जणू एका रानटी श्वापदाच्याच विळख्यात ती बिचारी मुलगी सापडली होती. आत्तापर्यंत मला वाटत होतं, की माझी स्वप्नंच सर्वांत भयानक आहेत... ''मी हिला ओळखत नाही.''

डॅनियलने आणखी एक फोटो तिच्यासमोर टेबलावर ठेवला. चेस दगडासारखा स्तब्ध बसून होता. मेरिडिथ तिच्या पलीकडच्या बाजूला बसली होती, तर ल्यूक आपल्या मांडीवर लॅपटॉप घेऊन हॉलमधल्या सोफ्यावर बसला होता. त्या भुयारी मार्गाच्या बाहेर त्याने जसं पहिल्यांदाच तिच्याकडे पाहिलं होतं, अगदी त्याच नजरेने तो अजूनही तिच्याकडे पाहत होता.

वाटतंय की, त्या गोष्टीला बरीच वर्षं उलटून गेली आहेत. पण कुणीतरी तिला ठार मारण्याचा प्रयत्न केला होता, या गोष्टीला अजून चोवीस तास उलटले नव्हते.

''ॲलेक्स?'' डॅनियल कुजबुजला आणि तिने पुन्हा मनातल्या भावना बाजूला सारून आठव्या फोटोकडे पाहिलं.

''मला...'' ती खूप विचारात पडली, पण पहिल्यांदाच तिच्या तोंडून नकार उमटला नव्हता. टेबलावरचा फोटो उचलून तिने अगदी डोळ्यांच्या जवळ धरला. जणू त्यावर काचेचे चरे पडले होते. तिने त्या मुलीचा चेहरा निरखला. तिचं नाक... ''मला ही ठाऊक आहे... ती रिटा डॅनर आहे.''

''तुला कशी ठाऊक?'' डॅनियलने विचारलं.

''तिचं नाक... ते मोडलेलं, तुटकं होतं. ती नेहमी हुशार आणि लोकप्रिय

मुलांमध्ये मिसळायची. पण तिनं जर एखाद्यावर खुन्नस धरली, तर ती फार खालच्या पातळीवर जाऊन वागायची. साध्या आणि बावळट मुलांची टिंगल उडवायला तिला फार आवडायचं.''

"तिने तुला कधी पकडलं होतं?'' मेरिडिथने विचारलं.

"फक्त एकदाच. आम्ही एका मैत्रिणीकडे रात्री राहायला गेलो होतो. सकाळी मला जाग आली, तेव्हा रिटा माझ्या केसांना पीनट बटर फासत होती. मी त्यातलेच मूठभर बटर घेतलं आणि तिच्या नाकात कोंबलं.''

डॅनियलने डोळे मिचकावले, "म्हणजे तू तिचं नाक मोडलंस?''

"मी बटर जरा धसमुसळेपणानेच कोंबलं होतं.'' ॲलेक्सने उसासा सोडला. "मला ती कधीच आवडली नाही. पण मी जरा अतिच वागले होते.''

"ल्यूक?'' डॅनियलने विचारलं.

"मला लग्नाचं एक जाहीर निवेदन सापडलं आहे. जॉर्जिया, कोलंबियाच्या जॉश रन्यानशी रिटाने लग्न केलं होतं.'' तो आणखी शोधू लागला, "...आणि हे घटस्फोटाबद्दल जाहीर निवेदन. त्यावर दोन वर्षांपूर्वीची तारीख आहे. पण रिटा अजूनही कोलंबियातच राहत असावी, असं दिसतंय.''

"म्हणजे काही फार दूर नाही.'' डॅनियल म्हणाला, "आपण तिला भेटू शकतो. तिला काय आठवतंय, ते तरी पाहू. आता हा बघ –'' त्याने आणखी एक फोटो टेबलावर ठेवला, "नीट बघ.''

"हिलासुद्धा मी ओळखते. सिंडी... बाऊज. ती चांगली मुलगी होती. मी तिचं नाक नव्हतं मोडलं.''

"तर मग, आपण हिच्याशी आधी बोलून घेऊ.'' डॅनियल कोरडेपणाने म्हणाला, "ल्यूक –?''

ल्यूकच्या चेहऱ्यावरचे भाव काही फारसे चांगले नव्हते. "आठ वर्षांपूर्वी तिने आत्महत्या केली.''

ॲलेक्स दचकली. "बापरे!''

डॅनियलने तिच्या पाठीवरून हात फिरवला, "आय ॲम सॉरी.''

ॲलेक्स अजूनही सावरली नव्हती. "आपण पुढचा फोटो पाहू या.'' ती दहाव्या फोटोतल्या मुलीला ओळखू शकली नाही आणि अकराव्यासुद्धा. एकंदर पंधरा फोटो होते आणि त्यातला ॲलिशियाचा फोटो तिला दाखवणार नाही, असं डॅनियलने ॲलेक्सला सुरुवातीलाच सांगितलं होतं. तिलाही तो फोटो मुळीच पाहायचा नव्हता. शैलाचा फोटो तर डॅनियलने आधीच ओळखला होता. ॲलेक्सला आता आणखी दोनच फोटो पाहावे लागणार होते.

त्याने बारावा फोटो टेबलावर ठेवला.

"ग्रेटचेन फ्रेंच!" ॲलेक्स ताबडतोब म्हणाली, "आम्ही हायस्कूलमधल्या मैत्रिणी."

"मी शोधतोय." डॅनियलने विचारण्याआधीच ल्यूक म्हणाला, "इथे मिळालं. ती ॲटलांटामध्ये पीच ट्री बौलव्हर्डला राहते. ती आहारतज्ज्ञ आहे. तिची स्वत:ची वेबसाईटसुद्धा आहे." त्याने टेबलावर लॅपटॉप आणून ठेवला. "हा तिचा अलीकडचा फोटो."

डॅनियलने दोन्ही फोटो पाहिले. "हो, तीच आहे."

"तर मग, आपण हिच्यापासून सुरुवात करू या." चेस तिथे आल्यापासून प्रथमच बोलला, "पुढे चला आणि शेवटचा फोटो बघा."

ॲलेक्सने लक्ष देऊन पाहिलं, "कार्ला सॉलोमन. शाळेतल्या वाद्यवृंदात ती बेलीबरोबर वाजवायची."

"मला फक्त सी. सोलोमन हे एकच नाव सापडतंय. ती व्यक्ती डटनमधल्या थर्ड ॲव्हेन्यूत राहते..." ल्यूक म्हणाला, "एवढीच माहिती लिहिलीये."

"तू न ओळखलेल्या इतर नऊ जणींचं काय?" मेरिडिथने विचारलं.

"त्या बहुधा दुसऱ्या शाळेत असाव्यात." ॲलेक्स म्हणाली, "डटनमधली आमची शाळा फारच लहान होती. सगळे एकमेकांना ओळखायचे."

"सगळ्या स्थानिक शाळांची आपण वार्षिक मासिकं मिळवूयात." चेस आज्ञार्थी बोलला.

"डॅनियल, तुला आता भरपूर धागेदोरे मिळालेत. सर्वांनी आता झोपा. उद्या बरोबर आठ वाजता मी ऑफिसमध्ये तुला भेटतो." त्याने ॲलेक्सकडे पाहिलं. "थँक यू, तुझी खूपच मदत झाली."

ती मनाने खूप थकली होती. "बेलीला शोधून काढण्यासाठी या सगळ्याचा उपयोग होईल, अशी आशा वाटते."

डॅनियलने हळूच तिचा गुडघा दाबला. "आशा सोडू नकोस..." तो कुजबुजला.

तिने हनुवटी उचलली. "नाही सोडणार."

बुधवार, ३१ जानेवारी, पहाटे २ वाजून ३० मिनिटे

मॅक खूश झाला. तो कॉम्प्युटरवर बसला होता. खूश होऊन गालातल्या गालात हसत होता. गोष्टी अगदी त्याच्या मनाप्रमाणे छान घडत होत्या. जेम्मा मरून पडली होती आणि नेहमीप्रमाणे तिची विल्हेवाट लावायची होती. *शिवाय मी एक लाख डॉलर्सने श्रीमंत झालोय!* या क्षणी पैशाला तेवढं महत्त्व नाहीये, म्हणा. त्यांना किंमत चुकवायला लावणं, हे जास्त महत्त्वाचं आहे. याचाच अर्थ, त्यांची घाबरगुंडी उडालीय. ज्याने हे पैसे चुकते केले, तो तर कदाचित या क्षणालाही आपल्या बहिणीच्या घरासमोर ठिय्या देऊन बसलेला असेल!

त्याने स्वत:च्या अस्तित्वाची सगळ्यांचा पुरती जाणीव करून दिलीय. *मी आलोय... आता तुमची सुरक्षा धोक्यात आलीये; तुमचं कुटुंब आता धोक्यात आहे!*

आणि त्याची योजना यशस्वी ठरली होती. केटच्या भावाला शंभर ग्रँड मोजावे लागले होते. तिच्या मोठ्या भावाच्या त्या सदा कुरकुरणाऱ्या मित्राने पैसे नाही मोजले, पण तोही भलताच घाबरला होता.

तो हसला. त्याला पैसे भरावे लागले नसतीलही, पण त्याहून मोठी किंमत चुकवावी लागली. उलट, त्याचंच आपल्याला अधिक समाधान वाटलंय. सुरुवातीला, ज्या दोघांवर प्रथम हल्ला करायचा ठरवलं होतं, त्यात तो पूर्ण यशस्वी ठरला होता. त्या चौघांमध्ये ते दोघेच जास्त कमकुवत होते. अगदी खाली लोंबकाळणारी फळं... पिकल्यामुळे चटकन तोडायला सोपी! पण दुसऱ्या दोघांच्याही पायाखालची जमीन नक्कीच हादरलेली होती. त्याच्याही मनात चलबिचल झाली होती. घबराट.

आणखीही खूप काही घडायला लागलं होतं – जे घडण्यामागे त्याचा प्रत्यक्ष हातही नव्हता. जेनेट, क्लॉडिया, जेम्मा या माझ्या जळाऊ लाकडाच्या ढलप्या... त्यांना पेटवून आपण सहज आग लावून देऊ शकलो. पण असं दिसतंय की, ती आग आता चांगलीच भडकलीय.

बेली क्रायटनचं नाव आता बेपत्ता म्हणून जाहीर केलं गेलंय. ती या क्षणाला कुठे आहे आणि तिला कोणी पळवलीय, हे मॅकला अर्थातच माहीत होतं. आणि का, हेसुद्धा. खरं तर त्याला बेलीबद्दल सहानुभूती वाटत होती. ती एक निष्पाप, त्रयस्थ स्त्री होती. ती निष्कारण या प्रकरणात गोवली गेली होती. अशा परिस्थितीत मनाला किती यातना होतात, हे त्यानं प्रत्यक्ष अनुभवलेलं होतं. या प्रकरणाचा जेव्हा शेवट होईल आणि जर ती त्या वेळी जिवंत असेल, तर तो तिची सुटका करणार होता.

ॲलेक्स फॅलनलाही कुणीतरी मारायचा प्रयत्न केला होता, हेही त्याला समजलं होतं; पण इतक्या वेंधळेपणाने? थोडी तरी सफाई दाखवायला नको? त्यामुळे काय झालं, आता तिच्या तैनातीला एक सुरक्षारक्षक आहे. करड्या नजरेचे दोन जीबीआय एजंट डोळ्यांत तेल घालून तिच्या बंगल्यावर पहारा ठेवून आहेत आणि बंगल्याच्या आत पहारा ठेवायला तर त्याहून अधिक करडी नजर असणारा, जीबीआयचा खास एजंट आहे. आज रात्री फॅलनच्या घरी सगळे जमले आहेत, हेही त्याला ठाऊक होतं. व्हार्टोनियन आता या प्रकरणाच्या अगदी जवळ येत चालला होता... पण त्याने खूपच वेळ घेतला.

रात्री पिझ्झा पार्लरमध्ये प्रचंड हाहाकार उडाल्याचंही त्याला कळालं होतं. तीन ठार... त्यामध्ये शैलासुद्धा होती. नक्कीच... व्हार्टोनियन आता नक्कीच फार जवळ पोहोचलाय.

...आणि आता उरलेल्या तिघांचं धाबं दणाणलंय. चौघांमधला एक जण आज मेला. भीती आणि अपराधीपणाचा गंड अखेर त्याला मृत्यूच्या दरीत घेऊन गेला. रस्ता सोडून गाडी खाली गेली आणि आगीच्या स्फोटात त्यानं स्वत:चा अंत करून घेतला. जी भीती उरात बाळगून तो इतकी वर्षं जगत राहिला, तीच भीती शेवटी खरी ठरली होती. वेळ आली की समाजाचे हे आधारस्तंभ आपल्याच माणसाचा अगदी निर्विकारपणे गळा घोटतात!

रात्री त्यांनी व्हेट पोर्टरचा गळा घोटला. टेबलाच्या ड्रॉवरमधून त्याने आपल्या भावाची हस्तलिखितं बाहेर काढली. ती पूर्ण लिहून झाली नव्हती, कारण त्याचा भाऊ जारेडला पाच वर्षांपूर्वीच ठार मारलं होतं. होय, आता त्या चौघांतला एक जण मेलाय. उगवत्या सूर्याबरोबर आता ही बातमी डटनमध्ये राहणाऱ्या प्रत्येकाला समजणार आहे.

बुधवार, ३१ जानेवारी, पहाटे २ वाजून ३० मिनिटे

"बेलीऽऽ"

मगाचपासून बेलीने बिअर्डस्लीच्या दबक्या आवाजातल्या पाच हाका ऐकल्या होत्या. *'मी इथे आहे... मला मदत कर...'* शब्द मनात घुमत उमटत होते; पण ओठातून फुटत नव्हते. शरीराचा स्नायूनस्नायू आखडला होता आणि वेदनेनं ठणकत होता. *मला आणखी हवंय...* हरामखोर! त्याने मला पुन्हा चटक लावली... मेल्याचं वाटोळं होईल!

"बेलीऽऽ"

भिंतीखालच्या भगदाडातून तिने त्याची चार बोटं वळवळताना पाहिली. बिअर्डस्लीने भिंतीखाली आणखी खोदलं होतं. तिच्या आत... खोल... एक विकट हास्य उमटलं. ते दोघेही त्याच्या सापळ्यात पूर्ण अडकले होते. तिथेच त्यांचा अंत होणार होता आणि तरीही बिचारा बिअर्डस्ली आता हात हलवत तिचा निरोप घेत होता.

बोटं दिसेनाशी झाली, "बेलीऽऽ... श्श... तो येईल."

तो तर येणारच होता! तिने डोळे मिटले आणि ती मृत्यूची प्रार्थना करू लागली.

बुधवार, ३१ जानेवारी, पहाटे ३ वाजून १५ मिनिटे

जराही आवाज न करता मॅक सरपटत पायऱ्या चढू लागला. एका पोलिसाच्या घरात घुसणं, हे नक्कीच कठीण काम होतं. पहिल्या मजल्यावरच्या बंदुकांच्या कपाटाशेजारून तो पुढे सरकला होता. त्या सर्व बंदुका पळवाव्यात, असा विचारही त्याच्या मनात येऊन गेला. पण आज रात्री फक्त भुरट्या चोऱ्या करायच्या होत्या.

बंदुका चोरायच्या नव्हत्या. मोहाला बळी पडून त्याने त्या सर्व बंदुका पळविल्या असत्या, तर तो या गावात वावरतोय, हे आत्तापर्यंत राखलेलं गुपित नक्कीच फुटलं असतं... आणि त्याला ते गुपित अबाधित ठेवायचं होतं.

रुमालावरच्या क्लोरोफॉर्मने त्या माणसाला बेहोश करायचं, या तयारीने तो आला होता; पण आज नशीब त्याच्यावर फिदा होतं. त्याचं सावज दारूच्या धुंदीत मदहोश होऊन ढाराढूर झोपलं होतं. पायातील बूट अजूनही तसेच होते. त्याने अगदी काळजीपूर्वक त्याचे खिसे चाचपले. त्याच्या हाताला मोबाईल लागला आणि तो खुशीत हसला. त्याने मोबाईलचा नंबर आणि त्या मोबाईलवर आलेले आणि केले गेलेले सर्व नंबर टिपून घेतले.

या माणसापर्यंत कसं पोहोचायचं आणि त्याचा विश्वास बसेल, असा आव आणून त्याला कसं जाळ्यात घ्यायचं, हा मॅकच्या योजनेतला फार महत्त्वाचा भाग होता. तो फोन बाहेर काढताना त्याने जितकी काळजी घेतली होती, तितकीच काळजी घेत त्याने तो सेलफोन पुन्हा त्याच्या खिशात अगदी हळुवारपणे ठेवून दिला. त्याने घड्याळ पाहिलं. त्याला फारच जलद हालचाली कराव्या लागणार होत्या. जेम्माचं प्रेत खड्ड्यात टाकून पुन्हा वर्तमानपत्रं वाटप करण्यासाठी वेळेवर पोहोचायचं होतं.

डटन, बुधवार ३१ जानेवारी, पहाटे ५ वाजून ५ मिनिटे

ढगांचा गडगडाट आणि विजांचा चमचमाट... 'मला तू आवडत नाहीस. आवडत नाहीस... तू मरून का गेली नाहीस?'

ॲलेक्स दचकून जागी झाली. कडाक्याच्या थंडीने गारठून ती थरथर कापत होती. ती बिछान्यावर उठून बसली आणि पालथा हात तिने तोंडावर दाबून धरला. होप अगदी गाढ झोपली होती आणि तिच्या कुरळ्या केसांतून तिला हात फिरवावासा वाटला. पण तिने ती इच्छा दाबली. होपला झोप खूप आवश्यक होती. तिला बिचारीला असली स्वप्नं न पडोत!

दोघींमध्ये झोपलेल्या रिलेने तोंड वर करत आपल्या नेहमीच्या उदास डोळ्यांनी तिच्याकडे पाहिलं. ॲलेक्सने आपला थरथरता हात त्याच्या लांबड्या पाठीवरून फिरवला – "झोपून राहा" तिने त्याला दबलेल्या आवाजात बजावलं आणि ती बिछान्यावरून उठत बाहेर आली. आपल्या शर्टावर झगा पांघरत तिने बेडरूमचा दरवाजा उघडून पुन्हा आवाज न करता बंद केला. बाहेर झोपलेल्या डॅनियललाही जाग येऊ द्यायची नव्हती.

तो सोफ्यावर झोपला होता. घराभोवती हॅटन आणि कोनिगचा पहारा असूनही तो घरातून हलला नव्हता. ती क्षणभर तशीच उभी राहिली आणि उबेसाठी आपले

दंड चोळू लागली. तिचं लक्ष त्याच्याकडे गेलं आणि अनेक विचार तिच्या मनातून उसळून वर आले.

...काय देखणा पुरुष आहे! आणि तो तसा होताच, यात काही वादच नव्हता. पिंगट केस, रुंद जबडा आणि निळेभोर डोळे. एरवी अगदी दयाळू, पण तितकेच भेदक डोळे... त्या डोळ्यांनीच तर तिचा सगळा बचाव भेदून टाकला होता.

तो माझ्याशी खोटं बोलला... पण तसं म्हणताही येणार नाही. ॲलिशियाला ज्या रानटीपणे भोगलं गेलं, ते माझ्यापासून लपवणं त्याला किती अवघड गेलं असणार, हे बौद्धिक पातळीवर ती नक्कीच समजून घेऊ शकत होती. विशेष म्हणजे, त्या पाशवी कृत्यात स्वत:च्याच रक्तामांसाची व्यक्ती गुंतलीय या संदर्भामुळे तर त्याच्या डोक्यात विलक्षण गुंता झाला असणार.

'सायमन, तुला मी नरकात गाठेनच.' निदान वेडशी तरी तिचं रक्तामांसाचं नातं नव्हतं. फार वर्षांपूर्वी एका पार्टीमध्ये तो आपल्या मांड्यांमध्ये कसा घुसू पाहत होता, याची तिला आठवण झाली. मी म्हणजे ॲलिशियाच आहे, असा त्याचा समज झाला होता. आपण त्याला साफ नकार दिल्यावर, त्याला बसलेला धक्का तिला आजही स्पष्ट आठवत होता.

याचा अर्थ, एका क्षणी ॲलिशियाने त्याला होकार दिला होता? उसळलेल्या इतर विचारांमध्ये यासारखा इतका अस्वस्थ क्ररणारा विचार मिसळून टाकणं, खरोखरच अवघड होतं. लैंगिक बाबतीत ॲलिशिया नको तेवढी पुढे गेली होती आणि तिचे कोणाबरोबर संबंध होते, हे ॲलेक्सलाही ठाऊक होतं... *पण ॲलिशिया आणि वेड?* मनात उभ्या राहिलेल्या चित्रानेच तिच्या कातडीवर ओरखडे काढले गेले. ॲलिशिया ही नक्की काय प्रकारची मुलगी होती?

...आणि वेड तरी इतका विकृत राक्षस कसा? ती भयानक आणि ओंगळवाणी चित्रं तिला आठवली. वेडने त्या सर्व मुलींवर बलात्कार केला होता. ती त्याच्याबरोबर बरीच वर्षं एका छपराखाली राहिली होती आणि तिला काहीच कल्पना नव्हती की, तो या स्तराचा माणूस असेल... क्रूर आणि दुराचारी.

ॲलिशिया, शैला आणि रिटा... ग्रेटचेन आणि कार्ला... आणि सिंडी. सर्वांवर बलात्कार झाला होता. बिचाऱ्या सिंडीने आत्महत्या केली होती. किती तीव्र उदासपणा तिच्या वाट्याला आला असावा...? ॲलेक्सला ती उदासी पूर्ण परिचयाची होती. *बिचारी सिंडी... बिचारी शैला.*

आणि बाकीच्या त्या नऊ जणी... अनोळखी मुली...!

डॅनियलने ते चेहरे आठवडाभर मनात कोंडून ठेवले होते – बिचारा डॅनियल.

झोपेतसुद्धा त्याचा चेहरा तसाच करारी दिसत होता. त्याने अंगावरचा सूट काढून ठेवला होता. फक्त तितकाच आराम तो घेऊ शकत होता. कॉलर सैल

करण्यापुरतीच शर्टाची बटणं त्याने काढली होती आणि त्या शर्टाखालची त्याची भरदार छाती एका लयीत वर-खाली होत होती. त्याचा टाय गळ्यातून निसटून बाजूला तिरका लोंबत होता. त्याच्या कमरेवरच्या कातडी पिशवीत अजूनही पिस्तूल लटकत होतं. बूट अजून पायातच होते. झोपेतसुद्धा तो पूर्ण तयार होता.

मगाचीच चित्रं पुन्हा डोळ्यांसमोर नाचू लागली. ती तेरा चित्रं पाहिल्यावर न पाहिलेल्या चित्रातली ॲलिशिया कशी दिसत असेल, याची कल्पना करणं काही फारसं अवघड नव्हतं. जीबीआयच्या ऑफिसमध्ये डॅनियलची आणि तिची पहिलीच नजरानजर झाली, तो क्षण तिला आठवला. विजेचा धक्का बसावा तसा त्याचा झालेला चेहरा....

त्यानंतर प्रत्येक वेळची त्याची ती मोहक नजर... रात्री त्याने आपल्या ओठांवर ओठ टेकवण्याआधीची, आज दुपारी आपल्या जीवावर कुणीतरी उठलंय, हे समजल्यावर गाडीत आपलं चुंबन घेण्याआधीची. *तुला माझ्याकडून नक्की काय हवंय? तिने त्याला विचारलं होतं. असं काहीही नकोय, जे तुला उत्कटतेने हवंसं वाटत नसेल... आणि द्यावंसंही वाटत नसेल.*

त्या क्षणाला तिने त्यावर विश्वास ठेवला होता. आत्ताच्या क्षणाला त्यावर तिचा तसाच विश्वास होताच, याची मात्र तिला खात्री नव्हती.

त्याला अपराधी वाटलं होतं... खूप खोलवर – अगदी मन सोलून काढण्याइतकं. डॅनियल व्हार्टानियनला पापक्षालन करायचं होतं.

कुठल्याही पुरुषाने तिच्यासाठी पापक्षालन करावं, हे ॲलेक्सला नको होतं. एखाद्याने आपला धर्मादायासारखा वापर करावा, याची तर तिला चीड होती. रिचर्डने तिच्याबाबतीत तेच केलं होतं आणि ते तिच्या आयुष्यातलं सर्वांत मोठं, दारुण अपयश होतं. तसं अपयश तिला पुन्हा पदरात पाडून घ्यायचं नव्हतं.

डॅनियलला जाग आलीय, हे तिला त्याच क्षणी जाणवलं. त्याने जाणून-बुजून डोळे सताड उघडले... आणि त्या निळ्या डोळ्यांची नजर जेव्हा तिच्यावर पडली... तेव्हा ती अंतर्बाह्य मोहोरली. क्षणभर त्याने तिच्याकडे टक लावून पाहिलं आणि मग कुशीवर वळत हात पुढे केला.

आणि तिला समजून चुकलं की, या क्षणाला तिला काय हवंय किंवा काय नकोय याला फारसं महत्त्व उरलेलंच नाही. या क्षणी तिची गरज काय आहे, याच गोष्टीला फक्त महत्त्व उरलंय... आणि त्या क्षणी तिला फक्त त्याचीच गरज होती. तो उठून सोफ्याच्या कडेवर बसला आणि त्याने तिला आपल्या मांडीवर बसवलं. त्याची सगळी ऊब पांघरून घेत ती आधाशीपणे त्याच्या कुशीत शिरली.

"तुझे हात बर्फासारखे थंड आहेत!" आपल्या हातात तिचे हात गच्च पकडत तो कुजबुजला. दगडी भिंतीसारख्या असलेल्या त्याच्या छातीवर आपले गाल

घासत ती म्हणाली,

"रिले गादीवरची चादर ओढून काढतो."

"म्हणून तर तो माझ्याबरोबर झोपत नाही."

तिने कुतूहलाने त्याच्या चेहऱ्याकडे पाहिलं, "मग कोण झोपतं?"

त्याने कोणताही गैरसमज करून घेतला नाही. "कुणीच नाही. बरीच वर्षं तरी कुणीही झोपलेलं नाही. का?"

तिला रिचर्डची नवी बायको आठवली, "मला जाणून घ्यायचं होतं, की मी पहिलीच, की दुसरी?"

तो एका गालाने किंचित हसेल, अशी तिची अपेक्षा होती; पण तो कमालीचा गंभीर होता.

"पहिलीच." त्याने तिच्या ओठावरून अंगठा फिरवला आणि तिच्या अंगागांतून शहारा उठत गेला. "तुझं आधी लग्न झालं होतं ना?"

"आणि घटस्फोटसुद्धा."

"तू त्याच्या आयुष्यातली दुसरी होतीस?" त्याने विचारलं आणि तेही अगदी शांतपणे.

"तो तर नेहमी पाण्यात पोहतच असायचा!" ती अर्धवट हसत म्हणाली.

त्यावर तो हसला नाही. "तू त्याच्यावर प्रेम केलंस?"

"मला वाटतं, मी केलं असावं. पण त्याहीपेक्षा मला रात्री एकटी राहायची जास्त भीती वाटली असावी."

"म्हणजे, तो तुझ्यासाठी तिथे असायचा." तो अधिक गंभीर झाला, "रात्रीचा?"

"नाही. ज्या हॉस्पिटलमध्ये मी काम करते, तिथे तो सुरुवातीला निवासी डॉक्टर होता. आम्ही एक दोनदा बाहेर भेटलो होतो. माझ्या खोलीतली सोबतीण माझी खोली सोडून गेली आणि मला न विचारताच तो सरळ माझ्या खोलीत येऊन राहू लागला. मी त्याला हॉस्पिटलमध्ये अनेकदा पाहायची, पण आमच्या सुट्टीच्या वेळा जुळायच्या नाहीत. मी असताना तो घरी नसायचाच."

"तरीपण तू त्याच्याशी लग्न केलंस?"

"हो." पण लग्नाचा निर्णय नीट विचार न करता अगदी उडत-उडत त्या दोघांनी घेतला असावा. त्याने तिला मागणी घातल्याचा क्षणही तिला मुळीच आठवत नव्हता.

"तुझं त्याच्यावर प्रेम होतं?"

दुसऱ्यांदा त्याने तो प्रश्न विचारला होता, "नाही, मला करायचं होतं; पण मी नाही करू शकले."

"तो तुझ्याशी चांगलं वागायचा?"

ती त्यावर हसली. “हो. रिचर्ड तसा... भला माणूस होता. मुलांशी तो छान वागायचा आणि त्याला कुत्र्यांची आवड होती.” आपलं बोलणं कुठल्या दिशेने चाललंय, हे अचानक जाणवून ती बोलायची थांबली. “पण तो माझ्याकडे एक ‘आव्हान’ म्हणून पाहायचा – त्याच्या स्वत:च्याच एखाद्या मुलीसारखा.”

त्याच्या कपाळाला आठ्या पडल्या, “पण तुला बदलावंसं त्याला का वाटलं?”

क्षणभर ती त्याच्याकडे पाहतच राहिली. त्याने अगदी नेमके शब्द वापरले होते. रिचर्डला जे तिच्याकडून नेमकं हवं होतं, ते तिला कधीच उमजलं नव्हतं. तिच्या मनात कायम असलेली ही बोच डॅनियलच्या शब्दांनी एकदम फुंकर मारल्यासारखी निवली होती. “बहुधा त्याचं कारण मी स्वत:च होते. मला वाटायचं, माझं आयुष्य... वैविध्यपूर्ण, जोशपूर्ण, बेलगाम असावं!”

त्याने भुवया उंचावल्या, “बेलगाम?”

ती अर्थपूर्ण हसली. “तुला ते ठाऊक आहे.” तिने मुद्दाम भुवया उडवल्या आणि त्याने मान हलवली.. पण न हसता.

“आपल्याबरोबर तो घरी असावा, असं तुला वाटायचं?”

“हो, बहुतेक. पण त्याला हवं तसं मी कधीच वागू शकले नाही आणि मला हवं तसंसुद्धा.”

“म्हणून त्यानं तुला सोडलं?”

“नाही; मी त्याला सोडलं. हॉस्पिटल म्हणजे वसलेलं एक छोटं गावंच असतं. पृष्ठभागाखाली बरंच काही दडलेलं असतं. रिचर्डच्या अनेक भानगडी होत्या. अगदी सावध आणि गुपचूप.” तिने त्याच्या नजरेला नजर दिली. “त्याने मला सरळ सोडून द्यायला हवं होतं; पण त्याच्या मनात मला दुखवायचं नव्हतं ना!”

डॅनियलला त्यातला खोचकपणा कळला, “मुद्दा आला लक्षात. तर, तू सोडून गेलीस?”

“त्याला कोणतरी भेटली. नशिबाने ती आमच्या इथली कुणी नर्स नव्हती. नाहीतर मी तिथे राहूच शकले नसते.”

तो थोडा चकितच झाला. “मला वाटलं, तू घर सोडलंस.”

“मीच त्याला सोडलं, पण त्या वेळी आम्ही एक घर घेतलं होतं. ते घर मी त्याला द्यायला तयार होते; पण काही झालं तरी मी हॉस्पिटल सोडायला तयार नव्हते, कारण तिथे मी पहिली आले होते.”

त्याने डोळे मिचकावले. “त्याला तू घर द्यायला तयार झालीस; पण तू त्याच्यासाठी तुझं कार्यक्षेत्र सोडायला तयार झाली नाहीस?”

“अगदी बरोबर!” तिचंही तेच म्हणणं होतं. “झालं काय की, त्याच वेळी

त्याने निवासी डॉक्टरसाठी ठरवला गेलेला कालावधी पूर्ण केला होता आणि त्याची रवानगी आमच्या आयसीयू वॉर्डमध्ये झाली. त्यामुळे आता मी आयसीयू सोडून बालरुग्ण विभाग, शस्त्रक्रिया विभाग किंवा आणखी कुठे तरी स्वत:ची बदली करून घ्यावी, असंच सर्वांचं मत होतं. पण मला आयसीयू आवडायचं. मी तिथेच राहिले.''

त्याला तिच्या वागण्याचं आश्चर्य वाटलं. ''तो सगळा काळ तुला कठीण गेला असेल....?''

''खूपच अवघड!'' तिने उसासा टाकला. ''अशा तऱ्हेने मी त्या घरातून बाहेर पडले आणि एका नवीन स्त्रीने त्या घरात प्रवेश केला. त्या दोघांचं आता अगदी छान चाललंय!''

''तू तर दिलदारपणाचा कळसंच केलास!'' तो वैतागून म्हणाला आणि त्यावर ती खिन्न हसली.

''तो दु:खी व्हावा, असं मला कधीच वाटलं नाही; इतपत तो मला नक्कीच आवडायचा. पण मेरिडिथचं मत अगदी दुसऱ्या टोकाचं आहे. तिला वाटतं की, रिचर्डला मधात बुडवून दोन वारुळांमध्ये उभा टांगावा.''

त्यावर मात्र डॅनियल ओठ मुडपून हसला आणि तिला एकदाचं हायसं वाटलं. ''यावर तूच विचार कर.'' तो हळू आवाजात म्हणाला, ''मेरिडिथचं म्हणणं अगदीच वाऱ्यावर सोडू नकोस.''

तो मूडमध्ये आलाय यावरच खूश होत तिने त्याला दाद दिली, ''अगदी बरोबर!''

पण लवकरच पुन्हा त्याचं हसू मावळलं. ''आज रात्रीही तुला ती स्वप्नं पडत होती?''

तिला ती स्वप्नं आठवली आणि मग ती मनातून थिजून गेली. ''हो...'' तिने हात चोळत थोडी उब मिळवण्याचा प्रयत्न केला आणि ते पाहून त्याने तिला जवळ ओढलं. आता तो तिची पाठ जोरजोरात चोळू लागला. ती त्याला घट्ट बिलगली. तिला ते अजून हवं होतं आणि तिच्या कमरेपाशी तो उत्तेजित झाल्याची तिला जाणीव झाली.

तिने दीर्घ श्वास घेतला. तो श्वासही आता गरम झाला होता. त्याला ती हवी होती; तिलाही तो हवा होता. आत नेमकं काय बोलावं किंवा काय करावं, हा विचार येण्याआधीच त्याने तिला मांडीवरून उतरवलं आणि तो बाजूला सरकला. उत्तेजनेची ती उबदार लहर पाहता-पाहता हवेत विरून गेली. त्याने तिच्याभोवती हात गुंफले आणि तिने त्याच्या हनुवटीखाली आपलं डोकं खुपसलं. ''माफ कर, मला.'' तिच्या केसांतून हात फिरवत तो म्हणाला.

मागे सरकत तिने त्याच्याकडे पाहिलं. त्याचा चेहरा अपराधी वाटत होता.

“कशाबद्दल?” त्याने मेरिडिथच्या बेडरूमकडे एक कटाक्ष टाकला. “मी तुला म्हटलं होतं की, तुला जे घडू नये असं वाटत असेल, ते मी कधीच घडू देणार नाही.”

“हो. काल रात्री तू गाडीमध्ये असं म्हणाला होतास. मला आठवंतय... मग? काहीच तर घडलेलं नाही!” तिने हनुवटी उचलली. “निदान अजून तरी नाही, ज्यामुळे काही बदल झालाय.”

त्याचे निळे डोळे ताणले गेले. “काल रात्री जर हॅटनने दरवाज्यावर टकटक केली नसती तर... मी तुला...” त्याने डोळे घट्ट मिटले. “त्या क्षणी मला तू पूर्ण हवी होतीस...! अडथळा आला नसता तर मी तुझ्याबरोबर असं काही करून बसलो असतो की, ज्यासाठी तुझी मानसिक तयारी झालेली नव्हती.”

त्याच्या बोलण्याला नेमकं काय उत्तर द्यावं, यावर तिने थोडा वेळ विचार केला. तो तिची मनापासून काळजी घेत होता आणि त्याने ती फुलूनही जात होती. पण काही वेळा मात्र तिचं वागणं त्रासदायक वाटावं इतकं तिरसट असायचं. “डॅनियल...” त्याने डोळे उघडेपर्यंत तिने वाट पाहिली, “मी काही आता सोळा वर्षांची राहिलेली नाही, की सहज तुझ्या डोळ्यांची किंवा इतरही कुणाच्या नजरेची शिकार होईन! येत्या वाढदिवसाला मला तिसावं वर्षं लागेल. मला चांगली नोकरी आहे, छान आयुष्य आहे आणि स्वत:चे निर्णय घेऊ शकण्याएवढी तल्लख बुद्धीही आहे.”

त्याने मान हलवली. त्याच्या डोळ्यांत तिच्याबद्दल आदर होता. काळजीही होती, पण आदरापोटी होती. “समजलं.”

“पण, डॅनियल...” सैलावलेल्या त्याच्या टायखाली तिने जरा खोडकरपणे बोटांचा चाळा केला. तिचा आवाज मात्र काहीसा खंतावलेला होता. “मला अजूनही... बेलगाम जगायचंय!”

त्याचे डोळे विस्फारले. चुंबनांचा वर्षाव करत तो तिला एका गरम, उबदार प्रदेशात घेऊन गेला. तिच्या अंगावरून लोळत त्याने तिला अंगाखाली घेतली आणि त्याच्या उष्ण शरीराने आणि आक्रमक हालचालींनी, ती त्या प्रदेशात मुग्ध विहरू लागली. त्याचे हात तिच्या चेहऱ्यावरून, केसांवरून फिरू लागले.

...आणि त्यानंतर तो जणू मिष्टान्नावरच तुटून पडला! त्याच्या गळ्यातून अस्फुटपणे काहीसं कुंथत तिचं नाव उमटत होतं. ॲलेक्सने श्वास रोखून धरला आणि त्या उधाणलेल्या दर्यामधल्या उसळलेल्या प्रत्येक लाटेची लज्जत चाखायची... वादळ ओसरेपर्यंत त्यातला प्रत्येक क्षण मनमुराद भोगायचा, असं तिनं ठरवून टाकलं. त्याच्या प्रत्येक धसमुसळेपणाला अगदी तसाच प्रतिसाद तिने दिला. त्याच्या 'आ' केलेल्या ओठांना आणि त्याच्या आत वळवळणाऱ्या जिभेलाही.

त्याने मान उचलून एक भलामोठा, जोरदार श्वास अगदी आवाज करत तिच्या

चेहऱ्यावर नाकावर सोडून दिला. त्याने खाली पाहिलं. त्याचे डोळे गर्द, गरम आणि काहीसे गूढ दिसत होते. "कसं वाटलं?"

"फारच सुंदर!" ती कानात कुजबुजली आणि तो मंद हसला.

"फक्त सुंदरच? बेलगाम वृत्तीची अपेक्षा बाळगणाऱ्या स्त्रीकडून माझ्या आणखी अपेक्षा होत्या."

तिने भुवया रोखल्या. "त्याचं कारण मी अजून तशी झालेली नाही... बेलगाम!"

"पुढच्या वेळी तू तशी झालेली असशील. चल, आता आत जाऊन झोप." असं म्हणत डॅनियल कुशीवर वळलाही, पण त्याच क्षणी आपल्याला नेमकं काय हवंय, हे ॲलेक्सला तीव्रपणे जाणवलं. दोन्ही हातांनी तिने त्याच्या पँटचा बेल्ट जोरात खेचून धरला आणि त्याला आपल्याकडे वळवलं, "मला नाही झोपायचं."

त्याने डोळे मोठे करत म्हटलं, "नाही, शक्यच नाही... इथे – नाहीच!"

तिने मात्र सर्व ताकद पणाला लावून तो बेल्ट तसाच धरून ठेवला. त्याला खरंच नको होतं, तर त्याने सुरुवातच केली नसती. "इथे का नको?"

"या एवढ्याशा जागेत?"

"आता गप्प बस आणि गुपचूप तुझे ओठ मला दे."

"हां, ते मी नक्कीच करू शकतो." आणि सुरुवातीला गोड वाटणारी ती संवेदना हळूहळू उष्ण आणि ओलसर होत गेली. तिने त्याच्या शर्टाची बटणं काढत, त्याच्या उघड्या छातीवरून हात फिरवला. "ॲलेक्स, थांब..." तो अस्पष्ट म्हणाला.

"खरंच थांबू?"

"नको."

"शाब्बास!" तिने शांतपणे त्याच्या शर्टाचं वरचं बटण काढलं. त्याच्या गळ्यावरचा टाय बाजूला फेकून दिला आणि त्याची अख्खी छाती आपल्या कवेत घेतली. एकेक स्नायू ती चाचपू लागली. आपले सोनेरी केस त्याच्या छातीवर पसरून, आपल्या बोटांनी ते केस ती घासू लागली, "डॅनियल, तुला नीट बघायचंय."

त्याने तिच्या ओठांवर ओठ टेकले. "त्यापेक्षा मलाच तुला नीट पाहायचंय!" त्याने तिच्या झग्याचा पट्टा अलगद सोडून टाकला आणि तिचा आतला शर्ट पकडला. "काढून टाक..." ती कुजबुजली आणि दुसऱ्याच क्षणी त्याने तो काढूनही टाकला. तिच्या उघड्या स्तनांना थंड वारा झोंबू लागला आणि ती शहारली. एका स्तनावरून दुसऱ्या स्तनाकडे वळत त्याने तिला पूर्ण मिठीत घेतलं. "प्लीज, प्लीज..." ती पुन:पुन्हा म्हणत राहिली. पायांच्या टाचा सोफ्यावरच्या उशीत गच्च खुपसत तिनेही त्याच्या भोवतीचे आपले हात घट्ट-घट्ट आवळले

आणि तिच्या शरीरात गरम रक्ताच्या उकळ्या फुटू लागल्या. "डॅनियल... मला ते हवंय... आत्ता, हो, आत्ता..." त्याच्या प्रत्येक उत्कटतेला तिने मनस्वी प्रतिसाद दिला. त्याचे खांदे आवळत, त्याच्या पाठीत नखं रोवत त्याला अगदी खोल, जवळ येऊ दिलं. कमरेला एक शेवटचा हिसडा बसला आणि तो हळूहळू दूर सरकला... शांतपणे. तो शांत झाला होता अन् तीही शांत झाली होती.

"मी बळजोरी तर नाही ना केली?" तिची हनुवटी उचलत त्याने विचारलं.

"छे, अगदी सुंदर... बिनचूक!" तिने त्याच्या डोळ्यांत खोल पाहिलं.

"पुढच्या वेळेस...."

"पोलीस! थांब... जागेवरून हलू नकोस."

बाहेरून मोठ्याने आवाज आला आणि डॅनियलने झटकन सावध पवित्रा घेतला. तो गुडघ्यावर बसून बाहेर पाहू लागला. पँटची झिप लावत त्याने कमरेवरच्या पिशवीत हात खुपसला आणि चटकन पिस्तुल हातात घेतलं. "खालीच पडून राहा." तो तिला म्हणाला आणि खिडकीच्या कडेला जाऊन उभा राहिला.

ॲलेक्स तशीच पडून राहिली आणि डॅनियलचे खांदे हळूहळू सैलावलेले तिने पाहिले.

"काय झालं?"

"काय?" आतून मेरिडिथचाही जणू प्रतिध्वनीच आला. तिने बेडरूमचा दरवाजा किलकिला करत बाहेर पाहिलं.

"काही नाही – पेपर वाटणारा मुलगा होता." डॅनियल म्हणाला, "हॅटनने त्याच्याकडून पेपर घेतला आणि तो वर येतोय. पण तो त्रासलेला दिसतोय." त्याचा स्वत:चाही स्वर त्रासलेलाच होता. "आता आणखी काय झालं?"

फरशीवर पडलेली अंडरवेअर ॲलेक्सने झटकन झग्याच्या खिशात कोंबली आणि उठून आपल्या झग्याचा पट्टा घट्ट केला. मेरिडिथच्या नजरेकडे दुर्लक्ष करत ती किचनमध्ये शिरली आणि कॉफी करण्यात तिने स्वत:ला गुंतवून टाकलं. डॅनियलने दरवाजा उघडत एजंट हॅटनला आत घेतलं.

"सॉरी डॅनियल," हॅटन म्हणाला. "मिस फॅलन, सॉरी." त्याने किचनमधल्या ॲलेक्सकडे पाहून म्हटलं आणि मेरिडिथकडेही पाहून मान झुकवली. डॅनियलकडे पुन्हा बघत तो म्हणाला, "तो व्हॅन चालवत आला... तो पेपर टाकणारा मुलगा असेल, असं आम्हाला चटकन वाटलंच नाही. पण ते जाऊ दे; पेपरच्या पहिल्या पानावर जरा एक नजर टाक. तुझ्या त्या वुल्फला अगदी भरपूर खाद्य मिळालेलं दिसतंय."

डॅनियलने त्याच्या हातातून पेपर खेचत त्यावर एक नजर टाकली आणि वर पाहिलं. तो उद्विग्न झाला होता.

ॲलेक्स कॉफी करायची विसरली. घाईघाईत तिने त्याच्या हातातला पेपर

घेतला. आधी तिच्या कपाळावर आठ्या पडल्या... पण मग डोळे मोठे करत ती उद्‌गारली, "व्हेट पोर्टरचा मृत्यू?"

"व्हेट पोर्टर कोण?" ॲलेक्सच्या खांद्यावरून पेपरात डोकावत मेरिडिथने विचारलं.

"व्हेट हा वेडचा मित्र होता." ॲलेक्स म्हणाली, "डटनमधल्या मोटारींची एजन्सी व्हेटच्या वडिलांकडे होती. वेड त्यांच्याकडे नोकरीला होता. येणाऱ्या गिऱ्हाइकांना तो मोटारींचं नीट वर्णन करून सांगायचा."

"ॲलिशियाचं प्रेत ज्यांनी प्रथम पाहिलं, त्या पोर्टर बंधूंचाच तो भाऊ होता."

"हा योगायोग समजायचा?" हॅटनने भुवया उंचावत विचारलं.

"या गावात कुठलीच गोष्ट योगायोगाने घडत नाही."

"आश्चर्य वाटतं की, वुल्फला ही बातमी कशी मिळाली?" मेरिडिथने विचारलं. "कुठल्याच बातम्यांमध्ये किंवा इंटरनेटवर ती अजून झळकलेली नाही. मी तर बराच वेळ झाला, इंटरनेटवर माझ्या ई-मेल्स पाहत बसलीये."

तिने ॲलेक्सकडे नजर रोखत म्हटलं आणि ॲलेक्सच्या लक्षात आलं की, ती नुसतीच जागी नव्हती, तर तिने सोफ्यावरचा आपला अख्खा सीन ऐकलेला आहे.

"मी वुल्फला भेटून येतो." शर्टाची बटणं लावत डॅनियल म्हणाला.

"मिस फॅलनबरोबर मी घरात थांबतो." हॅटन त्याला म्हणाला.

"आणि मी कॉफी बनवते. मला त्याची फार गरज आहे." ॲलेक्स बोलली.

मेरिडिथ तिच्या पाठोपाठ किचनमध्ये गेली आणि तिला वेडावत पुटपुटली, "मला सिगारेट हवीय."

ॲलेक्सने तिच्याकडे चमकून पाहिलं. दोघींपैकी कुणीच सिगारेट ओढत नव्हतं.

"शहाणपणा करू नकोस – गप्प बस!"

"का? तुला जे हवं, ते जर तू करू शकतेस; तर मला हवं ते मी का नाही करायचं?" गालातल्या गालात हसत मेरिडिथ म्हणाली.

डटन, बुधवार, ३१ जानेवारी, पहाटे ५ वाजून ५५ मिनिटे

डॅनियल मेन स्ट्रीटवरून वळत होता आणि लांबूनच त्याला 'डटन रिव्ह्यू' ऑफिसच्या खिडकीत दिवा लागलेला दिसला. त्याला अचानक अगदी आतून वाटलं की, त्याने आहे तिथेच थांबलेलं बरं आणि त्याने कुंपण घातलेल्या झाडांच्या मागे गाडी थांबवली अन् गाडीचे दिवे विझवले. तो शांतपणे वाट पाहू लागला. थोड्याच वेळात इमारतीमागून त्याला जिम वुल्फ येताना दिसला. त्याची गाडी अगदी तरंगत, डॅनियलच्या बाजूने निघून गेली. त्यानेही गाडीचे दिवे लावलेले नव्हते.

डॅनियलने सेलफोनवरून चेसचा नंबर फिरवला.

“आता आणखी काय?” चडफडत चेसने विचारलं.

“वुल्फने काल रात्री आणखी एक सनसनाटी बातमी पटकावली. गाडी रस्त्यावरून घसरून गावातला एक जण ठार झाला. त्यासंबंधी भेटायला मी त्याच्याकडे जात होतो, तर हा पठ्ठा लांबूनच त्याच्या पहाटेच्या नव्या स्वारीवर जायच्या तयारीत असलेला मला दिसला.”

“स्साला!” चेस पुटपुटला. “कुठे चाललाय?”

“पूर्वेला. मी त्याच्या मागे जाणारच आहे... पण मला वाटतं, माझ्याबरोबर कुणीतरी असलेल बरं. मला त्याने ओळखायला नको.”

“तू असं कर – हॅटनला घरात त्या बायकांबरोबर थांबायला सांग आणि कोनिगला तुझ्याबरोबर घे. मी पण मागोमाग येतोच. वुल्फला भिडण्याआधी मला फोन कर.”

“येस सर... येस पार्टनर!”

बुधवार, ३१ जानेवारी, सकाळी ६ वाजता

नाही.... नाही – नाही... नाही. बेली तळमळत, विव्हळत होती. तिला मरण हवं होतं. आणि ते जितक्या लवकर येईल, तितक्या लवकर ती स्वत:बद्दल वाटणाऱ्या घृणेतून आणि शिसारीतून मुक्त होणार होती. भिंतीवर डोकं आपटून-आपटून आता तिला असह्य वेदना होत होत्या.

“बेली, थांबव... थांबव ते आधी!”

बिअर्डस्लीने तिला दम भरला, पण बेलीने त्याचं ऐकलं नाही.

धम्ऽ धम्ऽ धम्ऽ. तिचे डोकं भिंतीवर आपटतच राहिलं आणि तिला तीच शिक्षा योग्य होती. मार खाऊन घ्यायचीच तिची लायकी होती. मरायचीच तिची लायकी होती.

“बेलीऽऽ” भिंतीखालून बिअर्डस्लीचा अख्खा हात सरपटत आला आणि त्याने बेलीचं मनगट घट्ट पकडलं, “मी म्हटलं, आधी ते बंद कर!”

बेलीने मान खाली घातली. गुडघ्याला हनुवटी चिकटवली. “तू चालता होऽ”

“बेली...” त्याने हात सोडला नाही. “काय झालं?”

“मी सांगितलं...” ती जमिनीवर थुंकली. “कळलं आता तुला? मी त्याला सांगून टाकलं.”

“तू स्वत:ला दोष देऊ नकोस. एखादा सैनिकदेखील इतका तग धरू शकला नसता.”

तिला तो प्रसंग आठवला आणि कुणीतरी सणसणीत चपराक मारल्यासारखं

तिला वाटलं. त्याने हातातलं इंजेक्शन मुद्दामच थोडं लांब धरलं होतं आणि ती तर सुई दंडात खुपसून घेण्यासाठी तडफडत होती. सुईतल्या त्या द्रवाची तिला इतकी चटक लागली होती की, ती सर्व भान विसरली. “मी हे काय करून बसले?”

“बेली, तू त्याला काय सांगितलंस?”

“मी खोटं बोलायचा प्रयत्न केला, पण ते त्याला समजलं. ती वस्तू माझ्या घरात नाही, हे त्याला माहीत होतं.” आणि त्याने तिला लाथा-बुक्क्या घातल्या, तिच्या अंगावर तो थुंकला; तरी ती बधली नव्हती... पण ती सुई!

...आता सगळंच संपलं होतं! कशालाच अर्थ उरला नव्हता!

“मग तू ती कुठे लपवून ठेवली आहेस?”

ती पार थकली होती, “मी ती ॲलेक्सला दिली.” तिने आवंढा गिळायचा प्रयत्न केला, पण तिचा घसा सुकला होता. तिला रडायचं होतं... पण तिच्या डोळ्यांत आत पाणीच शिल्लक नव्हतं. “तो आता ॲलेक्सच्या पाठीमागे लागेल आणि ॲलेक्सबरोबर होप आहे! आता तो मला मारून टाकेल आणि कदाचित तुलाही. त्याला आता आपली गरज उरलेली नाही.”

“तो मला मारणार नाही. त्याला वाटतंय की, वेडचा अंतिम कबुलीजबाब मी लिहून काढलाय आणि मी तो कुठेतरी लपवलाय.”

“हे खरं आहे?”

“नाही. पण त्यामुळे मी त्याला झुलवत ठेवू शकतो. तू त्याला सांगितलेली गोष्ट खरी निघेपर्यंत तो तुलाही जिवंत ठेवेल.”

“मला काहीच फरक पडत नाही. त्याने मला एकदाचं मारून टाकावं, हीच आता माझी इच्छा आहे.”

“असं बोलूदेखील नकोस. आपण दोघेही इथून सुटणार आहोत.”

तिने खिन्नपणे डोके भिंतीवर टेकवलं, “आपण नाही सुटत.”

“हो, आपण नक्की इथून बाहेर पडू. पण बेली, त्यासाठी तू मला मदत करायला हवीस –” त्याने आपली बोटं तिच्या मनगटात खुपसली. “तुझ्या मुलीसाठी आणि रात्री ज्या मुलींच्या रडण्याचा आवाज तुला ऐकू येतो, त्यांच्यासाठीही.”

“तूसुद्धा तो आवाज ऐकलायस? मला वाटलं की, मलाच भास होत असतील!”

“नाही, तो भास नाही. तो मला त्याच्या खोलीत घेऊन जात असताना मी त्यातल्या एका मुलीला प्रत्यक्ष पाहिलं.”

“कोण आहे ती? मुलगीच आहे?”

“मी ओळखत नाही. पण ती तरुण आहे. पंधरा वर्षांची असेल.”

“या मुलींना त्याने इथं का आणलंय?”

“कशासाठी असेल, बेली?”

“हाय रे देवा! एकंदर किती जणी आहेत?”

“त्या हॉलमध्ये मी एकूण बारा दरवाजे मोजले. त्यासाठी तरी मला मदत कर... त्या मुलींसाठी आणि तुझ्या होपसाठी.”

बेलीने कसाबसा एक नि:श्वास सोडला. “मी काय करायला हवंय?”

बिअर्डस्लीने तिच्या हातावर थोपटलं, “शहाणी मुलगी!”

१४

डटन, बुधवार ३१ जानेवारी, सकाळी ६ वाजून १५ मिनिटे.

"एजंट हॅटन, तुझ्यासाठी आणखी कॉफी आणू?" ॲलेक्सने विचारलं. तो तिच्या टेबलापाशी अगदी शांतपणे बसला होता. त्याला कसलीही घाई नव्हती. डॅनियलची सोबत करायला त्याचा साथीदार निघून गेला होता.

हॅटनने मान हलवत नकार दिला. "नको मॅडम, माझी बायको मला दिवसभरात फक्त एकच कप कॉफी पिऊ देते!"

ॲलेक्सने भुवया उंचावल्या, "तू तुझ्या बायकोचं ऐकतोस? खरंच? आमच्या हॉस्पिटलमध्ये दाखल होणाऱ्या अनेक रुग्णांबरोबर मी बोललेय. आपण बायकोचं ऐकतो, असं त्यांच्यापैकी कुणीच म्हटल्याचं मला आठवत नाही. म्हणून तर त्यांना आयसीयूमध्ये आणावं लागायचं."

त्याने अगदी गंभीरपणे मान डोलावली. "मी तिचा प्रत्येक शब्द ऐकतो!"

मेरिडिथने किचनमधून बाहेर डोकावलं, "पण त्या शब्दांचं पालन करतोस का?"

हॅटन दात विचकून हसला, "मी तिचा प्रत्येक शब्द ऐकतो."

"वाटलंच मला!" मेरिडिथला त्याचा राग आला होता, पण तरीही तिने त्याच्या कपात कॉफी ओतली.

हॅटनने कप उंचावत मेरिडिथला अभिवादन केलं आणि शांतपणे कप टेबलावर ठेवला.

"हॅलो, छोटी परी!"

बेडरूममधून बाहेर येऊन हॅटनकडे होप टक लावून पाहत होती.

"हा एजंट हॅटन आहे." ॲलेक्सने होपचं बोट धरत म्हटलं, "आणि एजंट हॅटन, ही माझी भाची होप." होपने पुढे जाऊन हॅटनच्या दाढीला हात लावला आणि चकित होऊन ॲलेक्स तिच्याकडे पाहत राहिली.

होपला आपल्या अधिक जवळ येता यावं, यासाठी हॅटन खुर्चीवर बसल्या-

बसल्या थोडा पुढे झुकला, ''सगळे म्हणतात, या दाढीमुळे मी सांताक्लॉज दिसतो!'' त्याने हात पुढे केला आणि होप चटकन त्याच्या मांडीवर बसली. ॲलेक्सचा विश्वासच बसेना. होप आपल्या तळव्यांनी त्याच्या दाढीवर जोरजोरात चापट्या मारू लागली.

''पुन्हा हिची सुरुवात झाली वाटतं?'' मेरिडिथला भीती वाटली.

ॲलेक्सने हॅटनकडे असहायपणे पाहिलं. ''मनात भरलेल्या गोष्टीला घट्ट पकडून ठेवायची होपची वृत्ती आहे.''

''मला काही त्रास होत नाहीये ना, मग नका तुम्ही तिची काळजी करू.'' हॅटन म्हणाला आणि ॲलेक्सच्या मनात त्याच्याबद्दलचा आदर वाढला.

ॲलेक्स त्याच्या शेजारच्या खुर्चीवर बसली, ''एजंट हॅटन, तुला मुलं आहेत?''

''सहा. सगळ्या मुली. मोठी अठरा वर्षांची आणि सर्वांत धाकटी आठ वर्षांची.''

मेरिडिथचं लक्ष ऑर्गनकडे गेलं. तिने ॲलेक्सकडे पाहून म्हटलं, ''ह्याला कदाचित ते गाणं ठाऊक असेल.''

''मला ते सगळं पुन:पुन्हा सुरू व्हायला नकोय.'' ॲलेक्स म्हणाली. पण लगेच तिने विचार बदलला, ''आपल्याला प्रयत्न तर करायचलाच हवेत.''

''कुठलं गाणं?'' हॅटनने विचारलं.

मेरिडिथ ते गाणं गुणगुणली. हॅटनच्या डोक्यात काही प्रकाश पडला नाही. ''सॉरी, मी काही तुमची मदत करू शकत नाही.'' त्याने घड्याळ पाहिलं. ''व्हार्टोनियनने सांगितलंय की, आठ वाजता तुम्हाला डॉक्टर मॅक्क्रॅडींना भेटायचंय. आपण आता तयारी करायला हवी.''

हॅटन गाणं ओळखेल, ही आशा तर फोल ठरली होती. ती उठली, पण परवाच्या त्या अपघाताने तिला उठताना अजूनही त्रास होता होता. ''मला डॅनियलच्या कुत्र्याला बाहेर नेऊन आणायचंय.''

''मिस फॅलन, मी कुत्र्याला घेऊन जातो.'' तो होपकडे वळला, ''चला-चला, लवकर तयारी करा. छोट्या मुलींना नटायला फार वेळ लागतो.''

''त्याला नक्कीच सहा मुली असणार!'' मेरिडिथन उपरोधाने म्हणाली.

होपने हॅटनची मऊ, मुलायम दाढी आपल्या हाताने दाबली आणि तिचा चेहरा एकदम फुलून आला. ''बा-बा!'' तिने उच्चारलेला तो पहिला शब्द होता. तिचा आवाज नाजूक, पण अतिशय गोड होता.

हॅटनने डोळे मिचकावले आणि होपकडे बघून तो हसत म्हणाला, ''तुझ्या बाबांनाही माझ्यासारखी दाढी आहे?''

''त्याला दाढी आहे?'' मेरिडिथने विचारले आणि ॲलेक्स त्याचा चेहरा

आठवू लागली.

शांत... दरवाजा बंद करून टाक! ती पुन्हा भानावर आली. "त्याने दाढी राखल्याचं मला कधीच आठवत नाही." तिने आपल्या ओंजळीत होपचा चेहरा धरला, "तू बाबांना कधी पाहिलंस?"

होपने मान डोलावली. पण होपच्या डोळ्यांतली वेदना पाहून ॲलेक्सचे डोळे पाणावले. पण तरीही तिने हसून विचारलं, "कधी बेटा? बाबांना तू कधी पाहिलं होतंस?"

"पण तू तर म्हणाली होतीस की, बेलीने त्याला खूप शोधूनही तिला तो कधीच सापडला नाही, असं सिस्टरने तुला सांगितलं?" मेरिडिथ दबक्या आवाजात बोलली.

"सिस्टर ॲने म्हणाली होती की, बेलीला तो सापडला असावा, असं तिला वाटत नाही. पण आता सिस्टर ॲने आणि डेसमंड तरी सुखरूप आहेत की नाहीत, कुणास ठाऊक! डॅनियल काही बोलला नाही."

"डॅनियल काल रात्री फोन करत होता, हे मला ठाऊक आहे. तुम्ही तयार व्हा. तोपर्यंत मी खात्री करून घेतो." हॅटन म्हणाला. त्याने होपला उतरवून खाली उभं केलं.

"आता तुझ्या मावशीबरोबर जा." होपनेही अगदी आज्ञाधारकपणे ॲलेक्सचा हात पकडला.

"आपण त्याला आपल्याबरोबरच ठेवू या." मेरिडिथ हॅटनकडे निर्देश करत म्हणाली, "त्या दोघांचं चांगलं जमतंय."

"किंवा त्याला त्याच्याजवळची जादूची छडी तरी द्यायला सांगू या." ॲलेक्स मस्करीनं म्हणाली खरी; पण होपचा चेहरा भीतीने वेडावाकडा झाला. ॲलेक्सने मेरिडिथकडे हळूच पाहिलं आणि आपल्या दुखऱ्या गुडघ्यांना न जुमानता ती होपसमोर वाकून बसली. "राणी, जादूची छडी म्हणजे काय गं?"

पण होपने तोंडातून एक चकार शब्दही काढला नाही; उलट तिचा चेहरा अधिकच आक्रसत गोठून गेला. "बेटा... तू काय गं बघितलंस?" तिच्या कुरळ्या केसांत ती कुजबुजली. होप तशीच गप्प राहिली आणि ॲलेक्सला गहिवरून आलं. "चल राणी, मी तुला अंघोळ घालते."

बर्नार्ड, जॉर्जिया, बुधवार, ३१ जानेवारी, सकाळी ६ वाजून २५ मिनिटे.

"भडवा, चांगलाच चपळ आहे!" डॅनियलच्या मागे बसलेला एजंट कोनिग कुजबुजला.

डॅनियलही वुल्फकडे पाहत होता. तो सराईतपणे झाडावर चढला. "एरवी तो

एवढा चपळ असेल, असं वाटत नाही.'' डॅनियलची नजर झाडावरून सरकत खाली असलेल्या खड्ड्यावर पोहोचली. ''झाडावर चढण्याआधीही त्याने बरेच फोटो काढलेत. त्या खड्ड्यात आता कोण असेल, हे जाणून घ्यायलाही नको वाटतंय!''

''आय ॲम सॉरी, डॅनियल.''

''माझीही तीच अवस्था आहे.'' त्याचा मोबाईल वाजू लागला. चेसचा फोन होता.

''आम्ही आत्ता इथे पोहोचतोय.'' तो म्हणाला, ''कोनिग आणि मी. आम्ही अजून बाहेर पडून तपास सुरू केलेला नाही. तू कुठपर्यंत पोहोचलायस?''

''अजून लांब आहे. तू तपासणी सुरू कर. मी फोन सुरू ठेवतो.''

सेलफोन कानापाशी चिकटवून डॅनियल झाडांमध्ये घुसला. फोटो काढताना वुल्फला नक्कीच कापरं भरलेलं असणार. त्या वेळी त्याचा चेहरा कसा झाला असेल याची तो कल्पना करू लागला. तो खड्ड्याच्या टोकावर येऊन थांबला. ''इथे आणखी एक दिसतंय –'' तो चेसला म्हणाला, ''तपकिरी लोकरीचं ब्लँकेट!''

चेस घशातच गुरगुरला, ''तर मग त्या हरामखोराला झाडावरून खाली उतरव आणि रस्सीने बांधून टाक. मी आत्ता सरहद्द ओलांडतोय. सीएसयू आणि एमईच्या गाड्या थोड्या वेळात तिथे पोहोचतील.''

डटन, बुधवार, ३१ जानेवारी, सकाळी ६ वाजून ४५ मिनिटे

त्याने गाडी आपल्या पोर्चबाहेर आणून लावली आणि दमून सुटकेचा सुस्कारा सोडला. त्याचं अंग आंबून गेलं होतं आणि सगळे स्नायू आखडले होते. काँग्रेसमन बॉवीच्या घरी बैठकीसाठी पोहोचायला अजून एका तासाचा अवधी होता. या एका तासात त्याला अंघोळ आणि नाश्ता करून तयार व्हायचं होतं.

एकीकडे शोकांतिका घडतेय, पण तरीही राजकारण मात्र सुरूच आहे. आपल्याच विचारांत तो खिन्न हसला. कधी कधी या दोघांत काही फरकच नसतो. त्याने पोर्चमध्ये पडलेला पेपर उचलला आणि त्या बातमीची कल्पना असूनही ती वाचून त्याच्या पोटात खड्डा पडला. ''श्हेट...'' तो पुटपुटला. ''अक्कलशून्य माणसा, मी तुला सावध केलं होतं.''

घराचा दरवाजा उघडला गेला. दरवाज्यात त्याची बायको उभी होती – दुखावलेल्या नजरेने. ''तुझा रात्रीचा हा दंगा, पूर्वी तू शेजाऱ्या-पाजाऱ्यांपासून लपवू पाहायचास. आणि मुलांपासूनही – पुन्हा सुरू झालेला दिसतोय?''

तो जोरात हसणारच होता. इतकी वर्षं तो इतर बायकांच्या बिछान्यात रात्र-रात्र जागवून यायचा. त्या वेळेस तिने त्याकडे काणाडोळा केला होता आणि आज नेमका तिला चिडायला मुहूर्त सापडला होता. आज पहिल्यांदाच त्याने कोणताही

अपराध केलेला नव्हता.

नाही कसा? तू अपराधीच आहेस. इतर सात मुलींबद्दल तू व्हार्टीनियनला सांगायला हवं होतंस. फक्त केटला सुरक्षित ठेवणं पुरेसं नाही. त्यातली एक जण जरी मेली... तरी त्याचं पाप तुझ्या डोक्यावर येणार आहे!

त्याची बायको डोळे बारीक करत म्हणाली, "तू अंगावरच्या कपड्यांमध्येच झोपला होतास?"

"हो, तसाच!" ओठांवर आलेले शब्द तो रोखू शकला नाही.

"पण का?"

तो कारण सांगू शकत नव्हता. त्याचं तिच्यावर प्रेम नव्हतं. कधी केल्याचंही त्याला आठवत नव्हतं. पण काही झालं तरी ती त्याची बायको होती. त्याच्या मुलांची आई होती; आणि म्हणूनच तो तिच्या मतांना अजूनही किंमत देत होता. ती बोलली तरी तो ऐकून घेत होता. केटबद्दल तो तिला काही सांगू शकत नव्हता किंवा त्या इतर मुलींबद्दलसुद्धा.

म्हणून तर तिच्या बोलण्यावर त्याने हातातला पेपर दाखवत म्हटलं, "व्हेट मेला."

त्याची बायको एकदम चपापली, "आय ॲम सॉरी."

तिला वाईट वाटलं होतं, कारण ती सभ्य स्त्री होती. तिला 'व्हेट' हा माणूस कधीच आवडला नव्हता. त्यांची 'मैत्री' कधीच समजली नव्हती. 'मैत्री' या शब्दावर तो हसला. मैत्री कसली; एकमेकांचं अस्तित्व टिकविण्यासाठी केलेली ती केविलवाणी धडपड होती. आपल्या शत्रूंबरोबरही आपण नेहमी सख्य ठेवायला हवं, म्हणजे ते आपल्यावर कधी उलटणार आहेत याचा आपल्याला आधी सुगावा लागतो. फार वर्षांपूर्वी त्याच्या वडिलांनी त्याला दिलेला हा सल्ला त्याच्यासाठी खूप मोलाचा ठरला होता.

अर्थात वडील म्हणाले होते ते राजकीय शत्रूंच्या संदर्भात; त्याच्या त्या तथाकथित मित्रांबद्दल नव्हे. पण त्याही बाबतीत तो सल्ला तितकाच मोलाचा ठरला होता. "तो... अं... म्हणजे त्याची गाडी रस्ता सोडून खाली गेली... आणि..."

तिने दरवाजा नीट उघडत म्हटलं, "चल. आता आत तर येशील?"

तो पुढे आला. उंबऱ्यावरून त्याने तिचा चेहरा निरखला. ती सालस स्त्री होती. त्याच्याबरोबर संसार करताना, एक पत्नी म्हणून तिने तिच्या कर्तव्यात कधीही कसूर केली नव्हती. त्याच्याही मनात तिला कधीच दुखवायचं नव्हतं. पण तो त्याच्या मनाला कधी आवर घालू शकला नाही. त्याच्या त्या लफड्यांना तसा काही अर्थ नव्हताच... फक्त शेवटचं प्रकरण सोडलं तर.

त्या शेवटच्या प्रकरणाची मात्र त्याच्या मनात अजूनही खंत होती. तोपर्यंत त्याने स्त्रीला कधी भोगण्यापलीकडे महत्त्व दिलं नव्हतं. पण बेली क्रायटनचा मात्र

त्याने मतलबासाठी उपयोग करून घेतला. त्याला हव्या असलेल्या बातम्या ती त्याला पुरवत असे. मुलीच्या जन्मानंतर ती अंतर्बाह्य सुधारली होती. एके काळी तिचा 'गावातली चवचाल बाई' म्हणून उल्लेख व्हायचा; पण त्याला कोण अपवाद होतं? त्याने भोगलेली प्रत्येक स्त्री ही कधी ना कधीतरी चवचालच होती.

तिला वाटायचं, हा आपली खूप काळजी घेतोय. त्यात थोडंफार तथ्यही होतंच. होपला बरोबर घेऊन ती पुन्हा आयुष्यात स्थिरावली होती. त्यासाठी तिने खूप मेहनत केली होती आणि आता नाहीशी झाली होती. ती कुठे आहे आणि तिला कुणी पळवलंय, हे त्याला ठाऊक होतं. पण जसं तो त्या सात दुर्दैवी मुलींच्या बाबतीत काही करू शकत नव्हता; तसंच तो बेलीला कसलीही मदत करण्यासाठी असमर्थ होता.

"तुझी अंघोळ उरकून तयार होईपर्यंत मी तुझ्यासाठी अंडी उकडून तयार ठेवते." ती शांतपणे म्हणाली

"थँक यू.''' तो सहज बोलून गेला आणि त्याच्या लक्षात आलं की, बऱ्याच वर्षांत त्याने तिचे कधी असे आभार मानलेच नव्हते. पण त्याचा हा गुन्हा काही फारसा मोठा नव्हता. त्याने केलेले बलात्कार किंवा त्याने मदत न केल्यामुळे झालेले खून यापुढे त्याचं बायकोशी तिसरट वागणं नक्कीच क्षम्य होतं.

ॲटलांटा, बुधवार, ३१ जानेवारी, सकाळी ८ वाजून ४५ मिनिटे.

डॅनियल धप्पकन खुर्चीत बसला. मीटिंग सुरू व्हायला थोडासा वेळ होता. तो थकला होता. त्याने चेहऱ्यावरून हात फिरवला. दाढी करायलाही त्याला फुरसत मिळाली नव्हती. ल्यूक त्याच्या घरी जाऊन कपडे घेऊन आला होता, म्हणून निदान त्याला कपडे तरी बदलता आले होते. ल्यूक आपली किती काळजी घेतो!

पण ल्यूकच्या मते, डॅनियलची खरी काळजी त्याच्या ममाला होती. ल्यूकच्या मागे भुणभुण लावत तिनेच त्याला डॅनियलचा सूट घरी आणून ठेवायला सांगितला होता. शिवाय 'बिच्चारा डॅनियल' कसा आहे, हे ती ल्यूकला अगदी तासातासाने फोन करून विचारत होती. पण अलीकडे ल्यूकही उदास आणि त्रासलेला दिसायचा, बालगुन्हेगारांच्या केसेस हाताळताना तो उद्विग्न होऊन जायचा.

डॅनियलला ॲलेक्सची आठवण झाली. वेडने तिच्यावर अतिप्रसंग करण्याचा प्रयत्न केला, तेव्हा तीही कोवळी मुलगीच होती. ही गोष्ट ती अर्थातच मान्य करणार नव्हती. त्याचं रक्त सळसळून उठलं आणि वेड आता मेलाय याचं त्याला समाधान वाटून गेलं. वेड आणि त्याच्या राक्षसी मित्रांसारख्या अनेक मुलांच्या केसेस ल्यूकला दिवस-रात्र तपासाव्या लागत होत्या. एखाद्यावर शारीरिक हल्ला करण्याहूनही ही कृत्यं अधिक भयानक होती. ती कोवळी बालमनं अशामुळे आपली

निरागसता, आपला विश्वासच गमावून बसत होती.

परवा रात्री ॲलेक्स किती नाजूक आणि हळवी वाटली होती... त्या विचारानेच तो क्षणभर हादरला. पण काल रात्रीचं ते मीलन... त्याच्या आयुष्यातला तो सर्वांत सुखद प्रसंग होता. तिच्याबरोबर असताना त्याला आपल्या अस्तित्वाचा गाभा गवसला होता. तिच्या विरहाची कल्पनासुद्धा त्याला मृत्यूइतकीच जीवघेणी भासत होती.

या विस्कटवून टाकणाऱ्या विचारांना आता थोपवायला हवं. *व्हार्टोनियन, चल – आता कामाला लाग.*

चेस, एड, हॅटन आणि कोनिग – हातामध्ये कॉफीचे कप घेऊन आले. ''हा – तुझ्यासाठी.'' त्याच्यासमोर कॉफीचा कप ठेवत चेस म्हणाला, ''चांगली, स्ट्राँग आहे.''

डॅनियलने कॉफीचा घुटका घेतला, ''बळी क्रमांक तीनचं नाव आहे, जेम्मा मार्टिन. वय वर्षं एकवीस. आता तिघींचीही ओळख पटलेली आहे. तिघीही डटनमध्येच लहानाच्या मोठ्या झाल्या आणि ब्रायन ॲकॅडमीत शिकून बाहेर पडल्या होत्या. जेम्मा आपल्या आजीबरोबर राहत होती. सकाळच्या नाश्त्यालाही ती घरी परतली नाही, हे बघून तिची आजी घाबरली. तिच्या लक्षात आलं की, ती रात्रीच घराबाहेर पडलीय आणि तिने लगेच आपल्या ऑफिसमध्ये फोन केला.''

''तिच्या हातांचे ठसे आम्ही तपासले.'' एड म्हणाला, ''बाकी सगळ्या गोष्टी अगदी हुबेहूब इतर दोन खुनांसारख्याच. किल्ली आणि केसही अगदी तसाच करकचून बांधलेला.''

''त्याने तिला नेमकं कुठे पकडलं, हे मला हवंय.'' एड म्हणाला, ''काल रात्री ती कुठे होती?''

''आपल्याला बरं वाटत नाही, असं आजीला सांगून ती रात्री लवकर स्वतःच्या बेडरूममध्ये गेली. पण ती अनेकदा खोटं बोलत असे, हेही तिच्या आजीने मला सांगितलं. तिची कॉर्व्हेट्टो गाडी काही तिच्या गॅरेजमध्ये दिसली नाही. आता तिचा वावर नेहमी ज्या-ज्या ठिकाणी असायचा, तिथून आम्ही सुरुवात करणार आहोत.''

''जेनेटने जिथून मिनीव्हॅन भाड्याने घेतली होती, तिथे मिळालेल्या टेप्सचं काय झालं?'' चेसने वेगळा विषय काढला.

''काल रात्री मेरीकडे होपला घेऊन मी आलो होतो, तेव्हा त्या टेप्स मी सीएसयूला दिल्या होत्या. त्या मिळाल्या ना तुला, एड?''

''हो. एकाला मी रात्रभर त्या कामावर लावलं.'' एड म्हणाला आणि त्याने एक फोटो टेबलावर ठेवला, ''आपलं नशीब जोरावर दिसतंय. फोटो ओळखीचा वाटतोय.''

डॅनियलने फोटो उचलला, "अरे, हा तर तो ब्लँकेट विकत घेणारा मुलगा!"

"या खेपेसही त्याने अजिबात आपला चेहरा लपवण्याचा प्रयत्न केलेला दिसत नाही. जेनेटच्या 'झेड्'ची किल्लीही त्याच्याकडेच दिसतेय."

"आणि तो कोण आहे, हे अजूनही आपल्याला शोधता आलेलं नाही!" चेस वैतागला.

"जीबीआयच्या प्रत्येक गाडीवर आपण त्याचा फोटो चिकटवलाय." एड म्हणाला, "आता पुढचं पाऊल म्हणजे त्याचा चेहरा टीव्हीवर दाखवायचा."

डॅनियलने चेसकडे पाहिलं, "तसं केलं तर तो भूमिगत होईल."

"पण आपल्याला तो धोका पत्करायलाच हवा." चेस म्हणाला, "तसंच करा. पुढे....?"

"वार्षिक मासिकं." डॅनियल म्हणाला, "ओळख न पटलेल्या मुलींना तर शोधायलाच हवं."

"ते काम सुरू झालंय." चेस म्हणाला, "डटनच्या वीस मैल परिसरातल्या प्रत्येक शाळेत फोन करून अगदी तेरा वर्षांपूर्वीची मासिकं मिळवायचं काम मी लेघवर सोपवलंय."

एड मागे सरकून बसला. त्याला ती कल्पना आवडली नव्हती. "तेरा वर्षांपूर्वीची मासिकं कशाला हवीत? जेनेट, क्लॉडिया आणि जेम्मा तर त्या वेळी जेमतेम नऊ वर्षांच्या होत्या."

"त्याबद्दल मी सांगतो." डॅनियलने ब्रीफकेस उघडून सायमनने काढलेले फोटो टेबलावर ठेवले आणि चेसने आणि त्याने काल रात्री जसं ठरवलं होतं, त्याप्रमाणे काटछाट करून ती सर्व गोष्ट इतरांना ऐकवली.

"डॅनियलने हे फोटो फिलीमधल्या एका हेराकडे देऊन टाकले होते." चेस म्हणाला.

"पण आमच्या सांगण्यावरून त्या हेराने ते फोटो आज सकाळीच ई-मेलने पाठवून दिले. फोटोंच्या मूळ प्रती तो कुरिअरने पाठवतोय."

व्हिटो सिक्कोटेलीला ते फोटो स्कॅन आणि ई-मेल करण्यासाठी खूप त्रास झाला असणार, ह्याचं डॅनियलला मनातून वाईट वाटलं. काल रात्री मात्र त्याने फोनवरून व्हिटोला सर्व गोष्टी अतिशय प्रामाणिकपणे सांगून टाकल्या होत्या. व्हिटोने ते फोटो स्वत:च स्कॅन करण्याची तयारी दाखवली. डॅनियलला तसं सांगावंही लागलं नाही.

व्हिटोने तर डॅनियलला आभारही मानू दिले नाहीत; उलट व्हिटोला त्या फोटोंचं खरं मूल्य समजलेलं होतं. कारण त्यामुळे सोफीचं आयुष्य तो वाचवू शकला होता. सोफी त्याची प्रेयसी होती. डॅनियलला ॲलेक्सची आठवण झाली.

सोफीला वाचविल्याचा व्हिटोला किती आनंद झाला असेल, हे फक्त डॅनियलच समजू शकत होता.

एडने मान डोलावली. "ठीक आहे. म्हणजे, त्या ॲलिशिया ट्रिमेन आणि काल रात्री मारल्या गेलेल्या त्या शैला कॅनिंगहॅमचे फोटो सायमनने काढलेल्या फोटोंमध्ये आहेत."

"हो. ॲलेक्सने त्यातल्या आणखी चार मुलींना ओळखलं. त्यातल्या एकीने आत्महत्या केलीय. उरलेल्या मुलींचे फोटो आपल्याला त्यांच्या शाळेच्या रेकॉर्डवरून पडताळून पाहायचेत. त्यासाठी मला ती वार्षिक मासिकं हवी आहेत."

"दोन गोष्टी बरोबर कशा एकमेकांत मिसळायच्या, हे तुला पक्कं ठाऊक आहे डॅनियल!" एड म्हणाला.

"हे काही मी जाणूनबुजून करत नाहीये." डॅनियल वैतागत पुटपुटला. "आणखी कुणाला काही सांगायचंय?"

हॅटनने हळुवारपणे आपली दाढी कुरवाळली, "अनाथाश्रमातली ती सिस्टर ॲने...."

डॅनियलच्या पोटात गोळा आला, "ती मेल्याची तर बातमी नाही ना आणलीस?"

"ती मेलेली नाही." हॅटन म्हणाला, "पण मरणपंथावरच आहे. काल रात्री आपली काही माणसं तिथे गेली होती, पण त्यांना ती आश्रमात किंवा आश्रमातल्या तिच्या खोलीतही दिसली नाही. तिच्या राहत्या घरी मात्र ते काल गेले नव्हते."

"आणि मग आज सकाळी?" डॅनियलने उत्सुकतेने विचारलं.

"आज सकाळी फोन करून मी आपल्या माणसांना हे काम फार महत्त्वाचं असल्याचं सांगितलं, तेव्हा ते तिच्या घरी गेले. घराचा दरवाजा त्यांना फोडावा लागला. ती आतमध्येच होती. तिला जबरदस्त मारलेलं होतं. कुणीतरी खिडकीतून तिच्या घरात शिरला होता. तासाभरापूर्वी तिला हॉस्पिटलमध्ये हलवलंय. ती बेशुद्ध आहे, एवढंच मला कळालं."

"ॲलेक्सला हे ठाऊक आहे?" डॅनियलने विचारलं.

"नाही अजून. मी विचार केला की, तू तिला ही बातमी दिलेली बरी."

"बरोबर. मीच तिला सांगीन. आणि त्या सलूनमालक डेसमंडचं काय?"

"तो मजेत आहे. त्याला कोणी भेटायला आलेलं नाही, फोन आले नाहीत. तो कुठल्याही अडचणीत नाही."

"नशीब! मला दोन वाईट बातम्या तरी सांगाव्या लागणार नाहीत."

"तर..." चेसने टेबलावर मूठ आपटली, "आजच्या घटकेला साक्षीदार म्हणून आपल्याकडे फक्त एक चार वर्षांची चिमुरडी मुलगी आहे... आणि तीदेखील न बोलणारी!"

"होप आत मॅक्क्रॅडीबरोबर आहे." डॅनियलने सांगितलं.

"ती बोलली." हॅटन म्हणाला, "एकच शब्द का होईना, पण तिने मला 'बाबा' अशी हाक मारली. बहुधा त्यांनाही माझ्यासारखी दाढी असावी."

डॅनियलच्या कपाळावर आठ्या पडल्या, "बेलीला तो सापडला होता?"

"मॅकक्रॅडीला ही गोष्ट कळलीये?" चेसने विचारले.

"हो." हॅटनने डॅनियलकडे पाहिलं, "शिवाय आणखी एक गोष्टीबद्दल कुतूहल निर्माण झालंय – जादूच्या छडीबद्दल."

"आता हे आणखी नवीन काय?" चेस अस्वस्थ झाला.

"चेस," डॅनियल चेसवर चिडलाच. "जादूच्या छडीबद्दल तू काय म्हणत होतास?" त्याने हॅटनला विचारलं.

"मिस फॅलन म्हणाली की, आत्तापर्यंत दोनदा त्या 'जादूच्या छडी'चा विषय निघाला होता आणि दोन्ही वेळेस तो शब्द ऐकताच होप दचकली आणि स्तब्ध झाली होती. अगदी घाबरून गेलेली होती. पण मिस फॅलनालाही ते कोडं उलगडलेलं नाही. मला वाटतं, आपणच बेलीच्या वडिलांना शोधून काढावं. तू म्हणत असशील, तर सगळे रस्ते पालथे घालायला मी तयार आहे. मी क्रेग क्रायटनचं शेवटचं ड्रायव्हिंग लायसन्सही मिळवलंय. ते पंधरा वर्षांपूर्वीचं आहे. पण त्यानंतरचं लायसन्स मिळतच नाहीये."

"म्हणजे गेल्या पंधरा वर्षांत त्याने पुन्हा लायसन्स काढलेलंच नाही?" डॅनियलने विचारलं.

"ॲलिशिया मेल्यानंतर दोन वर्षांतच त्याची मुदत संपली होती." हॅटन म्हणाला.

"मी त्याला शोधावं, असं तुला वाटतंय का?"

"हो, थँक्स! आणखी काही?"

"झाडावर चढणाऱ्या आपल्या त्या वुल्फचं काय करायचं?" कोनिगनं विचारलं.

डॅनियलला त्या विषयाचा खूपच त्रास होत असावा. "जेम्माबद्दलचा फोन त्याला कधी आणि कुठल्या नंबरवरून आला, हे मी शोधून काढण्याचा खूप-खूप प्रयत्न केला; पण मला एकही नवीन नंबर सापडला नाही. शिवाय मला हे कळत नाही की, व्हेट पोर्टरची बातमी त्याने कशी मिळवली?"

"काल रात्री रस्त्यावरून गाडी घसरून मेलेला तो गाड्यांचा डीलर?" चेसने विचारलं.

"तोही या प्रकरणात गोवला गेलाय?"

"हा अपघात यूएस-१९ च्याही पुढे झालाय, डटनपासून सत्तर मैलांवर. रस्त्यावरून गाडी घसरताना पोर्टरला कुणीही पाहिलेलं नाही. काही वेळानंतर त्या

रस्त्यावरून जाणाऱ्या एका मोटारस्वाराने ते पाहिलं आणि पोलीस स्टेशनला कळवलं. तोपर्यंत पोर्टरची कार पूर्णपणे जळलेली होती आणि आगही विझलेली होती.''

''तो पोर्टरच होता, हे कुणाला कसं समजलं?'' एडने समोर पडलेल्या 'डटन रिव्ह्यू'मधल्या फोटोकडे पाहत विचारलं, ''मला नाही वाटत, त्या आगीमध्ये त्याचं शरीर तरी शिल्लक उरलेलं असणार.''

''खरं म्हणजे, मृत शरीराची ओळख अजून पटलेलीच नाही.'' डॅनियलने उत्तर दिलं.

''दातांवरून ओळख पटवण्याचा प्रयत्न सुरू आहे, पण पोर्टर हा मोटारींचा विक्रेता होता. नवीन मॉडेल आलं की, त्यावर आपल्या दुकानाची चुंबकपट्टी लावून तो ती कार फिरवून आणत असे. ती मोटार खाली कोसळत असताना ती चुंबकपट्टी उडून रस्त्यावर पडली आणि त्यावरून ओळखलं गेलं.''

''पण मग हे वुल्फला कसं समजलं?'' चेसने विचारलं, पण डॅनियलकडे त्या प्रश्नाचं उत्तर नव्हतं. डॅनियलने फक्त वैतागून मान हलवली.

''अजून तरी कळलेलं नाही. सकाळी त्या पठ्ठ्याला मी झाडावरून खेचून उतरवलं आणि त्याला दमात घेतलं. पोर्टरची बायको म्हणत होती की, गेला आठवडाभर पोर्टर खूपच अस्वस्थ होता. आणि हो, लिंकन मॉडेल फक्त पोर्टरच चालवायचा, हे साऱ्यांना ठाऊक आहे. पण तिथे पोहोचून वुल्फने हा फोटो कसा काढला, हे गूढच आहे. वुल्फ काही बोलायला तयार नाही आणि यापुढेही आपण त्याच्याशी असेच सभ्यपणे बोलत राहिलो, तर त्याच्याकडून काही समजण्याची अपेक्षाही ठेवायला नको.''

''व्हेट पोर्टर डटनमध्येच राहत होता, तो अस्वस्थ होता आणि वुल्फचा असलेला संबंध, या तीन गोष्टींव्यतिरिक्त आपण आता घडलेल्या तीन खुनांशी त्याचा कसा संबंध लावू शकतो?'' चेसने विचारलं.

''वेड क्रायटन आणि सायमनबरोबरच तोही त्याच शाळेत होता. तो वेडचा मित्र होता, हे ॲलेक्सला आठवलं. शिवाय ॲलिशियाचं प्रेतही ज्यांना पहिल्यांदा दिसलं, त्या पोर्टरबंधूंपैकी तो एक होता.''

चेस गुरगुरला, ''डॅनियल!''

डॅनियल खांदे उडवत म्हणाला, ''मी घडलेल्या गोष्टी फक्त तुमच्यासमोर मांडतोय. शिवाय त्या अपघातस्थळी जिम वुल्फ पोहोचला, ही गोष्टही आपण दुर्लक्षित करू शकत नाही. मी त्या पाईक कौंटीच्या पोलिसांना बजावलंय की, या अपघाताची कसून चौकशी करा. गाडीचा प्रत्येक कोपरा तपासला गेला पाहिजे. मला आणखी असं वाटतं की, आता आपण जिम वुल्फच्या मागे सतत एक माणूस ठेवायला हवा. त्याला अटक करता येईल, असा अजून तरी त्याच्या हातून

गुन्हा घडलेला नाही; पण माझ्या अंदाजाने, तसा तो लवकरच घडेल.''

डॅनियल पुढे म्हणाला, ''लेघने ती वार्षिक मासिकं मिळवल्यानंतर आपल्याला आणखीही एक गोष्ट शोधावी लागेल की, त्या वेळी वेड, सायमन आणि पोर्टरबरोबर आणखी कोण मुलं त्या शाळेत शिकत होती? सायमनच्या फोटोंमधले ते बलात्कार करणारे सर्व पुरुष डटनमधलेच असणार.''

''या क्षणी कुणीतरी नक्कीच घोर चिंतेत सापडलाय.'' आपल्या नेहमीच्या शांत पद्धतीत हॅटन म्हणाला, ''मिस फॅलनच्या अंगावरून गाडी नेण्याच्याबाबतीत त्यांनी फारच ढिसाळपणा दाखवला. पण पोर्टरच्या बाबतीत मात्र त्यांनी तो धडा गिरवला नाही.''

''हो, असं दिसतंय तरी.'' डॅनियल एडकडे वळला, ''बेलीच्या घराच्या आणि पिझ्झा पार्लरच्या झडतीतून काय निष्पन्न झालं?''

''बेलीच्या घरी जवळजवळ काहीच पुरावा मिळाला नाही. बेलीला पळवून नेताना होप नेमकी कुठे होती याचा काही पत्ता लागला नाही. जमिनीवर सांडलेल्या रक्ताशी बेलीचा रक्तगट जुळला. तिच्या बाथरूममधल्या ब्रशमध्ये काही केस सापडले, ते आम्ही घेऊन आलो. आम्ही आता पीसीआरची तपासणी करू, पण ते बेलीचंच रक्त आहे याची मला खात्री आहे.''

''आणि पिझ्झा पार्लर?''

''आम्ही त्या बंदुकधाऱ्याच्या हातांचे ठसे घेतले आणि आज त्यांची तपासणी होईल; शिवाय ॲलेक्सला ठोकणाऱ्या त्या गाडीचा ज्या ऑफिसरने पाठलाग केला होता, तो आम्हाला हवाय.'' एड पुढे म्हणाला, ''त्या गाडीची किंवा त्या बंदुकधाऱ्याची, दोघांपैकी कुणा एकाची तरी ओळख पटतेय का, हे आम्हाला पाहायचंय.''

''ते काम मी करू शकतो.'' कोनिग म्हणाला.

यानंतर करायच्या सर्व गोष्टी डॅनियलने त्याच्या वहीत नीट टिपून घेतल्या. ''थँक्स. आता तेरा वर्षांपूर्वी बलात्कार झालेल्या त्या मुलींना भेटायला मी चाललोय. मला माझ्याबराबेर एक महिला एजंट हवीये.''

''तालिया स्कॉटला घेऊन जा.'' चेस म्हणाला, ''अशा मुलाखती घेण्यात ती वाकबगार आहे.''

डॅनियलने मान डोलावली. ''चालेल. एकदा लेघच्या हातात ती मासिकं पडली की जेनेट, क्लॉडिया आणि जेम्माबरोबर आणखी कोण मुली त्या वेळेस शाळेत होत्या, याची तिला यादी बनवायला सांग. ॲलिशियाच्या खुनाची नक्कल त्या खुन्याला का करावीशी वाटली, याचं कारण शोधायला हवं. इतर मुली कदाचित याबाबतीत आपल्याला मदत करू शकतील.''

"जर त्या आत्तापर्यंत सावध झाल्या नसल्या, तर त्यांना आपण सावधही करू शकतो."

"त्यांना सावध करायची जबाबदारी माझ्यावर." चेस म्हणाला, "आपण टीव्ही चॅनल्सवरून सर्वांनाच सावधतेचा इशारा देऊ या. मुलींच्या एका गटांतच फक्त घबराट निर्माण व्हायला नको. शिवाय एवढ्या मुलींना संरक्षण देण्याएवढी आपल्यापाशी माणसंही नाहीत.'''

डॅनियल उभा राहिला, "तर, आता निघू या. पुन्हा सहा वाजता इथेच भेटू."

अॅटलांटा, बुधवार, ३१ जानेवारी, सकाळी ९ वाजून ३५ मिनिटे

"अॅलेक्स, तू जरा खाली बसतेस का?"

अॅलेक्स अस्वस्थपणे येरझाऱ्या घालत होती. अचानक थांबून तिने मेरिडिथकडे रोखून पाहिलं. तिला काचेमधून मेरिडिथचं प्रतिबिंब दिसत होतं आणि मेरिडिथ आपल्या लॅपटॉपसमोर शांतपणे बसली होती. त्या काचेमधून पलीकडचं दिसत होतं, पण आतल्या माणसांना मात्र बाहेरचं दिसू शकत नव्हतं. काचेच्या आत डॉ. मॅक्क्रॅडी- बरोबर होप बसली होती आणि शेजारी तो चित्रकारही शांत बसून होता.

"तू कशी इतकी शांत राहू शकतेस? त्यांना अजून काहीच सापडत नाहीये."

"काल मी खचले होते, त्या गाण्यामुळे." ती शहारली, "आज ते गाणं नाही. माझी गाडी पुन्हा रुळावर आलीय. मी मस्त आहे!" तिने होपकडे पाहिलं. होप गप्प होती. डॉक्टर किंवा चित्रकार, ती कोणालाच नजर देत नव्हती. "त्यांनी आत्ता तर सुरुवात केलीय, अॅलेक्स. होपला आपण अजून थोडा अवधी द्यायला हवा."

"आगल्यापाशी 'अवधी' नाहीये." अॅलेक्सने तिची बोटं घट्ट पकडली आणि दाबली. "बेलीला जाऊन आज सात दिवस झाले. चार मुलींना प्राण गमवावा लागलाय... आपल्यापाशी आत वेळ नाही."

"तुझ्या येरझाऱ्यांमुळे तो प्रश्न सुटणार नाही."

अॅलेक्स आणखीनच चिडली. "ते मलाही ठाऊक आहे. मला कळत नाही, असं वाटतंय का तुला?"

मेरिडिथने लॅपटॉप बाजूला सारला आणि अॅलेक्सच्या गळ्याभोवती दोन्ही हात टाकले. "अॅलेक्स...."

अॅलेक्सने तिच्या खांद्यावर मान टेकवली. "त्यांना आणखी एक बळी सापडलाय!"

अंगातली सारी ताकदंच आता सरलीय, असं तिला वाटलं. काल रात्री सोफ्यावर डॅनियलच्या कुशीत आपण खूप महान, ताकदवान असल्याची तिला जाणीव झाली होती. आता वास्तव आगंतुकपणे समोर उभं ठाकलं होतं आणि

आपली असहायता दाखवून देत होतं.

"जर ती बेली असती, तर डॅनियलने तुला सांगितलं असतं."

"हो गं. पण मर्ु... तीन मुली आणि शैला. आणि रेव्हरंड बिअर्डस्ली. मलाही इतकं भयानक स्वप्न अजून पडलेलं नाही."

मेरिडिथने ॲलेक्सला घट्ट जवळ घेतलं आणि दोघी मिळून काचेतून होपकडे पाहू लागल्या. मागचा दरवाजा उघडून डॅनियल अचानक आत आला.

त्याला बघूनच ॲलेक्सच्या नाडीचे ठोके वाढले आणि छाती धडधडू लागली. त्याचा चेहरा हसरा नव्हता, याचा अर्थ त्याने आणलेली बातमीही चांगली नसणार. ती वाईटात वाईट काय घडलं असेल याची कल्पना करू लागली; पण मुळात त्यापेक्षा कमी वाईट काय घडू शकेल, हेही तिला समजत नव्हतं.

"माझ्यापाशी फार थोडा वेळ आहे." तो दबक्या आवाजात बोलला, "तुझ्याशी बोलायचंय."

"मी बाहेर जाऊ का?" मेरिडिथने विचारलं. डॅनियल मानेनेच 'नको' म्हणाला.

"त्याची गरज नाही." त्याने ॲलेक्सचा खांदा दाबला, "कसं सांगावं, कळत नाही. म्हणून स्पष्टच सांगून टाकतो – सिस्टर ॲने हॉस्पिटलमध्ये आहे. काल रात्री तिला बेदम मारलंय... हे काही चांगलं झालं नाही."

ॲलेक्सच्या पायातले त्राणच गेले. ती कशीबशी खुर्चीत बसली, "नाही – नाहीऽऽ" तो तिच्यासमोर गुडघ्यावर बसला. "वाईट झालं, राणी..." त्याने तिचे हात हातात घेतले.

"आमच्या सीएसयूची माणसं तिच्या घरी गेली आहेत."

तिने आवंढा गिळला – "आणि डेसमंड?"

"तो ठीक आहे."

तिने उसासा सोडला. "सिस्टर ॲने... काय रे देवा!"

"ॲलेक्स, यात तुझा काही दोष आहे का?"

"पण मला काहीच करता येत नाहीये!"

"कळतंय मला." त्याने घसा खाकरला, "मी ऐकलं की, होप 'बाबा' असं म्हणाली?"

ॲलेक्सने मान डोलावली आणि क्रेग क्रायटनचं नाव निघूनसुद्धा आपल्या अंगावर काटा कसा आला नाही, याचंच तिला आश्चर्य वाटलं. "आम्हाला वाटतंय की, बेलीने तिच्या वडिलांना शोधून काढलं होतं. वेडने पाठवलेलं पत्रही कदाचित तिने त्याच्याकडे दिलं असावं."

"हॅटन आज संबंध दिवसात त्याला हुडकून काढणार आहे."

"मीसुद्धा जाते." ॲलेक्स उत्स्फूर्तपणे म्हणाली.

डॅनियल ताडकन उठला, ''नाही. त्यात खूप मोठा धोका आहे.''

''पण तो क्रेगला ओळखणार कसा?''

''त्याच्याकडे क्रेगचा फोटो आहे – त्याच्या ड्रायव्हिंग लायसन्सवरचा.''

''डॅनियल, पण मला जायलाच हवं.'' तिने त्याचे खांदे पकडले, ''जेव्हा जेव्हा त्याचं नाव उच्चारलं जातं, तेव्हा तेव्हा माझ्या मस्तकात कळ जाते. मला छळणाऱ्या माणसांपैकी तो एक आहे. मला तो दिसायलाच हवा. हे असं का होतं, याचा मला उलगडा व्हायला हवा.''

त्याने तिच्या डोळ्यांत खोलवर पाहिलं आणि त्याचा चेहरा दगडासारखा कठीण होत गेला.

''तुझ्या केसालाही धक्का लागता कामा नये, ही एकच माझी इच्छा आहे.''

''पण मला हा जीवघेणा खेळ एकदाचा संपवायचाय!'' तिने दात घट्ट आवळले. ''मी त्याला एवढी का घाबरते, हेच मला पाहायचंय. बेलीला कुणी पळवलंय, हे त्याला ठाऊक आहे का, हे मला जाणून घ्यायचंय.'' तिने काचेकडे बोट दाखवत म्हटलं, ''आठवडाभरात होपने फक्त एक शब्द उच्चारलाय... नक्की काय घडलंय, हे समजल्याशिवाय मी स्वस्थ नाही बसू शकत.''

त्याने तिची हनुवटी उचलली. ''तेव्हा घडलेलं, की आत्ताचं?''

''दोन्ही. दोन्ही घटना स्पष्ट व्हायला हव्यात. तूच म्हणाला होतास ना, की हॅटनवर तू पूर्ण विश्वास ठेवू शकतेस? तो माझ्याबरोबर असल्यावर मला धोका कसला? मला तू इथे थांबवून ठेवू नकोस.'' तिने त्याचा दंड आणखीनच गच्च पकडला, ''डॅनियल, प्लीज – नाहीतर मी वेडी होईन.''

त्याने क्षणभर विचार केला आणि तिच्या कपाळावर ओठ टेकले, ''हॅटनची संमती असली, तर मी तुला अडवणार नाही. तू तुझे निर्णय घेण्याएवढी मोठी आहेस याची मला पूर्ण खात्री आहे.''

''थँक यू, डॅनियल.''

त्याने आवेगाने तिला जवळ ओढली, उत्कटतेने तिच्या डोळ्यांत पाहिलं अन् मग हळूहळू मिठी सैल करत तो बाजूला सरला. ''चल, मला आता निघायला हवं. अजून कपडे बदलायचेत आणि लगेच नव्या मोहिमेवर निघायचंय. काल तू ओळखलेल्या त्या मुलींना शोधून काढायचंय. पण एक गोष्ट – तू मला सतत फोन करत राहणार आहेस. दर तासाने. मी फोन नाही उचलला, तर माझ्यासाठी निरोप ठेवायचा. काय? नक्की?''

''हो रे बाबा, हो.''

''आणखी एक गोष्ट – तुम्हा दोघांच्या संभाषणाच्या वेळी मी तिथे हजर असेन.'' तो म्हणाला.

तिने पुढे झुकून त्याचा गालगुच्चा घेतला, “तू म्हणशील तसं.”

भिंतीला टेकून मेरिडिथ इतका वेळ त्यांचं बोलणं शांतपणे ऐकत होती. “डॅनियल, तू म्हणाला होतास की, होपच्या सुरक्षेसाठी आम्ही नव्या घरात गेलेलं बरं....?”

“तुमची तयारी असेल तर आजच मी ती व्यवस्था करू शकतो.”

“फक्त होप आणि मेरिडिथसाठी.” ॲलेक्स चटकन म्हणाली.

मेरिडिथने तिच्याकडे पाहिलं. तिचं बोलणं तिला मनापासून पटलं नाही, तरीही तिने नाइलाजाने होकार दिला. “पण ॲलेक्सला एकटंच तर नाही ना राहावं लागणार?”

“नक्कीच नाही. मी हवं तर त्याचीही खात्री देतो.” डॅनियल ठामपणे म्हणाला.

“का कुणास ठाऊक, पण तू तिला कधीच एकटं सोडणार नाहीस याची मलाही खात्री वाटते.” मेरिडिथ नकळत बोलून गेली.

“बऱ्याच दिवसांनी आत्ता माझ्या मनाला जरा शांती मिळाली!” तो जायला निघाला, पण ॲलेक्सनं त्याला अडवलं.

“आज मिळालेल्या मुलीचं नाव काय?”

“जेम्मा मार्टिन. तू तिला ओळखतेस?”

“नाही. मार्टिन कुटुंबाबद्दल मला अंधुक आठवतंय. पण त्यांच्या मुलांना सांभाळायची कधी माझ्यावर वेळ आली नाही. त्यांच्या घरात नोकर, स्वयंपाकी भरपूर असायचे. तीसुद्धा इतर दोघींच्या वयाची होती?”

त्याने मान डोलावली. “आधीच्या दोघी ॲटलांटामध्ये राहायच्या. जेम्मा मात्र आपल्या आजीबरोबर डटनमध्येच राहत होती. ‘शाळा’ हे एकच सूत्र आत शिल्लक राहिलंय.”

त्याने तिच्या ओठांवर ओठ अगदी घट्ट टेकवले. “फोन करायला विसरू नकोस.”

“दर तासाने!” तिने आज्ञाधारकपणे म्हटलं, “नक्की. चल, तुझी मोहीम यशस्वी होवो.”

तो निघून गेला. क्षणभर कुणीच काही बोललं नाही. मग मेरिडिथ स्वत:च्याच विचारात असल्यासारखी तिच्याशी बोलली, “म्हणजे, आता तुला कळलंय”

ॲलेक्स काचेतून होपकडे पाहत होती. “काय कळलंय?” पण मेरिडिथला काय म्हणायचंय, हे तिला समजलं होतं.

“क्रेग क्रायटनचं नाव काढलं की तुझ्या मनात तो आक्रोश सुरू होतो.”

ॲलेक्सने आवंढा गिळला, “क्रेग मला छळतोय, हे फार दिवसांपासून मला ठाऊक होतं; पण त्याचं ‘कारण’ मला जाणूनच घ्यायचं नव्हतं.”

"ॲलेक्स... क्रेगने तुझ्यावर कधी बळजबरी केली होती?...म्हणजे शारीरिक?"

ॲलेक्सला भोवळ आल्यासारखं वाटलं, "तसं नाही वाटत मला... म्हणजे आठवत तरी नाही. काहीच कळत नाही." तिने डोळे मिटले. "पण आता हा आक्रोश कधीच संपणार नाही... तो संपवणं माझ्या हातात उरलेलं नाही."

"ॲलेक्स, आम्ही तुला डटनवरून आमच्या घरी घेऊन गेलो होतो, तो दिवस आठवतो तुला? त्या दिवशी काय काय घडलं लक्षात आहे तुझ्या?"

ॲलेक्सने काचेवर आपलं कपाळ टेकवलं. "मला आठवतं, त्या दिवशी दोन म्हाताऱ्या अगदी विचित्रपणे माझ्याबद्दल आणि ॲलिशियाबद्दल बोलत होत्या. तू त्यांना गप्प केलं नाहीस म्हणून किममावशी तुझ्यावर भडकली होती."

"आणि नंतर?"

"तो आला..." तिने निश्चयपूर्वक त्याचं नाव उच्चारलं, "क्रेग. नंतर बेली आणि वेड. तो किमबरोबर भांडला. त्याच्या मनात मला जाऊ द्यायचं नव्हतं. त्याचं माझ्यावर खूप प्रेम आहे, असंही तो म्हणाला. मी त्याला 'डॅडी' म्हणायची, म्हणे!" तो शब्द तिच्या घशातच अडकला. जीभ कडवट होऊन गेली.

"पण तू तसं कधीच म्हणाली नाहीस!"

"नाही, कधीच नाही. तो माझा बाप नव्हता; बेलीचा होता, हे माझ्या मनात अगदी पक्कं होतं." त्यावर मेरिडिथ काहीच बोलली नाही. गप्प बसून राहिली.

"तो आमच्यावर नेहमीच डाफरायचा. मी आणि ॲलिशिया – दोघींवर. आईने आम्हाला लाडावून ठेवलंय, असं तो नेहमी म्हणायचा. कदाचित ते खरंही असेल. माझे खरे वडील वारल्यावर बरीच वर्षं आम्ही तिघीच एकत्र होतो. पण तू विचारतेयस की क्रेगने... आमच्याशी तशी काही लगट करायचा प्रयत्न केला का? नाही. मला तरी तसं आठवत नाही. केली असेल तर मला आठवेलही."

"नसेलच." मेरिडिथ शांतपणे म्हणाली, "त्या दिवशी आणखी काही घडल्याचं तुला आठवतं? त्या दिवशी आम्ही तुला हॉस्पिटलमधून ओहिओला आमच्या घरी घेऊन आलो होतो."

ॲलेक्सने डोळे उघडले आणि आपल्या बंद मुठीकडे पाहिलं. "खूप गोळ्या..." ती विचारात हरवली. "तू माझ्या हातातून हिसकावून घेतल्यास...."

"मला काय करावं, ते सुचलंच नाही. मी अगदी घरकोंबडी आणि पुस्तकातली किडा होते. त्यापूर्वी असल्या गोळ्या कधी पाहिल्याच नव्हत्या. तू तर मला घाबरवलंच होतंस! हॉस्पिटलमध्ये तर अख्खा वेळ तू शून्यात नजर लावून बसली होतीस."

"जशी आज होप लावून बसलेली असते."

"मानसिक धक्का बसला की, बहुतेक माणसं तशीच वागतात." मेरिडिथ म्हणाली.

''डॅडने तुला आणून गाडीत बसवलं. खूप वेळाने तू 'पाणी पाहिजे', असं म्हणालीस. तू काहीतरी बोललीस, याचाच आम्हा सर्वांना आनंद झाला. ममाने तुला पाणी दिले आणि पुढचा प्रवास सुरू झाला. तू हाताच्या भरलेल्या मुठीकडे चोरून बघतेयस, हे माझ्या लक्षात आलं. मी तुझ्यावर लक्ष ठेवायचं ठरवलं; पण माझं लक्ष नाहीये, असं तुला भासवलं. तू त्या गोळ्या गिळायला मूठ उघडलीस आणि मी त्या सगळ्या गोळ्या झटकन हिसकावून घेतल्या... पण तू मात्र तोंडातून चकार शब्द काढला नाहीस.''

''मला खूप राग आला होता, तुझा. अगदी तिरस्कार वाटला होता!'' ॲलेक्स स्वत:शी कुजबुजली.

''ते मलाही कळालं होतं. तुझ्या नजरेत ते स्पष्ट दिसत होतं. तुला जगायचं नव्हतं आणि मी तुला मुळीच मरू देणार नव्हते. माझ्या ममाचा तुझ्यावर खूप जीव होता. केथीमावशी गेल्यावर तुझ्याशिवाय त्या घरातलं, तिच्यासाठी कुणी उरलंच नव्हतं. आधीच इतका हिंसाचार झाला होता; मी तुला तो आणखी करू देणार नव्हते.''

''त्यानंतर रोज शाळेतून आल्यावर तू माझ्या खोलीत यायचीस; माझ्याशेजारी बसून राहायचीस. माझ्या मनातला हेतू तू मला साध्य करून देणार नव्हतीस.''

''माझ्या नजरेसमोर तरी नक्की करू देणार नव्हते. पण हळूहळू तू आमच्यात मिसळू लागलीस.''

ॲलेक्सचे डोळे पाणावले. ''तुम्ही सगळ्यांनी मिळून मला वाचवलंत!''

''माझ्या आई-वडिलांना तुझा लळा होता. मला तू अजूनही आवडतेस.'' मेरिडिथचा गळा दाटून आला, पण लगेच तिने स्वत:ला सावरलं. ''त्या गोळ्या तुला नेमक्या कुठे मिळाल्या होत्या, हे तुला आठवतं, ॲलेक्स?''

ॲलेक्स आठवू लागली. मन शांत ठेवण्याचा प्रयत्न करू लागली. ''नाही आठवत... मी हात उघडला आणि... हातात गोळ्या होत्या. त्या कुठून आल्या याच्याशी माझं काही देणं-घेणंही नव्हतं.''

''आम्ही तुला घेऊन जाण्याआधी ते तिघेही तुझ्यापाशी आले होते. क्रायटन कुटुंब. तिघांनीही तुला अगदी जवळ घेतलं होतं.''

''हो, मला आठवतंय.''

''त्या तिघांपैकी कुणीतरी तुला गोळ्या दिल्या असाव्यात, असं मला वाटत आलंय.''

''त्यांनी का म्हणून मला द्याव्यात?''

''नाही सांगू शकत. पण आता वेड आणि सायमनचे संबंध उघड झालेत आणि ॲलिशिया... आपण तोही विचार करायला हवा. क्रेगचं नाव काढल्यावर,

म्हणूनच कदाचित, तुझ्या मनात इतक्या तीव्र प्रतिक्रिया उमटत असाव्यात.''

ॲलेक्सने छातीतली कळ दाबली. ''तुला असं पूर्वीपासून वाटायचं?''

''हो. आणि असंही वाटायचं की, या सत्याला सामोरं जायची तुझी तयारी झाली की, तू त्याला सामोरं जाशीलंच. त्याचं नावंच मनात येऊन द्यायचं नाही, हीच तोपर्यंत पळवाट होती... पण आता... आपल्याला धैर्य दाखवायलाच हवं. आपल्याला समजायला हवं – बेलीकरिता आणि होपकरिता... आणि तुझ्याकरिताही.''

''आणि जेनेट, क्लॉडिया आणि जेम्माकरिता.'' ॲलेक्स म्हणाली, ''आणि शैला आणि त्या उरलेल्या मुलींकरितासुद्धा!'' दु:खाची मोठी लाट तिचं शरीर व्यापून गेली. ''किती आयुष्यं उद्ध्वस्त झाली!''

''ॲलेक्स, तुझ्यासमोर मात्र अजून आयुष्य आहे. आणि आता होपही तुझ्या आयुष्यात आलीय. होपसाठी बेलीने स्वत:चं आयुष्य बदललं होतं. तिचा अपेक्षाभंग करून नकोस.''

''नाही करणार. मी क्रेगला शोधून काढणार आहे. त्याच्याकडून सगळं वदवून घेणार आहे.'' तिच्या गळ्याच्या शिरा ताणल्या जात होत्या. ''...आणि मी त्या घरात जाणार... अगदी शिडी चढून माळ्यावर जाणार... मग प्राण गेला तरी बेहत्तर!'' ती वरमली. ''सॉरी.''

''त्या जिन्यावर तुला भीतीचा झटका आल्याचं मला डॅनियलने सांगितलं. काल रात्री होपवर कसा इलाज करायचा यावर मी आणि डॉ. मॅक्क्रॅडी बोलत होतो. मनात उभी राहिलेली भिंत तिला ओलांडता येत नाहीये. ती ओलांडण्यासाठी संमोहनाचा वापर करायला हवा, असं आम्हा दोघींचंही मत पडलं. तो इलाज करायचा असेल, तर होपची पालक म्हणून त्या फॉर्मवर तुला स्वाक्षरी करावी लागेल.''

''अर्थात, मी नक्की करीन.''

''आणि मग तोच प्रयोग मी तुझ्यावरही करणार आहे!''

ॲलेक्सचा श्वास कोंडला, ''त्या घरात?''

मेरिडिथने ॲलेक्सचा चेहरा आपल्या ओंजळीत धरला. ''ती वेळ आता आली आहे, असं नाही तुला वाटत?''

''हो, ती वेळ नक्कीच आली आहे.''

१५

ॲटलांटा, बुधवार, ३१ जानेवारी, सकाळी १० वाजता

एजंट तालिया स्कॉट ही वृत्तीने अगदी व्यवहारी, म्हणजे आपले पाय कायम जमिनीवर ठेवणारी स्त्री होती. एखाद्या परीसारख्या मोहक चेहऱ्यामुळे आणि त्या चेहऱ्यावर सदा फुललेल्या गोड हास्यामुळे ती समोरच्या माणसाला सहज जिंकून घेत असे. त्यामुळे कुणीही तिच्याशी मनमोकळेपणे बोलायला तयार होई. पण डॅनियलने तिच्याबरोबर पूर्वीही काम केलं होतं आणि त्यामुळे त्याला आणखीही एक गोष्ट ठाऊक होती. ती म्हणजे, तालियाशी बोलून झाल्यानंतर कोणीही माणूस तिला 'गोड' हे विशेषण लावू धजणार नव्हता. आपल्या सुरेख डावपेचांनी ती समोरच्या माणसाच्या मनातली तिला हवी असलेली गोष्ट इतक्या अलगदपणे काढून घेई की, तो बिचारा चारी मुंड्या चीत होऊन जाई.

ती डॅनियलसमोर बसली होती आणि त्याच्याकडे अशा स्तब्धपणे पाहत होती की, जणू काही तो तिला एखादी गूढ रहस्यकथा रचून सांगत होता! "मी जर हॉलिवूडची निर्माती असते, तर तुझ्याकडून या कथेचे हक्क लगेच विकत घेतले असते!"

"कुणास ठाऊक, एव्हाना सगळे निर्माते माझा पत्ता शोधतही असतील." डॅनियल म्हणाला.

"तर, आपण फोटोतल्या पंधरापैकी सहा जणींना ओळखलंय आणि त्यातल्या दोघी आता जिवंत नाहीत."

"तिघी." डॅनियलने तिची चूक सुधारली, "ॲलिशिया, शैला आणि सिंडी बाऊस, तिने काही वर्षांपूर्वी आत्महत्या केली. आपल्या यादीत आता तीन नावं आहेत. त्यातली ग्रेटचेन फ्रेंच ही इथेच ॲटलांटामध्ये राहते, कार्ला सॉलोमन डटनमध्ये आणि रिटा डॅनर ही कोलंबियाची रहिवासी आहे."

"डॅनियल, या सर्व स्त्रिया आता तिशीच्या घरात असतील..." तालिया म्हणाली, "आपापल्या नवऱ्यांबरोबर सुखात संसार करत असतील आणि नवऱ्याला

समजेल म्हणून त्या आपलं तोंड उघडणारच नाहीत.''

''ते मलाही समजतंय.'' डॅनियल म्हणाला, ''पण तरीही आपण त्यांना काहीही करून बोलतं करायला हवं. त्यांना काय ठाऊक आहे, हे त्यांच्याकडून काढून घ्यायलाच हवं. अलीकडच्या या हत्यासत्रामुळे कोण-कोण माणसं, जणू स्वत:लाच चपराक बसल्यासारखी हबकून गेली आहेत, हे आपल्याला शोधून काढायचंय.''

''म्हणजे, या फोटोतल्याच बलात्कारी पुरुषांपैकीच कुणीतरी हे आत्ताचे तीन खून केलेत, असं तुला म्हणायचंय?''

''नाही. पण ॲलिशियाच्या खुनाचा आणि त्या फोटोंचा आपण मागोवा घ्यायलाच हवा, अशीच जणू काही त्या खुन्याने आपल्याला लक्षवेधी सूचना केलेली आहे!''

''बरोबर. शैलाचं उदाहरण अगदी ताजं आहे.'' तालियाला पटलं, ''चल तर, आपण निघू या.''

बुधवार, ३१ जानेवारी, सकाळी १० वाजता

हळूहळू वेग कमी करत त्याने गाडी उभी केली आणि गाडीची काच थोडी खाली आणली. जॅग्वार त्याची वाटच पाहत होती.

''किती उशीर?'' त्याने संपूर्ण काच खाली आणायच्या आतच जॅग्वारने त्याला झापलं, ''आणि काय हा तुझा अवतार झालाय?'' तो तुच्छतेने म्हणाला.

त्याला मनातून ते पटलं. काल रात्री बरीच ढोसून तो शुद्ध हरपून बसला होता. पायातले बूटसुद्धा न काढता, होत्या त्या कपड्यांनिशी त्याने स्वत:ला बिछान्यावर लोटून दिलं होतं.

खिशातल्या सेलफोनच्या आवाजाने त्याला जाग आली होती. ''दाढी करायला वेळच मिळाला नाही.'' खरं म्हणजे, आरशात चेहरा पाहायचं त्याला धैर्यच झालं नव्हतं. स्वत:कडे तो बघूच शकत नव्हता.

''तुझ्या गणिताची सगळी उत्तरं चुकत गेली. आता तो थकवा झटक आणि काय ते बोल...'' चुकलेलं गणित. त्याचं माथं भडकलं आणि जीभ सैलावली. ''माझा एक सहकारी 'मेला', तो काही माझ्या चुकलेल्या गणितामुळे नव्हे.''

''त्या तुझ्या मूर्खाला बंदुकीचा खटका ओढायची फारच आवड होती. आपण फार बहादूर शिपाई आहोत, असं दाखवायची खुमखुमीच त्याला नडली.''

''अरे, पण तो एकवीस वर्षांचा कोवळा पोरगा होता रे!'' त्याचा आवाज प्रथमच एवढा जड झाला होता, पण त्याला त्याची पर्वा नव्हती इतका तो स्वत:वरच चिडला होता.

"एखाद्याला बढती द्यायच्याआधी तुम्ही काय बुद्धी गहाण ठेवली होती?" त्याच्याकडे दया-माया नव्हती; होती फक्त तुच्छता आणि तिरस्कार. "मुरब्बी आणि बलाढ्य शत्रूकडे असलेल्या भारी शस्त्रांचा सामना करताना, केवळ रक्त सळसळवून त्याचा पाडाव करता येत नाही, हे पुढच्या वेळी तुझ्या पोरांना जरा समजावून सांग."

त्याने प्रत्युत्तर केलं नाही. त्याच्या डोळ्यांसमोर अजूनही ते रक्ताचं थारोळं होतं. रक्तच रक्त. त्याला वाटलं की, यापुढे आयुष्यभर आपण कधीही डोळे नुसते मिटले, तरी ते रक्त सतत आपला पिच्छा पुरवत राहील.

"असो." जॅक गुरगुरला, "ती कुठेय?"

त्याने मिटलेले डोळे उघडले आणि थकलेल्या मुद्रेने आपल्या खिशातून एक चावी काढली.

"घे."

त्याने डोळे बारीक करत पाहिलं, "ही ती किल्ली नव्हे."

तो कडवटपणे हसला. "कर्म! इगोरसारख्या बावळटानेही आपल्याजवळची किल्ली खिशात न बाळगण्याचा शहाणपणा नेहमीच दाखवला होता. ही किल्ली त्याच्या बँकेतल्या लॉकरची आहे."

त्याने किल्ली परत केली. "मग जा आणि तो लॉकरचा डबडा उघड. मला हवी ती किल्ली घेऊन ये." आवाज खालच्या पट्टीत ठेवत तो म्हणाला.

"आणतो बाबा." त्याने किल्ली खिशात ठेवून दिली, "तू तो धोका कशाला पत्करशील?"

"काय म्हणालास?" त्याने मृदू आवाजात विचारलं.

त्यानेही पापणी न हलवता त्याच्या नजरेला नजर भिडवली, "मी मुली शोधायच्या आणि तुला आणून द्यायच्या. तुझ्यासाठी बेलीलाही मी पळवून आणली. मीच तुझ्यासाठी जारेड आणि व्हेटचा जीव घेतला. आता मी तुझ्यासाठी बँकेतही जातो. सगळा धोका मी पत्करतो; तू आपला तुझ्या भपकेबाज गाडीत आरामात बसून नेहमीसारखा सावल्यांचा खेळ पाहत राहा!"

क्षणभर त्याने त्याच्याकडे अगदी टक लावून पाहिलं आणि मग त्याचे ओठ मुडपले गेले.

"अखेर तू मूळ पदावर आलास. आपण किती शूर आहोत, हे मला दाखवायला लागलास काय? चल जा आणि ती किल्ली घेऊन ये."

"आणतो." वाद घालायचेही त्राण त्याच्यात उरले नव्हते. गिअर टाकत त्याने गाडी सुरू केली.

"निघालास कुठे? माझं बोलणं अजून संपलेलं नाही. बेलीने वेडची चावी कुठे

ठेवलीये, हे मला समजलंय.''

तो चकित झाला, ''कुठे?''

''तिने ती ॲलेक्स फॅलनकडे पाठवून दिली. तेव्हापासून ती त्या बाईकडेच आहे.''

ठिणगी उडाली आणि भडकत गेली, ''मी काढतो शोधून.''

''नीट शोधून काढ. आणि लक्षात ठेव – फॅलन ही इगोरपेक्षा जास्त डोकेबाज आहे. ती काही सतत आपल्याबरोबर किल्ली घेऊन फिरणार नाही.'' जग्वारच्या गाडीची काच वर गेली आणि तो निघून गेला.

ॲटलांटा, बुधवार, ३१ जानेवारी, सकाळी ११ वाजता.

ग्रेटचेन फ्रेंच ही समजूतदार डोळ्यांची आकर्षक स्त्री दिसतेय. तिच्याकडे पाहताना डॅनियलचे विचार सुरू होते. तो गप्प बसून राहिला आणि त्याने तालियालाच सुरुवात करू दिली.

''बसा ना...'' ग्रेटचेन म्हणाली. ''माझ्याकडे काय काम काढलंत?''

''लैंगिक अत्याचाराच्या अनेक केसेस आमच्याकडे आहेत. एजंट व्हार्टानियन आणि मी त्याबद्दल तपास करतोय.''

''व्हार्टानियन?'' प्रथम तिने डोळे विस्फारले, पण मग तिला त्याची ओळख पटत गेली.

''हां– हां, तू डॅनियल व्हार्टानियन! क्लॉडिया बार्नेस आणि जेनेट बॉवीच्या खूनकेसेस तू हाताळतोयस; हो ना?''

''बरोबर. मॅडम, मीच तो.''

''पण मिस फ्रेंच, आम्ही त्या संदर्भात इथे आलेलो नाही.'' तालिया म्हणाली. ''जेव्हा आम्ही क्लॉडिया आणि जेनेटच्या आणि इतरांच्या खुनाचा तपास करत होतो.''

''एक मिनिट...'' ग्रेटचेनने तिला अडवलं, ''इतरांच्या म्हणजे? जेनेट, क्लॉडिया सोडून आणखीही कुणी आहेत?''

''आज सकाळीच आम्हाला जेम्मा मार्टिनचं प्रेत सापडलं.'' डॅनियल शांतपणे म्हणाला.

पण ग्रेटचेन तोल जाऊन खुर्चीतच मागे आदळली. तिचा चेहरा काळा ठिक्कर पडला होता.

''हे काय घडतंय? अशाने वेड लागायची पाळी येईल!''

''तुला बसलेला धक्का आम्ही समजू शकतो.'' आपल्या बोलण्यातून उद्धटपणा डोकावणार नाही, अशा बेताने पण अगदी शांतपणे तालिया म्हणाली, ''आम्ही या

खुनांचा तपास घेत असताना लैंगिक अत्याचारांच्या काही घटना आम्हाला आढळल्या.'' तालिया थोडी पुढे झुकली. ''मिस फ्रेंच, खरं तर तुला सोसवतील असे शब्द मी शोधतेय, पण मला ते काही सापडत नाहीत. ॲलिशिया ट्रिमेनचा जेव्हा खून झाला होता, त्या दरम्यान ते लैंगिक अत्याचार झाले होते. मला वाटतं, त्या वेळी ॲलिशियाएवढंच तुझंही वय होतं अन् तूही तिच्याच शाळेत होतीस?''

ग्रेटचेनचे चमकलेले डोळे डॅनियलला अगदी स्पष्ट दिसले. पण ती म्हणाली, ''तुला काय म्हणायचंय... माझ्या लक्षात येत नाहीये?''

तालियाने क्षणभर विचार केला आणि पुराव्याच्या आधारेच सरळ मुद्द्यालाच हात घातला.

''ज्या मुलींवर बलात्कार झाला होता, त्यांचे फोटो आम्हाला सापडलेत. मिस फ्रेंच, मला सांगायला अतिशय वाईट वाटतंय, पण त्यात तुझाही फोटो आहे....''

ग्रेटचेनच्या चेहऱ्यावरचे बदलत जाणारे भाव पाहून डॅनियलचं काळीज गलबललं. चेहरा हळूहळू निस्तेज होत पार कोमेजून गेला. तिचे ओठ थरथरत हलले. ती बोलू पाहत होती आणि मग तिच्या डोळ्यांतही ते दुःख साठून आलं... मान शरमेनं खाली गेली. डॅनियलने तालियाकडे पाहिलं. तालियाही आतून हलली होती. तिच्या डोळ्यांत सहानुभूती होती, पण तिचा चेहरा मात्र तसाच कणखर होता. चेसने या मुलाखतीसाठी तिचीच निवड का केली होती, हे आता डॅनियलला पटलं.

तालियाने हलकेच तिच्या पाठीवर हात ठेवला. ''तो क्षण तू पुन्हा जगावंस, असं मला खरंच वाटत नाही; पण ते तितकंच आवश्यकही होतं. त्या वेळी नेमकं काय घडलं, हे तू आम्हाला सांगू शकशील?''

''मला नाही आठवत...'' ग्रेटचेनने सुकलेल्या ओठांवरून जीभ फिरवली. तिचे डोळे मात्र कमालीचे कोरडे होते. ''मला शक्य असतं, तर मी नक्की सांगितलं असतं. मला सांगावंसं वाटतंय... पण मला काहीच आठवत नाही.''

''आम्हाला वाटतं की, ज्या क्षणी तुझ्यावर बळजबरी केली... त्याने तुला नक्की एखादं मादक, नशिलं द्रव्य पाजलेलं असणार!'' डॅनियल म्हणाला.

ग्रेटचेन थरारली. तिचे डोळेही थरारले. ''तुम्हाला तो माणूस माहीत नाहीये?''

''तूच कदाचित त्याचे नाव सांगू शकशील.'' डॅनियल म्हणाला.

ग्रेटचेनला श्वास घेणं कठीण जात होतं. ''मी... मी फक्त सोळा वर्षांची होते. मला आठवतंय, मी कारमध्ये एकदम दचकून जागे झाले होते... आणि भयंकर घाबरलेली होते. मला समजून चुकलं... म्हणजे, मला जाणवत होतं – असह्य वेदना होत होत्या... असह्य.''

तालियाने तिचा हात घट्ट धरून ठेवला होता, ''त्या आधी तू कधी कोणाबरोबर बाहेर गेली होतीस?''

"छे. आधीही काही मुलांनी प्रयत्न करून पाहिला होता, पण मी त्यांना सरळ धुडकावलं होतं."

डॅनियलच्या तळपायाची आग मस्तकात गेली, पण तरीही तो गप्प बसून राहिला.

"त्यानंतर तर... मी कधीच कुठल्या मुलाबरोबर बाहेर गेले नाही. मी धसकाच घेतला होता. हे कसं घडलं..." तिने डोळे मिटून घेतलं. "का घडलं?... मी ते घडू द्यायला नको होतं. थोडी अधिक सावधगिरी बाळगायला हवी होती."

धुमसणारा संताप आवरणं कठीण होतं, पण त्याने संयम राखला, "मिस फ्रेंच," त्याने आवाजही शांत ठेवला होता. "आपण कुठे चाललो होतो... किंवा कुठून परत येत होतो... आपल्याबरोबर कोण होतं... काही आठवतं?"

तिने डोळे उघडले. ती किंचित सावरली होती. "मी कामावरून घरी परत येत होते. त्या वेळी 'वेस्टर्न सिझलिंग' हॉटेलच्या स्वयंपाकघरात मी काम करायचे. कॉलेजच्या फीसाठी मी पैसे साठवत होते. मी एकटीच होते आणि त्या दिवशी मला उशीर झाला होता. साडेदहाचा सुमार होता. मी त्या वेळी खूप थकल्याचं मला आठवतंय. सबंध दिवस कॉलेज, अभ्यास, पुन्हा शेतावरचं काम... मी कायम थकलेलीच असायचे. गाडी थांबवून जरा बाहेर मोकळ्या हवेत उभं राहावं, असंही मला वाटलं होतं. नाहीतर स्टिअरिंगवर डोकं टेकवून मी तशीच झोपी जाईन, अशी भीती मला सारखी वाटत होती."

तालियाने हसून तिला प्रोत्साहन दिलं, "तुला तर आता हळूहळू सगळं आठवायला लागलंय!" ती म्हणाली, "कामावरून निघण्यापूर्वी किंवा वाटेत तू एखादं पेय वगैरे प्यायल्याचं तुला आठवतंय?"

"तुला मी म्हटलंच की, मी किचनमध्ये काम करायचे. हवा तेवढा कोक प्यायची आम्हाला मुभा होती. मी तर डिश धुवायचंच काम करत असे आणि प्रत्येक खेपेला नवा ग्लास नको, म्हणून मी एकच ग्लास वापरायचे."

"म्हणजे, कुणीतरी तुझ्या ग्लासमध्ये ते मिसळलं असणार." तालिया शांतपणे म्हणाली.

"मलाही तसंच वाटतंय. पण तो सगळा माझाच मूर्खपणा होता."

"मूर्खपणा नाही म्हणता येणार; तू तुझ्या सहकाऱ्यांवर विश्वास ठेवला होतास." डॅनियलच्या बोलण्याने तिला दिलासा वाटला. जरी तिने चूक केली तरी तो अगदीच मूर्खपणा नव्हता, हे त्याने सांगितल्यावर तिला थोडं हायसं वाटलं.

"एजंट व्हार्टोनियन म्हणाला ते खरंच आहे. तुझी तशी चूक नव्हतीच. तुला अचानक गाडीतच जाग आली. मग पुढे?"

"डोकं ठणकत होतं. अंगात ताप असावा. घसाही दुखत होता. माझ्या लक्षात

आलं... मला रक्तस्राव होतोय.'' तिने आवंढा गिळला. तिचे ओठ कापू लागले. ''मी नवीन पांढऱ्या ट्राउझर्स विकत घेतल्या होत्या. त्यासाठी मुद्दाम पैसे साठवले होते. सगळे पैसे पाण्यात गेले होते.'' तिने मान खाली घातली. ''मी उद्ध्वस्त झाले होते.''

''तुला प्रथम जाग गाडीत आली. पण अंगावर कपडे होते. सगळे कपडे अंगावर होते?'' तालियने तिला न दुखावता विचारलं.

ग्रेटचेनने मानेनेच होकार दिला. ''म्हणजे त्या फोटोत... माझ्या अंगावर...?'' तिचे डोळे पाण्याने भरून गेले आणि डॅनियलला ते बघवेना.

''ते फोटो कुणालाही, कधीच दिसणार नाहीत.'' डॅनियल म्हणाला, ''आम्ही ते फोटो वर्तमानपत्राकडे किंवा प्रसिद्धिमाध्यमांकडे बिलकुल पाठवणार नाही.''

तिच्या पापण्या फडफडल्या आणि गालांवर अश्रू ओघळू लागले. ''थँक यू.'' ती दबक्या आवाजात म्हणाली, ''आणि मला ती बाटली दिसली.''

''कसली बाटली?'' तिच्या हातात टिश्युपेपर सरकवत तालियाने विचारलं.

''व्हिस्कीची बाटली. रिकामी. माझ्या कपड्यावर, केसांत व्हिस्की सांडलेली होती. माझ्या लक्षात आलं, की मी अशीच उठून शेरिफकडे गेले, तर मीच दारूच्या नशेत ते केलंय, असा समज होणार. जणू मलाच ते हवं होतं!''

''तुला नक्कीच ते नको होतं.'' तालियाने तिला धीर दिला.

''ते मलाही ठाऊक होतं. आज जर तसं झालं, तर मी ताबडतोब पोलिसांना कळवीन... पण हे घडलं, त्या वेळी मी सोळा वर्षांची होते – एक भित्री मुलगी.'' तिने हनुवटी वर उचलली आणि डॅनियलला ॲलेक्सची आठवण झाली. दोघींच्या स्वभावात बरंच साम्य होतं.

''तुम्हाला म्हणायचंय की, आणखीही काही मुलींच्या बाबतीत असंच घडलंय?''

डॅनियलने मान डोलावली, ''मी तुला ते सर्वच सांगू शकत नाही. पण बळी पडलेली तू एकटीच मुलगी नव्हती, एवढं मात्र नक्की सांगेन.''

''आणि त्यांना जरी पकडलं, तरी तुम्ही काहीच करू शकणार नाहीत. बरोबर?'' ती कडवटपणे म्हणाली.

''असं तुला का वाटतं?'' तालियाने विचारलं.

''एका ठराविक काळानंतर कुठलीही केस पुन्हा दाखल करता येत नाही, असा कायदा आहे ना? या घटनेला तर आता तेरा वर्षं झाली.''

''जेव्हा आम्ही गुन्हा दाखल करतो, तिथपासून तो 'काळ' सुरू होतो.''

ग्रेटचेनने त्याच्याकडे रोखून पाहिलं.

''जर तुम्ही त्यांना पकडलंत, तर तुम्ही त्यांना कोर्टात उभे करणार आहात?''

''नक्कीच. अगदी कोर्टाच्या नियमानुसार. आम्ही तुला शब्द देतो.'' तालियाने

प्रत्येक शब्दावर जोर दिला होता.

"तर मग माझं नाव साक्षीदारांच्या यादीत नोंदवून टाका. मी कोर्टात हजर राहीन."

तालिया प्रसन्न हसली. "आम्ही प्रयत्नांची शिकस्त करू, पण तुला कोर्टात हजर राहण्याची तारीख नक्कीच कळवू."

"मिस फ्रेंच," डॅनियल म्हणाला, "मगाशी तू सांगितलंस की, काही मुलांनी प्रयत्न करून पाहिला होता, पण तू स्पष्ट नकार दिला होतास. ती कोण मुलं होती, हे तुला आठवतं?"

"मला फारसे मित्र नव्हते. मी सोळा वर्षांची होईपर्यंत माझ्या आईने मला कुणालाही भेटू दिलं नव्हतं आणि मला सोळावं लागून फारसे महिने झाले नव्हते. जो मुलगा मला आठवतोय, त्याचं नाव ऱ्हेट पोर्टर. माझ्या मते, हे त्याचंच कृत्य होतं. पण...."

अखेर नाव बाहेर पडलं. पण आता एक दिवस उशीर झाला होता, "पण काय?" त्याने हळुवारपणे विचारलं.

"पण त्याचे सर्व मित्र मवाली होते. मी जर काही बोलले असते तर...."

"त्याने तुला मारलं असतं?" डॅनियलने विचारले.

"नाही." ती कुत्सित हसली, "त्याने सर्वांना सांगितलं असतं की, मीच त्याच्या पाठीमागे लागले होते आणि सर्वांनी त्याच्यावर विश्वासही ठेवला असता. म्हणून मी गप्प बसले. आणि गरोदर राहिले नाही हेच सुदैव मानलं."

"आणखी एक प्रश्न..." डॅनियल म्हणाला, "ही कधीची गोष्ट आहे?"

"मेमधली. ॲलिशिया ट्रिमेनचा खून झाला, त्या आधीच्या वर्षातली."

डॅनियल आणि तालिया उठून उभे राहिले. "मिस फ्रेंच, आम्ही तुझा खूप वेळ घेतला." तालिया म्हणाली, "तू खूप मोकळेपणाने बोललीस. तसं बोलणं खरंच अवघड होतं."

"निदान आता तरी माझी खात्री पटली की, ते सत्य होतं; स्वप्न नव्हतं. आणि ज्याने कुणी केलं, त्याला त्याची सजाही मिळेल." पुढे तिने किंचित संशयाने विचारले, "तुम्ही ऱ्हेट पोर्टरशी जाऊन बोलणार आहात?"

डॅनियलने घसा खाकरलो, "नाही जमणार."

तालियासुद्धा डॅनियलकडे पाहतच राहिली.

ग्रेटचेन मनातून चिडली होती, "वाटलंच होतं मला!"

"नाही, मिस फ्रेंच..." डॅनियल म्हणाला, "तुला जे वाटतंय, ते चुकीचं आहे. कालच रात्री ऱ्हेट पोर्टरची गाडी रस्ता सोडून खाली गेली. तो मेला असावा, असा संशय आहे."

“ओह! पण मला तसं म्हणायचं नव्हतं. व्हार्टोनियन, मला म्हणायचं होतं की, तुला त्याहून महत्त्वाचं प्रकरण निस्तरायचंय – तू त्यात जास्त गुंतलेला असणार.”

तिने ज्या प्रकारे वाक्य फिरवलं, त्याचं डॅनियलला जवळजवळ हसूच आलं होतं.

“होय मॅडम, गुंतलोय खरा.”

“तू मला पोर्टरबद्दल आधी बोलला नाहीस?” गाडीत बसता-बसता तालियाने त्याला विचारलं.

“माझी चूकच झाली. मला वाटलं, मी तुला सगळं सांगितलंय.”

“ग्रेटचेन म्हणाली, तेच बरोबर आहे. तुझ्या डोक्यात खूपच गुंता झालाय. अशा वेळी डोक्यातून एखाद दुसरी गोष्ट सटकणं साहजिकच आहे.”

दोघांनी बेल्ट बांधले आणि डॅनियलने गाडी सुरू करता-करता म्हटलं, “तू अगदी उत्कृष्ट कामगिरी बजावलीस. अशा बलात्कार झालेल्या स्त्रियांशी बोलणं माझ्या अगदी जिवावर येतं. काय बोलावं, हेच मला समजत नाही. तुला छान जमलं.”

“त्यात विशेष काही नाही. मला हे जमतं. तुला खून जमतात.”

“मला खून जमतात?”

“शब्द वापरायला चुकला. तुला खून प्रकरणं हाताळायला जमतं.”

“हो, विशेषत: अलीकडे.”

“डॅनियल, तुला असं वाटतं का, की तुझ्या भावाने तेरा वर्षांपूर्वी ॲलिशिया ट्रिमेनचा खून केला असेल?”

“मला त्या सगळ्याबद्दल फक्त आश्चर्य तेवढं वाटतंय; बाकी काही नाही. पण त्यांनी त्या खुनाबद्दल तर दुसऱ्याच कुणाला तुरुंगात टाकलंय! कुणा भरकटलेल्या नशाबाज माणसाला. त्यांना त्याच्या खिशात ॲलिशियाची अंगठी सापडली, त्याच्या कपड्यांवर रक्त सांडलेलं होतं आणि त्याच्या हातात लोखंडाची सळई होती.”

“मग तुला काय वाटतंय? तिचा खून झाला, त्या वेळी तिच्यावर बलात्कार झाला होता, की त्याआधी कधीतरी?”

डॅनियल गप्प बसला. स्टिअरिंगवर त्याने बोटांचा ठेका धरला होता. “मला ठाऊक नाही.” दुसराच एक विचार त्याला छळू लागला होता. तो विचार त्याने आधीच करायला हवा होता, पण का कोण जाणे, त्याने तो केला नाही. तो कदाचित त्याने बाजूला सारला होता. पण ग्रेटचेनच्या डोळ्यांतली ती भीती आणि वेदना त्याने पाहिली आणि तो विचार एकदम उसळून समोर ठाकला.

“डॅनियल, जो काही विचार करायचा असेल तो मोठ्याने कर. आणि आधी

तो ठेका बंद कर. मला वेड लागेल त्याने!''

डॅनियलने उसासा सोडला. ''ॲलिशिया ट्रिमेनला एक जुळी बहीण आहे – ॲलेक्स.'' आपल्या मनातली भीती घालवण्याकरिता त्याने आपलं लक्ष रस्त्यावरच्या गर्दीवर केंद्रित केलं. ''ॲलेक्सला भीतीदायक स्वप्नं पडत असतात आणि निराशेचे झटके येतात. ती काही दिवसांपूर्वीच डटनला परत आलीय आणि तेव्हापासून त्याचं प्रमाण तर खूपच वाढलंय.''

''अच्छा!'' तालिया त्याच्याकडे तोंड वळवून बसली. ''आता तुला वाटतंय की, नक्की कोणत्या बहिणीवर बलात्कार झाला होता?''

''ॲलेक्स म्हणते की, तिच्याबाबतीत असं काहीच झालेलं नाही.''

''त्यात काय नवीन नाही? या फोटोपेक्षा काही अधिक पुरावा आहे तुझ्यापाशी? म्हणजे कोर्टाचा वगैरे?''

''नाही. मी तुला सांगितलं ना, डटनचा शेरिफ आणि त्याची माणसं अजिबात सहकार्य करायला तयार नाहीत.''

''आणि म्हणून त्या नशाबाज भटक्याला केलेली अटक तुला संशयास्पद वाटतेय?''

''हो.''

''मग याचा अर्थ असा होतो की, तू लवकरात लवकर आपल्या जिल्हा कारागृहाला भेट द्यायला हवीस, डॅनियल.''

''माझ्याही ते लक्षात येतंय. ॲलिशियाचा खून आणि तिच्यावर झालेला बलात्कार या दोन अगदी वेगवेगळ्या गोष्टी आहेत, हे माझं मीच आधी पटवून घ्यायला हवं.''

तालिया आपले ओठ नकळत चावत स्वत:च्याच विचारात गढली होती. ''मीसुद्धा अशाच एका जुळ्या मुलींची केस एकदा हाताळली होती. त्यातल्या एकीवर बलात्कार झाला होता आणि त्या वेळी तिला झालेल्या जखमांमुळे ती नंतर मरण पावली होती. आम्हाला तिचे केस सापडले होते, पण आरोपीचा वकील मात्र हा पुरावा धुडकावून लावत होता. त्याच्या म्हणण्याप्रमाणे तो केस त्या दोघींपैकी कुणाचा आहे, हे कधीच सिद्ध करता येऊ शकत नाही. त्यामुळे एकच गोंधळ माजला होता.

''कारण जुळ्या मुलांपैकी दोघांच्या किंवा दोघींच्या केसांत डीएनए हा तंतोतंत एकच असतो.''

''त्या वेळी अनुवंशशास्त्राचा आम्ही खास अभ्यास केला नव्हता. आम्ही ती केस अगदी हरत चाललो होतो आणि त्याच वेळी आमच्या एका पोलीस अधिकाऱ्याने त्या दुसऱ्या जुळ्या मुलीला अचानक आणून कोर्टात उभं केलं. तिला पाहताच,

एखादं भूत बघत असल्यासारखा तो आरोपी चळाचळा कापायला लागला. त्याचा चेहरा पांढराफटक पडला आणि त्याची थरथर एवढी वाढली की, त्याला घातलेले साखळदंडही वाजू लागले. याचा परिणाम आणि प्रभाव, सर्व ज्युरींवर पडला आणि त्याच्यावरचा आरोप शाबित झाला.''

''ॲलेक्सला पाहून तर डटनमधला प्रत्येक माणूस चक्रावतोय. मीसुद्धा जेव्हा तिला प्रथम पाहिलं, तेव्हा जबरदस्त हादरलो होतो. पण आरोपीला शोधण्यासाठी या गोष्टीचा उपयोग होईल, असं मला वाटत नाही.''

''नाही होणार.'' ती शांतपणे म्हणाली. ''पण तिच्या बहिणीचा खून करून, तुरुंगात सडणारा तो इसम मात्र तिला पाहून गांगरून जाईल आणि आपल्याला काही उपयुक्त माहिती सांगून टाकेल, असं मला वाटतं. विचार करून बघ.''

हा तर नक्कीच आशादायक विचार होता. डॅनियलने गाडी कडेला घेतली. ''मला तर आता असा संशय येऊ लागलाय की, यानंतर ज्या-ज्या मुलींना आपण भेटणार आहोत, त्यातल्या प्रत्येकीकडे ग्रेटचेनसारखी आणखी एक कहाणी असेल.''

''तुझा अंदाज बरोबर असावा. या सर्व मुलींच्या मुलाखतींची जबाबदारी तू माझ्यावर का सोपवून टाकत नाहीस? तू तुझ्या ॲलेक्सला घेऊन सरळ त्या तुरुंगातल्या कैद्याला भेटायला का जात नाहीस? काय नाव म्हणालास तू त्याचं?''

''गॅरी फलमोअर. पण तू एकटी, या सर्व मुलाखती घेऊ शकशील?''

''डॅनियल, तेच तर मी आजपर्यंत करत आलेय. मी दुसऱ्या एखाद्या एजंटला माझ्यासोबत घेऊन जाईन. तू मात्र या केसच्या दृष्टीने जे महत्त्वाचं आहे, त्यावर जास्त मेहनत घ्यायला हवीस. निदान आजच्या घडीला तरी त्या बाकीच्या मुली तुझ्यासाठी फारशा महत्त्वाच्या नाहीत. त्यातल्या एखादीला नाव किंवा चेहरा आठवला, तरच आपल्याला त्यांचा उपयोग; एरवी प्रत्येकीची गोष्ट तर इतर जणींसारखीच असणार.''

''पण तरीही त्या सर्व जणी तितक्याच महत्त्वाच्या आहेत.'' डॅनियल अडून बसला.

''नाही कोण म्हणतंय? आणि ग्रेटचेनला सांगितलं, तसंच त्यांनाही सांगावं लागणार आहे, की त्या एकट्या नाहीत, आपण त्यांच्याबरोबर आहोत. अरे पण, हे तुझ्याचसारखं, मीही त्यांना सांगू शकते.''

''कदाचित माझ्यापेक्षा जास्त चांगलं सांगू शकशील.'' डॅनियल म्हणाला आणि क्षणभर गप्प बसला. ''मगाशी तू काय म्हणालीस? 'तुझ्या' ॲलेक्सबरोबर?''

तालिया हसली, ''मला ते तुझ्या चेहऱ्यावर लिहिलेलं स्पष्ट दिसतंय, मित्रा.''

मनाच्या अंधारात त्याला प्रकाशाचा एक किरण चमकताना दिसला. ''छान!''

अॅटलांटा, बुधवार, ३१ जानेवारी, दुपारी १२ वाजून ४५ मिनिटे

एजंट हॅटन कानाला सेलफोन चिकटवून डॅनियलशी बोलत होता आणि बाजूला अॅलेक्स एका दिव्याच्या खांबावर रेलून उभी होती. गेले दोन तास ते दोघे जण बेलीच्या वडिलांना शोधत होते आणि अॅलेक्स मात्र आता शरीराने अन् मनानेही पार थकून गेली होती. इतके चेहरे पाहून झाले... प्रत्येक चेहऱ्यावर अतोनात वेदना. आशेचा मागमूसही नव्हता. तिच्या डोक्यात गोंधळ उडाला होता आणि त्या गोंधळावर ती नियंत्रण ठेवू शकत नव्हती. त्यापेक्षा ती क्रेगचा चेहरा सतत डोळ्यांसमोर ठेवायचा प्रयत्न करत होती. तेरा वर्षांनंतरचा, हॅटनसारखी मऊ-मुलायम दाढी राखलेला क्रेग आता कसा दिसत असेल याचं चित्र तिच्या मनात रेखाटलं जात होतं.

क्रेग क्रायटनला पाहिलेला माणूस अजूनतरी त्यांना भेटला नव्हता आणि त्याला जरी पाहिलं असलं, तरी कुणीही कबूल करायला तयार नव्हतं. पण जर तिच्या गुडघ्यांनी साथ दिली, तर शोधायला अजून बरीच ठिकाणं बाकी राहिलेली होती. त्या दिवशीच्या अपघातानंतर अॅलेक्सच्या गुडघ्यांचे स्नायू चांगलेच ताठरले होते आणि एका जागी स्थिर उभं राहणंही तिला अवघड झालं होतं.

शेवटी एकदाचा हॅटनने फोन बंद केलं, "चला निघू या."

"कुठे?"

"माझ्या गाडीकडे. व्हार्टानियन तुला घेऊन चाललाय. तुम्ही मॅकॉन स्टेटला जाताय."

"कॉलेजात?"

"छे, मॅकॉन राज्य कारागृहात. गॅरी फलमोअरला भेटण्यासाठी."

"का?" तिने विचारलं, पण लगेचच तिच्या लक्षात आलं की आज ना उद्या, तिला त्या फलमोअरला भेटायला जावं लागणारच होतं. "मूर्खासारखाच प्रश्न विचारला. पण मला म्हणायचं होतं की, आजच दुपारी भेटायची काय गरज?"

"ते तू डॅनियलला विचार. आणि इकडची काळजी करू नकोस. मी शोध सुरूच ठेवतो आणि तो सापडला, तर लगेच तुला फोन करतो."

गुडघ्यातून कळ आल्याने ती कळवळली. "पण आधी मला सिस्टर अॅनेच्या अनाथाश्रमात जायचंय. मला तिथे काही वस्तू नेऊन द्यायच्यात." हॅटनने तिला आधार देत नीट उभं केलं. "तू मला कटवतोयस ना? मी तुझा सगळा वेग कमी करून टाकतेय."

"मिस फॅलन, मी काही रस्त्यावरून धावत सुटणार नव्हतो. मला तुझा काहीच त्रास होत नव्हता."

"तू मला 'ॲलेक्स' का म्हणत नाहीस?"

"माहीत नाही. मिस फॅलन जास्त सोईचं आहे. दोन-दोन नावं लक्षात ठेवायची गरज नाही."

तो तिला चिडवत होता. ती हसली. "एजंट हॅटन, तुला नाव आहे?"

"आहे ना."

"काय, ते मला सांगावंसं वाटतं?"

त्याने उसासा टाकत म्हटलं, "जॉर्ज."

"जॉर्ज? छान आहे की तुझं नाव. मग तो उसासा कशासाठी?"

तो अवघडला होता. "माझं मधलं नाव 'पॅटन' आहे!"

"प्लीज, कुणाला सांगू नकोस."

"नाही सांगणार." त्याच्याबरोबरच्या संवादाने तिचं मन जरा हलकं-फुलकं होऊन गेलं. पण जेव्हा ते त्या अनाथाश्रमात पोहोचले, तेव्हा मात्र तिचा धीर पुन्हा खचला. सिस्टर ॲने अत्यवस्थ होती. तिने ॲटलांटा कौंटी सार्वजनिक हॉस्पिटलशी संपर्क साधला होता आणि तिथल्या नर्सने तिला ॲनेची जी लक्षणं सांगितली होती, ती फारच चिंताजनक होती.

गाडीतून उतरल्यावर दरवाज्यातच तिला आणखी एक वृद्ध सिस्टर भेटली. "काय काम आहे?" तिने विचारलं

"माझं नाव ॲलेक्स फॅलन. माझी सावत्र बहीण बेली क्रायटनची चौकशी करण्यासाठी दोन दिवसांपूर्वी मी इथे आले होते आणि सिस्टर ॲनेला भेटले होते."

सिस्टरच्या चेहऱ्यावरचं हसू मावळलं. "ॲने म्हणत होती की, तू काल रात्री येणार होतीस?"

"काल रात्री आम्ही येऊ शकलो नाही. होपला घेऊन एका डॉक्टरकडे जावं लागलं. सिस्टर ॲने तुझ्याशी काल काही बोलू शकली? म्हणजे, हे कोणी केलं असावं, याबद्दल?"

सिस्टर थोडी नाराज दिसली. "ती काल, इथे नव्हती. बेलीच्या वडिलांना शोधायला ती बाहेर पडली होती. तुम्ही काल रात्री येणार, असं सांगितलं होतंत म्हणून."

ॲलेक्सच्या पोटात गोळा आला. "तिला ते सापडले?"

"मला माहीत नाही. आज सकाळी येऊन ती मला सांगेल, असं मला वाटलं होतं; पण ती आलीच नाही." सिस्टरचे ओठ थरथरले, पण तिने लगेच स्वत:ला सावरलं.

"आय ॲम सॉरी." ॲलेक्स कसंबसं म्हणाली.

"थँक्स. झालं तुझं काम? मला रात्रीच्या जेवणाची तयारी करायचीय." ती म्हणाली.

“एक मिनिट थांब.” ॲलेक्सने बंद होणारा दरवाजा धरून ठेवला. “आज रात्री तुला सारा जेनकिन्स भेटण्याची शक्यता आहे?”

“का?” सिस्टरने संशयाने विचारलं.

ॲलेक्सने औषधं, मलम असलेली पिशवी बाहेर काढली. “तिच्या मुलीला, ‘इंपेटिगो’ झालाय. या औषधाने तिला बरं वाटेल. शिवाय नेहमी लागणारी आणखीही काही औषधं, बँडेजेस यात आहेत.”

सिस्टरचा राग थोडा निवळला. “थँक्स.” ती पुन्हा दरवाजा बंद करू लागली.

“थांब, प्लीज. मला आणखी एक प्रश्न विचारायचाय. तुला हे गाणं ठाऊक आहे?”

तिने ते गाणं गुणगुणून दाखवलं जे परवा होप ऑर्गनवर सतत वाजवत बसली होती, तेच गाणं होत ते.

सिस्टरच्या कपाळावर आठ्या पडल्या, “नाही ठाऊक. अलीकडे मी फारशी बाहेर पडत नाही. पण जरा थांब, मी आलेच.” तिने दरवाजा बंद केला आणि ॲलेक्स आणि हॅटन बराच वेळ वाट पाहायला लावली.

हॅटनने घड्याळ पाहिलं. “आपल्याला जायला हवं. व्हार्टानियन यायची वेळ झाली.”

“प्लीज. एक-दोन मिनिटं थांबू या.” पाच मिनिटं झाली तरी सिस्टर परत यायची चिन्हं दिसेनात.

ॲलेक्सने उसासा सोडला, “ती येईल, असं वाटत नाही. आपण निघू या.” ते बाहेर पडता-पडता दरवाजा उघडत सिस्टर आली.

“मी परत येतेय, असं मी म्हटलं होतं?” ती चिडली होती.

“आम्ही बराच वेळ वाट पाहिली. आम्हाला वाटलं, तू आता काही येत नाहीस.” ॲलेक्स म्हणाली.

“माझं वय शहाऐंशी वर्षांचं आहे.” सिस्टरने झापलं. “माझ्यापेक्षा गोगलगाय जोरात चालते. हिलाच घेऊन यायला गेले होते. हिच्याशी काय ते बोल.” तिने दरवाजा नीट उघडला. बाजूला आणखी एक सिस्टर उभी होती. तिच्यापेक्षा वयाने थोडी कमी आणि तिचा काळजीने काळवंडला होता. “मेरी कॅथरिन, सगळं सांग त्यांना.”

मेरी कॅथरिनने आजूबाजूला नीट पाहून घेतलं आणि मग ती अगदी दबक्या आवाजात कुजबुजली, “वुडरफ पार्कमध्ये शोधा.”

ॲलेक्सने हॅटनकडे पाहिलं. “ते काय आहे?”

“तिथे सगळे संगीतप्रेमी नेहमी जमतात.” तो म्हणाला, “सिस्टर, तिथे कुणा एका विशिष्ट व्यक्तीला भेटायला हवं?”

मेरी कॅथरिनचे शब्द ओठांतच अडले आणि त्या वृद्ध सिस्टरने माननेच खूण करत तिला मोकळेपणाने बोलायला सुचवलं, "सांग तिला."

"तू ते गाणं यापूर्वी ऐकलं होतंस?" ॲलेक्सने विचारलं आणि त्यावर मेरीने मान डोलावली.

"गेल्या रविवारी बेली इथे पॅनकेक बनवत असताना हेच गाणं गुणगुणत होती! ती खूपंच निराश दिसली. गाणंसुद्धा दु:खीच होतं. मी तिला विचारलंसुद्धा की, कुठलं गं हे गाणं? तर, ती एकदम दचकलीच आणि मग म्हणाली, रेडिओवर ऐकलं. त्यावर होप म्हणाली, रेडिओवरचं नाहीये गाणं. तुला आठवत नाही का? हे गाणं बाबांनी बासरीवर वाजवलं होतं!"

ॲलेक्स थरारली... *होपची जादूची छडी!*

"त्यावर बेली काय म्हणाली होती?" हॅटनने विचारलं. ॲलेक्सच्या मनातही तोच प्रश्न होता.

"ती एकदम गांगरून गेली आणि तिने होपला आत टेबल मांडायला पिटाळलं. मग मला म्हणाली, सगळ्या दाढीवाल्यांना होप बाबाच समजते! रस्त्यावर कुणी एक फाटका दारूडा बासरी वाजवत होता, एवढंच."

ॲलेक्सला समजेना. "पण सिस्टर ॲने तर म्हणत होती की, बेली वडिलांना शोधू शकली नव्हती?"

पहिल्या सिस्टरने पुन्हा मेरीला इशारा केला. "बोल, बोल ना!"

मेरी कॅथरिने हलकासा उसासा सोडला. "सिस्टर ॲने तेव्हा आमच्याबरोबर किचनमध्ये नव्हती. तुम्ही निघून गेल्यावर सोमवारी रात्री मी तिला ही गोष्ट सांगितली, म्हणून तर काल ती शोधायला बाहेर पडली."

ॲलेक्सला वाईट वाटलं. "सिस्टर ॲनेने मला फोन करायला हवा होता. मी त्याला शोधायला गेले असते... तिने एकटं जायला नको होतं."

पहिली सिस्टर त्यावर थोडी तुच्छतेनेच म्हणाली, "ॲने तर अनेक वर्षं त्या रस्त्यावर कुणाकुणाची शुश्रूषा करायला जायची. तो रस्ता काही तिला नवा नव्हता." पण मग ती उसासली, "पण तिचा अंदाज चुकला. तू रात्री येण्यापूर्वी त्याच्या संबंधीची खातरजमा स्वत: करून घ्यावी, असं तिला वाटलं असणार. पण तू काही आलीच नाहीस आणि तीही इथे परतली नाही!" ती म्हणाली, "असो. तू आणलेल्या औषधांबद्दल आभार. मी त्याचा नक्कीच चांगला उपयोग करेन." आणि तिने सरळ ॲलेक्सच्या तोंडावर दरवाजा लावून टाकला.

दोघेही रस्त्यावर येऊन पोहोचले. "वुडरफ पार्ककडे जाणारा रस्ता कुठला?"

हॅटनने तिचा खांदा पकडला. "तू आता त्यात वेळ घालवू नकोस. मी त्या बासरीवाल्याला शोधून काढतो. आणि तो जरी क्रेग क्रायटन नसला, तरी त्याला

घेऊन येतो. चल आता, डॅनियल वाट बघत असेल.''

अॅटलांटा, बुधवार, ३१ जानेवारी, दुपारी ३ वाजून ३० मिनिटे

डॅनियलने तुरुंगाच्या पार्किंगमध्ये गाडी लावली, पण तो स्टिअरिंगच्या मागेच बसून राहिला. प्रवासामध्ये त्याने तिला ग्रेटचेनच्या भेटीबद्दल सांगितलं. तिच्यावर केल्या गेलेल्या हल्ल्याबद्दल आणि त्या सापडलेल्या व्हिस्कीच्या बाटलीबद्दलही. तिच्या चेहऱ्याचा फायदा घेऊन फलमोअरला भयचकित करायची त्याची कल्पनाही त्याने तिला सांगितली होती. फलमोअरला किंवा त्याच्या वकिलाला अॅलेक्स तिथे येतेय, याची काही कल्पना नव्हती आणि डॅनियलला तीच संधी साधायची होती. हे सगळं अॅलेक्सला सांगण्यामध्ये साधारण वीस मिनिटं गेली होती. उरलेला वेळ मात्र तो गप्प होता. स्वत:च्याच विचारांत गढून गेला होता. अॅलेक्सनेही त्याला गप्प राहू दिलं होतं. तिला वाटलं होतं की, शेवटी कंटाळून तो काहीतरी बोलेलच; पण तो एक शब्दही बोलला नव्हता.

अखेर तीच बोलली, ''मला वाटलं होतं की, आपण तुरुंगाच्या आतमध्ये जाणार आहोत.''

त्याने मान डोलावली. ''जाणार आहोतच. पण त्या आधी आपल्याला थोडं बोलायला हवंय.''

तिची छाती धडधडली, ''कशाबद्दल?''

डॅनियलने डोळे मिटून घेतले ''ते तुला कसं विचारायचं, हेच मला कळत नाही.''

''एकदाचं विचारून टाक डॅनियल...'' तिचा आवाज कापत होता.

''मला जो फोटो सापडलाय... तो अॅलिशियाचा आहे.... का तुझा?''

अॅलेक्स शहारली. ''छे, तो माझा नाही. पण... मला हे विचारावंसं तुला का वाटलं?''

''कारण तुला अजूनही भयानक स्वप्नं पडत असतात आणि जीवघेण्या किंकाळ्या ऐकू येत असतात. शिवाय, काही गोष्टी तर तुला आठवतसुद्धा नाहीत. दुसरी गोष्ट म्हणजे, माझा असा समज होता की खून झाला, त्याच रात्री अॅलिशियावर बलात्कार झाला होता; पण वैद्यकीय रिपोर्ट तसं सांगत नाही. म्हणजे तो वेगळ्या वेळी, वेगळ्या माणसांकडून झाला होता का? हे असे मनात विचार आले आणि मग मला तो प्रश्न पडला.'' त्याने डोळे उघडले. पण त्यात अपराधाची भावना होती. ''कदाचित त्या दोन वेगवेगळ्या व्यक्तीही असू शकतात? कदाचित सायमन आणि इतरांनी तुला अॅलिशिया समजून तुझ्यावरही बळजबरी केलेली असेल....?''

अॅलेक्सने आपली बोटं ओठांवर दाबत क्षणभर फक्त स्वत:च्या श्वासावर लक्ष केंद्रित केलं.

"आय ॲम सॉरी," डॅनियलचा गळा दाटला होता. "नको होतं का विचारायला?"

ॲलेक्स दोन्ही हात मांडीवर ठेवून विचारात गुंतली होती – *असं असू शकेल?* नाही. तसं असतं, तर तिला पुसट तरी आठवलंच असतं. *नसेलच कदाचित.* सकाळी मेरिडिथच्या प्रश्नावर आपण उत्तर दिल्यानंतर मेरिडिथचेही हेच उद्गार होते.

"आजच्या दिवसात मला अशा पद्धतीचा प्रश्न विचारणारा तू दुसरा माणूस. तुझ्या प्रश्नाला काय उत्तर द्यावं, हे मला समजतच नाही. मी एवढंच सांगू शकते की, असं काही घडल्याचं, मला तरी आठवत नाही. पण ॲलिशिया गेली, ती रात्रही मला आठवत नाही. त्या दिवशी शाळेतून घरी येतानाच मला बरं वाटत नव्हतं, म्हणून मी घरी आल्या-आल्याच सरळ झोपून गेले. त्यानंतरची आठवण म्हणजे, दुसऱ्या दिवशी सकाळी ममा मला गदागदा हलवून उठवत होती आणि ॲलिशिया कुठे आहे, असं ओरडून विचारत होती. पण मला रक्तस्राव झाल्याचं आठवत नाही की एखादी व्हिस्कीची बाटली पाहिल्याचंही आठवत नाही. अशा गोष्टी विसरणं नक्कीच अवघड असतं."

क्षणभर दोघेही गप्प होते. ॲलेक्सने हनुवटी वर उचलली, "तू ॲलिशियाचा तो फोटो मला कधीच दाखवला नाहीस." ती म्हणाली.

तो चकित होऊन तिच्याकडे पाहतच राहिला, "तुला बघायचाय?"

तिने चटकन मान हलवली. "नाही. पण आम्हा दोघींना वेगळं करणारी एक खूण होती."

तिने डावा पाय वर करत म्हटलं, "तुला पायमोज्यामधून ते दिसेल."

"गोंदलेली मेंढी! तू म्हणाली होतीस की, बेलीच्या पायावरसुद्धा आहे. नाही – नाही, तू म्हणाली होतीस की, तुम्हा तिघींच्याही पायावर तेच चित्र आहे. मला वाटतं, जेनेटचं प्रेत बघत असताना तू हे म्हणाली होतीस."

"ते खरं म्हणजे एक कोकरू आहे. आम्ही विचार केला होता की, मेंढीपेक्षा कोकरू जास्त गोड दिसेल. ममा आम्हाला नेहमी 'तिची कोकरं' असं म्हणायची. बेली, ॲलिशिया आणि ॲलेक्स. बाऽऽबेऽऽ आमच्या सोळाव्या वाढदिवशी ॲलिशियाच्या सुपीक डोक्यातून ही कल्पना आली. आज वाटतंय की, ॲलिशियाने थोडी 'घेतली' असणार. पण बेलीही तयार झाली होती. शिवाय आम्हा दोघींचा वाढदिवस होता. मलाही घरात एकटं राहायचं नव्हतं."

"पण पार्लरने सोळा वर्षांच्या मुलींना गोंदवायची परवानगी दिली?"

"नाही. बेलीच्या ओळखीचा एक माणूस होता. तिने खोटंच सांगितलं की, आम्ही सतरा वर्षांच्या आहोत. मी शेवटच्या क्षणी पळ काढण्याचा प्रयत्न केला, पण आडदांड ॲलिशिया मला थोडीच जाऊ देणार होती?"

"तुम्हा दोघींमध्ये केवढा फरक होता... म्हणजे स्वभावात!"

"मला मजा-मस्ती कधीच आवडत नव्हती. ते काम ॲलिशियाचं. तर, अशा प्रकारे मी ते गोंदवून घेतलं. तुझ्याकडे असलेल्या तिच्या फोटोत पायावरचं गोंदण दिसतंय?"

"मी तिच्या घोट्याकडे नीट पाहिलेलं नाही."

"मग बघ – तिचा उजवा पाय बघ."

त्याने भुवया उंचावल्या. "तुम्ही दोघींनी एकाच पायावर गोंदवलेलं नाही?"

ॲलेक्स अवखळपणे हसली. "नाही. बेलीने आधी घेतलं, त्यानंतर ॲलिशियाने. प्रत्येक वेळी हाच क्रम असायचा. त्या माणसाने माझा पाय गोंदवायला घेतला, तेव्हा दोघी जणी आपापल्या पायावरचं चित्र कौतुकाने बघण्यात रमल्या होत्या. मी मुद्दाम माझा डावा पाय पुढे केला. ॲलिशियाच्या दादागिरीने मी वैतागून गेले होते."

"लोकांनाही ओळखायला एक वेगळी खूण मिळावी, अशी तुझी इच्छा असणार. मग त्यावर ॲलिशिया काय म्हणाली?"

"तिच्या लक्षात आलं तोपर्यंत अर्ध चित्र रंगवून झालं होतं. ती रागाने वेडीच झाली होती! पण आता उशीर झाला होता, हे तिच्याही लक्षात आलं होतं. माझी ममा तर संतापाने लाल झाली आणि बऱ्याच दिवसांनी तिने आम्हा तिघींना शिक्षा केली. पण त्या वेळेस सगळा दोष माझ्यावर न ढकलता ॲलिशियाने झाल्या प्रकाराची जबाबदारी स्वत:वर घेतली. आणि मला वाटलं, निदान एकदा तरी आपल्याला तिच्यावर कुरघोडी करता आली!"

पण त्यानंतर ॲलिशियाचा खून झाला आणि सगळ्यांचीच आयुष्यं उद्ध्वस्त झाली. तिच्या चेहऱ्यावरचा अवखळपणा आता पुसला गेला होता. "डॅनियल, ते चित्र पुन्हा बघ आणि मला नक्की काय ते सांग."

"ठीक आहे." आपल्या ब्रीफकेसमधून डॅनियलने तो फोटो काढला आणि तिला दिसणार नाही, अशा बेताने धरला होता. त्याने फोटो बाजूला करत म्हटलं. "उजवा घोटा."

ॲलेक्सने ओठांवरून जीभ फिरवली, "तुझा एक संशय तर फिटला?" मेरिडिथच्या प्रश्नाचं मात्र निश्चित उत्तर ती अजून देऊ शकली नव्हती. पण त्याची चिंता आता कशाला? पूल जेव्हा समोर येईल, तेव्हा तो पार करू. "चल, आता आत जाऊ या."

१६

डटन, बुधवार, ३१ जानेवारी, दुपारी ३ वाजून ४५ मिनिटे

वा! कमाल झाली! बँकेच्या लॉकररूममध्ये तो उभा होता. व्हेट पोर्टरने आपल्या लॉकरमध्ये ठेवून दिलेले पत्र वाचताना त्याच्या मनात ती प्रतिक्रिया उमटली. जसजसा तो ते पत्र वाचत गेला तसतशी ती प्रतिक्रिया अधिकाधिक कडवट होत गेली.

'माझी चावी आता अशा एका वकिलाच्या ताब्यात आहे की, ज्याला तू अजूनपर्यंत कधीही भेटलेला नाहीस. ती अशा ठिकाणी ठेवलीय की, जिथे तू अजूनपर्यंत कधीही पोहोचलेला नाहीस. चावीसोबत एक पत्रही आहे. आपण सर्वांनी केलेल्या पापांचा सविस्तर कबुलीजबाब त्यात लिहिलेला आहे. जर माझ्या पत्नीला किंवा मुलांना काहीही दगाफटका झाला, तर राज्यातला सर्व प्रमुख वृत्तपत्रांमध्ये प्रसिद्ध करण्यासाठी ते पाठवण्यात येईल आणि माझी चावी राज्य सरकारच्या वकिलाकडे सुपूर्त केली जाईल. तुला नरकात भेटेन....'

ते पत्र फार आधीच लिहिलेले होते. त्याने डीजेचं शरीर सुसरींना खाऊ घातल्यानंतर आठवडाभरातच ते पत्र लिहिल्याची तारीख त्यावर होती. व्हेट पोर्टर हा आपल्याला वाटला तेवढा मूर्ख नव्हता तर!

त्याने पत्र खिशात ठेवले आणि लॉकररूमच्या बाहेर उभ्या असलेल्या म्हाताऱ्या रॉब डेव्हिसकडे पाहून काम झाल्याची खूण केली. डेव्हिस बँकेचा मालक होता आणि एरवी असे फुटकळ काम त्याने एखाद्या कमी दर्जाच्या अधिकाऱ्याकडे सोपवले असते; पण आजचे काम फारच 'नाजूक' होते आणि त्याच्यापाशी कसलेही मुखत्यारपत्र नव्हते. आपली विनंती नाकारायची, डेव्हिसची बिशाद नव्हती, हे तो जाणून होता. कारण म्हाताऱ्या डेव्हिसला तो अंतर्बाह्य ओळखत होता, जेवढा कदाचित डेव्हिसही स्वत:ला ओळखत नसेल! सत्तेची हीच तर मग्रुरी असते.

"माझं काम झालंय."

डेव्हिसने त्याच्याकडे तुच्छतेने पाहिलं. "तू सत्तेचा गैरवापर करतोयस."

"आणि तू करत नाहीस? चल, सोडून दे. रॉब, तुझ्या बायकोला मी विचारलंय म्हणून सांग." तो मुद्दाम डिवचत म्हणाला, "आणि जर गार्थने विचारलंच तर सांग, की आता 'ते' माझ्याकडे आहे."

रॉब डेव्हिसला त्याच्या बोलण्याचा अर्थबोध झाला नाही, "ते?"

"माझ्या म्हणण्याचा अर्थ तुझ्या पुतण्याला नक्कीच समजेल. गार्थ त्याबाबतीत तुझ्यापेक्षा जास्त स्मार्ट आहे." त्याने रॉबच्या हॅटवर टिचकी मारली – "बायऽऽ"

मॅकॉन, जॉर्जिया, बुधवार ३१ जानेवारी, दुपारी ३ वाजून ४५ मिनिटे

"आपल्याला उशीर झालाय." ॲलेक्स म्हणाली. डॅनियल शांतपणे रजिस्टरवर स्वाक्षरी करत होता.

"मुद्दामच केला. फलमोअर आणि त्याच्या वकिलाला थोडं ताटकळत ठेवावं, हाच माझा हेतू होता. तुझा प्रवेश 'नाट्यमय' व्हायला हवा."

"मी तिचा खून केलेला नाही, असंच तो म्हणणार. गेली तेरा वर्षं तो हेच म्हणत आलाय."

"त्याने खून केलेला असेल किंवा नसेलही. एक लक्षात घे – आत्तापर्यंत तुझ्या स्मरणशक्तीवर भरवसा ठेवून आणि मिळालेल्या वार्षिक मासिकांवरून आपण पंधरापैकी दहा मुली तर ओळखलेल्या आहेत. त्यातल्या फक्त ॲलिशियाचाच खून झालाय."

"आणि शैला." ॲलेक्सने त्याची चूक सुधारली. "पण तुझ्या म्हणण्याचा अर्थ माझ्या लक्षात येतोय, डॅनियल. मी त्या खटल्याची संपूर्ण सुनावणी वाचून काढलीय. ॲलिशियाच्या अंगावर त्याच्या हातांचे ठसे होते, त्याच्या कपड्यांवर तिचं रक्त सांडलेलं होतं. त्याला काही जबरदस्तीने त्यांनी या खुनात गोवलेलं नाही."

"ठाऊक आहे. पण मला एका गोष्टीची खात्री करून घ्यायची आहे की, ॲलिशियाचा तो फोटो – तिचा खून झालेल्या रात्रीच काढला गेलाय की एका वेगळ्या रात्री? जर त्याच रात्रीची ती घटना असेल, तर त्यांनी तिच्यावर बलात्कार आणि खून करून तिला कुठेतरी वाटेत टाकून दिली आणि फलमोअर नेमका तिथे पोहोचला आणि त्याला ती सापडली."

"मला ती रात्र जर स्पष्ट आठवत असती, तर किती बरं झालं असतं!" ती स्वत:वरच चिडली.

"हळूहळू आठवेल. तू म्हणालीस की, त्या रात्री तुला बरं वाटत नव्हतं."

"हो. पोटात कळा येत होत्या, म्हणून मी लवकर झोपून गेले... जबरदस्त कळा येत होत्या."

"तू नेहमीच आजारी असायचीस?"

चालता-चालता ती अडखळली आणि तिने चकित होऊन त्याच्याकडे पाहिलं, "छे! मी फार क्वचित आजारी पडत असे. नेमकं त्याच रात्री मला बरं नसावं, हा आणखी योगायोग. नाही का? मलाही त्यांनी काही मादक पेय पाजलं असावं, असं तर तुला संशय येत नाही ना?"

त्याने तिच्याभोवती हात टाकला आणि तिला जवळ घेऊन तो चालू लागला. आपल्या बहिणीचं तोंड लोखंडी सळईने विद्रूप करून टाकणाऱ्या त्या माणसाला अगदी समोरासमोर भेटायची वेळ आता जवळ येऊन ठेपली होती. त्याची ती छोटीशी खोली आता काही पावलांवरच होती. "आपण आता एका वेळी फक्त एकच गोष्ट करू या. तू तयार आहेस ना?"

तिने मोठा आवंढा गिळला. "अगदी नेहमीप्रमाणे."

"तर मग तू आधी एकटीच आता जा. तुला बघताच त्याच्या चेहऱ्यावर उमटणारे भाव मला दुरून पाहायचेत."

तिने एक खोल श्वास घेतला. तिचे खांदे जड झाले. मनाचा हिय्या करून तिने अनाहूतपणे दरवाजा उघडला आणि सरळ आत प्रवेश केला. समोर दोन माणसं वाट पाहत बसली होती. एकाच्या अंगात केशरी रंगाचा पायघोळ झगा होता आणि दुसऱ्याने एक भिकार दर्जाचा सूट घातला होता. सुटामधला माणूस जॉर्डन बेल होता. फलमोअरचा वकील.

बेल अगदी उसळून उभा राहिला, "ही काय वेळ झाली..." पण शेजारी झालेल्या खडखडाटाने तो बोलता-बोलता गचकन थांबला. गॅरी फलमोअर एकदम दचकून खुर्चीतून उभा राहिला होता आणि उठताना त्याच्या धक्क्याने समोरचं टेबल फरशीवर दाणकन पालथं होऊन हाता-पायांतल्या साखळदंडांचा आवाज खोलीभर घुमत होता. आऽ वासलेलं तोंड तो मिटू शकत नव्हता आणि त्याचा चेहरा पांढराफटक पडला होता.

बेलने डोळे बारीक करत म्हटलं, "हा काय प्रकार आहे?"

डॅनियलने ओढलेल्या खुर्चीत ॲलेक्स हळूहळू बसली आणि तिला पाहत फलमोअर मागे-मागे सरकू लागला.

त्याचा चेहरा जेवढा फिका पडला होता, त्याहून ॲलेक्सचा चेहरा अधिक निस्तेज दिसत होता – भुताला पाहिल्यासारखा. आपण तिला इतक्या कठीण प्रसंगाला भरीस घालतोय, याचं डॅनियलला फार वाईट वाटलं. पण तिच्याही मनात बेलीला शोधायची आत्यंतिक इच्छा होती. त्या तीन खुनांबाबतीत आपण डॅनियलला मदत करावी, असं तिला मनापासून वाटत होतं.

ॲलिशियाच्या खुनाची घटना ही जणू काही चाकाच्या आसाची खीळ होती –

सर्व चक्र घट्ट धरून ठेवणारी.

"मी म्हटलं," तो वकील दात आवळत बोलला, "हा इथे काय तमाशा चाललाय?"

"त...ति...ला.. आधी आधी... बा..हेर.. घा..ल..व." फलमोअर चाचरत होता. त्याची छाती धपापत होती. "च... चालती हो!"

"मी तुला भेटायला आलेय." ॲलेक्सचा आवाज कमालीचा शांत होता, "मी कोण आहे, हे तुला ठाऊक आहे?"

बेलचं डोकं तर भणभणलं होतं. "हिला घेऊन येतोयस, असं तू म्हणाला नव्हतास."

ॲलेक्स उभी राहिली. पुढे झुकत तिने टेबलावर मूठ आपटली, "मिस्टर फलमोअर, मी तुला एक प्रश्न विचारला होता. मी कोण आहे, हे तुला ठाऊक आहे?"

जी कुणी ती असेल – भलतीच सुंदर होती. डॅनियलच्या मनात विचार आला. शांत, अक्षुब्ध, कमालीचा ताण असतानाही अगदी स्थिरचित्त. डॅनियल मुग्ध होऊन तिच्याकडे पाहतच राहिला.

तिच्या व्यक्तिमत्त्वाचा फलमोअरवरही अगदी तसाच परिणाम झाला होता. तोही भारावून गेला होता, पण तितकाच गुदमरूनही गेला होता.

डॅनियल नकळत त्या दोघांमध्ये जाऊन उभा राहिला. वरून शांत वाटली तरी ती आतून प्रचंड घाबरलेली असणार याची त्याला जाणीव होती.

"ॲलिशिया ट्रिमेन ही माझी बहीण होती. तू तिला ठार मारलंस."

"नाही." फलमोअरने गदागदा मान हलवली. "मी नाही मारलं."

"तू तिला ठार मारलंस!" त्याचं बोलणं जणू न ऐकल्यासारखं ती बोलली. "तू तिचं तोंड आवळलंस आणि तिला घुसमटवून मारून टाकलीस. नंतर तू तिचा चेहरा छिन्नविच्छिन्न केलास. इतका की, तिची आईसुद्धा तिला ओळखू शकली नाही!"

फलमोअरची नजर ॲलेक्सच्या चेहऱ्यावर खिळलेली होती. "मी काही केलेलं नाही." त्याच्या आवाजात उद्वेग होता.

"तूच केलंस..." ती चक्क थुंकली. "नंतर कचरा टाकावा तशी तू तिला एका सांडपाण्याच्या खड्ड्यात कोंबून ठेवलीस."

"नाही. ती आधीपासून त्या खड्ड्यात होती."

"गॅरी..." बेल म्हणाला, "बोलणं थांबव."

ॲलेक्सने झटकन वळत बेलकडे एक जळजळीत कटाक्ष टाकला.

"हा इसम जन्मठेपेची शिक्षा भोगतोय. माझ्या बोलण्यामुळे त्याच्या अंगाला

अशी काय मोठी भोकं पडणार आहेत?''

फलमोअर मात्र तिच्यावरून नजर काढूच शकत नव्हता. ''मी तिला मारलं नाही... मी शपथ घेतो... आणि मी तिला खड्ड्यातही फेकलेलं नाही. ती मला जेव्हा दिसली, तेव्हा ती मेलेलीच होती.''

तिने त्याच्याकडे पाठ फिरवली. ''तू तिचा खून केलास. तुझ्या कपड्यांवर तिचं रक्त होतं. तुझ्या हातात त्यांना लोखंडी कांब सापडली.''

''नाही. घडलं, ते तसं नव्हतं.''

''मग जे घडलं, ते आम्हाला नीट सांग.'' डॅनियल संथपणे म्हणाला.

''गॅरी...'' बेलने इशारा केला, ''गप्प बस.''

''नाही.'' फलमोअर थरथर कापत होता. ''मला अजून तिचा चेहरा दिसत राहतो. मी झोपताना ती माझ्यासमोर येते!'' त्याचे डोळे ॲलेक्सवर रोखलेले होते. ''मला तिचा चेहरा सतत दिसत राहतो....''

तिने अजिबात सहानुभूती दाखवली नाही. दगडासारखी निश्चल राहिली. ''मलाही दिसतो. प्रत्येक वेळेस जेव्हा मी आरशात पाहते, मलाही तिचा चेहरा दिसतो.''

फलमोअरने कसाबसा आवंढा गिळला. त्याच्या घशांची हाडं वर-खाली होताना स्पष्ट दिसत होती.

''काय झालं, गॅरी?'' डॅनियलने तोच प्रश्न पुन्हा एकदा विचारला. जॉर्डन बेल त्यावर काहीतरी बोलणारच होता, तोच डॅनियलने आपल्या त्या खास कमावलेल्या नजरेने बेलला पार गर्भगळीत करून टाकलं. ॲलेक्सही घाबरली होती. डॅनियलने तिला मागे घेत तिची पाठ खुर्चीत टेकवली. फलमोअर टक लावून तिची हालचाल पाहत होता.

''त्या वेळी खूपच उकाडा जाणवत होता.'' फलमोअर पुटपुटला. ''वाफा निघत होत्या. मी चालताना घामाने भिजलो होतो... प्रचंड तहान लागली होती.''

''तू कुठे चालला होतास?'' डॅनियलने त्याला बोलतं करण्याचा प्रयत्न केला.

''कुठेही नाही किंवा कुठेही. मी पीसीपीच्या नशेत चूर होतो. म्हणजे, त्यांनीच मला तसं सांगितलं.''

''तुला कुणी सांगितलं?'' डॅनियलने हलक्या आवाजात विचारलं.

''ज्या पोलिसांनी मला पकडून आत डांबलं.''

''तुला आठवतं, कुणी तुला आत डांबलं?''

फलमोअरच्या ओठांतून क्षीण आवाज उमटला, ''शेरिफ फ्रँक ल्युमिस.''

डॅनियलला फ्रँकबद्दल खूप काही विचारावंसं वाटलं, पण त्याने ते प्रश्न राखून ठेवले.

''तर... तू नशेत होतास. भरकटत चालत होतास. खूप उकाडा होता. तुला

तहान लागली होती. मग पुढे काय झालं?''

त्याने नाक हलवलं, ''मला वास आला व्हिस्कीचा... आणि मला व्हिस्कीचीच तल्लफ आली होती.''

''तू कुठे होतास?''

''कुठल्याशा एका भंपक शहरातल्या कुठल्या तरी अनोळखी वाटेच्या कडेला येऊन पोहोचलो होतो... डटन.'' त्याने थुंकण्याचा आवाज काढला. ''त्या गावाचं नावसुद्धा मला पुन्हा कधी घ्यावंसं वाटलं नाही.'

म्हणजे, या मताचे आता आपण दोघ जण झालो...! डॅनियलच्या मनात आलं आणि त्याचं लक्ष ॲलेक्सकडे गेलं. चुकलो. *दोघेच कसे? तिघे जण.* ''तुला आठवतं, त्या वेळी किती वाजले होते?''

त्याने मान हलवली. ''मी हाताला कधीच घड्याळ बांधले नाही. पण त्या वेळी अचानक उजेड झाला. पुन्हा एकदा लख्ख प्रकाश पडलेला होता. मी कुठे पोहोचलोय, हे अखेरीस माझ्या ध्यानात आलं. मी भटकत, भरकटत होतो... मला वाटलं, मी हरवून गेलोय.''

लख्ख उजेड? ॲलिशियाचा खून झाला, ती पौर्णिमेची रात्र होती का, हे तपासून पाहायला हवं. डॅनियलने मनाशीच खूणगाठ बांधली. ''ठीक आहे. तुला व्हिस्कीचा वास आला. पुढे?''

''मी नाकाने त्या व्हिस्कीचा मागोवा घेत खड्ड्यापर्यंत जाऊन पोहोचलो. तिथे एक ब्लँकेट पडलेलं होतं. ते उचलावं, असा विचार मनात आला. माझं ब्लँकेट कळकट झालं होतं.'' त्याने पुन्हा एक आवंढा गिळला. मात्र, त्याची नजर ॲलेक्सवर तशीच खिळलेली होती.

''मी ते ब्लँकेट गच्च पकडून वर उपसलं आणि ती... एकदम त्यातून बाहेर पडली!''

ॲलेक्सच्या अंगावर काटा आला. तिची कातडी कोमेजली होती. लिपस्टिक लावलेले तिचे ओठ जर्द गुलाबी दिसू लागले. डॅनियलला शैला आठवली. बंदुकीवर हात पकडून, कोपऱ्यात मरून पडलेली. त्याला वाटलं, ही मुलाखत इथेच थांबवावी आणि ॲलेक्सला घेऊन इथून पळून जावं! पण ते मुद्दाम इतक्या दूर आले होते आणि तिनेही तो प्रसंग अजूनतरी कमालीच्या धैर्याने निभावला होता. त्याने उंचबळलेल्या भावना महत्प्रयासाने थोपवून धरल्या आणि आवाजाची पट्टीही खाली ठेवली, ''बाहेर... पडली?... म्हणजे, तुला नक्की काय म्हणायचंय, गॅरी?''

''मी ब्लँकेट वर उचललं आणि ती घसरत, घरंगळत खाली पडली. विवस्त्र. तिचे दंड लवचिक आणि विसविशीत झाले होते. ती खाली पडल्यावर ते अस्ताव्यस्त पसरले गेले. एक हात तर माझ्या पायांवर पडला होता!'' त्याचा

आवाज खोल गेला होता, पण नजर ॲलेक्सवरच होती. "...आणि मग मला तिचा चेहरा दिसला. तिचे डोळे माझ्याकडे रोखलेले... माझ्याकडे एकटक पाहत होते. रिकामे. दोन निर्जीव रिकामी भोकं!" आता ॲलेक्सही त्याच्याकडे तशीच पाहत होती – शून्य नजरेने. "माझं डोकं फिरलं होतं. एकीकडे मी भीतीने अर्धमेला झालो होतो आणि माझा संयम सुटला."

तो बोलायचा थांबला. जणू तो क्षण तो पुन्हा अनुभवत होता. आत्ताही त्याला त्याच भीतीने वेढलं होतं आणि त्याचं भान हरपत होतं.

"गॅरी, मग तू काय केलंस?"

"मला माहीत नाही. मला फक्त तिला... माझ्याकडे बघण्यापासनं रोखायचं होतं." त्याने आपल्या बंद मुठींनी हवेतच दोन वेळा गुद्दे फिरविले. इतक्या जलद आणि जोरात, की हातापायांतल्या साखळ्या किणकिणू लागल्या. "आणि मग मी तिला बडवू लागलो."

"तुझ्या हातांनी?"

"हो, सुरुवातीला हातांनीच. पण ती काही केल्या माझ्यावरची नजर हटवायला तयार होईना." फलमोअरची स्थिती आत्ताही अगदी वेड्यासारखी झाली होती. तो अक्षरश: उड्या मारत होता आणि ॲलेक्स त्याच्याकडे निर्जीवपणे पाहत होती.

आपल्यासमोर आहे ती ॲलेक्स, का ॲलिशिया – हे डॅनियललाही ओळखणं कठीण जात होतं. पण फलमोअरला तर बोलतं ठेवणं जास्त महत्त्वाचं होतं. "तुला लोखंडाची पट्टी कुठे मिळाली?"

"ती माझ्या ब्लँकेटमध्ये होती. ब्लँकेटमध्ये मी लोखंडाची कांब सतत बरोबर ठेवत असे. पण नंतर ती माझ्या हातात होती आणि मी तिच्या चेहऱ्यावर ती हाणत होतो. मी बेभानपणे पुन:पुन्हा मारत राहिलो."

ते चित्र डोळ्यांसमोर आणून डॅनियल कासावीस झाला आणि त्याच क्षणी त्याला कळून चुकलं की, या माणसाने ॲलिशिया ट्रिमेनचा खून केलेला नव्हता.

फलमोअरच्या डोळ्यांतून अश्रू घळाघळा वाहत होते, पण त्याच्या मुठी मात्र गोठल्यासारख्या त्याच्यासमोर घट्ट आखडल्या होत्या. "मला फक्त तिचं ते माझ्याकडे 'बघणं' थांबवायचं होतं!" आणि त्याचे खांदे एकदम गळून पडले. "...अखेर तिने ते थांबवलं."

"तू तिचा चेहरा चेचून टाकलास?"

"हो, पण फक्त तिचे डोळे." तो अगदी पोरकटपणे गयावया करत होत. "मला तिचे डोळे तर बंद करावेच लागणार होते."

"मग त्यानंतर तू काय केलंस?"

फलमोअरने आपला चेहरा खांद्यावर घासला. "मी तिला नीट गुंडाळलं–

पूर्वीपेक्षा अधिक चांगलं.''

''अधिक चांगलं म्हणजे?''

त्याने मान डोलावली. ''तिला आधी फारच सैल गुंडाळलं होतं. मी अगदी काळजीपूर्वक घट्ट गुंडाळलं – एखाद्या छोट्या बाळाप्रमाणे. फक्त ती मात्र लहान बाळ नव्हती.''

''तिच्या हातांचं तू काय केलंस, गॅरी?'' डॅनियलने विचारलं आणि त्याने अजाणता मान हलवली.

''तिचे हात फारच सुंदर होते. दोन्ही हात तिच्या पोटावर व्यवस्थित ठेवून, मगच मी तिच्याभोवती ब्लॅंकेट लपेटलं.''

त्याच्या खिशात ॲलिशियाची अंगठी सापडली होती. डोळ्यांच्या एका कोपऱ्यातून डॅनियलने बेलकडे एक चोरटा कटाक्ष टाकला. बेलच्याही मनात त्या वेळी तोच विचार आला.

''तिने हातात काही घातलं होतं?'' बेलने अगदी शांतपणे त्याला विचारलं.

''एक अंगठी होती – निळी.''

''अंगठीतला खडा निळ्या रंगाचा होता?'' डॅनियलने विचारलं. ॲलेक्सने हळूच आपल्या हातांची बोटं लांब करत निरखली आणि पुन्हा हळूहळू वाकवत मूठ बंद केली. डॅनियलच्या ते लक्षात आलं.

''हो.'' त्याचा आवाज दुरून आल्यासारखा अगदी क्षीण वाटला. ''त्यांचं म्हणणं, मी तरी चोरली. पण मी त्या अंगठीला हातसुद्धा लावला नव्हता.''

''त्यानंतर काय झालं गॅरी?''

''मला आठवत नाही. मी नक्कीच आणखी पीसीपी घेतलं असणार. त्यानंतर आठवतंय की, मी खाली पडलो होतो आणि तिघे जण माझ्याभोवती उभे राहून मला बेदम मारत होते. तूच खून केला आहेस, असं ते म्हणत होते. पण मी तो केलेला नव्हता. माझ्याकडून तसं त्यांना लिहून हवं होतं, पण मी तयार झालो नाही. मी त्या मुलीशी खूप क्रूरपणे वागलो होतो, पण मी तिला ठार मारलं नव्हतं.'' त्याने शेवटचे शब्द पुरेसा वेळ घेत आणि स्पष्टपणे अधोरेखित करत उच्चारले होते. ''मी ठार मारलं नव्हतं.''

''त्यानंतर तू गॅरेजमध्ये गेला होतास, हे तुला आठवतं?'' बेलने विचारलं.

''नाही. मी मगाशी म्हटलं, त्याप्रमाणे जेव्हा मला भान आलं, तेव्हा ते तिघे मला मारत होते.''

''आमच्यासाठी वेळ दिल्याबद्दल धन्यवाद!'' डॅनियल म्हणाला, ''आम्ही तुझ्या संपर्कात राहूच.'' फलमोअरने बेलकडे पाहिलं. त्याच्या डोळ्यांत आशेचा किरण उमटला होता. ''आपण ही केस पुन्हा उभी करू शकतो?''

बेलने डॅनियलकडे पाहिलं. "करू शकतो?"

"मला ठाऊक नाही. बेल, तुला माहीत आहे, मी कधीही आश्वासन देत नाही. मी काही डेप्युटी ॲटर्नी नाही."

"पण डेप्युटी ॲटर्नीला ओळखतोस!" बेल त्याला शब्दांत अडकवत म्हणाला, "गॅरीने तुला अगदी काहीही हातचं न राखता सांगून टाकलं – तुझ्याकडून कोणत्याही मदतीचं वचन किंवा हमी मिळालेली नसतानाही. याचा अर्थ तू समजायला हवास."

डॅनियलने क्षणभर डोळे बारीक करत बेलकडे पाहिलं, "मी म्हटलं की, मी संपर्कात राहीन. मला आता ॲटलांटामध्ये एका तातडीच्या बैठकीला हजर राहायचंय." त्याने ॲलेक्सला लवकर निघण्याची खूण केली. "चल, चल आपण निघू या."

ती यांत्रिकपणे उठली. जिवंत माणसापेक्षा एखाद्या बाहुलीसारखी. आणि डॅनियला कोपऱ्यात मरून पडलेल्या शैलाच्या मृत शरीराची पुन्हा आठवण झाली. त्याने ॲलेक्सच्या खांद्याभोवती हात टाकत तिला नीट सांभाळून खोलीबाहेर नेलं.

ते त्यांच्या गाडीपर्यंत पोहोचलेच होते आणि मागून बेलचा जोराने हाका मारल्याचा आवाज त्यांना ऐकू आला. तो धावत, धापा टाकत त्यांच्यापर्यंत येऊन पोहोचला.

"मी ही केस नव्याने सुरू करण्यासाठी अर्ज भरणार आहे."

"तू फारच घाई करतोयस."

"मला तसं वाटत नाही आणि तुलाही मनातून तसं नक्कीच वाटत नसणार. नाहीतर तू इतक्या दूर आणि तेही तिला इतक्या बिकट प्रसंगाला तोंड द्यायचा धोका पत्करून कधीच आला नसतास!" त्याने ॲलेक्सकडे पाहिलं. ॲलेक्सने हनुवटी उचलत शांतपणे त्याला एक थंड नजर दिली. पण ती काही बोलली नाही आणि आपण नेमकं सत्यावर बोट ठेवलंय, असा त्याचा समज झाला. "व्हार्टोनियन, अलीकडच्या बातम्यांवर मीही नजर ठेवून आहे. कुणीतरी या खुनाची पुनरावृत्ती करतोय."

"तो नकल्या असू शकतो." डॅनियल म्हणाला, पण बेलने नकारार्थी मान हलवली.

"तुलाही तसं वाटत नसणार." तो पुन्हा म्हणाला, "हे बघ मिस फॅलन, तुझ्या बहिणीच्या मृत्यूचं तुला मोठं दुःख आहे; पण गॅरीच्या आयुष्याचीही तेरा वर्षे बरबाद झाली आहेत."

डॅनियल उसासला. "हे ताजं प्रकरण तडीस नेल्यावर आपण ॲटर्नीला जाऊन भेटू या."

बेलने चटकन मान डोलावली. ''हां, आता कसं न्याय्य बोललास!''

ॲटलांटा, बुधवार ३१ जानेवारी, दुपारी ५ वाजून ३० मिनिटे

गाडी ॲटलांटाच्या जवळ आल्यावर डॅनियल जवळजवळ त्या प्रवासात प्रथमच बोलला. ''तू ठीक आहेस ना?''

ती आपल्या हातांकडे अगदी निरखून पाहत होती. कपाळावर पडलेल्या आठ्यांमुळे भुवयाही वेड्यावाकड्या झाल्या होत्या. ''मलाच कळत नाही.''

''मला वाटतं, ज्या वेळेस तो म्हणाला, ॲलिशिया ब्लँकेटमधून खाली पडली आणि त्याच क्षणी तू तुझ्या विचारात हरवून गेलीस... तुझी तंद्री लागली.''

''तंद्री लागली माझी?'' तिने अचानक त्याच्याकडे पाहिलं, ''मेरिडिथला माझ्यावर संमोहनाचा प्रयोग करायचाय.''

त्याला मेरिडिथचा विचार पटला. पण त्याच्या मते, ज्या माणसावर हा प्रयोग करायचा, तो मनमोकळा असला तरच त्याचा फायदा होतो. ॲलेक्स या क्षणाला तरी तशी होती यावर त्याचा विश्वास नव्हता. ''तुला नक्की काय हवंय?''

''हे सगळं मला मनातून साफ काढून टाकायचंय!'' ती कुजबुजली, पण अगदी मनापासून बोलली होती.

त्याने वाकून तिच्या हातावर हात ठेवला, ''त्या वेळी मी तुझ्याबरोबर असेन.''

''थँक यू, डॅनियल... मला... मी त्याला प्रत्यक्ष बघेपर्यंत माझ्या मनात असा काही विचार येईल, असं मला वाटलंच नव्हतं. मला त्याचा खून करावासा वाटला.''

डॅनियल चरकला. ''म्हणजे, त्यापूर्वी तू फलमोअरला कधी पाहिलंच नव्हतंस?''

''नाही. केस सुरू असताना मी ओहिओला होते. किममावशी आणि स्टीव्ह-काकांना माझी खूप काळजी वाटायची. त्या दोघांनी माझे खूप लाड केले.''

''तर मग तू नशीबवान म्हणायचीस.'' त्याला वाटलं नव्हतं, पण तो हे एकदम कडवटपणे बोलून गेला. त्याने रस्त्यावर नजर ठेवायचा प्रयत्न केला, पण ती आपल्याकडे चकित होऊन पाहतेय, हे त्याला जाणवलं.

''तुझे आई-वडील तुझ्याशी चांगलं वागले नाहीत?''

तिने इतक्या सहजपणे म्हटलं की, तो हसू आवरू शकला नाही. ''नाही, तसं नाही.''

''तुझ्या बहिणीबद्दल – सुझान्हाविषयी तू फारसं कधी बोलत नाहीस. तुम्ही एकमेकांच्या जवळ आहात ना?''

सूझ... तो उसासला. ''नाही. मला तसं वाटंत, पण आम्ही कधीच जवळ येऊ शकलो नाही.''

"ती खूप दुखावली गेली असेल. तुम्ही दोघांनीही आपले आई-वडील गमावलेत. जरी त्या घटनेला आधीच काही महिने झाले होते, तरी तुमच्या दृष्टीने फक्त एकच आठवडा उलटलाय."

डॅनियल हसला, पण त्या हसण्यात जीव नव्हता. "सायमनने त्यांना मारण्याआधीच खूप वर्षं ते आमच्यासाठी मेल्यातच जमा होते. आमचं म्हणजे एक विक्षिप्त, बिघडलेलं कुटुंब होतं."

"सुझान्हाला त्या फोटोंबद्दल माहीत आहे?"

"हो. ते फोटो मी जेव्हा फिलीतल्या सिक्कोटलीला दिले, तेव्हा ती माझ्याबरोबरच होती."

सुझान्हाने आपल्याला सांगितलं, त्यापेक्षा तिला सायमनबद्दल खूप अधिक माहिती असणार याची डॅनियलला पक्की खात्री होती.

"...आणि?"

त्याने तिच्याकडे पाहिलं, "आणि काय?"

"मला वाटलं, तुला आणखी काही सांगायचंय."

"मला नाही ठाऊक. आणि ठाऊक असतं, तरी सांगू शकलो असतोच, असंही वाटत नाही."

न्यूयॉर्कमध्ये डेप्युटी ॲटर्नीच्या हाताखाली रात्री उशिरापर्यंत स्वत:ला कामात वाहून घेतलेली सुझान्हा त्याच्या डोळ्यांसमोर उभी राहिली. ती आपल्या कुत्र्यासोबत घरी एकटी राहायची. मग त्याला ते फोटो आठवले आणि ग्रेटच्या डोळ्यांत दिसलेली वेदनाही आठवली.

त्याने सुझान्हाला ज्या वेळेस विचारलं होतं की, सायमनने तुला किती छळलं, त्या वेळेस तिच्याही डोळ्यांत अगदी तीच वेदना त्याने पाहिली होती. ती सांगू शकली नव्हती; पण त्याला ते उमजलं होतं आणि त्याचा थरकाप उडाला होता. त्याने घसा खाकरला आणि वर्तमानकाळात परतायचं ठरवलं. "मला वाटू लागलंय की, गॅरी फलमोअरने तुझ्या बहिणीला मारलेलं नाही."

ॲलेक्सने त्याला नीट न्याहाळलं, पण तिच्या चेहऱ्यावर आश्चर्य दिसलं नाही. "कशावरून तुला असं वाटतंय?"

"पहिलं म्हणजे, त्याने सांगितलेल्या गोष्टीवर माझा विश्वास बसला. दुसरं म्हणजे, तूसुद्धा म्हणालीस की, जन्मठेपेची शिक्षा भोगत असलेल्या माणसाला आपण आणखी काय जास्त त्रास देऊ शकतो? तो खोटं बोलून तरी काय मिळवू शकणार होता?"

"त्याला ती केस पुन्हा उभी कराचीय."

तिच्या बोलण्यातला सल त्याला जाणवला. आणि आपला आवाज शक्य

तितका मृदू ठेवत तो म्हणाला, "राणी, त्याला खरंच आणखी एक संधी द्यायला हवी. ऐक माझं. तो म्हणाला की, त्याने पुन:पुन्हा तिच्या चेहऱ्यावर प्रहार केले. ती तुझी बहीण होती, हे क्षणभर मनातून काढून टाक आणि बघ, तुझ्या मनात काय विचार येतायत. एका नर्सच्या भूमिकेतून विचार कर. जर ॲलिशिया जिवंत असती किंवा त्यानेच समजा तिला आधी मारूनही टाकलेलं असेल... पण त्याहीनंतर तो इतक्या निर्दयपणे आणि बेफामपणे तिला चेचून टाकू शकला असता?"

"नक्की खूप रक्त बाहेर पडलं असतं. त्याचे कपडे रक्ताने चिंब भिजले असते."

"पण ते भिजलेले नव्हते. शेरिफच्या ऑफिसमधल्या वँडाच्या म्हणण्यानुसार त्याच्या पँटीच्या खालच्या कडांवर रक्त सांडलं होतं. त्याने तिचा चेहरा लोखंडी कांबेने बडवून काढण्याआधीच बराच वेळ ॲलिशिया मेलेली होती."

"वँडा कदाचित चुकीचं सांगत असेल." ती उद्वेगाने म्हणाली आणि डॅनियलच्या लक्षात आलं की, ॲलेक्सला तो दोषीच असायला हवा आहे! पण ही गोष्ट तिच्या दृष्टीने का महत्त्वाची आहे, याचं मात्र त्याला कुतूहल वाटत राहिलं.

"ते आता मला कधीच कळू शकणार नाही." त्याने अगदी काळजीपूर्वक उत्तर दिलं. "सगळा पुरावा आता नष्ट झाला आहे. ते ब्लँकेट, फलमोअरचे कपडे, लोखंडी कांब... सगळं नाहीसं झालंय. मी जोपर्यंत वँडाचं म्हणणं खोडून काढू शकत नाही तोपर्यंत ती म्हणतेय ते बरोबर आहे, असंच मला गृहीत धरावं लागणार. आणि वँडाचं म्हणणं ग्राह्य मानलं तर फलमोअर तिला मारत असताना ॲलिशिया आधीच मृत झालेली असणार, हे सिद्ध होतं."

तिने ओठांवरून जीभ फिरवली. "त्यानेच तिला आधी मारलेलं असेल, काही वेळ वाट पाहिली असेल आणि मग पुन्हा येऊन तिचा चेहरा विद्रूप केला असेल." ती म्हणाली, पण त्या बोलण्यात आत्मविश्वास नव्हता. "पण हे पटण्यासारखं नाही. हो ना? त्याने जर तिचा खून केला असेल, तर तो तिथून लगेच पळून जाईल. परत येऊन मारण्याची शक्यता नाहीच किंवा गॅरेजमध्ये तरी तो कशाला जाईल? बरं, पण तुला त्या गोष्टीतलं नेमकं काय सतावतंय?"

"खूप काही. जेव्हा तिचा हात त्याच्या पायावर..." डॅनियल बोलताना एकदम थांबला आणि ती अचानक सुन्न आणि बधिर झालीय, हे त्याच्या लक्षात आलं, "ॲलेक्स, काय झालं?"

तिने डोळे मिटून दात घट्ट आवळून धरले, "मला काहीच आठवत नाही."

"पण त्या वाक्याने तुला पुन्हा त्या किंकाळ्या ऐकू यायला लागल्या... हो ना?" तिने मान घट्ट हलवली. त्याने तिच्या ओठांवर हात ठेवला. "त्या भयाण अंधारात मी तुला पुन:पुन्हा घेऊन जातोय, याबद्दल मला खरंच माफ कर."

"त्या वेळी गडगडाट झाला होता." ती अचानक असंबद्ध बोलली, "त्या रात्री – हो, गडगडाट आणि विजा चमकल्या होत्या!"

पुन्हा एकदा लख्ख प्रकाश पडला होता. फलमोअर हेच म्हणाला होता. याचा अर्थ, त्याआधी वादळ झालं असावं. हेसुद्धा पुन्हा तपासायला हवं. "तो एप्रिलचा महिना होता." डॅनियल शांतपणे म्हणाला, "त्या वेळी वादळं होतातच."

"हो. दिवसभर खूपच उकाडा होता; रात्रीसुद्धा गरम होत होतं."

डॅनियलने तिच्याकडे एक कटाक्ष टाकला आणि तो पुन्हा रस्त्याकडे पाहू लागला. "पण तू शाळेतून आल्या-आल्याच आपल्या खोलीत जाऊन झोपली होतीस? आईने तुला उठवेपर्यंत तुला जागही आली नव्हती. तू आजारी होतीस."

तिने बोलण्यासाठी तोंड उघडलं, पण लगेच मिटलं. मग ती थंडपणे म्हणाली, "जर ॲलिशियाचं शरीर त्या वेळी विशिविशीत असेल, तर त्याला अजून कडकपणा आलेला नव्हता. तो जर खरं बोलत असेल, तर याचा अर्थ तिला मरून फारच कमी वेळ झाला होता."

"तुला अजूनही तो खोटं बोलतोय, असंच वाटतंय?"

"हो, कदाचित. पण त्याने तिचा खून केला नसेल.... तर, तो उगाचच आता इतकी वर्षं तुरुंगात सडतोय."

"तेच म्हणायचंय मला." ट्रॅफिकची कोंडी झाली होती आणि त्याला गाडी नाइलाजाने थांबवून गप्प बसून राहायला लागलं होतं. तो स्टिअरिंगवर अस्वस्थपणे बोटं वाजवू लागला. मीटिंग सुरू व्हायला फक्त वीस मिनिटं शिल्लक उरली होती आणि त्याला पुन्हा उशीर होणार होता. ट्रॅफिकवरचं लक्ष काढून तो पुन्हा फलमोअरचा विचार करू लागला, "फलमोअरला तर त्या रात्री घडलेली प्रत्येक गोष्ट खडान् खडा आठवत होती. पीसीपीचे सेवन केलेल्या व्यक्तीची स्मरणशक्ती इतकी तल्लख राहू शकेल?"

"कदाचित त्याने ती सर्व गोष्ट स्वतःच रचली असेल." हनुवटी उचलत ॲलेक्सने म्हटलं, पण लगेचच तिचे खांदे पडले. "किंवा त्याने पीसीपीला स्पर्शच केला नसेल."

हीच तर गोष्ट डॅनियलला कधीपासून सतावत होती. फ्रँक ल्युमिसने त्याला अटक केली होती, पण त्या अटकेसाठीचे भक्कम पुरावे मात्र त्याला शोधूनही सापडत नव्हते.

"रँडी मॅन्सफिल्ड तर म्हणाला होता की, तो तीन माणसांनाही आवरत नव्हता! ही तर पीसीपीच्या नशाबाज माणसाची लक्षणं आहेत."

"पण ती नंतरची गोष्ट आहे. ॲलिशिया सापडल्यानंतर काही तास होऊन गेले होते."

"ॲलेक्स, ॲलिशिया सापडल्याचे कळल्यावर काय झालं? म्हणजे, तुझ्या घरात किंवा तुमच्या कुटुंबात?"

ती शहारली, "ॲलिशियाचा बिछाना रिकामा आहे, हे लक्षात आल्यावर ममा गावभर ज्याला त्याला विचारत सुटली होती."

"बिछाना रिकामा झालेला दिसत होता की, त्यावर कुणी मुळात झोपलेलंच नव्हतं?"

"झोपलेलीच नव्हती. रात्रीपूर्वीच ती घराबाहेर सटकली असणार, हे तर सर्वांच्याच लक्षात आलं होतं."

"तुम्ही दोघी एकाच खोलीत झोपायचात?"

"त्या काळात झोपत नव्हतो. तिचा माझ्यावरचा राग अजून गेला नव्हता. मी डावा पाय गोंदवला होता ना, ती आमच्या दोघींच्या खोलीत न झोपता, बेलीच्या खोलीत जाऊन झोपू लागली होती. माझ्याशी 'न बोलण्याची' सजा मला दिली जात होती."

"ही घटना नेमकी कधी घडली? म्हणजे, वाढदिवसानंतर किती दिवसांनी?"

"एका आठवड्याने. तिचं वय सोळा वर्ष आणि एक आठवडा, एवढंच होतं."

तुझंही तितकंच होतं बाळा "ती रात्री बाहेर गेल्याचं बेलीला ठाऊक होतं, असं तुला वाटतं?"

"तिला काहीही माहीत नाही, असं बेलीने अगदी ठामपणे सांगितलं. ती तर पुरती वाया गेलेली होती. स्वत:चा बचाव करण्यासाठी ती शपथेवरही खोटं बोलायला मागे-पुढे पाहायची नाही. त्यामुळे मलाही कधी कळू शकलं नाही. मला बरं वाटतं नव्हतं. डोकं बधिर झालं होतं.... घेरल्यासारखं झालं होतं."

"जणू कुणी तुला मादक द्रव्य किंवा गुंगीचं औषध पाजलं होतं...?"

"कुणास ठाऊक! असेलही कदाचित. पण त्यानंतर त्या रात्री एवढं काही घडलं की, त्यावर मला कधी विचार करावासा वाटला नाही किंवा कुणी मला कधी तसं विचारलंही नाही."

पण तिने स्वत:च झोपेच्या गोळ्या घेऊन आयुष्य संपवण्याचा प्रयत्न केला होता, हे काही डॅनियल विसरलेला नव्हता. "पण ॲलिशिया सापडलीय, हे तुम्हाला कसं समजलं?"

"पोर्टरबंधूंना ती सापडली होती आणि ते दोघे धावत मिसेस मॉन्रोच्या घरी मदतीच्या अपेक्षेने पोहोचले होते. ममा तिला शोधतेय, हे मिसेस मॉन्रोच्या कानावर गेलं होतं, म्हणून तिने तिला लगेच बोलावून घेतलं. ममा तर पोलिसांच्याही आधी तिथे पोहोचली होती!"

डॅनियलच्या अंगावर काटा आला, "तुझ्या आईने तिला त्या अवस्थेत पाहिलं?"

तिने मोठ्ठा आवंढा गिळला. "हो. नंतर ओळख पटवून घेण्यासाठी ते तिला शवागारात घेऊन गेले."

"ते?"

"माझी आई आणि..." ती बोलता-बोलता थांबली. खिडकीच्या काचेतून बाहेर पाहू लागली. तिचा चेहरा काळवंडत गेला. "आणि क्रेग. ते घरी आले, तेव्हा आईला वेडाचा झटका आला होता. ती ओरडत, किंचाळत होती. त्याने तिला झोपेच्या गोळ्या दिल्या."

"क्रेगने?"

"हो. आणि तो सरळ कामावर निघून गेला."

"तो कामावर गेला? त्या प्रसंगानंतरही? तिला एकटीला सोडून?"

"हो." ती कडवटपणे म्हणाली, "महाराजा होता ना तो!"

"तर, त्याने तुझ्या आईला झोपेच्या गोळ्या दिल्या. पुढे काय झालं?"

"आई धाय मोकलून रडत होती. मी कॉटवर तिच्याशेजारी जाऊन बसले. ती हळूहळू गुंगीत झोपी गेली." ती थरथर कापत होती. ट्रॅफिक तर एक इंचसुद्धा पुढे सरकत नव्हतं. डॅनियलने गाडी बंद केली आणि बाजूला सरकत तिला जवळ घेतलं.

"आणि त्यानंतर काय, राणी?"

"नंतर मला अचानक जाग आली... पण ती माझ्या शेजारी नव्हती. तिचा आक्रोश ऐकून मी धावत जिना उतरून खाली आले..." अचानक सीटवरून तिचा तोल गेला आणि ती गाडीतून बाहेर जाऊन खाली पडली.

"ॲलेक्सऽऽ" डॅनियलने गाडीतून उडी मारली. ती रस्त्याच्या कडेला घसरत गेली होती. तिने गुडघ्यावर बसत कसंबसं स्वत:ला सावरलं होतं. तो तिच्याशेजारी येऊन तसाच गुडघ्यांवर बसला. तिला उलटी होत होती. त्याने तिची पाठ चोळली.

त्या अचानक घडलेल्या घटनेने आजूबाजूच्या मोटारीमधले लोक कुतूहलाने त्या दोघांकडे पाहू लागले. आपल्या गाड्यांच्या काचा खाली करून विचारू लागले "तुम्हाला काही मदत हवीय का? मी ९११ला फोन लावू का?"

डॅनियलच्या पटकन लक्षात आलं की, गर्दीतल्या कुणी ॲलेक्सला ओळखलं तर सेलफोनवरून पटापट फोटो काढले जातील... म्हणून तो अर्धवट हसला, "थँक्स. काही नाही. अशा वेळी बायकांना जो सकाळचा त्रास होतो, तो तिला संध्याकाळी झालाय!" त्याने वाकून तिच्या कानात विचारलं, "तू उभी राहू शकशील ना?"

तिने मान डोलावली. तिचा चेहरा पडला होता, "सॉरी."

"श्शऽऽश्श..." त्याने तिच्या खांद्याला आधार देत तिला अक्षरश: उठून उभी केली.

"चल, आपण लगेच इथून बाहेर पडू या." त्याने रस्त्याकडे पाहिलं. "इथून जास्तीत जास्त जवळ असलेला आणि बाहेर पडायचा रस्ता तीन मैलांवर आहे. पोलीस गाडीच्या दिव्यांचा वापर करून मी बाहेर पडू शकतो, पण उगाचच लोकांचं लक्ष वेधलं जायचं."

"मला वाटतं, मी आधीच लोकांचं लक्ष आपल्याकडे वेधलंय!" ती पुटपुटली.

"त्यांचा समज झालाय की तू गरोदर आहेस. मान तशीच खाली ठेव आणि आपण यातून निभावून जाऊ." तो अगदी सावकाश तिला गाडीकडे घेऊन आला आणि हलकेच तिला पुन्हा सीटवर बसवले. आपल्या हातानेच तिचं डोकं गुडघ्यात दाबलं. "डोकं खालीच ठेव." तो आपल्या जागेवर आला आणि गाडी डावीकडून घुसवत जबरदस्तीने पुढे जाऊ लागला. बाजूचे गाडीवाले चिडून त्याच्याकडे पाहत होते, पण त्याने त्यांच्या नजरेला नजर द्यायचंच शांतपणे टाळलं.

"तुला दंड भरावा लागणार आहे." ॲलेक्स कुजबुजली. त्यावर त्याने हसत तिच्या मानेवर हळूहळू थोपटलं आणि तिलाही हळूहळू पुन्हा हलकं वाटू लागलं.

"तुम्ही गरोदर बायका ना, अगदी सत्त्वपरीक्षा पाहता!" तो म्हणाला आणि ती गालातल्या गालात हसली. बाहेर जाण्याचा पहिला रस्ता त्याने पकडला आणि पलीकडच्या लेनमध्ये गाडी आणली. तिथल्या गाड्या अगदी वेगाने धावत होत्या. त्याने गाडीचे दिवे लावले आणि पुढच्या गाड्या आपोआप बाजूला होत त्याला 'रस्ता' देऊ लागल्या. "आपण आता छोट्या-छोट्या गल्ल्यांमधून गाडी घुसवू या. मी गाडी थांबवून तुझ्यासाठी पाणी आणू का?"

तिचा चेहरा पूर्ववत होत होता. "पाणी आणलंस, तर बरं होईल. थँक यू, डॅनियल."

गाडी चालवता-चालवता डॅनियल विचारात गढून गेला. तिचं हे पुन:पुन्हा आभार मानणं कधी बंद होईल? मुळात आभार मानण्यासारखे प्रसंगच निर्माण होण्याची वेळ कधी थांबेल? ज्या गोष्टींमुळे तिच्या शरीरावर, इंद्रियांवर परिणाम होतोय; ती गोष्ट कुठे नक्की लपलीय, हे तिच्या मेंदूत शिरून शोधता येईल का? तिची मावस बहीण अगदी योग्य तेच बोलली. तिच्या त्या वेदनेच्या अगदी मुळापाशी जाऊन शोधलं पाहिजे आणि त्यासाठी संमोहन हाच सर्वोत्तम उपाय आहे.

बुधवार, ३१ जानेवारी, संध्याकाळी ६ वाजून ४५ मिनिटे.

'हरकत नाही. आणि तसं पाहिलं, तर यासाठी त्यांनी खूपच वेळ घेतला' ...टीव्ही पाहता-पाहता तो मनातल्या मनात म्हणाला. बातम्यांमध्ये त्या मुलाचा

फोटो पुन:पुन्हा दाखवला जात होता आणि पोलिसांना तो उलटतपासणीसाठी त्वरित हवाय, असं सांगितलं जात होतं. तो तसा तरबेज मुलगा नव्हताच; पण सांगितली गेलेली सर्व कामं त्याने व्यवस्थित पुरी केली होती.

बिचाऱ्याला आता मरावं लागणार, हे त्याचं दुर्दैव... पण शेवटी असंच असतं. लहानपणापासून ते पोरगं अगदी पैशांच्या राशीत लोळलेलं होतं. पण त्याच्या पापाचा घडा आता भरला होता किंवा वडिलांच्या पापाची फेड त्याला करावी लागणार होती. त्या पोराच्या बाबतीत म्हणायचं, तर आपल्या आजोबांच्या पापाची!

एवढ्या श्रीमंत पोराच्या नशिबी इतकं एकाकीपण यावं, अशी कुणी कधी कल्पना केली होती? पण त्याच्या वाट्याला मात्र ते आलं, हे नक्की. आपल्याला एक मित्र मिळाला यावरच तो इतका खूश झाला की, त्या मित्रासाठी तो काय वाट्टेल ते करायला तयार झाला. निदान त्यासाठी तरी त्याला वेदनारहित मृत्यू यायला हवा. मस्तक आरपार भेदत जाणारी, बंदुकीची फक्त एकच गोळी... तो जमिनीवर पडायच्या आत तो मेलेला असेल.

१७

ॲटलांटा, बुधवार, ३१ जानेवारी, संध्याकाळी ६ वाजून ४५ मिनिटे

ते दोघे आत शिरले तेव्हा चेस त्यांचीच वाट बघत होता. "आता कसं वाटतंय ॲलेक्स?"

"सकाळच्या वेळी जो नेहमी त्रास होतो, तो आज जरा संध्याकाळी सुरू झालाय!" ॲलेक्स स्वत:वरच वैतागत पुटपुटली.

चेसचे डोळे विस्फारले, "तुला दिवस गेलेत?"

त्याने इतक्या जोरात विचारले की, डॅनियल चमकलाच, "नाही रे, गप!" डॅनियलने एक खुर्ची ओढत ॲलेक्सला त्यावर सावकाश बसवलं. "हायवेवर ॲलेक्सला अचानक बरं वाटेनासं झालं आणि मला तर लोकांच्या नजरा आमच्याकडे वळायला नको होत्या. त्यामुळे मला वाटतं की योग्य वेळेला, योग्य तसा मी वागलो आणि बोललो."

ॲलेक्सची मान आणि खांदे डॅनियल हळुवारपणे चोळू लागला होता. तिला कुठल्या भागावर स्पर्श केलेला आवडतो, हे आता त्याला समजलं होतं. म्हणजे, कुठल्याही भागावर स्पर्श केलेला नक्कीच आवडत नसणार म्हणा. आज सकाळी मात्र आपण फारच आडदांडपणा केला. तशी चूक पुन्हा कधीही करायची नाही. जेव्हा अगदी निवांत, एखाद्या बेडरूममध्ये पूर्ण एकांतात असू; तेव्हा शांतपणे आपण त्या सर्व जागा शोधून काढू! शेवटी, कुठल्याही गोष्टीचा खोलवर शोध घेता यायला हवा.

चेसने घसा खाकरला. "तुम्ही आपापली डोकी शाबूत ठेवू शकलात, ह्याचाच मला आनंद आहे." तो कोरडेपणाने म्हणाला.

चेसच्या त्या द्व्यर्थी बोलण्यापाठोपाठ त्याने टाकलेल्या मिश्कील कटाक्षाने डॅनियल एकदम गोरामोरा झाला. "बाकीचे सगळे आहेत कुठे? आपल्याला उशीर होतोय."

"सगळ्यांनाच उशीर होत होता. मग मी मीटिंग सातपर्यंत पुढे ढकलली."

"होप कुठेय?" ॲलेक्सने विचारलं, "डॉ. मॅक्क्रॅडी आज तरी तिच्याकडून काही काढून घेऊ शकली?"

"फारच थोडं." चेस टेबलावर पुढे झुकला. "ती 'जादूची छडी' म्हणजे 'बासरी', हे आता आपल्याला समजलंय. मेरी मॅक्क्रॅडीने टेबलावर कुणाच्याही नकळत एक बासरी ठेवून दिली आणि ती दिसताच त्या चिमुरडीने पुन्हा तेच गाणं गुणगुणायला सुरुवात केली. मिस फॅलन, आमच्या त्या चित्रकाराने त्याला सांगितल्या गेलेल्या वर्णनानुसार तुझ्या सावत्र वडिलांची काही चित्रं रेखाटली. क्रायटनला म्हातारं बनवलं आणि दाढी चिकटवली. तशीच अगदी थोड्याफार फरकाची साधारण अर्धा डझन चित्रं त्याने आणखी काढली. होपने त्यातला क्रायटन नेमका शोधून काढला!"

ॲलेक्सने दातांवर दात घट्ट आवळत एक आवंढा दिला. मात्र, सगळं लक्ष चेसच्या बोलण्याकडे ठेवलं. "एजंट हॅटनला तो वुडरफ पार्कमध्ये सापडला का?"

"नाही. हॅटनला तिथे जे समजलं ते असं की, क्रायटनचं डोकं अलीकडे अजिबात ताळ्यावर नसतं आणि एवढ्या-तेवढ्याशा गोष्टीवर भडकून तो हमरीतुमरीवर येत असतो. त्याच्याबद्दल नुसतं बोलायलाही तिथले बहुतेक बेवडे जाम घाबरत होते."

"पोलिसांनी त्याला कधी पकडलं होतं?" डॅनियलने विचारलं.

"माझ्याकडे तरी तसा काही रिपोर्ट नाही." चेसने ॲलेक्सकडे ओझरती नजर टाकली.

"एक दारूडा म्हणत होता की, काल रात्री उशिरा क्रायटनला त्याने एका सिस्टरबरोबर जोरजोरात वाद घालताना पाहिलं होतं."

ॲलेक्स अस्वस्थ झाली, "देवा! क्रेगनेच सिस्टर ॲनेला मारलं?"

"मला वाटतं, क्रायटन मुद्दाम कुठेतरी लपून बसलाय..." चेस हळुवार आवाजात बोलला.

ॲलेक्सने जोरजोरात मान हलवली, "प्रत्येक वेळेस मला वाटतं की, आता याहून वाईट काही घडू शकणार नाही; पण ते घडतं. होप आणि मेरिडिथ कुठे आहेत?"

"कँटीनमध्ये जेवताहेत." चेस म्हणाला, "त्यांचं जेवण आटोपल्यावर मी त्यांच्यासाठी दोन एजंट स्त्रियांना तयार ठेवलंय. त्यातली एक त्या दोघींना घेऊन नव्या घरी जाईल; दुसरी तुझ्या डटनच्या घरी येऊन त्यांचे कपडे आणि वस्तू घेऊन जाईल."

"थँक्स! तुम्हा लोकांना अजून भरपूर कामं आहेत. मेरिडिथ आणि होपजवळ

मी जाऊन बसते.''

ॲलेक्सला पाठमोरी जाताना बघून डॅनिलला अतिशय तीव्रपणे वाटलं की, आपण हिच्या मनातली भीती आणि दु:ख अगदी लवकरात लवकर घालवायला हवं. पण त्याचबरोबर ती बिछान्यात छान लोळते आहे, हे चित्र काही त्याला मनातून काढता येईना आणि त्याबद्दल त्याला अपराधी वाटलं. त्याने मान वर केली. आपल्या नजरेतूनंच चेस त्याची हेटाळणी करत असावा.

''मी तुला सांगितलं होतं की, सोफ्यावरच पडून राहायचं. पण तुला ते जमलं नाही.'' डॅनियलला हसू आवरलं नाही. ''अरेच्चा! मी तर सोफ्यावरच पडून होतो!''

''बापरे! म्हणजे डॅनियल... तू... सोफ्यावरच?''

''माणसाला योग्य वेळेला योग्य तसं वागता आणि करता यायला हवं.''

''तू काय योग्य केलंस?'' एडने आत शिरता-शिरता त्याला विचारलं.

''त्याची काळजी तू करू नकोस.'' चेसने त्याला सुनावलं.

''अगदी छान झापलंस!'' एडच्या पाठोपाठ आत येत तालिया म्हणाली, ''बाकीचे सगळेही येताहेत. डॉ. मॅक्क्रॅडी आणि बर्ग मला पार्किंग लॉटमध्ये दिसल्या. हॅटन आणि कोनिगसुद्धा जवळपास पोहोचलेत.''

पाच मिनिटांतच सगळे जण टेबलाभोवती बसलेले होते. मेरी मॅक्क्रॅडी अगदी एका टोकाला आपल्या दुसऱ्या काही केसेससंबंधीचे रिपोर्ट चाळत होती. आपली बोलायची वेळ येईपर्यंत आणखी काही कामं उरकून टाकण्यात ती मग्न होती.

डॅनियलपासून जास्तीत जास्त दूर बसण्याचा प्रयत्न फेलिसिटी करीत होती. कोनिगच्या बाजूला जाऊन बसली होती. गेल्या दोन दिवसांत आपण तिला खूपच कामाला लावलंय याचं त्याला वाईट वाटलं, पण त्याचाही नाइलाज होता. ''कोनिग, तू गुरुवात कर.''

''काल रात्री पिझ्झा पार्लरमध्ये ज्या बंदुकधाऱ्याचं प्रेत सापडलं, त्याचं नाव लेस्टर जॅकसन. अगदी जय्यत तयारीने त्याने सशस्त्र हल्ला केला. आत्तापर्यंत त्याच्या नावावर अनेक गुन्हे नोंदले गेलेले आहेत. बाहेरच्यापेक्षा त्याचं आयुष्य तुरुंगातच अधिक गेलंय. काल ज्या पोलीस अधिकाऱ्याने भुयारी मार्गावरून पाठलाग केला होता, त्याला मी भेटलो. ज्या माणसाने ॲलेक्सला आपल्या गाडीखाली चिरडण्याचा प्रयत्न केला, तोच हा इसम असावा, असं त्याला ७५ टक्के वाटतंय. पण गाडी मात्र अगदी तीच आहे, हे तो खात्रीने म्हणत होता.''

''पण हा जॅकसन काल रात्री डटनमध्ये कसा येऊन पोहोचला, हे आपल्याला कळलंय का?'' चेसने विचारलं.

''त्याच्या गाडीत आम्हाला एक सेलफोन मिळाला.'' एड म्हणाला, ''त्यावर असं दिसलं की, एकाच नंबरवरून त्याला तीन फोन आले होते आणि त्या नंबरवर

त्याने एकदा फोन केला होता.''

''तर मग पार्लरमध्ये नक्की काय घडलं?''

''मी आज सकाळी जाऊन डेप्युटी रँडी मॅन्सफिल्डचं लेखी निवेदन घेतलं आहे.'' कोनिग म्हणाला.

''त्याच्या म्हणण्याप्रमाणे काल रात्री त्या पिझ्झा पार्लरमध्ये धोक्याचा भोंगा वाजल्याची नोंद त्यांच्या ऑफिसमध्ये लगेच झाली होती. त्या वेळेस जो अधिकारी ड्युटीवर होता, त्याला मी सूचना दिली की, बरोबर आणखी एक ऑफिसर असल्याशिवाय तू एकटाच जाऊन नकोस. पण ऑफिसर कॉवेलने ऐकले नाही. मी गाडी घेऊन तिथे पोहोचत असतानाच मला गोळीबाराचा आवाज ऐकू आला. मी धावत आत घुसलो, पण नेमक्या त्याच क्षणी लेस्टर जॅकसनने कॉवेलवर गोळी झाडली होती. त्याने जेव्हा मॅन्सफिल्डवर पिस्तूल रोखले, तेव्हा मॅन्सफिल्डने त्याच्यावर गोळी झाडली.''

कोनिगने भुवया उंचावल्या. ''पण मॅन्सफिल्डची कथा सुसंगत वाटत नाही. त्यासाठीच तर फेलिसिटीला इथे बोलावून घेतलंय.''

''आपल्या सीएसयूला तिथे चार शस्त्रं सापडली.'' फेलिसिटी म्हणाली, ''जॅकसनची .३८ची आणि शैलाची .४५ची बंदूक आणि कॉबेल मॅन्सफिल्डकडे असलेल्या दोन नऊ मिलिमिटरच्या बंदुका. कॉवेलच्या शरीरात दोन गोळ्या घुसल्या होत्या. दोन्ही गोळ्या जॅकसनच्या पॉइंट३८ मधून सुटलेल्या होत्या. त्यापैकी एका गोळीने त्याचा मृत्यू झाला होता. वास्तविक पाहता, पहिल्याच गोळीने आपले काम चोख बजावले होते. ती कॉवेलचं नरडं भेदून गेली होती – सुमारे दहा फूट अंतरावरून.''

''याचा अर्थ, काऊंटरच्या आत उभ्या असलेल्या जॅकसनसमोर दहा फूट अंतरावर कॉवेल उभा होता.'' डॅनियल म्हणाला, ''दुसऱ्या गोळीचं काय झालं?''

''दुसरी गोळी त्याच्या छातीत घुसली. पण त्याआधीच कॉवेल मरण पावला होता. ती गोळी अगदी जवळून मारण्यात आली होती.''

''याचा अर्थ, पहिली गोळी मारताना जॅकसन हॉटेलच्या गल्ल्यापाशी उभा होता. मग तो बाहेर आला आणि कॉवेलच्या अंगावर उभा राहून त्याने दुसरी गोळी झाडली.'' डॅनियल अस्वस्थपणे मान हलवत म्हणाला, ''थंड काळजाचा माणूस!''

''कॉवेलने मारलेली गोळी जॅकसनच्या खांद्यात घुसली.'' कोनिग म्हणाला, ''शैलाच्या बंदुकीतून एकही गोळी सुटली नाही.''

डॅनियलच्या नजरेसमोर पुन्हा शैला उभी राहिली. दोन्ही हात बंदुकीवर ठेवून, एका कोपऱ्यात मरून पडलेली. ''ती बिचारी भीतीने गोठून गेली असणार.''

''जॅकसनने तिच्यावर दोन गोळ्या झाडल्या; पण ज्या दिशेने त्या गोळ्या

सुटल्या होत्या, त्यावरून जॅकसन त्या वेळेस काऊंटरच्या मागे नक्कीच उभा नव्हता. मृतप्राय होऊन खाली पडलेल्या कॉवेलच्या बाजूला तो उभा होता.''

''म्हणून तर मॅन्सफिल्डचं निवेदन खरं वाटत नाही.'' कोनिग म्हणाला, ''कारण त्याच्या मते, त्याने आत शिरल्या-शिरल्या जॅकसनवर गोळी मारली आणि त्याच्या म्हणण्यानुसार, त्याआधीच सेकंदभर जॅकसनने कॉवेलवर गोळी झाडलेली होती.''

''म्हणजे, एकतर त्या वेळी जॅकसन काऊंटर मागे नसेल.'' डॅनियल डोकं खाजवत म्हणाला. ''किंवा मॅन्सफिल्डचा वेळेच्याबाबतीत काही तरी घोळ होत असावा. नाहीतर तो पुन्हा काऊंटरच्या मागे जाईपर्यंत मॅन्सफिल्ड दबा धरून बसलेला असावा.''

फेलिसिटीने मानेनेच होकार दिला. ''ज्या गोळीने जॅकसनचा जीव घेतला, ती गोळी एका विशिष्ट कोनातून सुटलेली होती. ती अगदी सरळ आणि थेट घुसली. त्या वेळी मॅन्सफिल्ड हा कॉवेलच्या बाजूने रांगत पुढे सरकला असावा.''

''पण त्याने खोटं का बोलावं?'' तालियाने विचारलं, ''तो मॅन्सफिल्डचा सहायक शेरिफ आहे. बंदुकीची दिशा आणि कोन कुठला असेल, हे आपण सहज ओळखू शकू, हे त्याच्या लक्षात आलं नसेल काय?''

''तसं नाही. त्याला वाटलं की, ही सर्व चौकशी त्याच्या ऑफिसच्या अंतर्गत होईल.'' डॅनियल ठासून म्हणाला. ''ह्या तपासाची सूत्रं आपल्या हातात येतील, असं त्याला वाटलंच नाही. त्याला वाटलं की, ही सूत्रं फ्रँक ल्युमिसच्याच हातात असतील.''

चेसला चटकन अर्थबोध झाला नाही. ''फ्रँक ल्युमिस हा भ्रष्ट माणूस आहे, असं आपण म्हणतोय का?''

डॅनियल अजूनही ते सत्य स्वीकारायला तयार नव्हता. ''मला कळालेलं नाही. ट्रिमेन खुनाच्या संदर्भातही योग्य ती तपासणी का झाली नाही, हे मला अजूनही समजत नाही. जो काही पुरावा होता, तो योग्य रीतीने सांभाळला गेला नाही. पुरामध्ये तो निष्काळजीपणे वाहून गेला. कुठलीच कागदपत्रं नीट जतन करून ठेवली गेली नाहीत. माझ्या मते, फलमोअरला बळीचा बकरा बनवला गेलाय. स्पष्ट सांगायचं तर, यामागे एका वेगळ्याच व्यक्तीचा हात आहे आणि ती व्यक्ती धूर्तपणे स्वत:ला लपवू पाहतेय.''

''मलाही ॲलिशियाच्या मृत्यूचं कारण स्पष्ट करणारी कागदपत्रं मिळालीच नाहीत.'' फेलिसिटी म्हणाली, ''डॉ. ग्रॅनव्हिलने मला सांगितलं की, त्याच्या आधीच्या माणसाने ती कागदपत्रं सांभाळूनच ठेवली नाहीत.''

''पण कोर्टाकडे तर ती नक्कीच असतील?'' तालिया म्हणाली.

''त्यांच्याकडेही ती नाहीत.'' डॅनियलने तिला सांगितलं, ''मी लेघला ती

शोधून काढायला सांगितली होती. आज सकाळी तिला ती फाईल सापडली. ती फाईल रिकामीच होती.''

''त्या केसचे सरकारी वकील आणि न्यायाधीश कुठे आहेत?'' तालियाने लावून धरलं.

''सरकारी वकील मरण पावलाय आणि न्यायाधीश संन्यास घेऊन डोंगरावर राहतोय.'' डॅनियलने उत्तर दिलं.

''ल्युमिससाठी हे सर्व प्रकरण खूप महाग पडणार, असं चिन्ह दिसतंय.'' चेस म्हणाला, ''मला आपल्या ॲटर्नीला सावध करायला लागणार.''

डॅनियलला ते पटलं. ''बरोबर आहे. पण त्याआधी काल रात्री जॅकसन का आणि कोणाच्या निमंत्रणावरून डटनमध्ये आला, हे शोधून काढायला हवं. कारण काल ॲलेक्सवर झालेल्या हल्ल्याशीही त्याचा संबंध पोहोचतोय.''

''आणि ॲलेक्सवरच्या त्या अयशस्वी हल्ल्यानंतर लगेचच जॅकसनच्या सेलफोनवरून त्याने त्याच नंबरवर फोन केलेला स्पष्ट दिसतोय.'' कोनिग म्हणाला, ''ज्या 'कुणी' त्याला सुपारी दिली होती, त्यालाच त्याने आपण काम पूर्ण करू शकलो नाही, याची कबुली देण्यासाठी फोन केला होता.''

''तो नंबर कुणाचा आहे, हे आपण शोधून काढायला हवं.'' चेस म्हणाला.

''मी ते काम उद्या करीन.'' कोनिगने जांभई दिली. ''रात्रभर मी फॅलनच्या घरी पहारा देत होतो आणि पुन्हा दिवसभर कामाला जुंपलो होतो. आता मी थकलोय.'' त्याने शेजारी पेंगणाऱ्या हॅटनला हळूच ढोसलं, ''बाळा, जरा जागा हो.''

हॅटनने त्याच्याकडे चिडून पाहिलं, ''मी झोपलेलो नव्हतो.''

''हे बघ, क्रेग क्रायटनविषयी तुला जे समजलंय, ते मी डॅनियलच्या कानावर घातलंय. तुम्हाला यापेक्षा जर जास्त काही सांगायचं नसेल, तर तुम्ही जाऊन झोपू शकता.'' चेस म्हणाला.

''मी एक छोटीशी डुलकी काढतो.'' हॅटन म्हणाला, ''मला 'पीच ट्री अँड पाईन'मध्ये जाऊन पुन्हा एकदा क्रायटनला शोधायचंय. मला तिथल्या एका अड्ड्याचा पत्ता सापडलाय. मला माझा वेश थोडा बदलावा लागेल. कदाचित उद्या मी तुम्हाला फाटका आणि भणंग दिसेन.''

''तर मग, मी पण तुझ्याबरोबर येईन.'' कोनिग म्हणाला, ''मला आधी थोडी झोप काढू दे. मग बघ, मी तुझ्याहून सवाई भटक्या होऊन दाखवतो! मी तुझ्यामागे दहा पावलं राहतो. माझे डोळे तुझ्या पाठीकडे लागलेले असतील.''

चेसला हसू आवरेना. ''तिथे जवळपास पहारा करणाऱ्या आपल्या माणसांना मी सावध करतो की, दोन उनाड आणि भटके इसम तुमच्या भागात येऊन पोहोचतील.''

फेलिसिटी बर्ग उठली. ''जॅकसनवर झाडलेल्या गोळ्यांच्या बाबतीतच मला फक्त सांगायचं होतं. माझं काम झालं; मी निघते.''

''थँक्स फेलिसिटी.'' डॅनियलने छोटंसं स्मित करून तिचे मन:पूर्वक आभार मानले.

''वेलकम! पण डॅनियल, यानंतर माझ्याकडे आणखी एकही प्रेत येता कामा नये.''

''जशी आज्ञा मॅडम!''

ते तिघे गेल्यावर चेस एडकडे वळून म्हणाला, ''हां. आता तुझा तो 'केस'!''

''अॅलेक्सच्या केसाच्या डीएनएशी तंतोतंत जुळलाय.'' पापणीही न हलवता एड म्हणाला.

डॅनियलच्या काळजात धस्स झालं. आता सगळंच भांडं फुटणार आहे. खून झालेल्या तीनही मुलींच्या पायावर एक केस मुद्दाम बांधून ठेवला होता, हे जसं त्याला अॅलेक्सला सांगावं लागणार होतं; तसंच त्याने तिच्या परवानगीशिवाय तिचा केस काढून घेतला होता, हेही.

''राडाच झाला.'' चेस पुटपुटला.

''आपण तिला आधीच सांगायला हवं होतं.'' डॅनियल जामच वैतागला होता. ''आता मी तर चिखलातच रुतलोय!''

''तू काय असं केलंस?'' तालियाने विचारलं.

''त्याने माझ्यासाठी अॅलेक्सला न विचारता तिचा एक केस हळूच काढून आणला.'' एडने सांगून टाकलं आणि तालियाने तोंड वाकडं केलं.

''तुझी चाल सपशेल चुकली, डॅनी. तू खरंच चिखलात रुतलास!''

''सुचेल तुला काहीतरी आणि तू वेळ निभावून नेशील.'' चेस म्हणाला.

''अशा वेळेस सत्य बोलणं सर्वांत चांगलं.'' टोकाला बसलेली मॅक्क्रॅडी म्हणाली. चेसने तिच्याकडे वैतागून पाहिलं आणि तिने सहज खांदे उडवले. ''मी आपलं सुचवलं.'' ती म्हणाली.

''काय करून बसलो मी हे?'' डॅनियल स्वत:वरच चडफडला. ''चेस, तुझं मी ऐकायलाच नको होतं.''

''बहुतेक वेळा तू तेच तर करतोस. तर, आता आपल्या असं लक्षात आलंय की, ज्या कुणी क्लॉडिया, जेनेट आणि जेम्माचा खून केलाय; त्याच्यापाशी या जुळ्या मुलींपैकी कुणा एकीचे केसही आहेत. पण त्याने ते मिळवले कसे?''

''केसांचा एखादा जुना ब्रश त्याच्या हाती पडला असावा.'' तालिया म्हणाली. ''अॅलिशिया मेल्यावर तिच्या चीजवस्तू कुणी ताब्यात घेतल्या?''

''फार छान प्रश्न विचारलास!'' डॅनियल म्हणाला, ''मी अॅलेक्सला विचारेन. बरं, मला सांग तालिया, तू काय माहिती मिळवलीयेस?''

"मी कार्ला सॉलोमन आणि रिटा डॅनरशी बोलले. त्या दोघींच्याही कहाण्या ग्रेटचेन फ्रेंचच्या गोष्टीशी पूर्ण जुळतात. अगदी रिकाम्या व्हिस्कीच्या बाटलीपर्यंत सगळं काही तसंच घडलंय. तिथून परत आल्यावर लेघने आणि मी त्या वार्षिक मासिकांमधून उरलेल्या नऊ मुलींनाही ओळखून काढलंय. डटन आणि ॲटलांटामधल्या तीन सरकारी शाळांमध्ये या सर्वांचं शिक्षण झालंय. जिथे आतापर्यंत खून झालेल्या तिघी जणी शिकल्या होत्या. त्या खासगी शाळेत एकही मुलगी शिकलेली नाही. यावरून आपल्या मनात असलेला 'शाळेचा' दुवा तर आपण बाद करून टाकू शकतो."

डॅनियलच्या मनात अचानक सुझान्हाचा विचार आला. ब्रायसन ॲकॅडमीमध्ये शिकलेली ती एकटीच मुलगी असेल, की जी या सर्व प्रसंगांमधून सहीसलामत वाचू शकली. मला तिच्याशी बोलायलाच हवं – आजच रात्री!

"त्या सर्व मुली जिवंत आहेत ना?" डॅनियलने विचारलं आणि तालियाने चटकन मान डोलावली.

"चारजणी राज्याच्या बाहेर गेल्या आहेत, पण बाकीच्या सर्व जॉर्जियामध्ये राहतात. त्या चौघींना भेटण्यासाठी मला प्रवासभत्ता उचलावा लागेल. डॅनियल, तुरुंगात काय घडलं?"

डॅनियलने सगळी हकिगत अगदी तपशीलवार सांगितली आणि तो सांगत असताना मेरीसुद्धा पुढे येऊन उत्सुकतेने ऐकू लागली.

"म्हणजे, तुला असं वाटतं की, गॅरी फलमोअर हा कदाचित निरपराधही असू शकेल?" मेरीने विचारलं.

"तसं मी अजून ठामपणे म्हणू शकत नाही. पण मला तरी एकही सबळ पुरावा मिळाला नाही. पण आश्चर्य म्हणजे, आपल्या बहिणीच्या खुनापेक्षा गॅरी फलमोअर कदाचित निरपराध असेल याचं ॲलेक्सला जास्त दुःख झालं."

"असं काय करतोस डॅनियल? गॅरी फलमोअरमुळे तिला छळणाऱ्या एका घटनेवर तरी आत्तापर्यंत पडदा पडलेला होता." एड म्हणाला.

"तसंही असू शकेल." मेरीकडे डॅनियल पाहत होता. "ॲलिशियाची अंगठी आपण काढून घेतली नव्हती, असं फलमोअर पुनःपुन्हा सांगत होता आणि ॲलेक्स मात्र स्वतःच्या हातांकडे विमनस्कपणे पाहत एका वेगळ्या विचारात हरवून गेली होती."

"मेरिडिथ आणि मी तिच्याशी संमोहनाबाबत बोललोय, हे ॲलेक्सने तुला सांगितलं?"

"हो, मलाही ती कल्पना आवडली. उपाय झाला नाही, तरी निदान त्यात अपाय तर काहीच नाही."

"संमोहनामुळे तिच्या मनावरचं दडपण निघून जाईल आणि ती अगदी मोकळी

होईल. शिवाय, एरवी ती घेत असलेला बचावात्मक पवित्राही तिला घेता येणार नाही. मला वाटतं, आपण तो प्रयोग लवकरात लवकर करायला हवा.''

''आज रात्रीच तो केला तर?'' डॅनियलने विचारलं.

''मेरिडिथ, याच विषयावर आत्ता तिच्याशी बोलत असेल.''

''छान! ही मीटिंग संपली की आपण तडक बेलीच्या घरी जाऊ या. पण त्याआधी आणखी एक गोष्ट...'' डॅनियल म्हणाला, ''बलात्कार करणाऱ्या गँगमधल्या एकेका माणसाला आपण ओळखून काढायला हवं. वेड, व्हेट आणि सायमनवर तर आपला संशय आहेच. ते तिघेही एकाच वर्षी कॉलेजमधून पदवी घेऊन बाहेर पडले होते. ॲलिशियाचा खून झाला, तेव्हा ते अकरावीत असणार.''

''पण त्यापूर्वी बरोब्बर एक वर्षाआधी ग्रेटचेनवर बलात्कार करण्यात आला होता.'' तालिया म्हणाली.

डॅनियल उसासला. ''हो. त्याच वर्षी सायमनची ब्रायसन ॲकॅडमीतून हकालपट्टी झाली होती आणि त्याने जेफरसन हायस्कूलमध्ये प्रवेश घेतला होता. सगळ्या गोष्टी बरोबर जुळतायत. तो त्या वेळी सोळा वर्षांचा होता.''

टेबलावर ठेवलेल्या खोक्यामधून चेसने कागदांचा एक गठ्ठा बाहेर काढला. ''सायमनबरोबर त्या वर्षी सरकारी शाळेत असलेल्या मुलांचे हे फोटो. लेघने आपलं काम अगदी चोख केलंय!'' त्याने आणखी एक जाड गठ्ठा टेबलावर ठेवला. ''आणि बाकीच्या शाळांमधल्या मुलांचे हे फोटो. डॅनियल, त्यात तुझ्याही त्या श्रीमंती शाळेमधली मुलं आहेत.'' चेसने त्याच्याकडे मिश्किलपणे पाहिलं. ''अमेरिकेचा अध्यक्ष होण्यासाठी असलेला सर्वांत लायक विद्यार्थी म्हणून तुला एका वर्षी सर्वांत जास्त मतं पडलेली दिसली.''

डॅनियल अवघडून हसला, ''इतके फोटो जमा झालेत की, कुठून सुरुवात करायची, हेच कळेनासं झालंय!''

''लेघ या फोटोंचं अगदी व्यवस्थित वर्गीकरण करणार आहे. त्यामुळे आपलं काम सोपं होऊन जाईल. जे आता जिवंत नाहीत, त्यांच्यावर आपण सरळ फुल्या मारू शकतो. सायमनच्या फोटोंमधली मुलं गोऱ्या वर्णाची आहेत. त्यामुळे कृष्ण-वर्णीय मुलांचे फोटोही आपण विचारात घ्यायला नको.''

डॅनियल त्या दोन मोठ्या गठ्ठ्यांकडे पाहत होता. हे काम पार पाडायला किती तास खर्च करावे लागतील, कुणास ठाऊक! त्याने तो विचार तात्पुरता बाजूला सारला. ''चेस, त्या श्रीमंत मुलींचं काय झालं?''

''क्लॉडिया, जेनेट आणि जेम्मा यांच्याबरोबर ज्या मुली ब्रायसन ॲकॅडमीमधून शिक्षण संपवून एकाच वेळी बाहेर पडल्या, त्यांची आणि त्याच्या एक वर्ष अलीकडे-पलीकडे बाहेर पडलेल्या सर्व मुलींची यादी मी तयार करून घेतलीय.

मी आणि लेघने त्यातल्या बऱ्याच मुलींना फोन करून सावध राहायला सांगितलंय. बऱ्याच जणींच्या कानावर या खुनांच्या बातम्या गेलेल्या होत्या आणि त्यांना परिणामाचा अंदाजही आलेला होता. काही जणींनी अंगरक्षकही नेमलेले आहेत. बाकीच्यांशी आम्ही उद्या बोलणार आहोत.''

मेरीने पुढे झुकत डॅनियलचा खांदा हळूच दाबला. ''मला वाटतं, डॉ. फॅलन आणि होपचं जेवण झालेलं असणार. ॲलेक्स जर रात्री संमोहनाच्या प्रयोगासाठी संमती देत असेल, तर तू यायला तयार आहेस?''

''हो. ते काम लगेच करून टाकू या.''

डटन, बुधवार, ३१ जानेवारी, रात्री ९ वाजता

''गाडीत एजंट शॅननबरोबर होप झोपलीय.'' जीबीआयच्या खास व्हॅनमध्ये चढता-चढता मेरिडिथ म्हणाली. संमोहनाच्या प्रयोगासाठी ॲलेक्सला एकटीच पाठवायला मेरिडिथने नकार दिला होता आणि एजंट शॅननने जेव्हा होपला घेऊन नवीन घरी जाण्याचा प्रयत्न केला, तेव्हा होपने रडून थयथयाट केला. त्यामुळे होपलाही त्यांना बरोबर घेऊन जावं लागलं होतं. ''नशीब, होपला वाटेतच झोप लागली! पुन्हा आपलं घर पाहून तिने काय गोंधळ घातला असता, देव जाणे! तू हा प्रयोग या अगोदर कधी पाहिला आहेस?''

डॅनियलशेजारी असलेल्या एका बंद होऊ शकणाऱ्या खुर्चीत मेरिडिथ बसली. एड त्या प्रसंगाचं स्थिरचित्रण करण्याच्या तयारीत होता आणि बेलीच्या घराच्या पुढच्या पोर्चमध्ये ॲलेक्सला मेरी मॅक्क्रॅडी घेऊन उभी होती. ॲलेक्सच्या चेहऱ्यावरची शांतता भीतिदायक वाटत होती, पण आश्चर्य म्हणजे मेरिडिथचीच घाबरगुंडी उडालेली होती.

''शांत हो, मेरिडिथ.'' डॅनियल म्हणाला, ''तिची काळजी करू नकोस.''

''कळतंय रे. पण या क्षणी वाटतंय की, मी तिच्याबरोबर असायला हवीय.'' आपले हात तिने मांडीवर घट्ट धरून ठेवले. ''खरं तर मी शांत असायला हवं. असले प्रयोग मी अनेक वेळा केलेले आहेत.''

खरी पद्धत अशी होती की, कोर्टाच्या कामासाठी जेव्हा संमोहनाचा प्रयोग केला जातो, तेव्हा संमोहन करणारा आणि ज्याच्यावर ते संमोहन केलं जाणार आहे तो – असे फक्त दोघेच त्या ठिकाणी हजर असतात. पण मेरिडिथची मन:स्थिती डॅनियल समजू शकत होता. ''मलाही तिच्यासोबत राहायचंच होतं, म्हणून मी हा तोडगा शोधून काढलाय. आपण दोघेही या व्हॅनमध्ये बसून राहू.''

एडलाही मेरिडिथबद्दल सहानुभूती वाटली. त्याने कॅमेरा जरा बाजूला सरकवत मेरिडिथला विचारलं, ''आता तुला नीट दिसतंय ना?''

मेरिडिथने मान डोलावली. ''आंबटशौकिन माणूस ज्या चवीने पाहतो, तसं काहीसं वाटतंय.'' ती उदासपणे म्हणाली.

''ही काही तुझी पहिलीच वेळ नाही.'' डॅनियल कुजबुजला.

क्षणभर तिला त्याच्या बोलण्याचा अर्थ नीट उमगेना, पण मग तीही गालातल्या गालात हसली.

''बरं वाटलं. वातावरण थोडं हलकं तरी झालं.''

एड घसा खाकरत म्हणाला, ''ते तयार झालेले दिसताहेत.''

ॲलेक्स आणि मेरी, कॅमेऱ्यावर दिसू लागल्या. दोघेही आतल्या दिवाणखान्याकडे चालत होत्या. क्षणभर ॲलेक्स थरथरत ताठ उभी राहिली आणि डॅनियलचं काळीज लकलकलं. मोठ्या कष्टाने तो आहे तिथे बसून राहिला. मेरी आता वेगळ्याच शांत, गंभीर, खोल आणि मोहित करणाऱ्या आवाजात बोलू लागली आणि ॲलेक्स हळूहळू चामड्याचं कापड असलेल्या आरामखुर्चीत जाऊन बसली. मेरीने तासाभरापूर्वी ती आरामखुर्ची मुद्दामच मागवून घेतली होती.

''सुरुवातीला एक-दोनदा मी तिला संमोहनाच्या गुंगीत नेईन आणि पुन्हा त्यातून बाहेर काढेन. आणि जेव्हा ती पूर्ण प्रभावाच्या खाली आल्याची मला खात्री पटेल, तेव्हा मी तिला मोकळेपणानं हालचाल करायला सुचवेन.''

दिवाणखान्यातल्या आरामखुर्चीत ॲलेक्स रेलली होती. तिने पाय वर उचलले होते आणि डोळे मिटलेले होते. पण तिचं शरीर अजूनही आक्रसलेलं होतं आणि मनातली भीती गेलेली नव्हती. डॅनियल पुन्हा अस्वस्थ झाला, पण त्याने प्रयत्नपूर्वक स्वत:ला थोपवलं. मेरीने आपल्या आवाजाचा पोत तसाच ठेवत, तिला घरामधलीच एखादी शांत जागा निवडायला सांगितली.

''पण मला ती गिळाली नाही तर?'' ॲलेक्सने बिथरून विचारलं, ''पण मला एकही शांत जागा सापडू शकली नाही, तर काय करू?''

''मग तुझ्या मनातली अशी एक जागा निवड, जिथे तुला नेहमी शांत वाटतं.'' मेरिडिथ म्हणाली. ''तुझं मन प्रसन्न असायला हवं.''

ॲलेक्सने मान डोलावत एक उसासा सोडला आणि मनाने ती कोणत्या ठिकाणी पोहोचली असेल, याबद्दल डॅनिलला कुतूहल लागून राहिलं.

आपल्या संथ आणि भुरळ टाकणाऱ्या आवाजात मेरी हळूहळू ॲलेक्सला तिच्या मनाच्या डोहात खोल-खोल घेऊन चालली होती. मनाचा एकेक पापुद्रा अलगद सुट्टा-सुट्टा होत होता. ॲलेक्स एका प्रगाढ शांततेत पोहोचत होती.

''खुनांच्या केसेसमध्ये तू अनेकदा या तंत्राचा वापर करतोस?'' मेरिडिथने विचारलं.

डॅनियलच्या लक्षात आलं की, प्रश्नापेक्षा काहीतरी विषय काढून मेरिडिथला बोलतं राहावंसं अधिक वाटतंय. समोरच्या दृश्यातून मनातले विचार दुसरीकडे

वळविण्याने दोघांच्याही मनावरचा ताण हलका होणार आहे.

"नेहमी नाही, पण गरज असेल त्याप्रमाणे. त्यातून काही धागादोरा निश्चित मिळू शकेल याची आधी खात्री वाटली, तरच. पण तंत्राच्या साह्याने ताणलेल्या स्मरणशक्तीवर मी कधीच पूर्णपणे विसंबून राहत नाही. आठवणी इतक्या नाजूक आणि बऱ्याचदा इतक्या तकलादू असू शकतात की, नकळत त्यांमध्ये सरमिसळ होऊन गफलत होण्याची शक्यता असते."

"शहाणपणाचं बोललास." मेरिडिथ आता बरीच शांत झाली होती. दोघांचेही डोळे पुन्हा कॅमेऱ्यावर स्थिरावले. मेरीने आपला प्रयोग आता बऱ्याच पुढच्या टप्प्यावर नेला होता. ॲलेक्सवर आता किती खोलवर प्रभाव पडलाय, हे ती पडताळून पाहत होती. ॲलेक्सने हात वर केला होता आणि सांगितल्याप्रमाणे तिने तो हात बराच वेळ तसाच वर ठेवून दिला होता. "ॲलेक्सचा मुळातच संमोहनशास्त्रावर पक्का विश्वास आहे. म्हणून मेरीचं काम फारच सोपं झालं असणार."

"डॅनियल..." एडने कॅमेऱ्याकडे बोट दाखवत म्हटलं, "मेरीने आता तिला पूर्णपणे स्वत:च्या कह्यात घेतलंय."

ॲलेक्सने आता दोन्ही हात वर उचलले होते आणि ती आळीपाळीने आपल्या दोन्ही हातांकडे कुतूहलाने पाहत होती – पण त्रयस्थपणे. मेरीने तिला हात खाली घेण्यास सांगितलं आणि तिने आज्ञाधारकपणे हात खाली घेतले.

"आता आपण जिन्याकडे चालत जाऊ या." ॲलेक्सचा हात पकडून मेरी तिला घेऊन जाऊ लागली. "तू आता खूप मागचा विचार करू लागलीयस. खूप-खूप मागचा. ॲलिशिया मेली... तो दिवस अगदी जसाच्या तसा तुझ्या डोळ्यांसमोर उभा राहतोय."

"त्यानंतरचा दिवस..." ॲलेक्स शांतपणे म्हणाली, "ॲलिशिया आदल्या दिवशी गेली होती."

"बरोबर." मेरीने दुजोरा दिला. "दुसरा दिवस उजाडलाय. आता मला सांग. तुला काय दिसतंय ॲलेक्स?"

ॲलेक्स जिना चढून चौथ्या पायरीवर पोहोचली होती. ती जिन्याचा कठडा घट्ट धरू पाहत होती. तिचे हात आणि नखं पांढरीफटक पडत चाललेली होती. डॅनियलला ते व्हिडिओवरसुद्धा स्पष्ट दिसलं.

"कालसुद्धा ती इथपर्यंतच जाऊ शकली होती." तो पुटपुटला. "तिला हृदयविकाराचा झटका येतोय, असं मला क्षणभर वाटलं होतं. तिच्या नाडीचे ठोके कमालीच्या वेगात पडत होते."

"ॲलेक्स," मेरी शांतपणे, पण आवाजात हुकमत राखत म्हणाली, "चालत राहा."

''नाही.'' ॲलेक्स घाबऱ्याघुबऱ्या आवाजात म्हणाली, ''मला नाही जमत... मी नाही जाऊ शकणार.''

''ठीक आहे. मला सांग, तुला काय दिसतंय?''

''काहीच नाही. सगळीकडे काळोख आहे.''

''तू कुठे आहेस?''

''इथे... अगदी इथेच.''

''तू वर निघाली आहेस, की जिना उतरते आहेस?''

''खाली. बापऽ रे!'' ॲलेक्सचा श्वास जोरात वर-खाली होऊ लागला आणि तिचा हात दाबत मेरी तिला खाली आणू लागली. शेवटच्या पायरीवर ॲलेक्स मटकन खाली बसली. मेरीने तिला भानावर आणलं आणि पुन्हा संमोहन अवस्थेत नेलं.

ॲलेक्स पुन्हा एकदा त्या भारलेल्या अवस्थेत बुडाली. मेरीने प्रयोग परत सुरू केला.

''तू कुठे आहेस?''

''इथे. त्या पायरीचा कुर्रऽ कुर्रऽ आवाज येतोय!''

''हो. अजून काळोख आहे?''

''हो. मी हॉलमधला दिवा लावलेला नाही.''

''का नाही लावलास?''

''मी त्यांना दिसता कामा नये.''

''कोणाला, ॲलेक्स?''

''माझी आई आणि क्रेग. ते तिथे खाली आहेत. मला त्यांचा आवाज जिन्याखालून आला होता.''

''ते काय करतायत?''

''भांडताहेत... ओरडताहेत.'' तिने डोळे घट्ट मिटले, ''किंचाळतायत!''

''काय किंचाळतायत?''

''मला तू आवडत नाहीस... मी तिरस्कार करते तुझा!'' ॲलेक्स म्हणाली. आवाज अस्वस्थ असला तरी संथ लयीत, एकाच पट्टीत होता.

''तू मरून का गेली नाहीस?'' डॅनियल नकळत पुटपुटला आणि अगदी त्यामागोमाग तेच शब्द, त्याच लयीत ॲलेक्सच्या ओठांवर आले. ''आत्तापर्यंत तिला वाटायचं की, तिची ममा हे वाक्य तिला उद्देशून बोलली होती.''

''पण ती हे क्रेगला म्हणाली होती.'' मेरिडिथ शांतपणे म्हणाली.

''हे कोण म्हणतंय?'' मेरीने विचारलं.

''माझी आई... माझी आई.'' तिच्या डोळ्यांतून अश्रूंच्या धारा वाहू लागल्या

होत्या, पण तिचा चेहरा शांत होता – बाहुलीसारखा. डॅनियलच्या मणक्यामधून एक थंड लहर शिरशिरत गेली.

"क्रेग काय म्हणतोय?" मेरीने विचारलं.

"तुझीच पोरगी चवचाल होती. वीतभर चड्डी आणि तोकडा पोलका घालून तीच वेडच्या गळ्यात पडली. तिला जे हवं होते, ते वेडने दिलं."

"आणि तुझी आई? ती आता काय म्हणतेय?"

ॲलेक्स अचानक खिळल्यासारखी उभी राहिली. मेरी तिच्याजवळ गेली. "तुझ्या हलकट मुलाने माझ्या मुलीचा खून केला. तू त्याला ते करू दिलंस. तू अडवलं नाहीस त्याला..." तिचा श्वासोच्छ्वास जोरजोरात होत होता आणि आवाज घोगरा झाला होता. "वेडने तिला मारलेलं नाही..." ती एक पायरी खाली उतरली. आणि तिचा तोल जाईल, असं वाटल्याने मेरीने चटकन तिचा हात धरला. "तू तिला उचलून नेलंस... तू तिला नेऊन खड्ड्यात फेकून दिलंस... तुला काय वाटलं, माझ्या लक्षात येणार नाही? मला ते ब्लँकेट दिसू शकणार नाही?"

ती बोलायची थांबली आणि डॅनियलच्या लक्षात आलं की, त्याने आपला श्वास बराच वेळ रोखून धरलाय. त्याने श्वास सोडत पुन्हा तो भरून घेतला. शेजारी मेरिडिथ तर अक्षरश: कापत होती.

"ते काय म्हणताहेत?" मेरीने विचारलं.

ॲलेक्सने मान हलवली, "काहीच नाही. तिने काच फोडली."

"कुठली काच?"

"मला समजत नाहीये... मला दिसत नाहीये."

"मग जिथून तू पाहू शकशील, अशा ठिकाणी जा."

ॲलेक्स जिना उतरून खाली आली आणि हॉलमध्ये पोहोचणाऱ्या पॅसेजपर्यंत चालत गेली.

"आता तू पाहू शकतेस?"

ॲलेक्सने मान डोलावली. "फरशीवर काच पडलीय. मी काचेवर उभी आहे. माझ्या पायाला ती टोचतेय."

"तू रडतेस?"

"नाही. मला माझा आवाज त्यांच्या कानावर जाऊ द्यायचा नाहीये."

"तुझ्या आईने कुठली काच फोडली, ॲलेक्स?"

"त्याच्या बंदुकीच्या कपाटाची. तिच्या हातात त्याची बंदूक आहे. त्याच्यावर बंदूक रोखून ती किंचाळतेय."

"बाप रे!" डॅनियल पुटपुटला आणि मेरिडिथने त्याचा हात घट्ट पकडला.

"किंचाळताना ती काय बोलतेय, ॲलेक्स?"

"तू तिला मारलंयस आणि टॉमच्या ब्लँकेटमध्ये गुंडाळून कचऱ्यासारखं फेकून दिलंस!"

"हा टॉम कोण?" डॅनियलने दबक्या आवाजात विचारलं.

"ॲलेक्सचे वडील." मेरिडिथच्या ओठातून कसेबसे शब्द फुटले. तिची बोबडीच वळली होती.

"ॲलेक्स पाच वर्षांची असताना ते वारले." एका दमात तिने सांगून टाकलं.

"तो काय करतोय?" मेरीने अतिशय संथ आवाजात विचारलं.

"तो तिचं मनगट पकडतोय, पण ती त्याच्याशी झटापट करतेय." ॲलेक्सच्या गालांवर पुन्हा अश्रू ओघळू लागले. "मी तुला ठार मारीन! माझ्या मुलीचा तू जीव घेतलास? मी तुझा जीव घेईन." तिची मान जोरजोरात इकडून तिकडे हलू लागली. "मी तिला मारलेलं नाही... वेडने तिला मारलेलं नाही. तू हे कुणालाही सांगणार नाहीस. मी तुला सांगू देणार नाही." तिने एक खोल श्वास घेतला.

"ॲलेक्स?" मेरीने विचारलं, "काय होतंय?"

"तिने तुला पाहिलंय... तुला पाहिल्याचं तिने मला सांगितलंय."

"कोणी पाहिलंय, ॲलेक्स?"

"मी. ती म्हणतेय, 'ॲलेक्सने तुला ब्लँकेटसकट पाहिलंय'..." ती घाबरून मागे सरली.

"नाही... नाही... नाही!"

"काय झालं?" मेरीने विचारलं, पण डॅनियल समजून चुकला होता.

"त्याने तिच्या हनुवटीखाली बंदूक टेकवली. त्याने गोळी झाडली. बापरे... ममाऽऽ!" ॲलेक्सने दरवाज्यावर डोकं टेकवलं. दोन्ही हात छातीशी घट्ट धरून ठेवले आणि एकच आक्रोश केला – "ममाऽऽ"

मेरिडिथला हुंदका फुटला आणि तिच्या डोळ्यांतून अश्रू घळाघळा वाहू लागले. डॅनियलने तिचा हात घट्ट धरून ठेवला. त्याचा गळा इतका भरून आला होता की, त्याला श्वास घेणंही अवघड झालं होतं.

ॲलेक्सचा आक्रोश थांबला आणि ती पुतळ्यासारखी निश्चल होऊन गेली.

"ॲलेक्स..." मेरीने पुन्हा आपल्या आवाजात ती हुकमत आणली, "तुला काय दिसतंय?"

"त्याला मी दिसलेय!" तिचा आवाज भेदरलेला होता. "मी घाबरतेय... जीव घेऊन पळतेय..."

"आणि नंतर?"

ॲलेक्सने मान वळून मेरीकडे पाहिलं. तिचा चेहरा निस्तेज आणि झपाटलेला होता.

“काहीच नाही.”

“हाय रे देवा!” मेरिडिथ स्फुंदत होती. आवाज येऊ नये, म्हणून तिने तोंडावर हात धरला होता.

“इतकी वर्षं... एवढं मोठं ओझं? इतकी वर्षं ते ती मनावर ठेवून जगतेय आणि आपण तिला कधीही मदत करू शकलो नाही!”

डॅनियलने तिला जवळ घेतली. “तुला कुठे माहीत होतं? तुला माहीत तरी कसं होऊ शकलं असतं?” पण त्याचाही आवाज घोगरा झाला होता आणि त्याने जेव्हा स्वत:च्या चेहऱ्यावरून हात फिरवला, तेव्हा आपले गालही ओलसर झाल्याचे त्याच्या लक्षात आलं.

मेरिडिथ त्याच्या खांद्यावर डोकं ठेवून ढसाढसा रडू लागली. एडनेही कसाबसा आवंढा गिळला आणि तो पुन्हा चित्रीकरणात गुंतला. मेरी बाहेरून तरी अगदी संयमी आणि शांत दिसत होती. तिने ॲलेक्सला नेऊन पुन्हा आरामखुर्चीत बसवलं आणि तिने संमोहनातून बाहेर काढण्याची प्रक्रिया सुरू केली. पण जेव्हा तिने मान उचलून कॅमेऱ्याकडे पाहिलं, तेव्हा तिची नजर भयभीत आणि उजाड वाटली.

मेरिडिथच्या थरथरणाऱ्या खांद्यावर एक हात तसाच ठेवून दुसऱ्या हाताने डॅनियलने आपला सेलफोन खिशातून बाहेर काढला आणि कोनिगला फोन लावला.

“मी, व्हार्टोनियन –” त्याचा आवाज थंड होता. मनातली चीड त्याने रोखून धरली होती.

“तुला क्रेग अजून सापडला की नाही?”

“नाही.” कोनिग हळू आवाजात बोलत होता, “हॅटन भटक्यांच्या एका गँगबरोबर बोलतोय. त्यातला एक जण सांगतोय की, दोन तासांपूर्वी त्याने क्रेगला पाहिलं होतं. पण अचानक फोन का केलास? काही विपरीत घडलंय?”

“तुला जर तो सापडला, तर त्याला अटक कर.”

“हो. म्हणजे, सिस्टर ॲनेला बेदम मारल्याबद्दल ना?” तो क्षणभर गप्प राहिला.

“आणखीही काही कारण आहे का, डॅनी?”

डॅनी तर सिस्टर ॲनेला जवळजवळ विसरूनच गेला होता. “केथी ट्रिमेनच्या खुनाबद्दल!”

“काय सांगतोस? मस्करी तर नाही ना करत? बापरे!” कोनिग उसासला. “ठीक आहे, तसंच करतो. हॅटनला त्याचा पत्ता मिळाला की लगेच तुला फोन करतो.”

“आतमध्ये शिरताना बरोबर आणखी काही माणसं घेऊन जा.”

“नक्की. डॅनियल, ॲलेक्सला सांग... मला तिच्या आईचं ऐकून फार वाईट वाटलं?”

"हो." त्याने सेलफोन खिशात ठेवून दिला. त्याने मेरिडिथला भानावर आणलं.

"चल, मेरी अगदी एकटीच आहे. ॲलेक्स घराबाहेर येत असताना आपण तिच्याबरोबर असायला हवं."

१८

डटन, बुधवार, ३१ जानेवारी, रात्री १० वाजता.

स्वप्नच पाहिल्यासारखं वाटतंय... ॲलेक्स विचार करत होती – पण स्वप्न तर आता संपलंय... आणि सत्य हाती लागलंय.

...पण कदाचित मनाच्या एका अज्ञात पातळीवर ते सर्व आधीच माहीत असावं.

डॅनियल गाडी चालवत होता. स्टिअरिंग घट्ट पकडल्याने त्याचे हात पांढरे पडले होते. तिने त्याच्याकडे पाहिलं. तो तिच्याकडे तिच्या नकळत अधूनमधून चोरटे कटाक्ष टाकत होता आणि ती ठीक आहे ना, याची खात्री करून घेत होता. तिच्याबद्दल वाटणाऱ्या काळजीने तो अस्वस्थ झाला होता. तिला अगदी हळुवारपणे गाडीत बसवून, तिला जराही धक्का लागणार याची पूर्ण दक्षता घेत त्याने इतक्या काळजीपूर्वक तिच्या कमरेभोवती बेल्ट लावला होता की, तिला अक्षरश: गहिवरून आलं होतं.

तो खूप रडला असावा. बेलीच्या घराबाहेरच तो तिची वाट पाहत उभा होता. तिनेही तो दिसताच क्षणी त्याला आवेगाने मिठी मारली होती. तेव्हा त्याचे ओलसर झालेले डोळे तिच्या नजरेतून सुटले नव्हते. दोघेही एकमेकांना घट्ट बिलगले होते. त्या क्षणी तिला त्याची फार फार गरज होती. मेरिडिथ तर रडू आवरूच शकत नव्हती. ॲलेक्सला जवळ घेताना तर तिने कळवळून 'माफ कर' असं विनवलं होतं. पण बिचाऱ्या मेरिडिथचा यात काहीच अपराध नव्हता.

ते होतंच... स्मृतींच्या पडद्याआड कायमच लपलेलं होतं. त्या स्मृती तिला जाग्या करायच्या नव्हत्या – पण आपणहून प्रकट झाल्या होत्या. तो प्रसंग आता तिला छोट्या-छोट्या तपशिलांसकट लख्ख आठवला होता. अगदी शेवटपर्यंत, म्हणजे क्रायटनने तिची कॉलर पकडेपर्यंत. त्यानंतर मात्र सारं जग काळोखात बुडून गेलं होतं. त्यानंतर तिला जाग आली, तेव्हा ती हॉस्पिटलमध्ये होती. तिने खूप

झोपेच्या गोळ्या घेतल्याचं पोलीसच तिला सांगत होते.

त्या गोळ्या घेतल्याचं मात्र तिला अजिबात आठवत नव्हतं. आजपर्यंत तिच्या मनात हा प्रश्नच कधी उभा राहिला नव्हता. आज मात्र....

माझ्या मनात तो विचार कधीच कसा आला नाही?

कदाचित या प्रश्नाचं उत्तर तिला यापुढेही मिळणार नव्हतं. आपल्या आईने आत्महत्या केली नव्हती, हे मात्र आता तिला समजलं होतं. त्याच वेळी हेही लक्षात आलं होतं की, हातात शस्त्र असूनसुद्धा ती आपला जीव वाचवू शकली नव्हती.

ॲलेक्सच्या अंतर्मनाला सतत छळणारी तीच तर एकमेव प्रतिमा होती.

"ती तशीच नुसती उभी राहिली!" ॲलेक्स हळूच पुटपुटली. "हातात बंदूक असतानाही ती अगदी वेळ निघून जाईपर्यंत तशीच का उभी राहिली? त्या क्षणी तिने जर गोळी झाडली असती, तर ती आज या क्षणीही जिवंत असती!"

डॅनियलने घसा खाकरला "अशा वेळी माणसं थिजून जातात. त्या क्षणी नेमकं काय करावं, हे त्यांना सुचत नाही. मती गुंग होऊन जाते; पण त्यांना दोष दिल्यावाचूनही आपल्याला राहवत नाही."

"त्या वेळी मला एक प्रकारचा अलिप्तपणा जाणवत होता. तुझ्या लक्षात आलं?"

"तुला तसं वाटेल, असं मेरी म्हणाली होती."

तिने त्याला नीट न्याहाळलं. तो उदास आणि थकलेला वाटला. "तू ठीक आहेस ना?"

तो मिश्कील हसला, "वा! तू 'मला' हे विचारतेस?"

"हो, तुलाच विचारतेय."

"मला... काहीही कळतच नाहीये, ॲलेक्स. मला चीडही येतेय आणि... उदासही वाटतंय. मनाला नाकर्तेपणाचं शल्य खोलवर बोचतंय. तुझ्या मनातून ती सर्व भीती मला पुसून टाकायची होती... पण मी ते नाही करू शकलो."

तिने त्याच्या खांद्यावर हात ठेवला. "तू नाही करू शकलास; पण तुला ते करावंसं वाटलं होतं, ही भावनाच किती सुंदर आहे!"

"सुंदर...?" त्याने श्वास घेतला. "आत्ता तरी मला अजिबात 'सुंदर' वाटत नाहीये."

स्टिअरिंगवरचा त्याचा एक हात उचलून तिने आपल्या गालावर घासला. एक छान संवेदना लहरत आली. उबदार, सुरक्षित, भक्कम. "सुरुवातीला मी खूपच घाबरून गेले होते. मेरी म्हणत होती, ती सुरक्षित जागा मला सापडत नव्हती. मनात विचार आला – आपण सगळ्यांनी मिळून इतकी तयारी केलीय, पण मेरी

मला त्या संमोहन अवस्थेत घेऊनच जाऊ शकली नाही तर?''

''मेरीने तुला एका शांत, सुरक्षित जागेची निवड करायला सांगितली होती. त्यासाठी तू आयुष्यातला कोणता सुंदर क्षण निवडलास, याचं मला फार कुतूहल वाटलं होतं. तो क्षण नक्कीच खूप छान असणार.''

तिने त्याचा हात पुन्हा गालावर घासला, ''तो क्षण मी आज सकाळीच अनुभवला होता! नुकतंच... आपलं 'ते'... संपलं होतं. मी तुझ्याकडे पाहिलं आणि तू माझ्याकडे पाहिलंस. वाटलं की, इतका सुंदर क्षण यापूर्वी माझ्या आयुष्यात कधीच आला नव्हता! त्याच क्षणात मी पुन्हा स्वत:ला लपेटून घेतलं....''

त्याने तिच्या गालावर बोटं रुतवली. ''थँक यू.''

तिने त्याच्या हातावर ओठ टेकवले. ''यू आर मोस्ट वेलकम!''

ते ॲलेक्सच्या बंगल्यापाशी येऊन पोहोचले. बाजूलाच जीबीआयची खासगी गाडी उभी होती. बेलीच्या घरून दोन महिला एजंट्सना घेऊन मेरिडिथ निघाली होती. वाटेत ॲलेक्सच्या बंगल्यातल्या चीजवस्तू घेऊन ती होपसोबत नव्या घरी जाणार होती. झोपलेल्या होपला मांडीवर घेऊन एक एजंट गाडीतच थांबलेली होती.

डॅनियल दरवाज्यापर्यंत गेला आणि दरवाजा उघडण्याआधी त्याने ॲलेक्सला घट्ट मिठीत घेतलं. ॲलेक्स त्या प्रेमात न्हाऊन गेली. तिला वाटलं की, ही मिठी कधी सुटूच नये! आपले हात त्याच्या कोटामधून आत सरकवत तिने त्याच्या कमरेला विळखा घातला. त्याच्या हृदयाची धडधड तिला स्पष्ट ऐकू येत होती. ती त्याला एका अनोळखी प्रदेशात घेऊन गेलीय, हे त्याचं म्हणणं आता तिलाही पटलं होतं. दोन दिवसांत दोन माणसं एकमेकांच्या इतक्या जवळ येऊ शकतात?

ॲलेक्सला वाटलं, त्या दिवसांत आपण एक पूर्ण आयुष्य जगलोय!

डॅनियलने तिच्या चेहऱ्यावर येणारे केस हळूच बाजूला सारले आणि तिच्या गालावर ओठ टेकवले. तो तिच्या कानाशी उष्ण, घोगऱ्या आवाजात कुजबुजला, ''ॲलेक्स, आज सकाळी आपण जे केलं, ते तुला नीट कळलेलं दिसत नाही. माझं तर पूर्ण समाधान झालं नव्हतं.'' त्याने तिची हनुवटी उचलत आवेगाने चुंबन घेतलं. ''तुझं तेवढ्यानंच समाधान झालं?''

तिच्या भयाण भुयारी आयुष्यात प्रथमच एक प्रकाशाचा किरण दुरून चमचमताना तिने पाहिला. चारही बाजूंनी वेढलेल्या अंधारात प्रकाशाच्या पाऊलवाटेची चाहूल तिला लागली होती.

''हो, माझं समाधान झालंय.''

''चला, तर मग आता आत जाण्यावाचून गत्यंतरच नाही!'' तो तोंड वाकडं करत म्हणाला, ''आज मी तर रिलेला साफ विसरूनच गेलो. यापूर्वी मी त्याला

इतका वेळ कधी असं एकटं ठेवलं नव्हतं. त्याने तुझ्या घराची नक्कीच काहीतरी तोडमोड केलेली असणार.''

तीही हसली. ''काळजी नको करूस. मी विमा उतरवलाय.''

आत शिरता-शिरता दोघांचीही पावलं एकदम थबकली. हॉलच्या मध्यभागी छातीवर हातांची घडी घालून मेरिडिथ उभी होती आणि जड अंत:करणाने सभोवार पाहत होती. घरातील प्रत्येक वस्तू विस्कटलेली होती – उघडे पडलेले ड्रॉवर्स, जमिनीवर पसरलेले रंगीत खडू, सोफ्यावर सपासप केलेले आडवेतिडवे वार... घराची पार-पार विल्हेवाट लावून टाकलेली होती.

''इतक्या मोठ्या रकमेचा विमा मी नव्हता उतरवला!'' ॲलेक्स पुटपुटली.

मेरिडिथने त्यांच्याकडे पाहिलं, ''कुणीतरी काही महत्त्वाचं शोधायला आलेलं होतं, असं दिसतंय!''

डॅनियल हबकून गेला होता. ''रिले कुठेय? रिलेऽ'' तो धावत होपच्या खोलीत गेला. दुसरी एजंटही चकित होऊन एकेक गोष्ट तपासत होती. ''कुठेय माझा....?''

एखाद्या वाद्यवृंदात दिग्दर्शकाच्या हातातली काठी जशी हलत असते, अगदी तसंच एका शेपटीचं टोक बिछान्याखाली हलत होतं. एजंटने ते डॅनियलला दाखवले. डॅनियलने हळूच रिलेला बाहेर काढलं आणि त्याचा जीव भांड्यात पडला. रिलेने आपल्या उदास डोळ्यांनी डॅनियलकडे पाहिलं. डॅनियलने आपल्या ओंजळीत रिलेचं तोंड धरलं आणि तो त्याचे कान प्रेमाने खाजवू लागला. ''मित्रा, काय रे तुझी अवस्था झालीये?''

''मला बाथरूमच्या खिडकीखाली, फरशीवर एक वाडगा मिळाला.'' एजंट म्हणाली, ''खिडकी उघडी होती आणि त्या वाडग्यात कुत्र्याचं हवाबंद डब्यातील अन्न थोडं शिल्लक असलेलं दिसलं.''

''मी किचनमध्ये त्या वाडग्यात कोरडं अन्न ठेवलं होतं. हवाबंद डब्यातलं अन्न रिलेला चालत नाही. त्याचं पोट लगेच बिघडतं.'' डॅनियल दात आवळत चिडून म्हणाला, ''ज्या कुणी हे केलं, त्याने रिलेला नशीला पदार्थ खायला घातलाय.''

ॲलेक्सने रिलेचे डोळे तपासले, ''तो भांबावून गेलाय. त्या घुसखोरावर रिले भुंकला असेल का रे?''

''एखादा मेलेला माणूससुद्धा जिवंत होईल इतक्या जोरात भुंकला असेल!'' डॅनियलने उत्तर दिलं. ''वाडग्यातलं अन्न तपासणीसाठी पाठवायला हवं.''

''बाथरूममध्ये तर अस्ताव्यस्त पसारा झालाय.'' एजंट म्हणाली, ''त्या वाडग्यात फारसं अन्न शिल्लक उरलं असेल, असं वाटत नाही.''

ॲलेक्सने डॅनियलकडे पाहिलं, ''अन्न सांडलं गेल्यामुळेच त्या बिचाऱ्याचा जीव तरी वाचला.''

डॅनियलच्या कपाळाला आठ्या पडल्या. ''ते नेमकं काय शोधायला आले असतील?''

ॲलेक्सने बाथरूममध्ये डोकावलं आणि एक खिन्न सुस्कारा सोडला. ''मला तर काही कळत नाहीये!''

''त्यांनी माझ्याही खोलीची तीच अवस्था करून टाकलीय!'' मेरिडिथ म्हणाली, ''नशीब, मी माझा लॅपटॉप बरोबर नेला होता. तुझा कुठेय?''

''कपाटात होता. डॅनियल, जरा कपाट उघडशील?''

त्याने आधीच हातमोजे चढवले होते. एका हाताने त्याने कपाट उघडलं. कपाट पूर्ण रिकामं होतं.

''त्या कॉम्प्युटरमध्ये काय काय होतं ॲलेक्स?''

'''खरंतर फारसं काही नव्हतं. मी भरलेल्या प्राप्तिकराची विवरणपत्रं वगैरे. त्यांना माझा मायना आणि माझ्या मित्रमैत्रिणींचे पत्ते मिळाले असतील.''

''आपण तुझ्या वित्त कंपन्यांना उद्याच कळवून टाकायला हवं.'' डॅनियल म्हणाला.

मेरिडिथने घसा खाकरला, ''ॲलेक्स, तुझी 'ती' गोष्ट कुठेय?''

ॲलेक्सने डॅनियलकडे पाहिलं, ''माझी बंदूक तुझ्या ट्रंकेत कुलूपबंद आहे ना?''

''हो. पण त्यांच्या हातात तर बंदुका असणारच!''

ॲलेक्सने मेरिडिथकडे पाहिलं. दोघींनाही धक्का बसलेला होता. ''त्या वेळी आपण इथे असतो तर?''

मेरिडिथने तो विचार कसाबसा मनातून झटकला, ''पण आपण नव्हतो आणि म्हणून होप आज सुरक्षित राहिली आहे. काही दिवस तिला तेच कपडे घालावे लागतील... पण जीव वाचला, हे महत्त्वाचं.''

''तुला जे काही हवं असेल, ते घरी जाताना आपण वाटेमध्ये विकत घेऊ शकतो.'' एजंट म्हणाली, ''पंचनामा होईपर्यंत इथल्या गोष्टी आहेत तशाच ठेवायला हव्यात. व्हार्टोनियन, तू सीएसयूला बोलावतोस की मी फोन करू?''

डॅनियलने डोकं दाबून धरलं आणि त्याची डोकेदुखी पुन्हा सुरू झालीय, हे ॲलेक्सच्या लक्षात आलं. ''शानन, प्लीज, तेवढं काम जरा करून टाक. मला रिलेला घेऊन जनावरांच्या डॉक्टरकडे जायला हवं. माझ्या घराजवळ तो दवाखाना आहे आणि तो रात्रभर उघडा असतो.''

''मी फोन करते.'' शानन म्हणाली, ''तुझ्या कुत्र्याला मी गाडीत नेऊन ठेवू?''

''नाही, नको.'' त्याने रिलेला उचलला आणि छोट्या बाळासारखं त्याचं डोकं खांद्यावर ठेवत त्याला अंगावर घेतलं. ''मीच त्याला घेऊन जातो. मेरिडिथ, नव्या

घरी पोहोचल्यावर लगेच फोन कर.''

''नक्की करते.'' तिने अगदी आवेगाने ॲलेक्सला जवळ घेतलं, ''पुन्हा कधी भेटशील?''

''उद्या सकाळीच. माझ्यावर जो प्रयोग केलाय, तो होपवरसुद्धा करायचाय ना?''

मेरिडिथने अर्धवट मान हलवली. ''दुसऱ्या खेपेस तरी स्वत:ला सावरून घेईन, अशी आशा आहे.''

''तुला नक्की जमेल. आज तू माझ्याबरोबर होतीस, म्हणून मला खूप धीर आला.''

मेरिडिथचा आवाज जड झाला. ''ॲलेक्स....''

''श्शऽ काही बोलू नकोस. तुला काहीच ठाऊक नव्हतं. उगाच जीवाला नको लावून घेऊस. झालं ते झालं.''

''व्हार्टोनियनच्या घरी पोहोचल्यावर मला फोन कर. तिथेच जाणार असशील ना?''

''हो. मी आता तिथेच असणार आहे.''

अथेन्स, जॉर्जिया, बुधवार, ३१ जानेवारी, रात्री ११ वाजून ३५ मिनिटे

मॅकने चमकून पाहिलं. वाजणाऱ्या सेलफोनकडे तो चकित होऊन बघू लागला. आपली लपायची जागा कुणाच्याही लक्षात येता कामा नये, याची त्याने पूर्ण दक्षता घेतली होती. कुणीतरी आपल्याशी संपर्क साधू पाहतेय, हे त्याला अजिबात आवडलं नाही. त्याने सेलफोन तपासला. वुल्फकडून आलेला निरोप त्यावर उमटलेला होता. वुल्फने इथपर्यंत आपला पाठलाग तर केला नसेल ना? त्याच्या मनात संशयाची पाल चुकचुकली. पण त्याने कमालीची काळजी घेतली होती. कुणीही त्याचा पाठलाग केलेला नव्हता. आणि वुल्फ तर या घटकेला वेगळ्याच कामात गुंतलेला असणार.

त्याने तो निरोप वाचला. 'खबर दिल्याबद्दल धन्यवाद, मी घटनास्थळी पोहोचलोय. तो कोण आहे? रक्ताचं इतकं थारोळं आहे, की चेहराच दिसत नाही. मध्यरात्री १२ वाजेपर्यंत त्याची ओळख समजणं गरजेचं आहे. त्या वेळी छपाई सुरू होते.'

त्याची चलबिचल झाली. पण मनातले सगळे विचार त्याने लगेच झटकून टाकले. आजपर्यंत वुल्फला तो केवळ एक निनावी खबऱ्या असावा, असंच वाटत होतं... असणार. खुनीही तोच आहे, असा त्याने तोपर्यंत विचारही केलेला नसणार. स्वत:ला बरं वाटावं किंवा आपल्या जीवाला शांती मिळावी यासाठी माणूस स्वत:लाच काही वाट्टेल ते सांगून आपल्या मनाला पटवत राहतो, असा त्याचा

आजपर्यंतचा अनुभव होता. आणि वुल्फसारखी माणसंही त्याला अपवाद नसतात.

'रोमने सीन.' त्याने उलट निरोप पाठवून फोन बंद करून टाकला.

कदाचित वुल्फ यानंतर त्याच्या आदेशाचे पालन करणार नाही. असो. त्यांच्याबाबतीतले काम तरी त्याने जवळजवळ संपवल्यातच जमा होतं. त्याला पावलांचा आवाज ऐकू आला. पाठोपाठ पुरुषाचा आवाज अन् स्त्रीचं हसणं.

"मी तुला घरी सोडलं असतं... तू 'नाही' का म्हणतेयस?"

"मी जाईन रे. उद्या तुला वर्गात भेटते. ठीक आहे?"

चुंबनांची देवाणघेवाण... पुरुषाचा अगदी दबका चीत्कार... "मला तू हवी आहेस. आता तीन दिवस होत आले!"

ती अस्फुट हसली. "उद्या परीक्षेचा पेपर लिहायचाय. तेव्हा हे आडदांड मुला, आज रात्री नको. आलं लक्षात?"

तिच्याबरोबर कुणी तरी असेल, हे मॅकने गृहीतच धरलं नव्हतं. तो चुकीची चाल खेळला होता. त्याने पिस्तुलाच्या चापावर बोट ठेवलं. तशीच वेळ आली, तर सुटका करून घ्यायची तयारी ठेवली. पण फक्त आणखी एक चुंबन घेऊन तो पुरुष सरळ निघून गेला.

गाणं गुणगुणत लिझा गाडीत येऊन बसली. मागे पाहायचा आरसा तिने थोडा हलवून नीट केला आणि पार्किंगमधून गाडी बाहेर काढली. त्याने तिला काही अंतरापर्यंत गाडी चालवू दिली आणि काळोखात दबा धरून बसलेल्या चोराने जसे एकदम एखाद्याला मागून पकडावं तसं वर उठत त्याने हातातल्या रुमालाने तिचे तोंड दाबले आणि गळ्यावर सुरा टेकवला. अरेच्चा! आता तर हे मला सराईतपणे जमायला लागलं की! "गाडी चालवत राहा." त्याने दम भरला. यानंतर सगळी मौजच मौज होती.

ॲटलांटा, बुधवार, ३१ जानेवारी, रात्री ११ वाजून ५५ मिनिटे

"इथे का आलो आपण?" ॲलेक्सने विचारलं. "मला वाटलं, आपण तुझ्या घरी चाललोय?"

"हो, इथेच." लिओ पापाडोपॉलसची ती जागा होती. इथे नेमबाजीचं प्रशिक्षण दिलं जायचं.

"ही जागा ल्यूकच्या भावाच्या मालकीची आहे. ब्युरोमधल्या ल्यूकच्या मित्रांकडून तो कमी पैसे घेतो."

"चांगली गोष्ट आहे!" ती म्हणाली, "पण आपण इथे का आलोय?"

"कारण... आता कसं सांगू तुला, ॲलेक्स? शैला कनिंगहॅम मेली, तेव्हा तिच्या हातात बंदूक होती." शैलाचा चेहरा तो मनातून पुसून टाकू शकत नव्हता.

''पण ती बंदूक चालवू शकली नाही.''

''माझ्या आईचंही तेच झालं!'' ती अर्धवट पुटपुटली, ''सगळ्या स्त्रियांच्याबाबतीत हे असंच होतं?''

''नाही. पुरुषांच्या बाबतीतही असं घडू शकतं. त्यासाठी योग्य सरावाची गरज असते. अनेकदा माणसं नुसत्या भयानेच थिजून जातात. त्यासाठी तुम्हाला मुद्दाम काही सवयी, काही हालचाली आपल्या रक्तात भिनवून घ्याव्या लागतात. तुझ्या त्या 'आयसीयू'मध्ये तू हेच नेमकं करत असते. आणीबाणीच्या वेळी आपलं शरीर आपसूक तशा हालचाली करू लागतं. बरोबर?''

''हो, बरोबर. म्हणजे, तू मला आता बंदूक चालवायला शिकवणार आहेस?''

''एका दिवसात नाही शिकता येणार. आपल्याला रोज इथे यावं लागणार. निदान तू पुरेशी सराईत होईपर्यंत किंवा हा जो तुझ्याभोवती सगळा प्रकार सुरू आहे, त्यावर पूर्ण पडदा पडेपर्यंत. कारण त्यानंतर या नेमबाजीची तुला गरजच उरणार नाही.''

''ही जागा नेहमीच रात्रीसुद्धा खुली असते?''

''नाही. लिओने ती खास आपल्यासाठी उघडून ठेवली आहे. ल्यूकने त्याच्यासाठी खूप काही केलंय. मगाशी मी ल्यूकला फोन करून विचारलं, की रिलेला तो डॉक्टर तपासेपर्यंत आम्ही लिओकडे जाऊ का?'' रिलेला विष पाजलं गेलंय, हे समजल्यावर डॅनियल खवळला होता आणि निदान सरावासाठी का होईना, दोन-चार गोळ्या झाडून तो मनातली खुन्नस शमविण्याचा प्रयत्न करणार होता. ''चल, आत जाऊ या.'' त्याने तिला गाडीतून बाहेर येण्यासाठी दरवाजा उघडून दिला आणि डिकीमधून बंदुकीची पिशवी बाहेर काढली. ''अजूनही ही बंदूक बाळगून गावात फिरू शकत नाहीस. आहे ना लक्षात?''

''हो, माहितीये.''

''नुसतं 'माहितीये' असं म्हणालीस; 'आज्ञा पाळीन', असं म्हणाली नाहीस.''

तिने एक स्मित केलं. पण डॅनियलच्या ते लक्षात आलं नाही. ''माहितीये.''

ती ऐकेलच याची त्याला खात्री नव्हती. मुख्य दरवाजा उघडत तो म्हणाला, '' चला, निमूट आत चला.''

आतमध्ये लिओ काऊंटपाशी उभा होता. ''ये – ये डॅनी! आणि ही तुझ्या बरोबर कोण?''

लिओ हा ल्यूकपेक्षा काही वर्षांनी लहान होता, तरी स्त्रियांच्याबाबतीत तो जरा जास्तच प्रसिद्ध होता.

''ही ॲलेक्स आणि लिओ, हातभर दूरच राहायचं हं तिच्यापासून.'' तो मस्करीत बोलला, पण ती खणखणीत पूर्वसूचना होती.

लिओ दात विचकून हसला, "मला आधीच माहितीये रे. मिस ॲलेक्सबद्दल मला ममाने सगळं सांगितलंय."

ॲलेक्सने चमकून त्याच्याकडे पाहिलं. "पण तुझ्या ममाला कसं कळलं? मी तर अजून तिला भेटलेले नाही?"

"ती तुला नक्की भेटणार. त्याची काळजी करू नकोस." तो प्रसन्न हसला. "ती भेटणार. चला, तुम्ही आता मागच्या बाजूला जा. ल्यूक, कधीच येऊन पोहोचलाय. आजचा दिवस त्याला चांगला गेलेला दिसत नाहीये."

"हो. बरेच दिवस त्याचं असंच चाललंय." डॅनियल म्हणाला, "थँक्यू, लिओ! मी आता तुझा देणेकरी लागतो."

मागच्या बाजूला नेमबाजीसाठी वेगवेगळे तळ ठोकले होते. त्यातल्या एका ठिकाणी ल्यूक उभा होता. त्याने कान झाकून घेतले होते आणि त्याचा चेहरा विमनस्क होता. त्याच्या डोक्यात प्रचंड गोंधळ उडाल्याचं दिसत होतं. ॲलेक्सला त्याच्याकडे बघून वाईट वाटलं.

"काय झालंय त्याला?"

"इंटरनेटद्वारा होणारे लैंगिक गुन्हे तपासण्याचं काम त्याच्यावर सोपवलंय. अलीकडे त्याला बालसुरक्षा दलाची जबाबदारीही दिली गेलीय. गेल्या दोन महिन्यांपासून तो एक फारच गुंतागुंतीची केस हाताळतोय. त्याची चिन्हं काही चांगली दिसत नाहीत."

"अरेरे... बिच्चारा!"

"हे बघ, शेवटी ते काम आहे." डॅनियल खांदे उडवत म्हणाला, "तुला, मला प्रत्येकालाच ते अपरिहार्य असतं. आपण प्रवाहाबरोबर वाहायला हवं. ल्यूकनेही तेच करायला हवं. हां, हे आता डोळ्यांवर आणि कानांवर चढव." त्याने तिला गॉगल आणि कानटोपी दिली. चामड्याच्या पिशवीतून बंदूक काढून ती तो निरखू लागला. 'एच अँड के'ची नऊ मिलिमीटर व्यासाची – तशी छोटीशीच बंदूक होती. तिच्या नाजूक हातात छान पकडता येऊ शकणारी. "बंदूक चांगली आहे. त्यात तुला गोळ्या भरता येतात?" तिने मान डोलावली. तो लगेच म्हणाला, "भराभर भरता येतात?"

"नाही अजून."

"ते आपण नंतर शिकू या. आधी तू नेम धरून गोळी मारायला शीक." त्याने तिच्या हातात बंदूक दिली आणि चार पावलं मागे सरत तो लक्षपूर्वक पाहू लागला. ती नेम धरून अगदी एकाग्र चित्ताने पद्धतशीर गोळी झाडत होती. पण तिचा एकही नेम 'लक्ष्य'भेद करत नव्हता. त्यामुळे तो मनातल्या मनात साहजिकच चडफडत होता, पण मनातून नकळत चळतही होता. हातात छान बंदूक पकडलेल्या एका

सुंदर युवतीकडे नुसतं बघत बसणं अशक्य होतं आणि अशी युवती – जिला आपल्याबरोबरचा मीलनाचा क्षण हा तिच्या आयुष्यातला सर्वोत्कृष्ट क्षण वाटला होता! तोही तिच्या त्या म्हणण्याशी तितकाच सहमत होता. ते विचार मनातून काढून टाकताना, त्याच्या संयमाची कसोटी लागली. पण तिचा नेम 'लक्ष्या'वर तर राहू दे, जवळपासही बसत नव्हता.

ल्यूक डॅनियलकडेच येत होता. मध्येच थांबून तो तिला म्हणाला, ''डोळे बंद करू नकोस.''

तिने बंदूक थोडी खाली घेत त्याच्याकडे पाहून डोळे मिचकावले, ''हो? असं करत होते मी? पण त्या आवाजाची भीती वाटते.'' ती पुन्हा काळजीपूर्वक नेम धरू लागली.

ल्यूक डॅनियलजवळ आला, ''आता ती कशी आहे?'' ॲलेक्सला ऐकू जाणार नाही इतक्या हळू आवाजात त्याने विचारले. त्या प्रश्नाने डॅनियल चिडला. ल्यूकवर तो चिडला नव्हता, पण तो चीड लपवू शकला नव्हता.

''आता गेल्या दोन दिवसांत तिला एकावर एक धक्केच बसताहेत. आधी समजलं की, खुनापूर्वी आपल्या बहिणीवर सामूहिक बलात्कार झाला होता... नंतर समजलं, आपल्या आईचाही खून झाला होता. एखादी व्यक्ती पार खचली असती. त्यामानाने तिने खूपच धीराने घेतलंय.'' डॅनियलचं बोलणं ऐकून ल्यूकचे डोळे विस्फारले. डॅनियलने पटकन त्याला सगळी माहिती पुरवली.

''कठीण... कठीण आहे! आणि रिलेचं कसं आहे?''

''डॉक्टर म्हणाला, तो चटकन बरा होईल.'' डॅनियलने त्याचा चेहरा निरखला. ''पण तू का एवढा दुर्मुखलायस?''

ल्यूकच्या चेहऱ्यावरचे भाव बदलत गेले. नजर शून्यात गेली. ''आज त्या सगळ्याचाच निकालच लागला. आम्ही इंटरनेटवरच्या त्या बालविकृत संकेतस्थळावर बरेच दिवस नजर ठेवून होतो. कोवळ्या मुलांना अश्लील चित्रं दाखवून चेतवणाऱ्या गॅंगचा मागोवा घेत होतो. त्यामध्ये बळी पडणाऱ्या त्या तीन मुलांना आजच आम्ही शोधून काढलं होतं.'' बोलता-बोलता त्याने सहज ॲलेक्सकडे पाहिलं. दोन वेळा तिचा नेम अचूक लागला होता. ''पण दुर्दैव की, आम्ही तिथे वेळेवर पोहोचू शकलो नाही.''

''अरेरे!''

''दोन मुली आणि एक मुलगा. दोन बहिणी, एक भाऊ. वय वर्ष पंधरा, तेरा आणि दहा. तिघांच्याही डोक्यात गोळ्या घातल्या गेल्या होत्या.''

डॅनियलच्या डोळ्यांसमोर चित्रच उभं राहिलं, ''बाप रे!''

''आम्हाला तिथे पोहोचायला नेमका एक दिवस उशीर झाला होता. मुलांचे

प्राण नाही वाचवू शकलो. आम्ही ते संकेतस्थळ बंद करून टाकलंय; पण लवकरच ते दुसऱ्या कुठल्या तरी नावाने पुन्हा सुरू होईल.'' तो पुन्हा शून्यात पाहू लागला. ''मला आता काहीतरी विरंगुळा हवाय. चेस म्हणत होता की, तुझ्याकडे नावांची एक भलीमोठी यादी आहे आणि ती तुला कॉम्प्युटरवर व्यवस्थित नीट निवडून, क्रमाने लावून घ्यायची आहे?''

''हो. त्यासाठी नक्कीच तुझी मदत होईल.'' त्याने ल्यूकच्या खांद्यावर थोपटलं, '''तुला आणखी काही हवंय का?''

''नरकाच्या दाराची किल्ली. त्या हरामखोरांसाठी तेवढी एकच जागा योग्य आहे!'' दातओठ आवळत ल्यूक म्हणाला, ''अलीकडे मला फार विचित्र स्वप्नं पडायला लागली आहेत.''

डॅनियलच्याही मनात आधीच चीड होती; ती आता आणखीनच उफाळली, ''मी समजू शकतो.'' ल्यूकचे डोळे पाणावलेले होते. ''मी आता निघतो. तुम्ही हवा तेवढा वेळ इथे थांबू शकता, असा लिओचा निरोप आहे. तुझी उद्या सकाळची मीटिंग किती वाजता आहे?''

''आठ वाजता. नेहमीच्याच खोलीत.''

''तर मग तुला उद्या भेटतो.'' ल्यूक निघून गेला.

ॲलेक्सने बंदूक खाली घेतली आणि कानटोपी काढली. ''त्याला बरं वाटत नाहीये?''

''हो, पण तुझ्यासारखाच, तोही बरा होईल. आधी ती कानटोपी चढव.'' तो तिच्या मागे उभा राहिला आणि त्याने तिचा खांदा सरळ रेषेत आणला. ''असा नेम धर.'' त्याने प्रात्यक्षिक दाखवलं आणि तिच्याभोवती हात टाकत तिला गच्च पकडून ठेवलं. ''आता डोळे सताड उघडे ठेवून चाप ओढ.''

तिने अगदी सांगितल्याप्रमाणे केलं आणि तिची गोळी त्या कागदी 'लक्ष्या'च्या छातीत घुसली. ''छातीवर नेम धरायचा?'' ती म्हणाली, ''नेम मारण्यासाठी फार मोठी जागा निवडली, तर जास्त चुका होण्याचा धोका असतो, असं एका पोलिसाने मला एकदा सांगितलं होतं. सुरा भोसकलेल्या एका स्त्रीला घेऊन तो आमच्या 'आयसीयू'मध्ये आला होता. तिच्या नवऱ्याने तिच्यावर सुरा घेऊन चाल केली होती. तिच्या हातात बंदूक होती. तिने त्याच्या डोक्यावर नेम धरला आणि नेम चुकला.''

''पुढे तिचं काय झालं?''

''काही नाही; ती मेली.'' ॲलेक्स निर्विकारपणे म्हणाली, ''मला आता पुन्हा दाखव.''

त्याने तिला दाखवलं. प्रत्येक वेळी तिचा खांदा घट्ट धरून ठेवला होता. तिची

एकाग्रता विलक्षण होती. तिने मारलेल्या सर्वच्या सर्व गोळ्या छातीत घुसल्या होत्या. पण गोळी झाडताना ती प्रत्येक वेळेस मागे ढकलली जायची आणि त्याला जोरात धक्का द्यायची. त्यामुळे त्याची मात्र एकाग्रता भंग पावू लागली होती. त्याने प्रयत्नपूर्वक शैला कनिंगहॅमला डोळ्यांसमोर आणण्याचा प्रयत्न केला – तिच्या त्या मृत अवस्थेत. डॅनियल, नीट लक्ष दे.

''गोळ्या भर.'' त्याने उसना आव आणत म्हटलं. तिचे हात बधिर झाले होते, पण तिने आपलं काम मात्र अपेक्षेपेक्षा लवकर आणि एकदम चोख बजावलं. ''फारच छान!''

तिने पुन्हा बंदूक उचलली, पण या वेळी त्याच्या खांद्याची साथ नसल्यामुळे तिचा नेम चुकत गेला आणि तिसरी गोळी तर लक्ष्याच्या आसपासही नव्हती.

''तू डोळे पुन्हा मिटतेयस. डोळे उघडे ठेवायचे, अॅलेक्स.'' त्याने पुन्हा तिला पकडत तिचा खांदा नीट धरला आणि तिला नेम धरायला सांगितलं. तिच्या शरीराचा धक्का तो गुपचूप सहन करत राहिला. ती लक्ष्यभेद करू लागली. बराच वेळ त्याने धरून ठेवलेला श्वास त्याने एकदम मोकळा करत वैतागून म्हटलं, ''भर, पुन्हा गोळ्या भर.''

तिने मान वळवून आपल्या खांद्यावरून त्याच्याकडे नजर टाकली. वैतागायला काय झालंय, हा प्रश्न तिने नजरेनेच विचारला. आणि त्या प्रश्नाचं उत्तरही आपल्याला सापडलंय, हेदेखील तिने स्वत:चे व्हिस्कीसारखे पिवळे डोळे अधिक जर्द करत नजरेनंच देऊन टाकलं. ती पुन्हा वळली. बंदुकीत गोळ्या भरल्या आणि आपल्या स्थिर बोटांनी तिने बंदुकीचा चाप ओढला. आयुष्यात अनेक प्रसंगांना सामोरं जात-जात तिने हे स्थैर्य कष्टाने कमावलं होतं. त्याला वाटलं, तिला तिच्या 'आयसीयू'मध्ये प्रत्यक्ष काम करताना एकदा तरी पाहायला हवं. पण ते त्याला कधीच शक्य होणार नाही, हे लगेच उमजल्याने तो अक्षरश: दचकून भानावर आला. कारण जेव्हा इथल्या सगळ्या प्रकरणावर पडदा पडेल, तेव्हा ती ओहिओला परत निघून जाईल. पुन्हा ती आपल्या कामावर रुजू होईल, जे ती कधीच सोडू इच्छित नव्हती. पुन्हा तिचा तो घटस्फोटित 'गुणी' नवरा तिला पुन:पुन्हा आपल्या नजरेसमोर दिसत राहील.

मन आणखी पेटून उठलं. त्याला कळलं होतं की, आपल्याला वाटणारा मत्सर अगदीच तर्कविसंगत आहे. पण त्याआधीचा तो विचार... ती ओहिओला परत निघून जाण्याचा... *नाही, ती जाणार नाही. मी तिला जाऊ देणार नाही.*

तू तिला नाही थांबवू शकत... पण त्याला हेही तितकंच ठाऊक होतं की, तो तिला निसटू देणार नव्हता. वेळ येईल तेव्हा ते बघता येईल. तोपर्यंत तिला जिवंत ठेवणं, हेच जास्त महत्त्वाचं आहे. ''आता तू एकटीने प्रयत्न कर.''

तिच्यात सुधारणा झाली होती, पण अजूनही नेम नीट लागत नव्हता. त्याला पुन्हा तिला घट्ट धरावं लागलं. ती किंचित मागे झुकली आणि तिचं शरीर त्याच्या अंगाला घासलं गेलं – एकदा-दोनदा. मग मात्र ती शांतपणे बंदुकीचा चाप ओढू लागली. तिने हेतुपूर्वक ती हालचाल केली होती आणि त्याचं रक्त मात्र पेटून उठलं होतं. आता तिचे त्राण संपले होते.

तिने समोरच्या टेबलावर बंदूक ठेवून दिली आणि गॉगल आणि कानटोपी काढून टाकली. त्यानेही तसंच केलं. क्षणभर ती थांबली आणि समोरच्या त्या कागदी लक्ष्याकडे तिने शांतपणे पाहिलं. शेवटच्या तीन फेऱ्यांत ते लक्ष्य छिन्नविच्छिन्न होऊन गेलं होतं.

"मला वाटतं, मी त्याची पार चाळण करून टाकलीय!" ती अगदी तोलून-मापून बोलली. मनोरंजन झाल्याची पुसटशी झलकही तिच्या आवाजात उमटली नव्हती.

"मलाही वाटतं की, तुला जमलंय." त्याचा आवाज थोडा जड अन् जाड झाला होता.

ती चटकन त्याच्या कुशीत शिरली आणि हनुवटी उंचावत त्याच्या नजरेला नजर देऊन जणू त्याला एक प्रकारचे थंड आव्हानच दिलं. तिचा पवित्रा आक्रमक होता. त्याची मान खाली करत तिने त्याचं असं एक दीर्घ, रसरशीत चुंबन घेतलं की, अवघं वातावरण क्षणार्धात पेटून उठलं आणि दोघंही स्थळकाळाचं भान विसरून गेले.

"बास आता!" तो अचानक म्हणाला आणि बाजूला सरला. दोघांनाही धाप लागली होती. दोघेही तितकेच अधीर झाले होते, पण अखेरीस ते लिओच्या जागेत उभे होते आणि क्षणभर डॅनियलला वाटलं की, अशानं लिओसारखा माणूसही अडचणीत यायचा.

"जायच्या आधी तू केलेला केरकचरा साफ करायला हवा."

"त्याची काळजी तू करू नकोस; मी सगळं नीट साफ करीन." समोर लिओ उभा होता.

"तुम्ही दोघे सरळ घरी जा आणि काय... वाट्टेल ते करा!" तो अगदी तालबद्ध स्वरात म्हणाला.

डॅनियल सूचक हसला, "थँक यू, लिओ."

"ही जागा तुमचीच आहे, डॅनियल... कधीही या."

डॅनियलने तिची बंदूक पुन्हा त्या पिशवीत सरकवली आणि तिचा हात हातात घेतला. तिचा विरस झाला होता आणि त्या क्षणापासून ती डॅनियलकडे अशी काही रोखून पाहत होती की, त्याच्याही अंगात पुन्हा लहरी उसळू लागल्या होत्या. ती

कमालीची निग्रही दिसत होती. अगदी धोकादायक वाटावी, इतकी. डाव आता चांगलाच रंगणार होता.

अॅटलांटा, गुरुवार, १ फेब्रुवारी, पहाटे १२ वाजून ५० मिनिटे

नशिबाने त्याचं घर लिओच्या जागेपासून फार दूर नव्हतं आणि नशिबाने रस्त्यावर फारशी वाहनंही नव्हती, कारण मध्यरात्र उलटून गेली होती. नाहीतर आयुष्यात प्रथमच वैयक्तिक कारणासाठी गाडीचे दिवे लावून गाडी पुढे दामटण्याचा मोह डॅनियलला झाला असता. आपल्या हक्कांचा गैरवापर यापूर्वी त्याने कधीच केला नव्हता.

सबंध प्रवासात ती एक शब्दही बोलली नव्हती. त्या सूचक शांततेमुळे मात्र मिनिटा-मिनिटागणिक डॅनियलच्या भावना अनावर होत चालल्या होत्या आणि एखाद्या पोरसवदा मुलासारखा आपण ऐनवेळी अवसानघात तर करून बसणार नाही ना, अशी त्याला भीती वाटू लागली. आपल्या नेहमीच्या जागेत गाडी पार्क करताना त्याच्या हातांना कंप सुटला होता. पण तरीही त्याला वाटलं की, जगात खरोखरच काही न्याय असेल, तर परमेश्वराने तो तिच्या रूपात त्याला मिळवून दिला होता.

तिची बंदुकीची पिशवी उचलत तो तिला घेऊन दारापाशी आला; पण थरथरणाऱ्या हातांमुळे दोनदा प्रयत्न करूनही त्याला कुलपामध्ये किल्लीच अडकवता आली नाही. ती दबक्या आवाजात म्हणाली, "डॅनियल, काय चाललंय तुझं? लवकर उघड."

त्याने दरवाजा उघडत तिला जवळजवळ आत लोटूनच दिली. दरवाजा बंद करायच्या आधीच तिचे हात त्याच्या गळ्याभोवती गुंफले होते आणि ओठांनी आपलं काम सुरू केलेलं होतं. मिटलेल्या डोळ्यांनीच त्याने दरवाजा ढकलला आणि कुलूपबंद केला आणि वरची कडीही लावली. "एक मिनिट, एक मिनिट – मला आधी सिक्युरिटी अलार्म लावू दे."

ती मागे सरली. त्याने अलार्म लावून मागे वळून पाहिलं आणि तो चकितच झाला. तोपर्यंत तिने अर्धी वस्त्रंही उतरवली होती. "लवकर..." एवढंच ती बोलली.

तो एकच शब्द चाबकासारखा फटकारला गेला होता. त्याने तिला दरवाज्यापाशीच घट्ट धरली. त्याच्या हातात तिचे दोन्ही स्तन करकचून आवळले गेले होते. उष्ण श्वासांनी वातावरण तापत गेले. स्तनाग्रांवरून नितंबांपर्यंत त्याचे हात मुक्त विहार करू लागले. "अॅलेक्स... बेडरूममध्ये चल..." तो थोडा मागे सरत म्हणाला, पण तशीच उभी होती. "नाही, इथेच... इथेच हवंय मला." ती पूर्ण नग्न होती.

“लिओच्या जागेत जिथे तू थांबलास; तिथूनच... तिथे जसं करायचं होतं... तसंच. तसाच तू मला हवायस!”

वादळ घोंगावत आलं. पाहता-पाहता लहरींचं रूपांतर महाकाय लाटांमध्ये झालं आणि दर्याला उधाण आलं. ती चीत्कारत गेली, पण त्यात वेदना नव्हती. ती सुखाच्या हिंदोळ्यावर झुलत होती. “डोळे बंद करू नकोस...” तो म्हणाला आणि तिने मगासारखीच मानेने मूक संमती दिली. शरीराचा कणन् कण एकमेकांत मिसळला गेला. जगाचं भान लयाला गेलं. सगळी-सगळी भीती नाहीशी झाली. फक्त एकच एक उत्कट भावना दाटून आली होती – संपूर्ण समर्पणाची. मिठी अधिकाधिक घट्ट होत होती. दोघेही हळूहळू मोकळे होत गेले. पूर्ण रिते झाले.

किंचित बाजूला सरत त्याने तिचा चेहरा न्याहाळला. तिने डोळे उघडले. प्रशांत, गहिरे डोळे. त्या समाधानाची प्रौढी तिच्या चेहऱ्यावर पसरलेली होती. तृप्तता तर होतीच, पण तिला अभिमानाने ती तृप्ती मिरवावीशी वाटत होती.

“पुन्हा एकदा?” त्याने हसत विचारलं.

“कितीही वेळा! घट्ट धरून ठेवण्यासारखे हे एवढेच क्षण आहेत माझ्यापाशी. आयुष्याचा भरोसा उरलाय कुठे? मी तर कड्याच्या टोकावर उभी आहे!”

गुरुवार, १ फेब्रुवारी, पहाटे १ वाजून ३० मिनिटे.

कुणीतरी मुसमुसून रडत होतं. भिंतीच्या पलीकडून येणारा तो विव्हळ विलाप बेलीच्या कानांवर पडत होता. हॉलमधला एक दरवाजा धाडकन उघडला गेला आणि धपकन काहीतरी जमिनीवर पडले. त्यानंतर पूर्ण शांतता. प्रत्येक रात्री हे असे दोन-तीनदा तरी व्हायचेच.

त्यानंतर भिंतीवर दाणकन आपटत तिच्या खोलीचा दरवाजा उघडला गेला. तो आला आणि त्याने तिचा फाटका आणि विसविशीत झालेला ब्लाऊज गचकन पकडला.

“तू माझ्याशी खोटं बोललीस, बेली!”

“क... का..” तिच्या तोंडून शब्द फुटेपर्यंत त्याचा उलटा हात तिच्या कानफटावर पडला होता.

“तू माझ्याशी खोटं बोललीस. ॲलेक्सच्या घरात चावी सापडली नाही.” त्याने तिला गदागदा हलवली, “आहे कुठे ती?”

बेली त्याच्याकडे नुसतीच पाहत होती. तिची वाचाच बंद झाली होती. तिने तर ॲलेक्सला किल्ली लपवून ठेवायला सांगितली होती! किल्ली कुठे असेल याची तिला आता काहीच कल्पना नव्हती. “मला... मला ठाऊक नाही.”

“तर मग तुझा मेंदू दुरुस्त कसा करायचा, तेच मी आता बघतो.” तिच्या

खोलीतून तो तिला ओढत, फरफटत बाहेर आणू लागला. तिने आपल्या मनाची कवाडं घट्ट बंद करून घेण्याचा प्रयत्न केला. आपल्या तोंडून अवाक्षरही निघू नये म्हणून ओठही घट्ट बंद करून ठेवण्याचा प्रयत्न केला. काहीही झालं तरी देवाजवळ मृत्यूचं साकडं न घालण्याचा निश्चय केला.

ॲटलांटा, गुरुवार, १ फेब्रुवारी, पहाटे २ वाजून १० मिनिटे

ॲलेक्सचं सर्वांग ठणकत होतं. उशीवरून मान वळवत तिने डॅनियलकडे पाहिलं. तेवढी एकच हालचाल ती करू शकत होती. डॅनियल उताणा झोपला होता आणि श्वास घेणं अवघड झाल्यामुळे त्याचं तोंड उघडं होतं.

"तुला कृत्रिम श्वासोच्छ्वासाची गरज नाहीये ना?" ॲलेक्स पुटपुटली. "कारण मला तर कुशीवरूनसुद्धा वळता येणं अशक्य आहे."

"नाही. अजून तरी मी स्वत: श्वास घेऊन जिवंत राहू शकतोय!" हसतानासुद्धा तो घुसमटला.

"पण मला त्याची खूप गरज होती."

"मलासुद्धा." ती त्याच्या कानात कुजबुजली. "थँक यू, डॅनियल." ती पुन्हा वळू लागली, पण डॅनियलने तिला थांबवलं.

"ॲलेक्स, तुझ्याशी बोलायचंय."

तो असं म्हणणार, हे तिला आधीच ठाऊक होतं. "बोल...."

"तुझी आई क्रायटनला असं म्हणाली की, टॉमचं ब्लँकेट उचलताना तू त्याला पाहिलं होतंस."

ॲलेक्सने आवंढा गिळला. "टॉम म्हणजे माझे वडील. मी पाच वर्षांची असताना ते वारले."

"मेरिडिथने मला सांगितलं. त्या ब्लँकेटमध्ये असं काय विशेष होतं?"

"माझ्या वडिलांचं ते विशेष आवडीचं ब्लँकेट होतं. आमच्याकडे फारसे पैसे नसायचे; पण लांब कुठे तरी भटकायला जायचं आणि तिथे तंबू ठोकून राहायचं याचा त्यांना विलक्षण छंद होता. कधी कधी आम्ही सगळे गाडीतून एखाद्या तलावाच्या काठी जायचो, पोहायचो, मासे पकडायचो... आणि रात्री डॅड शेकोटी पेटवायचा. त्या ब्लँकेटमध्ये मला आणि ॲलिशियाला गुंडाळून आम्हाला मांडीवर निजवायचा आणि कितीतरी गोष्टी सांगत राहायचा. आईने डॅडच्या सगळ्या वस्तू नीट सांभाळून क्रेगच्या गॅरेजमध्ये ठेवल्या होत्या. मला किंवा ॲलिशियाला त्यातली एखादी वस्तू जर कधी हवीशी वाटली, तर ती मिळावी, हा तिचा हेतू होता. मला आठवतंय की, क्रेगला त्या वस्तूंचा खूप मत्सर वाटायचा. तो तर तिच्यावर मालकी हक्कच गाजवायचा."

“पण राणी, तू नेमकं काय पाहिलंस?”

“काहीच आठवत नाही. पण नक्कीच काहीतरी पाहिलेलं असणार. मला फक्त ढगांचा गडगडाट आणि चमकणाऱ्या विजा तेवढ्या आठवत होत्या. मी जेव्हा म्हटलं की, ॲलिशिया मेल्यानंतरच्या दुसऱ्या दिवसापासून आपण सुरुवात करू, तेव्हा मेरीसुद्धा चकित झाली. हरकत नाही, पुन्हा एकदा आपल्याला बेलीच्या घरी जावं लागेल, एवढंच.”

“नाही राणी, ते एवढंच नाही. कदाचित, तू हे ऐकून वेडी होशील... आणि त्याबद्दल मी तुला दोषही देणार नाही. फक्त एकच लक्षात ठेव – मी नेहमी योग्य वेळी, योग्य गोष्ट करत असतो.”

ॲलेक्सने चमकून त्याच्याकडे पाहिलं, “पण काय?”

तो क्षणभर गप्प बसला आणि मग विचारपूर्वक बोलू लागला, “हे अजून कुठल्याही वर्तमानपत्रात छापून आलेलं नाही आणि आम्हीही ती गोष्ट उघड होऊ दिली नाही... पण खड्ड्यात सापडलेल्या तीन प्रेतांपैकी दोघींच्या पायाच्या घोट्याला एक केस मुद्दाम सर्वांना दिसेल असा बांधून ठेवला होता...” त्याची छाती धडधडली. “आणि तुझ्या केसांच्या डीएनएशी तो पूर्णपणे जुळतो.”

ॲलेक्स सुन्न होऊन गेली. “माझा डीएनए? पण हे तुला कसं कळलं? मी काही माझा केस तुला दिलेला नाही.”

त्याने डोळे मिटून घेतले. “हो, तू दिला होतास; आठवतं? मंगळवारी जेव्हा तू एडबरोबर बेलीच्या घरी जायला निघाली होतीस, तेव्हा मी तुझा चुंबन घेतलं होतं आणि एक केस उपटला होता.”

ॲलेक्स त्याच्याकडे पाहतच राहिली, “तू ते मुद्दाम केलं होतंस? का? तू मला नुसतं विचारलं असतंस, तरी मी तयार झाले असते.”

“तू त्या गोष्टीवर खूप विचार करत राहिली असतीस... आणि ते मला नको होतं. मला तुला....”

“...दुखवायचं नव्हतं.” ॲलेक्सने त्याचं वाक्य पूर्ण केलं. “डॅनियल...” तिने मान हलवली. तिला मनातून खरं तर खूप चिडायचं होतं, पण त्या गोष्टीचे त्यालाच इतके क्लेश होत होते की, तिला चीड आलीच नाही. “ठीक आहे.”

त्याने डोळे उघडले. “खरंच?”

“हो. त्या वेळी तुझ्या मनात फक्त योग्य गोष्ट करण्याचाच विचार होता. पण पुन्हा असं कधीही करू नकोस. आलं लक्षात?”

“हो.” त्याने तिला जवळ ओढली. “चल, आता मात्र खरंच झोपू या.”

ती तशीच पडून राहिली. तिच्या डोक्यातली चक्रं थांबत नव्हती. “त्याच्याकडे तिचे केस आहेत!”

ती स्वत:शीच पुटपुटली.

''ते ठाऊक आहे गं मला.''

चारही बाजूंनी भीती तिला वेढू लागली, ''त्याला ते केस कुठून मिळाले असतील, डॅनियल?''

''अजून तरी मला ठाऊक नाही, पण मी नक्की शोधून काढेन.''

गुरुवार, १ फेब्रुवारी, पहाटे २ वाजून ३० मिनिटे.

''बेलीऽ'' बिअर्डस्लीचा दबका आवाज आला, ''जिवंत आहेस ना?''

''हो.'' बेली कष्टाने म्हणाली.

''तू त्याला आणखी काही सांगितलंस?''

''मला आणखी काही माहीतच नाही रे...!'' तिच्या गळ्यातून हुंदका फुटला.

''श्श.... रडू नकोस. कदाचित ॲलेक्सने ती किल्ली लपवून ठेवली असेल.''

बेलीने आपल्या मेंदूला खूप ताण द्यायचा प्रयत्न केला, ''मीच तिला तसं पत्रात लिहिलं होतं.''

''पत्र? म्हणजे तू तिला किल्ली पोस्टाने पाठवली होतीस?... ओहिओला.. कधी?''

''ज्या दिवशी त्यांनी मला इथे पकडून आणलं... गुरुवारी.''

''याचा अर्थ, तिला किल्ली मिळालेलीच नसणार. ती शनिवारी इथे येऊन पोहोचली.''

बेली खचूनच गेली. ''म्हणजे, तिला तर किल्लीबद्दल काहीच माहीत नसणार!''

''पण आपल्यासाठी हीच संधी आहे. तू अजून काही दिवस त्याला झुलवू शकतेस. तू त्याला फक्त एवढंच सांग की, तू ती किल्ली ओहिओला पाठवली आहेस. ॲलेक्सला किल्ली मिळालेली नाही, हे त्यांच्याही लक्षात येईल. मग ॲलेक्स आणि होपला ते इजा करणार नाहीत. लक्षात येतंय तुझ्या?''

''हो.''

डटन, गुरुवार, १ फेब्रुवारी, सकाळी ५ वाजून ३० मिनिटे.

ॲलेक्सच्या छोट्या बंगल्यासमोर त्याने गाडी लावली आणि तो डोळे बारीक करून बघतच राहिला. मुख्य दरवाज्याला गुन्हे अन्वेषण विभागाने भलीमोठी टेप लावली होती. दोन दिवसांपूर्वी ज्या इसमाने ॲलेक्सला मारण्याचा प्रयत्न केला होता, त्याने अखेर आपला डाव साधला की काय? तो विचारात पडला. त्याने तसं केलं नसावं. ती जिवंत राहावी, अशी त्याची स्वत:चीच फार इच्छा होती, कारण तोच तिला मारणार होता. त्याशिवाय वर्तुळ पूर्ण झालं नसतं आणि त्याच्या दृष्टीने ती फार मोठी शरमेची गोष्ट ठरली असती.

तो गोगलगायीच्या गतीने पुढे सरकू लागला आणि आपल्यावर सोपवलेलं काम शांतपणे करू लागला. दोन-तीन दरवाज्यांपाशी पेपर टाकून झाल्यावर म्हातारी व्हायोलेट ड्रमंड रस्त्यावर येऊन उभी राहिलेली दिसली. गाडीची काच खाली करत त्याने तिच्या हातात वर्तमानपत्र ठेवलं, "गुड मॉर्निंग ड्रमंड मॅडम."

"गुड मॉर्निंग!" ती म्हणाली.

"त्या बंगल्यामध्ये काय घडलंय?" त्याने अगदी सहज विचारलं.

"घरफोडी. कुणीतरी त्या ट्रिमेन पोरीच्या वस्तूंची नासधूस करून टाकली आणि तिच्या कुत्र्याला विष पाजलं. सगळं घर अस्ताव्यस्त करून टाकलं. ज्या क्षणी तिने या गावात पाऊल ठेवलं, त्याच क्षणी मी ओळखलं होतं की, गावात अवदसा आलीये. तिने इथे यायलाच नको होतं."

गाडीच्या काचेतून त्याने बंगल्याकडे एक नजर टाकली. कुणीतरी फार गचाळपणा करतोय. कुणीतरी मनातून फार घाबरलाय. आतून तो खदखदून हसत होता. बाहेरून मात्र त्याने सोज्वळ चेहरा ठेवत म्हटलं, "होय मॅडम, आजचा दिवस तुम्हाला चांगला जावो.'"

तो पुढे निघाला. ॲलेक्स फॅलन जिवंत आहे, या बातमीने तो सुखावला. पण ती आता अधिक सावध झालेली असणार. पूर्वीसारखी ती आता मोकळ्या रस्त्यांवरून फिरणार नाही. ती आता कुठे असेल, हे त्याला ठाऊक होतं. डॅनियल आणि ॲलेक्स तर सध्या एकमेकांना घट्ट चिकटलेलेच असतात. पण लवकरच तो डॅनियलला सामोरं जाणार होता आणि त्या वेळेस ॲलेक्सला तो त्याच्या हातातून खेचून घेणार होता.

या क्षणी मात्र त्याला हातातलं काम संपवून थोडी झोप घ्यायची होती. त्याची रात्र खूपच गडबडीची गेली होती.

ॲटलांटा, गुरुवार, १ फेब्रुवारी, पहाटे ५ वाजून ५५ मिनिटे

फोनच्या आवाजाने ती जागी झाली आणि ॲलेक्सने अशक्तपणे फोन उचलला. "फॅलन. काय काम आहे लेट्टा?"

"अं? मी लेट्टा नाही. आणि मला डॅनियलशी बोलायचंय. तो आहे ना तिथे?"

आता मात्र ॲलेक्स खडबडून जागी होत उठून बसली. "माफ करा हं. एकच मिनिट..." तिने डॅनियलला हलवून जागं केलं. "मला वाटतं, चेसचा फोन आहे. मी इतक्या झोपेत होते की मला वाटलं, माझ्या घरीच आहे आणि माझी हेडनर्स लेट्टाचा फोन आलाय."

डॅनियलने मान उचलली. त्याच्या डोळ्यांवर प्रचंड झोप होती. "अरे देवा! फोन आण इकडे."

तिने त्याच्या हातात फोन दिला. आपण असे जवळजवळ झोपलोय, यावरून काही वादंग तर नाही ना माजणार...? तिने घड्याळ पाहिलं. फारशी झोप मिळालीच नव्हती.

"माफ कर... मी तिच्या आईविषयी तुला सांगितलंच नाही?" डॅनियल उठून बसला आणि मोकळ्या हाताने आपलं कपाळ चेपू लागला. डोकं दुखायला सुरुवात झालीच होती.

"बंगल्यात झालेल्या घरफोडीबद्दलही तुला सांगितलंच नाही. अरे, मला रिलेला घेऊन लगेच डॉक्टरकडे जावं लागलं." त्याने तिच्याकडे बघत हळूच डोळा मारला. "हो, तेसुद्धा एक कारण होतंच."

"कधी?" त्याने चकित होऊन विचारलं, "कोण?... कधी नावसुद्धा ऐकलेलं नाही. पण 'एपीडी'ने आपल्याला कळवलं का नाही? माझ्या मते, आपण त्याचा फोटो आपल्या प्रत्येक गस्त घालणाऱ्या गाडीवर चिकटवलेला होता." तो उसासला. "म्हणजे त्याचा चेहरा ओळखणं अवघडच होतं. ठीक आहे." तो जरा ताठ बसला आणि त्याने घड्याळाकडे नजर टाकली. "पुन्हा? म्हणजे आणखी एक बळी! त्याच्या मागावर कोण होतं? अच्छा. वुल्फची गाडी जिथे थांबेल, तिथून मला फोन करायला सांग. मी जितक्या लवकर पोहोचता येईल, तितकं पाहतो." तो फोन ठेवूनच देत होता, पण तेवढ्यात थांबला, "हो-हो. मी सांगतो तिला. थँक्स, चेस." त्याने तिच्या हातात फोन दिला आणि तिने तो नीट ठेवून दिला. तिच्या पोटात गोळा आला होता.

"एपीडीच्या गाड्यांवर कोणाचा फोटो आहे?"

"एका तरुण पोराला आम्ही गेले काही दिवस शोधत होतो. काल रात्री एका गल्लीत तो मेलेला आढळला. त्याची गाडी जवळच उभी होती." तो पुन्हा आपलं कपाळ दाबू लागला. "डोक्यात गोळी मारली होती. त्यामुळे चेहरा रक्ताने माखलेला होता. शवागारात नेऊन त्याचा चेहरा धुऊन काढेपर्यंत त्याला कुणीच ओळखू शकलं नाही. त्याच्या गाडीच्या नंबरवरून त्याचं नाव शोधून काढलं. पण मी तर हे नाव कधीच ऐकलेलं नाही."

"काय नाव त्याचं?"

"सीन रोमने."

"मीही हे नाव कधी ऐकलेलं नाही." अखेर तिने मनात खदखदणारा प्रश्न विचारूनच टाकला, "वुल्फ पुन्हा पहाटेचा बाहेर पडलाय?" तिने विचारलं आणि त्यावर त्याने मान डोलावली.

"मला तिथे ताबडतोब पोहोचायला हवंय आणि मी तुला तर घरी एकटी ठेवू शकत नाही."

“मी दहा मिनिटांत तयार होते.” ती चटकन म्हणाली आणि तिच्या बोलण्याने तो खूश झालेला दिसला. “जेव्हा तुम्ही आयसीयूसारख्या ठिकाणी काम करता, तेव्हा आणीबाणीच्या प्रसंगासाठी तुम्हाला सदैव तयारच राहावे लागते. सत्तर मैलांच्या परिसरातल्या चॉपर्सनी भोसकलेल्या सर्व केसेस नेहमी आमच्याकडे येतात. म्हणून मला सतत एका पायावर तयार राहायची सवयच लागलीय.” ती बिछान्यावरून उतरली, पण तो क्षणभर तसाच बसून राहिला. “काय झालंय?”

“तू फार सुंदर आहेस.”

“तूसुद्धा. पण काय रे, मगाशी फोनवरून मी त्याच्याशी जशी बोलले, त्यामुळे काही गोंधळ तर होणार नाही ना?”

तोही बिछान्यावरून उतरला आणि त्याने मस्त आळोखेपिळोखे दिले. “नाही, चेसला सगळं माहितीये.”

तिने डोळे मोठ्ठे केले, “तू सांगितलंस? डॅनियल?”

“नाही” त्याने पुन्हा एक आळस दिला. “शेवटी मीही एक माणूसच आहे, ॲलेक्स. त्या दिवशी सकाळी जेव्हा आपण त्या सोफ्यावर धांगडधिंगा घातला, तो मला चेहऱ्यावर थोडाच लपवता येणार होता? सर्वांना समजलं.”

“अच्छा, आता समजलं!” ॲलेक्स मनातून शरमली होती. “पण चेस माझ्या-बद्दल आता काय बोलला?”

डॅनियल एकदम गंभीर झाला, “तुझ्या आईचं ऐकून त्याला खूप वाईट वाटलं. चल-चल, लगेच निघायला हवं.”

११

ट्युलिप ट्री हॉलो, जॉर्जिया, गुरुवार, १ फेब्रुवारी, सकाळी ७ वाजता

डॅनियल त्या खड्ड्याजवळ पोहोचला. 'डटन रिव्ह्यू'चा ताजा अंक त्याच्या काखेत होता. एड आधीच त्या अरुंद चरामध्ये खाली उतरलेला होता आणि माल्कम आणि ट्रे हे दोघे मिळून प्रेत वर काढत होते.

"एड, लवकर बाहेर ये." डॅनियलने त्याला हाक मारली, "मला महत्त्वाचं काही तुला दाखवायचंय –"

आतमध्ये उतरण्यासाठी एक छोटा लाकडी जिना होता. तो चढून एड वर आला. "साला, ब्लँकेटमध्ये गुंडाळलेली ही प्रेतं शोधायचा आता जाम वैताग आलाय." डॅनियलच्या कारमध्ये बसलेली ॲलेक्स त्याला दिसली, "कशी आहे ती आता?"

"आहे, ठीक आहे." त्याने एडच्या हातात पेपर दिला, "बघ."

एडचे डोळे एकदम विस्फारून गेले, "अरे, ती ब्लँकेट्स विकत घेणारा हाच तो पोरगा."

"फोटोतली गाडी म्हणजे जेनेटची पळवलेली 'झेड'!" पेपरावर टिचकी मारत डॅनियल म्हणाला, "आणि बातमी कोणी दिलीये, हे तुला सांगायलाच नको."

एडने डोळे वटारले, "तो भडवा बघ, समोरच्या झाडावर चढून बसलाय. आता तूच त्याला खाली खेचून काढ."

"ते तर माझं आवडतं काम झालंय. पण आधी त्या मुलाचं नाव वाचलंस का तू?"

"सीन रोमने, अटलांटा... कोण?"

"कोण!... वुल्फने पुढे लिहिलंय की, सीन रोमने हा डटनच्या रॉब डेव्हिसचा नातू आहे... आणि रॉब डेव्हिस हा डटनमधल्या एका बँकेचा मालक आहे. याचा अर्थ असा होतो की, डटनचा नगरपाल गार्थ डेव्हिसचा हा सीन रोमने पुतण्या

लागतो. आता तरी तुला पटतंय ना, की या प्रकरणात डटनमधलीच बडी धेंडं गुंतलेली आहेत? म्हणजे मला सरळ-सरळ आरोप नाही करायचाय.'' डॅनियल कुजबुजत म्हणाला, ''ब्रायसन ॲकॅडमीतून सायमन आणि वेडच्या एक वर्ष आधी पदवी घेऊन गार्थ डेव्हिस बाहेर पडलाय.''

एडने गाल फुगवला, ''प्रत्यक्ष नगरपाल? वा! त्याला आरोपीच्या पिंजऱ्यात उभं करताना तर जाम धमाल येईल.''

''ऑफिसमध्ये गेल्यावर आपण सविस्तर बोलू. आता मी त्या वुल्फला आधी झाडावरून उतरवतो.''

डॅनियल झाडाजवळ पोहोचला, तेव्हा वुल्फ खालीच उतरत होता. ''जिम, लेका, तुला झालंय तरी काय? बारा वर्षांच्या लहान मुलासारखा कायम झाडावरच चढत असतोस?''

वुल्फने खांदे उडवले, ''सार्वजनिक मालमत्ता आहे! तू मला हाकलवून लावू शकत नाहीस. ते जाऊ दे. ऐक एक – मसालेदार गोष्ट समजलीये... ती सर्वांना समजलीच पाहिजे.''

'मसालेदार'... त्या शब्दानेच डॅनियलचं पित्त खवळलं. ''अरे, तू माणूस आहेस की जनावर? जरा येतोस माझ्याबरोबर आणि या मेलेल्या मुलींच्या घरच्यांना ऐकवतोस, तुझ्या त्या 'मसालेदार कहाण्या?' शिरजोरपणे झाडावर बसून मिटक्या मारत फोटो काढतोस? वा रे वा! केवढं महान समाजप्रबोधनाचं काम स्वीकारलंयस तू! ये, दाखवतोच तुला. चल माझ्याबरोबर आणि अगदी जवळून जरा आत्मीयतेने त्या समोरच्या प्रेताकडे एक नजर तरी टाकून दाखव.'' डॅनियल चालू लागला. क्षणभराने त्याने मागे वळून पाहिलं. वुल्फ जागेवरून ढिम्म हललादेखील नव्हता. डॅनियलचा पारा भलताच वाढला. ''जिम, जास्त हुशारी करू नकोस... खेचत नेईन तुला.''

जिम हळूहळू चालू लागला. त्याच्या चेहऱ्यावर थोडं कुतूहल होतं आणि थोडी भीती. माल्कम आणि ट्रे ते प्रेत उचलून एका खास बनवलेल्या बॅगमध्ये घालत होते. ''माल्कम, जरा ते ब्लँकेट खाली ओढ.'' डॅनियल धारदार आवाजात म्हणाला.

माल्कमने ब्लँकेट बाजूला केलं. ''सगळं अगदी तसंच. चेहरा चेचलेला, तोंडावर जखमा...''

''हिच्या चेहऱ्यावर बरेच दागिने दिसतायत.'' ट्रे म्हणाला, ''दोन्ही कानांत डूल, नाकात चमकी, जिभेत जडवलेला खडा...'' त्याने तिच्या दंडाकडे बोट दाखविले, ''गोंदण – L-A-L-L – Live and Let Live जगा आणि जगू द्या!''

अचानक पाठीमागे काहीतरी धप्पकन पडल्याचा आवाज झाला. डॅनियलने

मागे वळून पाहिलं. जिम वुल्फ जागेवरच थिजून बर्फासारखा गोठला होता. त्याचा कॅमेरा खांद्यावरून खाली पडला होता. ती मुलगी कोण असणार याचा त्याच क्षणी डॅनियलला अंदाज आला. क्षणभर डॅनियलला अपराधी वाटलं. आपण जिमला हे असं पाहू द्यायला नको होतं. त्या मुलीबद्दलही त्याच्या मनात सहानुभूती दाटून आली. बिचारीला खरं जीवन कधी जगताच आलं नाही. कहाणीला फारच विचित्र आणि 'मसालेदार' वळण मिळत चाललंय. त्याच्या मनात कडवटपणा दाटून आला. त्याने हाक मारली, ''जिम...''

त्या भयाण शांततेत जिम आ वासून उभा होता. त्याच्या तोंडून शब्द फुटणं अशक्यच होतं. तो सुन्नपणे टक लावून नुसता पाहत होता.

डॅनियल म्हणाला, ''एड, तू वुल्फला तुझ्या गाडीतून घेऊन जाशील? ही त्याची बहीण लिझा आहे!''

अ‍ॅटलांटा, गुरुवार, १ फेब्रुवारी, सकाळी ८ वाजून ३५ मिनिटे

डॅनियल आणि एड येऊन खुर्चीत बसले. चेस आणि ल्यूक आधीच आलेले होते. वार्षिक मासिकांवरून शोधून काढलेल्या बाकीच्या मुलींची मुलाखत घ्यायला तालिया बाहेर पडली होती. डॅनियल मनात म्हणाला, आपल्यापेक्षा तिचं नशीब चांगलं निघावं आणि येताना तिने एखादी महत्त्वाची बातमी आणावी!

''दोन नवीन मृत व्यक्ती आता आपल्याला सापडल्या आहेत.'' डॅनियलने सुरुवात केली.

''सीन रोमने आणि लिझा वुल्फ. समोर बहिणीचं प्रेत पाहून, जिम खचला आणि बंद असलेली त्याची जीभ जरा सैल सुटली. तो म्हणाला की, जेनेट आणि क्लॉडियाची 'खबर' त्याला फोनवर मिळाली होती, पण बाकीच्या सर्व 'खबरी' त्याच्या ज्या सेलफोनवर एसएमएस केलेले होते; तो फोन हा अधिकृत आणि नोंदणी केला गेलेला नव्हता. त्यामुळे त्या संदर्भात वॉरंट काढता येऊ शकत नाही.''

''ज्या सेलफोनवरून हे एसएमएस केले गेलेत, त्याचाही काही पत्ता लागत नाही.'' एड म्हणाला.

''बरोबर आहे. आता जिमच्याच बहिणीचा खून केल्यावर, तो काही यानंतर त्याला खबर देऊ इच्छित नसणार.'' चेस रोखठोक बोलला.

ल्यूक 'डटन रिव्ह्यू' वाचत बसला होता, ''हा रोमने बच्चा कोण आहे?''

''एका अनोळखी इसमाने ९११ वरून आपल्या एपीडीला फोन केला आणि सांगितलं की, एका चिंचोळ्या गल्लीत एक तरुण मुलगा मरून पडलाय.'' डॅनियल सांगू लागला, ''तेव्हा डोक्यात गोळी बसलेला सीन रोमने सापडला.

त्यांच्या गाडीवर जरी त्याचा फोटो चिकटवलेला होता, तरी ते त्याला चटकन ओळखू शकले नाहीत, कारण तो रक्ताने माखलेला होता. सकाळी पाच वाजता जेव्हा त्यांनी ते प्रेत शवागारात आणून स्वच्छ केले, तेव्हा त्याची ओळख पटली. त्यांनी चेसला आणि चेसने मला फोन केला.''

''तो फक्त अठरा वर्षांचा होता.'' ल्यूक बातमी वाचत म्हणाला, ''याचा अर्थ, जेव्हा ॲलिशियाचा खून झाला होता किंवा त्या मुलींवर बलात्कार झाला होता, त्या वेळेस तो बालवाडीत असणार आणि तो लहानपणापासून ॲटलांटातच राहत होता.''

''पण तरीही त्याचा डटनशी फार जवळचा संबंध पोहोचतो.'' डॅनियल जरा वैतागूनच म्हणाला.

''सीन हा रॉब डेव्हिसचा नातू आहे आणि डटनमध्ये रॉब डेव्हिसच्या मालकीची एक बँक आहे. रॉब डेव्हिस हा गार्थ डेव्हिसचा काका आहे. गार्थचे वडीलही बरीच वर्षे नगरपाल होते आणि काँग्रेसमन बॉवीशी त्यांचा घनिष्ठ संबंध होता. मला वाटतं, ज्या हेतूने त्या खुनी इसमाने ह्या पूर्वीच्या प्रेतांच्या पायाला चावी बांधली होती, अगदी तोच हेतू सीनच्या खुनामागे दिसून येतो. तो कुणाला तरी एक 'संदेश', एक 'इशारा' देतोय.''

''आणि तुला आता वाटू लागलंय की, तो सरळ-सरळ गार्थ डेव्हिसलाच इशारा देतोय?'' चेस म्हणाला.

डॅनियलने मानेनेच होकार दिला. त्याला मनातून ती गोष्ट छळत होती. ''सायमन आणि वेडपेक्षा गार्थ फक्त एका वर्षाने मोठा होता. गार्थ सायमनला ओळखायचा. सायमनने काढलेल्या फोटोंशी त्याचा संबंध आपण नाकारूही शकत नाही.''

''तू तर गार्थला चांगलाच ओळखतोस.'' एड म्हणाला, ''त्या फोटोंमधल्या माणसांइतका तो बदमाश आणि दुराचारी असू शकेल?''

''निदान आजपर्यंत तरी मला असं वाटलं नव्हतं. अजूनही माझी पक्की खात्री पटलेली नाही. मी त्याच्याहून बराच मोठा होतो आणि तो तर शाळेत नुकताच दाखल झाला होता. म्हणजे मी त्याला नीट ओळखत नव्हतोच. पण सायमनला शोधण्यासाठी तो त्या काळात एक-दोनदा आमच्या घरी आल्याचं मला आठवतं. तो आणि सायमन हे अगदी जिवलग मित्र होते, असं म्हणता येणार नाही; पण अनेकदा ते एकत्र असत.''

ल्यूकला पटलेलं नव्हतं. ''तो भलेही सायमनला ओळखत असेल, पण म्हणून तो या मुलींचे खून करू शकेल?''

डॅनियलने संवादाची गाडी पुन्हा रुळावर आणली, ''गार्थच्या हातून निदान क्लॉडियाचा खून तर नक्कीच झालेला नसणार. कारण फेलिसिटीच्या मते, ज्या

वेळी क्लॉडियाला मारलं गेलंय, त्या वेळी म्हणजे सोमवारी रात्री – तो बॉवीच्या घरी होता. पण आत्तापर्यंतच्या प्रकरणात, गार्थ हा पहिला माणूस आपल्याला सापडतोय की ज्याचा सायमनशी आणि खून झालेल्या एका व्यक्तीशी आपण निश्चित संबंध लावू शकतो.''

''नाही. पण त्या आधी जिम वुल्फचा या सर्व बळींशी अधिक जवळचा संबंध पोहोचतोय.'' चेस म्हणाला, ''खून झालेल्या प्रत्येक व्यक्तीचा त्याने आपल्या पेपरसाठी फोटो काढलेला आहे. प्रत्येक खुनाची त्याला त्याच्या सेलफोनवर खबर मिळालेली होती. खुनी इसमाला हे पक्कं ठाऊक आहे की, आपण वुल्फवर अगदी बारीक नजर ठेवून आहोत. आपण वुल्फवर पाळत ठेवतोय, हे समजूनसुद्धा ज्या अर्थी तो मुद्दाम त्याला खबर देत राहतोय; याचा अर्थ तो आपल्याला सरळ-सरळ सुचवतोय की, जिमचा या प्रकरणाशी संबंध आहे.''

''आता तर त्याने जिमला स्वत:च्या बहिणीचंच थडगं बांधायला लावलंय!'' एड म्हणाला.

''हा तर भलताच जबरदस्त इशारा आहे!''

''पण या इसमाला लिझा वुल्फसारखं सावज पकडण्यासाठी खूप कष्ट घ्यावे लागलेले असणार.'' डॅनियल विचारपूर्वक बोलला, ''ती अथेन्सच्या कॉलेजात शिकत होती. म्हणजे एक तर त्याला तिथपर्यंत जावं लागलं असणार किंवा तिला कोणत्या तरी मोहात पाडून इथं आणावं लागलेलं असणार. मी तिचे फोन रेकॉर्ड्स मागवलेत आणि अथेन्स पोलीस स्टेशनशी संपर्क साधलाय. ते लोक लिझाचा फ्लॅट तपासणार आहेत आणि तिच्या मित्रांचीही उलटतपासणी घेणार आहेत. काल रात्री कोणीतरी तिला पाहिलं असण्याची शक्यता आहे.''

चेसने 'रिव्ह्यू'चा अंकाकडे बोट दाखवत म्हटलं, ''हा फोटो वुल्फला कसा मिळाला, हे मला शोधून हवंय. त्याच्या पाळतीवर जो माणूस आपण ठेवलाय, त्याने मला सांगितलं की, रात्री नऊ ते पहाटे दोनपर्यंत वुल्फ आपल्या ऑफिसमध्येच होता. हा रोमनेचा फोटा काढण्यासाठी त्याने नक्कीच कुणाली तरी पाठवलेलं असणार.''

''तो तसा कुणावरही विश्वास टाकणारा नाही.'' डॅनियल म्हणाला, ''मी पैज लावून सांगतो की हे काम त्याने मारियानावर सोपवलं असणार. मारियाना म्हणजे जिमची बायको. मगाशी माझ्यासमोर मन मोकळं करताना तो ही गोष्ट मला सांगायला विसरला.''

एडने अजूनही पेपरातच डोकं खुपसलं होतं. ''जरा थांब. आपल्या एपीडीला पहाटे पाचपर्यंत त्या पोराची ओळख पटली नव्हती. ही बातमी छापायची, म्हणजे अगदी त्याचा घरगुती पेपर आहे, हे जरी गृहीत धरलं, तरी रात्री बाराच्या आतच

त्याने ती मिळवली असणार. कारण सकाळी सहा वाजता हा पेपर घरोघरी पोहोचलेला असतो.''

त्या दिवशी सकाळी साडेपाच वाजता तो पेपर टाकणारा मुलगा ॲलेक्सच्या घरापाशी आला होता, हे डॅनियलला आठवलं. ''बरोब्बर साडेपाच वाजता!'' डॅनियलने मान्य केलं. ''याचा अर्थ, पोलिसांच्याही आधी तो रोमने आहे, हे वुल्फला समजलेलं होतं. म्हणजे मग ही नुसती 'खबर' असू शकत नाही; हे तर एक प्रकारचं कट-कारस्थान दिसतंय.''

''तुझं बरोबर आहे.'' चेस म्हणाला, ''आपण त्याला अटक करू या. जेलमध्ये जायच्या भीतीने तो कदाचित सर्व सांगून टाकेल. डॅनियल, तू त्या मारियानाला जाऊन भेटणार आहेस?''

''ही मीटिंग संपली की लगेच. कोनिग आणि हटनपैकी कोणाचा फोन आला होता?''

''दीड तासापूर्वी कोनिगने मला फोन केला होता. दोघेही रात्रभर शोधत होते, पण क्रायटन काही सापडला नाही. ते आता पीच ट्री अँड पाईनमध्ये जाणार होते. नाश्त्यासाठी तिथे अनेक जण येतात. तिथे क्रायटनची काही ताजी खबर मिळेल, अशी त्यांना आशा वाटतेय. तिथून ते सरळ घरी जाऊन झोपणार आणि पुन्हा आज रात्री शोध सुरू ठेवणार.'' चेस म्हणाला.

''मला वाटलं होतं, आज तरी आपण त्या हरामखोराला पकडू शकू!'' डॅनियल हताश होऊन म्हणाला.

''ॲलेक्स आणि मॅक्क्रेडीची टेप मी काल रात्री पाहिली.'' एड म्हणाला, ''ॲलेक्सच्या सांगण्याप्रमाणे क्रायटन म्हणाला होता की, ॲलिशियानेच वेडकडे संभोगाची मागणी केली होती. माझ्या मते याचा अर्थ असा होतो की, त्या बलात्काराविषयी क्रायटनला पक्की माहिती असणार.''

''अगदी बरोबर!'' डॅनियल म्हणाला, ''तो म्हणाला होता की, वेडने तिचा खून केलेला नाही. त्याच्या बोलण्यात तथ्य असेलच, असं नाही. पण जर वेडने तिच्यावर बलात्कार केला असेल, तर तीच गोष्ट त्याने बिअर्डस्लीपाशी कबूल केली असणार आणि बेली व क्रायटनला पत्रातून कळवलेली असणार.''

''मी क्रायटनबद्दल माहिती काढलीय.'' ल्यूक म्हणाला, ''ॲलिशियाचा खून झाल्यानंतर आणि त्याने ॲलेक्सच्या आईला मारल्यानंतर तो बहुधा पार डोंगराखाली पळून गेला असावा. तोपर्यंत त्याला चांगली नोकरी होती. पण गेली तेरा वर्षं तो बेपत्ता आहे. त्याच्या नावावर इन्कमटॅक्स भरल्याची किंवा एखाद्या क्रेडिट कार्डाचीही नोंद दिसत नाही... कसलाच उल्लेख नाही.''

''तो आता रस्त्यावर बासरी वाजवून दारूसाठी पैसे गोळा करतो;'' डॅनियल

चिडून तुच्छतेने म्हणाला, ''नाहीतर म्हाताऱ्या सिस्टर्सना मारहाण करतो.''

''अच्छा?'' एडने मान हलवली, ''बासरी! आता माझ्या लक्षात आलं की बेलीच्या घराची झडती घेताना मला बासरीची एक रिकामी छोटी पेटी मिळाली होती. अनेक वर्षांत तिला कुणी हातसुद्धा लावला नसावा, इतकी ती जुनाट वाटत होती. बाहेरून धुळीने माखली होती, पण आत मात्र अगदी स्वच्छ होती. जणू काही थोड्या वेळापूर्वीच कुणी उघडली असावी. बेलीसुद्धा बासरी वाजवायची?''

''तसं असतं, तर ॲलेक्स मला बोलली असती.'' डॅनियल म्हणाला, ''मी लगेच तिला विचारून घेतो.''

''तू तिला 'केसा'बद्दल बोललास?'' चेसने विचारलं.

''हो, ते बोलणं झालं. आज सकाळी मी ॲलेक्सला विचारलं की, ॲलिशियाच्या सगळ्या वस्तू कोणी नेल्या होत्या; तर ती म्हणाली की, किममावशीने आपल्या-बरोबर त्या वस्तू ओहिओला नेल्या होत्या आणि अजूनही त्या पेट्या तिथेच पडून आहेत. पण ती असंही म्हणाली होती की ती, बेली आणि ॲलिशिया ह्या नेहमी कपडे, मेकअपचं सामान आणि ब्रश वगैरे गोष्टींची आपापसात अदलाबदल करायच्या. त्या अखेरच्या वेळी तर ॲलिशिया आणि बेली एकाच खोलीत झोपत होत्या. कारण ॲलिशिया आणि ॲलेक्सचं कशावरून तरी भांडण झालं होतं. ते केस कदाचित बेलीच्या घरातून अलीकडेच चोरले असावेत.''

''मला तसं वाटत नाही.'' एड म्हणाला, ''इतकी वर्षं जर ते तसेच ब्रशमध्ये अडकून राहिले असतो, तर एव्हाना त्यांचा गुंता झाला असता. आपल्याला सापडलेला केस अगदी सरळ आणि स्वच्छ आहे. त्यावर धुळीचा कणदेखील नाही. याचा अर्थ, ते केस काळजीपूर्वक सीलबंद करून ठेवले होते.''

''बलात्काराचं स्मृतिचिन्हच जणू!'' चेस हळू म्हणाला, ''हरामखोर लेकाचे!''

''अरे हो, आणखी एक वस्तू तुम्हाला दाखवायची आहे.'' एड म्हणाला आणि त्याने टेबलावर एक प्लॅस्टिकची पिशवी ठेवली.

डॅनियलने ती उंच, प्रकाशात धरली. ''निळ्या खड्याची अंगठी? तुला कुठे मिळाली?''

''ॲलेक्स जी बाथरूम त्या वेळी वापरत असे, त्याच बाथरूममध्ये खिडकीखाली.''

''ज्या वेळेस फलमोअरने त्या अंगठीचा उल्लेख केला होता, तेव्हा ती कितीतरी वेळ स्वतःच्याच बोटांकडे पाहत राहिली होती.'' डॅनियल थंडपणे म्हणाला, ''फलमोअर म्हणत होता की, त्याने जेव्हा ॲलिशियाला परत गुंडाळले होते, तेव्हा ती तिच्याच हातात होती. पण वॅंडाच्या म्हणण्यानुसार ती अंगठी फलमोअरच्या खिशात सापडली होती.''

''जेव्हा ॲलिशिया सापडली, तेव्हा जर ती अंगठी तिच्याच बोटात असेल,

तर... याचा अर्थ असा होतो की, डटन शेरिफच्या ऑफिसने पुराव्याबाबतीत जाणूनबुजून लुडबुड केलीय.'' चेसही तितक्याच थंडपणे म्हणाला.

डॅनियलने उसासा सोडला. ''माझ्याही ते लक्षात आलंय. पण त्यासाठी ती अंगठी खरोखरच तिच्या बोटात होती का नव्हती, हे आधी शोधून काढावं लागेल. थोड्या वेळाने मी डटनला जाऊन गार्थ आणि रॉब डेव्हिसला भेटणार आहे. वाटेत मी त्या पोर्टरबंधूंनाही भेटून घेतो. ॲलिशिया प्रथम त्यांना सापडली होती. त्यांना अंगठीविषयी काही आठवतंय का, ते मी पाहणार आहे. ल्यूक, तू लेघने आणलेल्या वार्षिक मासिकांमधून त्या नावांची यादी बनवायला सुरुवात कर.''

ल्यूकने समोर पडलेल्या त्या भल्या मोठ्या गठ्ठ्याकडे पाहिलं. ''सुरुवात कुठून करायची?''

''सध्यातरी तू सायमन, वेड आणि ऱ्हेट ज्या शाळेत शिकले; तिथपासून सुरुवात कर आणि गार्थ आणि मी ज्या शाळेत शिकलो, ती शाळाही महत्त्वाची आहे. त्यापैकी कुणा मुलांच्या नावावर काही हिंसक वर्तनाची नोंद आहे का, हे तपासून बघ... विशेष करून काही विकृत वर्तन वगैरे.''

ल्यूकने त्याच्याकडे संशयाने पाहिलं, ''विकृत? ठीक आहे.''

''काल ज्या मुलींशी बोलायचं राहिलं, त्यांच्याशी आज मी बोलून घेतो.'' चेस म्हणाला, ''कदाचित त्याने आणखी एखादा खून करण्याच्या आतच आपण त्याला खिंडीत गाठू.''

डटन, गुरुवार, १ फेब्रुवारी, सकाळी ८ वाजून ३५ मिनिटे

तो आपल्या पोर्चमध्ये पोहोचला. रात्रभर केटवर पहारा ठेवल्याने त्याचं अंग अगदी आंबून गेलं होतं. पहाटे चारच्या सुमारास त्याला डुलकी लागली होती. त्याला जाग आली, तेव्हा सूर्य चांगलाच वर आला होता आणि केट तर ऑफिसात जाण्यासाठी गाडीपाशी येऊन उभी असलेली त्याने पाहिली. नशीब, तिचं लक्ष त्याच्याकडे गेलं नाही! तुझीच काळजी करत मी इथं बसलोय, हे तिला सांगावंच लागलं असतं. लागोपाठ तीन मुलींचे खून झालेत म्हणून आपण धास्तावलोय, अशी काहीशी सारवासारवीही करावी लागली असती. पण तिला संशय आलाच असता; तेवढी ती नक्कीच धूर्त होती.

त्याची बायको दरवाज्यातच उभी होती. तो तिच्याकडे पाहतच राहिला. ती खूप रडली असावी. डोळे लाल दिसत होते. ''काय झालं?''

''रॉब अंकल आलाय. सकाळी सहा वाजल्यापासून वाट बघतोय... सीनचा खून झालाय.''

''काय? सीनचा? केव्हा? कसा?''

तिने त्याच्याकडे रोखून पाहिलं. तिचे ओठ थरथरत होते. "म्हणजे? तुला कुणाचा खून अपेक्षित होता?"

तो गांगरला. त्याने बधिरपणे डोकं हलवलं. आधीच तो पार थकलेला होता. "केटचा."

तिने विषय वाढवला नाही. "रॉब लायब्ररीमध्ये बसलाय."

त्याचा काका खिडकीखाली खुर्चीत बसला होता. त्याचा चेहरा काळजीने काळवंडला होता. "होतास कुठे तू इतका वेळ?"

तो रॉब शेजारच्या खुर्चीत बसला.

"केटवर पहारा देत होतो. काय झालं?"

"त्यांना तो एका छोट्या गल्लीत सापडलाय." रॉबचा आवाज फाटत होता. "सुरुवातीला त्याला कुणीच ओळखलं नाही. चेहऱ्यावर रक्तच रक्त होतं. पोलीस म्हणाले की, ते सीनच्या शोधातच होते. त्याचा फोटा टीव्हीच्या बातम्यांमध्ये दाखवलाही होता. काही समजेनासं झालंय... माझ्या नातवाला ही अशी प्रसिद्धी?"

"पोलीस का शोधत होते त्याला?"

रॉबच्या डोळ्यांत अंगार उसळला. "कारण त्यांच्या मते, ज्या इसमाने क्लॉडिया सिल्व्हा, जेम्मा मार्टिन आणि जेनेट बॉवीचा खून केलाय; त्या माणसाला सीन मदत करत होता. ते म्हणाले की, त्यांच्यापाशी तसा पुरावा आहे."

"यादीत आणखी एकीची भर पडलीय – लिझा वुल्फ." दरवाज्यातून आत येत त्याची बायको म्हणाली, "मी आत्ताच सीएनएनवर पाहिलं."

"बघ, आता ही लिझा वुल्फसुद्धा." त्याच्या चेहऱ्यावरची रेषन्‌रेष संतापाने थरथरत होती.

"तू गला आधी सांग की, तुला काय ठाऊक आहे? आत्ताच्या आत्ता!"

त्याने मान हलवली. "छे, मला काहीही ठाऊक नाही."

रॉब ताडकन उसळून उभा राहिला. "अरे खोटारड्याऽऽ तू एक नंबरचा खोटारडा माणूस आहेस!" त्याने त्याच्यावर रोखलेलं बोटंही थरथरत होतं. "मंगळवारी रात्री तू एका माणसाच्या परदेशी खात्यात एक लाख डॉलर्सचा भरणा केलास. बरोबर? त्यानंतरची आणखी एक घटना काल माझ्या बँकेत व्हेट पोर्टरचा लॉकर उघडण्यासाठी एक इसम आला होता."

आपण उघडे पडत चाललोय, हे त्याला समजत होतं. तरी त्याने निर्लज्जपणे तोंड वर करून विचारलं. "असेल. मग?"

"मग? मग तो माणूस मला निघताना म्हणाला, 'गार्थला सांग की, ती वस्तू माझ्यापाशी आहे.' या सगळ्याचा अर्थ काय होतो?"

त्याची बायको तर या धक्क्याने कोसळायचीच बाकी होती.

"तू कुणाला तरी एक लाख डॉलर्स दिलेस? गार्थ, पण इतके पैसे आपल्याकडे आहेतच कुठे?"

"मुलांच्या कॉलेज फंडात होते ना; त्याने ते तिथून उचलले!" थंडपणे रॉब म्हणाला. त्याच्या बायकोला उघडलेलं तोंड मिटताही येईना.

"नीच माणसा, इतकी वर्षं तू मला छळ-छळ छळलंस; आता मुलांनाही लुबाडायला निघालास?"

गुंडा सुटू लागला होता – अख्ख्याच्या अख्खा.

"माझा नाइलाज होता. केटला ठार मारीन, अशी त्याने धमकी दिली होती."

"त्याने? त्याने म्हणजे कोणी?" रॉबने खडसावून विचारलं.

"जो कोण अलीकडे या मुलींचा खून करत सुटलाय, त्याने. त्याचं नाव मला माहीत नाही. त्याने केट आणि व्हेटला मारायची धमकी दिली. केटसाठी मागितलेले पैसे मी जाऊन भरले आणि दुसऱ्याच दिवशी सकाळी व्हेटचा खून झाला होता. केटला जिवंत ठेवण्यासाठी मी आणखीही पैसे मोजेन."

"तू नाही मोजणारऽऽ" त्याची बायको कर्कशपणे ओरडली, "गार्थ, तुला वेड लागलंय!"

"नाही." तो तितक्याच शांतपणे म्हणाला, "व्हेटला त्याने मारलं, हे सत्य मी विसरू शकत नाही."

"म्हणजे, तुला असं वाटतंय की, व्हेटचा ज्याने खून केला, त्यानेच सीनलाही मारलं?" रॉबने विचारलं.

"मला सीनबद्दल काहीच ठाऊक नव्हतं. मी अगदी खरं सांगतोय. हवी तर, शप्पथ घेतो. त्याने माझ्याजवळ सीनचा फोटो पाठवला नव्हता."

"काय?" रॉब कसाबसा पुन्हा खुर्चीत बसला. "त्याने तुझ्याकडे फोटो पाठवले होते?"

"हो, व्हेट आणि केटचे... आणि इतरही काही जणांचे."

"आपण पोलिसांना कळवायलाच हवं." त्याची बायको कमालीची घाबरली होती.

तो छद्मी हसला. "अजिबात नाही. आपल्यापैकी कुणीही पोलीस स्टेशनची पायरीही चढणार नाही; सांगून ठेवतो."

"आणि उद्या तो आपल्या मुलांच्या जीवावर उठला, तर? हा विचार तुझ्या डोक्यात येत नाहीये?"

"यापूर्वी नव्हता आला; पण आता आला... सीनची बातमी समजल्यानंतर."

"गार्थ, तुला खूप काही ठाऊक आहे. आणि मला ते तुझ्या तोंडून ऐकायचंय – आत्ताच." रॉबला राग आवरत नव्हता.

''मी नाही सांगू शकत.''

''का?''

''कारण ते मलाच ठाऊक नाही! व्हेटला कुणी मारलं, हे मलाही माहीत नाही.''

''हे सगळं काय चाललंय गार्थ?'' त्याची बायको कळवळून म्हणाली, ''आपण पोलिसांना का कळवू शकत नाही?''

''ते मी तुला सांगणार नाही आणि न सांगण्यातच तुझं हित आहे.''

''माझ्या हिताची तू कधीपासून काळजी करायला लागलास? तुला चांगली ओळखून आहे मी. तू स्वत: कुठल्यातरी चिखलात अडकलायस... आणि आता आम्हालाही त्यात अडकवतोयस – मला आणि तुझ्या मुलांना. उगाच आमच्याबद्दल पुळका दाखवू नकोस. स्पष्ट काय ते सांग, नाहीतर मी एकटी पोलीस स्टेशनमध्ये जाईन!''

ती इरेलाच पेटली होती. आपलं बोलणं ती खरं करून दाखवेलही. तो वरमला.

''तुला जारेड ओब्रायन आठवतोय?'' त्याने विचारलं.

''न आठवायला काय झालं? एक दिवस तो खूप प्यायला आणि त्याची गाडी रस्त्यावरून घसरली... आणि...'' एकदम तिच्या लक्षात आलं, ''म्हणजे हे तर सगळं असंच्या असं व्हेटच्या बाबतीत घडलं. बापरे! गार्थ, तू नक्की काय केलंस?''

त्याने उत्तर दिलं नाही. देऊ शकला नाही.

''जे काय असेल ते असेल; पण त्यामुळे तो तुझ्यामागे लागलाय तर?'' रॉब म्हणाला, ''प्रश्न तुझ्या एकट्याचा असता, तर मला त्याचं काही वाटलंही नसतं. पण तो तर माझं कुटुंबच बरबाद करायला निघालाय. सीन, तुमच्याइतका हुशार निघाला नाही, हे तर आपल्याला ठाऊकच होतं. त्याने मात्र सीनचा वापर करून घेतला. त्याला वापरला आणि उपयोग संपल्यावर ठार मारला. हा त्याने तुलाच दिलेला इशारा आहे.'' रॉब उठून उभा राहिला, ''हे इथेच संपायला हवं, गार्थ.''

''तू काय करायचं ठरवलंयस?'' त्याने थंड नजरेने काकाकडे पाहिलं.

''मी अजून ठरवलेलं नाही.''

''तू पोलिसांना कळवणार आहेस?''

त्याची बायको आता रडत होती.

''इथल्या पोलिसांना? अशक्य!'' तो उपहासाने म्हणाला.

गार्थही उठला. त्याने रॉबच्या डोळ्यांना डोळे भिडवले, ''मी जर तुझ्या जागी असतो, तर मी गप्प राहिलो असतो.''

"का म्हणून?"

"तू कदाचित काही तासांनी तो निर्णय घेशील. मला फक्त काही मिनिटंच पुरेशी आहेत. एक किंवा दोन फोन कॉल्स – अगदी नेमक्या ठिकाणी. आणि पाचव्या मिनिटाला तुझ्या बँकेच्या दरवाज्यात तपासनीस अधिकारी उभे राहिलेले असतील."

रॉबचा चेहरा पडला. त्याने गार्थकडे रागाने पाहिलं. "असं करायची तुझी हिंमत आहे?"

"वेळ आली तर काहीही करायची माझ्यात हिंमत आहे." तो थंड आवाजात म्हणाला.

त्याच्या बायकोने सुन्न होऊन तोंडावर हात धरला. "माझा विश्वासच बसत नाही... भयाण स्वप्नच वाटतंय!"

त्याने मान डोलावली. "बरोबर बोललीस. पण तोंड मिटून आणि मान खाली घालून राहिलीस, तर हे भयाण स्वप्न जेव्हा केव्हा संपेल, तेव्हा जागी होण्यासाठी निदान जिवंत तरी राहशील."

ॲटलांटा, गुरुवार, १ फेब्रुवारी, सकाळी ९ वाजून ३५ मिनिटे

डॉक्टर मॅक्क्रॅडीच्या खोलीत शांतता पसरली होती. खोलीतल्या आरशाचा उपयोग दोन्ही बाजूंनी करता येत होता. त्या दोघी मेरीची वाट पाहत बसल्या होत्या. टेबलावर कोपर ठेवून ॲलेक्स थोडी पुढे झुकली आणि होपची चित्रकला पाहू लागली. "निदान आता ती दुसरे रंग तरी वापरू लागलीये!"

"काळा आणि निळा. आम्ही थोडी प्रगती केलीय." मेरिडिथ किंचित उदासपणे म्हणाली.

ॲलेक्सला अचानक काही जाणवलं. "पण फारशी नाही. मर्, आता आपण तिला एक जरा जोरदार धक्का द्यायला हवा."

"ॲलेक्स..." मेरिडिथने तिला सावध केले.

"आज सकाळी तू त्या मुलीला खड्ड्यातून बाहेर काढताना बघायला हवं होतंस." ॲलेक्स ताडकन म्हणाली. तिच्या आवाजात कमालीची चीड होती. "मी पाहिलंय. शैलासकट आता पाच मुलींना मारलं गेलंय. हे थांबायलाच हवं. होप, मला तुझ्याशी बोलायचंय आणि माझं तू ऐकणार आहेस." ॲलेक्सने नाजुकपणे तिची हनुवटी चिमटीत पकडली. होपचा हात हळूहळू थांबला आणि तिने मान वर करून ॲलेक्सकडे पाहिलं. "होप, तुझ्या ममाला कुणी मारलं, हे तू पाहिलंयस? प्लीज, राणी, सांगशील मला?"

होपने मान फिरवली. पण ॲलेक्सने तिची मान पुन्हा वळवली. "हे बघ होप,

सिस्टर ॲनेनं तर माझ्याजवळ तुझं खूप कौतुक केलं होतं. तू खूप हुशार आहेस. तुला पुष्कळ शब्द ठाऊक आहेत आणि तू चुरूचुरू बोलतेस. तू बोल ना माझ्याशी. तुझ्या ममाला कुणीतरी पळवून नेलंय? आणि हे समजण्याइतकी तू नक्कीच हुशार आहेस. मी तिला खूप शोधलं, पण मला ती सापडलीच नाही गं...'' ॲलेक्सचा आवाज दाटून आला. ''तू माझ्याशी बोललीस, तर मी तिला शोधून काढीन. ममाला पळवून नेणाऱ्या माणसाला तू पाहिलं होतंस?''

होपने अगदी हळूहळू मान डोलावली. ''खूप काळोख होता.'' ती स्वत:शीच पुटपुटली. तिचा आवाज फारच नाजूक होता,

''त्या वेळी तू बिछान्यात होतीस?''

तिने मान जोरजोरात हलवली, ''मी तिथून पळून गेले!''

''का?''

''मी त्या माणसाचा आवाज ऐकला.''

''ज्याने ममाला मारलं, तो?''

''तो निघून गेला आणि ती रडायला लागली.''

''त्याने तिला मारलं?''

''तो निघून गेला आणि ती रडायला लागली.'' तिने पुन्हा म्हटलं, ''मग ती वाजवत बसली.''

''काय?''

''बासरी.''

''पण तुझी ममा फार पूर्वी एक भलंमोठं, चकचकीत शिंग वाजवायची. त्यात आणि बासरीत खूप फरक आहे.''

''बारारी!'' ती पुन्हा म्हणाली.

मेरिडिथने होपसमोर एक कोरा कागद ठेवला. ''मला चित्र काढून दाखव.''

होपने काळा खडू उचलला आणि एक छोटा गोल आकार काढला. त्या गोलामध्ये डोळे आणि नाक रेखाटलं अन् गोलाच्या वरून आणि खालून दोन आडव्या रेषा ओढत एक आयताकृती तयार केली. चंदेरी खडूने तो आयत रंगविला.

चित्र काढून झाल्यावर तिने मान वर करून ॲलेक्सकडे पाहिलं. ''बासरी.'' ती म्हणाली.

''हो, ही तर बासरीच आहे.'' मेरिडिथ म्हणाली, ''होप, किती छान चित्र काढलंस!''

ॲलेक्सने होपला घट्ट कुशीत धरलं, ''फारच मस्त पण या बासरीचं पुढे काय झालं?''

होपने नजर खाली वळवली. ''ती बासरीवर गाणं वाजवू लागली.''

"ते तुझ्या बाबांचं गाणं? मग नंतर काय झालं?"

"आम्ही पळायला लागलो." ती अगदी अस्पष्ट बोलली.

"कुठे?"

"रानात." तिने स्वत:ला घट्ट आक्रसून घेतलं.

ॲलेक्सने होपला उचलत आपल्या मांडीवर बसवलं. "त्या रानात, तुझ्याबरोबर ममा होती?" होप रडू लागली. ती इतक्या क्षीण आवाजात मुसमुसत होती की, ॲलेक्सला गलबलून आलं. "ए बाळा, मी आहे ना तुझ्याबरोबर? तुझ्या अंगाला हात लावायचीही आत कुणी हिंमत करणार नाही. शांत हो बघू. आणि मला सांग, तुम्ही रानात का पळालात?"

"तो माणूस..."

"तुम्ही कुठे लपलात?"

"ते झाड."

"झाडावर?"

"झुडपांच्या आत."

ॲलेक्सने खोल श्वास घेतला, "ममाने तुला झुडपांच्या आत लपवलं?"

"ममा ऽऽ" ती घाबरून म्हणाली.

"त्याने तुझ्या ममाला मारलं?... त्या माणसानं मारलं तुझ्या ममाला?"

"ती धावत सुटली. त्याने तिला प... पकडलं आणि मारलं. ...आणि मारलं. आणि..." ती पुन:पुन्हा जोरजोरात तेच ते म्हणू लागली. तिला थांबवणं अशक्य झालं.

ॲलेक्सला ते ऐकवेना. तिने होपचा चेहरा ओंजळीत धरला आणि तिला जवळ घेतलं. होप हमसाहमशी रडू लागली. मेरिडिथनेही तिच्या केसांतून हात फिरविला. "त्याच्या तावडीत सापडू नये, म्हणून बेलीने होपला लपवलं." ॲलेक्स दबक्या आवाजात म्हणाली, "बेबी, किती वेळ गं तू त्या झुडपात लपून होतीस?"

होप गप्प झाली होती. तिचे हुंदके थांबत नव्हते. कपाळ, गाल घामाने भिजून गेले होते. ॲलेक्सचा ब्लाऊजही ओला चिंब झाला होता, पण होपने तो अजूनही तितकाच घट्ट धरून ठेवला होता. ॲलेक्सने तिला मांडीवर निजवलं.

मागचा दरवाजा उघडत डॅनियल आणि मेरी मॅक्क्रॅडी आत आले.

"तुम्ही ऐकलंत?" ॲलेक्सने विचारलं. डॅनियलने मानेनेच 'हो' म्हटलं.

"ती बासरीचं चित्र काढत असतानाच मी मागच्या खोलीत येऊन पोहोचले होतो. मी मेरीला बोलावून घेतलं."

"मीही येतच होते." मेरीने होपच्या केसांमधून हात फिरवला, "होप, तू खूप कठीण परीक्षेत पास झालीयेस. मला तुझं खूप कौतुक वाटतं आणि तुझ्या

ॲलेक्समावशीचंसुद्धा.'

होपने ॲलेक्सच्या कुशीत डोकं खुपसलं आणि ॲलेक्सने तिला घट्ट जवळ घेतलं.

"आत्ता तिला आणखी काही प्रश्न विचारायची गरज नाही ना?"

"नाही. तू थोडा वेळ तिला अशीच जवळ घेऊन बस. पण आता आपल्याला फार वेळ दवडूनदेखील चालणार नाही. त्या चित्रकाराकडून आपल्याला नवीन काही सापडतंय का, हे बघू या."

"हो, पण एवढ्यात नको." ॲलेक्सने डॅनियलकडं पाहिलं. डॅनियल होपकडेच पाहत होता. त्याने होपच्या पाठीवरून इतक्या हळुवार आणि मायेने हात फिरवला की, ॲलेक्सला अगदी भरून आलं.

"होप, तू खरंच कमाल केलीस!" डॅनियल म्हणाला, "पण बेटा, मी तुला आणखी फक्त एकच प्रश्न विचारू? खूप महत्त्वाचा आहे."

होपने मान डोलावली, पण ती ॲलेक्सला बिलगूनच राहिली.

"तुझ्या ममाची बासरी कुठेय?"

"त्या झुडपात."

"बस राणी, मला फक्त तेवढंच हवं होतं. मी एडला तिथे पुन्हा पाठवतो. मी आलोच...."

ॲटलांटा, गुरुवार, १ फेब्रुवारी, सकाळी ९ वाजून १५ मिनिटे

डॅनियलने एडबरोबरचं बोलणं संपवलंच होतं, इतक्यात लेघ तिथे आली.

"डॅनियल, तुला भेटायला एक माणूस आलाय. मायकेल बॉवी, जेनेटचा भाऊ. तो फारच चिडलेला दिसतोय."

"चेस कुठेय? भेटीगाठीचं काम त्याने स्वतःवर घेतलंय."

"चेस कॅप्टनबरोबर एका मीटिंगमध्ये अडकलाय. तू इथं नाहीस, असं मी बॉवीला सांगू?"

"नको. मी बोलतो त्याच्याशी."

आपल्या बहिणीचा असा निर्दयी खून झाल्यावर कुणीही माणूस जसा क्रुद्ध आणि उद्विग्न दिसेल, अगदी तसाच मायकेल बॉवी दिसत होता. डॅनियल दिसताच त्याने आपल्या येर-झाऱ्या थांबवल्या. "डॅनियल...."

"मायकेल, बोल. काय हवंय तुला?"

"माझ्या बहिणीचा खून करणारा इसम सापडलाय का, एवढंच मला हवंय."

डॅनियल जरा ताठ उभा राहिला. "नाही, मला नाही सापडला. आम्ही त्याचा माग घेतोय."

“गेले बरेच दिवस तू हेच म्हणतोयस.”

“सॉरी. बरं मला सांग की, तुला असा एखादा माणूस आठवतोय का, की ज्याची जेनेटवर खूप खुन्नस होती?”

मायकेलचा राग थोडा निवळला. “नाही. म्हणजे, जेनेट कधी कधी फारच तिरसट आणि मतलबीपणे वागायची. एकेकदा ती फारच कुजकी आणि अप्पलपोटी वाटायची. पण म्हणून कुणी तिच्यावर खुन्नस ठेवली असेल, असं मला वाटत नाही. ती काय किंवा क्लॉडिया आणि जेम्मा... या एरवी तशा साध्या-सरळ मुली होत्या. इतकी क्रूर शिक्षा मिळावी, असा काही गुन्हा त्यांनी नक्कीच केला नव्हता.”

“नाही... नाही, माझ्या म्हणण्याचा तो उद्देश नव्हता.” डॅनियलने त्याला समजावलं. “पण कुणीतरी जेनेटला, तिच्या ओळखीच्या मुलींना मुद्दाम आपलं लक्ष्य बनवलंय. मोठ्ठ्या पटावरच्या प्याद्यांसारखा, त्यांचा उपयोग करून घेतलाय. त्या दृष्टीने विचार कर. तसा कुणी माणूस तुला आठवतोय का, की ज्याला तिने चारचौघांत खिजवलं होतं?”

मायकेल भडकला. “तुला काय माझ्याकडून 'यादी' हवीय? मुली होत्या, थोड्या लाडावलेल्या आणि बऱ्यापैकी वायाही गेलेल्या. अनेक जणांना त्यांनी अनेकदा कटवलेलंही असेल. पण म्हणून त्यासाठी ही शिक्षा? हा फार मोठा अन्याय आहे.”

मायकेल अजूनही बहिणीच्या दु:खातून स्वत:ला सावरू शकलेला नाही, हे डॅनियलला स्पष्ट दिसत होतं. आपल्या बहिणीच्या बाबतीत इतका घोर अन्याय का व्हावा याची तर्कसंगती त्याला लागत नव्हती. पण काही काळानंतर ते त्यालाही समजेल. आपल्याच माणसाचा बळी का गेला, हे कुटुंबीयांना नेहमीच कालांतराने समजतं. हा त्याचा नेहमीचा अनुभव होता.

“मायकेल, तुझ्या प्रश्नाचं उत्तर मला अजून तरी सापडलेलं नाही. पण आम्ही त्या खुन्याला नक्की पकडणार.”

“मला लगेच फोन कर.”

“नक्की.”

२०

ॲटलांटा, गुरुवार, १ फेब्रुवारी, सकाळी १० वाजून १५ मिनिटे

''ॲलेक्स, मी तिला आता मांडीवर घेऊन बसते.'' मेरिडिथ लॅपटॉपवरची नजर काढत म्हणाली, ''एक तास झाला, तू जागची हललेली पण नाहीस. पाय दुखायला लागले असतील.''

ॲलेक्सने होपच्या केसांतून हात फिरवला, ''एवढी काही जड नाहीये ती!'' झोपेतसुद्धा होपने तिचा शर्ट घट्ट पकडून ठेवला होता. ॲलेक्स आपल्याला कदाचित सोडून जाईल, अशी तिला भीती वाटत असावी. ''खरंतर मी तिच्याबरोबर सतत राहायला हवं होतं.''

''एका अर्थी तुझं म्हणणं बरोबर आहे.'' मेरिडिथ म्हणाली, ''पण तू बेलीचा शोध घेणंही तितकंच महत्त्वाचं होतं. शिवाय फलमोअर आणि कितीतरी इतर लोकांना तू भेटत राहिलीस! उगाच अपराधी वाटून घेऊ नकोस.''

ॲलेक्स विचार करत राहिली. अपराधापेक्षाही अधिक काहीतरी तिच्या मनाला डाचत होतं. होपची सर्व जबाबदारी तिने अगदी चटकन स्वीकारली होती आणि ती पूर्ण सुरक्षित राहील याचीही तितकीच काळजी घेतली होती. पण मगाशी होप जेव्हा तिच्या कुशीत हमसाहमशी रडली होती, तोपर्यंत होपशी ती इतक्या मनमोकळेपणाने कधीच बोलली नव्हती. आयुष्यात तिने फार कमी लोकांजवळ आपलं मन उघड केलं होतं. रिचर्डजवळ नाही किंवा प्रामाणिकपणे सांगायचं, तर बेलीसमोरही कधी नाही. बेलीला ती सुधार केंद्रात ठेवायला अगदी लगेच तयार झाली होती, पण बेलीला तिने कधीही तिच्या मनातलं बोलून दाखवलं नव्हतं.

आपलं मन कसं मोकळं करावं, हेच कदाचित तिला कधी कळालं नसावं. अजूनही ते तिला नीट कळालंय याबद्दल तिला शंकाच होती. तेवढ्यात दार उघडून डॅनियल आत आला आणि त्याच्या नुसत्या दर्शनानेच तिच्या मनातले सारे काळे ढग दूर वाहून गेले. आपल्या आयुष्याला अजूनही आशेची किनार आहे, तर!

भोवतीच्या गर्द काळोखात तोच एक आशेचा किरण होता.

"मेरीबरोबरच्या बैठकीची वेळ झाली?" ॲलेक्सने अगदी हळू आवाजात विचारलं. डॅनियलने मानेनेच नकार दिला.

"अजून वेळ आहे. मी त्यासाठी नव्हतं थांबवलं तुला. आमच्या आरामगृहात एक सोफा आहे. मेरी येईपर्यंत तू होपला तिथे निजवू शकतेस."

होपला खांद्यावर घेऊन ॲलेक्स उठू लागली, पण डॅनियलने तिला थांबवलं.

"मी घेतो तिला." आणि त्याने अगदी अलगद होपला उचलले. काल त्याने रिलेलाही अगदी असेच उचलले होते. होपला जराही जाग आली नाही. ती त्यालाही अगदी ॲलेक्ससारखीच बिलगली. ते बघून अशी एक सुखाची लहर तिच्या मनात लहरत आली की क्षणभर आपला तोल जातोय की काय, असे तिला वाटले.

हीच तर माझी आस होती... असंच एक मूल... असाच एक पुरुष. पण दुसऱ्याच क्षणी तिला अस्थिर आणि अस्वस्थ वाटू लागलं. पण त्याच्या मनात असं नसेल तर? त्याला हवं ते मी देऊ शकले नाही, तर?

मेरिडिथला जणू तिच्या मनातली खळबळ समजली असावी. तिने ॲलेक्सच्या खांद्यावर हात ठेवला, "चल आता, विचार करत बसू नकोस." दोघीही डॅनियलच्या पाठोपाठ जाऊ लागल्या.

आरामगृहातल्या सोफ्यापाशी येऊन डॅनियल थांबला. एखाद्या उबदार घरट्यात पिल्लानं जसं शांत झोपावं, तशी होप त्याच्या खांद्यावर विसावली होती. तो क्षणभर इकडून तिकडे झुकला. त्याच्या कपाळावर आठ्या पडल्या होत्या अन् त्यामुळे दोन्ही भुवया एकमेकींत मिसळल्या गेल्या होत्या. त्याच्या मनात काही वेगळेच विचार चालले असावेत. पण ॲलेक्सला मात्र ते दृश्य डोळ्यांत साठवून ठेवावंसं वाटलं – एका सोनेरी केसांच्या दणकट पुरुषाच्या खांद्यावर निजलेली एक सोनेरी केसांची चिमुरडी मुलगी!

त्याने होपला सोफ्यावर काळजीपूर्वक झोपवलं आणि अंगातलं जाकीट काढून तिच्यावर पांघरलं. ॲलेक्सकडे पाहत तो अर्धवट हसला, "सॉरी... मन थोडं भरकटलं होतं."

"आणि ते कुठे गेलं होतं?" ॲलेक्सने दबक्या आवाजात विचारलं.

"तुझी आई गेली, त्या दिवसाचा मी विचार करत होतो." तिच्या कमरेभोवती हात टाकत तो तिला कॉफीचं मशीन ठेवलेल्या टेबलापाशी घेऊन गेला, "त्या दिवशी ॲलिशिया सापडल्यावर ती ज्या कुणाशी बोलली असेल, त्या माणसाबरोबर मला बोलायचंय." दोघींना बसण्यासाठी त्याने खुर्च्या ओढल्या.

"चार जणांशी ती बोलली असावी. शेरिफ ल्युमिस, क्रेग, तो मृत्यूचा दाखला देणारा अधिकारी आणि चौथी मी!" खुर्चीत बसत ॲलेक्स म्हणाली.

"आणि मी!" मेरिडिथ म्हणाली.

कॉफी भरता-भरता डॅनियल थबकला. "त्या दिवशी तू केथी ट्रिमेनबरोबर बोलली होतीस?"

"अनेकदा." मेरिडिथ म्हणाली, "ॲलिशिया हरवल्याचा तिचा फोन सकाळी-सकाळी आला होता आणि सूटकेस भरून माझी मॉम लगेच बाहेर पडली होती. स्वत:च्या गाडीवर तिला भरवसा नव्हता आणि तिने विमानाने जाण्याचा निर्णय घेतला. पण मरेपर्यंत तिला त्या निर्णयाबद्दल खंत वाटत राहिली होती."

"का?" ॲलेक्सने विचारलं.

"वादळामुळे तिच्या विमानाचं उड्डाण लांबत गेलं. ती जर कार चालवत निघाली असती, तर खूप आधी पोहोचली असती आणि तुझी आई आजही जिवंत असती. जर केथीमावशी मेली नसती, तर तुला त्या झोपेच्या गोळ्या कधीच खाव्या लागल्या नसत्या."

"असं वाटतंय, हे सत्य समजायला आज किममावशी इथे हजर हवी होती!" ॲलेक्स तिच्या आठवणीने गहिवरली.

मेरिडिथने तिच्या हातावर थोपटलं. "खरंच, त्यानंतर केथीमावशीचा पुन्हा फोन आला, त्या वेळेस ती बेभान झाली होती. तो फोन मी घेतला होता. कारण मॉम तोपर्यंत विमानतळावर पोहोचली होती. आणि त्या काळी काही सेलफोन नव्हते. त्यामुळे माझ्याकडे मध्यस्थाची भूमिका आली होती. मॉम, दर अर्ध्या तासाने विमानळावरच्या बूथवरून मला फोन करायची आणि मावशी काय बोलली, हे मी तिला सांगायची. पहिल्यांदा जेव्हा मी केथीमावशीबरोबर बोलले, तेव्हा तिला कुणाचा तरी नुकताच फोन आला होता आणि ॲलिशियाचा मृतदेह काही मुलांना सापडल्याचं तिला समजलं होतं."

"पोर्टरबंधू!" डॅनियल म्हणाला.

"हो. तीच खात्री करून घेण्यासाठी मावशी बाहेर पडत होती."

"आणि त्याच वेळी तिला ॲलिशिया सापडली." ॲलेक्स पुटपुटली.

"त्यानंतर तू तिच्याशी पुन्हा केव्हा बोललीस, मेरिडिथ?" डॅनियलने विचारलं.

"ॲलिशियाला पाहून ती घरी आल्यानंतर आणि तिची ओळख पटवून घ्यायला पुन्हा बाहेर पडायच्या आधी. तेव्हा ती त्या बेभान अवस्थेच्याही... पलीकडे गेली होती. रडत होती, ओरडत होती."

"तुला त्या वेळचे तिचे शब्द आठवताहेत?"

मेरिडिथने आठवण्याचा प्रयत्न केला, "रात्रभर माझ्या मुलीला पावसात उघड्यावर ठेवलं... असं काहीसं छाती पिटत ओरडत होती."

डॅनियलला पटलं नाही. "पण त्या रात्री तर पाऊस पडलाच नव्हता; फक्त

गडगडाट झाला होता आणि विजा चमकल्या होत्या. पाऊस मात्र नव्हता आला. गॅरी फलमोअरला भेटल्यानंतर मी मुद्दाम त्या दिवशीचा हवामानाचा रिपोर्ट तपासला होता.''

मेरिडिथने खांदे उडवले, ''ती मात्र तसंच म्हणाली होती... 'बिचारी रात्रभर पावसात गाढ झोपली होती!' हे वाक्य पुन:पुन्हा म्हणत होती.''

ॲलेक्सला तो ताण असह्य होत गेला आणि त्यातच तिला ते वाक्य एकदम आठवलं,

''नाही, नाही... ती असं म्हणाली नव्हती.''

डॅनियल तिच्याजवळ जाऊन बसला, ''तुला आठवलं? काय म्हणाली होती?''

''ॲलिशियाची ओळख पटल्यानंतर जेव्हा ती घरी आली, त्या वेळी क्रेगने तिला झोपेची गोळी दिली आणि तो कामावर निघून गेला. मी तिला बिछान्यावर घेऊन गेले. तिचं रडणं थांबत नव्हतं. मीही रडतच होते... मग मीही बिछान्यामध्ये शिरले आणि तिला घट्ट धरून ठेवलं.'' गादीवर झोपलेली ममा ॲलेक्सच्या डोळ्यांसमोर उभी राहिली आणि तिच्या डोळ्यांतून अश्रू वाहू लागले. ''ती फक्त दोनच शब्द सतत म्हणत होती, 'मेंढी आणि अंगठी'. ॲलिशियाचा चेहरा इतका विद्रूप झाला होता, की तिला ओळखण्यासाठी याच दोन खुणा तिच्या अंगावर शिल्लक राहिल्या होत्या – फक्त मेंढी आणि अंगठी.''

डॅनियलने डोळे बारीक केले होते आणि त्या डोळ्यांत उमटलेली विजयाची झाक तिला स्पष्ट दिसली.

ॲलेक्स आपल्या हातांकडे पाहत होती.

''ॲलिशियाच्या हातात अंगठी होती. माझ्याही हातात तशीच अंगठी होती. आमच्या जन्म-महिन्याप्रमाणे निवडलेला खडा त्यात होता. वाढदिवसानिमित्त आमच्या आईने दिलेली ती भेट होती.'' ती कडवट हसली, ''सोळावं वर्ष खूप सुंदर असतं, असं म्हणतात ना?''

''ॲलेक्स, तुझी अंगठी कुठेय?'' त्याने सहज विचारल्यासारखं दाखवलं.

''कोणास ठाऊक! आठवत नाही... बहुतेक हरवली असणार.'' तिने त्याच्याकडे निरखून पाहिलं आणि तिच्या लक्षात आलं, ''तुला माहितीये?''

''हो. तुझ्याच त्या जुन्या खोलीत मिळाली. खिडकीखाली, फरशीवर.''

तिच्या मनात काळोख दाटून येऊ लागला. मनामध्ये प्रचंड गडगडाट होऊ लागला आणि एक आर्त आवाज चीत्कारत उठला – *'शांत हो, दरवाजा बंद कर.'*

''पाहिलंस? हेच म्हणायचं होतं मला. मला काही आठवावंसंच वाटत नाही.''

"आपण शोधून काढू..." डॅनियल म्हणाला, "काळजी करू नकोस."

ती मात्र काळजीत बुडाली होती.

ॲटलांटा, गुरुवार, १ फेब्रुवारी, सकाळी १० वाजून ५५ मिनिटे

जाता-जाता डॅनियल मीटिंग हॉलमध्ये डोकावला. कागद पसरवून ल्यूक काळजीपूर्वक तपासत होता.

"मेंढी आणि अंगठी." डॅनियल नकळत बोलून गेला.

ल्यूकने चमकून वर पाहिलं. "काय विचित्र बोलतोयस?"

"पण ते विचित्र नाही." तो टेबलापाशी बसला आणि समोरचा गठ्ठा त्याने बाजूला सारला.

"ॲलिशिया गेली, त्या दिवशी तिची आई हेच दोन शब्द सतत म्हणत होती. याचा अर्थ असा होतो की, चेहऱ्यावरून ॲलिशियाला ओळखणं अशक्य होतं. पायावर गोंदवलेल्या मेंढीच्या चित्राने आणि हातात असलेल्या अंगठीमुळेच ती ॲलिशियाला ओळखू शकली होती. महत्त्वाचं म्हणजे, पोलीस येण्यापूर्वी तिने ॲलिशियाला पाहिलं होतं."

ल्यूक गोंधळला. "ॲलिशियाच्या पायावर मेंढीचा टॅटू होता?"

"घोट्यावर तिघींच्याही पायाच्या घोट्यावर – बेली, ॲलिशिया आणि ॲलेक्स!"

"शिवाय, हातात अंगठी. फलमोअर खरं बोलत होता, या तुझ्या म्हणण्याला तर आता पुष्टीच मिळाली. डटनचा शेरिफ आता चक्क उघडा पडला."

"हो, जवळजवळ. बरं, तू काय शोधून काढलंस?"

"सायमन ज्या वर्षी पदवी परीक्षा पास झाला, त्या वर्षी आणि त्याच्या अलीकडे-पलीकडे एकेक वर्ष जे विद्यार्थी खासगी आणि सरकारी कॉलेजमध्ये शिकत होते, त्या सर्वांची मी यादी बनवलीय."

"किती जण?"

"मेलेले आणि अल्पसंख्याक सोडले, तर साधारण दोनशे विद्यार्थी निघतात."

"बापरे! खूपच झाले. हे सर्व डटनचे रहिवासी आहेत?"

"नाही, ते आता डटन सोडून बाहेर स्थायिक झालेत. त्यांना वगळलं तर साधारण पन्नास उरतात."

"ठीक आहे. तरीपण होपला एवढे फोटो दाखवणं जरा अवघडच आहे."

"होपला कशासाठी दाखवायचे?"

"कारण तिच्या आईला मारणारा माणूस तिने पाहिलाय. माझ्या मते, वेडचं पत्र तिला मिळालं होतं, हेच तिला मारण्यामागचं कारण होतं. नाहीतर बिअर्डस्ली गायब झालाच नसता!"

''तुझ्या म्हणण्यात तथ्य नक्कीच आहे. पण मला हे असे तुटक-तुटक संदर्भ आवडत नाहीत. कारण आपण चार मुलींना खड्ड्यात टाकणाऱ्या त्या खुन्यालाही शोधतोय. बेलीला पळवून नेणाऱ्या माणसाचा संबंध तू या खुन्याबरोबर कसा जोडणार?''

''तो एकच माणूस नसावा, हे तू गृहीत धरतोयस.''

ल्यूकने डोळे मिचकावले. ''हो, माझा तरी तसा अंदाज आहे.''

''तुझा अंदाज बहुधा खरा आहे. बेलीला पळवणाऱ्या माणसाचा हेतू वेगळा आहे. तेरा वर्षांपूर्वी केले गेलेले बलात्कार आणि त्या मुलींचे फोटो त्याला उघड होऊ द्यायचे नाहीयेत. जो माणूस सध्या खून करत सुटलाय, त्याला आपलं लक्ष मुद्दाम ॲलिशिया ट्रिमेनकडे वळवायचंय. या दोन गोष्टींचा कसा संबंध लावायचा, हे मला अजून तरी कळालेलं नाही. पण हा भडवा, खून करताना एकही पुरावा शिल्लक ठेवत नाही की, ज्यावरून आपण त्याला हुडकून काढू शकू! जर आपल्याला बेलीला पळवणारा माणूस सापडला तर कदाचित त्यातून काही वेगळंच उघडकीला येईल.''

''आता पटलं.'' ल्यूक म्हणाला, ''म्हणजे माझी जबाबदारी ही की, या पन्नास फोटोंची संख्या पाच-सहावर आणून ठेवायची; मग आपण ते होपला दाखवू शकतो. तू आज त्या चित्रकाराला बोलावणार आहेस ना? होपच्या वर्णनावरून त्याने चित्र रेखाटलं की, आपणही या पन्नासातून तो माणूस चेरीसारखा निवडून काढू शकू.''

डॅनियल उठला. ''तुला जी काही मदत हवी असेल, ती द्यायची मी व्यवस्था करतो. मेरीला मी तशा सूचना देतो. मला आता डटनला जाऊन रॉब डेव्हिस आणि गार्थला भेटायचंय. पण त्याआधी मला एसएला फोन करायचाय. अंगठीच्या बाबतीत फलमोअर जे बोलला, ते सत्य आहे. ॲलिशिया जिवंत असताना त्याने तिच्यावर प्रहार केलेला नाही. याचाच अर्थ, त्याच्यावर खुनाचा आळ घेता येत नाही. त्याने प्रेताची नासधूस केली, पण तो खुनी नाही.''

''क्लो तर तुझ्या प्रेमातच पडणार आहे!'' ल्यूक म्हणाला. पण लगेच त्याला आपली चूक उमगली. ''पण आता ते शक्य नाही.''

''जोपर्यंत...'' डॅनियल बोलता-बोलता थांबला. जोपर्यंत ॲलेक्स प्रेम करतेय... असंच खरं तर त्याला म्हणायचं होतं. पण ते थोडं अकाली बोलण्यासारखं झालं असतं. एक हातात ती आणि दुसऱ्या हातात होप – तो स्पर्श अजूनही ताजा होता. असं सुख त्याने यापूर्वी कधीच अनुभवलं नव्हतं. पण याचा काय शेवट होणार होता, हे त्याला तरी अजून कुठे कळालं होतं? फक्त शारीरिक संबंधांवरच हे सर्व संपणार होतं? तो मात्र जबरदस्त आणि रसरशीत अनुभव होता. पण तेवढ्यावरच

संपेल, असं त्याला आतून तरी वाटत नव्हतं. आणि डॅनियल हा अंत:प्रेरणेवर भरवसा ठेवणारा माणूस होता.

"काय म्हणत होतास तू? जोपर्यंत काय...?" ल्यूकने त्याला डिवचलं.

"जोपर्यंत फलमोअरच्या बाबतीत क्लो योग्य निर्णय घेईल." डॅनियल शांतपणे म्हणाला.

"पण तो काही फार मोठा प्रश्न नाही. प्रश्न हा आहे की, फलमोअर जर खरं बोलत असला, तर त्याचा अर्थ हा होतो की, डटनच्या पोलिसांनी जाणूनबुजून खोटा पुरावा पेरला होता."

"मला वाटतं, फ्रँक ल्युमिसबद्दल चेसने सर्वकाही क्लोला सांगितलंय."

"हो, मलाही समजलंय. त्या प्रकरणाची जाहीर तपासणी करायचं त्यांनी ठरवलंय."

"पण ऐकून तू अस्वस्थ झाला नाहीस? एकेकाळी तो माणूस तुझा जिवलग मित्र होता."

"हो, अस्वस्थ नक्कीच झालो." डॅनियल चटकन म्हणाला, "पण जर त्याने खोटा पुरावा निर्माण करून एका निरपराध माणसाला तेरा वर्षं खडी फोडायला लावलं असेल आणि खऱ्या खुन्याला मात्र अभय दिलं असेल, तर त्यामुळे मी जास्त अस्वस्थ झालोय."

ल्यूकने हात वर केले – "सॉरी."

डॅनियलच्याही लक्षात आलं की, आपण त्याच्या प्रश्नावर जरा जास्तच तावातावाने बोललो. "नाही, चूक माझीच झाली. मी तुझ्यावर निष्कारण डाफरलो. तू तुझं काम फार छान केलंयस. मला आता निघायलाच हवं."

"थांब." ल्यूकने समोरच्या गठ्ठ्यातून दोन मासिकं बाजूला काढली. "एकात तुझा फोटो आहे आणि दुसऱ्या मासिकात तुझ्या बहिणीचा फोटो आहे. वाटलं की, ही मासिकं तुला तुझ्या संग्रही ठेवायला आवडतील."

डॅनियलने खालच्या रांगेतला तो फोटो पाहिला आणि तो गहिवरून गेला. सुझान्हा व्हार्टोनियनचा चेहरा शांत आणि सुसंस्कृत दिसत होता; पण फोटोतही तिच्या मनातली खळबळ त्याला जाणवली. तालिया स्कॉट त्या सगळ्या मुलींच्या मुलाखती घेत होती, ज्यांच्यावर बलात्कार झाले होते. पत्रकारांनी ते प्रकरण प्रसिद्धीला आणण्यापूर्वीच सुझान्हाशी सविस्तर बोलणं फार महत्त्वाचं होतं. तो तिचं तेवढं तरी नक्कीच देणं लागतोय. खरं म्हणजे तिचं देणं तेवढ्यापुरतंच मर्यादित नव्हतं.

अॅटलांटा, गुरुवार, १ फेब्रुवारी, सकाळी ११ वाजून १७ मिनिटे

अमेरिकेचा अध्यक्ष होण्यासाठी सर्वांत जास्त क्षमता असलेला विद्यार्थी. वार्षिक मासिकातल्या स्वतःच्या फोटोवर डॅनियलचं बोट रेंगाळलं होतं. त्याच्या मित्रांनी त्याला भरभरून मतं दिली होती; कारण तो अतिशय सभ्य, सुसंस्कृत आणि मेहनती मुलगा होता. तो वर्गाचा अध्यक्ष आणि वादविवाद संघाचा कप्तान होता. प्रत्येक वर्षी त्याने बेसबॉल आणि फुटबॉलमध्ये उत्कृष्ट खेळ केला होता. त्याच्यातली सचोटी आणि प्रामाणिकपणा ही गोष्ट त्याच्या शिक्षकांच्याही नजरेत भरली होती. नैतिक मूल्यांवर त्याचा ठाम विश्वास होता, शिवाय तो एका न्यायाधीशाचा मुलगा होता.

पण तो न्यायाधीश मात्र भ्रष्ट आणि सडलेला होता. त्याच कारणासाठी तर डॅनियल स्वतःला अधिकाधिक सक्षम बनवत होता. लोकांच्या मनात असलेल्या प्रतिमेपेक्षा आपल्या बापाचं खरं रूप खूपच भिन्न आहे, हे त्याने स्वतः अनुभवलं होतं. आपल्या घरी अपरात्री येणारी संशयास्पद माणसं आणि आपल्या वडिलांबरोबरची त्यांची कुजबूज डॅनियलने चोरून ऐकली होती. घरामध्ये वडिलांनी लपवलेल्या वस्तू त्याने प्रत्यक्ष पाहिल्या होत्या. आपले वडील लाच घेतात, याचा त्याला दाट संशय होता; पण ती गोष्ट तो कधीच सिद्ध करून शकला नाही.

ऑर्थर व्हार्टोनियनचा मी मुलगा आहे याची त्याला शरम वाटत होती आणि तो काळिमा पुसून टाकण्याचा त्याने आयुष्यभर कसोशीने प्रयत्न केला होता.

त्याची नजर दुसऱ्या मासिकावर गेली आणि आपल्या बहिणीचा फोटो पाहताना त्याच्या मनात अतिशय दुःख दाटून आलं. आपण ऑर्थर व्हार्टोनियनची मुलगी आहोत, हे सत्य विसरण्याचा प्रयत्न तिनेही सतत केला होता. सर्वांत यशस्वी होण्याची क्षमता असलेली मुलगी म्हणून तिची निवड झाली होती. ती यशस्वीही झाली होती, पण त्यासाठी तिला खूप मोठी किंमत मोजावी लागली होती. ती आयुष्यभर एकाकीच राहिली. स्वतःच्या जखमांवर ती एकटीच फुंकर मारत राहिली. तिने आपल्या जखमा जगासमोर कधीच उघड्या केल्या नाहीत; माझ्यापुढेही नाहीत. मला तर तिने जाणूनबुजून वगळलं.

कॉलेजशिक्षणासाठी त्याने शहर सोडलं होतं आणि त्यानंतर लगेच पोलीस अॅकॅडमीत भरती झाल्याने तो त्या शहराला बराच काळ दुरावला होता. सायमनकडचे फोटो त्याच्या वडिलांनी जाळून टाकले होते. या प्रसंगानंतर त्याने घरालाच रामराम ठोकला होता. पण त्यामुळे त्याने सुझान्हाला मात्र नकळत वाऱ्यावर सोडले होते. वाऱ्यावर नाही; सायमनसारख्या हिंस्र वादळाबरोबर.

डॅनियलने मोठ्या कष्टाने आवंढा गिळला. त्याने सुझान्हाला खूप खोलवर

दुखावलं होतं. आणि ते जळजळीत सत्य होतं. पण त्यामागचं कारण त्याला पुरेसं स्पष्ट झालेलं नव्हतं. ते पूर्ण स्पष्ट होणं, फार आवश्यक होतं. थरथरत्या हातांनी त्याने सुझान्हाच्या ऑफिसचा नंबर फिरविला. सर्व नंबर्स त्याला तोंडपाठ होते. पाच वेळा बेल वाजल्यावर व्हॉईसमेलचा आवाज ऐकू आला.

"सुझान्हा आता कामात व्यग्र आहे. आपला काही निरोप असेल..." डॅनियलने तिच्या मदतनीसाला फोन लावला. तोही नंबर त्याला तोंडपाठ होता. "हाय! मी एजंट व्हार्टोनियन बोलतोय. सुझान्हाशी बोलायचंय. महत्त्वाचं काम आहे."

मदतनीस अडखळली... "सर... पण आत्ता ती इथे नाहीये."

"थांब," तिने फोन ठेवून देण्याआधीच त्याने तिला अडवलं, "तिला सांग की मला तिच्याशी बोलायचंच आहे. प्रश्न जीवन-मरणाचा आहे."

"मी तिला सांगते."

एका मिनिटानंतर त्याने सुझान्हाचा आवाज ऐकला. या वेळेस मात्र ती प्रत्यक्ष बोलत होती.

"हॅलो डॅनियल!" ती हसत म्हणाली. पण त्यात आनंद नव्हता; दुरावा मात्र स्पष्ट होता. त्याला ती गोष्ट लागली, "सुझ, कशी आहेस?"

"खूप कामात आहे. इतके दिवस ऑफिसपासून दूर होते ना; आता कामाचा ढीग साचलाय. तुलाही हा अनुभव आहेच."

आई-वडिलांच्या दफनविधी प्रसंगी ते दोघेही एकत्र होते, पण त्यानंतर ती न्यूयॉर्कला गेली आणि तिच्याशी फोनवरून बोलायचे राहूनच गेले होते. "हो, मी ते समजू शकतो. सध्या डटनमध्ये घडणाऱ्या घटना तुझ्या कानावर आल्या आहेत?"

"हो. तिघींचे खून झालेत. फारच वाईट झालं डॅनियल."

"चौघींचे. आज आम्हाला ती चौथीही सापडली. जिम वुल्फची लहान बहीण."

"अरेरे!" तिला बसलेला धक्का त्याला जाणवला, "सॉरी, डॅनियल."

"आमच्यापाशी आणखी एक बातमी आहे. अजून तरी ती उघड केलेली नाही. त्या फोटोंबद्दलची...."

तिने सोडलेला उसासा त्याने ऐकला. "ते फोटो....!"

"हो. त्यातल्या सर्व मुलींची आता ओळख पटलीये."

"खरंच?... कशी काय?"

डॅनियलने दीर्घ श्वास घेतला, "ॲलिशिया ट्रिमेन ही त्यापैकी एक होती. तेरा वर्षांपूर्वी तिचा खून झाला होता. आजचा हा खुनी इसम त्याच खुनाची सही-सही नक्कल करतोय. दुसरी शैला कनिंगहॅम. प्रेस्टो पिझ्झ्यावर टाकलेल्या दरोड्यात ती मारली गेली, असंच आजतरी म्हणावं लागेल. ॲलिशियाच्या बहिणीने त्या फोटोंमधल्या

काही मुलींना ओळखलं.'' ॲलेक्सबद्दल तो तिला नंतर सांगणार होता. आजचा फोन ही काही त्या दोघांच्या दृष्टीने फारशी संस्मरणीय गोष्ट नव्हती. ''आम्ही त्या सर्व मुलींना भेटून बोलायला सुरुवात केली. आज त्या सर्वसाधारणत: तिशीच्या उंबरठ्यावर आहेत.'' अगदी तुझ्याच वयाच्या— हे शब्द त्याच्या ओठांवर आले, पण त्याने परतवून टाकले. ''प्रत्येकीची कहाणी अगदी एकदुसरीशी मिळतीजुळती आहे. रात्रभर त्या कारमध्येच झोपलेल्या होत्या. जाग आली, सर्व कपडे त्यांच्या अंगावर जसेच्या तसे होते आणि...''

''हातात व्हिस्कीची बाटली होती.'' सुझान्हा निर्विकारपणे म्हणाली.

''सुझान्हा..? तू कधी बोलली नाहीस?''

''बोलायला तू होताच कुठे?... तू निघून गेला होतास!'' तिच्या आवाजात चीड आणि चडफड होती. ''तू दूर निघून गेला होतास, डॅनियल... आणि सायमन मात्र तिथेच होता.''

''ते काम सायमनचं होतं, हे तुला ठाऊक होतं?''

''हो. त्याने ते निर्लज्जपणे कबूलही केलं होतं... तुझ्यापाशी सर्व फोटो नाहीत डॅनियल—''

''तू काय बोलतेयस, मला समजत नाहीये?'' त्याला आतून मात्र समजलं होतं, ''म्हणजे तुला म्हणायचंय की... त्यात तुझाही फोटो होता?'' ती गप्प बसली. त्याला उत्तर मिळालं. ''त्या फोटोचं काय झालं?''

''सायमननेच मला तो दाखवला होता. माझ्या वाट्याला जाऊ नकोस, असं स्पष्ट शब्दांत बजावलं होतं. नाहीतर तुला कायमचंच झोपून जावं लागेल!''

डॅनियलने डोळे घट्ट मिटून घेतले. छातीतली असह्य कळ दाबून धरली... ''सूझ—''

''मी खूपच घाबरले होते. त्यानंतर त्याच्यापासून मी स्वत:ला कायम दूर ठेवलं.'' ती शांत, संयमाने आणि तर्कशुद्ध बोलली. डॅनियलला ॲलेक्सची आठवण झाली.

''पण तू त्याच्या वाट्याला कधी गेली होतीस?''

क्षणभर ती गप्प बसली अन् पटकन म्हणाली, ''मला कोर्टात पोहोचायला उशीर होताय. बाय, डॅनियल.''

डॅनियलने फोन काळजीपूर्वक बंद केला. त्याने आपले पाणावलेले डोळे पुसले. मन खंबीर करून तो जिम आणि मारियानाला भेटायला सज्ज झाला. बहिणीच्या शोकाने जिम दु:खात बुडालेला असणार. पण त्याहीपेक्षा जिमकडून त्याला काही प्रश्नांची उत्तरं मिळवणं अधिक गरजेचं होतं— जिमला दु:ख होवो अथवा न होवो.

ॲटलांटा, गुरुवार १ फेब्रुवारी, दुपारी १ वाजून ३० मिनिटे

काचेच्या बाहेरच्या खोलीत ॲलेक्स उभी होती. मेरिडिथ तिच्या शेजारीच होती. काचेच्या आतल्या खोलीत मेरीने आता होपला चांगलंच विश्वासात घेतलं होतं. होप आता बोलताना संपूर्ण वाक्य म्हणू लागली होती.

"शेवटी झाली बाई बोलायला तयार!" ॲलेक्स म्हणाली.

"तुझ्यामुळे." मेरिडिथ कौतुकाने म्हणाली.

"पण माझा अंदाज चुकला असता तर गोष्टी आणखीनच बिघडल्या असत्या."

"तसं नाही झालं. प्रत्येक मूल वेगळं असतं. आज ना उद्या होप बोलणारच होती. पण तिला मायेची आणि आधाराची गरज होती. तू तिला आधार दिलास."

"हे मी आधीच करायला हवं होतं."

"कदाचित तुला स्वतःचीच खात्री नव्हती."

ॲलेक्स गर्रकन वळली, "तुला आता माझ्यात आत्मविश्वास दिसतोय?"

"याचं उत्तर तूच द्यायला हवंस. तुझी देहबोली पाहता, उत्तर 'हो' असंच द्यावं लागेल." ती काचेतून आत पाहू लागली. "निदान आता होप त्या चित्रकाराशी थोडी- थोडी बोलायला लागलीय. तिचं बोलणं त्या कलाकाराला समजणं जरा अवघडच आहे, पण मेरी त्याला नीट समजावून सांगेल. मला वाटतं, मेरीने त्या एडकडूनही बरीचशी माहिती मिळवलीय. या सगळ्यामधून बेलीला पळवणाऱ्या त्या माणसापर्यंत आपल्याला पोहोचता यायला हवं."

"म्हणजे बेली नाही सापडली तरी चालेल... असं ना?"

"कदाचित नाहीसुद्धा सापडणार. ॲलेक्स, तू मनाची तयारी करून ठेवायला हवीस."

"मी आहे तयार. तयार असायलाच हवं – निदान होपसाठी तरी." तिचा सेलफोन वाजू लागला. पर्समधून काढत तिने त्यावरचा नंबर पाहिला. फोन ॲटलांटा-मधूनच आला होता. कोण असेल? "हॅलो...?"

"ॲलेक्स, मी सिस्सी बोलतेय. बेलीची मैत्रीण. यापूर्वी तुला फोन करू शकले नाही. माझ्या फोनवरून बोलणं अशक्य होतं. दुसरा फोन मिळवायला खूप वेळ लागला. बेलीने मला सांगितलं होतं की, तिला काही दगाफटका झाला, तर फक्त तुला फोन कर."

"मग तू इतके दिवस का थांबलीस?" ॲलेक्सने चिडून विचारलं.

"कारण मला एक मुलगी आहे... आणि तिचा जीव मला प्यारा आहे."

"तुला कुणी धमकी दिली?"

सिस्सी कडवटपणे हसली, "माझ्या घराच्या दरवाज्यातून एक पत्र सरकवलं

गेलं – ‘एक शब्द बोललीस तरी याद राख. तुझा आणि तुझ्या मुलीचा खातमा करून टाकू.’ याला धमकीच म्हणायचं ना?''

''पोलिसांना कळवलंस?''

''छे-छे! ते राहू देत. मी बेलीला सांगितलं होतं की, तू सामान गुंडाळून सरळ माझ्याकडे राहायला ये. दुसऱ्या दिवशी ती येणारही होती. गुरुवारी रात्री तिचा फोन आला. ती म्हणाली, सामान बांधून गाडीतसुद्धा ठेवलंय. उद्या सकाळी तुझ्याकडे येते. पण दुसऱ्या दिवशी ती कामावर आलीच नाही!''

''मग तू तिच्या घरी गेलीस आणि तुला कपाटात होप सापडली.''

''हो. घराचा उकिरडा झाला होता आणि बेली तर गायब झाली होती. आणखी एक गोष्ट – बेलीने तुला एक पत्र पाठवलं होतं. त्यात तिने तुला सर्व सविस्तर लिहिलंय. तुला हेच मुख्य सांगायचं होतं.''

''बरं झालं सांगितलंस... पण ती तुझ्याकडे आदल्या रात्रीच का आली नाही?''

''ती म्हणाली की, तिला कुणीतरी भेटायला येणार आहे. त्याला भेटल्याशिवाय ती येऊ शकत नाही.''

''त्या व्यक्तीला तू ओळखत नाहीस?''

सिस्सी पेचात पडली. ''तिचे एका पुरुषाबरोबर संबंध होते. मला वाटतं, तो विवाहित होता. त्याला शेवटचा निरोप देण्यासाठी ती थांबणार होती. हे बघ, मला आता कामावर निघायचंय. ठेवते फोन.''

ॲलेक्सने मेरिडिथकडे पाहिलं. मेरिडिथची उत्सुकताही ताणलेली होती.

''बेलीने बेपत्ता होण्याच्या आदल्या दिवशी मला एक पत्र पाठवलं होतं.''

''मग ते पत्र कुणाकडे असेल?''

''हॉस्पिटलमध्ये माझी एक मैत्रीण आहे.'' बोलता-बोलता तिने लेट्टाला फोन फिरवला – ''लेट्टा, ॲलेक्स बोलतेय. तुझ्याकडे एक काम आहे.''

डटन, गुरुवार, १ फेब्रुवारी, दुपारी २ वाजून ३० मिनिटे

वुल्फ पती-पत्नीबरोबर डॅनियल संभाषणच करू शकला नाही. वुल्फ आता फक्त वकिलाकरवीच बोलायला तयार होता आणि मारियानाने तर त्याला पाहताच घराचा दरवाजा बंद करून टाकला. तिथून परत पुन्हा गाडीत बसता-बसताच त्याचा सेलफोन वाजला, ''व्हार्टोनियन....''

''तू मला फोन केला होतास, असं लेघ म्हणाली.'' चेस बोलत होता, ''गेले दोन तास मी कॅप्टनबरोबर मिटिंगमध्ये होतो. बोल, काय खबर?''

''मी सीन रोमनेच्या घरी जाऊन त्याच्या आईला भेटलो. सीन मंदबुद्धीचा

मुलगा होता. जन्मत:च हा त्याच्यात दोष होता. त्याची आई म्हणाली की, त्याचा कुणावरही चटकन विश्वास बसत असे आणि मग त्या व्यक्तीला खूश करण्यासाठी काहीही करायला तो तयार होई. म्हणून ती त्याच्यावर अगदी डोळ्यांत तेल घालून नजर ठेवत असे. दोन दिवसांपूर्वी त्याच्या खोलीत तिला काय मिळालं असेल?''

"विचारत बसू नकोस. काय असेल ते, झटकन सांगून टाक.'' चेस चिडक्या आवाजात बोलला. डॅनियलच्या लक्षात आलं की, कॅप्टनने त्याला चांगलंच झापलेलं असणार.

"एक बेकायदा सेलफोन. आज तो फोन त्याच्या खोलीत नव्हता. पोलिसांनाही त्याच्या खिशात सापडला नाही. पण त्या फोनवर आलेले नंबर्स त्याच्या आईने टिपून ठेवले होते. त्यातल्या एका नंबरवरूनच जिम वुल्फला रविवारी सकाळी फोन आला होता.''

"अच्छा!'' चेस फिस्कारला, "पिझ्झा पार्लरमध्ये मारला गेलेला तो लेस्टर जॅकसन.. त्याच्या सेलफोनवरच्या नंबर्सशी तू ताडून पाहिलंस?''

"पाहिलं. पण एकही नंबर जुळत नाही. पण आता आपल्याला एक महत्त्वाचा संकेत मिळालाय.''

"हे तू मला मीटिंगच्या आधी सांगायला हवं होतंस.'' चेस धुसफुसत म्हणाला.

"सॉरी. काय झालं मीटिंगमध्ये?''

"ते तुला या केसमधून बाहेर काढत होते. मला खूप पटवावं लागलं.''' चेस कोरडेपणाने म्हणाला.

डॅनियलने नि:श्वास सोडला. "थँक्स!'' चेसशी बोलतानाच एडचाही फोन येत होता.

"एड फोन करतोय. चल, मला निघायला हवं.'' त्याने एडचा फोन घेतला, "बोल एड, तुला काय सापडलं?''

"खूप काही!'' एड खुशीत होता. "तू ताबडतोब बेलीच्या घरी ये. तुला सर्व समजेल.''

"मी आता वुल्फच्या घरून निघतोय. वीस मिनिटांत पोहोचतो.''

ॲटलांटा, गुरुवार, १ फेब्रुवारी, दुपारी ४ वाजून ५० मिनिटे

"ॲलेक्स, उठ.''

ॲलेक्स झोपेतच कुशीवर वळली आणि तिच्या ओठांना गरम ओठांचा स्पर्श झाला. तिनेही आपले ओठ त्याच्या ओठांवर टेकवले. मग अर्धवट उठून सोफ्यावर रेलून बसली. "तू परतसुद्धा आलास?'' तिने डोळे चोळले. "किती वाजले?''

"पाच वाजत आले. मला आता मीटिंगला जायचंय. पण तुला भेटल्याशिवाय

चैन पडेना.'' सोफ्यावर गुडघा टेकवून तो तिच्याकडे निरखून पाहू लागला. ''तुझे बंगल्यातले कपडे तुला मिळाले?''

''नाही, एजंट शॅनन म्हणाली की, सगळे कपडे कापून, फाडून टाकलेत. म्हणून मी कपडे विकत आणले.''

तो वैतागला. ''मला वाटलंच....''

तिने त्याच्या गालावर टिचकी मारली. ''शांत हो. चेसने माझ्याबरोबर एका एजंटला यायला सांगितलं.''

''कोणाला?''

''पीट हेवूड.''

डॅनियल हसला. त्याच्या चेहऱ्यावरचा ताण विरत गेला. ''पीटच्या वाटेला कधी कोण जात नाही.''

''मलाही तसंच वाटलं.'' तो डॅनियलपेक्षाही उंच आणि महाकाय होता.

''कुणी काही करण्याचा प्रयत्न केला नाही ना?''

''पापणी उचलूनसुद्धा कुणी माझ्याकडे पाहिलं नाही.'' ती उठून बसू लागली. त्याने तिला अलगद उचलून कोचावर नीट बसवलं.

''माझ्या मैत्रिणीचा लेट्टाचा मला फोन आला होता.'' सिस्सीचा फोन येऊन गेल्यावर तिने डॅनियलला फोन केला होता. ''ती म्हणाली की, पत्र आलेलं नाही.''

''असं कसं? पत्र एव्हाना पोहोचायलाच हवं होतं. नवीन घरात जाऊन तुला किती महिने झाले?''

''वर्ष-सव्वा वर्षं, का?''

''पोस्ट ऑफिस साधारण वर्षभर जुन्या पत्त्यावर पत्र पोहोचवतं. तू घर बदललेलं बेलीला ठाऊक होतं?''

''नाही. बहुतेक रिचर्डला मिळालेलं असणार. मी त्याला फोन करते.''

''होप आणि मेरिडिथ कुठे आहेत?''

''त्या घरी गेल्या आहेत. होप खूप दमली होती, म्हणून मेरिडिथ तिला घेऊन गेली. होपला बरेच फोटो दाखवले. त्यातले तिने दोन फोटो उचलले. मग मेरीने तिला वेगवेगळ्या हॅट दाखवल्या. तिने त्यातली एकच हॅट उचलली. त्या दिवशी बेलीला पळवणाऱ्या माणसाचं चित्र काढताना अगदी तशीच हॅट रंगवलेली होती. डटन शेरिफच्या ऑफिसमधले पोलीस नेहमी त्या आकाराची हॅट घालतात.''

त्याने शांतपणे मान डोलावली. ''ठाऊक आहे. आता माझ्याबरोबर चल. आम्हाला तूही मीटिंगमध्ये हवी आहेस.'' तो तिला घेऊन मीटिंगरूममध्ये आला.

बाकीचे सर्व आधीच जमले होते. ल्यूक, चेस, मेरी आणि शिवाय एक जण होती, जिला ॲलेक्स ओळखत नव्हती. ''मला वाटतं, तालिया स्कॉटला सोडून

तू इतर सर्वांना ओळखतेस?''

तालिया किंचित बुटकी, पण हसऱ्या चेहऱ्याची होती. ''बरं वाटलं तुला भेटून ॲलेक्स.''

''तालिया सध्या त्या फोटोंमधल्या मुलींच्या मुलाखती घेतेय.''

ॲलेक्सला खुर्चीत बसल्यावर दिवसभराचा शीण जाणवला होता. तालियाचं हसणं नक्कीच गोड होतं, पण ॲलेक्सचे डोळे पेंगुळलेले होते. ''तुलाही भेटून खूप बरं वाटलं.'' तिचं लक्ष टेबलावर ठेवलेल्या फोटोंकडे गेलं. होपने तेच दोन फोटो ओळखले होते. नगरपाल गार्थ डेव्हिस आणि डेप्युटी पोलीस रँडी मॅन्सफिल्ड.

''तुम्ही अटक केल्यावर ते काय म्हणाले?''

चेसने मान हलवली. ''आम्ही अजून त्यांना अटक केलेली नाही.''

ॲलेक्सचा विश्वासच बसेना. रागाचा पारा वाढू लागला, ''का पण?''

डॅनियलने तिच्या पाठीवरून हात फिरवला. ''तुझ्याशी त्याच विषयावर बोलायचं होतं. दोघांपैकी नक्की कुणी बेलीला पळवलंय, हे आम्हाला अजून कळालेलं नाही. कदाचित दोघांनी मिळूनही असेल.''

''मग दोघांनाही अटक करा आणि मग कोण तो निवडा.'' तिला राग आवरत नव्हता.

''निदान या क्षणी तरी, केवळ चार वर्षांच्या मुलीच्या बोलण्यावर विश्वास ठेवून आम्ही इतक्या चटकन त्या दोघांना अटक करू शकत नाही. एक म्हणजे, समाजात त्यांना मोठा मान आहे. आणि दुसरी गोष्ट की, आमच्याकडे पुरेसा पुरावा नाही.'' चेसने तिला शांतपणे समजावलं.

त्याने तिला अशा भाषेत समजावलं की जणू तीही चार वर्षांचीच आहे. ''हा शुद्ध वेडेपणा आहे. दोन पुरुष एका स्त्रीला झोडतात, पळवतात... आणि तुम्ही काहीही करू शकत नाही?'' तिने वळून डॅनियलकडे एक जळजळीत कटाक्ष टाकला, ''पिझ्झा पार्लरमध्ये तूही होतास. गार्थ डेव्हिस आपल्या टेबलाजवळ आला आणि दुसऱ्या क्षणी होपने समोरचा सगळा सॉस आपल्या चेहऱ्यावर रक्तासारखा माखून घेतला!'' गार्थचा फोटो पाहिल्या-पाहिल्या तिला ती घटना आठवली होती. ''गार्थ डेव्हिसनेच बेलीला पळवलंय; मग तो अजून मोकळा का फिरतोय? निदान चौकशीसाठीही तुम्ही त्याला बोलावून घेऊ शकत नाही?''

''ॲलेक्स...'' डॅनियल बोलू पाहत होता, पण तिने मान झटकली.

''आणि मॅन्सफिल्ड... तो तर एक पोलीस अधिकारी आहे. त्याच्याकडे वर्दी आहे, बिल्ला आहे, बंदूक आहे. पुरेसा पुरावा मिळेपर्यंत तुम्ही त्यालाही बाहेर बागडू देणार आहात? त्याने केलेली प्रत्येक गोष्ट संशयास्पद आहे. ज्या माणसाने मला प्रथम मारण्याचा प्रयत्न केला आणि मग शैला कनिंगहॅमवर गोळी झाडली,

त्यालाही मॅन्सफिल्डने बंदुकीने उडवलं – हा पुरेसा पुरावा नाही? या दळभद्री राज्यात एखाद्याला अटक करण्यासाठी नक्की पुरावा तरी कोणता लागतो?''

''ॲलेक्सऽऽ'' डॅनियल जरा जोरातच बोलला, पण लगेच त्याने आवाज खाली आणला.

''एड, ती वस्तू तिला दाखव.''

एडने एक बॅग टेबलावर ठेवली. ती पुस्तकांनी भरलेली होती. त्यातून त्याने एक बासरी बाहेर काढली आणि ॲलेक्स आ वासून बघत राहिली. ''बेलीची बासरी तुम्हाला सापडली?''

एडने मान डोलावली,''आम्ही काही जणांना धातुशोधक यंत्र बरोबर घेऊन पाठवलं होतं. लाकडाच्या एका ओंडक्यामागे त्यांना बासरी सापडली. ती जमिनीत अर्धा इंच खोल रुतली होती आणि तिच्यावर बराच पालापाचोळा साठला होता.''

''त्याच ठिकाणी बेलीने होपला लपवलं होतं.'' तिथे बसलेल्या प्रत्येकावरून तिने नजर फिरवली.

''त्या माणसांनी बेलीला बेशुद्ध होईपर्यंत मारलं... पायाखालची जमीन रक्ताने भिजेपर्यंत.''

''ॲलेक्स, तुला स्वत:ला सावरता येत नसेल, तर तुला इथून निघून जावं लागेल. '' डॅनियलने तिला खणखणीत शब्दांत झापलं.

ती एकदम गप्प झाली. चिडलेली तर होतीच, पण आता खजीलही झाली होती. चेस तिच्याशी लहान मुलाबरोबर बोलावं, तसा बोलला होता. डॅनियलही आता तेच करत होता. पण हेही खरं होतं की, ती कधी नव्हे इतकी बेभान होत चालली होती. तिने स्वत:ला शांत करण्याचा प्रयत्न केला. ''सॉरी. यापुढे माझा तोल जाणार नाही.'' ती शांतपणे म्हणाली.

डॅनियल उसासला. ''ॲलेक्स, प्लीज. फक्त बासरी दाखवण्यासाठी आम्ही तुला इथे बोलावलं नव्हतं.''

एडने तिच्यासमोर हातमोजे धरले आणि तिने ते आज्ञाधारकपणे हातात घातले. मग त्याने तिच्यासमोर एक कागद ठेवला. लहान मुलाने चुरगाळावा, तशा त्या कागदाला असंख्य घड्या पडलेल्या होत्या. तिचे डोळे विस्फारले गेले.

''हा कागद त्या बासरीत खुपसून ठेवला होता. एडला तो दिसला.'' डॅनियल म्हणाला.

''वेडने बेलीला पाठवलेलं ते पत्र आहे.''

तिचे डोळे कागदावर खिळले होते. तिने पत्र मोठ्याने वाचायला सुरुवात केली–

''प्रिय बेली,

अनेक वर्षं प्रयत्न केल्यानंतर आज ती गोष्ट मला जमते आहे.

शरीरात गोळी घुसलीय आणि मी कोणत्याही क्षणी मेलेला असेन. काळजी करू नकोस. माझ्या शेजारी धर्मगुरू आहे आणि मी त्याच्याजवळ माझा कबुलीजबाब दिलेला आहे. पण देव मला कधीही क्षमा करणार नाही, हे मी जाणून आहे. मीच मला माफ केलेलं नाही. बऱ्याच वर्षांपूर्वी तू मला विचारलं होतंस की मी ॲलिशियाचा खून केला होता का? उत्तर 'नाही' असं होतं आणि आजही तेच आहे. पण मी अनेक वाईट कृत्यं केली आहेत आणि डॅडनेसुद्धा. काहींचा तुला अंदाज असेल, काहींचा कधीच येणार नाही आणि तेच उत्तम आहे.

माझ्या हातून जी दुष्कृत्ये घडली, त्यांपैकी काही कृत्यांमध्ये इतरांचाही सहभाग होता. ती कधीही उजेडात येऊ नयेत, असंच त्यांना वाटत असणार. सुरुवातीला आम्ही सात जण होतो. मग सहा, त्यानंतर पाच. मी मेल्यानंतर चौघंच उरतील – आमचं गुपित माहीत असलेले. ते सदैव भीती आणि अविश्वासाने ग्रासलेले असतात. एकमेकांवर पाळत ठेवून असतात की, आपल्यातला पहिला कोण फितूर होतोय... कोण प्रथम गुपित फोडतोय.

पत्रासोबत मी एक किल्ली पाठवतोय, किल्ली बरोबर घेऊन तू कधीही बाहेर वावरू नकोस; ती एका सुरक्षित जागेत जपून ठेव. तुला कधीही एखादी धमकी दिली गेली, तर तू त्यांना खडसावून सांग की, मी ती किल्ली कोर्टात सादर करीन. पण ती किल्ली पोलिसांकडे कधीही द्यायची नाही. डटनच्या पोलिसांकडे तर मुळीच नाही. त्या किल्लीमध्ये असं एक गुपित दडलंय की, ते न फोडण्यासाठी ते चौघे आपल्या जीवाची बाजी लावतील. त्यापैकी काही जण पैसे मोजायला तयार होतील, तर काही जण खून करायलाही तयार होतील! गुपित फोडायला निघालेले दोघे जण या आधीच मारले गेले.

मी तुला त्या चौघांची नावं सांगणार नाही, कारण तुला ती कळवावीशी वाटतील. कारण तू एकदा जर त्या वाटेने गेलीस, तर त्या वाटेवरून कधीही जिवंत परतणार नाहीस. तुझ्याकडे किल्ली आहे, हे त्यांना माहीत असणं, ही एकच गोष्ट तुला जिवंत ठेवू शकते.

मला ठाऊक आहे की, डॅड कधीतरी परततील, म्हणून तू अजून त्याच घरात हट्टाने राहिली आहेस; पण ते कधीही येणार

नाहीत. तुला हवा असलेल्या चांगुलपणाचा अंशही त्यांच्यामध्ये नाही. तुला ते भेटलेच, तर दुसरं पत्र त्यांना दे. नाही भेटले, तर जाळून टाक. डॅडना त्यांच्या नशिबावर सोडून दे. दारू आणि अमली पदार्थांनी, त्यांना त्यांचा स्वत:चा नाश करून घेऊ देत, पण तू स्वत:ला कधीही त्यांच्याबरोबर फरफटत नेऊ नकोस. ते घर सोडून जा. डटनचा त्याग कर. आणि महत्त्वाचं म्हणजे, कुणावरही विश्वास ठेवू नकोस.

माझ्यावर तर नाहीच. नाही. मी तो कधी मिळवलाच नाही. पण देवाला ठाऊक आहे की, मी निदान सुधारण्याचा प्रयत्न करत-करत मेलो.

होपला घेऊन लवकरात लवकर डटनमधून बाहेर पड आणि पुन्हा कधीच मागे वळून पाहू नकोस. यापुढे तू सुखी आयुष्य जगशील, असं मला वचन दे. ॲलेक्सचा शोध घे. मायेचं तेवढंच माणूस आता तुला शिल्लक आहे. मी पूर्वी तुला कधीच बोललो नव्हतो, पण माझं खरंच तुझ्यावर प्रेम आहे.''

ॲलेक्सने बराच वेळ रोखलेला श्वास सोडला. ''लेफ्टनंट वेड क्रायटन, युनायटेड स्टेट्स आर्मी.'' तिने डॅनियलकडे पाहिलं. ''त्याने तिच्याकडे एक किल्ली पाठवली होती. तुमच्या मते, तीच किल्ली बेलीने माझ्याकडे पाठवलीय?''

डॅनियल तिच्या शेजारच्याच खुर्चीत बसला होता. ''आम्हाला तरी तसं वाटतंय. चार मुलींचे खून झाले आहेत. त्यातल्या तिघींच्या पायाला किल्ली बांधलेली होती. त्यामागचा हेतू आता लक्षात येतोय.''

''त्याने बांधलेली प्रत्येक किल्ली ही वेडच्या किल्लीसारखीच आहे?''

''नाही. आम्हाला सापडलेल्या या किल्ल्या या अगदी कोऱ्या करकरीत आहेत, पण तो एक त्याने दिलेला संकेत असावा – जसा त्याने किल्लीबरोबर एक केसही बांधून ठेवलेला आहे.''

''ॲलिशियाचा केस!'' तिची नजर अजूनही त्या पत्रावरच रेंगाळत होती, ''ते एकूण सात जण होते, असं त्याने लिहिलंय. वेडच्या आधी दोघे मरण पावले. त्यांचं गुपित फोडलं जाईल, या संशयातून दोघांनाही मारलं गेलं. पण सायमन तर फिलाडेल्फियात मेला.''

''सायमन मेलेला नाही, हे वेडला मरेपर्यंत ठाऊक नव्हतं.'' डॅनियल म्हणाला, ''सायमनच्या काही आठवडे आधी तो मेला. त्याची समजूत होती की, सायमन मेलाय. तोपर्यंत प्रत्येक जण असंच समजत होता.''

''हं, म्हणून त्याला वाटत राहिलं की, त्यांच्यापैकीच कुणीतरी सायमनला

मारलंय.'' ती स्वत:शीच पुटपुटली, ''ते सदैव भीती आणि अविश्वासाने ग्रासलेले असतात. मेलेल्या दोघांपैकी एक सायमन आहे; दुसरा कोण?''

''ते अजून आम्हाला समजलेलं नाही.'' चेस म्हणाला, ''पण उरलेल्या चौघांपैकी तिघांची नावं आम्हाला कळालेली आहेत.''

''गार्थ डेव्हिस आणि रँडी मॅन्सफिल्ड...'' ती म्हणाली, ''व्हेट पोर्टर तिसरा असेल.''

''याचा अर्थ, अजून दोन नावं शोधावी लागतील.'' डॅनियल म्हणाला, ''त्यातला एक मृत आहे अन् एक जिवंत.''

'''तुम्ही काय करणार आहात?''

''या दोघांवर दडपण आणून त्यांच्याच तोंडून तिसऱ्याचं नाव वदवून घ्यायचंय.'' चेस म्हणाला, ''पण तरीही त्या खुनी इसमाचा मात्र अजून काहीच मागमूस लागत नाही.''

''ती एक सूडकथा असावी,'' डॅनियल म्हणाला, ''एवढं तर मी खात्रीनं म्हणू शकतो. त्या चौघांवर आपलं लक्ष केंद्रित करण्यासाठीच कुणीतरी मुद्दाम ॲलिशियाच्या खुनाची पुन:पुन्हा नक्कल करतोय. ॲलेक्स, आपल्याला खूपच सावध राहायला हवं. आपल्याला पूर्ण रहस्य कळण्याआधी किंवा आजच्यापेक्षा अधिक माहिती जोपर्यंत आपल्या हाती येत नाही तोपर्यंत आपल्याला संशय आलाय, हे त्या चौघांपैकी कुणालाही कळता कामा नये. बेलीला पळवण्यामागे जर गार्थ डेव्हिस किंवा रँड मॅन्सफिल्डचा हात असेल, तर ते आपण शोधून काढू आणि ती गोष्ट त्यांना कबूलही करायला लावू. ॲलेक्स, त्याबद्दल तू निश्चिंत राहा. पण लक्षात घे की, शवागारामध्ये चार पुरुषांची आणि सहा स्त्रियांची प्रेतं आज माझ्या ताब्यात आहेत आणि या क्षणी हे हत्याकांड ताबडतोब कसं थांबवलं जाईल, हा एकच यक्षप्रश्न गाड्यासमोर आहे.''

ॲलेक्सचा चेहरा पडला. तिला मेल्याहून मेल्यासारखं झालं. आपण फक्त बेलीचाच विचार करत बसलोय. डॅनियलला मात्र बळी गेलेल्या प्रत्येक व्यक्तीबद्दल तितकीच कळकळ आणि आस्था आहे. सहा स्त्रिया, चार पुरुष. व्हेट पोर्टर, लेस्टर जॅकसन, ऑफिसर कॉवेल आाणि सीन रोमने. हे चौघे झाले. पण सहा स्त्रिया... जेनेट, क्लॉडिया, जेम्मा, लिसा आणि शैला... पाचच झाल्या. तिची नजर हळूहळू वर उचलली गेली, ''सहा स्त्रिया – डॅनियल?''

त्याने डोळे मिटून घेतले, ''आय ॲम सॉरी, ॲलेक्स. मी तुला सांगणारच होतो... पण जरा वेगळ्या प्रकारे. आज दुपारी सिस्टर ॲने वारली. क्रेग जरी तिच्या मृत्यूला कारणीभूत ठरला असला, तरी तीसुद्धा आम्ही या प्रकरणातलीच एक बळी, असं मानतो. ती सहावी.''

ॲलेक्सने ओठ घट्ट आवळून धरले. त्या खोलीतल्या प्रत्येकाबद्दलच तिच्या

मनात आदर आणि कृतज्ञता दाटून आली. ‘‘नाही – तुम्ही सर्वांनी मलाच माफ करा! तुमचंच म्हणणं बरोबर होतं. वाद घालण्यापलीकडे मी काहीच करत नव्हते. कृपा करून सांगा की, आता मी काय करायला हवं?’’

ॲलेक्सच्या बोलण्याने डॅनियलचे डोळे चमकले. त्या नजरेत संमती होती, सहमती होती आणि समाधान होते. ‘‘सध्यातरी संयम आणि शांतपणा याचीच जास्त गरज आहे. डेव्हिस आणि मॅन्सफिल्डचे फोनकॉल्स आणि आर्थिक कागदपत्रांबाबतीतील वॉरंट्स आम्हाला लवकरच मिळतील. ती आम्ही वेडने उल्लेख केलेल्या इतर दोघांशी किंवा चार खून करणाऱ्या इसमाच्या फोनकॉल्सशी पडताळून पाहू. आणि मुख्य म्हणजे, हा खुनी माणूस एखादी तरी चूक करून बसेल, अशी आम्ही आशा ठेवून आहोत.’’

तिने मूक संमती दिली, पण तिच्या डोक्यात अजूनही वेडचं पत्र घोळत होतं, ‘‘वेड म्हणतोय की, त्याने ॲलिशियाचा खून केलेला नाही. मरणाच्या दारात उभा असताना तो खोटं बोलेल, असं वाटत नाही. जर त्याने खून केला नाही आणि फलमोअरनेही नाही; तर मग खून कुणी केला?’’

‘‘फार छान प्रश्न विचारलास!’’ तालिया म्हणाली, ‘‘बलात्कार झालेल्या बारांपैकी मी सात जणींशी बोलले आणि त्या सर्वांच्या बाबतीत अगदी एकसारखंच घडलेलं आहे. त्यांच्यासारखंच ते सर्व जण म्हणजे सायमन आणि त्याचे हे मित्र ॲलिशियाशीही वागले. ॲलिशियावर बलात्कार केला, पण तिला जिवंत ठेवलं. मात्र, त्यानंतर फलमोअरला ती मेलेली आढळली. मग या दोन घटनांमधल्या काळात नेमकं काय झालं?’’

ॲलेक्सशेजारीच डॅनियल बसला होता. तालियाने जेव्हा बारा मुलींचा उल्लेख केला, तेव्हा त्याचा आक्रसलेला चेहरा तिच्या नजरेतून सुटला नव्हता. पण ही गोष्ट तिने मनातच ठेवून दिली. त्याचा खुलासा ती त्याला नंतर विचारणार होती.

‘‘जे काही घडलं असेल, ते असेल; पण ॲलेक्स, तू मात्र काहीतरी प्रत्यक्ष पाहिलेलं आहेस.’’ डॉ. मॅक्क्रॅडी म्हणाली, ‘‘ॲलेक्स, तू पाहिलेल्या त्या ब्लँकेटबद्दल मी बोलतेय. तुझी तयारी असेल, तर तू नक्की काय पाहिलंयस, हे आपण पुन्हा एकदा तपासून पाहू या.’’

‘‘पाहून टाकू या.’’ ॲलेक्स लगेच म्हणाली, ‘‘आत्ताच, माझी सहनशक्ती संपायच्या आत.’’ मेरीने आपल्या वस्तूंची आवराआवर केली. ‘‘मीटिंग संपल्यावर तू ये. तोपर्यंत मी तयारी करून ठेवते.’’

डॅनियलने संमती दर्शवली. ‘‘आम्ही आलोच. चेस, आपण त्या सर्व मुलींना धोक्याचा इशारा दिलाय?’’

‘‘फारच थोड्या जणींशी मी संपर्क साधू शकलो नाही. काही जणी दूरच्या

प्रांतात स्थायिक झाल्या आहेत. एक-दोन जणींनी फोन उचललाच नाही. पण ज्यांना सांगितलंय, त्या जर दरवाजे बंद करून घरातच राहिल्या, तर त्यांना कसलाच धोका नाही.''

''घराच्या दरवाज्याप्रमाणे त्यांनी आपला दुसरा दरवाजाही कुलूपबंद करून ठेवायला हवा!'' अॅलेक्स पुटपुटली.

''श्शऽऽ'' डॅनियलने तिला हळूच चापट मारली.

''मी आता निघते.'' तालिया उठत म्हणाली, ''उद्या पहाटे मला गाडी चालवत फ्लोरिडाला जायचंय. त्यातल्या दोन मुली आता फ्लोरिडाला राहतात.''

''थँक्स.'' चेस म्हणाला, ''नवीन काही सापडलं तर मला लगेच फोन कर.'' तालिया निघून गेल्यावर तो डॅनियलला म्हणाला, ''लिझा वुल्फचं फोन रेकॉर्ड आपल्याला मिळालंय. त्यामध्ये एकही कॉल नाही. बरेच महिने तिला कुणाचा फोनच आलेला नाही.''

''आणि तिच्या खोलीत राहणाऱ्या मैत्रिणी?''

''त्या म्हणाल्या की, काल रात्री ती एका बारमध्ये गेली होती. सहज, ताण हलका करायला. पण घरी परत आलीच नाही. तिची कार मात्र त्या बारपासून तीस-चाळीस फुटांवर सापडली.''

टेबलावरच्या प्रत्येकाचीच उत्सुकता चाळवली गेली.''काय?'' अॅलेक्सने विचारलं.

''यापूर्वीची एकही कार सापडली नव्हती.'' डॅनियल म्हणाला.

''कारचं मॉडेल कोणतं होतं?'' एडने विचारलं.

''ती एक विद्यार्थिनी होती. तिच्याजवळ फारसे पैसे नव्हते.'' चेस खांदे उडवत म्हणाला.

''ती जुनाट निस्सान सांट्रा चालवायची. आपण ती इथे मागवून घेतलीय. नीट तपासून तर पाहू. कदाचित त्याच्या नकळत राहिलेली एखादी वस्तू आपल्याला मिळूनही जाईल.''

डॅनियल विचारात पडला होता, ''जेनेटकडे 'झेड' होती, क्लॉडिया मर्सिडिस चालवायची आणि जेम्माकडे तर दिमाखदार 'व्हेट्टे' होती. त्या तीनही गाड्या त्याने गायब केल्या. मात्र, निस्सानला लाथ मारून तशीच सोडून गेला.''

''त्या पोराला उंची आणि महागड्या गाड्यांचा शौक दिसतोय!'' ल्यूक म्हणाला.

''आम्ही अॅलेक्सच्या बंगल्याची पूर्ण तपासणी केली. हातांचे पुष्कळ ठसे मिळालेत. इतकी वर्षं ती जागा सतत भाड्यानेच दिली जातेय, म्हणा. बाथरूममध्ये किंवा खिडकीवर काहीच सापडलं नाही. पण त्या वाडग्यातल्या अन्नात मात्र झोप आणणारं कडक औषध मिसळलेलं होतं. डॅनियल, तुझ्या कुत्र्याची पचनशक्ती जर एखाद्या गावठी कुत्र्यासारखी असती, तर तो एव्हाना स्वर्गात भुंकत बसलेला असता!''

"बेलीच्या घरून परतताना, मी डॉक्टरला भेटून आलो." डॅनियल म्हणाला. "तो म्हणाला की, रिले लवकर बरा होईल. पण आता आपल्याला समजलंय की, ते बेलीने ॲलेक्सला पाठवलेली किल्ली शोधायलाच आले होते." त्याने ॲलेक्सकडे पाहिलं. "रिचर्डला फोन करायला विसरू नकोस."

"नाही विसरणार."

"ठीक आहे. तर मग उद्यापर्यंत..." डॅनियल खुर्चीवरून उठतच होता.

"एक मिनिट..." ॲलेक्स म्हणाली, "मॅन्सफिल्डचे तुम्ही काय करणार आहात? म्हणजे, मला समजतंय की संशय आलाय, हे त्याला कळू द्यायचे नाहीये; पण त्या माणसाला मुक्तपणे फिरूही देता कामा नये."

"आम्ही त्याच्यावर अगदी बारीक नजर ठेवून आहोत, ॲलेक्स." चेस म्हणाला, "ज्या क्षणी होपने त्याचा फोटो उचलला, अगदी त्या क्षणापासून आम्ही मोर्चेबांधणीला सुरुवात केलीय. अजिबात काळजी करू नकोस."

"तर मग ठीक आहे." ॲलेक्सला थोडा धीर आला.

"ठीक आहे. आता आपण उद्या..." डॅनियल पुन्हा खुर्चीवरून उठू लागला.

"थांब." ल्यूकने अडवलं. आत्तापर्यंत तो काही न बोलता निमूट आपल्या लॅपटॉपवर काम करत बसला होता. "हे बघ, आता मी सर्व अल्पसंख्याक आणि मेलेल्या माणसांना वगळून ही शेवटची यादी बनवलीय."

"बरोबर." डॅनियल म्हणाला, पण त्याला लगेच एक गोष्ट आठवली, "अरे, पण सायमन आणि पोर्टर सोडून त्यांच्यातल्या आणखीही एकाला मारलं गेलंय."

ल्यूकने मान डोलावली. "सायमनच्या आसपास जी मुलं कॉलेजातून बाहेर पडली, त्यातले पाच जण आता हयात नाहीत. यामध्ये मी सायमन, पोर्टर आणि वेडला धरलेलं नाही."

"पाचही जणांची माहिती शोधून काढ; त्यांच्या कुटुंबीयांचीही." चेस म्हणाला.

डॅनियलने सर्वांकडे पाहिलं, "आणखी काही? ...नक्की? तर मग उद्या आठ वाजता भेटू."

सर्व जण उठले. तेवढ्यात लेघ दारातून डोकावली, "डॅनियल, तुला एक जण भेटायला आलीये. केट डेव्हिस – गार्थ डेव्हिसची बहीण. तिचं महत्त्वाचं काम आहे."

प्रत्येक जण पुन्हा खाली बसला. "तिला आत पाठव." डॅनियल म्हणाला. त्याने ॲलेक्सकडे पाहिलं, "तू जरा बाहेर जाऊन लेघबरोबर बसतेस का?"

"नक्की." ती लेघबरोबर बाहेर पडत असतानाच फॅशनेबल सूट घातलेली एक तरुण स्त्री वाट बघत बाहेर थांबली होती. ॲलेक्स तिला निरखत असता तिनेही पापणी न हलवता ॲलेक्सकडे पाहिलं. लेघ ॲलेक्सला घेऊन बाहेर पडली.

२१

अॅटलांटा, गुरुवार, १ फेब्रुवारी, संध्याकाळी ५ वाजून ४५ मिनिटे

ल्यूकच्या वायुवेगाने काम करणाऱ्या 'गुगल'वर एका सेकंदात माहिती आलेली होती. केट डेव्हिस ही आपल्या काकाच्याच बँकेत मॅनेजर होती. वर्षापूर्वीच ती कॉलेजमधून पदवी मिळवून बाहेर पडली होती. पण डोळ्यांवरून तिचं वय थोडं अधिक वाटत होतं.

ती आत येताच डॅनियल उठून उभा राहिला, "मिस डेव्हिस, ये. बस ना."

ती बसली. "सीन रोमनेचा काल रात्री खून झाला. तो माझ्या काकांचा नातू."

"हो. अॅटलांटा पोलिसपथक त्याचा तपास करीत आहेत." डॅनियल शांतपणे म्हणाला.

"गोड मुलगा होता. थोडासा मंद. पण एखादं कट-कारस्थान करू शकेल, इतका धूर्त नक्कीच नव्हे."

"आम्हालाही तसं वाटत नाही." डॅनियल म्हणाला, "बोल, तुला आमच्याकडून काय मदत हवी आहे?"

ती क्षणभर थांबली. "माझ्या भावाच्या बायकोचा मला तासाभरापूर्वी फोन आला होता. आपल्या दोन मुलांना घेऊन ती घराबाहेर पडलीय."

डॅनियलने भुवया उंचावल्या, "सुट्टी घालवायला तर ती नक्कीच गेली नसणार, मला वाटतं."

"नाही. ती घाबरून घराबाहेर पळालीय. हे सर्व लवकरात लवकर संपायला हवंय, अशीच ती मनोमन प्रार्थना करतेय. तिलाही लवकरात लवकर घरी परतायचंय. म्हणून तर तिने मला फोन केला. माझा काका रॉब आणि गार्थ यांचं आज सकाळी कडाक्याचं भांडण झालं. गार्थच्या हातून नक्कीच असं काहीतरी झालंय की, त्यामुळे तो गोत्यात आलाय. त्याला 'लक्ष्य' बनवलं जातंय. गेल्या दोन रात्रींपासून तो माझ्या घरासमोर माझ्यावर पहारा ठेवतोय. मी दोन्ही दिवस त्याला पाहिलं होतं.

मला वाटलं, आपला भाऊ किती मायाळू आहे... आपली किती काळजी घेतोय!''

''पण मग?'' डॅनियलने विचारलं.

तिची नजर किंचित खाली झुकली, ''माझी भावजय म्हणाली की, गार्थला कुणीतरी धमकी दिलीय पैसे दे – नाहीतर मी तुझ्या बहिणीचा खून करीन, म्हणून. गार्थने मुलांच्या कॉलेज फंडामधून एक लाख डॉलर्स काढले आणि एका परदेशी खात्यात भरले. ती पोलिसांकडे तक्रार करायला निघाली होती, पण गार्थने तिला जाऊ दिलं नाही. व्हेट पोर्टरने जास्त बडबड केली, म्हणून त्याला मारलं, असं तो म्हणाला. तुम्हाला फारसं आश्चर्य वाटलेलं दिसत नाही?''

''तू बोलत राहा.'' डॅनियल एवढंच म्हणाला.

''नंतर गार्थ म्हणाला की, जारेड ओब्रायनलाही असंच ठार मारलं गेलं होतं...'' ती क्षणभर थांबली अन् म्हणाली, ''आता तुम्हाला आश्चर्य वाटल्याचं दिसलं.''

डॅनियलने ल्यूककडे एक कटाक्ष टाकला. ल्यूकने गुगलवर शोधलं, ''तो मेलेला नाही.''

''तो मेलाय, असं जाहीर केलेलं नाही.'' केटने चुकीची दुरुस्ती केली, ''पाच वर्षांपूर्वीच तो गायब झालाय! मी त्या वेळी हायस्कूलमध्ये होते. जुन्या पोलीस रेकॉर्डवरून तुम्हाला सहज शोधता येईल. अर्थात, ल्युमिसच्या खात्यातर्फे त्याची चौकशी केली गेली नसेल, तरच.''

डॅनियलला एक उसासा सोडावासा वाटला. त्याऐवजी त्याने आपल्या आवाजावर नियंत्रण ठेवलं, ''स्पष्ट सांग.''

''गार्थने माझ्या काकाला विचारलं की, तो पोलिसांत तक्रार करणार आहे का? त्यावर रॉब म्हणाला, 'या शहरात? शक्यच नाही?' मग गार्थने त्याला धमकी दिली की, त्याने एक शब्द जरी उच्चारला, तरी त्याचे परिणाम फार वाईट होतील. रॉबने बँकेच्या पैशांचे जे गैरव्यवहार केलेले आहेत, ते तो उघडकीला आणेल. माझी भावजय म्हणाली, की तिने आयुष्यभर गार्थची लफडी सहन केली; पण आता तर तो मुलांच्याही जीविताला धोका निर्माण करतोय, ही गोष्ट मात्र ती कधीही सहन करू शकणार नाही.''

''ती कुठे निघून गेलीय, हे तुला ठाऊक आहे?''

''नाही. आणि मी तिला विचारलंदेखील नाही. तुम्हाला त्यात जर खरोखरच रस असेल, तर तुम्ही कोर्टाच्या परवानगीने माझे सेलफोन रेकॉर्ड तपासू शकता. तिने मला तिच्या स्वतःच्या सेलफोनवरून कॉल केला होता. म्हणाली की, तुला जर भीती वाटत नसेल, तर तू सरळ जाऊन एजंट व्हार्टोनियनला भेट. आणि जर भीती वाटत असेल, तर मी स्वतः त्याला फोन करेन. पण तिने हेही मुद्दाम

सांगितलं की, गार्थला माझी खूप काळजी वाटली होती.''

''तुला भीती वाटत नाही?'' डॅनियलने हळुवारपणे विचारलं.

''माझा थरकाप उडालाय! जेम्मा, क्लॉडिया आणि जेनेटसारखाच माझाही शेवट होणार – किंवा लिझासारखा! मी घाबरून गेलेय.'' ती उदास होत गेली. ''आणि त्याहूनही मला माझ्या कुटुंबाची जास्त भीती वाटतेय. गार्थ आणि रॉब – दोघांकडेही शस्त्रांचा भरपूर साठा आहे. कुणीही एकदुसऱ्याचा आवाज बंद करू शकतो. नुसत्या विचारानेही माझ्या काळजाचं पाणी होऊन जातंय!''

''तू इथे येण्याचा धोका पत्करलास. का?'' डॅनियलने विचारलं.

तिचे ओठ थरथरले. ''कारण लिझा आणि मी मैत्रिणी होतो. दुपारच्या सुट्टीत मी जेम्माजवळ असलेलं नेलपॉलिश लावायचे. खरेदी करताना क्लॉडिया माझ्याबरोबर यायची. या सर्व जणी माझ्या लहानपणाच्या एक हिस्सा होत्या. त्यांच्याबरोबर माझं बालपणही हरवून गेलंय. ज्या कुणी ही कृत्यं केली आहेत, त्याला कठोरातली कठोर शिक्षा व्हायला हवी.'' ती उठली, ''मला फक्त एवढंच सांगायचं होतं.''

ऑफिस हॉलच्या एका टोकाला ॲलेक्स उभी होती. हवा असलेला एकांत तिथे होता. पलीकडच्या फोनची बेल वाजू लागली आणि क्षणभर तिच्या मनाची चलबिचल झाली.

''हॅलो...'' एका स्त्रीचा आवाज आला. तिला वाटलं होतं की, रिचर्ड फोन उचलेल; पण आता तिला एम्बरशी – रिचर्डच्या बायकोशी बोलावं लागत होतं.

''हाय! मी ॲलेक्स बोलतेय. रिचर्ड आहे?''

''नाही.'' शब्द अगदी झटकन आले, ''तो घरी नाही; कामावर आहे.''

''गी हॉस्पिटलमध्ये फोन केला होता. त्यांनी सांगितलं की, रिचर्ड घरी आहे. प्लीज – फार महत्त्वाचं काम आहे.''

एम्बर अडखळली, ''ठीक आहे. मी त्याला बोलावते.''

काही सेकंदांतच रिचर्ड फोनवर आला. ''ॲलेक्स, धक्काच दिलास तू! काय काम आहे?''

''मी डटनमध्ये आहे.''

''हो, मी ऐकलं. मी... तिथल्या बातम्याही वाचल्या. तू ठीक आहेस ना?''

''ठीक आहे. बेलीने मला एक पत्र पाठवलं होतं. मला वाटतं, ते घरी आलं असावं. तू जरा बघतोस?''

''एक मिनिट,'' तो शोधाशोध करतोय, हे तिला ऐकू येत होतं. ''मिळालं. त्यात एक किल्ली असावी... मला ती जाणवतेय.''

ॲलेक्सने निःश्वास सोडला. ''हे बघ, ऐकताना तुला थोडं विचित्र वाटेल; पण

ते पत्र तू जरा काळजीपूर्वक अगदी कडेकडेने नीट उघड. तो एक महत्त्वाचा पुरावा ठरू शकतो.''

''ठीक आहे.''

''सावकाश. त्यात जर एक पत्र असेल, तर ते मला वाचून दाखव.''

''आहे, पत्र आहे. तू तयार आहेस?''

नाही. ''हां, ठीक आहे. वाच आता, प्लीज...''

''प्रिय ॲलेक्स,

इतक्या वर्षांनंतर आलेलं हे पत्र पाहून तुला कमालीचा धक्का बसेल, हे मी जाणून आहे. माझ्याजवळ फारसा वेळ नाही. यामधून पाठवलेली किल्ली घे आणि एखाद्या सुरक्षित ठिकाणी ठेव. माझ्या जीवाचं जर काही बरं-वाईट झालं, तर तू होपला सांभाळ. माझी लेक फार गोड आणि सुंदर मुलगी आहे आणि माझं जणू दुसरं आयुष्यच आहे! गेली पाच वर्षं मी पूर्ण व्यसनमुक्त आहे ते केवळ तिच्याचमुळे आणि तुझ्यामुळेही. जेव्हा मी पार रसातळाला गेले होते, तेव्हाही माझ्यावर विश्वास ठेवणारी तूच एकटी होतीस. मला मदत करण्याचा तू आटोकाट प्रयत्न केलास. पण तुला सांगावंसं वाटतं की, देवाच्या कृपेने मला मदत मिळाली. होप अव्यंग व निरोगी आहे. गेल्या पाच वर्षांत लाखो वेळा तुला फोन करण्याचा विचार मनात आला होता... पण आपल्या त्या शेवटच्या भेटीत मी इतकी नीच पातळी गाठली की, पुन्हा कधी तुला तोंड दाखवायचं धाडस मी करूच शकले नाही. पण मला तरीही आशा आहे की, तू मला माफ करशील. आणि मला जरी माफ नाही केलंस, तरी माझ्या होपला मात्र सांभाळ. माझ्या मुलीला जिच्या पदरात टाकावं, इतकं जवळचं अन् विश्वासाचं माणूस मला तुझ्याशिवाय कुणीही उरलेलं नाही.

किल्ली मात्र लपवून ठेव. ती तुझ्याकडे आहे, हे कुणालाही कळता कामा नये. मलाच तिची गरज भासली, तर मी तुला फोन करेन.''

रिचर्डने घसा खाकरला, ''खाली सही केलीय – प्रेमपूर्वक, तुझी बहीण, बेली. आणि बाजूला एका मेंढीचं कार्टून आहे.''

ॲलेक्सने आवंढा गिळला. ''कोकरू!'' ती पुटपुटली.

''काय?''

''काही नाही. आता मी पोलिसांना विचारते की, मी या किल्लीचं नक्की काय करायला हवं? जर ते म्हणाले, तर तू ती मला ताबडतोब पाठवायची व्यवस्था करू

शकशील?''

"नक्कीच. ॲलेक्स, तू अडचणीत आहेस?''

"काही दिवसांपूर्वी एका जीवावरच्या संकटातून बचावले; पण आता... माझी काळजी घेणारा... कुणी... माझ्याजवळ आहे.'' शेवटचे शब्द उच्चारताना तिचा आवाज हळवा झाला होता.

"नाव काय त्याचं?''

ती हसली, "डॅनियल.''

"बरं वाटलं. बरीच वर्षं तू एकाकी होतीस... माझ्याबरोबर असतानाही.''

अचानक तिच्या डोळ्यांत अश्रू उभे राहिले, "एम्बरला सांग की, मला पुन्हा फोन करावा लागला, तर तो फक्त त्या पत्रासाठीच असेल. ठीक आहे?''

"ॲलेक्स, तू रडतेयस?''

"अलीकडे ती एकच गोष्ट मी करतेय!''

"तू कधीच रडली नव्हतीस – एकदाही. तू रडावंस, असं मला फार प्रकर्षाने वाटायचं.''

"मी रडावं, असं तुला वाटायचं?''

"कधीतरी तुझा बांध फुटून तू मोकळं व्हावंस, असं मला वाटायचं. तू जर रडली असतीस, तर कदाचित तू....''

"तुझ्यावर प्रेम करू लागले असते!''

"हो. त्या वेळी तरी तसं वाटलं होतं. चल, शुभेच्छा! ॲलेक्स, सुखी हो.''

"तूसुद्धा.'' तिने घसा खाकरला आणि डोळे पुसले. "पत्राबद्दल मी पुन्हा फोन करीन.''

ॲटलांटा, गुरुवार, १ फेब्रुवारी, संध्याकाळी सहा वाजता

केट डेव्हिसला घेऊन लेघ इमारतीच्या बाहेर पडली. "सहा जण तर गेले; आता आणखी एक जण जाणार?'' डॅनियल आपल्या सहकाऱ्यांना उद्देशून बोलला.

ल्यूक लॅपटॉपवर आपलं काम करत होता. त्याने मान वर करून डॅनियलकडे पाहिलं, "जारेड ओब्रायन त्यांच्याच वयाचा आहे. सायमनच्याच बरोबर त्यानेही शिक्षण संपवलं, पण खासगी शाळेमधून.''

"जर ओब्रायन हा दारूडा असेल, तर तो नक्कीच इतरांसाठी घातक ठरला असणार.'' चेस म्हणाला, "आपण त्याची पूर्ण माहिती मिळवू या – अगदी सविस्तर. तोपर्यंत आपण त्याच्या कुटुंबीयांपैकी कुणालाही भेटायचं नाही. उगाच गोष्ट षट्कर्णी व्हायला नको. अजून आपल्याला त्यांच्यातल्या चौथ्याला शोधून काढायचंय. त्यामधले लागेबांधे शोधून काढा. त्यांच्यापैकी आणखी कुणी अलीकडे

कॉलेज फंडातून पैसे उचलले आहेत का, याचा शोध घ्या.''

''ती म्हणाली की, त्याचे अनैतिक संबंध होते.'' एड अचानक म्हणाला, ''केट डेव्हिस. तिच्या भावजयीने त्याची अनेक लफडी सहन केली होती, पण आपल्या मुलांना ती संकटात टाकायला तयार नव्हती. आणि बेलीची मैत्रीण म्हणाली नव्हती का, की बेलीचे एका लग्न झालेल्या माणसाबरोबर संबंध होते?''

''त्या रात्री बेली गार्थ डेव्हिसचीच वाट बघत असणार!'' ल्यूकला एडचं बोलणं पटलं होतं. ''माझ्या मते, गार्थ डेव्हिस येण्याआधीच मॅन्सफिल्ड तिथे येऊन पोहोचलेला असणार आणि त्यानेच बेलीला मारझोड केली असणार.''

''जर गार्थ डेव्हिस आणि बेलीचे प्रेमसंबंध असतील, तर त्याच्या हाताचे ठसे घरामध्ये कुठेतरी सापडायलाच हवेत.'' चेस म्हणाला, ''तो जर तिला मारायलाच आला असेल, तर ते मिळणं जरा अवघडच आहे. बेलीला मारणारा त्या दोघांपैकी नक्की कोण होता आणि तिच्याबरोबर लफडं करणारा नेमका कोण होता, हे समजायला हवं.''

''आम्ही बाथरूम आणि किचनमधले हातांचे ठसे घेतले.'' एड म्हणाला, ''पण आपल्याकडे असलेल्या फाईलमधल्या कुठल्याही ठशांशी ते जुळत नाहीत.''

''हे बघ, गार्थ किंवा रॅंडीवर आजपर्यंत कधीही गुन्हा नोंदवला गेलेला नाही. त्यामुळे त्यांच्या हातांचे ठसे आपल्या फाईलमध्ये सापडणं शक्य नाही.'' चेस म्हणाला. ''पण दोघेही सरकारी नोकरीत आहेत, म्हणजे त्यांच्याही हातांचे ठसे कुठेतरी नोंदवलेले असणारच.''

''मी शोधतो... नाहीतर आपण होपलाही विचारू शकतो. नाही का रे डॅनियल?... ए... मी तुझ्याशी बोलतोय.'' डॅनियलसमोर आपला हात जोरजोरात हलवत एड म्हणाला.

केट डेव्हिसच्याच बोलण्यावर डॅनियल विचार करत होता. ''ज्या कुणी माणसाने या चौघींचा खून केला, तो अगदी बरोबर वेळ साधून त्या-त्या ठिकाणी पोहोचला होता. केट डेव्हिस म्हणाली की त्या चौघींबरोबर... तिचं बालपणही हरवून गेलं!''

''मग?'' चेसने विचारलं.

''नीट उलगडा होत नाही... पण ते वाक्य मला सारखं छळतंय. त्या काळी नेमकी काय आणि कशी परिस्थिती होती, हे सांगणारा मला कुणीतरी भेटायला हवा.'' तो अचानक खिळल्यासारखा उभा राहिला, ''आहे, एक जण आहे. सुट्टीवरून जेव्हा मी परत आलो, तेव्हा पहिल्याच दिवशी मला माझे इंग्लिशचे सर भेटले होते. ते बोललेल्या वाक्याचा अर्थ आज माझ्या लक्षात येतोय. ते म्हणाले होते की, एखाद्याचा जर समज असेल की तो छोट्याशा गावातसुद्धा आपलं गुपित

अबाधित राखू शकतो, तर त्याला मूर्खच म्हणावं लागेल. मला म्हणाले होते, की तू असा मूर्ख कधीही बनू नकोस. त्या वेळी मी त्या खुनामध्ये, वुल्फ आणि त्याच्या पेपरमध्ये इतका गुंतलो होतो की त्यांच्या बोलण्याकडे मी तेव्हा नीट लक्षच दिलं नव्हतं. मी उद्या जाऊन त्यांना पुन्हा भेटतो.''

''नक्की भेट.'' चेस म्हणाला.

''आत येऊ?'' सगळ्यांच्या माना वर गेल्या. दरवाज्यात ॲलेक्स उभी होती. 'केटी डेव्हिसला घेऊन लेघ बाहेर पडलेली मी पाहिलं. म्हटलं, पुन्हा आत यायला आता हरकत नाही.''

बराच वेळ ती रडत असावी. डॅनियलने चटकन उठून तिच्या खांद्यावर हात ठेवला, ''काय झालं?''

''काही नाही. मी रिचर्डशी बोलले. बेलीने पाठवलेली किल्ली त्याच्यापाशी आहे. त्याने आता काय करावं, असं तुम्हाला वाटतं? तो किल्ली लगेच पाठवून द्यायला तयार आहे.''

''आम्हाला ती ताबडतोब हवीय. लेघ तुला इथला पूर्ण पत्ता देईल.'' चेस म्हणाला.

तिने मान डोलावली आणि डॅनियलचा हात बाजूला करून जाऊ लागली, ''मी फोन करून त्याला तसं सांगते.''

तिची उदास चाल त्याला जाणवली. तो मनातून अस्वस्थ झाला. 'व्हार्टोनियन, कामावर लक्ष केंद्रित कर.' तो पुन्हा येऊन बसला आणि विचारपूर्वक म्हणाला, ''वेडकडे किल्ली होती.''

''हो, पण ती कुठल्या कुलपाची आहे?''

''माझ्या मते तरी ज्या ठिकाणी त्यांनी ते फोटो दडवून ठेवलेलं आहेत, त्याचीच ती किल्ली असावी!'' डॅनियल म्हणाला, ''पण ते फोटो तर सायमनने माझ्या वडिलांच्या घरात लपवून ठेवले होते, म्हणून तर ते वडिलांना सापडले. सायमनकडेसुद्धा किल्ली होती का?''

''सायमन मेल्यानंतर त्याच्या सामानात किल्ली सापडली होती?'' ल्यूकने विचारलं.

''सुरुवातीला ती त्याच्याजवळ नसणार. वडिलांनी ती शोधून काढली होती. म्हणजे, ती त्यांनी स्वत:जवळच जपून ठेवलेली असणार. जर सायमनने ती वडिलांकडून हिसकावून घेतलेली असली, तर फिलाडेल्फियाच्या त्याच्या सामानात ती नक्कीच सापडलेली असेल. मी व्हिटो सिक्कोटेलीला फोन करून विचारतो.''

डटन, गुरुवार, १ फेब्रुवारी, संध्याकाळी ७ वाजता

''ॲलेक्स, अगं, बोल काहीतरी?''

अॅलेक्स आपल्याच विचारात गढली होती. तिने एकदम दचकून डॅनियलकडे पाहिलं. त्याने दोन्ही हातांनी स्टिअरिंग गच्च पकडले होते. नजर समोरच्या रस्त्यावर होती, पण त्याचा चेहरा कठोर दिसत होता. त्याचा असा चेहरा तिने यापूर्वी कधीच पाहिला नव्हता.

"काय बोलू?"

"आपण आता डटनला जवळजवळ पोहोचत आलो. रिचर्डचा फोन झाल्यापासून तू एक शब्दही बोललेली नाहीस. तुझ्या डोळ्यांवरून तर तू खूप रडलेली दिसत होतीस. 'हो अॅलेक्स, माझ्यापाशी किल्ली आहे.' एवढ्या दोन वाक्यांवरच तो थांबलेला नसणार... यापेक्षा नक्कीच काहीतरी जास्त बोललेला असणार." त्याचा आवाज थोडा वरच्या पट्टीत होता.

"तो काय बोलला असेल, असं तुला वाटतं?"

"मला माहीत नाही." प्रत्येक शब्दामध्ये मुद्दाम अंतर राखत तो बोलला, "म्हणून तर तुला विचारलं!"

तिने त्याला न्याहाळलं. समोरून येणाऱ्या गाडीच्या दिव्यांमुळे त्याची आकृती तिला ओझरती दिसली. त्याच्या जबड्याचे स्नायू ताणले गेले होते.

"तू परत जाणार आहेस?" ती मनातल्या मनात उत्तराची जुळवाजुळव करत असतानाच त्याने न राहवून विचारलं.

"परत? कुठे? ओहिओला?" तिच्या डोक्यात एकदम प्रकाश पडला, "किंवा रिचर्डकडे?"

"हो. म्हणजे, दोघांपैकी एका ठिकाणी?"

"मी रिचर्डकडे तर नक्कीच परत जाणार नाही. त्याचं लग्न झालंय."

"लग्नामुळे त्याला काही फरक पडत नाही. पूर्वीही तो फसवत होताच."

"असेल." अॅलेक्स चिडू लागलेली होती. "तो तयार असला तरी मी जाणार नाही. मी कोणत्या प्रकारची स्त्री आहे, असं वाटलं रे तुला?"

त्याने श्वास सोडला, "सॉरी. मी जरा भरकटलोच!"

"नक्कीच. जरा नाही, खूपच भरकटलास."

"तुला दुखवायचा हेतू नव्हता."

"पण मी दुखावली गेलेय."

"सॉरी."

"ठीक आहे... मी त्याला तुझ्याबद्दल सांगितलं. इथे घडत असलेल्या घटना त्याला माहीत होत्या आणि त्यामुळे त्याला काळजी वाटली होती. मी त्याला सांगितलं की, इथे माझी काळजी घेणारा एक माणूस आहे."

तिला वाटलं होतं की, त्यावर तो समाधानाने हसेल; पण तो गंभीरच राहिला.

"ओहिओला परत जाणार की नाही, यावर तू काहीच उत्तर दिलं नाहीस."

तीसुद्धा यावर खूप-खूप विचार करत होती, "मी काय उत्तर द्यावं, अशी तुझी अपेक्षा आहे?"

"हेच की, तू इथेच राहणार आहेस!"

तिने एक दीर्घ श्वास घेतला आणि तो रोखून धरला. "एक मन म्हणतंय की 'हो' कारण तू इथे आहेस. दुसऱ्या मनाला वाटतंय की, मी नेमका उलटा निर्णय घ्यावा. त्या मनात तू राहत नाहीस. माझ्या आयुष्यातल्या सर्वांत कटू आठवणी या शहराशी जोडलेल्या आहेत, डॅनियल. त्याची मला खूप-खूप भीती वाटते."

तो एक क्षण गप्प राहिला, "पण इथे राहायचा तू निर्णय घेशील?"

"तू इथून जायचा विचार करू शकशील?"

"ओहिओला?" तो असं म्हणाला की, जसं काही त्याला मंगोलियालाच जायचंय! ती मिश्कील हसली.

"इतकी काही ती वाईट जागा नाहीये. छान रेती, वाळू आहे."

त्यानेही मस्करीत विचारलं, "तिथे स्क्रॅपल मिळतात?"

तिने तोंड वाकडं केलं. "तुझा हट्टच असेल तर मला एक हॉटेल ठाऊक आहे, जिथे ही डिश मिळते. पण जागा फारशी स्वच्छ नाही."

तो हसला आणि तिला हायसं वाटलं, "ठीक आहे, मी विचार करीन."

"कशाचा? स्क्रॅपलचा की ओहिओचा?"

त्याच्या चेहऱ्यावरचं हसू मावळलं. तो पुन्हा गंभीर झाला, "दोघांपैकी एकाचा."

एक अख्खं मिनिट कुणीही बोललं नाही. "निदान ऐकून तरी बरं वाटलं आणि आपण बरोबर विचार करतोय, असं वाटलं. पण मी पुन्हा माझ्या पायावर नीट उभी राहीन, हा आत्मविश्वास येईपर्यंत मी तुला खात्रीने काहीच सांगू शकत नाही."

त्याने तिचा हात हळूच दाबला, "ठीक आहे, मलाही आता खूप बरं वाटलं."

"मला तर चांगलंच वाटतंय."

ते डटनच्या मुख्य रस्त्यावर पोहोचले आणि ॲलेक्सच्या पोटात भीतीचा गोळा आला.

"आपण तर येऊन पोहोचलो आहोत!"

"घाबरू नकोस. जे काही तुझ्या मनात असेल... ज्या काही आठवणी तुला छळत असतील... त्यांचा यापुढे आपण एकत्र सामना करू."

डटन, गुरुवार, १ फेब्रुवारी, संध्याकाळी ७ वाजून ३० मिनिटे

"ही जागा तर साडेचारला कुणीही हसत विकत घेईल." विस्कटलेले केस नीट करत डेलिया अँडरसन म्हणाली, "या किमतीला, ती बाजारात फार वेळ

राहूच शकत नाही.''

त्याने एक कपाट उघडलं आणि नाटकीपणाने तो ते काळजीपूर्वक निरखू लागला. ''माझी मैत्रीण जेव्हा खरेदी करायला बाहेर पडते, तेव्हा प्रत्येक वेळेस अख्खं दुकानच विकत घेऊन येते. हे एवढंसं कपाट तिला पुरायचं नाही.''

''माझ्याकडे आणखी दोन जागा आहेत. त्यामध्ये भलीमोठी कपाटं आहेत.'' डेलिया म्हणाली.

त्याने विषय पुन्हा वळवला, ''पण या जागेत काहीतरी... विशेष आहे. खूप हवेशीर आहे आणि इथे छान एकांत आहे.''

डेलियाने त्याचं म्हणणं लगेच उचलून धरलं. ''माझंही तेच म्हणणं आहे. या भागामध्ये इतकी प्रशस्त घरं फारशी मिळणार नाहीत.''

तो हसला. ''आम्हाला मोठमोठ्या पार्ट्या साजऱ्या करायची आवड आहे. अनेकदा आलेली माणसं थोडी बेफाम होऊन जातात.''

''त्यात काय विशेष मिस्टर मायर्स!'' वयाला न शोभेल इतक्या लाडिकपणे ती म्हणाली, ''नवीन घरं विकत घेताना त्या घरातल्या एकांताला – का कुणास ठाऊक, पण फारच कमी महत्त्व दिलं जातं.'' समोरच्या आरशापाशी ती क्षणभर थांबली आणि पुन्हा तिने आपल्या केसांवरून हात फिरवला, ''हा बंगला अगदी एका टोकाला आहे. तुम्ही उद्या रॉक अँड रोलचा ऑर्केस्ट्रा जरी इथे निमंत्रित केलात, तरी तुमचा एकही शेजारी त्याबद्दल तक्रार करणार नाही.''

तो तिच्या मागे जाऊन उभा राहिला आणि तिच्याकडे आरशात पाहून हसला, ''माझ्याही मनात अगदी हाच विचार आला होता!''

तिचे डोळे विस्फारले गेले आणि आकांताने किंचाळण्यासाठी तोंडही उघडले गेले. पण तोपर्यंत खूप उशीर झाला होता. मनामध्ये ज्या वेगात विचार येतो, त्याच वेगाने तिच्या गळ्यावर त्याने चाकू टेकवला होता! ''तुला अजूनही जर लक्षात आलं नसेल, तर सांगतो – माझं नाव मायर्स नाही.'' पुढे झुकून त्याने तिच्या कानात आपलं नाव सांगितलं आणि भीतीने तिचे थरालेले डोळे अन् डोक्यावर उभे राहिलेले केस तो शांतपणे बघत राहिला. ''मी तुला एका नव्या कल्पनेची संकल्पना ऐकवतो, मिस अँडरसन. थकलेल्या कर्जावरचं साठलेलं व्याज.''

त्याने तिला जमिनीवर ढकललं आणि तिचे हात पाठीला गच्च बांधले. ''मला वाटतं, तुला एखादी गगनभेदी किंकाळी मारायला नक्कीच आवडेल?''

डटन, गुरुवार, १ फेब्रुवारी, संध्याकाळी, ७ वाजून ३० मिनिटे

''तर मग सायमनजवळ किल्ली होती?'' टेहळणीसाठी खास ठेवलेल्या त्या व्हॅनच्या मागून एडने विचारलं.

डॅनियलने फोन खिशात सरकवला, ''हो. व्हिटो सिक्कोटेलीने सांगितलं की, सायमनच्या सामानात त्याला पाच किल्ल्या सापडल्या होत्या. उद्या सकाळीच तो त्या पाठवून देतोय. आता फक्त त्या कुठल्या कुलपाच्या आहेत, एवढंच आपल्याला शोधायचंय.'' एडच्या पडद्यावर दृश्य दिसू लागलं आणि तो तयारीत बसला, ''मेरी तयार झालेली दिसतेय.''

''मेरीने मला ॲलेक्सच्या जुन्या बेडरूममध्ये कॅमेरा लावायला सांगितला.'' एड म्हणाला.

''मला तिची कल्पना आवडली. कारण ॲलेक्सची अंगठी तिथेच सापडली होती.''

दरवाजा उघडला गेला आणि ॲलेक्सला घेऊन मेरी आत आली. डॅनियलने हातात हात गच्च गुंफले.

''वाजलेत किती?'' मेरीने तिला विचारले.

''रात्र उलटून गेलीय. खूप अंधार आहे आणि विजा चमकताहेत. विजा आणि गडगडाट....''

''तू कुठे आहेस?''

''बिछान्यात.''

''झोपलेली आहेस?''

''नाही. माझी तब्येत बिघडलीय. मला बाथरूमला जायचंय. मी आजारी आहे.''

''पुढे काय झालं?''

ॲलेक्स खिडकीजवळ उभी होती, ''कुणीतरी तिथे आहे.''

''कोण?''

''मला नीट दिसत नाहीये. कदाचित ॲलिशिया असावी. कधी कधी ती अशीच घरातून सटकायची अन् पार्ट्यांना जायची.''

''ती ॲलिशिया आहे?''

ॲलेक्स खिडकीतून थोडी बाहेर झुकली. ''नाही. एक पुरुष आहे.'' ती चकित होत मागे सरली. ''तो तर क्रेग आहे!''

''ॲलेक्स, तू मागे का सरकलीस?''

''विजांचा प्रकाश खूप प्रखर आहे... आणि माझ्या पोटातही दुखतंय....''

''क्रेग अजून तिथेच आहे?''

''हो. पण आता त्याच्याबरोबर आणखीही एक जण आहे... दोन माणसं. दोघांनी मिळून एक मोठी पिशवी पकडलीय.''

''ती जड आहे, की हलकी?''

''जड वाटतेय.'' ती पुन्हा मागे सरकली आणि तिने जोरात श्वास घेतला. नंतर

ती शून्यात पाहू लागली.

“काय झालं? मोठी वीज चमकली?”

ॲलेक्सने आधी मान डोलावली. मग गोंधळली, “त्याने ती पाडली.”

“त्याने ती पिशवी पाडली?”

“ती पिशवी नाही, ते एक ब्लँकेट आहे. ते उघडं पडलंय.”

“आणि तुला विजेच्या प्रकाशात काय दिसतंय, ॲलेक्स?”

“तिचा हात... फक्त हातच जमिनीवर पडला!” आपल्या उजव्या हाताच्या बोटाशी ती चाळा करत राहिली. जणू त्या बोटात अंगठी असल्यासारखी. “मला तिचा हात अगदी स्पष्ट दिसतोय.” तिच्या शरीरावरचा ताण थोडा हलका झाल्यासारखा वाटला, “अरे... ती तर बाहुली आहे!” तिने डोळे मिटून घेतले. “मी आईला सांगून टाकलं.”

मेरीने आधी कॅमेऱ्यात पाहिलं आणि मग ॲलेक्सकडे – “कधी सांगितलंस?”

“जेव्हा ती कॉटवर रडत बसलेली होती. ती सारखं म्हणत होती, ‘मेंढी आणि अंगठी...’ मला वाटलं की, मला स्वप्नच पडलं होतं किंवा एखादा आभास. मी तिला त्या बाहुलीबद्दल सांगितलं आणि तिचं डोकंच फिरलं. मी तिला म्हटलं, ‘ती तर बाहुली होती, ममा.’ तिने ब्लँकेट पाहिलं होतं, हे मला ठाऊक नव्हतं. तिच्या मिटलेल्या डोळ्यांतून अश्रू वाहू लागले. मी तिला सांगितलं आणि तिने क्रेगला सांगितलं आणि त्याने तिला मारून टाकलं.”

“अरे... बापरे!” डॅनियल पुटपुटला.

“इतकी वर्षं तिला याच अपराधाची भावना मनात छळतेय.” एड दबक्या आवाजात म्हणाला.

“बिच्चारी ॲलेक्स!”

“यात तुझा काहीच दोष नाही, ॲलेक्स.” मेरी म्हणाली.

ती किंचित वेड्यासारखी हातवारे करत असल्यासारखी वाटली, “मी तिला सांगितलं, तिने क्रेगला सांगितलं आणि त्याने तिला मारून टाकली... माझ्यामुळेच ती मेली!”

तिचं वाक्य पुरं व्हायच्या आत डॅनियल व्हॅनमधून बाहेर आला होता. तो धावत बेडरूममध्ये शिरला आणि त्याने तिला घट्ट जवळ घेतलं. तीही जीव नसल्यासारखी अगदी सहज त्याच्या गळ्यात पडली – एखाद्या बाहुलीसारखी.

“राणी, काय गं होतंय तुला? असं नको गं करूस?”

ती अजूनही त्याच अवस्थेत होती. तिच्या गळ्यातून एक विचित्र क्षीण आवाज येत होता. त्याने मेरीकडे पाहिलं, “मी आधी तिला इथून बाहेर घेऊन जातो.”

मेरीलाही वाईट वाटलं होतं, “जिन्याच्या पायऱ्या जरा सांभाळून उतर.”

डॅनियलने तिला नीट सरळ आणि ताठ उभं करायचा प्रयत्न केला. तेही तिने

तसं निर्जीवपणे केलं. त्याने तिच्या खांद्यावरून हात टाकत तिला एक छोटासा धक्का दिला, "ॲलेक्स, आता थांबव." त्याच्या त्या आवाजातल्या नुसत्या कंपानेच ती एकदम पुतळ्यासारखी निश्चल झाली, "चल, आता निघू या."

ॲटलांटा, गुरुवार, १ फेब्रुवारी, रात्री १० वाजता

"रात्री तुझा नेम चांगला लागत होता." गाडी पार्किंग लॉटमध्ये आणत डॅनियल म्हणाला.

"थँक्स!" ती अजूनही बधिर आणि निस्तेज दिसत होती. तो तिला लिओच्या नेमबाजीच्या मैदानात घेऊन गेला आणि तिथे ती थोडी खुलली. गेल्या काही दिवसांत ज्या कुणाचा तिला राग आला होता, तो सर्व तिने त्या कागदी बुजगावण्यावर काढला – सर्वांत जास्त क्रेगवर. पण वेड, गार्थ डेव्हिस, मॅन्सफिल्ड – ज्यांच्यामुळे हे नवीन प्रकरण उद्भवलं होतं आणि चार निष्पाप मुलींना जीव गमवावा लागला होता.

...आणि तिची आई आणि ॲलिशियावरचासुद्धा. जर ॲलिशिया त्या रात्री घराबाहेरच पडली नसती... जर तिच्या आईने आपलं डोकं जरा शांत ठेवलं असतं...

आणि.... आणि....आणि....

आज तिचे नेम छान लागत होते. बंदूक हातामध्ये स्थिर राहत होती. बंदुकीतल्या गोळ्या संपेपर्यंत ती अखंड मारत होती. पुन्हा गोळ्या भरायची आणि पुन्हा अख्खी बंदूक रिती करून टाकायची. अखेर खांदा दुखू लागल्यावर तिने बंदूक खाली ठेवली.

"मी डिकीमधून तुझ्या कपड्यांची पिशवी बाहेर काढतो. हवं असेल तर तू तुझे कपडे माझ्याच कपाटात ठेवू शकतेस."

आज तिने फारशी खरेदी केलेली नव्हती. थोडेसे ब्लाऊज आणि स्लॅक्स. पण आपले कपडे त्याच्या कपाटात ठेवायची कल्पनाच इतकी जिव्हाळा आणि जवळीक निर्माण करणारी वाटली... खूपच. तो किती खुल्या दिलाचा आहे! आपण त्याच्यासमोर खूप खुजे आहोत. तिने डॅनियलकडे पाहिलं. त्याला होकार अपेक्षित होता. म्हणून मग तिने मान डोलावली, "हरकत नाही."

त्याने डिकी उघडली. तो डिकी चटकन बंद करेल, असंच तिला वाटलं होतं; पण तो डिकी बंदच करत नव्हता. तीस सेकंदांचं एक मिनिट होऊन गेलं. ती गाडीतून बाहेर आली आणि जागच्या जागी थबकली. डिकीच्या मागे फ्रँक ल्युमिस उभा होता. तो आणि फ्रँक अगदी हिरीरीने, पण दबक्या आवाजात कुजबुजत होते.

"डॅनियलऽ" तिने हाक मारली आणि त्याने गर्रकन वळून मागे बघितलं.

“तू घरात जाऊन बस – प्लीज.” तो किंचित चढ्या आवाजात बोलला.

तिच्यामध्ये तर वाद घालण्याचेही त्राण उरले नव्हते. त्याच्या आज्ञेप्रमाणे ती गुपचूप पोर्चमध्ये येऊन शांतपणे बघत राहिली. दोघेही अगदी हमरीतुमरीवर आले होते. शेवटी डॅनियलने इतक्या खाडकन डिकी बंद केली की, त्या आवाजाने शेजारी-पाजारीही दचकले असावेत. फ्रँक ल्युमिसही वळला आणि आपल्या कारमध्ये बसून निघून गेला.

डॅनियल थकलेला आणि वैतागलेला होता. त्याची पावलं संथ पडत होती. तो हळूहळू वर चढला आणि हिसका देत त्याने दरवाजा उघडला. ॲलेक्सला कालचा प्रसंग आठवला. काल दरवाजा उघडताना तो किती अधीर झाला होता!

आज मात्र ती पाठीमागून येतेय की नाही, याकडेही त्याचं लक्ष नव्हतं. आपण सांगितल्याप्रमाणे ती करेल, हे त्याने गृहीतच धरलं होतं. तीही निमूट आत आली. ती बेडरूममध्ये आली, तेव्हा तिच्या कपड्यांच्या पिशव्या त्याच्या बिछान्यावर पसरलेल्या होत्या आणि आरशासमोर उभा राहून तो टायची गाठ सैल करत होता.

“काय झालं?” तिने शांतपणे विचारलं.

त्याने अंगातला कोट आणि शर्ट काढून कोपऱ्यातल्या खुर्चीत ते कपडे भिरकावून दिले आणि कमरेवर हात ठेवून उघड्या छातीने तो तिच्याकडे वळला.

“सरकारी वकिलातर्फे फ्रँकची चौकशी सुरू झालीय.”

“बरोबर आहे... व्हायलाच हवी!”

“तो माझ्यावर चिडलाय.”

“आय ॲम सॉरी!”

“मी नाही पर्वा करत. मला राग याचा आला की, तो आमच्या मैत्रीचा गैरफायदा घेण्यासाठी माझ्याकडे आला होता. मी त्या सरकारी वकिलाला पटवावं, अशी तो मला एक मित्र म्हणून गळ घालत होता. मैत्री या शब्दाची इतक्या वर्षांत मला कधीही आजच्यासारखी किळस अन् घृणा वाटली नव्हती.”

“आय ॲम सॉरी!” ती पुन्हा म्हणाली.

“तू हे वाक्य बोलायचं आधी बंद कर.” तो चिडून म्हणाला, “सारखं-सारखं थँक यू अन् सॉरी बोलायचं बंद कर. मला तुझ्यात सुझान्हाचा आवाज ऐकू येतोय!”

“तू तिच्याशी बोललास?”

“हो.” त्याने नजर वळवली, “मी बोललो तिच्याशी. झक् मारली आणि बोललो. स्वत:ला आणखी त्रास करून घेतला.”

“काय म्हणाली ती?”

त्याचं डोकं चक्रावलं होतं, “काय म्हणणार? हेच. आय ॲम सॉरी, डॅनियल. गुड बाय डॅनियल.” त्याच्या डोळ्यांत जळजळणारी वेदना उमटली होती. तिला

वाटलं, त्याची ती वेदना आपल्या छातीत बंद करून टाकावी. "तू तर निघून गेलेला होतास ना, डॅनियल?" तो ॲलेक्सवरच गुरकावला. पण मग त्याला स्वत:चीच लाज वाटली, "सॉरी. मी सगळा राग तुझ्यावर काढतोय – तुझी काही चूक नसताना!"

तिला उभं राहणं अशक्य झालं. कॉटच्या टोकावर ती थकून बसली. "माझ्यावर राग काढलास, तर काय बिघडलं?"

"राग-राग येतो मला. जिथे पाहावं तिथे खोटारडेपणा आणि विश्वासघात. तूच एकटी स्वच्छ आणि निर्मळ आहेस."

तिला हे पटलं नाही, पण त्यावर ती काही बोलली नाही, "तू कोणाचा विश्वासघात केलास?"

"माझ्या बहिणीचा. मी त्या घरात तिला एकटीला सोडून निघून गेलो – ज्या घरात आम्ही एकत्र वाढलो होतो. मी तिला सायमनच्या तोंडी देऊन तिथून पळ काढला."

तिच्या डोक्यात अचानक लख्ख प्रकाश पडला. सर्व संदर्भ लक्षात येऊ लागले आणि त्याला जाळणाऱ्या त्या वेदनेची झळ तिलाही जाणवली. "सायमनच्या बळी पडलेल्या सगळ्याच जणी काही सरकारी शाळेत शिकणाऱ्या नव्हत्या. नाही का?" तिने नकळत विचारलं आणि आज दुपारी तालियाने विचारलेल्या याच प्रश्नावर डॅनियल किती अस्वस्थ झाला होता, हे ॲलेक्सला आठवलं.

तो पुन्हा भडकून उठला. बोलण्यासाठी त्याने तोंड उघडलं, पण विचारपूर्वक बंद केलं.

"नाही." एवढंच तो म्हणाला.

"तू काहीच केलेलं नाहीस, डॅनियल. जे काही केलं, ते सायमनने केलंय. माझ्या आईने क्रेगवर आरोप केला यात जसा माझा काही दोष नव्हता; तसाच यामध्ये तुझाही काही दोष नाहीये. आपण दोघेही उगाचच स्वत:वर दोष लादून घेतोय अन् मग त्यातून बाहेर पडायचा मार्ग अधिकच कठीण करून टाकतोय. आज त्या कागदी बुजगावण्यावर शेकडो गोळ्या रित्या केल्यावर माझं मनंही साफ स्वच्छ होऊन गेलं. मी फक्त सोळा वर्षांचीच होते, पण माझी आई तर सारासार विचार करण्याएवढी प्रौढ होती? बरीच वर्षं ती क्रेगबरोबर राहत होती. मी तिला सगळं सांगून बसले. हे खरं; पण तिने दुसरं टोकच गाठलं. तर्कशुद्ध विचार केला, तर यात माझा काहीच दोष दिसत नाही. पण गेली तेरा वर्षं मात्र मी स्वत:लाच अपराधी समजत आले."

"पण मी काही तुझ्यासारखा सोळा वर्षांचा नव्हतो."

"डॅनियल, मला सांग की, त्या मुलींवर बलात्कार झालाय, त्यात सायमनचा सहभाग आहे, ही गोष्ट तुला तरी ठाऊक होती?"

त्याने मान हलवली. ''नाही. तो मरेपर्यंत मला ती ठाऊक नव्हती.''

''म्हणजे बघ – सायमन मरेपर्यंत ते फोटो तुझ्या हातात आलेच नव्हते. दोन आठवड्यांपूर्वी तुला ते मिळाले.''

त्याने पुन्हा मान हलवली, ''मला तसं म्हणायचं नव्हतं. तो मरेपर्यंत म्हणजे तो पहिल्यांदा मेलाय, असं सांगण्यात आलं, तोपर्यंत.''

ॲलेक्स गोंधळली. ''तुझं बोलणं मला समजत नाहीये.''

''माझ्या आईला ते फोटो अकरा वर्षांपूर्वी मिळाले होते. त्या वेळी सायमनला मरून एक वर्ष झालंय, असंच आम्ही सगळे समजत होतो.''

ॲलेक्सचे डोळे विस्फारले— अकरा वर्षं? ''पण त्या वेळी तर सायमन मेलेलाच नव्हता; तो तर फक्त घर सोडून निघून गेला होता!''

''बरोबर आहे. पण मी त्याच वेळेस फोटो पाहिलेले होते. मला त्याबद्दल पोलिसांकडे तक्रारही करायची होती. पण माझ्या वडिलांनी ते फोटो जाळून टाकले. त्यांना बदनामी नको होती. न्यायाधीश बदनाम होऊन चालणार नव्हता.''

ॲलेक्स तर्क लढवू लागली, ''जर फोटो जाळले होते, तर तुला ते फिलाडेल्फियाला कसे सापडले?''

''माझ्या वडिलांनी फोटोंच्या प्रती काढून ठेवलेल्या असणार. प्रत्येक गोष्ट ते अगदी विचारपूर्वक आणि सावधपणे करायचे. पण मुद्दा हा आहे की, त्या फोटोंचं मी मात्र काहीच करू शकलो नाही. एकाही माणसाला ती गोष्ट सांगायची हिंमत मला झाली नाही. सायमन मात्र वर्षानुवर्ष मोकाट अन् बिनधास्त वावरत राहिला.''

''पण तू सांगणार तरी काय होतास, डॅनियल?'' तिने अगदी शांतपणे विचारले. ''माझ्या वडिलांनी फोटो जाळले, त्यामुळे मला काहीच सिद्ध करता येत नाही?''

''तो माणूस भ्रष्ट होता, ह्याचा मला बरीच वर्षं संशय होता.''

''पण तो तितकाच सावध अन् पूर्ण काळजी घेणाराही होता. त्यामुळे तुला ते सिद्ध करणंही अशक्य होतं.''

''आजही मला हवी ती गोष्ट कुठे सिद्ध करता येतेय?'' तो वैतागून म्हणाला. ''फ्रँक ल्युमिससारखी माणसं आजही सभ्यतेचा बुरखा घालून वावरताहेत.''

''मगाशी तू त्याला काय विचारलंस?''

''विचारलं की, आठवडाभर तो कुठे गायब होता? माझ्या एकाही फोनला त्याने का उत्तर दिलं नाही?''

''मग कुठे होता कुठे तो?''

''आपण बेलीला शोधत होतो, असं तो म्हणाला.''

ॲलेक्सचे डोळे चमकले, ''खरंच? कुठे?''

''तो मला सांगायला तयार नव्हता. त्याने अनेक ठिकाणी शोधलं, पण ती

त्याला सापडली नाही. पण त्या गोष्टींशी माझं काही देणं-घेणं नाही, असंही तो म्हणाला. मी त्याला म्हटलं की, स्वत: अर्धवट धावपळ करत बसण्यापेक्षा तू आम्हाला मदत का करत नाहीस? त्यामुळे तुझ्याबद्दल निर्माण झालेला संशय तरी थोड्या प्रमाणात निवळेल. तुला जर स्वत:ला निर्दोष शाबित करायचं असेल, तर तेरा वर्षांपूर्वी केलेली चूक तुला निस्तरावीच लागेल. कुणाला तरी पाठीशी घालण्यासाठी तू फलमोअरला बळीचा बकरा बनवलं होतंस. त्याने ती गोष्ट अर्थातच कबूल केली नाही. पण माझ्या मनात त्याच्याबद्दल जे खदखदत होतं, ते मी त्याला सरळ-सरळ सांगून टाकलं. फ्रँकने एका निरपराध माणसाला खुनी म्हणून कोर्टात उभं केलं. त्याचं आयुष्य बरबाद करून टाकलं. त्यासाठी कोर्ट खटल्याचा धादांत खोटा देखावा रचायलाही तो कचरला नाही.''

''आणि तुझं स्वप्न आहे की, तुला सायमनच्या सर्व साथीदारांना एका खोलीत एकत्र डांबून ठेवायचंय... मग ते एकमेकांकडे बोटं दाखवतील, एकमेकांवर बेछूट आरोप करतील. जीवाच्या कराराने स्वत:चा बचाव करत राहतील आणि शेवटी एकमेकांचा जीव घेतील... इतकी वर्षं मांडलेला डाव स्वत:च्याच हाताने उधळून टाकतील.''

त्याने उसासा सोडला. आता त्याचा बराचसा राग शांत झाला होता. ''पण जोपर्यंत मी या खून करणाऱ्या माणसाला पकडत नाही, तोपर्यंत मी त्यांना एकमेकांच्या अंगावर सोडू शकत नाही... आणि जोपर्यंत मी सायमनच्या साथीदारांना खणखणीत इशारा देऊ शकत नाही तोपर्यंत त्या इसमाला पकडण्याची मी घाई करू शकत नाही – हा असा सगळा तिढा होऊन बसलाय.''

ती त्याच्याजवळ गेली आणि त्याला पूर्ण आपल्या कवेत घेतलं, ''डॅनियल, आता आपण झोपू या. आठवड्याभरात तू एकदाही पूर्ण रात्र झोपलेला नाहीस.''

त्याने तिच्या कपाळावर आपले गाल घासले. ''गेल्या अकरा वर्षांत मी कधीच पूर्ण रात्र झोपलेलो नाहीये, ॲलेक्स!''

''त्यासाठी स्वत:ला दोष देणं आता तू थांबावायला हवंस. मला जमू शकतं, तर तुलाही जमेल.'' मागे झुकून त्याने तिच्या नजरेत नजर मिसळली. ''तुला जमतंय?''

''मला जमवायलाच हवं.'' ती कुजबुजली. ''तुझ्या लक्षात येत नाही? आयुष्यभर मी फक्त कातडीच खरवडत बसले. मुळांपर्यंत पोहोचण्याचा कधी प्रयत्नच केला नाही. आता मला मुळांचा शोध लागलाय. आता मला जीवनाचा स्रोत हवाय – आणि तुला?''

''मलाही.''

''मग त्या भूतकाळाला आता मागे सोडू या.''

''तितकं सोपं नाही.''

त्याच्या उबदार छातीवर तिने ओठ टेकवले. "ते मलाही ठाऊक आहे. आपण त्यावर उद्या विचार करू. आता मात्र आपण झोपू या. उद्या सकाळी तुझे विचार अधिक पारदर्शक असतील. तू त्या इसमाला पकडशील आणि मग सायमनच्या मित्रांना एका खोलीत कोंडशील – एकमेकांचं वस्त्रहरण करण्यासाठी."

"त्या वस्त्रांना टाके घालून तू पुन्हा ती जोडशील?"

"हट्. जीव गेला तरी जोडणार नाही!"

"बाप रे! कठोर होतोस तेव्हा किती मादक दिसतोस."

"तर मग चल – बिछान्यावर जाऊ."

"झोपायला?"

तिने त्याच्या गळ्यात हात गुंफले अन् हट्टानं म्हणाली, "जीव गेला तरी झोपणार नाही!"

ॲटलांटा, गुरुवार, १ फेब्रुवारी, रात्री ११ वाजता १५ मिनिटे

व्हार्टोनियनच्या बेडरूमची खिडकी बंद झाली आणि टेलिफोटो लेन्स असलेला आपला कॅमेरा मॅकने खाली ठेवला. 'हात् साला! आत्ताच तर कुठे मजा यायला सुरुवात झाली होती. व्हार्टोनियन आणि ॲलेक्सचं संभाषण ऐकता आलं असतं, तर किती मजा आली असती!' पण त्याच्यापाशी असलेल्या यंत्राने फक्त शंभर फुटांपर्यंतचाच आवाज ऐकू येऊ शकत होता आणि भिंतीपलीकडचा तर नाहीच. दोन गोष्टी तर स्पष्ट झाल्या होत्या – व्हार्टोनियन अजूनही फ्रँक ल्युमिसवर चिडलेला होता आणि आता व्हार्टोनियन अन् ॲलेक्सच्या प्रणयाला ऊत येणार होता.

ती अख्खी संध्याकाळच लखलखाटाने उजळून निघाली होती. व्हार्टोनियनच्या दारापाशी फ्रँक ल्युमिस तिष्ठत उभा असेल, अशी कल्पना त्याने स्वप्नातदेखील कधी केली नव्हती. तसं पाहिलं, तर व्हार्टोनियनला तरी कुठे कल्पना होती? ल्युमिसची चौकशी सुरू झाली होती, त्यामुळे तो चिंताक्रांत झाला होता. त्या चिंतेने त्याला इतकं घेरलं की, ल्युमिससारख्या इतक्या उच्चपदस्थ अन् बलाढ्य माणसाला आपला सर्व मानमरातब गुंडाळून, आपल्या वतीने मध्यस्थी करण्याची याचना करण्यासाठी डॅनियलसमोर गुडघे टेकावे लागले होते. मॅकने आपले डोळे गरागरा फिरवले. त्याला ठाऊक होतं की, डॅनियलसारखा नीतिमान माणूस इतकं नीच कृत्य करायला कधीही तयार व्हायचा नाही. पण त्याने जर जुन्या मैत्रीशी एकनिष्ठ राहायचं ठरवलं, तर त्याच्यासारख्या माणसालाही मोह पडण्याची शक्यता होती.

त्याच्या सुपीक डोक्यात आता एक चमकदार कल्पना आली होती. मोटार अंगावर घालण्याचा तो प्राणघातक प्रसंग आणि आपल्या घराची केलेली नासधूस – या दोन घटनांमुळे ॲलेक्सने आता अतिसावध पवित्रा घेतला होता. डॅनियल तर

तिला क्षणभरही आपल्या नजरेसमोरून दूर होऊन द्यायला तयार नव्हता. म्हणजे त्यांना आता आपल्या जाळ्यातच आणायला हवं. मासा गळाला कसा अडकवायचा, यात तर तो तरबेजच होता.

आपण आता पुरते कोंडीत सापडलो आहोत आणि त्यामुळे सर्व रहस्यांची उकल करायला आता आपण तयार आहोत. गुन्हेगार असलो तरी आपण वचनाला पक्के आहोत, असं त्यांना भासवायचं; त्याचबरोबर बोलता-बोलता बेलीबद्दलही अस्पष्ट सूतोवाच करायचं, असा नामी डाव त्याने आखला. अशी सुवर्णसंधी त्यांनाही दवडायची इच्छा होणार नाही.

त्याने खांद्यावरून मान तिरपी करत मागे पाहिलं. व्हॅनच्या मागच्या टोकाला ब्लँकेटमध्ये गुंडाळून निपचित पडलेल्या डेलिया अँडरसनचा अंतिम प्रवास आता सुरू झाला होता. डेलियाची विल्हेवाट लावून पुन्हा सकाळी पेपर वाटण्याच्या दरम्यान त्याला थोडी झोप घ्यायची होती. उद्या संबंध दिवस तर क्षणभराचीही फुरसत मिळण्याची अजिबात शक्यता नव्हती.

२२

ॲटलांटा, शुक्रवार, २ फेब्रुवारी, पहाटे ५ वाजून ५० मिनिटे

फोनच्या बेलने त्याला उठवलं. ॲलेक्स त्याच्या छातीवर रेलून झोपली होती. तिचा एक हात त्याच्या कमरेभोवती होता. जागं होतानाचं हे दृश्य त्याने पूर्वी कधीच अनुभवलं नव्हतं. मिचमिचत्या डोळ्यांनी त्याने आधी घड्याळ पाहिलं आणि मग फोनवरचा नंबर बघितला. त्याची छातीच धडकली. ॲलेक्सच्या उबदार अंगावरून हात लांब करत त्याने फोन उचलला, "बोल, चेस – काय झालंय?" ॲलेक्स त्याच्या अंगावरून सरकली आणि दुसऱ्याच क्षणाला पूर्ण सावध झालेली होती.

"मारियाना वुल्फच्या पाळतीवर ठेवलेल्या माणसाचा मला फोन आला. तिने गाडी घराबाहेर काढली आणि त्याच्या बाजूने निघून गेली. ती एकटीच गाडी चालवतेय. ती कुठे चाललीय, हे समजायला अजून तरी मार्ग नाही. पण आपला माणूस तिच्या मागोमागच आहे."

डॅनियलच्या डोळ्यांत सणक गेली. "चेस, मला सांग. या बायकांना दरवाजे-खिडक्या बंद करून घरात गुपचूप बसायला काय होतं? आणि तो जिम वुल्फ काय करतोय? आपल्या बायकोकडून तो अशी गलिच्छ कामं करवून घेतोय? इतका मोठा फटका बसला तरी यांचे डोळे अजून उघडत कसे नाहीत? त्याने जिमच्या बहिणीचा काल खून केलाय."

"आपली बायको घराबाहेर पडलीये, हे कदाचित वुल्फला ठाऊक नसणार. तो अजून लॉकअपमध्येच आहे. सकाळी त्याला जामीन मिळू शकेल."

"मग ती दुधाची पिशवी आणायला बाहेर पडली असेल..." डॅनियल वैतागून म्हणाला, "किंवा तिचं काहीतरी लफडं असेल."

"इतकं आपलं नशीब चांगलं नाही. चल, तू तयारी कर. मी आपल्या माणसाला सांगतो, तुला फोन करायला."

डॅनियलने ॲलेक्सच्या अंगावर रेलून पुन्हा फोन ठेवून दिला आणि तिचं चुंबन घेतलं.

"आपल्याला निघायला हवं."

"ठीक आहे."

पण तीही उत्तेजित झालेली त्याला दिसली आणि त्याने पुन्हा तिच्या ओठांवर ओठ टेकवले.

"खरंच आपल्याला निघायला हवं."

"ठीक आहे."

पण आपल्या केसांतून हात फिरवत तिने अशा काही नजरेने त्याच्याकडे पाहिलं की, त्याला स्वतःला रोखणं अशक्य झालं. "लवकरात लवकर तयार व्हायला नक्की किती वेळ घेशील?"

"अंघोळीसकट पंधरा मिनिटं!" ती म्हणाली आणि त्याच्या कानात कुजबुजली, "चल, पटकन डॅनियल...."

त्याची कानशिलं एव्हाना चांगलीच गरम झाली होती. त्याने तिला जवळ ओढली आणि थोड्याच वेळाने तिने मंद स्वरात एक उसासा सोडला. त्याने तिच्या केसांत चेहरा खुपसला अन् तो तिच्या पाठीचे मणके हळुवार दाबू लागला. "ओहिओला वाळू अन् रेती नक्की आहे ना?"

ती इतक्या शांत-समाधानाने हसली की, तिचं हे हास्य त्याने यापूर्वी कधीच पाहिलं नव्हतं. "आणि स्क्रॅपलसुद्धा!" ती त्याला चिडवत म्हणाली, "उठ बाबा, आता मला अंघोळ करायची आहे."

"हा काय उठलोच!" त्याची उठायची इच्छा नव्हती, पण नाइलाज होता. गुन्हा खड्ड्यामध्ये पडलेलं एक प्रेत पाहावं लागणार याची त्याला क्षणभर भीती वाटून गेली. तो एक मिनिट तसाच रेंगाळला. "माझ्या घरात दोन शॉवर्स आहेत. मोठ्या बाथरूममध्ये तू जा; दुसरीकडे मी जातो. पाहू या कुणाचं लवकर आटपतंय."

वॉर्सा, जॉर्जिया, शुक्रवार, २ फेब्रुवारी, सकाळी ७ वाजता १५ मिनिटे

त्याची तयारी आधी झाली होती, पण फारशी आधी नाही. तो दरवाज्यापाशी पोहोचून तीन मिनिटं झाली, तोच जिन्याच्या पायऱ्या उतरत ॲलेक्स खाली आली. चेहऱ्यावर थोडासाच मेकअप केला होता आणि ओले केस फ्रेंच पद्धतीने बांधले होते. कोऱ्या करकरीत कपड्याला लावलेली किमतीची लेबलं तोडण्यात थोडा वेळ गेला, नाहीतर तीच आधी तयार होऊन आली असती, असा तिने त्याच्याबरोबर वादही घातला.

आता डॅनियल त्या खड्ड्यापाशी येऊन पोहोचला होता. गाडीतून उतरून तिथे

येता-येता त्याने सहज मान वळवून मागे पाहिलं. प्रसन्न हसऱ्या चेहऱ्याने ॲलेक्सने हात किंचित हलवत त्याला प्रतिसाद दिला आणि त्याला वाटलं की, आपण पहिलीत शिकतोय आणि आजचा आपला शाळेचा पहिला दिवस आहे! तो भानावर आला. समोर एड उभा होता.

"ॲलेक्स आज छान मूडमध्ये दिसतेय?" एड म्हणाला.

"हं. काल बेलीच्या घरून निघाल्यावर मी तिला लिओकडे थोडी नेमबाजी करायला लावली. त्या कागदी लक्ष्यावर सगळा राग काढल्यावर ती शांत झाली. शिवाय रात्रीची शांत झोप मिळाली. त्यामुळे ती ताजीतवानी दिसतेय."

एडने एक भुवई उंचावली. "हो, तर! रात्रीच्या गाढ झोपेनंतर तुझ्याही चेहऱ्यावरचा फरक दिसतोय ना!" तो म्हणाला आणि त्यावर डॅनियल अर्धवट हसला.

"हो, खरंय."

"आपण लावलेल्या पट्टीच्या मागे मारियानाला उभं राहायला सांगितलंय."

मारियाना उभं राहून फोटो काढत असलेल्या जागेकडे बोट दाखवत एड म्हणाला,

"आम्ही ती टेप मुद्दाम जरा जास्त दूर लावली."

"ती काय म्हणाली?"

"तिने अर्वाच्य शिव्या दिल्या. इरसाल बाई आहे!"

मारियानाने कॅमेरा खाली वाकवलेला त्याने पाहिला, "त्या बाईला समजून घेणं मोठं अवघड आहे.'" त्याने मान वळवून खड्ड्याकडे पाहिलं, "या खुनी इसमालाही समजून घेणं त्याहून अवघड आहे."

"सगळं काही तेच." एड म्हणाला, "ब्लँकेट, चेहरा, चावी आणि पायाभोवती बांधलेला केस – सर्व हुबेहूब!"

एमईचा माल्कम झुकरमन खड्ड्यात उतरलेला होता. तो तिथूनच ओरडला, "नाही – नाही. सगळं तसंच नाहीये. हिचं वय जरा जास्त वाटतंय. शिवाय हिने चेहऱ्यावर खास शस्त्रक्रिया करून घेतलेली दिसतेय. तिच्या हातावर सुरकुत्या आहेत, पण हात मात्र कडक आहेत."

डॅनियलच्या कपाळावर आठ्या पडल्या. तो पुढे होऊन खड्ड्याच्या टोकाशी उभा राहिला.

"वय किती असावं?"

"पन्नाशीची असावी." माल्कम म्हणाला आणि त्याने तिच्या तोंडावरचे ब्लँकेट बाजूला सारलं, "तू ओळखतोस तिला?"

तिचे केस पिवळसर सोनेरी रंगाचे होते "नाही, ओळखीची वाटत नाही."

डॅनियल थोडा चकित झाला होता. त्याने एडकडे पाहिलं. ''या खेपेस त्याने आपला नेहमीचा साचा बदलला. पण का?''

''कदाचित तरुण मुली जास्त सावध झाल्या असाव्यात. त्यामुळे त्याच्या हाताला एकही सापडली नसावी किंवा ही स्त्री त्याच्यादृष्टीने महत्त्वाची असावी.''

''किंवा दोन्ही कारणं असावीत.'' डॅनियल म्हणाला, ''माल्कम, तिला वर घेऊन ये.''

''डॅनियल?'' ॲलेक्स त्याच्यामागे येऊन उभी राहिली.

डॅनियल गर्रकन मागे वळला.''तू तिला पाहायचं नाहीस, राणी. जा, कारमध्ये जाऊन बस.''

''मला आता त्याचं काही वाटेनासं झालंय. यापेक्षा खूप भयानक पाहिलंय मी. मला तू अस्वस्थ दिसलास... म्हणून काळजी वाटली.''

''ती बेली नाहीये.'' तो म्हणाला आणि तिला मनातून हायसं वाटलं. ''या वेळची स्त्री थोडी वयस्कर आहे.''

''कोण?''

''ठाऊक नाही. जरा मागे उभी राहा. ते तिला वर आणताहेत.''

खड्ड्यातून स्ट्रेचर घेऊन माल्कम आणि ट्रे वर आले आणि त्याने ते प्रेत खाली ठेवले. ॲलेक्सच्या श्वास कोंडला गेला.

डॅनियल आणि एड एकदम मागे वळाले. ॲलेक्स निश्चलपणे पाहत होती.

''मी तिला ओळखते – डेलिया अँडरसन. तिनेच तर मला भाड्याचा बंगला मिळवून दिला! मी तिला केसांवरून ओळखलं.''

''निदान कुठल्या घरी जाऊन ही वाईट बातमी द्यायची, हे तरी कळलं!'' त्याचं लक्ष पलीकडे उभ्या असलेल्या मारियाना वुल्फकडे गेलं. ती कॅमेरा पुन्हा खाली ठेवत होती; पण तिला प्रचंड धक्का बसलाय, हे डॅनियलला लांबूनही जाणवलं.

''आणि आता आपल्याला त्या मारियानाला शांत करायला लागणार.'' त्याने ॲलेक्सची हनुवटी उचलली आणि तिचा चेहरा निरखला. ''ठीक आहेस ना?''

तिने त्रासिकपणे मान हलवली. ''याहूनही धक्कादायक गोष्टी मी पाहिल्याहेत. मी कारमध्ये जाऊन तुझी वाट पाहत बसते. एड, नंतर भेटू या.''

ॲलेक्स कारमध्ये जाऊन बसेपर्यंत एड गप्प राहिला आणि मग मारियानाच्या दिशेने पाहत म्हणाला, ''तिला एखादी बहीण होती का, असं जाऊन विचारावंसं वाटतंय. पण असं विचारणं बरोबर दिसणार नाही ना?''

येणारं हसू डॅनियलने मोठ्या मुश्किलीने दाबलं. पोलिसांच्या आयुष्यात हे असे क्षण वारंवार येत असतात. एखाद्या सामान्य माणसाला त्याचा अर्थ लागत नाही. पोलिसांना काही काळीजच नसतं, असं म्हणून तो मोकळा होतो. पण अशा

जीवघेण्या प्रसंगांना सतत सामोरं जात असताना एखादा नर्मविनोद, ताण हलका करतो.

"एड..." तो म्हणाला.

"आलं लक्षात. मी हा खड्डा उपसतो, तू तो खड्डा उपस." मारियानाकडे बोट दाखवत एड म्हणाला.

आता मात्र डॅनियलला हसू आवरणं अशक्य होतं. फक्त त्याने मान खाली घालून इतरांपासून ते लपवलं. मात्र, त्याने जेव्हा पुन्हा मान वर केली, तेव्हा तो अतिशय गंभीर झाला होती.

"मी जाऊन मारियानाशी बोलतो."

"हो-हो."

मारियाना रडत होती.

"मारियाना, तू इथे काय करतेयस?"

मारियानाने चिडून डॅनियलकडे पाहिलं, "ती डेलिया अँडरसन आहे."

"तुला कसं ठाऊक?"

"गेली पाच वर्षं अँजीच्या पार्लरमध्ये दर गुरुवारी आम्ही शेजारी-शेजारी बसत होतो. तिच्याएवढा मेकअपचा शौक कुणालाच नव्हता."

"आम्हाला अजून तरी तिची ओळख पटलेली नाही. पण तू या वेळी इथे कशी?"

"मला माझ्या सेलफोनवरून कुणीतरी खबर दिली."

"म्हणजे, तूही त्या खुनी माणसाच्या संपर्कात आहेस – ज्याने तुझ्या नवऱ्याच्या बहिणीचा खून केलाय?" ती चटकन काहीतरी बोलून जाईल, या आशेने डॅनियलने एकेक शब्द अगदी सावकाश उच्चारला.

ती सणकन म्हणाली, "ते मला काही ठाऊक नाही. 'मी तिचा खून केलाय, तू जाऊन बघ' असं काही तो म्हणालेला नाही. फक्त म्हणाला, नुकतंच एक प्रेत त्या ठिकाणी पडलेलं आहे; जाऊन बघ."

"मला तर या दोन वाक्यांमध्ये काहीच फरक दिसत नाही?"

"तुला तो दिसणारही नाही."

"जिम आणि तू, हे का करताय? मला नीट समजावून सांग...."

मारियानाने उसासा सोडला. "जिमचे वडील हे वर्तमानपत्र वर्षानुवर्ष चालवत होते. त्याच्याभोवतीचं त्यांचं आयुष्य गुंतलं होतं. पण हायस्कूलच्या फुटबॉलची मॅच हीच त्या पेपरमधली सर्वांत महत्त्वाची बातमी असायची. जिमचं स्वप्न खूप मोठं होतं, पण त्याच्या वडिलांनी ते कधीच पुरं होऊ दिलं नाही. वडील गेल्यावर मात्र जिमने पेपर ताब्यात घेतला. तुला ते कदाचित फारच मूर्खपणाचं वाटेल...."

तिने मान वर करत डॅनियलकडे रोखून पाहिलं. ''पण ते त्याचं स्वप्न आहे. या खूनकथेसाठी त्याला फार मोठमोठ्या ठिकाणाहून मागणी आली. आणि ही घटना सर्वांना समजणंही तितकंच गरजेचं होतं. तो आज तुरुंगात आहे, म्हणून त्याच्या वतीने मी आज बातमी छापणार आहे.''

तिला धरून गदागदा हलवावं, असं डॅनियलला वाटलं. ''पण यामध्ये तू एका खुनी इसमाला तुझा वापर करण्याची परवानगी देतेयस.''

तिने भुवया उंचावल्या, ''मग तू तरी काय करतोयस? त्या खुन्याला इतकी प्रसिद्धी मिळण्याचं कारण हेच आहे की, 'तू' ही केस हाताळतोयस!'' ती त्याला चिडवण्याचा सुरात म्हणाली, ''एका महान न्यायाधीशाचा महान सुपुत्र आणि एका कुविख्यात खुनी माणसाचा भाऊ, विख्यात डॅनियल व्हार्टोनियने या तपासाची सूत्रं स्वीकारली आहेत; कारण डॅनियलने आपल्या कौटुंबिक बदनामीपेक्षा न्याय्य मूल्यांचं रक्षण जास्त महत्त्वाचं मानलं. सत्य, न्याय आणि अमेरिकन संस्कृतीचं रक्षण करण्याची त्याने शपथ घेतली आहे. सामान्य माणसाला भारावून जाण्यासाठी हे पुरेसं आहे. नाही का?''

डॅनियल मनातून सुन्न झाला होता, पण त्याने चेहरा कोराच ठेवला. ''लिझाबद्दल तुझं काय म्हणणं आहे? तिला न्याय मिळाला नको?''

मारियाना म्हणाली, ''लिझा तर स्वर्गातून माझं कौतुक करत असेल, डॅनियल.''

त्याला धक्काच बसला, ''मला तर तुझं बोलणं समजणं अशक्य आहे!''

''हो. तुला नाही समजू शकणार. आपल्याकडे अजूनही 'मूलभूत हक्कांचा कायदा' अस्तित्वात आहे, ही किती दिलासा देणारी गोष्ट आहे!'' तिने आपल्या कॅमेऱ्यातून 'मेमरी कार्ड' बाहेर काढलं आणि पहाटेपासून तिच्या मागावर असलेल्या बंदूकधारी एजंटकडे पाहिलं, ''मी या टायनीबरोबर जाते आणि तुमच्या लोकांना ह्या फोटोंचा कॉपीज् काढून देते. मला जर पकडलंच, तर ही गोष्ट करावी लागेल, असं जिमने मला सांगितलं होतं.''

''आम्ही ॲंडरसनच्या घरी कळवेपर्यंत तरी तू ही बातमी रोखू शकतेस?''

''हो, तेवढं मी नक्कीच करीन.''

ॲटलांटा, शुक्रवार, २ फेब्रुवारी, सकाळी ८ वाजून ५० मिनिटे

''या स्त्रीचा या प्रकरणाशी कसा काय संबंध पोहोचतो?'' चेसने विचारलं.

एड अजूनही घटनास्थळीच होता. तालिया मुलाखतींसाठी निघून गेली होती. हॅटन आणि कोनिग अजून 'पीच ट्री ॲंड पाईन'मध्ये क्रायटनचा शोध घेत होते. डॅनियलच्या शेजारी ल्यूक बसला होता आणि आपल्या लॅपटॉपमध्ये गढून गेला होता.

''डटनच्या डेव्हिस बॅंकेत ती काम करत होती.'' ल्यूकने सांगितलं, ''ती

इस्टेट एजंट होती. तिची स्वत:ची वेबसाईट दिसतेय. शिवाय डेव्हिस बँकेतून गृहकर्ज घेणाऱ्यांसाठी ती कमिशन एजंटचंही काम करीत होती.''

''पण खून करायला उद्युक्त व्हावं, असं या गोष्टींमध्ये काहीच दिसत नाही!'' चेसने आपली शंका व्यक्त केली. ''बरं, तू जारेड ओब्रायन कुटुंबाची माहिती मिळवलीस?''

''सर्व माहिती इंटरनेटवरूनच मिळालीय. पण तुम्हाला ऐकायला नक्कीच आवडेल.'' ल्यूक म्हणाला, ''ओब्रायन कुटुंबाच्या मालकीची एक कागदाची गिरणी होती. लॅरी ओब्रायनला दोन मुलगे होते. जारेड हा मोठा. तो ब्रायसन ॲकॅडमीत शिकला. तो सायमनच्याच वयाचा होता आणि अनेक मुली त्याच्याभोवती घोटाळत असायच्या. शेवटच्या वर्षी तर सर्वांत देखणा तरुण मुलगा म्हणून त्याची निवड झाली होती.'' जारेडचा फोटो असलेलं वार्षिक मासिक त्याने चेससमोर सरकवलं. ''तो खरोखरच राजबिंडा होता. मॅक हा जारेडचा धाकटा भाऊ. मॅक त्याच्यापेक्षा नऊ वर्षांनी लहान होता.''

डॅनियलचा श्वास जड झाला होतो. ''म्हणजे, जेनेट आणि इतर मुलींबरोबरच तो त्या वेळेस शाळेत जात असणार?''

''सुरुवातीला जात होता.'' ल्यूक म्हणाला, ''पण त्याच्या शाळेचं रेकॉर्ड तपासलं, तर हायस्कूलला गेल्यानंतर दोन-तीन वर्षांनी त्याला सरकारी शाळेत घातलं गेलं. तो सायमनच्या वयाचा नव्हता आणि आपल्या संशयितांच्या यादीतही त्याचं नाव नव्हतं, त्यामुळे आपण त्याची दखल घेतली नव्हती. सायमनला जेव्हा प्रथम मृत म्हणून घोषित केलं होतं, त्यानंतर वर्षभराने लॅरी ओब्रायनचा हृदयविकाराने मृत्यू झाला. जारेडने त्या पेपर मिलचा ताबा घेतला. तो काही फार मोठा कर्तृत्ववान उद्योजक होता, असा कुठेही उल्लेख नाही.''

''केट म्हणाली होती की, तो पक्का दारूडा होता.'' डॅनियल म्हणाला, ''मी लेघला त्याचं रेकॉर्ड तपासायला सांगितलं होतं. दारू पिऊन बेफाम गाडी चालवल्याबद्दल त्याला दोनदा अटक झाली होती.''

''जारेड बेपत्ता झाला, तेव्हा मॅक हायस्कूलमध्ये होता.'' ल्यूक म्हणाला.

''जारेडने पैसे उधळल्यामुळे शेवटी पेपर गिरणी बंद पडली. ती कोणी विकत घेतली असेल?''

''कोणी?'' चेसने उसासत विचारलं.

''रॉब डेव्हिस!''

डॅनियलने आ वासला. ''काय सांगतोस?''

''खरं तेच सांगतोय.'' ल्यूक म्हणाला, ''लॅरीच्या विधवा बायकोने – लीला ओब्रायनने त्यानंतर थोड्याच महिन्यांत दिवाळखोरी जाहीर केली.''

"...आणि मॅकला सरकारी शाळेत घातलं गेलं." डॅनियलने भुवया उंचावत म्हटलं.

"घटनेचा क्रम तर जुळतोय. गिरणी विकून फारसा पैसा हातात पडला नसावा, नाहीतर मॅकला सरकारी शाळेत जायला लागलं नसतं."

"पेपर मिल खासगी मालकीची होती. त्यामुळे विशेष रेकॉर्ड सापडत नाही." ल्यूक म्हणाला.

"डेव्हिस कुटुंबाविरुद्ध का सूड उगवला जातोय, हे आता स्पष्ट झालंय." चेस म्हणाला.

"पण बाकीच्या गोष्टींचं काय? मॅकला त्या गँगबद्दल कशी माहिती असणार? त्या वेळी तो तर फक्त नऊ वर्षांचा होता. आाणि जारेडचं काय? तो गायब झाला, पण त्याचं प्रेतंही सापडलं नाही! असं वाटतंय की, जारेडच परत आलाय आणि त्याने हे हत्याकांड सुरू केलंय."

"तुझं म्हणणं बरोबर ठरलं असतं, पण हे पुढचं ऐक..." ल्यूक म्हणाला, "मारामारी केल्याबद्दल आणि मोटार चोरल्याबद्दल मॅकला अटक करण्यात आली होती. त्या वेळेस तो अठरा वर्षांचा होता. त्यामुळे त्याच्यावर रीतसर खटला भरला गेला. त्याला बारा वर्षं तुरुंगवासाची शिक्षा झाली, पण महिन्याभरापूर्वी त्याला जामिनावर सोडण्यात आलं."

"जुळलं!" डॅनियलला जोरजोरात ओरडून नाचावंसं वाटलं, पण त्याने कमालीचा संयम राखला. अजून बरेच कच्चे दुवे शिल्लक होते. "सगळंच जुळतंय. पण त्याने जेनेट आणि इतर मुलींचा का खून केला असेल? ॲलिशिया खुनाची का नक्कल केली? आणि चेस म्हणतो तसं या सर्वांबद्दल त्याला माहिती मिळालीच कशी? ...ते आपल्याच शोधून काढायला हवं."

"तर मग आपण त्याला शोधून काढू या आणि त्याची चौकशी करू या." चेस गुरकावून म्हणाला, "त्याचा फोटो मिळालाय?"

ल्यूकने एक फोटो त्याच्यासमोर टाकला. "फारच भोळाभाबडा दिसतोय. जुना फोटो आहे."

डॅनियलने मॅक ओब्रायनला नीट निरखून पाहिलं. त्याचे केस काळे अन् तेलकट होते. बांधा सडपातळ होता आणि चेहऱ्यावर मुरमांचे डाग होते. "जारेडशी काहीच साम्य दिसत नाही. आपण त्याचा एपीबी घेऊ या."

"मी तुरुंगातल्या अधिकाऱ्याशी बोलून त्याचा नवीन फोटो मागवून घेतो." ल्यूक म्हणाला, "काहीच नसण्यापेक्षा सध्या हा तर फोटो आपल्याकडे आहे?"

"जारेड ओब्रायनच्या कुटुंबातल्या बाकीच्या माणसांबद्दल काय माहिती काढलीस?" चेसने विचारलं.

"मॅक तुरुंगात असतानाच त्याची आई वारली." ल्यूक म्हणाला, "जारेडच्या मागे बायको आणि दोन मुलं आहेत. ते आर्केडियाच्या पलीकडे राहतात."

"तुला इंटरनेटवरून एवढी माहिती मिळाली?" डॅनियल म्हणाला.

"डटनचा पेपर आता इंटरनेटवर दिसू लागलाय. गेल्या दहा वर्षांचे अंक तू वाचू शकतोस." ल्यूक म्हणाला, "जिम वुल्फने खास मेहनत घेऊन हे वर्तमानपत्र अद्ययावत करून टाकलंय. जिल्ह्याच्या मुख्यालयात सर्व जन्म-मृत्यूच्या नोंदी आहेत आणि आपल्या रेकॉर्डमध्ये मॅकच्या अटकेचा उल्लेख आहे. आणखी एक गोष्ट – त्याला आपल्या इथल्या न्यायालयाने सजा फर्मावली होती; डटनमध्ये नव्हे."

"अटक कोणी केली होती?" डॅनियलने विचारलं

"झोन नं. २ च्या कुणी स्मिट्झ नावाच्या अधिकाऱ्याने."

"थँक्स. मी बोलतो त्याच्याशी." डॅनियलने चेसकडे पाहिलं. "आपण लवकरात लवकर अँडरसन मंडळींना कळवायला हवं. पण जारेडच्या बायकोशी बोलणंही तितकंच महत्त्वाचं आहे."

चेसने होकार दिला. "मी अँडरसनच्या घरी कळवतो. डेव्हिस आणि मॅन्सफिल्डवर तर आपला सक्त पहारा आहे. त्यांनी पळून जायचा प्रयत्न केला, तर आपण त्यांना लगेच अटक करू."

"चेसऽऽ" लेघ धावत आत आली. ॲलेक्स तिच्या मागेच होती. दोघीही घाबरलेल्या होत्या. "कोनिगचा आत्ताच फोन आला. त्यांनी क्रायटनला शोधून काढला, पण त्याने हॅटनच्या खांद्यावर गोळी झाडली."

"किती लागलंय?" चेसने विचारलं.

"जखम गंभीर आहे. त्याला एमोरीत हलवलंय. त्याची स्थिती नाजूक आहे. कोनिगसुद्धा आता हॉस्पिटलमध्ये पोहोचलाय. त्याला पण गोळी लागली, पण छोट्या जखमेवर निभावलंय." लेघ म्हणाली.

"त्या दोघांच्या बायका?"

"कोनिगने त्यांनाही फोन केलाय. त्या दोघीही घरून निघाल्यात."

चेसने मान डोलावली. "आधी मी अँडरसनना कळवतो आणि मग हॉस्पिटलमध्ये जातो. ल्यूक, मला ओब्रायन कुटुंबाची अगदी बारीक-सारीक माहिती हवीय. लहानपणी तो नाश्ता काय करायचा, इथपर्यंत. आणि गार्थ, त्याचा काका आणि मॅन्सफिल्ड या सर्वांच्या आर्थिक व्यवहाराचे कागदही हवेत. समजलं?"

"मला काही विशेष सापडलं, तर मी फोन करेन." ल्यूक म्हणाला.

"ठीक आहे. मी जारेडच्या बायकोला जाऊन भेटतो."

"एक मिनिट थांब. सिनासिनाटी आणि फिल्लीवरून पाकिटं आलेली आहेत."

“किल्ल्या पोहोचल्या तर!” डॅनियल म्हणाला. त्याने ती दोन्ही पाकिटं फोडली आणि टेबलावर किल्ल्या पसरवल्या. सिक्कोटेलीने पाच चाव्या पाठवल्या होत्या. त्याच्या शेजारी रिचर्डने पाठवलेली किल्लीही होती. पाच चाव्यांमधली कुठली किल्ली रिचर्डने पाठवलेल्या किल्लीशी जुळते, हे शोधणं फारच सोपं होतं. त्या दोन किल्ल्या उचलून डॅनियलने आपल्या एकेका हातात उंच धरल्या. “या दोन किल्ल्या एकाच कुलपाच्या असाव्यात, असं वाटत नाही. पण त्या एकाच ठिकाणी बनवल्या गेल्या आहेत.”

“सेफ डिपॉझिट लॉकरच्या?” चेसने विचारले.

“नक्कीच. मी पैज लावायला तयार आहे.”

“गार्थच्या काकाची बँक?” चेसनं विचारलं.

“नक्कीच. पण म्हणून मी तडक बँकेत जाऊन तो लॉकर उघडायची घाई करू शकत नाही. कारण आपल्याकडे वॉरंट नाही. आणि वॉरंट मिळालंच, तरी त्या लॉकरमध्ये कोणती वस्तू सापडणार, हे आपल्याला आधीच ठाऊक आहे.”

“क्लोला फोन कर आणि वॉरंट मिळवायची व्यवस्था कर. आपल्याला जसजशी नवीन माहिती मिळत जाईल तसतशी ती कागदावर नीट उतरवून ठेवायला हवी.” चेस म्हणाला.

“हो. त्यांची सर्व योजना पूर्ण समजून घ्यायला हवी. ॲलेक्स, तुला इथेच थांबावं लागेल. तुला सांभाळून मी ही सर्व कामं करू शकत नाही.”

ती किंचित नाराज झाली. “समजलं.”

त्याने तिचं चुंबन घेतलं आणि बजावलं, “ह्या इमारतीच्या बाहेर पाऊल ठेवायचं नाही. वचन दे.”

“मी इतकी मूर्ख नाही, डॅनियल.”

“मी काय म्हटलं? मला वचन हवंय.”

तिने उसासा सोडला. “हो, मी वचन देते.”

आर्केडिया, जॉर्जिया, शुक्रवार, २ फेब्रुवारी, सकाळी १० वाजून ३० मिनिटे

जारेड ओब्रायनची बायको एका खोपटासारख्या घरात राहत होती. तिच्या अंगावर एखाद्या हॉटेलमधल्या सेविकेसारखा गणवेश होता आणि तिचा चेहरा पार थकलेला होता

“ॲनेट ओब्रायन?”

तिने मान डोलावली. “हो, मीच.”

त्याला बघून तिला आंजबात आश्चर्य वाटल्याचं दिसलं नाही. ती फक्त दमल्यासारखी वाटत होती. “मी स्पेशल एजंट....”

"तू सायमन व्हार्टोनियनचा सख्खा भाऊ. आत ये."

चार-पाच पावलांतच आपली छोटीशी खोली ओलांडत ती त्याच्यासमोर आली. येताना तिने वाटेत पडलेला एक छोटा शर्ट, लहान मुलाचे बूट अन् खेळणं उचलून बाजूला ठेवलं.

"तुला लहान मुलं आहेत?" तो म्हणाला.

"दोन. ज्योए आणि सेथ. ज्योए सात वर्षांचा आहे. सेथला ख्रिसमसच्या आधी पाचवं लागलं."

याच अर्थ – तिचा नवरा जेव्हा गायब झाला, तेव्हा ती गरोदर होती. "मला पाहून तुला फारसं आश्चर्य वाटलेलं दिसत नाही, मिसेस ओब्रायन?"

"नाही वाटलं. उलट, गेली पाच वर्षं मी तुझीच वाट पाहत होते." तिच्या डोळ्यांखाली काळी वर्तुळं तयार झाली होती. "तुला जी माहिती हवी आहे, ती मी एका अटीवर सांगायला तयार आहे. माझ्या मुलांना पूर्ण संरक्षण मिळायला हवं. त्यांच्या जीवाच्या भीतीनेच मी आत्तापर्यंत तोंड मिटून गप्प बसले होते."

"तुला कुणाची भीती वाटते, मिसेस ओब्रायन?"

तिने त्याच्या नजरेला नजर भिडवली अन् म्हणाली, "तुला ते ठाऊक आहे. नाहीतर तू इथे आलाच नसतास."

"बरोबर. जारेड आणि त्याच्या मित्रांनी केलेली कृत्यं तुला नेमकी केव्हा समजली?"

"तो बेपत्ता झाल्यानंतर. आधी मला वाटलं की, तो एखाद्या बाईबरोबरच पळालाय. त्या काळात मला थोडं अपराधी वाटायचं. मी सेथच्या वेळेला गरोदर होते. थोडी लठ्ठही झाले होते. ते राहू दे... पण मला वाटायचं की, तो परत येईल."

डॅनियलला जारेडची चीड आली अन् त्याच वेळी ॲनेटची कीवही आली. त्याच्या मनात विचार आला... जेव्हा ॲलेक्स गरोदर असेल, तेव्हाही त्याला तीच जगातली सुंदर स्त्री वाटेल!

"पण तो परत आलाच नाही?"

"नाही आला. काही दिवसांनी बँकेतले पैसे संपले. आमची उपासमार होऊ लागली."

"त्या वेळी जारेडची आई कुठे होती?"

तिने वैतागून मान हलवली. "ती मॅकबरोबर परदेशात होती. माझ्या मते रोममध्ये."

"तुझ्याकडे खायला पैसा नव्हता... आणि जारेडची आई मात्र रोममध्ये होती! मला कळलं नाही?"

"आपण आपल्या वडिलांच्या मिलची कशी धूळधाण केलीय, याचा पत्ता

जारेडने आपल्या आईला कधीही लागू दिला नाही. जारेडच्या आईला कायम सुखासीन आयुष्य जगायची सवय होती आणि जारेडने तिला कधीही, कसलीच कमतरता भासू दिली नाही. वरवर पाहता, आम्हीही ऐषारामाचं जीवन जगत होतो. आम्ही आलिशान घरात राहत होतो. उंची गाड्यांमधून फिरत होतो. पण बँकेत पैसे नव्हते किंवा घरातही रोकड नव्हती. जारेड एकटाच सर्व आर्थिक व्यवहार पाहत होता. त्याला जुगाराचं व्यसन होतं.''

''आणि दारूही प्यायचा?''

''हो. जेव्हा तो बेपत्ता झाला तेव्हा ज्या-ज्या ठिकाणी त्याने पैसे लपवले होते, त्या सर्व जागा मी धुंडाळल्या.'' तिने एक खोल श्वास घेतला. ''आणि त्याच वेळी त्याने लिहिलेली हस्तलिखितं माझ्या हातात आली. लहानपणापासून त्याला डायरी लिहिण्याची सवय होती.''

डॅनियल मनातल्या मनात इतका खूश झाला की, त्याला हवेमध्ये एक-दोन ठोसे मारावेसे वाटले! ''त्या डायऱ्या कुठे आहेत?''

''मी जाऊन आणते.'' ती घरातल्या शेकोटीच्या जागेपाशी गेली आणि तिथल्या विटा काढून भिंतीच्या आत शोधू लागली.

''जागा धोकादायक वाटते. म्हणजे, इतक्या महत्त्वाच्या डायऱ्या लपवण्याच्या दृष्टीने मी म्हणतोय.'' डॅनियल म्हणाला.

''जारेडने तर त्या गॅरेजमध्ये लपवल्या होत्या. त्याच्या आवडत्या कॉर्व्हेट्टोच्या जादा सामानात. जवळचा सारा पैसा-अडका संपवल्यावर आम्ही इथे राहायला आलो. सेथला अनेक गोष्टींची ॲलर्जी होती. त्यामुळे ही शेकोटी आम्ही कधीच वापरली नाही. मला ती जागा सुरक्षित वाटली.'' तिने विटा सरकवत आता हात घातला, पण तिच्या हाताला काहीच लागलं नाही. ती चपापली. ''असं कसं होईल?''

डॅनियलच्या सगळ्या उत्साहावर पाणी पडलं. तो स्वत: उठून तिथे गेला आणि त्यानेही हात घालून पाहिलं. त्याला फक्त एक मोठं, रिकामं भगदाड दिसलं. दोघेही कोड्यात पडले होते.

'''चल, शांत बसू या.'' ॲनेटला तो धक्का पचवणं अशक्य झालं होतं. आपला चेहरा जास्तीत जास्त शांत ठेवून डॅनियलने विचारलं, ''मॅक इथे आला होता?''

त्यावर तर तिने अधिकच चकित होऊन त्याच्याकडे पाहिलं अन् म्हणाली, ''नाही. तो तुरुंगात आहे.''

''सध्या तो तुरुंगात नाही.'' असं त्याने सांगताच ती गर्भगळितच झाली. ''महिन्यापूर्वी त्याची जामिनावर सुटका झालीय!''

''मला माहीत नव्हतं. हवं तर शपथ घेते... मला खरंच माहीत नव्हतं.''

"घरात आणखी काही गोष्टींची चोरी झाल्याचं तुला आढळलंय?"

"हो. हॉटेलमध्ये मिळणाऱ्या टिप्सचे पैसे मी बेडरूममध्ये एका बरणीत ठेवले होते. महिन्यापूर्वीच ते नाहीसे झाले होते. मी त्याबद्दल ज्योएवर आळ घेतला होता."

तिने ओठांवर ठेवलेला हात थरथरत होता. "त्यानंतर पंधरा दिवसांपूर्वी पुन्हा तिथूनच पैसे गायब झाले आणि शिवाय मुलांसाठी बनवून ठेवलेली बिस्किटंदेखील चोरीला गेली होती. मी पुन्हा ज्योएवर भडकले." तिच्या डोळ्यांत पाणी उभं राहिलं, "तूही वडिलांसारखचा खोटारडा निघालास, असं मी त्याला म्हटलं."

"त्याबद्दल आपण नंतर विचार करू या." डॅनियल हळुवारपणे म्हणाला, "आधी मला सांग की, त्या डायऱ्यांमधलं तुला काय काय आठवतंय?'

डॅनियलच्या बोलण्याकडे तिचं लक्षच नसावं. ती चांगलीच घाबरून गेली होती. "मॅक इथे येऊन गेलाय. माझी मुलं शाळेत गेली आहेत. मॅक आसपास असताना मुलांच्या जीवाला नक्कीच धोका आहे."

मुलांबद्दल काळजी वाटत असताना ती आपल्याला मदत करू शकणार नाही, हे डॅनियलच्या लक्षात आलं. त्याने आर्केडियाचा शेरिफ कोर्चरॅनला फोन लावला आणि शाळेतून मुलांना घेऊन येण्याची विनंती केली. "कोर्चरॅनने सांगितलं की, अजिबात काळजी करू नकोस. मुलं गाडीत बसल्यावर मुद्दाम गाडीचे दिवे लावायला आणि सायरनही वाजावायला सांगतो. मुलं अगदी मजेत घरी पोहोचतील." त्याने ॲनेटला सांगितले.

"थँक यू." तिने डोळे मिटून घेतले. तिचा चेहरा अजूनही निस्तेज दिसत होता.

"मॅक तुरुंगातून सुटला... डायऱ्या गायब झाल्यात आणि ॲलिशिया ट्रिमेनसारखाच चार मुलींचा खून झालाय!"

पाच स्त्रिया! ॲनेटला अजून सकाळची बातमी समजलेली दिसत नव्हती. तिने डॅनियलकडे पाहिलं. तिची नजर उदास आणि विषण्ण होती. "मॅकने त्या मुलींचा खून केलाय."

"तू त्याला चांगलंच ओळखतेस. तो हे कृत्य करू शकतो? त्याने केलं असेल?"

"तो करू शकतो अन् त्याने केलंही असेल." ती स्वत:शीच पुटपुटली. "बापरे! मी त्या जाळून टाकायला हव्या होत्या."

"डायऱ्या?" तिने मान डोलावली. "प्लीज, मिसेस ओब्रायन, त्या डायऱ्यांमधलं तुला जे-जे आठवतंय, ते तू मला सांगतेस का?"

"त्यांचा एक क्लब होता. तुझा भाऊ सायमन हा त्या क्लबचा अध्यक्ष. जारेडने कधीही खऱ्या नावांचा उल्लेख केलेला नाही. ते आपापसात नेहमी टोपणनावाने

बोलायचे. ती सगळी मूर्ख मुलं होती.''

''इतक्या मुलींवर बलात्कार करणाऱ्या मुलांना तू फक्त मूर्ख म्हणू शकतेस?'' डॅनियलने काहीसं वैतागून विचारलं.

ती थोडी ओशाळली अन् म्हणाली, ''त्याबद्दल त्यांना मी अजिबात माफ करू शकत नाही, एजंट व्हार्टोनियन. तू तसं मनातही आणू नकोस. ती काही मुलामुलांमध्ये चालणारी मस्करी ठरू शकत नाही. त्यांची कृत्यं किळसवाणी आणि... हलकटच होती!''

''सॉरी. माझा गैरसमज झाला. तू बोल.''

''या प्रकरणाला सुरुवात झाली, तेव्हा ती पंधरा-सोळा वर्षांची मुलं होती. त्यांनी हा सगळा डाव रचला. त्याचे नियम बनवले. सांकेतिक खुणा ठरल्या. त्या किल्ल्या... हा म्हटलं तर पोरखेळ होता, पण तितकाच भयानक होता.''

''जर जारेडने कधीही खरी नावं लिहिली नव्हती, तर सायमन हा अध्यक्ष होता हे तुला कसं कळलं?''

''ते त्याला कॅप्टन अहाब म्हणत. त्या वेळी डटनमध्ये सायमनशिवाय कुणीच नकली पाय बसवून घेतलेला नव्हता. म्हणून मी सरळ-सरळ अंदाज बांधला. जारेडने आपल्या डायरीत लिहिलंय की, त्याला अहाब म्हणायची कुणामध्येही हिंमत नव्हती. सगळे त्याला कॅप्टन म्हणायचे. सगळे जण त्याला खूपच टरकून असायचे.''

''हो तर... फारच आदरणीय माणूस होता!'' डॅनियल पुटपुटला, ''बाकीच्यांची टोपणनावं काय होती?''

''ब्लुटो आणि इगोर. ते दोघेही कायम एकत्र हिंडायचे, असं जारेडने लिहिलंय. पण एका ठिकाणी जारेड बेसावधपणे लिहून गेला की, ब्लुटोचे वडील म्हणजे नगरपाल मॅकचीज. गार्थ डेव्हिसचे वडील नगराध्यक्ष होते. इगोर म्हणजे व्हेट पोर्टर असावा, असा माझा होरा होता.''

''जारेड मेल्यावर तुमची पेपर मिल गार्थच्या काकांनी विकत घेतली?'' डॅनियल म्हणाला आणि त्यावर तिचे डोळे पाणावले.

''हो. किरकोळ किमतीला. आम्ही कफल्लक झालो. पण त्या माहितीसाठी काही तू इथे आलेला नाहीस. उरलेले... त्यापैकी एक 'स्वीट पी'– तो मॅन्सफिल्ड असावा की वुल्फबंधूपैकी एक असावा, याबद्दल मी कायम साशंक राहिले आहे. जारेडच्या मते, त्या व्यक्तीला ते टोपणनाव कधीच आवडत नसे. त्याला तो त्याच्या पौरुषत्वाचा अपमान वाटायचा. त्याबद्दलच मुद्दाम डिवचण्यासाठी सगळ्यांनी त्याला क्लबमध्ये ओढलं. 'असेल हिंमत, तर पौरुषत्व सिद्ध करून दाखव.' मला तर ते किळसवाणं वाटलं.''

“तू चौघांची टोपणनावं सांगितलीस... पण जारेडचं टोपणनाव काय होतं?”

तिने नजर वळवली. तिच्या नजरेत शरम आणि वेदना होती, “डॉन ज्युऑ – डीजे. स्त्रिया त्याच्यावर लुब्ध होत आणि तोही त्यांना झुलवत असे.”

“आणि उरलेले दोघे?”

“पोबॉय आणि हारवर्ड. पोबॉय म्हणजे वेड क्रायटन. त्याबद्दल मला पूर्ण खात्री आहे.”

“का?”

“सुरुवातीला प्रत्येकाने एकेक मुलगी पटवून सगळ्यांसाठी तिला घेऊन यायची, असं त्यांच्यामध्ये ठरलं होतं. वेडला गँगमध्ये घ्यायचं की नाही यावर त्यांच्यात मतभेद होते. तो गरीब मुलगा होता. त्याचे वडील गिरणीत काम करायचे.”

ती बोलता-बोलता क्षणभर थांबली, “पण वेडपाशी किमती मालमत्ता होती. त्याला तीन बहिणी होत्या!”

डॅनियलच्या पोटात ढवळून आलं, “देवा!”

“खरंय.” ती पुटपुटली, “आपल्या सख्ख्या बहिणीला आणलं नाही, म्हणून सगळ्यांचा त्याच्यावर राग होता. पण जुळ्या बहिणी आणतो, असं सांगून त्याने रागाची भरपाई केली.”

डॅनियलच्या आवाजात कंप आला होता, “वेडने दोन्ही बहिणींना आणलं?”

“नाही. त्यांना त्या जुळ्यांना एकत्र भोगायचं होतं. पण पोबॉय एकीलाच घेऊन आला आणि त्यामुळे सर्व जण त्याच्यावर भडकले. वेड म्हणाला की, दुसरी आजारी आहे. घराबाहेर पडू शकत नाही.”

“मग त्यांनी ॲलिशियावर बलात्कार केला?”

“हो.” ॲनेटचे डोळे पाण्याने भरले. “जसा त्यांनी इतर मुलींवर केला होता... मी... ते वाचताना माझा माझ्यावरच विश्वास बसत नव्हता. या पुरुषाशी मी लग्न केलं होतं... त्याच्यापासून मला मुलं झाली!” तिला बोलवेना.

“मिसेस ओब्रायन...” डॅनियलने अगदी हळुवारपणे विचारलं, “त्यानंतर ते मुलींचं काय करत असत?”

तिने हातानेच डोळे पुसले अन् म्हणाली, “त्या मुलींना ते एक नशीलं द्रव्य पाजायचे. मग तिला एका घरात घेऊन जायचे. ते घर कोणाचं होतं, हे जारेडने कधीच लिहिलेलं नाही... आणि ते....” तिने मान वर केली, “मला त्याचं वर्णन करायला लावू नकोस. मला शरम वाटते.”

त्यालाही त्या वर्णनाची अजिबात गरज नव्हती. त्याने तर प्रत्यक्ष फोटोच पाहिले होते! “हो.”

"थँक्स. त्यांचं काम संपलं की, ते मुलींना पुन्हा कारमध्ये ठेवून देत. त्यांच्या कपड्यांवर व्हिस्की ओतत आणि व्हिस्कीची बाटली त्यांच्या पायाशी ठेवून देत. एखादी मुलगी जाब विचारायला आलीच, तर त्यांनी काढलेले फोटो ते तिला दाखवत. त्या गोष्टींसाठी मुलींचीही संमती होती, हे त्या फोटोवरून सहज दिसून येई. त्यामुळे मुलींना गप्प बसण्यावाचून पर्यायच उरत नसे."

डॅनियलला तिच्या बोलण्याचं थोडं आश्चर्य वाटलं. फोटोमधल्या एकाही पुरुषावर इतक्या वर्षांत दोषारोप केला गेला नव्हता आणि फोटोतल्या त्यांच्या वर्तनावरून मुलींची सहमती होती, असे तर अजिबात वाटत नव्हते.

"एखाद्या मुलीने तरी त्यांना जाब विचारला होता?"

"शैला. पण आता ती या जगात नाही. मला तर तिला विसरता येणं अशक्य आहे!"

डॅनियलही तिला विसरू शकत नव्हता. त्यानं विचारलं, "बरं, मग पुढे?"

"त्या रात्री ॲलिशियाला रानात एकटी सोडून ते निघून आले होते. अर्थात त्यांचं... काम संपवूनच. ॲलिशियाचा बळी घेण्याआधी काही महिन्यांपूर्वी जारेडने आपल्या डायरीत लिहिलं होतं की, त्याच्या मनात सतत एक विचार यायचा – मुली नशेमध्ये असताना त्यांचा भोग घेण्यात काही मजा नाही; मुलगी जागी असतानाच जास्त मजा आहे!" ॲनेट बोलतानाही बेचैन झाली होती. "मुलींनी घाबरून टाहो फोडताना त्याला पाहायचं... ऐकायचं होतं. म्हणून त्या रात्री तो एकटाच पुन्हा रानात गेला. ॲलिशियाला जाग येत होती. तो तिच्यावर तुटून पडला आणि ती किंचाळू लागली. एकाएकी त्याच्या लक्षात आलं की, तो होता तिथून क्रायटनचं घर अगदी जवळ होतं. तिचं किंचाळणं आपण थांबवायलाच हवं."

"म्हणून त्याने तिचं तोंड दाबून तिला शांत करून टाकलं?"

"आणि ती मेलीय, हे ध्यानात येताच तो हवालदिल झाला. तिला तशीच... त्या मृत, नग्नावस्थेत सोडून तो पळून घरी आला. घरी आल्यावर त्याने सर्व घटना डायरीत लिहून काढली. तो... बेहोशीच्या, उन्मादाच्या लाटेवर तरंगत होता. त्यानंतर दुसऱ्या दिवशी ॲलिशियाचं प्रेत एका खड्ड्यात सापडलं – इतरांइतकाच जारेडही चकित झाला होता. त्याच्या गँगमधले सर्व जण पार चक्रावून गेले होते. आपण ॲलिशियाला मारलंय, हे फक्त त्याला एकट्यालाच ठाऊक होतं आणि हेही ठाऊक होतं की, त्या खुनाबद्दल कुणा एका भणंग माणसाला पकडल्यामुळे तो आता सहिसलामत सुटलाही होता."

आणि गरीब बिचाऱ्या गॅरी फलमोअरला तेरा वर्षं तुरुंगात खडी फोडावी लागली होती! "त्या सातव्या माणसाचं काय झालं? हारवर्ड?"

“हारवर्ड म्हणजे वुल्फबंधूंपैकीच एक असावा, असं मला नेहमी वाटत आलंय. आणि बहुतेक जिम. तो बुद्धिमान मुलगा होता.” तिने मान तिरपी करून डॅनियलकडे पाहिलं. “अर्थात पहिला नंबर तुझा. त्या काळी तुलाच सर्वांत जास्त मार्क असायचे.”

डॅनियल चकित झाला, “त्या वेळी तू मला ओळखायचीस?”

“नाही. पण मिस्टर ग्रँट नेहमी तुझं कौतुक करत असत.”

त्याचे सर. “ते माझ्याबद्दल सांगायचे?”

“त्यांच्या हाताखालून गेलेल्या सर्व हुशार विद्यार्थ्यांबद्दल ते नेहमीच सांगायचे. तू पाठ केलेली एक कविता सादर करून बक्षीस मिळवल्याचंही त्यांनी सांगितलेलं मला आठवतं.”'

“डेथ बी नॉट प्राउड...” डॅनियल स्वत:शीच पुटपुटला, “डायऱ्या सापडल्यानंतर नेमकं काय घडलं?”

“जारेड गायब झालेला नाही, हे मला समजून चुकलं. त्यांनी त्याचा कायमचा बंदोबस्त केलाय, हे सत्य मला उमगलं. त्याच्या जीवाला धोका आहे, असं त्याने डायरीत लिहिलं होतं. दारू जास्त झाली की तो बडबडायला लागे आणि आपण केलेल्या कृत्यांबद्दल वाच्यता न करणं त्याला हळूहळू अशक्य होऊ लागलं होतं.”

“म्हणजे त्याला पश्चात्ताप होत होता?” डॅनियलने चकित होऊन विचारलं.

“छे. पश्चात्ताप हा शब्द त्याच्या शब्दकोशात कधीच नव्हता. जुगारामध्ये त्याने दोन कुटुंबं उद्ध्वस्त करून टाकली होती – त्याचं आणि माझं. आपण ॲलिशियाची कशी विल्हेवाट लावली, हे मोठ्या गर्वानं इतरांना सांगावं, असं त्याला वाटत असे. लोक तोंडात बोटं घालतील आणि आपला वचक अधिक वाढेल, असा त्याचा समज होता. पण जर आपण त्याचा ब्रभा केला, तर आपले साथीदार आपल्याला जिवंत ठेवणार नाहीत, ही भीतीही त्याला होती.”

“वा! म्हणजे इतकं सगळं होऊनही त्याला बढाई मारावीशी वाटत होती!”

“तो नीच अन् हलकट होता. म्हणून तर तो मेलाय, हे कळल्यावर मी सुटकेचाच श्वास सोडला होता. पण दुसरीकडे मला भीती वाटू लागली होती – मला त्यांचं रहस्य समजलंय, याचा त्यांना पत्ता लागला तर? ते मला आणि ज्योएला ठार मारतील. मी तर गरोदर होते आणि मला कुठलाच आसरा नव्हता. मी जीव मुठीत धरून बसत असे. वाटायचं, रात्री कुणी तरी येईल अन् माझा गळा धरेल.”

“असेच काही आठवडे गेले. गिरणी बंद पडली आणि जारेडच्या आईला दिवाळखोरी जाहीर करावी लागली. मी तर मान खाली घालूनच घरातून बाहेर पडत असे अन् तशीच घरी परतत असे. लोकांना वाटायचं की, मी शरमेने मान खाली

घालतेय; पण मी जीवाच्या भीतीने तशी वागत होते! माझ्या ओळखीच्याच लोकांनी ही सर्व कृत्यं केली आहेत, हे मी जाणून होते. आज ना उद्या माझ्यावरही त्यांची 'नजर' वळणार आहे, हेही मी ओळखून होते. म्हणून मी घरातलं सर्व किडुक-मिडूक विकून टाकलं आणि डटन सोडून इकडे मुक्काम हलवला. मला इथे नोकरीही मिळाली आणि मी कसंबसं घर चालवू लागले.''

''पण तू डायऱ्या मात्र जपून ठेवल्यास!''

''तारण म्हणून. उद्या त्यांनी मला त्रास द्यायचा प्रयत्न केलाच, तर माझ्यापाशी तेवढंच एक हत्यार होतं.''

''जारेडच्या आईचं काय झालं?''

''लीलाने बँकेतून कर्ज काढण्याचा प्रयत्न केला. तिने बँकेत जाऊन कर्जाची भीक मागितली.'' बोलताना तिचा जबडा ताणला गेला. ''पदर पसरून. रॉब डेव्हिससमोर तिने अक्षरशः गुडघे टेकून याचना केली, पण त्याने तिला उडवून लावलं.''

''तुझ्या सासूला तो अपमान सहन झाला नसणार.''

''तू कल्पनाच करू शकणार नाहीस.'' ती कडवटपणे म्हणाली, ''रॉबसमोर लीलाने गुडघे टेकले, ही गोष्ट बँकेतल्या एका व्यक्तीने गावभर करून टाकली.'' सांगतानाही तिची कानशिलं गरम झाली. ''डेलियाने तो किस्सा असा काही मीठ-मसाला लावून प्रत्येकाला सांगितला, की कर्ज मिळवण्यासाठी लीला जणू आपली अब्रूही विकायला तयार झाली होती! बिचारी लीला... तिला तो विचारही असह्य होता. रॉबबरोबर प्रत्यक्ष अनैतिक वर्तन करण्याचं तर सोडूनच द्या, अनैतिक हा शब्ददेखील त्या स्त्रीला ठाऊक नव्हता.''

डॅनियलने उफाळणारा राग मोठ्या संयमाने रोखून धरला. मग चेहरा निर्विकार ठेवत विचारलं, ''डेलिया....?''

''हो, डेलिया अँडरसन. ती गलिच्छ कुत्री! रॉब डेव्हिसबरोबर तिचे संबंध आहेत, हे तर जगजाहीर होतं. अजूनही असावेत. आणि अशी ही नाचरी बाई लीलाच्या चारित्र्यावर शिंतोडे उडवायला जराही कचरली नाही. लीलाचं हृदय आधीच कमकुवत होतं आणि त्यानंतर सगळी उतरती कळाच लागली. तिला सर्व काही विकावं लागलं. मॅकला ब्रायसन ॲकॅडमीतून बाहेर पडावं लागलं. तो तर भडकला. त्याच्या रानटीपणाला ऊत आला. मी त्याला आधीपासूनच घाबरायचे. जारेडचं बिंग फुटायच्या आधीही मला त्याची दहशत वाटायची.''

सीन आणि डेलियाच्या खुनांची आता पूर्ण संगती लागली होती.

''मॅक हा वृत्तीने हिंसक होता? म्हणजे मारामाऱ्या वगैरे करण्याकडे त्याचा कल होता?''

"प्रश्नच नाही. ही सगळी धूळधाण उडण्याआधीपासूनच त्याची गुंडगिरी सुरू होती. पण तो एकदाही त्यात सापडला नाही. त्याच्यावरचे सर्व आरोप आपोआप मागे घेतले जात असत. मला वाटायचं की, ओब्रायन कुटुंबाच्या मालमत्तेमुळे तो इतका माज करत असेल; पण नंतर या कुटुंबाचा उघडा पडलेला पोकळ वासाच मी माझ्या डोळ्यांनी प्रत्यक्ष पाहिला होता. जारेडचे सर्व साथीदार त्याला आर्थिक मदत करायचे आणि देणेकऱ्यांपासून त्याला वाचवायचे, असं त्यानेच डायरीत लिहून ठेवलं होतं. माझ्या मते, ते मॅकलाही मदत करत असावेत."

"तुझं बोलणं मला पूर्ण पटतंय. मीही तोच विचार करत होतो."

ती क्षीण हसली. "थँक यू. अनेकदा मला वाटायचं की, माझ्या बोलण्यावर कुणीही विश्वास ठेवणार नाही. मला वेड लागलंय, असं त्यांना वाटेल... हे सगळं मीच रचलंय... मग मी...."

"मग काय?"

"मग मी ती वीट सरकवून पुन्हा एकदा डायरी पाहून यायचे आणि मी वेडी झालेले नाही याची खात्री करून घ्यायचे."

"ती वीट तू शेवटची कधी सरकवली होतीस?"

"ज्या दिवशी लोकांनी तुझ्या भावाचं थडगं उकरलं होतं आणि त्यात दुसऱ्याच कुणाला पुरल्याचं उघडकीला आलं होतं, त्या दिवशी. तेव्हाच मनात विचार आला की, आता आपण सांगितलं तर लोक विश्वास ठेवतील."

"मग का नाही सांगितलंस?" त्याने विचारलं.

"कारण माझ्यात तेवढं धैर्य नाही; कधीच नव्हतं. पण मला कायम वाटायचं की, तुमच्यापैकी कुणाला तरी हे समजेल. तुम्ही माझ्या घरी याल आणि मला सगळं सांगायची गळ घालाल... आणि मग मला सांगण्यावाचून काही पर्यायच उरणार नाही. पण माझ्या गप्प बसण्याचा परिणाम मात्र किती भयानक ठरला... चौघींचा हकनाक बळी गेला." तिने वर पाहिलं. तिचे डोळे अश्रूंनी डबडबलेले होते. "आता आयुष्यभर ती गोष्ट मला सलत राहणार... त्याची तू कधी कल्पनाही करू शकणार नाहीस!"

मीही ते भोगतोच आहे! "पण तू मला सर्व सांगितलंस, ही फार महत्त्वाची गोष्ट केलीस."

तिने गालावरून ओघळणारे अश्रू पुसले अन् म्हणाली, "मी कोर्टात साक्ष देईन."

"थँक यू, मिसेस ओब्रायन. तुला किल्ल्यांबद्दल काही माहिती आहे?"

"हो. सायमनने त्या गलिच्छ प्रसंगांचे फोटो घेतले होते. त्यांच्यातला एक जण जरी फुटला असता, तरी सर्व जण बाराच्या भावात गेले असते. 'फोटों'मुळे

कुणाचीच फितुरी करायची हिंमत झाली नाही. सायमनने त्या फोटांचा 'तारण' म्हणून उपयोग केला. त्याने स्वत: एकही बलात्कार केला नाही. त्याने फक्त फोटो काढले.''

''मग किल्ल्यांचं काय झालं?''

''सायमनने ते फोटो बँकेच्या लॉकरमध्ये ठेवून दिले. दोन किल्ल्यांनी उघडला जाणारा खास लॉकर त्याने भाड्याने घेतला. त्या दोन किल्ल्यांपैकी एक किल्ली त्याने स्वत:कडे ठेवली आणि उरलेल्या किल्लीच्या सहा प्रतिकृती बनवून इतरांना दिल्या. मालकीची विभागणी अशा प्रकारे केली गेली. सायमन जेव्हा प्रथम मेल्याचं कळलं होतं, तेव्हा जारेड मनातून खूप घाबरून गेला होता. त्याला वाटलं होतं की, आता बिंग नक्कीच फुटणार. पण वर्षामागून वर्षं निघून गेली. सायमनची किल्ली कुणालाच सापडली नाही. का? काय झालं? तुला ती सापडली का?''

त्याने शिताफीने त्या प्रश्नाचं उत्तर टाळलं अन् उलट तिलाच प्रश्न विचारला, ''तुला जारेडची किल्ली सापडली?''

''नाही. पण त्याच्या डायरीमध्ये त्या किल्लीचं रेखाटन आहे – अगदी किल्लीवरून कोरल्यासारखं.''

''तो लॉकर कोणत्या नावाने उघडलाय, याबद्दल जारेडने काही लिहिलंय?'' त्याने विचारलं आणि तिने उत्तर देईपर्यंत आपला श्वास रोखून धरला.

''चार्लस वेन बंडी! ते नाव ऐकून माझ्या अंगावर काटा आला होता. कधी सांगायची वेळ आलीच, तर आपल्या चटकन लक्षात यावं यासाठी मी ते नाव अनेक वेळा मनात घोकून पाठ केलं होतं. हे महत्त्वाचं गुपित कळाल्याने, ते आता माझ्या मुलांना हातसुद्धा लावू शकणार नाहीत याचीही मला खात्री पटली होती. पण ती हमी तर आता तू मला दिलेलीच आहेस. तर... हे सगळं असं आहे.''

चार्ल्स मॅन्सन, जॉन वेन गेसी आणि टेड बंडी. सगळं काही व्यवस्थित जुळत होतं. हे तिघेही त्या काळचे कुविख्यात गुंड आणि खुनी होते. सायमनला त्या तिघांबद्दल प्रचंड आकर्षण होतं. त्या तिघांबद्दलची अगदी बारीक-सारीक माहिती, त्यांची गुन्हा करण्याची पद्धत याविषयीची कात्रणं त्याने बरीच वर्षं आपल्या बिछान्याखाली जपून ठेवली होती. सुझान्हाने ती शोधून काढली होती. ही तर सोन्यासारखी माहिती मिळाली. बलात्कारी पुरुषांचा गुन्हा सिद्ध करणारे ते फोटो जर सायमनने मुद्दाम त्या लॉकरमध्ये लपवून ठेवले असतील, तर आता त्याच फोटोंचा पुरावा सादर करून डॅनियल त्या सगळ्यांच्या गळ्याभोवती दोर आवळणार होता.

''मॅक कुठे लपला असेल, याचा तुला काही अंदाज आहे?''

''असता, तर तुला नक्कीच सांगितला असता. तो त्यांच्या जुन्या घरात तर नक्कीच नसणार. तो तुरुंगात असतानाच त्या घराची तोडफोड झाली होती.''

''का?''

''कुणीतरी घर फोडलं. भिंती, फरशा... सर्व तोडून-फोडून टाकलं आणि अख्खं घर लुटून नेलं. जे उरलं, ते अगदीच मामुली होतं.''

डॅनियलला ॲलेक्सच्या बंगल्याची आठवण आली. ''ते किल्ली शोधण्यासाठीच आलेले असणार.''

''बहुतेक. पण त्यात रॉब डेव्हिसचा फायदा झाला. घराची पडझड झाल्यावर त्याने अगदी पडेल किमतीत ती जमीन विकत घेतली आणि पेपर मिलसाठी एक वखार उभी केली. मॅक तिथे लपू शकणार नाही. रोजच्या रोज त्या इमारतीचा वापर होत असतो.''

तो अर्थातच स्वतंत्रपणे शोधणारच होता. नवीन खून करण्याआधी मॅक ओब्रायनला पकडायलाच हवं होतं आणि सायमनच्या क्लबमधल्या शेवटच्या माणसाचा शोध घेण्यामध्ये आता फक्त एका वॉरंटचं अंतर होतं. चार्लस वेन बंडी या नावाचा लॉकर आता त्याची वाट बघत होता.

''थँक यू, मिसेस ओब्रायन. तुझी किती मदत झाली, हे मी शब्दांत सांगू शकत नाही. चल, आता आपण जाऊन तुझ्या मुलांना घेऊन येऊ. आम्ही तुमच्यासाठी एका सुरक्षित घराची व्यवस्था करतो. कुणीतरी येऊन तुमचं इथलं सामान नवीन घरी आणून पोहोचवेल.''

ॲनेटने मानेनेच होकार दिला आणि ती त्याच्या मागोमाग चालू लागली. तिने मागे वळूनदेखील पाहिलं नाही.

२३

आर्केडिया, जॉर्जिया, शुक्रवार, २ फेब्रुवारी, सकाळी ११ वाजून ३५ मिनिटे

"सगळं हुबेहूब जुळतंय." चेसच्या ऑफिसमधल्या स्पीकरफोनवरून ल्यूक म्हणाला.

त्या वेळेस शेरिफ कोर्चरॅनच्या ऑफिसमध्ये डॅनियल बसला होता. ॲनेट आणि तिच्या मुलांना घेऊन जायला त्याची एक सहकारी एजंट येणार होती. सर्व जण तिची वाट पाहत होते. ॲनेटने सांगितलेली कहाणी त्याने चेसला ऐकवली.

"आता आपल्याला फक्त त्याला हुडकून काढायचंय."

"आम्ही त्याची तुरुंगातील फाईल मिळवलीय." चेस म्हणाला, "तुरुंगात जाण्यापूर्वी तो अगदी लुकडा होता; आता जाड्या झालाय."

"सगळे तसेच होतात." डॅनियल पुटपुटला. "त्याने केसांचा रंगही बदललेला असणार. आत्ता गाडीतून येताना मला मिसेस ओब्रायन म्हणाली की, तिने घरात आणून ठेवलेला केस रंगवायचा डबा चोरीला गेलाय. पिंगट केसांच्या रंगाचा डायर होता."

"मी लगेच नोंद करून घेतो." ल्यूक म्हणाला, "आणि ही बघ, महत्त्वाची माहिती मिळालीय. तुरुंगात असताना त्याला नेहमी रस्त्यालगतची घाण साफ करायचं काम दिलं जायचं. आज ज्या-ज्या खड्ड्यात त्याने मुलींना फेकून दिलं, त्या सर्व जागा त्याने त्याच वेळी हेरून ठेवलेल्या असणार!"

"आपल्याला ती पेपर मिलची जागा शोधावी लागणार. विशेषकरून ती वखारीची जागा. पूर्वी त्या जागेत ओब्रायनचं घर होतं."

"मी एका टीमला तिथे पाठवूनही दिलंय." चेस म्हणाला, "वाळवी तपासणीचं काम करायला आपण आलो आहोत, असं ते भासवणार आहेत. उगाच त्यांनी सावध व्हायला नको. बरं, लॉकरच्या वॉरंटचं काय झालं?"

"क्लो ते काम करतोय. त्याचा फोन आला की, मी लगेच डटनला जायला

निघणार. मी बँकेत पोहोचेपर्यंत कोर्टाची सही-शिक्का असलेलं वॉरंट माझ्या हातात पडलेलं असेल. हॅटन कसा आहे?''

''त्याचं ऑपरेशन सुरू आहे.'' चेस म्हणाला, ''क्रायटनने मात्र वकील मिळवला. तो बोलायला तयार नाही.''

''स्साला... हलकट!'' डॅनियल दबक्या आवाजात म्हणाला, ''केथी ट्रिमेनच्या खुनाखाली त्याला मी अडकवणार होतो.''

''आता इतक्या वर्षांनंतर ते सिद्ध करणं फारच कठीण दिसतंय...'' ल्यूक म्हणाला.

''ते मलाही कळतंय. पण ॲलेक्सला दिलासा मिळाला असता. त्याला भेटण्याबद्दल ती काही म्हणाली?''

''नाही.'' चेस म्हणाला, ''तिने तर त्याचं अजून नावसुद्धा घेतलेलं नाही. ती हॅटनच्याच काळजीत मग्न आहे. क्रायटनला विसरूनही गेलीय.''

डॅनियल उसासत म्हणाला, ''ती विसरणं शक्यच नाही. मी आता डटनला निघतो. क्लो फोन करेलच. लॉकर उघडल्या-उघडल्या तुला फोन करतो. तोपर्यंत नशिबावर हवाला ठेव.''

ॲटलांटा, शुक्रवार, २ फेब्रुवारी, १२ वाजून ३० मिनिटे

जीबीआय ऑफिसच्या व्हरांड्यात ॲलेक्स अस्वस्थपणे फेऱ्या मारत होती. ''एव्हाना त्यांचा फोन यायला हवा होता.''

''ऑपरेशनला वेळ लागतोच.'' लेघ शांतपणे म्हणाली, ''हॅटनला बाहेर आणल्यावर ते फोन करतीलच.''

लेघही मनातून घाबरलेली होती, पण तिचा चेहरा निर्विकार होता. तिच्यामुळेच ॲलेक्सला थोडा धीर वाटत होता. ती काहीतरी बोलणार होती, तेवढ्यात तिचा सेलफोन वाजला. नंबर सिनसिनाटीचा दिसत होता. ती धास्तावली.

''हॅलो?''

''मिस ॲलेक्स फॅलन?''

''हो. कोण बोलतंय?''

''मी, ऑफिसर मोर्स. सिनसिनाटी पोलीस स्टेशनवरून बोलतोय.''

''काय झालं?''

''काल रात्री तुझं घर फोडण्यात आलंय. बिल्डिंग मॅनेजरला आज सकाळी तुझ्या फ्लॅटचा दरवाजा उघडा दिसला. तुला आलेली पत्रं न्यायला ती तिथे आली होती.''

''नाही-नाही, मीच माझ्या मैत्रिणीला फोन करून पत्रं पाहायला सांगितली

होती. ती घाईघाईत कदाचित दरवाजा लावून घ्यायला विसरली असेल."

"हे बघ, तुझ्या घराची पूर्ण नासधूस झालीय, मिस फॅलन. उशा, सतरंज्या फाडून फेकून दिलेल्या आहेत. घरात असलेले सगळे खायचे पदार्थ जमिनीवर पसरलेले आहेत आणि...."

"आणि माझ्या कपड्यांच्या चिंध्या-चिंध्या झाल्या आहेत!"

"तुला कसं कळलं?"

कुणावरही विश्वास ठेवू नकोस – वेडने पत्रामध्ये बेलीला हेच लिहिलं होतं.

"ऑफिसर, तू मला तुझा फोन नंबर आणि बॅज नंबर सांगशील का? मी जरा तपास करून तुला पुन्हा फोन करते."

"हरकत नाही." तिला हवी असलेली माहिती त्याने पुरवली.

"लेघ, तू या ऑफिसरचा बॅज नंबर जरा तपासून पाहतेस का? तो म्हणतोय की, माझा फ्लॅट कुणीतरी फोडलाय."

"अरे बापरे...! थांब, लगेच पाहते."

"थँक्स. त्याला फोन करण्याआधी मी आणखी एक-दोन ठिकाणी विचारून घेते." ॲलेक्सने हॉस्पिटलला फोन लावला. लेट्टाचा आवाज कानावर पडताच तिला हायसं वाटलं. तिने तिला सावध राहायला सांगितलं आणि हाच निरोप रिचर्डलाही द्यायला सांगितला. त्याची शिफ्ट उशिराची होती.

"सिनसिनाटीच्याच पोलिसांचाच नंबर आहे." लेघने खात्री करून घेतली होती.

"थँक्स." तिने मोर्सला फोन लावला.

"मला तुझी हुशारी आवडली." मोर्स म्हणाला, "ही चोरी कुणी केली असावी, याचा तुला काही अंदाज आहे?"

"हो, थोडाफार. मला वाटतं, त्याच गँगने माझ्या इथल्या घराचीही नासधूस केलीय. तू प्लीज एजंट डॅनियल व्हार्टोनियनला फोन करशील का? तुला हवी असलेली माहिती तो तुला देईल."

"मी त्याला फोन करतो. पण त्यांना काय हवं होतं, हे तुला माहितीये?"

"हो. पण मी ते आधीच माझ्या ताब्यात घेतलं होतं. माझ्या पहिल्या नवऱ्याकडे ते होतं. ती गोष्ट त्यांना समजली, तर ते त्याच्याही घरी पोहोचतील."

"मला त्याचा पत्ता दे. तो सुखरूप आहे ना, हे आम्ही जाऊन पाहतो."

"थँक्स." ती त्याच्या बोलण्याने चकित झाली. तिचं मन भरून आलं.

"मिस फॅलन, तिकडच्या बातम्यांवर आम्हीही नजर ठेवून आहोत. व्हार्टोनियन, त्याच्या तपासात यशस्वी होणार, अशी चिन्हं दिसतायत."

"हो. तो नेहमीच यशस्वी होतो." उसासा सोडत ॲलेक्स म्हणाली.

डटन, शुक्रवार, २ फेब्रुवारी, दुपारी १२ वाजून ३० मिनिटे

डॅनियलने हातात असलेल्या कवितेच्या जाडजूड पुस्तकाकडे पाहिलं. आर्केडिया शेरिफच्या ऑफिसातून निघाल्यावर वाटेत एका पुस्तकाच्या दुकानात तो थांबला होता. क्लोकडून वॉरंट यायला अजून थोडा वेळ होता. डटनच्या त्या प्रसिद्ध सलूनसमोर त्याने गाडी उभी केली होती. त्याला इंग्लिश शिकवणारा म्हातारा ग्रँट, सलूनबाहेरच्या बाकावर बसला होता आणि डॅनियल त्याला भेटू इच्छित होता.

"मिस्टर ग्रँट..." त्याने हाक मारली.

"डॅनियल व्हार्टनियन!" ग्रँटने त्याला लगेच ओळखले. इतरांच्या माना डॅनियलकडे वळाल्या.

आपल्याबरोबर येण्याची त्याने ग्रँटला खूण केली आणि तो गाडीत जाऊन बसला. ग्रँट गाडीत येऊन बसल्यावर डॅनियल म्हणाला, "मी तुमच्यासाठी एक खास गोष्ट आणलीय." कवितांचं पुस्तक त्याने ग्रँटच्या हातात दिलं, "तुमचा इंग्लिशचा तास मला अजून आठवतो." तो मुद्दाम मोठ्याने म्हणाला आणि लगेच त्याने दबक्या आवाजात सांगितलं,

"मला तुमच्याशी खासगी बोलायचंय. पण तुम्ही जरा सावधपणे बोला."

त्याने कवितेच्या पुस्तकाकडे अतिशय आदरपूर्वक नजर टाकली आणि प्रेमाने ते पुस्तक तो चाळू लागला, "फारच सुंदर पुस्तक आहे." तो म्हणाला आणि लगेच कुजबुजत बोलला, "मी तर तुझी कधीपासून वाट पाहत होतो. बोल, तुला माझ्याकडून काय हवंय?"

डॅनियल डोळे मिचकावले, "तुम्हाला काय काय ठाऊक आहे?"

"लिहायला बसलो, तर याच्यापेक्षा मोठं पुस्तक तयार होईल. पण त्यातल्या अनेक गोष्टी तुझ्यासाठी असंबद्ध ठरतील. तू प्रश्न विचारत जा; उत्तरं माहिती असतील तर मी नक्की देईन." तो पुस्तक चाळत राहिला आणि जॉन डोन्नेच्या कवितेच्या पानावर येऊन थांबला. डॅनियलची ती आवडती कविता होती. "तू बोलत राहा. मी ऐकतोय."

"मला मॅक ओब्रायनबद्दल माहिती हवीय."

"चलाख, परंतु शीघ्रकोपी मुलगा."

"तो कोणावर संतापायचा?"

"दिवाळखोरी जाहीर झाल्यावर तर जवळजवळ प्रत्येकावरच. ब्रायसनमध्ये असताना तो स्वत:ला हीरो समजायचा. त्याला वाटायचं, मुली आपल्यावर फिदा आहेत. त्याच्या मोठ्या भावावर त्या तशा असायच्या." ग्रँटने जणू काही आपण कविता चाळतोय, हे भासवण्यासाठी मान तिरकी केली. "मॅकबद्दल खूप तक्रारी

असायच्या. त्याने शाळेच्या सामानाची खूप नासधूस केली होती. कार-रेसर असल्यासारखा तो त्याची दिमाखदार कॉर्व्हेट्टो चालवायचा. त्याने केलेल्या मारामाऱ्यांना तर गणतीच नव्हती!''

''तुम्ही म्हणालात की, मुली त्याच्यावर फिदा असायच्या.''

''मी असं म्हटलं नव्हतं. मी म्हटलं हातं की, त्याला तसं वाटायचं.'' ग्रँटने पुन्हा पुस्तक चाळलं आणि आणखी एका कवितेच्या पानावर तो थांबला, ''मॅकने शाळा बदलल्यावर मी काही मुलींना त्याच्याविषयी कुजबुजताना ऐकलं होतं. त्यांना वाटायचं की, मी पेपर तपासतो आहे; माझं लक्ष नाहीय. मॅक 'प्रॉम'साठी येणार म्हणून त्या सर्व जणी त्याची चेष्टा करत होत्या. केवळ त्याच्यापाशी उंची कार होती म्हणून त्यांनी त्याला सहन केलं होतं. आता तो कंगाल झाल्यावर त्याच्याकडे लक्ष द्यायला कुणाला वेळ होता? मोठ्या भावासारखा तो देखणाही नव्हता. त्याच्या चेहऱ्यावर मुरमांचे डाग होते. मुलींनी त्याचा अगदी पाणउतारा केला.''

''कोणत्या मुलींनी, मिस्टर ग्रँट?''

''आज ज्यांचा-ज्यांचा खून झाला, त्या सर्वांनीच! मला आठवतंय त्याप्रमाणे जेनेट ही त्याच्याशी सर्वांत वाईट वागली होती. त्याच्या कॉर्व्हेट्टोमध्ये आपण पिऊन त्याच्याबरोबर 'केलं' याचं जेम्माला हसू येत होतं. ती तर म्हणाली की, प्यायल्याशिवाय त्याच्या सहवासात राहणं अशक्यच आहे.''

''आणि क्लॉडिया?''

''क्लॉडिया खरं म्हणजे इतर मुलांबरोबर असायची. केट डेव्हिस मात्र त्या मुलींना नेहमी ताळ्यावर आणायची.''

''हे तू मला आधी का सांगितलं नाहीस?''

ग्रँटने पुन्हा पुस्तक चाळत असल्याचा अभिनय केला, ''कारण मॅक कधीच माझ्या नजरेत भरला नव्हता. त्या मुली तर कायमच अनेक मुलांची टर उडवत असत. तू जर त्याचं नाव घेतलं नसतंस, तर त्याची मला आठवणही झाली नसती. शिवाय, तो तर सध्या तुरुंगात आहे.''

''तो तुरुंगातून सुटलाय.'' डॅनियल शांतपणे म्हणाला.

म्हातारा क्षणभर बावचळला, पण लगेच सावरला, ''बरं झालं, सांगितलंस!''

''लिझा वुल्फबद्दल तुम्हाला काय ठाऊक आहे?''

ग्रँटने डोकं खाजवलं, ''मला आठवतंय की, आपली शाळा सोडायच्या आधी जवळजवळ दोन आठवडे तो शाळेत येईनासा झाला होता. त्याचं कारण विचारल्यावर मुलींमध्ये खसखस पिकली होती. त्याला कुत्रा चावलाय, असं त्यांनी उत्तर दिलं होतं. नंतर मला कळलं की, हातापायांना बँडेज बांधून तो घरातच पडून आहे. त्याने लिझाला गटवण्याचा प्रयत्न केला होता आणि ही गोष्ट लक्षात आल्यावर तिच्या

दोन्ही भावांनी त्याला बेदम ठोकून काढलं होतं. तो भलताच शरमून गेला होता. तो जेव्हा शाळेत परत आला, तेव्हा मुलं त्याची लपून-छपून मस्करी करायची. तो मागे वळून पाहायचा, पण त्याला कुणीच दिसायचं नाही.''

डॅनियलचा सेलफोन वाजू लागला. क्लो हॅथवेचा फोन होता. ''व्हार्टोनियन...? क्लो बोलतोय. तुला जे हवं होतं, ते मिळालंय. चार्ल्स वेन बंडीच्या नावाने असलेला लॉकर उघडायला आता तू मोकळा आहेस. हेच तुला हवं होतं ना?''

''हो, थँक्स!'' त्याने फोन बंद केला, ''मला निघायला हवं.''

ग्रँटने पुस्तक बंद करून त्याच्या हातात ठेवत म्हटलं, ''तुझ्यामुळे जुन्या आठवणींना उजाळा मिळाला. माझ्या एका विद्यार्थ्याने इतकं नाव कमावलंय, याचा मला अभिमान वाटतो.''

डॅनियलने ते पुस्तक त्याला परत दिलं. ''पुस्तक तुमच्याजवळ ठेवा. तुमच्यासाठीच मी ते विकत घेतलं.''

ग्रँटने ते पुस्तक छातीशी धरलं, ''थँक यू, डॅनियल, सांभाळून जा.''

रस्ता ओलांडेपर्यंत तो ग्रँटकडे पाहत राहिला. तो यापुढे अधिक सावध राहील, अशी त्याने मनातल्या मनात प्रार्थना केली. वाया गेलेल्या मूठभर तरुण मुलांकडून अनेक निष्पाप लोकांचा नाहक बळी गेला होता. त्या तरुणांमध्ये काही श्रीमंत होते, काही गरीब होते; पण एकाच्याही मनात सभ्यता, माणुसकी आणि कायदा याविषयी आदराचा लवलेशही नव्हता. उलट, बेमुर्वत तुच्छता होती. सलूनबाहेरचा बाक बरोबर पाच वाजता मोकळा व्हायचा. ग्रँटच्या संरक्षणाची व्यवस्था करायलाच हवी. आपल्या हातावर त्याला आणखी रक्ताचे डाग नको होते.

तो गाडी सुरू करून काही अंतर गेल्यावर त्याचा सेलफोन वाजू लागला. या वेळेस फोन ऑफिसमधून आला होता आणि त्याला एकदम हॅटनची आठवण आली, ''व्हार्टोनियन....''

''डॅनियल, ॲलेक्स बोलतेय. माझं सिनसिनाटीचं घर काल फोडलं गेलंय.''

''हो?... ते त्या किल्ल्या शोधत असणार.''

''पण मलाही पत्र आलंय, हे त्यांना कसं काय कळलं असेल?''

''बेलीच्या त्या मैत्रिणीनं तर सांगितलं नसेल ना?''

''मी चेसकडून तीही चौकशी केली. तिला कुणीही फोन केलेला नाही किंवा तिच्या घरीही कुणी आलेलं नाही.''

''तिला सांगायचंच असेल, तर तिच्यापाशी अनेक मार्ग आहेत.''

''तुझं बरोबर आहे, डॅनियल. पण मी विचार करते... ही गोष्ट माहीत असलेली आणखी एकच व्यक्ती आहे – बेली.''

ॲलेक्स फार दुरून बोलत होती. पण तरीही तिच्या मनात पल्लवित झालेली

आशा त्याला लांबूनही जाणवली आणि तिला चटकन निराश करावंसं त्याला वाटलं नाही. ''म्हणजे तुला वाटतंय की, ज्या कुणी बेलीला पळवलंय, त्याने तिच्याकडून ते वदवून घेतलंय?''

''माझ्या मनात फक्त एकच विचार आला – बेली अजून जिवंत असणार!''

तो उसासला. तिचं म्हणणं कदाचित खरंही असू शकेल. ''आणि जर ती जिवंत असली....''

''जर ती जिवंत असली, तर दोघांपैकी एकाला तिचा ठावठिकाणा नक्कीच ठाऊक असेल. डेव्हिस किंवा मॅन्सफिल्ड. डॅनियल, तुम्ही त्यांना आत घेऊन बोलतं का करत नाही?''

''एक लक्षात घे – त्यांनी त्यासाठी इतका मोठा धोका पत्करालाय की... याचा अर्थ ते आपल्याला मुळीच पत्ता लागू देणार नाहीत.'' समजावून सांगण्याचा कुठलाही पवित्रा न घेता त्याने सरळ-सरळ सांगून टाकलं, ''त्यापेक्षा वाट पाहू. ते घाबरून तिच्यापाशी जातील. आता दोघांवरही आपला सक्त पहारा आहे. आपण त्या संधीची वाट पाहू या. लक्षात ठेव की, ही अतिशय कसोटीची वेळ आहे. अशा वेळेस संयमाची फार गरज असते.''

''मी तोच प्रयत्न करतेय.''

''राणी, मला कळत नाही, असं वाटतं का?'' त्याने गाडी थोडी बाजूला घेतली आणि बँकेसमोर आणून उभी केली. ''आणखी काही? आता मी बँकेत जाऊन रॉब डेव्हिसला लॉकर उघडायला लावणार आहे. जर गार्थ आणि मॅन्सफिल्ड माझ्या मागावर असतील, तर कोणत्याही क्षणी इथे एखादा मोठा स्फोट होण्याची मला शक्यता वाटतेय.''

''आणखी एकच गोष्ट – डॉक्टरचा फोन आला होता. रिलेला घेऊन जाऊ शकता, असा निरोप दिलाय.''

या क्षणी तिने हा निरोप सांगावा, याचं त्याला आश्चर्य वाटून गेलं.

''आत्ता तर मी त्याला घेऊन जाऊ शकत नाही.''

''हो, पण मला काय वाटतं की, एखाद्या एजंटने रिलेला जर मेरिडिथ आणि होपकडे नेऊन पोहोचवलं, तर बरं होईल. होपला रिलेची आठवण येतेय.''

अती झालं आणि त्याला हसू आलं. ''ठीक आहे. मी तुला नंतर फोन करतो. आता तू फोन ठेव.''

''हो.'' तिला ते आवडलं नाही. ''काळजी घे.''

''नक्की. हे बघ ॲलेक्स...'' तो बोलता-बोलता थांबला. आपण नकळत तिला आणखी दुखवू, या विचाराने त्याने मनातल्या मनात नीट शब्दयोजना केली.

''मेरिडिथला सांग की, रिलेला फक्त त्याचं नेहमीचं कोरडं अन्न दे. माझ्यावर

विश्वास ठेव.''

''हो.'' शेवटचे दोन शब्द रिलेच्या संदर्भात नव्हते, हे तिला उमजलं. ''जमेल तेव्हा फोन कर.''

''करतो. हे आता संपत आलंय.''

क्षणभर त्याला वाटलं की, एका तुटलेल्या कड्याच्या टोकावर तो उभा आहे. रस्ता ओलांडून तो बँकेत गेला. त्या लॉकरबद्दल त्याने शब्द उच्चारताच सर्वांचे कान टवकारले गेले आणि सगळीकडे कुजबूज सुरू झाली. *म्हणून तर लहान गावात राहायला मजा येते!* त्याला मात्र या गावाबद्दल कधीच प्रेम वाटलं नाही.

शुक्रवार, २ फेब्रुवारी, दुपारी १२ वाजून ४५ मिनिटे

मॅक चिडला. त्याने कानात अडकवलेले यंत्र काढून टाकलं. व्हार्टोनियन गाडी घेऊन मुख्य रस्त्यावर पोहोचल्याने आता त्याला डॅनियलचे बोलणं ऐकू येईनासं झालं. तो संपर्क कक्षाच्या बाहेर गेला होता. मुली माझ्यावर फिदा असल्यासारखं त्याला वाटायचं! हरामखोर, साला! त्याची मिस्टर ग्रँटवर पहिल्यापासूनच खुन्नस होती. जाडा, उद्धट, खवचट म्हातारा! सगळं काम संपलं की, तो ग्रँटकडे वळणार होता आणि मग आपण डॅनियलशी बोललो, याचा त्या म्हाताऱ्याला पश्चात्तापच होणार होता.

डॅनियलला आता त्याच्याबद्दल कळालं होतं. त्याला शोधण्यासाठी सप्तपाताळ पालथा घालण्याचा आदेश डॅनियलने सर्वांना दिला होता आणि तो तर त्याच्यापासून फक्त पन्नास फुटांवर होता. डॅनियलला आपण हातोहात फसवू शकतोय... आपल्या तल्लख मेंदूवर तो स्वत:च खूश होऊन गेला आणि आपल्या चलाखीची त्याला क्षणभर धुंदी चढली.

पण त्याचा आनंद खरोखरच क्षणभंगूर ठरला होता. डॅनियल एकटाच आला होता. डॅनियल एकटाच येईल, असं त्याला स्वप्नातदेखील वाटलं नव्हतं. त्याला वाटलं होतं की, यापुढे ॲलेक्स फॅलन त्याला सतत चिकटूनच असणार. गेले पाच दिवस ते जोडगोळीनेच फिरत होते. म्हणून तर तो जय्यत तयारीनिशी आला होता आणि डॅनियल एकटाच आल्याने त्याच्या सगळ्या उत्साहावर अक्षरश: पाणी पडलं होतं.

ॲलेक्स फॅलन हातात येणं, ही गोष्ट तर त्याच्या कर्तृत्वावर कळस चढवणारी होती. आता ती स्वत:च्या पावलांनी आपल्यापाशी कशी येईल याचा मार्ग त्याला शोधावा लागणार होता. नाहीतर आत्तापर्यंत मिळवलेल्या यशाची सारी चवच निघून जाणार होती आणि तो त्याचा घोर अपमान ठरणार होता. आपल्या भात्यातला शेवटचा बाण शत्रूच्या वर्मी लागायलाच हवा होता. त्यासाठी शत्रूला आमंत्रण

पाठवून भेट ठरवावी लागणार होती.

तो आपली व्हॅन सुरू करणार इतक्यात त्याला डॅनियल बँकेत शिरताना दिसला. तो खूश झाला. अखेर डॅनियल बँकेत येऊन पोहोचला तर! डॅनियलला लॉकरचे रहस्य उमगावं, हाच तर त्याचा उद्देश होता. त्यासाठीच तर त्याने चारही मुलींच्या पायाला किल्ल्या लटकवल्या होत्या. एक काम पूर्ण झालं होतं.

आता त्या 'चार्ल्स वेन बंडी'च्या लॉकरमधले ते फोटो डॅनियलच्या हातात पडणार, या विचारानेच त्याच्या चेहऱ्यावर हास्य पसरलं. समाजाच्या त्या तथाकथित आधारस्तंभांची आता लवकरच गाढवावरून धिंडं काढली जाईल. कमीत कमी त्यांना तुरुंगाची हवा तर नक्कीच खावी लागेल.

अर्थात, पुढच्या काही तासांत जर मॅकच्या मनाप्रमाणे सर्व गोष्टी घडल्या, तर ते चौघेही गतप्राण झालेले असतील.

अ‍ॅटलांटा, शुक्रवार, २ फेब्रुवारी, दुपारी १२ वाजून ४५ मिनिटे

ॲलेक्सने डॅनियलच्या टेबलावरचा फोन खाली ठेवला आणि खांदे पाडत तिने खुर्चीवर मान टेकवली.

"काय झालं?"

तिने वळून पाहिलं. ल्यूक पापाडोपॉलस तिच्याकडे काळजीने पाहत होता.

"मला अगदी नक्की वाटतंय की, बेली जिवंत आहे. पण मी... हताश होण्यापलीकडे काहीही करू शकत नाही."

"आणि तुला वाटतंय की, कुणीतरी ते काम सर्वप्रथम करायला हवं."

"हो. डॅनियलचं म्हणणंही मला पटतंय. त्याला अनेकांचा जीव वाचवायचाय, पण.. बेली माझी आहे. पण मग मला वाटत राहतं की, मी भुणभुण करतेय... मी स्वार्थी आहे."

"नाही. तू भुणभुणही करत नाहीस आणि तू स्वार्थीही नाहीस. चल, उठ. माझीही जेवायची वेळ झालीय. रोज मी घरच्या डब्यातलं जेवण जेवतो. पण आज कुणीतरी माझा डबा फस्त करून टाकलाय." त्याने चेसच्या रिकाम्या खुर्चीकडे दातओठ आवळत पाहिलं. "त्याला त्याच्या कर्माचं फळ मिळेलच."

ॲलेक्सला हसू आवरलं नाही. "चेस म्हणजे एक वल्लीच आहे! लेघ म्हणत होती की, शुक्रवारी कँटीनमध्ये पिझ्झा असतो." आणि आपल्याला जबरदस्त भूक लागलीये, हे तिला जाणवलं. सकाळी घाईघाईने डॅनियलबरोबर घराबाहेर पडावं लागलं होतं. त्यामुळे नाश्ता करायला वेळच मिळाला नव्हता. "चल, जाऊ या." तिथून बाहेर पडता-पडता तिने ल्यूककडे नीट पाहिलं. तो कमालीचा देखणा होता. मेरिडिथसाठी अगदी योग्य.

"तुला... एखादी मैत्रीण आहे?"

तो खदखदून हसला, "का गं? डॅनियलचा इतक्या लवकर कंटाळा आला?"

तिला आज सकाळचा डॅनियल आठवला – बिछान्यातला. आणि तिच्या गालावर गुलाबी रंग चढत गेला. "नाही रे, मी मेरिडिथचा विचार करतेय. तुला ती नक्की आवडेल. धमाल मुलगी आहे."

"तिला मासे पकडायला आवडतात?"

"मला खरंच माहीत नाही रे. पण मी विचारून..." तिचे शब्द ओठांतल्या ओठात राहिले. दोघांचीही पावलं अगदी एकाच क्षणी थबकली. लेघसमोर एक स्त्री उभी होती आणि तिचा चेहरा पाहून तिने तिला लगेच ओळखलं होतं. ल्यूकनेही तिला ओळखलंय, हेही ॲलेक्सच्या लक्षात आलं होतं.

"सुझान्हा!" ॲलेक्स स्वत:शीच पुटपुटली. पण ते शब्द त्या स्त्रीच्या कानावर पडले होते.

"तू मला ओळखतेस?"

"मी ॲलेक्स फॅलन."

सुझान्हाने मान डोलावली, "मी तुझ्याबद्दल वाचलंय." तिने ल्यूककडे पाहिलं अन् म्हटलं, "आणि तू डॅनियलचा मित्र? मागच्या आठवड्यात आपण भेटलो होतो. अंत्यसंस्काराच्या वेळी. एजंट पापाडोपॉलस; बरोबर?"

"बरोबर!" ल्यूक म्हणाला, "पण सुझान्हा, तू अशी अचानक कशी काय आलीस?"

सुझान्हा व्हार्टोनियन काही क्षण गप्प बसली. मग म्हणाली, "माझं मलाही नक्की ठाऊक नाही. पण मला वाटतं की, मला माझ्या हरवलेल्या आयुष्याचा पुन्हा ताबा घ्यायचाय आणि हरवलेल्या आत्मसन्मानाचाही!"

डटन, शुक्रवार, २ फेब्रुवारी, दुपारी १२ वाजून ५५ मिनिटे

हे दृश्य पाहायची कल्पना मी किती दिवस मनातल्या मनात करत होतो! पोलीस स्टेशनच्या पायऱ्या चढता-चढता फ्रँक ल्युमिस थांबला. त्याने आपल्या सेलफोनवर आलेला निरोप वाचला. त्याची नजर समोरच्या जिम वुल्फच्या ऑफिसकडे गेली. ऑफिस बंद होतं. घरावर मृत्यूची छाया होती. मॅकला हसू आवरलं नाही. वुल्फ कुटुंब शोकाकुल होतं. त्या शोकाचं कारण तो होता. देणं चुकतं करायला कधी कधी खूप वेळ लागतो. खूप वेळ लागल्यामुळे खूप व्याजही थकलेलं असतं!

आपली सावकारी पद्धत अगदी योग्य होती. देणं वसूल करण्यासाठी आपण वुल्फच्या बहिणीपासून सुरुवात केली होती. आजही त्याने पुन्हा वुल्फच्याच कुटुंबीयांचा उपयोग केला होता आणि तो अजूनही करणार होता. असो. फ्रँक

ल्युमिस आपल्या कारमध्ये बसून अगदी योग्य दिशेला चाललाय.

सेलफोनवर मोजक्या शब्दांत निरोप पाठविला होता.

'आत्ताच खबर मिळालीय – बेलीचा पत्ता कळला. नदीजवळची ओब्रायन मिल. बेली मिळेलच, 'आणखी कोणीही' येऊ शकत नाही. घरी शोकाकुल वातावरण वाटलं, व्हार्टीनियनच्या आधी तू पोहोचावंस. सदिच्छा, मारियाना वुल्फ.'

फ्रँक तर निघालाच... व्हार्टीनियनही लवकरच तिथे पोहोचेल. हारवर्डपाशी मॅन्सफिल्ड केव्हाच पोहोचलाय. हारवर्ड – कोसळणारा शेवटचा आधारस्तंभ. हारवर्ड म्हणजे कोण, हे समजायला मॅकलाही वेळ लागला होता आणि रहस्य उलगडलं तेव्हा तोसुद्धा चकित झाला होता.

ॲलेक्स फॅलनला जाळ्यात कशी ओढायची? एक-दोन कल्पना त्याला सुचल्या होत्या. आठवडाभर ॲलेक्सला तर बेलीशिवाय काहीच सुचत नव्हतं. *आणि बेली कुठेय, हे मला ठाऊक आहे.* आज दुपारी खूप काही घडणार आहे. त्यानंतर ॲलेक्सची खात्री पटेल की, बेली नक्कीच जिवंत आहे. डेलियाचा खेळ खतम झाल्यावर खड्ड्यात फेकण्यासाठी आत मॅकजवळ एकही मुलगी शिल्लक नव्हती. आता फक्त एकच निशाणा शिल्लक होता – ॲलेक्स. बराच काळ निष्क्रिय राहिल्यावर कदाचित आता आपण सुरक्षित आहोत, अशी चुकीची भावना तिच्या मनात बळावेल.

तोपर्यंत ती डॅनियल व्हार्टीनियनच्या मृत्यूने वेडीपिशी झालेली असेल. अशा वेळेस शहाणी माणसंही मूर्खासारखी वागतात. ती बेसावध होईलच; आज नाही, तर उद्या. मग त्याच्या हातात शेवटचं सावज आपसूक पडेल. वर्तुळ पूर्ण होईल!

शुक्रवार, २ फेब्रुवारी, दुपारी १ वाजून २५ मिनिटे

मॅन्सफिल्ड त्याच्या टेबलाशेजारी थांबला, ''बोल हारवर्ड, मी आलोय.''

त्याने चकित होऊन पाहिलं. त्याचे डोळे बारीक होत गेले. त्याने विचारलं, ''कशासाठी आलास?''

आता चकित होण्याची वेळ मॅन्सफिल्डची होती, ''तूच तर निरोप पाठवलास.''

''मी असं काहीही केलेलं नाही.''

मॅन्सफिल्डची छातीच धडधडली, ''माझ्या खासगी सेलफोनवर निरोप आला. तुझ्याशिवाय कुणालाच तो नंबर ठाऊक नाही.''

''याचा अर्थ, नक्कीच तो कुणाला तरी कळलाय.'' हारवर्ड थंडपणे बोलला, ''मला जरा पाहू दे.''

मॅन्सफिल्डने त्याच्या हातात सेलफोन दिला.

'लवकरात लवकर ये. डीव्हार्टीला मालाचा ठावठिकाणा समजलाय. आज तो तिथे पोहोचतोय.' त्याचा चेहरा काळवंडला. "व्हार्टनियनला नसेल समजलं, पण दुसऱ्या कुणाला तरी समजलंय. त्याने इथपर्यंत तुझा पाठलाग केलाय. तू गोत्यात आलायस."

"नाही. माझा कुणीही पाठलाग केलेला नाही. माझी खात्री आहे. सुरुवातीला कुणीतरी होतं, पण मी त्याला चकवलं." तांत्रिकदृष्ट्या त्याचं म्हणणं खरं होतं. त्याने पाठलाग करणाऱ्या माणसाला खरोखरच चकवलं होतं. पण त्यामुळे त्याला काहीच फायदा झाला नव्हता; उलट बुडत्याचा पाय अधिकच खोलात गेला होता. "मग आता आपण काय करायचं?"

तो एकही शब्द बोलला नाही, पण त्याचं मौन धोकादायक वाटलं, "आपण त्यांना पडावावर चढवू या."

"बोटीत फक्त सहा जण बसतात."

हारवर्डला आपला संताप आवरता येईना. "जे मला ठाऊक नाही, तेवढंच बोल. एरवी थोबाड बंद ठेव. पडावात फक्त त्यांच्यामधील धट्ट्या-कट्ट्यांना बसव; इतरांकडे मी बघतो."

डटन, शुक्रवार, २ फेब्रुवारी, दुपारी १ वाजून ३० मिनिटे

डटन शहराची वेस ओलांडेपर्यंत डॅनियलने आपला राग कसाबसा काबूत ठेवला होता. स्टिअरिंग व्हीलवर त्याने दाणकन मूठ आपटली. रागातच त्याने चेसला फोन लावला, "सेफ डिपॉझिट लॉकर पूर्ण रिकामा होता." त्याने सरळ सांगून टाकलं.

"मस्करी करू नकोस... लॉकर पूर्ण मोकळा कसा असेल?"

"पूर्ण मोकळा नव्हता; एक कागदाचा तुकडा मिळाला. त्यावर लिहिलं होतं – हा! हा!"

"काय सांगतोस?" चेस म्हणाला, "तो लॉकर शेवटचा कुणी उघडला होता, याचं रेकॉर्ड रॉब डेव्हिसकडे आहे?"

"एका व्यक्तीने उघडला होता. आपलं नाव चार्ल्स वेन बंडी आहे, असं त्याने सांगितलं होतं. पण ही गोष्ट फार जुनी आहे. सायमन मेलाय, असं प्रथम जाहीर झाल्यानंतरच्या सहा महिन्यांतली. ती व्यक्ती सायमन तर असूच शकत नाही. इतक्या उघडपणे सायमन चारचौघांत येऊच शकत नव्हता. रॉब डेव्हिसने त्याला नक्कीच ओळखलं असतं आणि इतकी वर्षं ते गुपित टिकून राहिलं नसतं."

"पण त्या लॉकरची मुख्य किल्ली फक्त सायमनकडे होती, असं जारेडने आपल्या डायरीत लिहिलंय ना?"

“याचा अर्थ असा होतो की, ॲनेटची स्मरणशक्ती तरी तिला दगा देतीये किंवा सायमनच्या किल्लीची दुसरी प्रत बनवून कुणीतरी लॉकर उघडलंय!”

“रॉबकडे मास्टर की असू शकेल?”

“असणारच. पण मी जेव्हा लॉकर उघडला, तेव्हा रॉबही आश्चर्याने थक्क झाला होता.”

“लॉकर उघडल्यावर रॉब काय म्हणाला?”

“लॉकर उघडायच्या आधी तो घामाघूम झाला होता. पण लॉकर उघडल्यावर तो निश्चिंत झाला... त्याने जणू सुटकेचाच निःश्वास सोडला.”

“जाऊ दे, शांत हो. म्हणजे तू खरंच जरा शांत हो, असं मला म्हणायचंय. एका व्यक्तीला तुझ्याशी बोलायचंय.”

“ॲलेक्सला सांग, मी नंतर फोन करेन. आत्ता मी खूप....”

“हॅलो, डॅनियल....”

डॅनियलचं तोंड उघडंच राहिलं. त्याने गाडीचा वेग कमी करत ती बाजूला आणून उभी केली, “सुझान्हा? तू इथे आलीस? ॲटलांटामध्ये?”

“हो, मी इथे आहे. तू लॉकरमध्ये फोटो शोधायला गेला होतास, असं मला ल्यूक म्हणाला. तुला ते फोटो मिळाले नसतीलच.”

“नाही. लॉकरमध्ये फोटो नव्हतेच. सॉरी, सुझान्हा, आपण त्या हरामखोरांना धडा शिकवू शकलो असतो.”

ती काही क्षण गप्प राहिली, “ते फोटो कुठे असतील, हे बहुधा मला ठाऊक आहे.”

“कुठे?” त्याने विचारलं; पण ते कुठे असू शकतील याचा त्यालाही त्याच क्षणी अंदाज आला आणि पाठोपाठ त्याच्या पोटात गोळाही आला.

“घरी. डॅनियल, मी तुला तिथेच भेटते.”

“थांब.” तो लगेच म्हणाला, “एकटी जाऊ नकोस. ल्यूकला बरोबर घेऊन तिथे जा. त्याला जरा फोन दे.”

“मी तिला घेऊन येतो.” ल्यूक म्हणाला, “मी तुला तुझ्या जुन्या घरी भेटतो. ॲलेक्स इथे उभी आहे. तिलाही यायचंय.”

“अजिबात नाही, तिला सांग की....”

“डॅनियल...” ॲलेक्सने ल्यूकच्या हातातून फोन हिसकावून घेतला, “मी माझ्या घरी गेले, तेव्हा तू माझ्या पाठीशी भक्कम उभा होतास. आता मलाही त्याची परतफेड करू दे. प्लीज.”

त्याने डोळे गच्च मिटून घेतले. त्याचं घरही भुतांनीच भरलेलं होतं. अगदी ॲलेक्सच्या घरासारखी परिस्थिती नव्हती. पण शेवटी भुतांची पावलं उलटीच!

अखेर त्याने ल्यूकवर विश्वास टाकायचं ठरवलं.

पण ॲलेक्स त्याच्या दृष्टीने सर्वांहून अधिक महत्त्वाची होती आणि म्हणूनच तिने तिथे असणं त्याला गरजेचंही वाटलं. ''ठीक आहे. ल्यूकच्या अगदी बरोबर राहा. मी तिथे येतो.''

शुक्रवार, २ फेब्रुवारी, दुपारी २ वाजून २० मिनिटे

''बेलीऽऽ'' बिअर्डस्लीची दबक्या आवाजातली हाक आली.

तिने मोठ्या कष्टाने डोळे उघडले. काही वेळापूर्वी तिला वाताचे झटके येत होते.

''मी आहे इथे.''

''मी तुझ्यासाठी पूर्ण तयार झालोय.''

वेगळ्या वेळी, वेगळ्या ठिकाणी याच शब्दांचा अर्थ किती सुंदर होऊन गेला असता! पण आता मात्र त्याच शब्दांचा अर्थ वेगळा होता. 'आपण दोघेही लवकरच मरणार आहोत.'

''बेली, चल आटप.''

देवा रे, बळ आणायचं तरी कुठून? *होपला तू हवी आहेस...* तिने दात गच्च आवळले.

''हो, मी तयार आहे.''

ती पाहू लागली. भिंतीखालून माती उकरली जाऊ लागली. एक भगदाड पडलं. पण त्यातून फक्त होपच जेमतेम जाऊ शकली असती. ''मला नाही येता येणार.''

''तुला यायलाच लागेल. आणखी माती खणण्याएवढा वेळ आपल्यापाशी नाही. पोटावर झोप आणि पाय त्या भगदाडात सरकव.'' तिने तसं केलं आणि तो तिचे पाय खेचू लागला – फारच जोरात. ''सॉरी, तुला त्रास द्यायचं माझ्या मनात नव्हतं.''

त्या परिस्थितीतही तिला हसू आलं. तो तिला ओढत होता. वेगवेगळ्या कोनातून हलवत होता. त्याने तिचे कुल्ले पकडून तिला पालथं करत हळूहळू खेचलं. पण त्याचा हात तिच्या स्तनांवर पडला आणि तो अचानक थांबला. तिची अवस्था केविलवाणी होती. नेमक्या अशा अवघड क्षणी तो लाजून स्तब्ध झाला होता.

''अरे बाबा, खेच.'' ती कुजबुजली. त्याने आपला एक हात तिच्या शरीराच्या वर आणि एक हात पाठीकडे धरला आणि तिला दोन्ही बाजूंनी हलवत खेचू लागला. हळूहळू तिच्या खांद्याला त्याचे हात लागले. ते तर फारच वेदनादायक होतं.

''तुझा चेहरा एका बाजूला वळव.''

तिने तसं केल्यावर त्याने तिचं डोकं दोन्ही बाजूंना हलवत तिला पलीकडे आणलं. त्यामुळे तिचं नाक धुळीपासून सुरक्षित राहिलं. अखेर ती भिंतीच्या पलीकडे येऊन पोहोचली.

...आणि तिला तो प्रथमच दिसला! त्याने मात्र अशा अवस्थेत आपल्याकडे पाहूही नये, असं तिला तीव्रपणे वाटलं. आपण कसे दिसत असू, या विचारानेच तिची मान खाली गेली. त्याने तिचा चेहरा आपल्या ओंजळीत धरत तिची हनुवटी उंचावली. "बेली, कशी दिसतेस – मला जरा बघू देत?"

तिने हळूहळू मान उचलली आणि लाजत डोळे उघडले. तिला पोटभर रडावंसं वाटलं. तोही धुळीने, मातीने आणि रक्ताने माखला होता. तरीही त्याच्याइतका देखणा पुरुष तिने यापूर्वी पाहिला नव्हता. त्याने तिच्याकडे पाहत मंद स्मित केलं. मळलेल्या चेहऱ्यामधून पांढरे शुभ्र दात चमकले.

"मी एवढा काही कुरूप नाही, होय ना?"

त्याने मस्करीत म्हटलं आणि तिने थोपवून धरलेले अश्रू घळाघळा वाहू लागले. त्याने तिला मांडीवर ठेवलं, कुशीत घेतलं आणि जोरजोरात पकडून गोंजारलं. होपला ती अशीच पकडत असे.

"श्शऽऽऽ... बेबी, आता रडायचं नाही. आपण जवळजवळ सुटलोच, बघ."

तिला अधिकच रडू कोसळलं, कारण आता मरण अधिकच जवळ आलं होतं. ती खरी कशी आहे, हे ती आता त्याला कधीच दाखवू शकणार नव्हती. ते मरणाच्या दारात उभे होते.

"आपण ठरल्याप्रमाणे करणार आहोत." तो निश्चयपूर्वक म्हणाला, "इथलं सामान हलवलं जातंय. काहीतरी निश्चितच घडतंय. डोळे बंद कर." त्याने आपल्या अंगठ्याने तिचे अश्रू पुसले. "मी तुला थोडा जास्तच त्रास दिला ना?" तो हळुवारपणे म्हणाला आणि तिला जवळ ओढत त्याने तिला पुन्हा एकदा घट्ट मिठीत घेतलं.

"काय व्हायचं असेल, ते होईल!" ती पुटपुटली. "तुझे मात्र मनापासून आभार."

त्याने तिला झटकन मांडीवरून उतरवलं आणि तो उठून उभा राहिला. आजूबाजूच्या भयानक वातावरणातही तो उंच आणि बळकट दिसला. त्याने हात पुढे केला.

"चल, आपल्यापाशी फारसा वेळ नाही."

ती थरथरत्या पावलांवर कशीबशी उभी राहिली. "आपण काय करणार आहोत?"

तो परत एकदा तसाच हसला. त्याच्या डोळ्यांत तिच्याबद्दल कौतुक होतं.

त्याचे डोळे तपकिरी अन् वात्सल्यपूर्ण होते. काय व्हायचं असेल, ते होईल... तिला स्वत:चेच शब्द आठवले. त्याने तिच्या हातात दगडाचा एक चपटा तुकडा ठेवला. त्या दगडाचं टोक घासून-घासून अणकुचीदार बनवलेलं होतं. वस्तऱ्यासारखं धारदार! "हे तुझ्यासाठी."

ती त्या हत्याराकडे डोळे फाडून पाहतच राहिली, "हे तू बनवलंस?"

"दगड तर देवाने बनवलाय. मी फक्त त्याला धार लावली. तू ते घट्ट पकडून ठेव. कदाचित जर आपली ताटातूट झाली, तर तुला ते उपयोगी पडू शकेल."

"तुझ्याजवळ काय आहे?"

तो खोलीच्या एका कोपऱ्यात गेला आणि त्याने कोनाड्यातली धूळ झटकली. त्यानेही एक तसाच धारदार दगड बाहेर काढला. तिच्या हातात असलेल्या दगडापेक्षा आकाराने तो तिप्पट मोठा होता.

"तू झोपतंच नव्हतास की काय?" तिने विचारलं, त्यावर तो नुसताच हसला.

"फक्त एखादी डुलकी घ्यायचो."

एखाद्याने हल्ला केला, तर ते हत्यार त्याच्या शरीराच्या कुठल्या भागावर आणि कसं वापरायचं, हे तो तिला पुढची दहा मिनिटं सांगत राहिला.

हॉलमधला एक दरवाजा दाणकन उघडल्याचा आवाज आला आणि तिचे डोळे त्याच्यावर खिळले गेले. त्याचा चेहरा उग्र झाला, पण ती मात्र घाबरून गेली होती. "तो बहुतेक येतोय." बोलतानाही ती थरथरत होती.

त्याने तिच्या खांद्यावर हात ठेवला, "येऊ देत ना! आपण तयार आहोत. हो ना?" तिने मान डोलावली.

"मग त्या कोपऱ्यात जाऊन समर्थपणे उभी राहा. स्वत:चं शरीर फुगव. तू माझ्याइतकी दिसली पाहिजेस!"

"मला दुप्पट व्हावं लागेल!"

"तिप्पट. चूक करू नकोस. मी करीन ती आज्ञा निमूट पाळायची. आलं लक्षात?"

तो जवळ येत चालला होता. तो एकेक दरवाजा उघडायचा आणि पाठोपाठ बंदुकीतून गोळी सुटल्याचा आवाज यायचा. आत्तापर्यंत जिथून फक्त केविलवाणं रडल्याचा आवाज ऐकू यायचा, तिथे एक कर्कश किंकाळी ऐकू येऊ लागली. दरवाजे उघडत राहिले. बंदुकीतून बार सुटत राहिले आणि किंकाळ्याही फुटत राहिल्या. हळूहळू किंकाळ्या विरत जाऊ लागल्या... एकेक करत सारे आवाज थंडावले. बेलीने त्याच्याकडे पाहिलं.

"तो मुलींना मारत चाललाय."

"समजलं. मीही योजना बदललीय. तू त्या दरवाज्याच्या मागे लप. मी ह्या

दरवाज्याच्या मागे उभा राहतो. चल, पटकन येऊन उभी राहा.''

तिने सांगितल्याप्रमाणे केलं. तो हातात दगड घेऊन दारामागे सरसावून उभा राहिला. दुसऱ्याच सेकंदाला दरवाजा उघडला गेला आणि तिने आपला चेहरा हाताने झाकून घेतला. एक घुसमटलेला आवाज आला अन् पाठोपाठ कुणीतरी जमिनीवर कोसळलं.

''चल, निघू या.'' बिअर्डस्ली म्हणाला.

ज्या माणसाला तिला ओलांडून जावं लागलं, तो तिथला सुरक्षारक्षक होता. 'तिला' एकदोनदा जेव्हा खोलीबाहेर आणलं गेलं होतं, तेव्हा तिने त्याला पाहिलं होतं. बिअर्डस्लीने आपल्या हातातलं हत्यार तिच्या निकरवर घासलं अन् हत्यारावरचं रक्त पुसून टाकलं. दुसऱ्याच क्षणी तिला हाताने खेचत तो पळू लागला.

पण तिच्या पायात त्राण नव्हते. पाय खरचटले होते. ती कोलमडू लागली.

''तू जा... मला इथेच सोडून दे.''

पण त्याने तिला सोडलं नाही. तो तिला ओढत नेत होता. एकेक कोठडी मागे पडत होती. काही कोठड्या रिकाम्या होत्या, पण खूपशा रिकाम्या नव्हत्या. मुली रक्ताच्या थारोळ्यात पडलेल्या होत्या – मेलेल्या. बेलीला ते दृश्य बघवेना.

''पाहू नकोस.'' बिअर्डस्ली खेकसला, ''पळत राहा.''

''मला नाही जमत.''

त्याने तिला उचललं आणि खांद्यावर टाकलं.

''माझ्या नजरेसमोर तरी मी तुला मरू देणार नाही.'' तो पळत राहिला.

बिअर्डस्ली अचानक थांबला आणि तिने मान वर केली. हॉलच्या मध्यभागी 'तो' उभा होता. 'त्याच्या' हातात बंदूक होती. बिअर्डस्लीने बेलीला हवेत उडवलं आणि ती खाली येताना गुडघ्यावर टेकली. ''पळत सूटऽऽ'' तो ओरडला.

बिअर्डस्लीने त्याच्या अंगावर मुसंडी मारत त्याला भिंतीवर दाबून धरलं. बेली उठून जीवाच्या कराराने धावू लागली होती. हाडं भिंतीवर आपटत असल्याचा विचित्र आवाज तिच्या कानांवर पडत होता, पण ती पळत राहिली.

एका मुलीला पाहून ती थबकली. तिला खूप बदडलं गेलेलं होतं अन् तिच्या एका बाजूने रक्त वाहत होतं. तिच्या कपाळावर मोठी जखम दिसत होती. ती खुरडत कोठडीबाहेर आली होती.

अशक्तपणे त्या मुलीने हात वर केला. ''मला मदत कर – प्लीज ऽऽ'' ती कुजबुजली. बेलीने तिचा हात पकडून तिला उभं केलं अन् दबक्या आवाजात म्हणाली, ''धावत सूट.''

डटन, शुक्रवार, २ फेब्रुवारी, दुपारी २ वाजून ३५ मिनिटे.

डॅनियल आपल्या जुन्या घराच्या पोर्चमध्ये उभा होता. घडून गेलेल्या सर्व घटना आपण पुन्हा एकदा अनुभवतोय, असं त्याला वाटून गेलं. तीन आठवड्यांपूर्वी तो फ्रँक ल्युमिसबरोबर त्याच जागेवर उभा होता. तुझे आई-वडील बेपत्ता असावेत, असं फ्रँकने त्याला सांगितलं होतं. खरं तर त्या आधीच कित्येक दिवस ते मरूनही गेले होते. पण डॅनियलला त्यांचा शोध घेता-घेता फिलाडेल्फिया, सायमन आणि ते फोटो यांचा छडा लागला. आज त्या फोटोंचा शोध घेत तो पुन्हा तिथेच येऊन पोहोचला होता.

''सगळा इतिहास पुन्हा नव्याने घडतोय ना?'' ल्यूकने विचारलं अन् त्यावर त्याने मान डोलावली. ''हो.'' त्याने कुलूप काढत दरवाजा उघडला, पण त्याचं पाऊल पुढे पडेना.

ॲलेक्सने त्याच्या कमरेभोवती हात टाकला, ''चल – पुढे हो.'' तिने त्याला आत नेलं अन् तो पुन्हा थांबला. त्याची नजर सर्व घरावरून भिंतींवरून भिरभिरत राहिली. त्याने त्या घराचा कायम दु:स्वासच केला होता – अगदी भिंतीतल्या प्रत्येक विटेचा! त्याने सुझान्हाकडे पाहिलं. तीही घरंच निरखत होती. ती निस्तेज दिसत होती, पण तिने मोठ्या धीराने स्वत:ला सावरून धरलं होतं. फिल्लीमध्येही तिच्यातल्या त्या धैर्याचा त्याला अनुभव आला होता.

''कुठे?'' त्याने विचारलं.

त्याला बाजूला सारत सुझान्हा जिना चढू लागली. तो तिच्या पाठोपाठ जाऊ लागला. जिना चढताना त्याने ॲलेक्सचा हात घट्ट पकडला होता. ल्यूक सावध आणि सतर्कपणे सर्व ठिकाणी नजर ठेवून होता.

वर पोहोचल्यावर डॅनियल क्षणभर गांगरला. मागच्या वेळेस बाहेर पडताना त्याने जो दरवाजा लावून घेतला होता, तो सताड उघडा होता आणि भिंतीवर टांगलेल्या चित्राची फ्रेम तिरकी झाली होती. त्याने आई-वडिलांची खोली उघडली आणि पाहतो तर प्रत्येक वस्तू उचकटली गेली होती.

''ते इथेही येऊन गेले होते –'' तो शांतपणे म्हणाला, ''सायमनची किल्ली शोधण्यासाठी!''

''ह्या बाजूने या...'' सुझान्हा म्हणाली अन् ते सर्व सायमनच्या खोलीत शिरले. त्या खोलीचीही तशीच नासधूस केलेली होती, पण त्यांच्या हाती काहीच लागलं नसणार. कारण डॅनियलच्या वडिलांनी सायमनच्या वस्तूंची फार आधीच विल्हेवाट लावली होती.

तिथल्या वातावरणातच एक प्रकारचं खलत्व भरून राहिल्याचं त्याला जाणवलं.

कदाचित तो त्याचा आभासही होता. पण त्याने पाहिलं, तर ॲलेक्सच्या चेहऱ्यावर आलेलं दडपण त्याला स्पष्ट दिसत होतं.

“इथे कुणाचं तरी अस्तित्व आहे, असं वाटतंय; नाही का?” ती कुजबुजली आणि त्याने तिचा हात दाबून धरला.

सुझान्हा एका फडताळापाशी अस्वस्थपणे उभी होती. मुठी उघड-बंद करत होती. “कदाचित माझा अंदाज चुकीचाही ठरेल... इथे काहीच सापडणार नाही.” तिने फडताळाचं दार उघडलं. ते मोकळं होतं, “तुला माहितीये, आपल्या घरात अनेक बिळं आहेत?”

त्याच्या अंगावर एकदम सरसरून काटा आला. “हो, मला बहुतेक सर्व ठाऊक होती.”

ती गुडघ्यावर बसून आत वाकू लागली, “एका रात्री मी सायमनपासून लपण्यासाठी माझ्या खोलीतल्या भिंतीच्या कपाटात जाऊन बसले आणि अचानक मागे ओढली गेले... आणि पाहता-पाहता भिंतीच्या आड पोहोचले.” बोलता-बोलता तिचं काम एकीकडे सुरूच होतं. “मला वाटतं, प्रत्येक कपाटाआड अशी एक गुप्त जागा असावी. एकदा सायमन बाहेर गेलाय, असं समजून मी इथेच आले होते... ते फोटो मिळवण्यासाठी.”

“पण त्याने तुला पकडलं.” डॅनियलने घाबरत विचारलं.

“मला तसं वाटलं नव्हतं. कारण जिन्यावर त्याच्या पावलांचा आवाज ऐकून मी बाहेर येत माझ्या खोलीत पळाले होते. पण त्याने मला पाहिलं होतं.” ती शांतपणे म्हणाली, “दुसऱ्या दिवशी मला जाग आली, तेव्हा माझ्या हातात व्हिस्कीची रिकामी बाटली होती. त्याने मला माझ्या खोलीतल्या गुप्त जागेत कोंबलेलं होतं!”

डॅनियलने घट्ट पकडलेला आपला हात ॲलेक्सने हलकेच सोडवत थोडा मोकळा केला; पुन्हा त्याचा हात धरून ठेवला

“तुझी लपायची जागाही त्याला ठाऊक होती.” डॅनियल घसा खाकरत म्हणाला.

सुझान्हाने अशा तऱ्हेने तिचे खांदे उडवले की, त्यात तिची सगळी असहायता प्रगट झाली.

“लपण्यासाठी एकही जागा उरली नव्हती.” ती म्हणाली, “मग त्याने मला माझा फोटो दाखवला. मी एकाबरोबर...” तिने पुन्हा तसेच खांदे उडवले. “आपल्या वाटेत पुन्हा कधीही येऊ नकोस, असं त्याने मला सुनावलं. माझ्यात तर हिंमतच उरली नव्हती.” तिने फडताळामागचा चोरदरवाजा उघडत हात आत घातला, “तो मेल्यानंतर मी सारंच विसरून जायचं ठरवलं.” ती आत शिरली आणि पुन्हा बाहेर

आली तेव्हा तिच्या हातात एक धुळीने भरलेली लहानशी पेटी होती. ल्यूकने ती तिच्या हातातून घेत सायमनच्या पलंगावर ठेवली. ''थँक यू!'' ती पुटपुटली आणि पेटीकडे बोट दाखवत म्हणाली, ''तू हेच शोधत होतास ना?''

डॅनियलला हवं होतं, ते आता मिळालं होतं. पण पेटी उघडून फोटो पाहायचा त्याला धीरच होईना. धडधडत्या छातीने त्याने पेटीचं झाकण उघडलं. आपल्याला ओकारी येतेय, असं त्याला वाटलं.

''हाय रे देवा!'' ॲलेक्स पुटपुटली. डॅनियलच्या शेजारीच ती उभी होती.

शुक्रवार, २ फेब्रुवारी, दुपारी २ वाजून ५० मिनिटे

''चल, पाय उचल.'' बेलीने त्या मुलीचा हात खेचला. काळोख्या हॉलमधून त्या पुढे जात होत्या. बिअर्डस्लीने तिला त्याच दिशेने जायला सांगितलं होतं. बिअर्डस्लीच्या हातून चूक होण्याची शक्यताच नव्हती. *बिअर्डस्ली...* तिचा उर धपापला. त्याने स्वत:च्या स्वातंत्र्यावर पाणी सोडलं होतं... *माझ्यासाठी!* आता तो बलिदान करणार होता.... *फक्त माझ्यासाठी!*

बेली, मन थाऱ्यावर ठेव. तुला इथून बाहेर पडायलाच हवं. त्याचं बलिदान वाया घालवू नकोस... चित्त एकाग्र कर. दरवाजा शोध... काही मिनिटांतच. तिला प्रकाशाचा किरण दिसला!

...भुयाराच्या टोकाशी असलेला प्रकाशाचा किरण. तिच्या चेहऱ्यावर आनंद पसरला. तिच्यामध्ये नवीन ऊर्जा निर्माण झाली होती. त्याच बळावर तिने त्या मुलीला जोरात खेचलं. बेलीने दरवाजा उघडला. तिला वाटलं, आता सायरन वाजू लागणार किंवा कुत्रे तरी जोरजोरात भुंकू लागणार....

पण सर्वत्र शांतता पसरली होती. मोकळी हवा, झाडं आणि सूर्यप्रकाश.

...आणि स्वातंत्र्य! बिअर्डस्ली, तुझे मन:पूर्वक आभार.

आणि दुसऱ्याच क्षणी तिच्या स्वप्नांचा चक्काचूर झाला. तिच्यासमोर फ्रँक ल्युमिस उभा होता आणि त्याच्या हातात भलीमोठी बंदूक होती.

२४

डटन, शुक्रवार, २ फेब्रुवारी, दुपारी २ वाजून ५० मिनिटे

सायमनने काढलेल्या फोटोंनी आणि चित्रांनी ती पेटी भरलेली होती. त्यातले काही फोटो पाहिल्याचं डॅनियलला आठवलं. वडिलांनी जाळून टाकण्यापूर्वी त्याने ते पाहिले होते. पण त्याहून खूप जास्त फोटो त्या पेटीत होते. शंभराहून अधिक. गंभीर चेहऱ्याने त्याने हातमोजे चढवले आणि तो पेटीतून फोटो बाहेर काढू लागला. त्या फोटोंमध्ये अनेक तरुण मुलांचे चेहरे होते. मुलींबरोबर निर्लज्जपणे गलिच्छ अन् किळसवाणे वर्तन करतानाचे. आणि त्यासाठी जणू मुलींची संमती आहे, असे भासवणारे. ॲनेट ओब्रायन अगदी हेच बोलली होती. एकेक फोटो पाहताना त्याचे दात-ओठ आवळले जात होते. आपण काय पाहणार आहोत याची त्याला कल्पना होती. पण कल्पनेपेक्षा सत्य अधिक भयानक होतं. एकेक चेहरा निरखताना त्याचा थरकाप उडत होता. आपण आजारी पडत चाललोय असं त्याला वाटत होतं.

''ते चक्क खिदळताहेत...'' ॲलेक्स कुजबुजली, ''एकमेकांना चेतवतायत!''

राग उसळत गेला... त्याबरोबरच समोर दिसणाऱ्या त्या ओंगळ अन् घृणास्पद चेहऱ्यांचा गळा घोटून टाकावा, असा अधर्मी विचार त्याच्या मनात डोकावला. ''जारेड ओब्रायन, ऱ्हेट पोर्टर आणि गार्थ डेव्हिस...'' त्याने ती नावं तुच्छतेने उच्चारली. प्रेस्टो पिझ्झामध्ये अचानक समोर येऊन उभा राहिलेला गार्थ डेव्हिस त्याला आठवला. खुन्याचा पत्ता अजून कसा लागत नाही, असं त्या वेळेस त्याने तावातावाने विचारलं होतं. ''हलकट साला! तो प्रेस्टोमध्ये आला... ज्या स्त्रीशी आपण गैरवर्तन केलं होतं, तिलाच त्याने निर्लज्जपणे अन्न वाढायला सांगितलं.''

''हे फोटो त्याच्यासमोर फेकताना काय मजा येईल!'' ल्यूक म्हणाला.

डॅनियलने दुसरा फोटो हातात घेतला. ''रँडी मॅन्सफिल्ड!'' काही वेळापूर्वी तो जेव्हा ल्यूक, सुझान्हा आणि ॲलेक्सची वाट पाहत घराबाहेर उभा होता, तेव्हा

चेसने फोनवरून त्याला ती वाईट बातमी सांगितली होती. मॅन्सफिल्डने तरुण मुलींवर बलात्कार केला होता. आता तर तो खुनीही होता, हे त्याला समजलं होतं.

त्याने पुढचा फोटो हातात धरल्यावर बाजूला असलेली ॲलेक्स थरारून मागे सरकली. त्या फोटोत ॲलिशियाबरोबर वेड होता.

''सॉरी.'' डॅनियलने तो फोटो पाठीशी नेला, ''प्लीज, हा फोटो पाहू नकोस.''

''मनातल्या मनात मी तो अनेकदा पाहिलाय.'' ती क्षीण आवाजात म्हणाली.

त्यानंतर डॅनियलने अनेक फोटो चाळले. एका फोटोपाशी येऊन मात्र तो सुन्न अन् बधिर झाला. तो सुझान्हाचा फोटो होता. तरुण, शुद्ध हरपलेली, बळी पडलेली. त्याच्या हातांना कंप सुटला. झटक्यात त्याने तो फोटो मागे सरकवला. त्याच्या मनामध्ये भावनांचं तुफान उसळलं होतं.

त्याने तिला वाऱ्यावर सोडून दिलं होतं. एकटी, असुरक्षित... तेही सायमनबरोबर. ज्याने.... हे कृत्य केलं होतं. त्याला त्या वेळेस ही गोष्ट ठाऊक नव्हती. पण ती घडली, हे सत्य तर आता बदलू शकत नव्हतं. त्या दुष्कृत्याला सायमनची परवानगी होती... नव्हे, तिच्यावर बळजबरी करायला त्यानेच इतरांना उद्युक्त केलं होतं. स्वत:च्या बहिणीशी... माझ्या बहिणीशी...? बिचारी घाबरली होती, अवमानित झाली होती आणि मी मात्र काहीच करू शकलो नाही.

त्याच्या घशात जळजळू लागलं आणि गरम अश्रूंनी डोळेही भाजू लागले. त्याने तो फोटो चटकन कोटाच्या खिशात लपवला. त्याने दुसरीकडे नजर वळवली. ''मी हा फोटो जाळून टाकीन.'' तो घोगऱ्या आवाजात पुटपुटला. ''माफ कर. माफ कर, मला सूझ...'' त्याच्या गळा दाटून आला, ''आय ॲम सो सॉरी....''

कुणीही एक शब्द बोलत नव्हतं. सुझान्हाने तो फोटो त्याच्या खिशातून बाहेर काढला आणि इतर फोटोंमध्ये ठेवून दिला. फोटो जरी त्या गठ्ठ्याच्या मागे ठेवला असला तरी बाकीच्या फोटोंबरोबरच तो राहिला होता.

''जर मला माझा स्वाभिमान परत मिळवायचा असेल, तर मला इतरांच्या रांगेतंच उभं राहावं लागेल!'' ती इतक्या थंडपणे म्हणाली, की त्याला मेल्याहून मेल्यासारखं झालं. तिच्या बोलण्यावर त्याला काही उत्तरच सुचेना. त्याने फक्त मान डोलावली.

ल्यूक त्याच्या बाजूला येऊन बसला. त्याने त्या फोटोंची व्यवस्थित छाननी सुरू केली. डॅनियलने हळूहळू स्वत:वर ताबा मिळवला. मग एक अवाक्षरही न बोलता दोघेही एकत्र काम करू लागले. त्यांचं काम संपलं, तेव्हा पाच तरुण हैवानांची पक्की ओळख पटली होती.

''गार्थ, ऱ्हेट पोर्टर, जारेड आणि रॅंडी.'' ॲलेक्स शांतपणे म्हणाली, ''आणि हो, वेड. पण पाचच झाले.''

"सहावा सायमन. त्याने फोटो काढले होते." डॅनियल म्हणाला, "पण अजून आपल्याला सातवा काही सापडत नाही.''"

"पण ॲनेट तर म्हणाली होती, की त्याच्यापाशी सर्वांचे फोटो होते, त्यामुळेच तो सर्वांवर वचक ठेवू शकला होता." ॲलेक्स म्हणाली.

ल्यूकने हातमोजे काढले, "कदाचित तिचं म्हणणं चुकीचं असेल."

"पण बाकीच्या बाबतीत तर तिची प्रत्येक गोष्ट बरोबर ठरली होती." बोलता-बोलता डॅनियलचा विचार सुरू होता, "कुणाकडे तरी लॉकरच्या दोन्ही किल्ल्या असणार; त्याशिवाय लॉकर रिकामा झाला नसता. तो लॉकर बारा वर्षांपूर्वी शेवटचा उघडला गेला होता." डॅनियलने पेटीकडे बोट दाखवलं, "हे फोटो तर आजपर्यंत कायम इथेच ठेवलेले होते. याचा अर्थ, फोटोंचे दोन संच बनवले गेले होते."

ल्यूकच्या लक्षात आलं, "आपण सर्वांना गुन्ह्यात अडकवलंय, असं सायमनने खोटंच सांगितलं होतं. त्याला एक भागीदार होता – तोच तो सातवा मुलगा."

"पण सालं, त्याचं नाव समजत नाहीये!" डॅनियल स्वत:वरच चिडला.

"गार्थ आणि रँडी तर तुमच्यापाशी आहेत ना?" ॲलेक्स अजीजीने म्हणाली, "त्यांना आत घ्या. कसून चौकशी करा अन् बेलीला कुठे लपवलीये, हे त्यांना सांगायला भाग पाडा."

"मी ते काम आधीच केलंय." पेटीचं झाकण लावत डॅनियल म्हणाला, "गार्थच्या पाळतीवर असलेल्या एजंटला मी गार्थला पकडण्याच्या सूचना मगाशीच तुम्ही येण्याची वाट पाहत असतानाच दिल्या आहेत. गार्थ आमच्या ताब्यात आहे." पुढचं वाक्य बोलताना मात्र तो कचरला, "परंतु मॅन्सफिल्ड... ॲलेक्स, त्याच्या पाळतीवर असलेला एजंट मात्र मेलाय."

ॲलेक्सचा चेहरा पांढराफटक पडला. तिने चमकून विचारलं, "मॅन्सफिल्डने त्याला ठार मारलं?"

"हं, तसंच दिसतंय."

तिचे डोळे रागाने लाल झाले. "याला काय अर्थ आहे डॅनियल? मॅन्सफिल्ड गुन्हेगार आहे, हे तुम्हाला कालच समजलं होतं. त्याला ताबडतोब पकडा, असं मी तुम्हाला विनवलंही होतं. जर...." बोलता-बोलता ती थांबली. बाकीचे आरोप तिने मनातल्या मनात गिळून टाकले. पण तिच्या मनात खोलवर सल तसाच राहिला.

"ॲलेक्स, हे तुझं बोलणं योग्य नाही." ल्यूक म्हणाला. पण ती चिडून, जोरजोरात मान हलवत राहिली.

"आपली कृत्यं तुम्हाला समजलीयत, हे आता मॅन्सफिल्डला कळून चुकलंय. त्याच्याजवळ जर बेली असेल, तर तो आता तिला मारून टाकेल!" ॲलेक्स चवताळली होती.

तिचं म्हणणं चुकीचं आहे, असं सांगून डॅनियलला तिच्या बुद्धीचा अपमान करायचा नव्हता. “आय ॲम सॉरी.” तो इतकंच म्हणाला.

“कळतंय मला...” तिने प्रयासाने स्वत:ला सावरलं.

ल्यूकने ती पेटी उचलली. “चला, आपण लवकरात लवकर ॲटलांटाला पोहोचू. गार्थची चौकशी सुरू करू. सातवा माणूस त्याला नक्कीच ठाऊक असणार.”

“मला माझं स्टेटमेंट द्यायचंय.” सुझान्हा घड्याळ पाहत म्हणाली, “सहाच्या विमानाने मला निघायचंय.”

ती ल्यूकबरोबर बाहेर पडत असताना डॅनियलने तिला हाक मारली, “सूझ, थांब. मला... मला तुझ्याशी बोलायचंय. ॲलेक्स, एका मिनिटात मी आलो.”

ॲलेक्सने जरा घुश्श्यातच मान हलवली, “तू मला जरा गाडीच्या किल्ल्या देतोस? मला मायग्रेनचा ॲटॅक येतो आहे आणि माझं इमिट्रेक्सचं इंजेक्शन माझ्या पर्समध्ये आहे.”

त्याला तिच्या डोळ्यांतील वेदना जाणवत होती, पण त्या क्षणी तो काहीच करू शकत नव्हता. त्याने खिशातून किल्ल्या काढल्या, “ल्यूकबरोबर राहा.”

तिने त्याच्या हातातून किल्ल्या खेचून घेतल्या, “इतकी मूर्ख नाहीये मी, डॅनियल.”

“ठाऊक आहे.” ती निघून गेल्यावर तो पुटपुटला. त्याला तिची अखंड काळजी वाटत होती, ही गोष्ट तिच्या आताच्या बोलण्याने नक्कीच बदलणार नव्हती. त्या काळी त्याला सुझान्हाबद्दलही अशीच काळजी वाटायला हवी होती. डॅनियलने त्याच्या बहिणीच्या डोळ्यांत खोलवर पाहिलं. ते निर्विकार होते. ती नाजूक वाटत होती – कचकड्यासारखी. पण त्याला पक्कं ठाऊक होतं की, ॲलेक्स काय किंवा सुझान्हा काय, ह्या दिसतात तशा नाजूक आणि तकलादू अजिबात नाहीत.

“तुला परत यावंसं का वाटलं?”

“बाकीच्या सगळ्या न्यायालयात साक्ष देतील. मी साक्ष दिली नाही तर मी किती भित्री ठरेन?”

“तू भित्री नाहीस.”

“मी कशी आहे याची तुला काहीच कल्पना नाही, डॅनियल.”

“तुझ्या बोलण्याचा नक्की अर्थ काय होतो?”

तिने त्याची नजर टाळली, “मला आता जायला हवं.” एवढं बोलून ती जायला वळली.

“सुझान्हा, थांब...” त्याने तिला पुन्हा रोखलं.

ती पुन्हा वळाली.

"तू मला का सांगितलं नाहीस? का कळवलं नाहीस? मी तुझ्याजवळ धावत आलो असतो!"

तिचे डोळे चमकले. "आला असतास?"

"मी आलो असतो, हे तुलाही ठाऊक आहे."

"मला खात्री असती, तर मी तुला नक्की बोलावलं असतं. तू निघून गेला होतास, डॅनियल. तू स्वतःला सोडवलं होतंस. तुझं कॉलेजचं पहिलंच वर्ष होतं. पण तू वर्षभरात एकदाही घरी आला नाहीस – अगदी ख्रिसमसलासुद्धा."

त्याला आठवलं. अगदी पहिल्याच वर्षी त्याला सर्वांत समाधान एकाच गोष्टीचं होतं – डटन कायम सुटल्याचं. पण त्याबदल्यात त्याने सुझान्हाला मात्र लांडग्यांच्या तोंडी दिलं होतं.

"मी स्वार्थी होतो! पण मला नुसती जरा कुणकुणही लागली असती, तरी मी नक्की परत आलो असतो. प्लीज, मला माफ कर."

ती एक असहायपणे केलेली शेवटची एक करुणा होती. तिच्या चेहऱ्यावरचे भाव जराही बदलले नव्हते. त्यात घृणा नव्हती, पण माफीही नव्हती.

सायमनच्या हाती बळी ठरलेल्या मुलींना जर आपण न्याय मिळवून देऊ शकलो, तरच आपलं पापक्षालन होऊ शकेल, असा त्याच्या मनात विचार आला. आता फक्त त्याला एकाच व्यक्तीकडून फक्त माफीची अपेक्षा होती; पण तीही अपेक्षा पुरी होणार नव्हती.

"जे आहे, ते आहे." सुझान्हा ठामपणे म्हणाली, "तू आता तो इतिहास बदलू शकत नाही." त्याचा आवाज जड झाला. तो कळवळून म्हणाला, "तर मग मी निदान भविष्य तरी बदलू शकेन?"

ती बराच वेळ गप्प राहिली. मग म्हणाली, "मला खरंच ठाऊक नाही, डॅनियल."

आपण नक्की कसली अपेक्षा केली होती, याची त्याला स्वतःलाच खात्री नव्हती. तिला प्रश्न विचारण्याचा तरी आपल्याला अधिकार आहे का, याचंही उत्तर त्याच्यापाशी नव्हतं. तिने त्याच्याबद्दल निदान प्रामाणिकपणा तरी दाखवला होता. एवढी सुरुवातही काही कमी नव्हती. "ठीक आहे. आपण निघू या."

"आता बरं वाटतंय?" ल्यूकने विचारलं.

ॲलेक्सला हवं होतं ते इंजेक्शन पर्समध्ये सापडलं. बेली सापडेल, अशी तिला आत्तापर्यंत आशा वाटत होती; ती आता धुळीला मिळाली होती. तिने ल्यूककडे पाहिलं.

"नाही अजून. तुझं तोंड वळव ल्यूक."

"का?"

"हे इंजेक्शन मला माझ्या मांडीवर घ्यायचंय."

तो वळला. ॲलक्सने सुई मांडीमध्ये खुपसली. कपडे नीट केले. पाठमोऱ्या ल्यूककडे तिने पाहिलं. तो सावध अन् सतर्क नजरेने भोवताली पाहतोय, हे तिला मागूनही जाणवलं.

मॅन्सफिल्ड हातोहात पसार झाला होता आणि त्याने एका माणसाला ठार मारले होते. तो अजूनही काही जणांना मारू शकेल. तिच्या मानेवरचे केस वाऱ्याने उडू लागले अन् पाठीमधून एक थंड शिरशिरी उठत गेली. तिला वाटलं की, त्या घराबद्दलची भीती अजून आपल्या मनातून पूर्ण नाहीशी झालेली नाही. मॅन्सफिल्ड तिच्यापासून कित्येक मैल दूर होता. पण डॅनियलला म्हटल्याप्रमाणे ती काही मूर्ख नव्हती. आपण काय करायला हवंय, हे तिला पूर्ण ठाऊक होतं. तिने हातातल्या किल्ल्यांकडे पाहिलं.

"मी वळू शकतो?" ल्यूकने विचारलं.

"अजून नाही."

ॲलेक्सने डॅनियलची ट्रंक काढली आणि आपलं पिस्तूल काढून कमरेमागे खोचलं. तिने ट्रंक बंद केली. असुरक्षिततेच्या भावनेने तिला वेढलं होतं.

"आता तू वळू शकतोस."

ल्यूक वळला आणि त्याने तिच्याकडे रोखून पाहिलं.

"यापुढे डोळे नीट उघडे ठेवून वावर. तुझ्या सावत्र बहिणीबद्दल मलाही वाईट वाटतंय आणि डॅनियललासुद्धा."

"हो, मला कळतं ते."

डॅनियलची यामध्ये काहीच चूक नाही, हे तिला पूर्ण ठाऊक होतं. त्याने त्याचं काम अगदी चोख केलं होतं. पण त्यामुळे बेलीचं मरण काही आता चुकू शकत नव्हतं. ती आणखी काही बोलणार होती, पण तेवढ्यात डॅनियल आणि सुझान्हा तिला येताना दिसले. तिने डॅनियलच्या हातात किल्ल्या दिल्या. डॅनियलने गाडी सुरू केली.

"चला, परत निघू या."

डॅनियल रूक्षपणे म्हणाला. डॅनियल आणि सुझान्हा नक्की काय बोलले असतील किंवा काय बोलले नसतील?... ॲलेक्स मनात विचार करू लागली.

शुक्रवार, २ फेब्रुवारी, दुपारी ३ वाजता

फ्रँक ल्युमिसला समोर पाहून बेली अक्षरश: गोठून गेली होती. आता फ्रँक आपला कसा घात करतोय, हेच फक्त निमूट पाहत राहायचं. मन मात्र आतून

आक्रोश करत होतं. सुटकेचा क्षण इतका जवळ आला होता... तिच्या बाजूची मुलगी तर ढसढसा रडू लागली.

पण नवलच घडलं. ल्युमिसने ओठांवर बोट ठेवत त्या मुलीला चूप राहायला सांगितलं, "झाडांमधून जात राहा..." तो हळू आवाजात म्हणाला, "तुम्हाला मार्ग सापडत जाईल." त्याने मुलीकडे बोट दाखवलं, "अजून किती मुली आत आहेत?"

बेलीने आपले डोळे गच्च मिटून घेतले. *सर्व संपलंय.* "कुणीच नाही. त्याने सर्वांना मारलं – फक्त हिला सोडून."

ल्युमिसने आवंढा गिळला अन् म्हणाला, "तुम्ही निघा. मी गाडी घेऊन येतो आणि तुम्हाला रस्त्यावर गाठतो."

बेलीने मुलीचा हात घट्ट पकडला, "चल, थोडंच अंतर उरलंय." ती तिच्या कानात कुजबुजली.

ती मुलगी अजूनही हुंदके देत होती, पण बेलीला तिच्याबद्दल सहानुभूती वाटली नव्हती. आता आपण आपलं मन निर्विकार करायला हवं. आता फक्त एकेक पाऊल पुढे टाकायचं.

सालं, हे तर फार मजेशीरच घडतंय!... मॅकच्या मनात विचार आला. त्याने ते दृश्य पाहिलं होतं. ल्युमिसने बेली आणि तिच्यासोबत असलेल्या मुलीला चक्क सुटकेचा मार्ग दाखवला होता! फ्रँकच्या मनात आयुष्यात पहिल्यांदाच कुणाच्या तरी सेवेचा आणि सुरक्षिततेचा विचार आला होता. तो शांतपणे वाट पाहू लागला. पाच-दहा पावलांतच ल्युमिस त्याच्यासमोर येऊन उभा ठाकणार होता. तसंच झालं. त्याने बंदूक सरसावली आणि ल्युमिस एकदम दचकून थांबला.

ल्युमिसने मान वर केली आणि दुसऱ्याच क्षणी त्याला त्याची ओळख पटली होती.

"मॅक ओब्रायन...! म्हणजे तू तुरुंगातून सुटलास तर?"

"असं कसं? एक-तृतीयांश शिक्षा तर भोगली की!" मॅकने त्याची खिल्ली उडवली.

"अच्छा, हे सगळं तू करत होतास?"

मॅक समाधानाने हसला, "आणि कोण? शेरीफ, आधी मला तुझी बंदूक दे. अरे हो, चुकलोच. तू तर आता शेरीफ राहिलेलाच नाहीस."

"माझी चौकशी सुरू आहे; खटला भरलेला नाही."

"या शहरात त्या दोन्ही शब्दांचा अर्थ एकच होतो. तुझी बंदूक दे, नाहीतर तुला जागच्या जागी उडवेन."

"ते तर तू करणारच आहेस."

"कदाचित. पण कदाचित तू मला मदतही करू शकशील."

ल्युमिसने त्याच्याकडे संशयाने पाहिलं अन् विचारलं, "कशी काय?"

"मला डॅनियल व्हार्टोनियन इथे हवाय. त्या गँगने जी अधम कृत्यं चालवलीयेत, ती डॅनियलने आपल्या डोळ्यांनी पाहावीत, अशी माझी इच्छा आहे. डॅनियलने त्यांना रंगेहात पकडायला हवं. तू जर या सगळ्याची आणि बेलीची माहिती त्याला दिलीस, तर तुझाही फायदा होईल. तुझ्या खटल्यासाठी... सॉरी... चौकशीसाठी."

"एवढंच मला करावं लागेल? फक्त डॅनियलला इथे बोलावून घ्यायचं?"

"एवढंच."

"आणि मी जर नकार दिला तर?"

त्याने बेली आणि त्या मुलीकडे बोट रोखलं. धडपडत, धापा टाकत त्या चालल्या होत्या.

"मी फक्त सायरन वाजवेन. दोघीही मरून जातील."

"तू ×××× आहेस."

"थँक यू."

डटन, शुक्रवार, २ फेब्रुवारी, दुपारी ३ वाजून १० मिनिटे

"तुझी डोकेदुखी आता कशी आहे?" डॅनियलने विचारलं.

"वेळेत इंजेक्शन घेतलं, म्हणून बरं झालं. आता बरं वाटतंय." ॲलेक्स म्हणाली. डॅनियलची गाडी आता डटनच्या मुख्य रस्त्यावर आली होती. ॲलेक्स गाडीच्या काचेतून तो रस्ता न्याहाळत होती. आपण त्याची माफी मागायला हवी, असं एकसारखं तिला वाटत होतं. आपण फारच उलट-सुलट बोललो. तो बिचारा त्याचं काम निमूटपणे आणि प्रामाणिकपणे करत होता आणि आपण त्याला दुखावलं. मूर्ख कुठली! तिला स्वत:चाच संताप आला... आणि आता तर धड माफीही मागता येत नाहीये! संताप आणखीनच वाढला. आपला स्वत:वरच विश्वास राहिलेला नाही. ना स्वत:च्या शब्दांवर, ना आवाजावर. तोंड मिटून गप्प बसणंच श्रेयस्कर.

अशीच आणखी काही मिनिटं शांततेत गेली. शेवटी डॅनियल वैतागला.

"प्लीज, माझ्या अंगावर ओरड आणि मोकळी तरी हो. बेलीबद्दल मलाही खूप वाईट वाटतंय... आता आणखी मी काय बोलायला हवंय, हे मला नाही समजत."

तिचाही बांध फुटला. "या शहराचा मला वीट आलाय. घृणा वाटते मला – तुझ्या त्या शेरिफची, त्या नगरपालाची आणि या कृत्याला जबाबदार असणाऱ्या प्रत्येकाची! आणि मला घृणा वाटते..." तिला पुढे बोलता येईना.

"माझी?" त्याने शांतपणे विचारलं, "तू माझा तिरस्कार करतेस?"

गाडीच्या खिडकीवर तिने डोकं टेकवलं, "नाही, तुझा नाही. तुझा काहीच दोष नाही. तू तुझं काम करत होतास. पण दोन्ही बाजूंच्या चकमकीत माझी बेली बिचारी मधोमध सापडली. मी तुला उगीच बोलले.. मी माझाच तिरस्कार करते. ज्या वेळेस मी बोलायला हवं होतं, त्या वेळेस मी बोलले नाही. फार पूर्वीच मी काहीतरी करायला हवं होतं. पण मी स्वत:ला जगापासून दूर ठेवलं. एखाद्या चेंडूसारखी एका कोपऱ्यात जाऊन लपून राहिले."

"यापुढे आपण स्वत:ला दोष द्यायचा नाही, असं काल रात्रीच तू म्हणाली होतीस."

"ती काल रात्रीची गोष्ट होती. हा आजचा दिवस आहे. आज मला जाऊन होपला सांगावं लागणार की, तिची आई आता कधीच घरी परतणार नाहीये!" तिचा आवाज फाटत होता, पण ती बोलतच राहिली. "डॅनियल, मी तुला का म्हणून दोष देऊ? तुझ्यावर एक काम सोपवलेलं होतं आणि तू तुझी भूमिका चोख पार पाडलीस. पण यापुढे माझ्यावर एक मोठी जबाबदारी आहे आणि होपसमोर तिचं अख्खं आयुष्य आहे, या विचारानेच माझ्या छातीत धडकी भरतेय."

"ॲलेक्स, जरा माझ्याकडे बघ. प्लीज...."

तिच्या प्रत्येक शब्दाने त्याच्या मनाला यातना होत होत्या. ते तिच्या लक्षात आलं.

"डॅनियल, मी तुला दोष देत नाही... खरंच नाही."

"त्यापेक्षा तू मला दोष दिलेला परवडेल!"

"त्यापेक्षा म्हणजे?"

त्याने स्टिअरिंग व्हील घट्ट पकडलं, "तू माझ्यापासून दूर जाऊ पाहतेस. काल रात्री तू म्हणत होतीस की 'आपण' असं करू या, 'आपण' तसं करायला हवं. आज मात्र तू स्वत:ला वेगळी समजू लागलीयेस... एकटी. याला काही अर्थ आहे का, ॲलेक्स? आपण दोघेही सतत एकमेकांबरोबर आहोत. माझ्यामध्ये काहीच फरक पडलेला नाही आणि मागच्या एका तासात तुझ्यात एवढा फरक पडला?"

डॅनियलचा सेलफोन वाजू लागला. त्याने चिडत तो खिशातून काढला आणि कानाशी नेला, "व्हार्टोनियन...."

तो एकदम स्तब्ध झाला तसा गाडीचा वेगही कमी होत गेला.

"कसं काय?... कशावरून?" त्याने ठासून विचारलं.

काहीतरी विपरीत घडलं होतं. अधिक काही घडणार होतं... निश्चितच. डॅनियल मागे सरकत ताठ बसला. त्याच्या खिशातून हातमोजे खाली पडले. ॲलेक्सने ते उचलत स्वत:च्या जॅकेटमध्ये कोंबले.

"कुठे?" त्याने जोरात विचारलं, "शक्यच नाही. मला बॅकअप मिळाला, तरच मी येईन; नाहीतर येणार नाही... नाही. माझा आता तुझ्यावर विश्वास राहिलेला नाही. एके काळी होता; आता मात्र नाही."

फ्रँक ल्युमिस. ॲलेक्स पुढे झुकून कान देऊ लागली. डॅनियल खिसे चाचपू लागला.

"जरा पेन देतेस?" त्याने विचारलं. तिने पर्स उघडून त्याला पेन दिलं. त्याने शर्टाच्या खिशातून छोटी डायरी काढली, "नक्की कुठे?" त्याने झरझर पत्ता लिहून घेतला.

"मी ते ठिकाण पूर्ण विसरून गेलोय. याचा अर्थ, तुझ्या बोलण्यात तथ्य दिसतंय. ठीक आहे, मी येतो." तो क्षणभर कचरला, "थँक यू."

त्याने झपकन गाडी उलटी वळवली आणि ॲलेक्सने कसाबसा आपला तोल सावरला, "काय झालंय?" तिने प्रश्न विचारला. पण उत्तर ऐकण्याची तिला भीती वाटली.

त्याने झटकन गाडीचे दिवे लावले. गाडीचा वेग कधीच ऐंशीवर गेला होता.

"फ्रँकचा फोन होता. तो म्हणाला की, बेली सापडलीये!"

ॲलेक्सचा श्वासच अडकला, "जिवंत?"

"तो तरी तसं म्हणतोय." त्याने फोन लावला, "ल्यूक, तू मागे फीर आणि मला ह्या ठिकाणी..." त्याने ॲलेक्सजवळ फोन दिला, "त्याला पत्ता नीट सांग. त्याला सांग की, ओब्रायनच्या जुन्या मिलपलीकडे ते ठिकाण आहे. सुझान्हाला ती जागा नक्की माहीत असणार."

या एकाच गोष्टीवरून मी त्याच्या बोलण्यावर विश्वास ठेवलाय. ॲलेक्सने ल्यूकला पत्ता सांगितला. डॅनियलने तिच्या हातातून फोन घेतला.

"फ्रँक ल्युमिस म्हणतोय की, 'त्यांनी' त्या ठिकाणी बेली क्रायटनला लपवून ठेवलंय. चेसला फोन करून माणसं पाठवायला सांग. मी आर्केडियाच्या कोर्चरॅनला फोन लावतो. माझा त्याच्यावर विश्वास आहे आणि तो तिथून अगदी जवळ आहे."

तो ल्यूकचं बोलणं ऐकू लागला आणि त्याने ॲलेक्सकडे एक कटाक्ष टाकला. "म्हणून तर मी कोर्चरॅनला फोन करतोय. आपल्या पाठोपाठच तो पोहोचेल." ॲलेक्स आणि सुझान्हाला त्याच्याकडे सोपवता येईल."

ॲलेक्सने वाद घातला नाही. तो विचारमग्न दिसत होता आणि धोकादायक. तिला स्वत:बद्दल कुठलाच धोका वाटत नव्हता; उलट त्यांच्या मार्गात जो येईल, त्याला जन्माची अद्दल घडणार आहे, याचंच तिला विचित्र समाधान वाटत होतं.

त्याने फोन बंद करून तिच्या हातात दिला, "माझ्या डायरीतून कोर्चरॅनचा नंबर शोध आणि त्याला फोन लाव. प्लीज...."

तिने फोन लावला आणि त्याने कोर्चरॅनला संपूर्ण प्रसंगाची कल्पना दिली. तो तिथे असणं फार महत्त्वाचं असल्याचं त्याला सांगून तातडीने येण्याची विनंती केली. फोन बंद करून आपल्या खिशात ठेवला.

"तू आणि चेसने ओब्रायन मिलची तपासणी केली, अशी माझी कल्पना होती." ॲलेक्स म्हणाली.

"तपासणी केली, ती नव्या मिलची. जुनी गिरणी तर मी विसरूनच गेलो होतो. कधीतरी लहानपणी मी तिथे गेलो होतो. तेव्हाही तिथे दगडविटाच पडलेल्या होत्या. ते जाऊ दे. आपण तिथे पोहोचल्यावर तू मान खाली घालून गाडीतच बसून राहा. काय?"

"प्रॉमिस."

शुक्रवार, २ फेब्रुवारी, दुपारी ३ वाजून १५ मिनिटे.

"काम झालं." झाडांमध्ये लपलेल्या ल्युमिसने सेलफोन खिशात ठेवला, "तो येतोय."

"छान!" ल्युमिस काम करणार याची त्याला खात्री होतीच.

"आता मला जाऊ दे. बेलीला आणि त्या मुलीला घेऊन मी हॉस्पिटलमध्ये जातो."

"नाही. मला तू इथेच हवा आहेस. तू आहेस तिथून पुढे ये." त्याने पिस्तूल रोखलं, "बाहेर... मोकळ्या मैदानात."

ल्युमिसला धक्काच बसला "का?"

"कारण ज्युडासलासुद्धा 'लास्ट सप्पर'साठी बोलावलेलं होतं."

ल्युमिसचे डोळे भीतीने थरारले, "तू डॅनियलला मारणार आहेस?"

"बहुतेक ती वेळ माझ्यावर येणार नाही." त्याने खांदे उडवले, "व्हार्टोनियनला तू फोन केलास. इथे आल्यावर जर तू त्याला दिसला नाहीस, तर तो सरळ परत जाईल. मग मला मजा कशी येईल? म्हणून म्हणतोय, बाहेर पड."

"पण मॅन्सफिल्डला मी दिसेनऽऽ" ल्युमिस चक्क ओरडला.

"बरोबर."

"...आणि तो मला मारेल."

"अगदी बरोबर!"

"आणि तो डॅनियललाही मारेल... म्हणजे हे तू आधीपासूनच ठरवलं होतंस?"

"अरे वा! तुला तर सगळंच समजतं. लोक तुला उगाचच बिनडोक, गावठी शेरिफ म्हणायचे." ल्युमिस गवतातून रांगत, खुरडत बाहेर येईपर्यंत मॅक शांतपणे थांबला. मग त्याने बंदुकीचा सायलेन्सर फिरवला. "पळून जाण्याचा मूर्खपणा करू नकोस..." मॅकने ल्युमिसच्या मांडीत गोळी झाडली. वेदनेनं विव्हळत ल्युमिस

जमिनीवर पडला.

"उठ पटकन. उभा राहा. व्हार्टोनियनची गाडी येईल, तेव्हा तुला त्याच्यापाशी चालत जायचंय... लक्षात ठेव." तो थंडपणे म्हणाला.

शुक्रवार, २ फेब्रुवारी, दुपारी ३ वाजून ३० मिनिटे

"आपल्याला लवकर निघायला हवं." कॅप्टन अस्वस्थपणे म्हणाला. त्याने बराच वेळ आपली छोटी बोट पाण्यात उभी केली होती. "तुझ्या बॉसची वाटत बघत बसायला आता माझ्यापाशी वेळ नाही... आणि बोटीवर असलं 'सामान' असताना तर शक्यच नाही!"

मॅन्सफिल्डने सेलफोनवरून बॉसचा नंबर फिरवला, पण फोन उचलला गेला नाही.

"ज्यांना बोटीचा प्रवास झेपणार नाही, अशांची तो काळजी घेतोय. मी जरा जाऊन बघून येतो." बोटीतून त्याने धक्क्यावर उडी मारली.

"बॉसला सांग, जास्तीत जास्त पाच मिनिटं मी वाट बघेन. त्यानंतर बोट सुटलेली असेल."

मॅन्सफिल्ड गर्रकन वळला आणि त्याने त्या कॅप्टनकडे एक थंड नजर टाकली, "आम्ही येईपर्यंत ही बोट सुटू शकत नाही; समजलं?"

कॅप्टनने तितक्याच थंडपणे आपली मान हलवली, "तू मला आज्ञा देऊ नकोस; मी त्या पाळणार नाही. उगाच आणखी वेळ दवडू नकोस."

ते खरंच होतं. मॅन्सफिल्डचं आता कुणीच ऐकत नव्हतं. यानंतर त्याला कुणीही जुमानणार नव्हतं. नाही... नाही... त्या मूर्ख डॅनियल व्हार्टोनियनमुळे ही वेळ आलेली नाही... तो घनचक्कर खुनी. त्याने हे सत्र सुरू केलं आणि हवेमध्ये पुन्हा सगळा धुरळा उडवून दिला. लोकांना तर डॅनियल खूप हुशार आणि कर्तृत्ववान वाटतो. तो जर खरंच हुशार असता, तर त्याने त्या घनचक्करला एव्हाना पकडायला हवं होतं; पण तो नाही पकडू शकला. कसला कर्माचा हुशार तो! इतरांइतकाच मूर्ख निघाला तोही!

दात-ओठ खात त्याने मोठा दरवाजा ढकलला आणि तो हॉलमधून आत चालत गेला. आजूबाजूला तरुण मुली मरून पडल्या होत्या. इतक्या किमती सामानाची केवढी ही नासाडी! आणखी थोडासा अवधी मिळाला असता, तर सगळा माल बाजारात विकता आला असता. आता काय उपयोग? सगळं गेलं ना वाया?

त्या धर्मगुरूला ठेवलेल्या कोठडीपाशी तो पोहोचला आणि त्याच्या पावलांचा वेग मंदावला. कोठडीचं दार उघडं होतं. दारापाशी एक प्रेत पडलं होतं. काहीतरी दगाफटका झालेला दिसतोय? त्याने बंदूक सरसावली आणि पावलांचा आवाज न

करता तो पुढे आला. दगा! हारवर्डच्या सुरक्षारक्षकाचं प्रेत होतं. खरं म्हणजे, त्या लष्करी गुरूचं असायला हवं होतं. मॅन्सफिल्डने त्याला हाताने ढकलत पालथा केला. पोट फाडून आतडं बाहेर आलं होतं.

त्याने हाताला लागलेलं रक्त त्या गार्डच्या पँटला पुसलं. तो पुढच्या कोठडीकडे वळला. तोही दरवाजा उघडाच होता. कोठडी रिकामी होती. बेली पळून गेली होती. आता मात्र तो धावत सुटला आणि हॉलच्या एका कोपऱ्यापाशी येऊन गचकन थांबला. अंगाची मुटकुळी करून खाली निपचित पडून राहिलेल्या त्या माणसाला तो ओलांडणार होता. मॅन्सफिल्ड गुडघ्यावर बसला आणि त्याची नाडी तपासू लागला. हारवर्ड अजून जिवंत होता.

"पाच मिनिटांत बोट हलतेय. चल, उठ..." मॅन्सफिल्ड त्याला उचलू पाहत होता, पण हारवर्डनेच त्याचा हात बाजूला सारला.

हारवर्डने आपलं डोकं उचललं. त्याचे डोळे तारवटलेले होते.

"बेली पळाली. बिअर्डस्ली कुठाय?"

"तोही गेलाय."

"स्साले! पण ते फार दूर नाही जाऊ शकत. बिअर्डस्लीच्या आतड्याला भोक पडलंय आणि बेलीचे हातपाय तर थरथर कापतायत. त्यांनी पोलिसांना कळवायच्या आत तू जा आणि त्यांना पकड."

"पण तुझं काय?"

"काळजी करू नकोस; मी मरणार नाही." तो कडवटपणे म्हणाला, "पण इतकी प्रेतं आजूबाजूला पडलेली असताना जर आपण पोलिसांच्या हाती लागलो, तर आपल्याला कुणीही वाचवू शकत नाही." तो धडपडत उठला आणि आपली बंदूक शोधू लागला. "कुत्रा स्साला! तो बिअर्डस्ली माझी बंदूक घेऊन पळालाय... तुझ्याकडचं पिस्तूल मला दे."

मॅन्सफिल्डने पायमोज्यात लपवलेलं पिस्तूल काढून त्याला दिलं.

"तोंड काय पाहतोयस? चल जा... जा आणि बेली-बिअर्डस्लीला शोधून काढ. गोळ्या घाल त्यांना."

शुक्रवार, २ फेब्रुवारी, दुपारी ३ वाजून ३० मिनिटे

कॉंक्रीट बंकरपाशी उभं राहून फ्रँक त्यांची वाट पाहत होता. रस्त्यांवर खड्डे पडले होते अन् रानटी गवत वाढलेलं होतं. डॅनियलने घड्याळात पाहिलं. ल्यूक आणि शेरिफ कोर्चरॅन कोणत्याही क्षणी येऊन पोहोचतील.

"ही कुठली जागा? इथे कधी आल्याचं आठवत नाही?"

"एकोणीसशे वीसच्या दशकात इथे ओब्रायनची पेपर मिल होती. नंतर नवी

गिरणी बांधण्यात आली. माझ्या आजोबांच्या वाढदिवसाला तिचं उद्‌घाटन झालं होतं. त्याच दिवशी गावात रेल्वेही सुरू झाली होती.'' त्याने झाडांच्या पलीकडे वाहात असलेल्या चॅटहुची नदीकडे बोट दाखवलं, ''पूर्वी नदीमधून ओंडके आणले जात आणि पेपर बनवून बाहेर पाठवला जात असे.''

''तू तर म्हणाला होतास की, इथे फक्त दगड-विटांचे तुकडे असतील?''

''पूर्वी तसंच होतं. हा बंकर अलीकडे बांधलाय आणि भोवती बांधलेल्या जाळीमुळे त्या दगड-विटा दिसत नाहीत.'' बोलता-बोलता तो गप्प झाला. त्याचं लक्ष फ्रँककडे गेलं. फ्रँक त्याच्याकडेच पाहत होता.

''तू कशासाठी थांबलायस?'' ॲलेक्सने दबक्या आवाजात, पण अधीरपणे विचारलं.

''आमच्या माणसांची वाट बघतोय. '' फ्रँकवरची नजर न काढता तो म्हणाला, ''शेरिफ कोर्चरॅन येऊन तुला घेऊन जाईल.'' त्याच्या बोलण्यावर ॲलेक्सने खोल श्वास घेतला. ॲलेक्स मनातून नाराज झालीय, हे डॅनियलला जाणवलं; पण तिने वाद घातला नाही. ''अपुऱ्या तयारीनिशी जाऊन बेलीला मारलेलं मला पाहायचं नाही. ती जर खरंच तिथे असेल... जिवंत असेल, तर मला तुझ्या हातात तिला सुखरूप आणून ठेवायचंय.''

''हो... थँक यू, डॅनियल!'' ती कुजबुजली.

''नको. यासाठी तर मुळीच आभार नकोत.'' फ्रँक त्यांच्याकडे येत होता. तो लंगडत होता. तो एक-दोन फुटांवर आला आणि डॅनियलला त्याच्या पँटवर असलेला रक्ताचा डाग दिसला.

''त्याला गोळी लागलीय!'' त्याच्या मानेवरचे ताठ उभे राहिलेले केस डॅनियलला दिसले. तो गाडी मागे वळवू लागला.

ॲलेक्स कमरेला बांधलेला पट्टा काढू लागली. पण डॅनियलने तिचा खांदा पकडला.

''थांब.''

''आपण त्याला अशा रक्ताळलेल्या अवस्थेत सोडून नाही जाऊ शकत. बेली कुठेय, हे त्याला ठाऊक आहे.''

''मी म्हटलं, जरा थांब.'' डॅनियलच्या डोक्यात विचारचक्र सुरू होतं... पण काय निर्णय घ्यावा, हे त्याला सुचत नव्हतं. फ्रँकने रचलेला हा सापळा तर नसेल ना? पण दोघांची मैत्री तर फार जुनी होती. त्याने गाडीची काच किंचित खाली केली.

''काय झालं?''

''गोळी लागली.''

खाली केलेल्या काचेवर त्याने बोटं ठेवली. काचेवर रक्त सांडलं.

"मागे वळ आणि परत जा... आय ॲम सॉ..."

बंदूकीतून सुटलेली गोळी हवा कापत आली आणि दुसऱ्या सेकंदाला वेदनेने विव्हळत डॅनियलच्या गाडीखाली फ्रँक घसरत गेला. डॅनियलने गाडी सुरू केली आणि तिरकी करत जोरात मागे नेली. "खाली वाकऽऽ" तो जोरात ओरडला आणि ॲलेक्स खाली वाकलीये की नाही, हेही त्याने पाहिलं नाही.

स्टिअरिंग व्हीलला हिसका देत तो एकशे ऐंशीच्या वेगातच निघत होता आणि अचानक त्याचे डोकं व्हीलवर जोरात आपटलं. गाडीला मागून जोरदार दणका बसला होता. गाडीचा दरवाजा उघडला गेला आणि ॲलेक्स सीटवरून घसरत जमिनीवर धप्पकन पडलेली त्याने डोळ्यांच्या कोपऱ्यातून पाहिली.

थक्क होत त्याने मागच्या आरशात पाहिलं. मागे डटन पोलिसांची गाडी उभी होती. त्याची नजर उजवीकडे गेली. मॅन्सफिल्ड हातामध्ये स्मिथ अँड वेसनची .४० कॅलिबरची बंदूक घेऊन उभा होता. ॲलेक्सच्या कपाळावर त्याने बंदूक टेकवली होती.

"बंदूक खाली टाक डॅनी, नाहीतर डोळ्यांदेखत तिला मरताना बघशील!" मॅन्सफिल्ड शांतपणे म्हणाला.

डॅनियल सुन्न होऊन गेला होता. त्याने डोळ्यांची उघडझाप केली. त्याला परिस्थितीचं भान हळूहळू येऊ लागलं. ॲलेक्स! ॲलेक्स जमिनीवर निपचित पडलेली होती. त्याच्या काळजात धस्स झालं. "ॲलेक्स... ॲलेक्स?"

"मी म्हटलं, मला बंदूक दे. लगेच." त्याने डावा हात पुढे केला. उजव्या हातातली बंदूक अजूनही ॲलेक्सच्या कपाळावर टेकवलेलीच होती.

ल्यूक तू आहेस कुठे? मॅन्सफिल्डवरून नजर न काढता त्याने कमरेभोवतीचा पट्टा हळूहळू सैल केला. "का?" त्याने विचारले.

"तू मला गोळी मारू नयेस, म्हणून!" मॅन्सफिल्डने पुढे वाकत त्याच्या खिशातून पिस्तूल काढून घेतलं. "आता लपवलेलं पिस्तूलही दे. असंच हळूहळू."

"ती तर मेलेलीही असेल. मी का म्हणून तुझं ऐकू?"

"ती मेलेली नाही; मेल्याचं ढोंग करतेय!" मॅन्सफिल्डने तिच्या कपाळावर बंदूक ढोसली. पण ती हललीही नाही. मॅन्सफिल्डही स्तंभित झाला, "एकतर ती बेशुद्ध पडलीये किंवा बेमालून नाटक करतेय. ती मेली नाहीये, इतकं मात्र नक्कीच. पण मी सांगतो तसं केलं नाहीस, तर पुढच्या दहा सेकंदांत ती खरोखर मेलेली असेल."

डॅनियल स्वत:वरच चिडला होता. त्याने पायमोज्यात लपवलेलं पिस्तूल काढून त्याच्या हातात दिलं. *ल्यूक, साल्या... तू आहेस तरी कुठे?* त्याने मॅन्सफिल्डला एक सणसणीत शिवी हासडली.

मॅन्सफिल्डने शांतपणे दुसऱ्या हातात पिस्तूल धरलं आणि मानेनेच डॅनियलला इशारा केला, "चल, बाहेर ये आणि हात वर कर. अगदी हळू आणि शांतपणे.

कवायत तर तुला येतेच!''

डॅनियल बाहेर आला आणि खाली पडलेल्या फ्रँककडे त्याने वाकून पाहिलं.

''तो मेलाय?''

''समजा नसला, तर लवकरच मरेल. हात वर, डॅनियल. उभा राहा.''

मॅन्सफिल्डने पुन्हा आपली बंदूक ॲलेक्सच्या कपाळावर दाबली. ती हलली की नाही, हे डॅनियलला दिसलं नाही. मॅन्सफिल्डने वैतागून डॅनियलचं पिस्तूल कमरेत खोचलं आणि ॲलेक्सचे केस पकडून तिला खेचलं. पण तरीही कसलीच हालचाल झाली नाही.

डॅनियलने स्वत:ला धीर द्यायचा प्रयत्न केला. कदाचित ती बेशुद्ध असेल. बेशुद्ध असेल तर एक प्रकारे बरंच झालं म्हणायचं. मॅन्सफिल्ड तिला इथेच सोडून देईल आणि मग ल्यूकला ती सापडेल!

''उचल तिला.'' मॅन्सफिल्ड एक पाऊल मागे येत गरजला.

''काय?''

''तू ऐकलेलं आहेस. तिला उचल आणि आत घेऊन चल. कदाचित मला नंतर तिची गरज भासेल. काय म्हणालो मी? सांगतो तसं कर.''

''तिच्या पाठीला जखम झाली असेल.''

''व्हार्टोनियन, मी मूर्ख नाहीये.''

त्याने तिला काळजीपूर्वक उचललं. तिचा श्वास मंद, परंतु स्थिर होता.

''ॲलेक्स...'' तो तिच्या कानात कुजबुजला.

''व्हार्टोनियन, चालायला सुरुवात कर.'' मॅन्सफिल्डने फटकारलं.

डॅनियलने तिला उचलून खांद्यावर घेतलं. एक हात तिच्या गुडघ्यांवर धरला आणि दुसरा हात तिच्या खांद्यावर ठेवला. बाहुलीसारखी तिची मान डुगडुगत होती. त्याला शैलाची आठवण झाली. त्याने तिच्या खांद्यावरची पकड घट्ट केली अन् हताशपणे मागे वळून पाहिलं.

ल्यूक, मूर्खा! तू आहेस तरी कुठे?

२५

शुक्रवार, २ फेब्रुवारी, दुपारी ३ वाजून ३० मिनिटे.

गर्द दाट झाडीमध्ये दोघी थकून-लपून बसल्या होत्या. बेली आणि ती मुलगी. दिवे मिचकावत एक गाडी शंभरच्या वेगाने जाताना बेलीला दिसली. पोलीस...! बेलीने सुटकेचा निःश्वास सोडला. गिरणीच्याच आवाराच्या दिशेने गाडी गेली होती. पोलिसांच्या आणखीही गाड्या आता येऊन पोहोचतील. आता काहीही करून तिला रस्त्यापर्यंत पोहोचायलाच हवं होतं.

तिने त्या मुलीचा खांदा जोरजोरात हलवला, "चल, चल... चालायला सुरुवात कर."

"मला... नाही जमणार..." मुलगी विव्हळत म्हणाली. बेलीच्या लक्षात आलं की, या मुलीला आता एक पाऊलदेखील उचलणं अशक्य आहे.

"मग बस इथेच. मी जर नाही परत येऊ शकले, तर स्वतःच स्वतःसाठी मदत मिळव."

त्या मुलीने बेलीचा खांदा घट्ट पकडून ठेवला अन् काकुळतीने म्हणाली, "जाऊ नकोस. मला एकटीला सोडून जाऊ नकोस."

बेलीने तिच्या खांद्यावरचा हात मुद्दाम काढून घेतला, "हे बघ, मला जर तुझ्यासाठी मदत नाही मिळवता आली, तर तू मरशील."

मुलीने थकून डोळे मिटले, "तर मग... मला मरून जाऊ देत."

बेलीच्या कानात बिअर्डस्लीचे शब्द घुमू लागले. 'माझ्या डोळ्यांदेखत मी तुला मरू देणार नाही.' जीवाच्या कराराने ती उठली आणि रस्त्याच्या दिशेने धडपडत चालू लागली. पण तिचे गुडघे साथ द्यायला तयार नव्हते. ती सरपटत पुढे जाऊ लागली. रस्ता उंचावर होता. चढण चढावी लागणार होती. गवत घट्ट पकडून ती पसपटत वर जाऊ लागली. पण हातातून गवत निसटत होतं. तिचे तळहात रक्ताने भिजून गेले. *चढ-चढ बेली... तुला तिथपर्यंत पोहोचायलाच हवं.*

रस्त्यापासून काही फुटांवर असताना तिने दुरून येणाऱ्या आणखी एका गाडीचा आवाज ऐकला. होपचा गोड चेहरा डोळ्यांसमोर आला. रक्ताळलेला बिअर्डस्ली तिच्या नजरेसमोर तरळू लागला आणि तिने आपलं शरीर रस्त्यावर बेधडक झोकून दिलं. करकचून ब्रेक दाबत एक गाडी तिच्या अगदी जवळ येऊन थांबली. तिला ओरडण्याचे आवाज ऐकू आले. प्रथम एका पुरुषाचा. मग एका स्त्रीचा.

"तू तिच्या अंगावर गाडी धडकवलीस?" त्या स्त्रीने विचारलं. ती गुडघ्यावर वाकत बेलीकडे पाहू लागली. बेलीला तिचे काळेभोर केस आणि करडे डोळे दिसले. ती स्त्री घाबरली होती, "बापरे! काय केलं हे आपण?"

"छे, छे... आपली गाडी तिला बिलकुल धडकलेली नाही." तो खाली वाकला. "तिला कुणीतरी जबरदस्त मारलंय... शरीर काळंनिळं पडलंय." तो तिच्या जखमा पाहू लागला. खांद्यापासून पायापर्यंत तिचं सर्व अंग खरचटलेलं-ठेचकाळलेलं होतं. तिच्या पायाच्या घोट्यावर त्याची नजर स्थिरावली. पायावरचं गोंदण त्याने निरखलं. तिची हनुवटी त्याने वर उचलली.

"तू बेली आहेस?"

"हो... होप... माझी मुलगी. ती जिवंत आहे?"

"हो. जिवंत आहे आणि अगदी सुखरूप आहे. सुझान्हा, चेसला फोन कर. त्याला म्हणावं, आम्हाला बेली सापडलीये. ताबडतोब तिच्यासाठी एका अँब्युलन्सची व्यवस्था कर. मग डॅनियलला फोन लाव आणि त्याला परत फिरायला सांग.'

बेलीने त्याचा हात गच्च पकडला अन् चाचरत विचारलं, "अ‍ॅलेक्स?"

त्याने रस्त्याकडे पाहिलं अन् तिच्या काळजात चर्र झालं, "ती त्या गाडीत होती? अरे बापरे!" बेली म्हणाली.

"का?" त्याने विचारलं.

"तो तिला ठार मारेल... नक्कीच मारेल. त्याने सगळ्यांनाच मारून टाकलं!" हॉलमधलं ते भयंकर दृश्य तिच्या नजरेसमोर उभं राहिलं. "...त्याने सगळ्यांना मारून टाकलंय!"

"कोणाला?...बेली, मी काय म्हणतोय... तुझी ही अवस्था कुणी केली?" पण बेलीच्या तोंडून एक शब्दही फुटला नाही. तिच्या नजरेसमोर अजूनही तेच दृश्य होतं. गतप्राण होऊन पडलेल्या त्या मुली... त्यांचे उघडे निर्विकार डोळे. "बेलीऽऽ" त्याने तिची हनुवटी आणखी जोरात दाबली, "मी काय विचारतोय... कुणी केली तुझी अशी अवस्था?"

"ल्यूक..." दोन्ही हातात सेलफोन्स धरून ती स्त्री परत आली. ती अधिकच घाबरली होती, "चेसला फोन लागला. तो मदत पाठवतोय. पण डॅनियल फोन

उचलत नाहीये.''

शुक्रवार, २ फेब्रुवारी, दुपारी ३ वाजून ४० मिनिटे

रंगमंचावरची सगळी तयारी पूर्ण झालीय. सर्व कलाकार डेरेदाखल झाले आहेत. मॅकला आता मस्तपैकी झाडावर रेलून फक्त मौज चाखायची आहे. पण हा खेळ त्याला लवकरात लवकर सुरू करायला हवा. तो कोण आहे, हे एव्हाना त्यांना कळून चुकलंय. ॲलेक्सबरोबर मनसोक्त प्रणयचेष्टा आणि छचोरपणा करायला फारसा वेळ उरलेला नाही. उद्या सकाळी खड्ड्यामध्ये त्याचा शेवटचा बळी ब्लँकेट गुंडाळून निपचित पडलेला असेल आणि वर्तुळ पूर्ण झालेलं असेल.

उद्या दुपारी ह्या वेळेस तो जेम्मा मार्टिनच्या नव्याने रंगवलेल्या कॉर्व्हेट्टोमध्ये बसून मॅक्सिकोच्या अर्ध्या वाटेवर पोहोचलेला असेल. त्यानंतर कधीही तो मागे वळून पाहणार नाही.

पण आता थोड्याच वेळात... एकेक आधारस्तंभ कोसळायला सुरुवात होईल.

शुक्रवार, २ फेब्रुवारी, दुपारी ३ वाजून ४५ मिनिटे

ॲलेक्सच्या डोक्याला मार लागला होता. टाळकं चांगलंच सणकून निघालं होतं. बाकी शरीराला कुठे खरचटलंदेखील नव्हतं. त्या धक्क्याने ती हादरली होती, पण तरीही तिने डॅनियल आणि मॅन्सफिल्डच्या बोलण्यातला शब्दन् शब्द ऐकला होता. आता शेवटचा भाग उरला होता. खरी कसोटी आताच लागणार आहे याची तिला कल्पना आलेली होती. आत्तापर्यंत मॅन्सफिल्ड आणि डॅनियलला गंडवण्यात ती यशस्वी ठरली होती. आपल्या काळजीमुळे डॅनियलचं चित्त थाऱ्यावर नाही, याचं तिला वाईट वाटत होतं; पण आता तो एकच मार्ग तिच्याकडे शिल्लक होता.

ल्यूक कुठेय? ...तिच्या मनात विचार आला. एव्हाना तो इथे पोहोचायला हवा होता. डॅनियल तिला खांद्यावर उचलून बंकरमध्ये घेऊन आला. तिने डोळे बंद ठेवले होते, पण तरीही त्याच्या आणि मॅन्सफिल्डच्या पावलांचा आवाज तिला त्या भयाण शांततेत स्पष्ट ऐकू येत होता. पायऱ्या नव्हत्याच... लांबच लांब पसरलेला एक हॉल असावा. मग तिला घेऊन उजवीकडे वळवत एका दरवाज्यातून डॅनियल आत शिरला.

''तिला जमिनीवर ठेव.''

मॅन्सफिल्ड गरजला तशी डॅनियलने मुकाट्याने त्याची आज्ञा पाळत तिला जमिनीवर ठेवले. फरशीच्या थंड स्पर्शाने ती गारठली. डॅनियलच्या शरीराची उब संपून गेली.

''खाली बस आणि दोन्ही हात पाठीला चिकटव.''

तिने लोखंडाच्या साखळीचा आवाज ऐकला आणि मॅन्सफिल्डने त्याला हातकड्या घातल्या, हे तिच्या लक्षात आले. तिला वाटलं होतं की, आपल्या कमरेत खोचलेलं पिस्तूल डॅनियलला जाणवेल. पण तिला खांद्यावर उचलून आणताना डॅनियलच्या ते लक्षात आलं नाही. याचा अर्थ, आता सर्व काही माझ्यावर अवलंबून आहे.

"फ्रँक ल्युमिसने असा काय गुन्हा केला, म्हणून तू त्याला ठार मारलंस? तूच सांगितलंस, म्हणून त्याने मला फोन केला." डॅनियलने विचारलं.

क्षणभर शांतता पसरली.

"गप्प बसायचं डॅनियल; समजलं?"

"अच्छा, म्हणजे त्याने मला फोन केलेला तुला माहीतच नाहीये. तो तुझा माणूस नव्हताच, तर!"

"चूप, एकदम चूप!"

तो गप्प बसला नाही.

"तू इथे काय करतोयस? नदीचा वापर करून ड्रग्जचा व्यापार करतोयस?"

मॅन्सफिल्डने एक जबरदस्त ठोसा लगावला. त्या आवाजाने ॲलेक्स हादरली; पण तिने डोळ्यांची पापणीही हलवली नाही. डॅनियल विव्हळला अन् गप्प झाला. पण फक्त मिनिटभर. त्याने आपलं बोलणं सुरूच ठेवलं.

"तू जे काय करत असशील, ते तुझं तुला ठाऊक. पण तुझी बोट किनाऱ्यावरून सुटली. फ्रँकला तू गोळी घालत असताना एक बोट मी नदीच्या दुसऱ्या तीरावर जाताना पाहिली."

ॲलेक्सला एक विचित्र हालचाल जाणवली आणि तिने पापण्या किलकिल्या करत पाहिलं. एक अस्पष्ट शिवी हासडत मॅन्सफिल्ड खिडकीकडे वळाला होता.

"तू आता इथे अडकून पडलेला आहेस." त्याही परिस्थितीत डॅनियलने त्याला स्पष्टपणे सुनावलं, "माझी सगळी फौज इथेच यायला निघालीये. पळून जाण्याचा कितीही प्रयत्न केलास, तरी तू आता जिवंत राहू शकत नाहीस!"

"मला कुणीही मारू शकत नाही. माझ्या हातात एक फार मोठं 'तारण' आहे." मॅन्सफिल्ड म्हणाला, पण तो अस्वस्थ झालेला जाणवत होता.

ते तारण म्हणजे मीच असणार. तिने चोरट्या नजरेने डॅनियलकडे पाहिलं. तो तिच्याकडे पाहत होता. ती जागी आहे, भानावर आहे, हे त्याच्या लक्षात आलं.

अचानक डॅनियल सर्वशक्तिनिशी खुर्चीसकट मॅन्सफिल्डच्या अंगावर झेपावला. त्यासरशी मॅन्सफिल्ड तोल जाऊन एका टेबलावर कोसळला. ॲलेक्स झटकन उठून उभी राहिली. आपल्या सुटकेसाठी डॅनियल ही चाल खेळलाय, हे तिच्या ध्यानात आलं. ती दरवाज्याच्या दिशेने धावली.

पण बंदुकीतून सुटलेल्या गोळीचा आवाज तिच्या कानात शिरला अन् तिची पावलं जिथल्यातिथे थबकली. मॅन्सफिल्डची तिच्याकडे पाठ होती, त्याच्या बाजूला हातकड्या बांधलेला डॅनियल खुर्चीसकट आडवा पडला होता. त्याच्या छातीत गोळी घुसली होती आणि त्याच्या पांढऱ्या शर्टातून रक्त वाहत होतं. त्याचा चेहरा निस्तेज होत चालला होता; पण त्याने नजर मात्र तिच्यावरच रोखली होती. *जीव घेऊन पळ ताबडतोब!*

तिची नजर मॅन्सफिल्डकडे वळली. त्याचे खांदे जड झाले होते. तो जोरजोरात श्वास घेत होता. त्याने उजव्या हातात आपली बंदूक घट्ट धरली होती आणि आग ओकणाऱ्या डोळ्यांनी तो डॅनियलकडे पाहत होता. त्याच्या कमरेवर डॅनियलचं पिस्तूल लटकत होतं. पिस्तूल फक्त एकच होतं.

मॅन्सफिल्डने तर डॅनियलकडून दोन पिस्तुलं हस्तगत केली होती. दुसरं पिस्तूल गायब झालं होतं!

मॅन्सफिल्डने डॅनियलच्या बरगड्यांमध्ये इतक्या जोरात लाथ घातली की, तुटलेल्या बरगड्यांचा आवाज तिने ऐकला आणि पाठोपाठ डॅनियलच्या कळवळण्याचाही.

"×××××. तुला या गावात परत येण्यावाचून काही नडलं होतं? गाडल्या गेलेल्या गोष्टी पुन्हा उकरून काढायची काही गरज होती? सायमनला तुझ्याहून जास्त अक्कल होती. तो या गावात पुन्हा कधीही फिरकला नाही."

कमरेवरचं पिस्तूल बाहेर काढताना ॲलेक्स गडबडली, पण डॅनियलने सांगितलेल्या सर्व सूचना ती मनातल्या मनात पुटपुटत राहिली. मॅन्सफिल्डने डॅनियलच्या कपाळावर बंदूक टेकवली. तिने पिस्तुलाचं झाकण मोकळं केलं आणि त्यातून सुटलेल्या गोळीच्या आवाजासरशी मॅन्सफिल्ड गर्रकन गोल वळला. तो थक्क होऊन तिच्या हातातल्या पिस्तुलाकडे पाहत राहिला – पण क्षणभरच. त्याने तिच्यावरची नजर काढून घेत आपली बंदूक सरसावली. पण तोपर्यंत तिने पिस्तुलाचा चाप ओढून धरला अन् एकामागोमाग अनेक गोळ्या ती झाडत राहिली. मॅन्सफिल्ड हळूहळू गुडघ्यात वाकत जमिनीवर कोसळला. त्याचा पांढरा शर्ट पाहता-पाहता लाल होत गेला.

मॅन्सफिल्डच्या हातातली बंदूक तिने लाथेनेच उडवली. त्याच्या कमरेला लटकलेलं पिस्तूल काढून ते तिने डॅनियलच्या डोक्याशेजारी फरशीवर ठेवून दिलं. आपल्या हातातलं पिस्तूल तिने पुन्हा कमरेला खोचलं. ती डॅनियलच्या बाजूला गुडघ्यावर बसली. तिने त्याच्या शर्टाची बटणं काढली. त्याच्या छातीला झालेली जखम पाहून ती कमालीची घाबरून गेली.

"मी तुला... पळून जायला सांगितलं. तू गेली नाहीस... पळ... पळून जा." त्याच्या छातीचं धपापणं हळूहळू मंद होत चाललं होतं आणि त्याच्या श्वासोच्छ्वासाचा

आवाज तिला त्याच्या जखमेतून ऐकू येत होता.

"तुझ्या जखमेतून खूपच रक्त वाहून गेलंय आणि कदाचित फुफ्फुसालाही इजा झालेली असण्याची शक्यता आहे. या हातकड्यांची किल्ली कुठेय?"

"खिशात."

तिने खिशात हात घालून त्या किल्ल्या, सेलफोन अन् गाडीच्या किल्ल्या बाहेर काढल्या. त्याला हातकड्यांमधून मोकळा करत एका कुशीवर तिने त्याला वळवलं. मग त्याच्या डोळ्यांवर आलेले केस बाजूला सारत तिने त्याच्या चेहऱ्यावरचा घाम पुसला.

"त्याच्या अंगावर जायचा तू मूर्खपणा केलास. त्याने तुला ठार मारलं असतं!"

त्याच्या पापण्या मिटत होत्या अन् श्वास मंद होत चालला होता. लवकरात लवकर त्याची जखम भरायला हवी होती. त्यासाठी लवकरात लवकर त्याला इथून बाहेर काढणं आवश्यक होतं. त्याला ओढत कारपर्यंत नेणं तिला अशक्य होतं. तिला मदतीची गरज होती.

तिने त्याच्या सेलफोनवरून नंबर फिरवला, पण नेटवर्क नसल्याचं तिच्या लक्षात आलं. तिचं काळीज धडधडू लागलं. तिने अवतीभवती नजर टाकली, पण एका लोखंडी टेबलाखेरीज त्या खोलीमध्ये आणखी एकही वस्तू नव्हती.

तिने भराभर ड्रॉवर्स उघडले. अखेर एका ड्रॉवरमध्ये तिला एक कात्री आणि सेलोटेप सापडली. तिने समाधानाचा सुस्कारा सोडला. दोन्ही वस्तू हातात पकडत ती डॅनियलकडे धावत आली. वाटेत पडलेल्या मॅन्सफिल्डलाही ओलांडायला ती कचरली नाही. डॅनियलच्या बाजूला बसत तिने डॅनियलकडे पाहिलं. "मी ही जखम बांधून टाकणार आहे... शरीर घट्ट आखडून ठेव."

कारमध्ये पडलेले हातमोजे तिच्या खिशात होते. त्यातला एक हातमोजा तिने त्याच्या जखमेवर दाबून धरला आणि सेलोटेपने तीन बाजूंनी चिकटवून तिने ते छिद्र बंद करून टाकलं. "मी तुला पालथा करणार आहे – आय ॲम सॉरी."

तिने त्याला वळवलं आणि दुसऱ्याच क्षणी सुटकेचा निःश्वास सोडला. गोळी आरपार बाहेर पडली होती. त्याच्या शरीरात आता एकही गोळी अडकलेली नव्हती. दुसरा हातमोजा तिने त्याच्या पाठीवर तसाच बांधला. हळूहळू त्याचा श्वास स्थिरावत गेला आणि त्याबरोबर तिच्या नाडीचे ठोकेही.

"ॲलेक्स...."

"बोलू नकोस. श्वास वाचव."

"ॲलेक्स...."

"माझ्याकडे बघ, असं तो तुला सांगतोय." 'त्या' आवाजाच्या रोखाने

ॲलेक्स वळली. एका क्षणात तिला सारं समजून चुकलं. दरवाज्यात 'तो' उभा होता.

"नंबर सात!" ती शांतपणे म्हणाली. त्यावर टोबी ग्रॅनव्हिले निर्लज्जपणे हसला. त्याच्या चेहऱ्यावरून रक्त ओघळत होतं अन् कपाळाला खोक पडली होती. त्याच्या हातात एक लहानसं पिस्तूल होतं. त्याच्या डोळ्यांत वेदना स्पष्ट दिसत होती. कुणीतरी त्याला जबरदस्त मारलंय, हे तिच्या लक्षात आलं.

"खरा नंबर एक मी आहे. सायमन नंबर एक असल्याचं मी त्याला उगाचच भासवू दिलं. तो एक विचित्र, विकृत वल्ली होता." खाली पडलेल्या मॅन्सफिल्डकडे त्याने एक तुच्छतापूर्वक कटाक्ष टाकला, "तू तर एक महामूर्ख होतास." त्याने झटकन ॲलेक्सकडे पाहिलं, "मॅन्सफिल्डची बंदूक इकडे सरकव आणि मग व्हार्टोनियनची."

त्याने सांगितल्याप्रमाणे तिने केले. पण तसं करताना थोडा वेळ लावला.

"हा माझ्या यादीत नव्हता." डॅनियल पुटपुटला. "खूपच वयस्कर... माझ्या वयाचा."

"नाही. मी सायमनच्या वयाचा होतो." ग्रॅनव्हिले म्हणाला, "मी एक-दोन इयत्ता गाळल्या आणि सायमनला शाळेतून हाकलून देण्याआधीच मी ब्रायसनमधून शिक्षण पूर्ण करून बाहेर पडलो होतो. आम्ही ज्युनिअर हायस्कूलमध्ये असतानाच आमच्या डोक्यात एक क्लब काढायची कल्पना वळवळत होती. इतरांना वाटलं की, ती सायमनच्या सुपीक डोक्यातून आलेली कल्पना आहे, कारण सायमन दिसायचाच विकृत आणि विचित्र. पण ती कल्पना माझी होती. सायमनसुद्धा माझा माणूस होता. मी सांगितलेले सगळं तो मुकाट करायचा. योजना आपण आखतोय, असं त्याला उगाच वाटत राहायचं. जारेडही माझा माणूस झाला असता, पण तो चिक्कार प्यायचा. बाकीच्या कुणामध्ये काहीच दम नव्हता." ग्रॅनव्हिले बंदुका उचलण्यासाठी वाकला. त्याच्या हालचाली संथ होत्या.

ज्या क्षणी त्याची नजर जमिनीवर गेली, त्याच क्षणी कमरेला खोचलेलं पिस्तूल काढून ॲलेक्सने गोळी झाडली. पहिली गोळी भिंतीवर बसली. दुसरी गोळी मात्र वर्मावर बसली. मग तिसरी, चौथी आणि पाचवी. ग्रॅनव्हिले कोसळला, पण त्याचा श्वास सुरू होता आणि त्याने रिव्हॉल्व्हर घट्ट पकडलं होतं.

"पिस्तूल खाली टाक; नाहीतर मी तुला ठार मारीन." ती म्हणाली.

"तू तसं करू शकत नाहीस. ते तुझ्या... रक्तातच नाही. खून करण्यासाठी शरीरात थंडगार, गोठलेलं रक्त असावं लागतं." तो म्हणाला

"मॅन्सफिल्डलाही असंच वाटलं होतं." ॲलेक्स थंडपणे म्हणाली आणि तिने पिस्तूल रोखलं, "पिस्तूल खाली टाक, नाहीतर मी गोळी झाडेन."

"मला दरवाज्याबाहेर घेऊन जा; मग मी पिस्तूल टाकतो."

"तू मूर्ख आहेस. मी तुला मदत करायला आलेली नाही."

"पण मग तुला कधीच समजणार नाही... मी बेलीला कुठे लपवलंय."

तिने हनुवटी वर उचलली... "ती कुठेय?"

"मला बाहेर काढ... मग मी तुला सांगतो.'

"त्याच्यापाशी... कदाचित... बोट असणार. तसं करू नकोस." डॅनियल क्षीण आवाजात म्हणाला.

"बेली..." तो तिला टोचून म्हणाला.

डॅनियलचा श्वास जड होत चाललाय, हे तिला जाणवलं. त्याला लवकरात लवकर हॉस्पिटलमध्ये पोहोचवायला हवं होतं.

"माझ्याकडे आता वेळ नाही..." ॲलेक्सने ग्रॅनव्हिलेच्या छातीवर नेम धरला, पण ती कचरली. ग्रॅनव्हिलेचं म्हणणं बरोबर होतं. स्वसंरक्षणासाठी एखाद्या माणसाला मारणं निराळं, परंतु जखमी माणसाला डोकं थंड ठेवून मारणं.... पण तरीही त्याला मारायलाच हवं. तिला ते जमायलाच हवं.

नेम धरत तिने गोळी झाडली आणि ग्रॅनव्हिलेने किंकाळी फोडली. त्याच्या मनगटातून रक्ताची चिळकांडी उडाली. मूठ सैल झाली आणि पिस्तूल खाली पडलं. ॲलेक्सने ते उचलून खिशात ठेवलं आणि ती डॅनियलजवळ बसली. एका हातात तिने त्याच्या हातकड्या काढून घेतल्या आणि दुसऱ्या हाताने ती त्याची नाडी तपासू लागली. ठोके फारच मंद पडू लागले होते. ती घाबरून गेली.

"मला बाहेर जाऊन मदत शोधावी लागणार. मी त्याच्यावर भरवसा ठेवू शकत नाही. तो कदाचित तुला मारझोड करेल. पण मी त्याला ठारही मारू शकत नाही... सॉरी."

"नको मारूस. आपल्याला त्याची नंतर गरज लागेल. तू फक्त त्याला हातकड्या अडकव." ती उठू लागली. डॅनियलने तिचं जॅकेट पकडलं, "ॲलेक्स..."

"श्श... तुला हॉस्पिटलमध्ये पोहोचवू शकले नाही, तर तू मरशील." पण त्याने तिला सोडलं नाही.

"ॲलेक्स..." तो कुजबुजला आणि ती त्याच्याजवळ वाकली. "तू निर्दयी होतेस, तेव्हा मला जास्त आवडतेस."

तिचा गळा दाटून आला. त्याच्या कपाळावर तिने ओठ टेकले. मग ती ताठ उभी राहिली. "लव्ह यू. पण त्यासाठी तू जिवंत राहायला हवास. आता एक शब्दही बोलू नकोस, डॅनियल."

ती ग्रॅनव्हिलेजवळ गेली. त्याला हातकड्या घालताना तिला चांगलाच दम लागला. "खूप वर्षं तू आता तुरुंगात सडत पडशील."

"तुला वाटतंय की तुला... सारं कळलंय?" तो कसाबसा श्वास घेत होता. "तुला काहीच ठाऊक नाही.... अजून... खूप लोक आहेत."

तिचा हात कमरेवरच्या पिस्तुलावर पडला. "खूप लोक... कुठे आहेत?"

ग्रॅनव्हिलेच्या पापण्या मिटू लागल्या होत्या. "सायमन.... माझा होता... पण मी दुसऱ्याच कोणाचा तरी होतो." तो पुढे बोलू शकला नाही. त्याची नजर वर गेली आणि त्याचे डोळे भीतीने पांढरे पडले.

ॲलेक्स आपल्या खांद्यावरून मागे पाहू लागली अन् तिचे हातपाय गळून गेले. "थँक यू, मिस फॅलन." तिच्या कानात कोणीतरी कुजबुजलं. "मी ते पिस्तूल घेतो." तिचा हात पिरगाळला गेला आणि तिच्या हातातलं पिस्तूल फरशीवर पडलं. "सर्व गोष्टी अगदी मनासारख्या घडत गेल्या. डेव्हिसला अटक झाली, मॅन्सफिल्ड मरून पडला... आणि...." त्याने गोळी झाडली. त्या गोळीने ग्रॅनव्हिलेची कवटीच हवेत उडाली. "आणि आता ग्रॅनव्हिले. सातमधला एकही उरला नाही."

"तू कोण आहेस?" तिने विचारलं. प्रश्नाचं उत्तर तिला ठाऊक झालेलं होतं.

"तुला ते ठाऊक आहे." तो शांतपणे म्हणाला.

जीवघेण्या भीतीने खरोखरच कशी धडकी भरते, हे तिला समजत होतं. त्याने तिला उभं केलं.

"आता तू माझ्याबरोबर येणार आहेस."

"नाही..." तिने धडपड केली, पण तिच्या मानेवर बंदूक टेकलेली होती. "मला फक्त डॅनियलसाठी मदत मिळवायचीय. तू इथे आहेस, हे मी कुणालाच सांगणार नाही. तू जाऊ शकतोस. मी तुला अडवणार नाही."

"नाही... तूच काय, कुणीही मला अडवू शकणार नाही. पण मी मात्र तुला जाऊ देणार नाही. मी तुझ्यासाठी एक छान योजना आखलीय."

ज्या स्वरात त्याने शेवटचं वाक्य उच्चारलं ...त्यानं तर तिच्या पायातलं त्राणच निघून गेलं. "का? जेम्मा आणि इतर मुलींसारखी मी तुला ओळखतसुद्धा नाही."

"नसशील. तरीही तुझ्या नशिबात तसंच मरण लिहिलंय."

"का?" तिनं गर्भगळीत होऊन विचारलं.

"त्याचं कारण तुझा चेहरा! सुरुवात ॲलिशियापासून झाली; तुझ्यापाशी शेवट होणार."

"मला मारून तुला एक बहारदार अंत साजरा करायचाय?"

"पहिला हेतू तो आहे आणि त्यामुळे व्हार्टोनियनचीही तडफड होईल."

"का? त्याने तुला कधीच इजा केलेली नाही."

"पण सायमनने केली होती. मी सायमनला शिक्षा करू शकत नाही; ती

शिक्षा आता डॅनियलला भोगावी लागेल.''

''...जशी जारेडची शिक्षा तुला भोगायला लागली.'' ती पुटपुटली.

''समजदार आहेस. तोच खरा न्याय ठरेल.''

''मला मारून मात्र तू अन्याय करतोस. मी तुला दुखावलेलं नाही.''

''पण या क्षणी आता ते सर्व व्यर्थ आहे. तूही इतरांसारखीच मरणार आहेस. किंकाळी मारत... टाहो फोडत!'' त्याने तिला मागे खेचली, तिने प्रतिकार करण्याचा प्रयत्न केला.

''आम्ही फौज बोलावलीय... तू पळून जाऊ शकत नाहीस.''

''आपण पळून जाऊ शकतो. तुला बोटीचा त्रास होत नाही, असं मी गृहीत धरून चालतो.'' नदी – हा आता आपल्याला नदीतून घेऊन जाणार.

''नाही. एखाद्या कोकरासारखी मी माझी कत्तल होऊ देणार नाही. तुला न्यायचं असेल, तर माझे केस ओढत तुला न्यावं लागेल.''

तो डॅनियलला तर नक्कीच मारेल... पण त्यासाठी आपल्या कपाळावरची बंदूक त्याला उचलावी लागेल. आपल्याला तीच एक संधी आहे. ज्या क्षणी तिला कपाळावर असलेला दाब कमी झाल्यासारखा वाटला, त्याच क्षणी त्याचा चेहरा नखाने ओरबाडण्यासाठी ती झटकन वळली. त्याची पकड अचानक ढिली होत गेली आणि आपण निष्क्रिय झालो आहोत याचं तिचं तिलाच आश्चर्य वाटलं.

आणखी एका गोळीचा आवाज आला. तिच्या पापण्या फडफडल्या. तिने प्रथमच त्याचा चेहरा पाहिला... फक्त अर्धा सेकंद... हा तर पेपरवाला मुलगा... दुसऱ्या सेकंदाला तो खाली पडला होता. त्याच्या डोक्याला भोक पडलं होतं.

''हा पेपर टाकणारा मुलगा आहे!'' ओब्रायन आपल्यावर सतत किती जवळून नजर ठेवून होता, या विचाराने ती शहारली. तिने मान उचलून वर पाहिलं आणि तिच्या घशात आवंढा घुसमटत गेला. ओब्रायनची बंदूक हातात पकडून एक अस्वच्छ, रक्ताळलेल्या चेहऱ्याचा माणूस उभा होता.

ॲलेक्सने त्याला जवळ जाऊन निरखलं – ''रेव्हरंड बिअर्डस्ली?''

त्याने मान डोलावली. ''होय!'' तो दरवाज्याला टेकला आणि घसरत जमिनीवर बसला. हातातली मॅकची बंदूक त्याने काळजीपूर्वक फरशीवर ठेवली.

तिने ओब्रायनच्या डोक्यात पडलेलं भोक पाहिलं आणि बिअर्डस्लीकडे नजर वळवली. ''तू त्याला मारलंस? पण तू त्याला कसा मारू शकशील? तू तर त्याच्या मागे उभा होतास.'' ती झटकन मागे वळली. डॅनियल आपलं डोकं सावकाश पुन्हा फरशीवर टेकवत होता. त्याच्या हातात पिस्तूल होतं.

''तू मारलंस त्याला?'' डॅनियलने एकदाच मान हालवली पण तो काहीच बोलला नाही. ॲलेक्स दरवाज्यापाशी गेली आणि बाहेर पडत ओरडली – ''इथे

आणखी कोणापाशी बंदूक आहे?''

''मला तरी वाटत नाही.'' बिअर्डस्ली म्हणाला.

त्याने ॲलेक्सचा पाय पकडत तिला अडवलं.

''बेली कुठेय?''

''ग्रॅनव्हिले म्हणाला की, ती जिवंत आहे.''

''एका तासापूर्वी तरी ती नक्कीच जिवंत होती.'' बिअर्डस्ली म्हणाला.

''मी जाऊन शोधते. मला आता मदत मिळवावीच लागणार.''

डॅनियलचा सेलफोन हातात घट्ट पकडून ॲलेक्स धावत सुटली. सर्वांत बाहेरच्या दरवाज्यापाशी ती जेव्हा येऊन पोहोचली, तेव्हा बाजूच्या छोट्या खिडकीमधून येणारा एक प्रकाशाचा झोत तिला दिसला. ती क्षणभर थांबली. तिच्या डोळ्यांना तो प्रकाश सहन होईना. मग ती दरवाजा उघडत बाहेर पडली. बऱ्याच वेळानंतर तिने समाधानाचा नि:श्वास सोडला.

''ॲलेक्स...'' ल्यूक धावत तिच्यापाशी पोहोचला. ''तिला लागलंय. डॉक्टरला बोलवा.'' तो जोरात ओरडला.

चार पाचं माणसं स्ट्रेचर घेऊन येताना तिला दिसली.

''मला काहीही झालेलं नाही. डॅनियलला गोळी लागलीय. त्याची प्रकृती गंभीर आहे. लवकरात लवकर त्याला हेलिकॉप्टरने चांगल्या हॉस्पिटलमध्ये हलवायला हवंय. माझ्या मागून या. तो कुठे आहे, ते तुम्हाला दाखवते.'' तिच्या अंगात बळ संचारलं अन् ती पुन्हा धावत निघाली. ''बेली त्यांच्या तावडीतून निसटलीय!'' पळता पळता ती बातमी तिने ल्यूकच्या कानावर घातली

''मला ठाऊक आहे...'' ल्यूकही तिच्या बाजूनेच धावत होता, ''मलाच ती सापडली. ती जिवंत आहे, पण तिची अवस्था वाईट आहे. ती जिवंत आहे, हे महत्त्वाचं.''

डॅनियलला स्ट्रेचरवर घालून नीट नेईपर्यंत आपला जीव शांत होणार नाही, हे ॲलेक्सला समजत होतं.

''बिअर्डस्लीसुद्धा इथे आहे आणि जिवंत आहे. मला वाटतं, तो आपल्या पायांनी चालूसुद्धा शकेल. पण त्यालाही चांगलाच मार बसला आहे.'' ती म्हणाली.

ते सर्व त्या खोलीत आले आणि समोरचं दृश्य पाहून ल्यूक अक्षरश: खिळून उभा राहिला. जमिनीवर तीन प्रेतं आडवी पडलेली होती. ''तू तर साक्षात देवीच आहेस. तू हे सगळं केलेस?''

क्षणापूर्वी तिचा गळ्यात हुंदका दाटला होता. त्या क्षणी तिला बेभान हसत सुटावंसं वाटलं. वैद्यकीय पथक डॅनियलला काळजीपूर्वक घेऊन चाललं होतं. तिने खोलवर श्वास घेतला, ''बहुतेक सगळं माझ्या हातून घडलं. मी मॅन्सफिल्डला मारलं आणि ग्रॅनव्हिलेला जायबंदी केलं. पण ओब्रायनने ग्रॅनव्हिलेला मारलं.''

ल्यूकने आपल्या बुटानेच ओब्रायनला ढोसलं, "...आणि ह्याला कुणी मारलं?"

"बिअर्डस्लीने त्याच्या हातातली बंदूक काढून घेतली आणि डॅनियलने त्याच्या डोक्यात गोळी घातली. मला वाटतं, आम्ही चांगली कामगिरी केलीय..." ॲलेक्स म्हणाली.

"चांगली?... उत्तम कामगिरी केलीत!" ल्यूक हसत म्हणाला.

पण बिअर्डस्ली हसला नाही. त्याने खिन्नपणे मान हलवली अन् म्हणाला, "तुम्ही खूप उशीर केलात!"

दोघेही चकित होऊन त्याच्याकडे पाहू लागले.

"तुला नक्की काय म्हणायचंय?" ॲलेक्सने विचारलं.

आपलं शरीर भिंतीला घासत बिअर्डस्ली उभा राहिला, "चला, तुम्हाला दाखवतो –"

ॲलेक्सने मागे वळून डॅनियलकडे एक कटाक्ष टाकला आणि ती बिअर्डस्लीबरोबर चालू लागली. ल्यूकचा हात तिच्या खांद्यावर होता.

समोर आलेल्या पहिल्याच दरवाज्यातून बिअर्डस्ली डावीकडे वळला. दरवाजा उघडाच होता, पण आतली खोली रिकामी नव्हती. ॲलेक्सचे हातपाय थरथर कापत होते. आता ते दृश्य आयुष्यभर तिचा पिच्छा पुरवणार होतं.

एका छोट्याशा कॉटवर एक तरुण मुलगी मरून पडली होती. तिच्या हातातल्या साखळीचं टोक भिंतीला बांधलेलं होतं. ती कृश होती. तिच्या सगळ्या बरगड्या बाहेर आलेल्या दिसत होत्या. डोळे सताड उघडे होते आणि कपाळावर भोक पडलं होतं. ती पंधरा वर्षांची असावी.

ॲलेक्स धावत पुढे गेली अन् तिच्या हाताची नाडी तपासू लागली. त्या मुलीचं शरीर अजूनही उबदार लागत होतं. ॲलेक्सने ल्यूककडे पाहिलं.

"तिला मरून एक तास झाला असेल." ल्यूक म्हणाला.

"ज्या-ज्या मुली मागे राहिल्या, त्या सर्वांना मारण्यात आलंय...!" बिअर्डस्लीचा आवाज घोगरा झाला होता.

"म्हणजे, किती मुली उरल्या होत्या?" ल्यूकला संताप आवरत नव्हता.

"मी सात बार ऐकले. बेली...."

"ती जिवंत आहे. तिच्याबरोबर एक मुलगी होती." ल्यूक म्हणाला.

बिअर्डस्लीने खांदे पाडले, "चला, देवाचे आभार मानू."

"ही जागा तरी कसली आहे?" ॲलेक्स कुजबुजली.

"मानवी देहविक्रय केंद्र!" बिअर्डस्लीने तिला एका शब्दात सांगितलं आणि ॲलेक्स त्याच्याकडे आ वासून पाहू लागली.

"म्हणजे तुला म्हणायचंय की, ह्या सर्व मुली... पण मग त्यांना मारलं तरी

का? ...का?''

''त्या सर्वांना इथून बाहेर काढण्याएवढा वेळ त्यांच्यापाशी नव्हता. आणि ज्या उरल्या, त्या उद्या पोलिसांना सगळं सांगून टाकतील, अशी त्यांच्या मनात भीती होती.''

''या सर्वाला जबाबदार कोण आहे?''

''तू आत्ताच नाव घेतलं होतंस, तोच – ग्रॅनव्हिले.'' बिअर्डस्ली भिंतीला टेकला आणि त्याने थकून डोळे मिटले. त्याच्या शर्टावर असलेला रक्ताचा डाग तिला प्रथमच दिसला. तो हळूहळू पसरत चालला होता.

''तुला गोळी लागलीये!'' असं म्हणत ती त्याच्या मदतीसाठी धावली.

बिअर्डस्लीने तिला हातानेच अडवलं, ''तुझा माणूस जास्त वाईट अवस्थेत आहे.''

''त्याने किती मुलींना बाहेर काढलं?'' ल्यूकच्या मनातली चीड वाढत चालली होती.

''पाच किंवा सहा. त्या सर्वांना नदीपलीकडे नेलंय.''

''मी तिथल्या पोलिसांना कळवतो आणि किनाऱ्यावर गस्त घालणाऱ्या पथकालाही निरोप पाठवतो.'' ल्यूक म्हणाला.

त्यांच्यामागून डॅनियलला स्ट्रेचरवरून नेण्यात येत होतं.

''त्याच्याबरोबर जा. चल, लवकर... मी ठीक आहे.'' बिअर्डस्ली म्हणाला.

ॲलेक्स आणि ल्यूक बाहेर पडत असताना आणखी एक स्ट्रेचर घेऊन काही माणसं आली, ''हे डॉक्टर्स तुझी काळजी घेतील.'' तिने बिअर्डस्लीचा हात हातात घेतला.

''थँक यू... तू माझा जीव वाचवलास.''

त्याने मान डोलावली आणि शांतपणे तिच्याकडे पाहिलं, ''बेलीला सांग – मी तिला येऊन भेटेन.''

''नक्की सांगेन.''

ॲलेक्स आणि ल्यूक जाऊ लागले. प्रत्येक दरवाज्यापाशी ते क्षणभर थबकायचे. आणखी पाच बळी! तिच्या मनात चीत्कार उठत होते. पण अखेर ती डॅनियलपाशी जाऊन पोहोचली. तिने डॅनियलचा हात हातात धरला आणि त्याच्याबरोबर लखलखत्या सूर्यप्रकाशात चालू लागली.

२६

ॲटलांटा, शुक्रवार, २ फेब्रुवारी, दुपारी ५ वाजून ४५ मिनिटे

ॲलेक्स अतिदक्षता विभागाच्या दरवाजातून आत शिरत होती. तोच तिच्या कानावर हाक आली.

"ॲलेक्सऽऽ" तिने वळून पाहिलं. मेरिडिथचे दोन्ही हात थरथरत तिच्या गळ्यात पडले.

"ओह, माय गॉड ॲलेक्स!"

"सगळं प्रकरण संपलंय... ते सर्व मेलेत..." ॲलेक्स पुटपुटली.

मागे सरत मेरिडिथने तिला नीट निरखलं, "तुला तर लागलंय! कुठे लागलं तुला?"

"हे रक्त माझं नाही... डॅनियलचं आणि थोडं ग्रॅनव्हिलेचं. त्यांनी डॅनियलला आत आणलंय?"

"वीस मिनिटांपूर्वीच हेलिकॉप्टर उतरलं होतं."

ॲलेक्स परिचारिकांच्या खोलीत शिरली. मेरिडिथही तिच्या बरोबर होती.

"मी ॲलेक्स फॅलन. तुम्ही मला...."

"या बाजूने जा." ती नर्स चटकन म्हणाली. तोपर्यंत पत्रकारांनी ॲलेक्सला घेराव घातला होता. त्या नर्सने सर्व पत्रकारांना एका विश्रामकक्षात नेऊन बसवलं.

"तुम्ही येणार असल्याचं आम्हाला एजंट चेस व्हार्टनने आधीच सांगितलं होतं. तुम्ही इथेच थांबा. तो येऊन तुमच्याशी बोलेल." नर्स म्हणाली आणि बाहेर आली.

"डॅनियल व्हार्टानियनवर उपचार करणाऱ्या डॉक्टरशी मला बोलायचंय... आणि बेली क्रायटनच्याही..." ॲलेक्स अजिजीने म्हणाली.

"डॉक्टर आत्ता मिस्टर व्हार्टानियनबरोबर आत आहेत." नर्स तिला नीट न्याहाळत म्हणाली, "काही दिवसांपूर्वी आमच्या हॉस्पिटलमध्ये एक म्हातारी नन

वारली होती. तिच्यासाठी तू इथे आली होतीस ना?''

''हो.'' ॲलेक्स अस्वस्थपणे म्हणाली.

''तू स्वत: एक उत्तम नर्स आहेस ना? ...हां. आत्ता माझ्या लक्षात आलं – म्हणून व्हार्टोनियनची जखम बांधली गेली होती!''

''मी केलेलं काम ठीक होतं ना?''

''नक्कीच.''

''मी बेलीला पाहू शकते?''

''चल माझ्याबरोबर....''

ॲलेक्सने मेरिडिथचा हात घट्ट पकडला आणि नर्सपाठोपाठ त्या दोघी जाऊ लागल्या.

''होप कुठेय?''

''तिला घरीच ठेवलंय. तिच्यासोबत एजंट शॅनन आणि रिले आहे. बेलीला अशा अवस्थेत होपने बघू नये, असं आम्हाला वाटलं. ॲलेक्स, बेलीला आणलं; तेव्हा मी इथे होते. मी तिला पाहिलं. तिच्याकडे बघवत नाही.'' मेरिडिथ म्हणाली.

''पण ती जिवंत आहे.'' नर्स चटकन म्हणाली आणि तिने त्यांना बेलीची खोली दाखवली. इतका वेळ मनाची तयारी करूनसुद्धा बेलीला पाहताच ॲलेक्स थरारून गेली.

''बेली... मी आलेय, ॲलेक्स....''

बेलीच्या पापण्या फडफडल्या, पण तिला डोळे उघडता येईनात.

''ठीक आहे, बेली. तू झोपून राहा. तुला विश्रांतीची गरज आहे. तुला आता कसलाच धोका नाही. होपसुद्धा अगदी सुखरूप आहे.''

बेलीच्या सुजलेल्या डोळ्यांतून पाणी वाहू लागलं, ''तू आलीस म्हणून माझी छोकरी वाचली.'' ॲलेक्सने हळुवारपणे तिचा हात धरला आणि एका निष्णात नजरेतून क्षणार्धात तिने बेलीच्या अंगावरच्या जखमा टिपून घेतल्या. ''होप फारच गोड मुलगी आहे! मेरिडिथ तिची अगदी व्यवस्थित काळजी घेतेय.''

बेलीने जोर देऊन आपले डोळे उघडले. ती ॲलेक्स आणि मेरिडिथकडे आर्त नजरेने पाहू लागली, ''थँक यू.''

मेरिडिथने आवंढा गिळला. ''होप मजेत आहे. ती तुझी खूप आठवण काढतेय. आणि तू जिवंत असणार, ही आशा ॲलेक्सने शेवटपर्यंत सोडली नाही.''

बेलीने आपल्या सुकलेल्या ओठांवरून जीभ फिरवली, ''बिअर्डस्ली...?'' तिचा आवाज घुसमटला. ॲलेक्सने ओल्या कपड्याने तिचा चेहरा टिपला.

''तो जिवंत आहे. त्यानेच माझा जीव वाचवला. तो तुला भेटायला येणार आहे, असा त्याने मुद्दाम माझ्याजवळ निरोप पाठवलाय. बेली, पोलिसांनी तुझ्या

वडिलांना शोधून काढलं.''

बेलीचे ओठ थरथरले, ''तुला काही सांगायचंय. वेड... त्याने खूप विचित्र गोष्टी केल्या होत्या. माझ्या वडिलांना त्या ठाऊक होत्या.''

''मला ठाऊक आहे. माझ्या आठवणी हळूहळू जाग्या होत गेल्या. क्रेगने माझ्या आईला मारलं होतं!''

बेली कळवळली, ''मला ही गोष्ट ठाऊक नव्हती.''

''तुला आठवतं... त्या दिवशी मी झोपेच्या गोळ्या घेतल्या होत्या? त्या क्रेगने मला दिल्या होत्या का गं?''

''हो, बहुतेक. म्हणजे मी नक्की नाही सांगू शकत. पण ॲलेक्स.. वेड... त्याने मला वाटतं... त्यानेच ॲलिशियाला मारलं होतं.''

''नाही. त्याने नाही मारलं. त्याने अनेक भयानक कृत्यं केली, पण त्याने तिला मारलं नव्हतं.''

''बलात्कार?''

''हो.''

''आणखीही काही जण आहेत.''

ॲलेक्सच्या अंगावर काटा आला. ग्रॅनव्हिलेही अगदी हेच म्हणाला होता.

''वेडने तुला पाठवलेल्या पत्रावरून तू असं म्हणतेयस ना? होपच्या मदतीने आम्हाला ते पत्र सापडलं.''

''ते सात जण होते. वेड आणि इतर सहा.''

''मला ठाऊक आहे. एक गार्थ डेव्हिस सोडला, तर बाकी सगळे मेले आहेत. गार्थला अटक केलीय.''

बेलीला धक्का बसला होता. ''गार्थ? पण तो... देवा!... म्हणजे मी किती मूर्ख होते!'' ॲलेक्सला सिस्सीचं बोलणं आठवलं.

''तुझे त्याच्याशी संबंध होतं?''

''हो. वेड मेल्यावर तो माझं सांत्वन करायला प्रथमच आला... पण महापौर म्हणून.''

तिने डोळे मिटून घेतले. ''त्याचं येणं-जाणं हळूहळू वाढत गेलं. वेडनेही मला ताकीद दिली होती... कुणावरही विश्वास ठेवू नकोस.''

''गार्थने वेडच्या वस्तू मागितल्या होत्या?'' मेरिडिथेन शांतपणे विचारलं.

''दोन-चारदा मागितल्या होत्या. पण मला तसा काही संशय आला नाही. तोपर्यंत मला वेडचं पत्रदेखील आलेलं नव्हतं. गावातला एक प्रतिष्ठित माणूस आपल्याशी इतका प्रेमाने वागतोय, या विचारानेच मी सुखावले होते... गार्थही किल्ली शोधत होता, तर? 'त्याच्या'च सारखा! ती नतद्रष्ट किल्ली!''

''तुला किल्लीबद्दल कोण विचारत होता?'' ॲलेक्सच्या प्रश्नाने बेली शहारली.

''ग्रॅनव्हिले.'' ती कडवटपणे म्हणाली, ''पण कुठल्या कुलपाची ती किल्ली होती?''

''बँकेतला लॉकर. पण तो शेवटी रिकामाच निघाला!'' ॲलेक्स म्हणाली.

बेली पार खचून गेली. ती शून्यात नजर लावून बसली.

''मग तो माझ्याशी असा का वागला?''

ॲलेक्सने चमकून मेरिडिथकडे पाहिलं. ''तिचा प्रश्न बरोबर आहे. डॅनियल आणि ल्यूकला वाटत होतं की, सातव्या माणसाकडे दोन्ही किल्ल्या आहेत; पण ग्रॅनव्हिलेकडे नव्हत्या.''

''किंवा त्याने स्वत:च त्या लॉकरमधून फोटो आधीच काढून घेतले असतील?'' मेरिडिथ म्हणाली.

''तरीसुद्धा त्याने तेच केलं असतं.'' ल्यूक दरवाज्यात येत म्हणाला, ''ग्रॅनव्हिलेने कदाचित बऱ्याच वर्षांपूर्वी फोटो काढूनही घेतलेले असतील. आपल्याला ते अजूनही नक्की ठाऊक नाही. पण सायमन अजून जिवंत होता, ही बातमी समजल्यावर ते सर्व हादरले. त्यांचं धाबं दणाणलं. डॅनियलला जर सायमनची किल्ली मिळाली आणि वेडची किल्ली बेलीकडे असली, तर त्यांचं बिंग फुटणार होतं. ग्रॅनव्हिलेला तसं होऊ द्यायचं नव्हतं.'' तो बेलीच्या बाजूला येऊन उभा राहिला. ''ॲलेक्स, चेसला तुझ्याशी बोलायचंय. बेली, आता कसं वाटतंय?''

''ठीक आहे. मला बरं व्हायलाच हवं. माझ्याबरोबरची ती मुलगी कशी आहे?''

''बेशुद्ध आहे.'' तो म्हणाला.

''एका अर्थी ते बरंच झालं म्हणायचं!'' बेली पुटपुटली. ''होप मला केव्हा भेटणार?''

''लवकरच.'' मेरिडिथ म्हणाली, ''तिने तुला शेवटचं पाहिलं होतं – तेही अगदी अशाच अवस्थेत. त्या धक्क्यातून ती अजून सावरलेली नाही. तुला पाहून तिला आणखी एक धक्का बसायला नको. आधी तुझे केस धुऊन तुला नीट स्वच्छ करू देत. तुझ्या अंगावरच्या काही जखमा तिच्यापासून लपवायला हव्यात. आणि मग मी होपला घेऊन येते.''

बेलीने उदासपणे मान डोलावली.

''ॲलेक्स, मी तुझ्याकडे किल्ली पाठवलीय, हे मी ग्रॅनीव्हिलेला अखेर सांगितलं होतं. त्यानेच तुला मारलं का?''

''छे! उलट माझ्या शर्टावर जे रक्त दिसतंय, ते त्याचंच आहे. तो आता मेलाय.''

''बरं झालं!'' बेली चिडून म्हणाली. ''मरताना त्याला यातना झाल्या?''

"फारश्या नसाव्यात. बेली, तिथे आणखी कोण कोण येत होतं?"

"फक्त ग्रॅनिव्हेलच. कधी कधी मॅन्सफिल्ड आणि त्यांचे ते पहारेकरी दिसायचे. पण का विचारतेयस?"

"सहज विचारलं." ॲलेक्स म्हणाली.

ग्रॅनव्हिले म्हणाला होता की, आणखीही काही माणसं यात गोवली गेलेली आहेत; पण या क्षणी ही गोष्ट बोलणं तिला उचित वाटलं नाही. क्रेगने सिस्टर ॲनेचा खून केलाय, ही गोष्टसुद्धा ॲलेक्सने लपवून ठेवली.

"तू झोप आता; मी नंतर येईन."

"ॲलेक्स, थांब जरा. तुझ्याकडे किल्ली आहे, ही गोष्ट मी त्याला अजिबात सांगणार नव्हते. पण त्याने..." तिचे डोळे पाण्याने डबडबले. तिने खांद्यावर टोचलेल्या सुयांच्या खुणा, ॲलेक्सला दाखवल्या. "त्याने माझ्या दंडात इंजेक्शन खुपसलं!"

ॲलेक्स थरारली. "नाहीऽऽ"

"पाच वर्षं मी व्यसनमुक्त झाले होते. हवं तर शपथ घेऊन सांगते...!"

"मला माहितीये. मी डेसमंड आणि तुझ्या मैत्रिणींशी बोललेय."

"आता मला पुन्हा ते व्यसन सोडायच्या दिव्यातून जावं लागणार!" बेलीचा आवाज फाटत गेला अन् तो आवाज ॲलेक्सचं मात्र काळीज चिरत गेला!

"पण या वेळी तू एकटी नसशील." ॲलेक्सने तिच्या कपाळावर ओठ टेकवले. "तू झोप आता. मला आता जाऊन पोलिसांशी बोलायचं. त्यांना तुझ्याकडूनही त्या मुलींबद्दल माहिती हवी असणार."

बेलीने मान डोलावली. "त्यांना सांग, मी सगळी मदत करायला तयार आहे."

ॲटलांटा, शनिवार, ३ फेब्रुवारी, सकाळी १० वाजून १५ मिनिटे

डॅनियलला जाग आली. बाजूच्या खुर्चीत झोपलेल्या ॲलेक्सकडे त्याचं लक्ष गेलं. त्यानं तिला तीन वेळेला हाक मारण्याचा प्रयत्न केला, पण त्याच्या तोंडातून शब्दच फुटेना. अखेरीस त्याच्या गळ्यातून क्षीण आवाज उमटला. "ॲलेक्स..."

तिने दचकून आपली मान उचलली आणि डोळे चोळत ती पाहू लागली, "डॅनियल?"

तिचे खांदे जड होऊन खाली झुकले. आता ती कोणत्याही क्षणी रडेल, असं त्याला वाटून गेलं. त्याच्या अंगातून भीतीची लहर उठत गेली.

"माझी?" एवढा एक शब्द उच्चारतानाही त्याचे प्राण कंठाशी आले. त्याचा घसा खरवडला जात होता.

“थांब.” तिने बर्फाचा एक छोटा तुकडा त्याच्या तोंडात ठेवला. बर्फाच्या थंडगार स्पर्शाने त्याला स्वर्गीय सुख लाभलं. “डॉक्टरांनी थोड्या वेळापूर्वी तुझ्या नाकातली ऑक्सिजनची नळी काढून टाकली. त्यामुळे आता काही वेळ तरी तुझा घसा खवखवत राहणार. हे पॅड आणि पेन घे. जे काही बोलावंसं वाटतंय, ते या कागदावर लिही; बोलू मात्र नकोस.”

“काय?” तिच्याकडे दुर्लक्ष करत तो पुन्हा म्हणाला, “जखम किती गंभीर आहे?”

“थोड्याच दिवसांत तू हॉस्पिटलमधून बाहेरसुद्धा पडशील. तुझं नशीब जोरावर होतं. शरीराच्या कुठल्याच महत्त्वाच्या भागाला इजा झालेली नाहीये. “त्याच्या ओठांच्या कडेवर तिने ओठ टेकले, “छोट्या शस्त्रक्रियेचीसुद्धा गरज नाहीये. तुझी जखम आपोआप भरायला सुरुवातही झालीय. काही आठवड्यांतच तू खणखणीत बरा होऊन कामावर जाऊ लागशील... जास्तीत जास्त एक महिना.”

अजून काहीतरी आपल्याला अस्वस्थ करतंय. “मॅन्सफिल्ड आणि ग्रॅनिव्हलेचं काय झालं?”

“मॅन्सफिल्ड, ग्रॅनव्हिले, ओब्रायन सारेच्या सारे मेले. फ्रँक ल्युमिससुद्धा. त्याच्याबद्दल मात्र वाईट वाटतं, डॅनियल. गोळी लागल्यावर काही मिनिटांतच तो मेला असावा, पण बेली जिवंत आहे.”

“छान!” तो शब्द त्याने कमालीच्या जोरात उच्चारला. “तिथे आणखी काय घडलं होतं, ॲलेक्स? तू आणि ल्यूक कोणा मुलींबद्दल काहीतरी बोलत होतात.”

“ग्रॅनव्हिलेने तिथे एक भयानक प्रकार चालवला होता.” ती शांतपणे म्हणाली. “पाच तरुण कोवळ्या मुलींची प्रेत आम्हाला सापडली. त्यांनी त्या मुलींना कैद करून ठेवलं होतं. बिअर्डस्लीच्या मते तिथे डझनभर मुली असाव्यात. ग्रॅनव्हिले एकेका मुलीला तिथे हलवत होता, पण त्याच्यापाशी पुरेसा वेळ उरला नाही. मग उरलेल्या मुलींना त्याने मारून टाकलं.”

डॅनियलने आवंढा गिळण्याचा प्रयत्न केला, पण त्याला तो गिळता येईना. ॲलेक्सने त्याच्या तोंडात आणखी एक बर्फाचा तुकडा सरकवण्याचा प्रयत्न केला, पण याखेपेस त्याचा उपयोग झाला नाही.

“बेलीच्या मदतीने एक मुलगी मात्र तिथून पळून जाऊ शकली. सध्या ती बेशुद्ध अवस्थेत आहे. त्यामुळे आपल्याला अजून काहीच माहिती मिळू शकलेली नाही. मेलेल्या मुलींपैकी एका मुलीला ल्यूकने ओळखलं. तो आधी जी केस हाताळत होता, त्यात ती मुलगी त्याने पाहिली होती.” तिने सुस्कारा सोडला. “सायमनचे फोटो जसे कायमचे तुझ्या मानगुटीवर बसले होते, तसेच ल्यूकच्या डोक्यातूनही त्या लहान मुलांचे चेहरे जाता जात नाहीयेत. लैंगिक बालगुन्हेगारीची जी ‘साईट’ त्याने बंद करून टाकली, त्यात त्या मुलीचा फोटो होता.”

“बापरे!” डॅनियल विव्हळला.

तिने त्याचा हात थोपटला. “आपण तासभर उशिरा पोहोचलो. डॅनियल, मरण्यापूर्वी ग्रॅनव्हिले काय म्हणाला, माहितीये?...तो म्हणाला की, तो सायमनचा गुरू होता, अजूनही काही जण या प्रकरणात गुंतलेले आहेत. त्याचा गुरू कोणी वेगळाच आहे.”

“इतर कोण?”

“ते तो बोलला नाही.”

“मॅक ओब्रायनचं काय?”

“तो कुठे राहायचा, हे चेसच्या माणसांनी शोधून काढलं.”

“ओब्रायन कुटुंबाच्या जागेवर रॉब डेव्हिसने बांधलेल्या गोदामात ना?”

“तुझं निम्मं उत्तर बरोबर आहे. त्यातल्या एका गोदामात डटन रिव्ह्यूचा छापखाना आहे. मॅक तिथे राहत होता. डेलियाच्या गाडीत जीपीएस्‌ची अत्याधुनिक यंत्रणा बसवलेली होती. त्याच्या आधारे चेसच्या माणसांनी इतर सर्व गाड्या शोधून काढल्या. मॅकच्या कॉम्प्युटरवरच्या ई-मेल्स ल्यूकने तपासल्या. डेलियाची पोर्शे, जेनेटची झेड आणि क्लॉडियाची मर्सिडिस या तीन गाड्या तो विकण्याच्या तयारीत होता. जेम्माच्या कॉर्व्हेट्टोला मात्र त्याने नवीन रंग दिला होता. ती गाडी मॅक स्वत:कडेच ठेवणार होता.”

“एक मिनिट. मॅक ज्या गोदामात होता, तिथे डटन रिव्ह्यूचे अंक छापले जातात का?”

“तो रिव्ह्यूसाठी काम करत होता. डॅनियल, अरे मॅक म्हणजे तो पेपर वाटणारा मुलगा! मंगळवारी सकाळी तो माझ्या पोर्चमध्ये उभा होता आणि त्याने बिनधास्तपणे माझ्याशी दहा मिनिटं गप्पा मारल्या होत्या.”

त्या कल्पनेनचं डॅनियलची आतडी पिळवटली गेली. “कमाल झाली! आणि एकानेही त्याला ओळखलं नाही?”

“मारियानाने त्याला कामावर ठेवलं होतं. रिव्ह्यूचा इतर कारभार तीच पाहायची. ती त्याला कधीच भेटलेली नाही. तुम्ही सगळे हायस्कूलमध्ये असताना, तो एक छोटा मुलगा होता. तो पेपर वाटायचा, तेव्हा सगळं गाव झोपलेलं असायचं. दिवसभर तो मारियानाच्या डिलिव्हरी व्हॅनमधून गावभर टेहाळणी करत हिंडायचा. मॅक प्रत्येकावर नजर ठेवून होता.”

“प्रत्येकावर म्हणजे कुणावर?”

“त्या सगळ्यांवर त्याची बारीक नजर होती. गार्थ, बेलीच्या घरी गेलेला असतानाचा फोटो त्याने टिपलाय. मॅन्सफिल्ड ग्रॅनव्हिलेच्या बंकरमध्ये पोरी पुरवत असतानाचाही फोटो आहे. मॅन्सफिल्ड....”

"जरा थांब. मॅन्सफिल्डही त्या प्रकरणात गुंतला होता?"

"हो तर! अजून पुरेशी माहिती मिळायचीय, पण ग्रॅनव्हिलेच्या धंद्यातला तो मुख्य साथीदार होता."

"भडवे.... साले....सॉरी, अ‍ॅलेक्स."

"खरंच आहे ते. पण एक गोष्ट मात्र नक्की. फ्रँक त्यांच्या गँगमध्ये नव्हता. बेलीला कुठे ठेवलंय, हे कळवणारा फोन ...त्याच्या सेलफोनवर काल आला होता. तो मारियानाने पाठवलाय, असा फ्रँकचा समज झाला होता; पण मॅकच्या सेलफोनवरून तो आला होता."

"पण तरीही गॅरी फलमोअरच्या केसमध्ये फ्रँकने अक्षम्य गफलत केली होती." डॅनियलचा आवाज कर्कश झाला. अ‍ॅलेक्सने डोळे वटारत त्याच्या तोंडात बर्फाचा आणखी एक तुकडा सरकवला.

"पॅड आणि पेन वापर. त्या वेळी फ्रँकची नक्कीच चूक होती, पण काल मात्र तुला फसवण्याचा त्याचा बिलकुल हेतू नव्हता. आपल्याला पळून जायला फ्रँकने मदत केली, असं बेली सांगत होती."

डॅनियल मनातल्या मनात थोडासा सुखावला. पण तरीही... "तो असं का वागला, हे मला अजूनही समजत नाहीये. मला ते समजायलाच हवंय...."

"कदाचित तो कुणाला तरी पाठीशी घालत असावा... किंवा कदाचित कुणीतरी त्याला धमकी देत असावा." तिने त्याच्या गालावरून हात फिरवला. "अंगात पुन्हा ताकद येईपर्यंत जरा शांत राहा. तू शोध घेशील आणि सगळ्या प्रश्नांची उत्तरं तू नक्की शोधून काढशील."

फ्रँकच्या अशा वागण्यामागे निश्चितच एक कारण असणार. कदाचित ते कारण आता आपल्याला कधीच कळणार नाही. डॅनियलचं विचारचक्र सुरू होतं.

"आणखी काही?" त्याने विचारलं.

अ‍ॅलेक्सने उसासा सोडला. "मॅन्सफिल्डने लेस्टर जॅकसनला सुपारी दिली होती. त्याने माझ्या अंगावर गाडी घालण्याचा प्रयत्न केला. शैलाला आणि डटनच्या त्या तरुण ऑफिसरला त्याने प्रेस्टो पिझ्झामध्ये ठार मारलं. मॅन्सफिल्डच्या खिशात चेसला एक बेकायदा सेलफोन सापडला. लेस्टर जॅकसनच्या मोबाईलवरचे फोन नंबर आणि त्या सेलफोनवरचे नंबर जुळलेत."

"डायरी?"

"मॅकच्या सामानात तीही चेसला सापडली. अ‍ॅनेटने सांगितलेला शब्दन् शब्द खरा होता. गेला महिनाभर गार्थ, रॉब डेव्हिस आणि मॅन्सफिल्डच्या मागावर मॅक सतत होता. सातवा माणूस कोण, याचा मॅकलाही आधी अंदाज नव्हता. कारण त्या वेळी गावातल्या अनेक पुरुषांचे फोटो त्याने काढलेले दिसतात. मात्र, एक

दिवस त्याने ग्रॅनव्हिलेला बंकरबाहेर उभा राहिलेलं पाहिलं आणि त्यानंतर तो फक्त टोबी, गार्थ, रॉब डेव्हिस आणि मॅन्सफिल्डचेच फोटो टिपत राहिला. रॉबचं डेलियाबरोबर लफडं सुरू होतं. डेलियाचा खून करून त्याने दुहेरी डाव साधला. आईच्या अपमानाचा सूड त्याने घेतला आणि त्याचबरोबर त्याने रॉब डेव्हिसच्याही वर्मावर घाव घातला.''

ॲलेक्स क्षणभर थांबली.

''व्हेट पोर्टरला मॅन्सफिल्ड मारत असतानाचाही फोटो त्याच्यापाशी आहे.'' ॲलेक्स पुन्हा कचरली. ''माझे आणि... आपल्या दोघांचेही फोटो त्याच्याकडे सापडले.'' तिचे गाल गरम झाले. ''तुझ्या खिडकीमधून त्याने आपले फोटो काढलेत. पण त्याने त्या फोटोंचा वापर केल्याचं दिसत नाही.'' तिने खांदे उडवले, ''माझा बळी घेऊन त्याला वर्तुळ पूर्ण करायचं होतं!'' ती इतकी सहज बोलून गेली, पण डॅनियलचं पित्तच उसळलं, ''×××××'' त्याने शिवी हासडली. ती शांतपणे त्याचा हात चोळू लागली. ''आणि लॉकरचं काय?''

''रॉब डेव्हिसला माहीत असलं तरी तो एकही शब्द बोलायला तयार नाही. गार्थने तर वकिलालाच उभं केलंय. अखेर ते बोलतीलच; पण मला वाटतं, माफीचे साक्षीदार होऊन.''

''हॅटन?''

ती हसली, ''तो लवकरच बरा होईल. एजंट म्हणून तो कदाचित पुन्हा कामावर रुजू होणारही नाही, पण तो जिवंत नक्कीच असेल. आपण निवृत्तीच्या जवळ आलोच आहोत, असं तो मला म्हणाला.''

''क्रायटन?'' त्याने विचारलं आणि त्याच क्षणी तिचं हसू मावळलं.

''सिस्टर ॲनेच्या घरात तिच्या रक्तामध्ये त्याच्या हातांचे ठसे सापडले. खुनाच्या आरोपाखाली त्याला पकडलंय. क्रेगने जर गुन्हा कबूल केला नाही, तर आपण त्याच्याविरुद्ध माझ्या आईच्या खुनाबद्दल किंवा वेडबरोबर केलेला गुन्हा लपवल्याबद्दल केस लढवू, असं चेस मला म्हणाला.''

''तू त्या गोळ्या घेतल्या होत्यास?''

''मला त्याचं उत्तर कदाचित कधीच सापडणार नाही आणि मला उत्तर दे, अशी मी त्याच्याशी कधीच भीकही मागणार नाही.''

''तू त्याला पाहिलंस?''

''नाही.''

''मी तुझ्याबरोबर येईन.''

तिच्या मनावरचा ताण हलका झाला. तिथे एकटीने जायची हिंमत तिच्यापाशी नाही, हे डॅनियल जाणून होता.

"बेलीला वाटतंय की, त्याने अन् वेडने मला त्या गोळ्या जबरदस्तीने गिळायला लावल्या होत्या. वेडनेच तिला असं सांगितल्याचं तिला अस्पष्ट आठवतंय. पण आपल्याकडे निश्चित पुरावा नाही."

"बेली शुद्धीत आहे?"

तिने मान डोलावली, "मी तर हॉस्पिटलच्या एका खोलीतून दुसऱ्या खोलीत सारख्या चकरा मारतेय.... तू आणि बेली.... मग बिअर्डस्ली, हॅटन आणि शिवाय बेलीने वाचवलेली ती मुलगी. बेलीने आणखी एक गोष्ट मला सांगितली. ॲलिशियाचा ज्या रात्री खून झाला, त्या दिवशी दुपारी ॲलिशियाने माझ्या दुपारच्या जेवणातल्या सूपमध्ये काहीतरी मिसळलं होतं. त्यामुळे मी आजारी पडले. तिला रात्रीच्या पार्टीला जायचं होतं आणि त्यावरून मी तिला टोकणार, हे तिला नको होतं. पायावरच्या गोंदणावरून आलेला राग तिच्या मनात धुमसत होता, त्या रागामुळेच मी वाचले."

त्याने तिचा हात घट्ट पकडला, "होप?"

"बेली जिवंत असल्याचं तिला समजलंय. पण अजून ती बेलीला भेटलेली नाही. बेलीचा चेहरा भयानक दिसतोय डॅनियल. तिने कबूल करावं, म्हणून त्या हरामी ग्रॅनव्हिलेने तिला इंजेक्शन टोचून त्यातून हेरॉईन दिलं!" ॲलेक्सचा आवाज कातर झाला. "पाच वर्षं बिचारी व्यसनमुक्त होती. आता तिला पुन्हा ते सारं सहन करावं लागणार. तो तर डॉक्टरच होता!"

"तो उलट्या काळजाचा राक्षस होता!" डॅनियल दात-ओठ खात म्हणाला.

ती उसासली, "तू म्हणतोस ते खरं आहे. बेलीचं गार्थबरोबर प्रकरण सुरू होतं. पण मॅन्सफिल्ड आणि ग्रॅनव्हिलेने तिला पळवलंय, हे गार्थला ठाऊक होतं की नाही, हे समजायला मार्ग नाही. वकील मिळवल्यापासून तो गप्प आहे. ल्यूकने त्याच्यावर प्रश्नांचा भडिमार केला, पण एकाही प्रश्नाला त्याने उत्तर दिलं नाही."

"सूझ?"

"ती अजूनही इथेच आहे. ती तुझ्यापाशी आणि त्या जेन डोपाशी बसून होती. ती मुलगी रे – बेलीने सोडवून आणलेली? तिचं नाव ठाऊक नाही ना! डॅनियल, मी विचार करतेय...."

घरी परतण्याचा विचार तर तिच्या मनात नाही ना आलाय? डॅनियलच्या काळजात चर्र झालं.

"कशाबद्दल?"

"तू, मी, बेली आणि होप... तू लवकरच बरा होऊन पुन्हा हिंडू-फिरू लागशील. पण बेली... तिला तर अजून खूप मोठा प्रवास करायचाय. होप बरोबर असल्यामुळे तिला कुणाची तरी मदत लागणारच."

"कुठे?" त्याने विचारलं.

''इथेच. तिची सर्व मित्रमंडळी इथेच तर आहेत. मी त्यांच्यापासून तिला तोडून घेऊन जाऊ शकत नाही. मी इथेच राहणार आहे. पण मला आमच्या तिघांसाठी एक घर शोधावं लागेल.''

''नाही. तू माझ्याबरोबरच राहणार आहेस.'' तो चवताळून म्हणाला.

''पण बेलीला पुन्हा व्यसनमुक्ती केंद्रात दाखल करावं लागेल. त्या वेळेस मला होपबरोबर राहायलाच हवं.''

''तू माझ्याचबरोबर राहणार आहेस.'' त्याने पुनरुच्चार केला, ''होप आपल्याबरोबर राहील अन् बेलीसुद्धा. तिला वाटेल तितके दिवस ती आपल्याबरोबर राहू शकते.'' बोलता-बोलता त्याला खोकल्याची उबळ आली आणि तिने लगेच पाण्याचा ग्लास त्याच्या ओठांशी धरला.

''सावकाश!'' ती नर्सच्या थाटात बोलली, ''फक्त छोटासा घोट घ्यायचा.''

''होय मॅडम!'' तो मागे टेकला आणि तिच्या डोळ्यांत पाहू लागला. ''तू माझ्याबरोबरच राहणार आहेस.'

ती हसली, ''होय, सर!''

त्याने तिच्यावरची नजर तशीच ठेवली. ''त्या दिवशीच मी निर्णय घेतला होता''

''मीसुद्धा!''

''आता बरं वाटलं.''

तिने त्याच्या कपाळावर ओठ टेकवले, ''तुला जे-जे जाणून घ्यायचं होतं, ते आता तुला सर्व समजलंय. आता बोलणं बंद करायचं आणि गुपचूप झोपून जायचं. मी थोड्या वेळाने येतेच.''

ॲटलांटा, शनिवार, ३ फेब्रुवारी, दुपारी १२ वाजून ३० मिनिटे

''बेलीऽ''

तो परिचित आवाज कानी पडताच तिच्या पापण्या फडफडल्या आणि काळीज भरून आलं. आपण अजूनही 'तिथेच' आहोत... असं तिला वाटलं. आपली सुटका झाली, हे स्वप्न तर नव्हतं ना? मग अंगाखालच्या मऊ गादीचा स्पर्श तिला जाणवला. ते दुःस्वप्न आता संपलंय... याची तिला खात्री झाली. निदान एका दुःस्वप्नातून तरी आपण नक्कीच सुटलोय. व्यसनातून मुक्त होण्याचं दिव्य अजून पार करावंच लागणार आहे.

''बेली ऽऽ''

तिने मोठ्या मुश्कीलीने डोळे उघडले.

''बिअर्डस्ली!''

तो तिच्याजवळ एका व्हीलचेअरवर बसला होता. तो स्वच्छ आणि टापटीप दिसत होता. चेहऱ्याच्या एका बाजूला एक-दोन जखमा दिसत होत्या, पण एकंदरीत तो स्वच्छ वाटत होता. त्याचे केस वाळूसारखे तपकिरी होते. मिलिटरी कट... त्याची गालफडं दमदार होती अन् जबडा कणखर होता. त्याचे डोळे तर तिच्या पक्के लक्षात होते... तपकिरी आणि उबदार. ओठांना भेगा पडल्या होत्या, पण ते प्रमाणबद्ध होते. त्याचं एकूण व्यक्तिमत्त्व निश्चयी आणि प्रमाणबद्ध होतं.

"मला वाटलं, तू मेलास...!" ती कुजबुजली.

"छे, तुला वाटलं त्यापेक्षा मी जास्त चिवट निघालो!" तो हसला.

तिला त्यावर विश्वास ठेवणं भागच होतं. तिच्यापेक्षा तो तिप्पट धिप्पाड होता.

"मला ॲलेक्स भेटली..." ती म्हणाली.

"मलासुद्धा. ती तर आपल्या सगळ्यांवर लक्ष ठेवत एकसारखी फेऱ्या मारतेय. तुझी सावत्र बहीण पक्की खंबीर आहे, बेली. आणि तिची सावत्र बहीणसुद्धा तितकीच निडर आहे."

त्याच्या बोलण्याने ती सुखावली, "तू माझे प्राण वाचवलेस... तुझे मी कसे आभार मानू?"

त्याने भुवया उंचावल्या, "आपण ते नंतर पाहू. आता तुला कसं वाटतंय?"

"एका आठवड्याची कैद भोगलेल्या कैद्यासारखं."

तो पुन्हा हसला, "तू फारच छान निभावलंस. बेली, तुला तुझाच अभिमान वाटायला हवा!"

"तू काय म्हणतोयस, ते तुलाच कळत नाहीये. कारण मी काय केलंय, हे तुला ठाऊक नाही."

"मी जे तुला करताना पाहिलंय, ते मला चांगलंच ठाऊक आहे."

तिने आवंढा गिळला अन् पुटपुटली, "मी आयुष्यात खूप विचित्र वागलेय."

"तू ड्रग्जबद्दल बोलतेयस ना?"

"आणखीही नको त्या गोष्टी माझ्या हातून घडल्यात. एखाद्याने आपल्या आईसमोर नि:संकोचपणे उभी करावी, अशी मुलगी मी नक्की नाही."

"तुला म्हणायंचय, तू एके काळी वेश्या होतीस आणि अनेक पुरुषांशी तुझे संबंध होते?"

तिने सुन्न होऊन डोळे उघडले, "तुला माहीत होतं?"

"हो. वेडने मरण्याआधी मला सर्व सांगितलं होतं. पण तू जिद्दीने नव्या आयुष्याला सुरुवात केलीस, याचा त्याला अभिमान वाटत होता."

"थँक यू."

"बेली, तू मला अजून नीट ओळखलेलं नाहीस. मी कुणाची अन् कशाचीच

पर्वा करणारा माणूस नव्हे.''

त्याच्या उबदार डोळ्यांना तिचे डोळे भिडले आणि तिच्या मनाची चलबिचल होत गेली.

''तुला माझ्याकडून काय हवंय?''

''अजून मलाही ठाऊक नाही. पण मी नक्की त्याचा शोध घेईन. दैवाने आपल्या दोघांना एका विचित्र परिस्थितीत एकत्र आणून सोडावं, यामागे काही निश्चित संकेत असावा, असं मला आतून वाटतंय. आणि ती परिस्थिती पालटली, म्हणून मी नक्कीच पळून जाणार नाही.''

तिला काय बोलावं ते कळेना, ''मला पुन्हा व्यसनमुक्त होण्यासाठी एखाद्या हॉस्पिटलमध्ये राहायला लागणार आहे.''

त्याच्या मनातली चीड उफाळून आली ''हो. आणि त्याबद्दल त्या नराधमाला पुन्हा एकदा ठार मारायची माझी इच्छा आहे!''

''बिअर्डस्ली, त्याने... '' तिला बोलता येईना.

तो शांतपणे म्हणाला, ''तेही मला ठाऊक आहे. बेली, आज तू त्या दरवाज्यातून स्वतःच्या पायांनी बाहेर आली आहेस... आता पुन्हा कधीच मागे वळून पाहू नकोस!''

तिने डोळे गच्च मिटून घेतलं. तिच्या डोळ्यांतून एकेक अश्रू ठिबकू लागला.

''मला अजून तुझं पहिलं नावही ठाऊक नाही....!''

त्याने तिच्या तळहातावर आपला हात ठेवला, ''रिआन. कॅप्टन रिआन बिअर्डस्ली. यू. एस. आर्मी... मॅडम.''

ती मंद हसली, ''रिआन, तुला भेटून खूप-खूप बरं वाटलं. एका सुंदर मैत्रीची ही सुरुवात समजायची?''

तोही हसला, ''मैत्रीची सुरुवात करण्यासाठी जागाही किती सुंदर मिळाली होती ना!'' त्याने वाकून तिच्या गालावर ओठ टेकवले. ''आता शांतपणे झोप आणि कसलीही काळजी करू नकोस. तू तयार झालीस की, ते होपला तुझ्याजवळ घेऊन येणार आहेत. मलाही होपला भेटायचंय. पण मी तिला भेटावं, असं तुला जेव्हा वाटेल, तेव्हाच.''

ॲटलांटा, शनिवार, ३ फेब्रुवारी, दुपारी २ वाजून ४५ मिनिटे.

''कशी आहे मुलगी?''

ल्यूक पापाडोपॉलस आपल्यामागे उभा आहे, हे कळण्यासाठी सुझान्हाला वळून पाहावं लागलं नाही.

''थोडा वेळ ती जागी होती आणि पुन्हा आपल्या कोशात गेली. आपल्याला

होणाऱ्या वेदनांना हुलकावणी देण्याची तिची ही पद्धत न्यारी दिसतेय.''

ल्यूक त्या छोट्या आयसीयू रूममध्ये आला अन् जवळची एक खुर्ची ओढत तिच्याशेजारी बसला, ''जागी असताना ती तुझ्याशी काही बोलली?''

''नाही. फक्त माझ्याकडे ती अशा नजरेने पाहत होती की, मी जणू एखादी देवी वगैरेच आहे!''

''तू तिला मृत्यूच्या दाढेतून बाहेर काढलंयस!''

''मी काहीही केलेलं नाही...'' पुढचे शब्द तिने मनातल्या मनात गिळले. सत्याचा उच्चार करायला माणूस नेहमीच कचरतो.

''सुझान्हा, हे सारं तुझ्यामुळे घडलेलं नाही.''

''मी ते पटवून घेऊ शकत नाही.''

''माझ्याशी तरी बोल.''

तिने वळून त्याच्याकडे पाहिलं. त्याच्याइतके काळेभोर डोळे तिने कधीच पाहिले नव्हते. काळ्याकुट्ट काळोखाहूनही काळे गर्द. आणि आता तर ते खवळलेल्या दर्यासारखे उधाणलेले दिसत होते. त्याचा बाकी चेहरा मात्र कमालीचा शांत होता. मनातल्या सर्व भावना फक्त चेहऱ्यावर व्यक्त करणारा तो जणू एक नि:स्तब्ध पुतळा होता.

''कशासाठी?''

''कारण मला जाणून घ्यायचंय.''

ती ओठ मुडपत कडवट हसली. तिचं तसं तुच्छतापूर्वक हसणं आता सगळ्यांच्याच परिचयाचं झालं होतं.

''तुला काय जाणून घ्यायचंय, एजंट पापाडोपॉलस?''

''तुला असं का वाटतंय की, ह्यात तुझी एकटीचीच चूक आहे?''

''कारण मला ते आधीच ठाऊक होतं आणि ठाऊक असूनही मी बोलले नाही.''

तिने साध्या सरळ शब्दांत उत्तर दिलं.

''तुला काय ठाऊक आहे?'' त्यानेही तितक्याच सहज विचारलं.

सुझान्हाने नजर वळवली. त्या निनावी मुलीकडे ती टक लावून पाहू लागली. बिचारीला आपण देवी असल्याचा भास झाला होता.

''सायमन हा बलात्कारी हैवान होता, हे मलाच फक्त ठाऊक होतं.''

''माझा तर समज होता की, सायमनने एकदाही बलात्कार केलेला नव्हता. त्याला फक्त फोटो काढण्याची विकृती होती.''

सायमनने स्वत: दाखवलेला फोटो तिला आठवला, ''निदान एक तर त्याने नक्कीच केला होता.''

ल्यूकने घेतलेला खोल श्वास तिला जाणवला.

“तू डॅनियलला ही गोष्ट सांगितलीस?”

गर्रकन वळत तिने त्याच्याकडे रोखून पाहिलं, “मी सांगितलं नाही आणि तूही त्याला कधीच सांगणार नाहीयेस.”

मनातली ती चीड तिला सहन होत नव्हती. रोज, अगदी रोज... तसाच तो राग, तिच्या मनात उसळायचा... धुमसायचा. तिला धमकी देत निसटून जायचा. आपण काय केलंय आणि काय नाही केलंय, हे तिला पक्कं ठाऊक होतं. डॅनियलने तर फक्त काही फोटोंची नुसती झलक पाहिली होती. त्यातल्या एकाही पुरुषाचा चेहरा ओळखू येत नव्हता. ती मात्र असं म्हणू शकत नव्हती.

“मला एवढं कळतंय की, मला जे ठाऊक आहे, ते जर मी बोलले असते; तर ही घटना तरी मी नक्कीच टाळू शकले असते. आज ही मुलगी या हॉस्पिटलमध्ये अशी पडून राहिली नसती.”

ल्यूक बराच वेळ गप्प राहिला. मुलीच्या त्या मंद श्वासोच्छ्वासाकडे दोघेही शून्य नजरेने पाहत होते. दोघांच्या डोक्यात वेगवेगळे विचार सुरू होते. ज्या माणसाला गप्प बसण्याचं शहाणपण कळलंय, अशा व्यक्तीबद्दल सुझान्हाच्या मनात आदर होता. अखेर तो बोलला.

“तिथे असलेलं एक प्रेत मी ओळखलं होतं.”

“कसं काय?”

“आठ महिन्यांपूर्वी मी एक केस हाताळत होतो. मी त्या मुलीला वाचवू शकलो नाही. मुलांच्या जीवाशी खेळ खेळणाऱ्या त्या अधम, विकृत माणसाच्या हातात हातकड्या अडकवून, त्या मुलांना मी न्याय मिळवून देऊ शकलो नाही. मला त्या नराधमाच्या नरडीचा घोट घ्यायचाय!”

तिने त्याचा चेहरा बारकाईने न्याहाळला. त्याच्या चेहऱ्याची ठेवण निरखली. इतका गंभीर माणूस तिने उभ्या आयुष्यात पाहिला नव्हता.

“ग्रॅनव्हिले तर मेलाय.” ती म्हणाली.

“अजून एक जण उरलाय – जो आपल्या हातातल्या दोऱ्यांनी या सर्व बाहुल्यांना नाचवतोय. ग्रॅनव्हिलेचा तो गुरू आहे. आपल्या कामात निष्णात कसं व्हायचं, हे त्यानेच ग्रॅनव्हिलेला शिकवलंय म्हणे. मला आता फक्त तोच हवाय.”

तो वळला आणि दोघांची नजरानजर झाली, पण ल्यूकच्या डोळ्यांतला अंगार ती सहन करू शकली नाही. तिने झटकन मान वळवली.

“तोपर्यंत मी स्वस्थ बसणार नाही. त्या नराधमाला नरकात ढकलून मी त्या नरकाची किल्ली भिरकावून देणार आहे.” ल्यूक म्हणाला.

“तू मला हे का सांगतोयस?”

"कारण तुझ्याही मनात हेच आहे. तुलाही असाच सूड घ्यायचाय."

ल्यूकचं म्हणणं खरं होतं. कॉटवर झोपलेल्या जेन डोकडे तिने पाठ फिरवली. पुन्हा एकदा ती चीड तिच्या मनात हळूहळू उफाळत वर येऊ लागली. सायमनवरची.. ग्रॅनव्हिलेवरची... आता त्या अज्ञात इसमावरची... आणि स्वत:वरची... चीड. आजपर्यंत ती काहीच करू शकली नव्हती. पण तिच्या असहायतेचा, तिच्या कमकुवतपणाचा आजचा हा शेवटचा दिवस ठरणार होता.

"मी काय करायला हवं, असं तुला वाटतं?" सुझान्हाने त्याला विचारलं.

"कोणास ठाऊक! अजून तरी ते मला ठाऊक नाही. पण ज्या क्षणी मी निर्णय घेईन, त्या क्षणी मी तुला बोलावेन."

तो जायला वळला.

"थँक यू." ल्यूक म्हणाला.

"कशाबद्दल?"

"सायमनने केलेलं पाप डॅनियलला न सांगितल्याबद्दल!"

मान उचलत सुझान्हाने त्याच्याकडे पाहिलं.

"...आणि मी घेतलेल्या निर्णयाचा मान राखल्याबद्दल तुझेही आभार."

दोघेही आर्त नजरेने एकमेकांकडे बघू लागले. बराच वेळ दोघांच्याही नजरा एकमेकांच्या डोळ्यांत गुंतल्या होत्या. मग ल्यूक पापाडोपॉलसने तिला मानेनेच संमती मागितली आणि तो बाहेर पडला.

सुझान्हा शांतपणे वळली आणि त्या निनावी मुलीकडे टक लावून पाहू लागली. तिच्यामध्ये ती स्वत:लाच पाहत होती.

ॲटलांटा, सोमवार, ५ फेब्रुवारी, सकाळी १० वाजून ४५ मिनिटे

मॅन्सफिल्डने डॅनियलला गोळी मारून एका नव्या खेळाचा आरंभ केला होता, त्या घटनेला आज तीन दिवस झाले होते. तीन दिवसांपूर्वी ॲलेक्सने एका माणसाला ठार केलं होतं आणि दुसऱ्या दोन माणसांना आपल्या डोळ्यांदेखत मरताना पाहिलं होतं. पण अजूनही ती घटना तिच्या तनामनात पूर्ण झिरपलेली नसावी किंवा कदाचित त्या घटनेचं तिला काहीच सोयरसुतक उरलेलं नसावं.

ॲलेक्स त्या दुसऱ्या शक्यतेकडेच अधिक झुकत चालली होती. न्यायालयाच्या इमारतीमधील एका छोट्या खोलीत आज एक मीटिंग ठरविण्यात आली होती. डॅनियलची व्हीलचेअर ढकलत ॲलेक्स तिथेच निघाली होती.

"डॅनियल, मला वाटतं की, आपण उगाचच वेळ फुकट दवडतोय." ती म्हणाली. त्यावर डॅनियल काहीच बोलला नाही.

ते दोघे खोलीच्या दरवाज्यापाशी पोहोचले. डॅनियल खुर्चीतून झटकन उठला

आणि स्वत:च्या पायांनी चालत खोलीतल्या टेबलापाशी गेला. तो थोडा कृश आणि निस्तेज दिसत असला तरी तीन दिवसांत त्याच्या तब्येतीत झपाट्याने सुधारणा होत गेली होती. त्याने खुर्ची ओढली आणि तो तिच्या शेजारी बसला.

"ॲलेक्स, हा केवळ माझा हट्ट आहे, असं समज. तुझ्या मनातली इच्छा कदाचित आता मेलीही असेल; पण मला मात्र या प्रकरणाचा एकदाच काय तो सोक्षमोक्ष करून टाकायचाय."

ती भिंतीकडे पाहत बसली.

"मला तर त्याचं तोंडदेखील पाहायची इच्छा नाहीये."

"का पण?"

तिने आपले खांदे अस्वस्थपणे उडवले.

"निरर्थक गोष्टीत वेळ फुकट घालवायचा आता मला कंटाळा आलाय. त्यापेक्षा मला माझा वेळ सत्कारणी लावायला आवडेल. माझ्यासमोर करण्यासारखी बरीच कामं आहेत. बेलीला सुधारकेंद्रात घेऊन जायचंय... होपला बालवाडीत न्यायचंय आणि माझ्या स्वत:साठी एक चांगलंसं कामही शोधायचंय."

"हो तर! या नक्कीच महत्त्वाच्या गोष्टी आहेत." तो किंचित उपरोधाने म्हणाला, "पण मला खरं सांग, तुझ्या मनात नक्कीच काहीतरी सलतंय ना?"

तिला झटकाच बसला. काहीशा रागानेच तिने त्याच्याकडे पाहिलं; पण त्याची नजर इतकी निर्मळ होती की, क्षणार्धात तिचा राग निवळला. ती वरमली. कबूल करण्याखेरीज तिच्यापाशी पर्यायच उरला नाही.

"मी एका माणसाला ठार मारलंय." जणू ती स्वत:शीच बोलली.

"मग?... मला वाटतं, मॅन्सफिल्डबद्दल तर तुला नक्कीच वाईट वाटत नसणार."

"छे! उलट, त्याला मारल्याचा मला आनंदच झाला होता. त्या क्षणी मला तर...."

"आपण सर्वशक्तिमान असल्यासारखं वाटलं होतं?"

"हं, तसंच काहीसं. जणू तो संपूर्ण क्षणच मी माझ्या हातात धरला होता. मीच एकटी सूत्रधार होते. जणू एका अघटित आघाताने अख्खी पृथ्वीच कलली होती. आणि मी माझ्या हाताने त्या ढळलेल्या पृथ्वीचा तोल सावरला होता!"

"इतकं मोठं शौर्य तुझ्या हातून घडलं आणि आता त्याच कृत्याची तुला भीती वाटू लागलीय?"

"हो, भीती वाटतेय खरी. भीती वाटते की, तो सूड आता माझ्या अंगात भिनत तर जाणार नाही ना? डॅनियल, मी माणसांना अशा गोळ्या मारत तर राहू शकत नाही. आज क्रेग माझ्याशी बोलण्याचं टाळेल. मी असहायपणे नुसती पाहत राहीन.

मला त्याचा संताप येईल आणि त्यालाही मला गोळी घालावीशी वाटेल. पण मी तसं करू शकत नाही.''

''तू तर आमच्या पोलिसी दुनियेतच येऊन पोहोचलीस की! तुझं स्वागत असो!!'' डॅनियल मस्करी करत हसला, ''पण राणी, म्हणून तू त्याला टाळणं, हे तर साफ चुकीचं आहे. त्याला टाळून तुला तुझ्या प्रश्नाचं उत्तर कधीच सापडणार नाही. एक लक्षात ठेव – जेव्हा जेव्हा तू सत्य अव्हेरलंस, तेव्हा तेव्हा तुझ्या वाट्याला फक्त भयानक स्वप्नं आणि जीवघेण्या किंकाळ्याच आल्यात.''

त्याचं म्हणणं खरं आहे, हे उमजत असूनही तिला हट्टाने त्याच्याशी वाद घालावासा वाटला. पण तेवढ्यात खोलीचा दरवाजा उघडला गेला आणि एक रक्षक क्रेग क्रायटनला घेऊन आत आला. त्याच्या हातापायांत साखळदंड होते. त्याने क्रेगला खुर्चीत बसवलं. खुर्चीत बसताना त्या साखळ्या खडखडल्या.

त्या एका मिनिटात ॲलेक्सच्या डोळ्यांसमोर अख्खा इतिहास उभा राहिला. मान खाली घालून ती आपले हात निरखत बसली होती. अनेक वर्षांपूर्वी एका हॉस्पिटलमध्ये ती याच अवस्थेत बसलेली होती. क्रेगच्या येण्याने त्या खोलीत शांतता पसरली होती. कुणीच काही बोलत नव्हतं. पण आता तिच्या मनात एकही किंकाळी घुमत नव्हती. हाडं गोठविणारी शांतता मात्र ती अनुभवत होती. डॅनियलने तिच्या हातावर हात ठेवला अन् हळुवारपणे दाबला. तिला धीर आला. तिला हवी असलेली उब मिळाली. हळूहळू तिने आपली हनुवटी, डोळे उचलले आणि एकटक ती क्रेगच्या चेहऱ्याकडे पाहू लागली.

तो आता अगदी म्हातारा आणि चिंताक्रांत दिसत होता. अखंडपणे व्यसनाच्या अधीन होऊन तो आयुष्यभर वणवण भटकत राहिला होता. त्यामुळे त्याच्या डोळ्यांत जिवंतपणा उरला नव्हता. ॲलेक्सकडे तो टक लावून पाहत होता. ॲलेक्सला गॅरी फलमोअरच्या नजरेची आठवण झाली. तिला ठाऊक होतं की, या क्षणाला क्रेगच्याही डोळ्यांसमोर ॲलिशियाच उभी राहिलेली असणार... किंवा कदाचित तिची आईही असू शकेल!

''क्रेग...'' ती शांतपणे उद्‌गारली आणि तो बसल्या जागीच खुर्चीत हडबडला.

''तू नक्कीच 'ती' नाहीयेस!'' तो स्वत:शीच पुटपुटला.

''नाही; ती मी नव्हे. पण तरीही तू काय केलंयस, हे तिच्याइतकं मलाही चांगलंच ठाऊक आहे.'' ती थेट त्याच्या डोळ्यांत पाहत म्हणाली. त्यावर त्याने डोळे बारीक करत तिच्याकडे पाहिलं.

''मी काहीही केलेलं नाही.'' क्रेग म्हणाला.

''एजंट व्हार्टोनियनऽ'' दुरून एक आवाज आला. ॲलेक्सची नजर त्या दिशेने वळाली. तिथे दोन व्यक्ती बसलेल्या होत्या. डाव्या बाजूला पिंगट केसांचा व आकर्षक

व्यक्तिमत्त्वाचा एक मध्यमवयीन पुरुष बसला होता. त्याने काळ्या रंगाचा सूट घातला होता. त्याच्याशेजारी निळ्या सुटातला एक तरुण माणूस होता. पिंगट केसांच्या पुरुषाला ॲलेक्सने झटकन ओळखलं. तो सरकारी वकील क्लो हॅथवे होता. डॅनियलची विचारपूस करण्यासाठी तो हॉस्पिटलमध्ये येऊन गेला होता. याचा अर्थ, तो तरुण माणूस क्रेगचा वकील असावा. तिचा अंदाज खरा होता, हे दुसऱ्याच क्षणी स्पष्ट झालं.

"या आपल्या भेटीतून तुला नक्की काय साधायचंय? माझ्या अशिलावर सिस्टर ॲनेचा खून केल्याचा गुन्हा तर आधीच दाखल केला गेलाय. त्याने आणखी एका गुन्ह्यात स्वतःला अडकवून घ्यावं, अशी तर तुमची इच्छा नाही ना?"

"छे... छे! आमच्या कसल्याही अपेक्षा नाहीत." डॅनियल सावरत, पण सहजपणे म्हणाला. "आम्हाला काही गोष्टींचा फक्त खुलासा करून घ्यायचा होता."

"हे बघ... तुझ्या अशिलाने माझ्या आईचा खून केला होता, ही गोष्ट मला पक्की ठाऊक आहे." ॲलेक्सच्या आवाजात कुठेही कंप नव्हता. उलट, आता तिची आपल्या आवाजावर पूर्ण हुकमत आली होती. "त्याला कठोरातली कठोर शिक्षा व्हावी, अशी जरी माझी मनापासून इच्छा असली, तरी तो गुन्हा अजिबात कबूल करणार नाही याचीही मला तितकीच खात्री आहे. पण आईचा खून झाल्यानंतर काय घडलं होतं, एवढंच जाणून घ्यायची माझी इच्छा आहे."

"तू तुझ्या घशात झोपेच्या गोळ्या रिचवल्यास." क्रेग शांतपणे म्हणाला.

"मला तसं वाटत नाही. त्या गोळ्या तू मला दिल्या होत्यास का, हे मला जाणून घ्यायचंय."

"जर त्याने त्या गोळ्या तुला दिल्या असतील, तर तो एक प्रकारे खून करण्याचाच प्रयत्न ठरतो. ही गोष्ट तो कबूल करेल, असं तुला वाटतं?" क्रेगच्या वकिलाने विचारलं.

"नाही. मी आरोप लादण्याचा प्रयत्न करणार नाही."

"मिस फॅलन... तू तसं केलंस, तर तुझ्यासमोर पर्यायच उरणार नाही." क्लो हॅथवे म्हणाला. "मिस्टर क्रायटनने जर तुला झोपेच्या गोळ्या जबरदस्तीने देऊन तुला ठार मारण्याचा प्रयत्न केला असेल, तर मी ताबडतोब त्याच्यावर खटला भरेन!"

"पण क्लो, तू यातून दुसरा काही मार्ग काढू शकतोस. नाही का?" डॅनियलने विचारलं.

"एक मार्ग आहे. सिस्टर ॲनेच्या खुनाचा आरोप शिथिल करण्याचा." क्रेगचा वकील छद्मीपणे बोलला, पण त्यामुळे ॲलेक्सच्या संतापाचा पारा एकदम चढला.